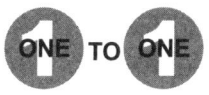

ONE TO ONE

Bilingual Dictionary

AF059913

English-Tamil
Tamil-English
Dictionary

Compiled by

Sandhya Mahadevan

STAR Foreign Language BOOKS

© Publishers

ISBN : 978 1 908357 35 9

All rights reserved with the Publishers. No part of this publication may be reproduced or transmitted in any form or by any means, electronic, mechanical, photocopying, recording or otherwise, without the prior written permission of the Publishers.

This Edition : 2024

Published by
STAR Foreign Language BOOKS
a unit of
Star Books
56, Langland Crescent
Stanmore HA7 1NG, U.K.
info@starbooksuk.com
www.bilingualbooks.co.uk

Printed in India at
Star Print-O-Bind, New Delhi-110 020

About this Dictionary

Developments in science and technology today have narrowed down distances between countries, and have made the world a small place. A person living thousands of miles away can learn and understand the culture and lifestyle of another country with ease and without travelling to that country. Languages play an important role as facilitators of communication in this respect.

To promote such an understanding, **STAR Foreign Language BOOKS** has planned to bring out a series of bilingual dictionaries in which important English words have been translated into other languages, with Roman transliteration in case of languages that have different scripts. This is a humble attempt to bring people of the word closer through the medium of language, thus making communication easy and convenient.

Under this series of *one-to-one dictionaries*, we have published almost 59 languages, the list of which has been given in the opening pages. These have all been compiled and edited by teachers and scholars of the relative languages.

Publishers

Bilingual Dictionaries in this Series

English-Afrikaans / Afrikaans-English	Abraham Venter
English-Albanian / Albanian-English	Theodhora Blushi
English-Amharic / Amharic-English	Girun Asanke
English-Arabic / Arabic-English	Rania-al-Qass
English-Bengali / Bengali-English	Amit Majumdar
English-Bosnian / Bosnian-English	Boris Kazanegra
English-Bulgarian / Bulgarian-English	Vladka Kocheshkova
English-Burmese (Myanmar) / Burmese (Myanmar)-English	Kyaw Swar Aung
English-Cambodian / Cambodian-English	Engly Sok
English-Cantonese / Cantonese-English	Nisa Yang
English-Chinese (Mandarin) / Chinese (Mandarin)-Eng	Y. Shang & R. Yao
English-Croatian / Croatain-English	Vesna Kazanegra
English-Czech / Czech-English	Jindriska Poulova
English-Danish / Danish-English	Rikke Wend Hartung
English-Dari / Dari-English	Amir Khan
English-Dutch / Dutch-English	Lisanne Vogel
English-Estonian / Estonian-English	Lana Haleta
English-Farsi / Farsi-English	Maryam Zaman Khani
English-French / French-English	Aurélie Colin
English-Georgian / Georgina-English	Eka Goderdzishvili
English-Gujarati / Gujarati-English	Sujata Basaria
English-German / German-English	Bicskei Hedwig
English-Greek / Greek-English	Lina Stergiou
English-Hindi / Hindi-English	Sudhakar Chaturvedi
English-Hungarian / Hungarian-English	Lucy Mallows
English-Italian / Italian-English	Eni Lamllari
English-Japanese / Japanese-English	Miruka Arai & Hiroko Nishimura
English-Korean / Korean-English	Mihee Song
English-Latvian / Latvian-English	Julija Baranovska
English-Levantine Arabic / Levantine Arabic-English	Ayman Khalaf
English-Lithuanian / Lithuanian-English	Regina Kazakeviciute
English-Malay / Malay-English	Azimah Husna
English-Malayalam - Malayalam-English	Anjumol Babu
English-Nepali / Nepali-English	Anil Mandal
English-Norwegian / Norwegian-English	Samuele Narcisi
English-Pashto / Pashto-English	Amir Khan
English-Polish / Polish-English	Magdalena Herok
English-Portuguese / Portuguese-English	Dina Teresa
English-Punjabi / Punjabi-English	Teja Singh Chatwal
English-Romanian / Romanian-English	Georgeta Laura Dutulescu
English-Russian / Russian-English	Katerina Volobuyeva
English-Serbian / Serbian-English	Vesna Kazanegra
English-Sinhalese / Sinhalese-English	Naseer Salahudeen
English-Slovak / Slovak-English	Zuzana Horvathova
English-Slovenian / Slovenian-English	Tanja Turk
English-Somali / Somali-English	Ali Mohamud Omer
English-Spanish / Spanish-English	Cristina Rodriguez
English-Swahili / Swahili-English	Abdul Rauf Hassan Kinga
English-Swedish / Swedish-English	Madelene Axelsson
English-Tagalog / Tagalog-English	Jefferson Bantayan
English-Tamil / Tamil-English	Sandhya Mahadevan
English-Thai / Thai-English	Suwan Kaewkongpan
English-Tigrigna / Tigrigna-English	Tsegazeab Hailegebriel
English-Turkish / Turkish-English	Nagme Yazgin
English-Twi / Twi-English	Nathaniel Alonsi Apadu
English-Ukrainian / Ukrainian-English	Katerina Volobuyeva
English-Urdu / Urdu-English	S. A. Rahman
English-Vietnamese / Vietnamese-English	Hoa Hoang
English-Yoruba / Yoruba-English	O. A. Temitope

English-Tamil

A

a ஒன்று on' dru

aback *adv.* வியப்பு we-yap-oo

abaction *n.* கொள்ளை koll' ai

abactor *n.* கொள்ளை◌்காரன koll' i kaaran

abandon *v.t.* கைவிடு kai we do

abase *v.t.* இழுவுபடுதல் izhivu paduth' al

abasement *n.* இழுவ் izhivu

abash *v.t.* கர்வமான ghar-vam-aane'

abate *v.t.* குறை kurai

abatement *n.* குறைதல் kurai-dhal

abbey *n.* ஆசிரமம் aash-chiriyam

abbreviate *v.t.* சுருக்கல் su-ru-kkal

abbreviation n சுருக்கம் su-ru-kkam

abdicate *v.t.* ஒப்படைப்பு opp-padai-ppu

abdication *n.* ஒப்படைத்தல் opp-padai-th-thal

abdomen *n.* வயிறு vayiru

abdominal *a.* வுதர சம்பந்தமான wu dhara sambhandha mana

abduct *v.t.* கடத்துதல் ka dath' thu dhal

abduction n கடத்தல் ka dath' al

abed *adv.* படுக்கையில் padukkai-il

aberrance *n.* பொய்மை poi-mai

abet *v.t.* வுடந்தையாக இருத்தல் wudhan dhai agha iruthal

abetment *n.* வுதவி wu dha wee

abeyance *n.* இடைநீக்கம் I dye neekkam

abhor *v.t.* வெறுத்தல் ve ru' thal

abhorrence *n.* வெறுப்பு ve ru' ppu

abide *v.i* அடிபணிதல் adi pan'-i-dhal

abiding *a.* அடிபணிவு adi pan'-i-vu

ability *n.* சக்தி sakthi

abject *a.* பரிதாபாமான pari-dhabha' mana

ablaze *adv.* எரிந்துகொண்டு erin-dhu-k-khondu

ablactate *v.* t மேதுவாககவர்மை medhu-vaagha-kavar -mai

ablactation *n.* மேதுவாககவர்தல் medu-vaagha- kavardhal

able *a.* திறமையான thira-mai-yana

ablepsy *n.* குருட்டுத்தன்மை koo ruttu th' anmai

ablush *adv* வெட்கப்படுதல் vet kapp padudhal

ablution *n.* நீராட்டுதல் nee rattoo dhal

abnegate *v.* t கைவிட்டு விடு kai vittu vidhu

abnegation *n.* கைவிட்டு விடுதல் kai vittu vidhu dhal

abnormal *a.* அசாதாரண a-saa-darena

aboard *adv* கப்பலில் kap' palil

abode *n* இருப்பிடம் Irrup' idam

abolish *v.t.* ஒழி ozhi

abolition *v.* ஒழித்தல் ozhi th' al

abominable *a.* வெறுக்கத்தக்க verukka-th' akka'

aboriginal *a.* வுடன்பிறந்த vudan pirandha]

aborigines *n.* pl பழங்குடிமக்கள் pazhan-kudi-makkal

abort *v.i* களைப்பு kalai' ppu

abortion *n.* கருகளைப்பு karu kalai' ppu

abortive *adv.* பயனற்ற payan at' ra

abound *v.i.* பெருகி perughi

about *adv.* ஏறத்தாள era tha l'a

about *prep.* பற்றி patri

above *adv.* மேல் me'l

above *prep.* மேலே mele'

abreast *adv.* பக்கம் பக்கம் ஆக pakkam-pakkam-agha

abridge *v.t.* சுருக்கு surukku

abridgement *n.* சுருக்கல் surrukkal

abroad *adv.* வெளியூரு veli ooru

abrogate *v. t.* அதிகாரப்புர்வமாக adhi-gharap-porva-maagha'

abrupt *a.* திடீரென்று thi-dee-rendru

abruption *n.* திடீரென்று

abscess *n.* சீழ் பிடித்த கட்டி sizh-piditha'-katti

absonant *adj* மாறான maa-ra-na'

abscond *v.i* ஓடிமறை od-e-marai

absence *n.* இல்லாமை illamai

absent *a.* இல்லாத illadha'

absent *v.t.* வராத va-raa-dha

absolute *a.* முழுமையான muzhu-mai-yana

absolutely *adv.* முழுமையாக muzhu-mai-aagha

absolve *v.t.* குற்றம் kutram

absorb *v.t.* உறிஞ்சு urinjhu

abstain *v.i.* விலகுதல் vilaghu-dhal

abstract *a.* கருது karu-thu'

abstract *n.* சாரம் saaram

abstract *v.t.* கவனமில்லாத kavanam-illadha

abstraction *n.* களவாடல் ka-la' vaadal

absurd *a.* அபத்தமான abhatha-maana

absurdity *n.* அசட்டுத்தனமான asattu-thanam-aana

abundance *n.* வளம் vall'am

abundant *a.* வளமான vall'amana

abuse *v.t.* துஷபிரியோகம் dush-priyogham

abuse *n.* ஏசு ae'su

abusive *a.* ஏசுதல் ae'su-dhal

abutted *v.* இணைப்பு inai-ppu

abyss *n.* பாதாளம் paa-dhaa-lam

academic *a.* கல்விமான் kalvi-maan

academy *n.* கழகம் kazhagham

acarpous *adj.* பழுக்காத pazhu-kaadha

accede *v.t.* அணுகுதல் anu-ghu-dhal

accelerate *v.t.* வேகமூட்டு vegha-moottu

acceleration *n.* வேகமூட்டுதல் vegha-moottu-dhal

accent *n.* அை◌ச அழுத்தம் asei-azhutham

accent *v.t.* முக்கியமாக்க mukkiyam-aakka

accept & ஒப்புதல் oppu-dhal

acceptable *a.* ஒப்புகொள்ளதக்கது oppu-kolla-thakka-dhu

acceptance *n.* அங்கிகாரம் anghi-kaaram

access *n.* பெருவழி peru-vazhi

accession *n.* பதிவேற்றல் Padhi-vetral'

accessory *n.* அலங்காரம் alangaaram

accident *n.* விபத்து vibathu

accidental *a.* எதிர்பாராமல் Edhir-paaramal

accipitral *adj* பருந்தைபோல் parundhai-pol

acclaim *v.t.* பாராட்டு paarattu

acclaim *n.* ஆரவாரம் aara-vaaram

acclamation *n.* உவப்பு oo-vappu

acclimatise *v.t.* சூழ்நிலைக்கிணங்க soozh-nilai-kinanka

accommodate *v.t.* கடமைப்படுத்து kadamai-paduthu

accommodation *n.* இருக்குமிடம் irukkum-idam

accompaniment *n.* இணைப்பு Enai'ppu

accompany *v.t.* வுடன்செல்லுதல் vudan-sellu-dhal

accomplice *n.* வுடந்தையாளர் vudan-dhai-yalar

accomplish *v.t.* சாதித்தல் saadhi-thal

accomplished *a.* சாதனையாளர் saadhanai-yaalar

accomplishment *n.* சாதனை saadhanai

accord *v.t.* காட்டிலும் kaatilum

accord *n.* இணங்க inangha

accordingly *adv.* அதன்படியாக adhanpadiyaaga

account *n.* வங்கிசீடு vanghi-seettu

account *v.t.* கணக்கு kanakku

accountable *a.* வுத்தரவாதமுள்ள vuthira-vaadham-ulla'

accountancy *n.* கணக்கியல் kannakiyal

accountant *n.* கணக்காய்வாளர் kanakaaivaalar

accredit *v.t.* அனுமதி anu-madhi

accrementition *n.* அனுபிளவு anu-pilavu

accrete *v.t.* ஓர்மிக்கவளர்ச்சி ore-mikka-valarcchi

accrue *v.i.* வளர் valar

accumulate *v.t.* குவி kuvi

accumulation *n.* சேகரம் segaram

accuracy *n.* துல்லியம் thulliyam

accurate *a.* துல்லிதமான thullidha-maana

accursed *a.* சாபத்துகுரியவர saabathu-kuriyavar

accusation *n.* குற்றச்சாட்டு kuttra-chha-ttu

accuse *v.t.* குற்றம்சாட்ட kuttram-chhatta

accused *n.* குற்றவாளி kuttra-vaalli

accustom *v.t.* பழகு pazhaghu

accustomed *a.* பழக்கப்பட்ட pazhakka'-patta

ace *n.* மாவீரன் maa-veeran

acentric *adj* மையற்ற mai-yattra

acephalous *adj.* தலையற்ற thalai-yattra

acephalus *n.* தலையற்றகரு thalai-yattra-karu

acetify *v.* மாற்றம் maat-ram

ache *n.* வலி vali

ache *v.i.* வேதனை vedhanai

achieve *v.t.* சாதனை saadhanai

achievement *n.* பூர்த்தி poorthi

achromatic *adj* வண்ணமற்ற vannam-attra

acid *a.* அமிலம amilam

acid *n.* அமிலம amilam

acidity *n.* அமிலத்தன்மை amilath'-anmai

acknowledge *v.* ஏற்றுக்கொள் ettruk-koll

acknowledgement *n.* எற்று க்கொள்ளுதல் ettuk-kollu-dhal

acne *n.* பரு paru

acorn *n.* பழவகை pazha-vagai

acoustic *a.* நாதத்திற்குரிய naada-thir-kuriya

acoustics *n.* ஒலியியல் oliyiyal

acquaint *v.t.* அறிமுகப்படுத்து arimughap-paduthal

acquaintance *n.* அறிமுகமானவர் arimugham-aanavar

acquest *n.* மரபுரிமையாலன்றி mara-purimai-yaalanri

acquiesce *v.i.* எதிர்ப்பின்றிஏற்தல் edhirr-pinri-aerthl

acquiescence *n.* மனப்பூர்வமான manap-poorva-maana

acquire *v.t.* வாங்கு vaan-ghoo

acquirement *n.* அடைதல் adai-dhal

acquisition *n.* சம்பாதித்தல் sambaa-dhithal

acquit *v.t.* விடுவி viduvi

acquittal *n.* விடுதலைசெய்தல vidu-dhalai-seidal

acre *n.* ஏய்கா் ◌ acre

acreage *n.* நிலப்பரப்பு nila-parappu

acrimony *n.* நடத்தை nadath-thai

acrobat *n.* கலிநடம் kalinadam

across *adv.* சந்தி Sandhi

across *prep.* எதிர்பக்கத்து edhir-pakkathu

act *n.* செயல seyal

act *v.i.* ◌ நடி nadi

acting *n.* நடித்தல் nadithal

action *n.* நடிப்பு nadippu

activate *v.t.* செயற்படு seyarbadu

active *a.* வேகமான vega-maana'

activity *n.* வூக்கமுடைமை vookka-modaimain

actor *n.* நடிகன nadigan

actress *n.* நடிகை nadigai

actual *a.* வுண்மையான vunmaiyaana

actually *adv.* வுண்மையில vunmaiyil

acumen *n.* பகுத்தறிவு pagutharivu

acute *a.* கூர்மையான koormaiyaana

adage *n.* பழமொழி pazha-mozhi

adamant *a.* பிடிவாதமான pidivaadamaana'

adamant *n.* பிடிவாதம் pidivaadam

adapt *v.t.* மாற்றியமை maatriyamai

adaptation *n.* மாற்றியமைத்தல் maatriyamai-thal

adays *adv* காலையில் kaalai-yil

add *v.t.* கூட்டு koottu

addict *v.t.* அடிமை adimai

addict *n.* போதை bodhai

addiction *n.* அடிமைத்தனம adimai-thanam

addition *n.* கூட்டுதல் koottu-dhal

additional *a.* கூடுதல koodudhal

addle *adj* குழப்பமடை kuzhappam-adai

address *v.t.* சொர்போழிவாற்றல் sor-pozhi-vatrall

address *n.* விலாசம் vilasam

addressee *n.* விலாசதாரர் vilaasa-dhaarar

adduce *v.t.* ருசுப்படுத்து rusu-padutthu
adept *n.* திறமைசாலி thiramaisaali
adept *a.* திறமைசாலியான thiramaisaali-yaana
adequacy *n.* போதுமானதாக podhumaana-dhaaka
adequate *a.* தகுந்த thagundha
adhere *v.i.* சார்பு saarbu
adherence *n.* ஒட்டிக்கொள் ottukkol
adhesion *n.* பசைதல் pasaidhal
adhesive *n.* பசமை pasai-mai
adhesive *a.* பசமையுள்ள pasaimai-yulla
adhibit *v.t.* கொடு kodu
adieu *n.* போய்வருகிறேன் Poi-varugiren
adieu *interj.* வுத்தரவுவாங்குதல் vuth-tharavu-vaangudhal
adiure *v.t.* உபயோகி vu-pa-yogi
adjacent *a.* ஒட்ி யுள்ள ottii-ulla
adjective *n.* பையரடை paiyar-adai
adjoin *v.t.* அருகே aru-ghe
adjourn *v.t.* ஒத்திவை othi-vai
adjournment *n.* ஒததிவைத்தல் othivei-dhal
adjudge *v.t.* தீர்மானி theer-mmani
adjunct *n.* இணைப்பு inaippu
adjuration *n.* சபித்தல் sabithal
adjust *v.t.* விட்டுக்கொடு vittu-kkodu
adjustment *n.* விட்டுக்கொடுத்தல் vittukkodu-thal
administer *v.t.* நிர்வகி nirvaghi
administration *n.* நிர்வாகம் nir-vaagham
administrative *a.* நிர்வகாதிற்குரிய nir-vaagha-thurkuriya
administrator *n.* நிர்வகாச்சேயலார nir-vaagha-seya-laalar
admirable *a.* வுன்னத vunnadha'
admiral *n.* கடற்படையதிகாரி kadar-padai-yadhigaari
admiration *n.* பாராட்டுதல் paarattu-dhal
admire *v.t.* பாராட்டு paarattu
admissible *a.* அனுமதிக்கத்தக்க anumadhi-ka-thakka
admission *n.* நுைழைவை nu-yeizh-vai
admit *v.t.* அனுமதி anumadhi
admittance *n.* அனுமதிபத்திரம் anumadhi-pathiram
admonish *v.t.* எச்செரித்தல் ye-cherri-t-thal
admonition *n.* எச்சரிக்கை ye-cherri-k-kei
adnascent *adj.* ஊறுதல் oo-ru-dhal
ado *n.* வீணாக vee-naaka
adobe *n.* காய்ந்தசெங்கல் kaaindha-sengal
adolescence *n.* இளமை ilamai
adolescent *a.* இளம்பருவம் ilam-paruvam
adopt *v.t.* பின்பற்று pin-pattru
adoption n தத்தேடு த்தல் dath-edu-tthal
adorable *a.* பிரியமான piriya-maana'
adoration *n.* பிரியம் piriyam
adore *v.t.* பிரியப்பட piriyap-patta'
adorn *v.t.* அலங்ிகரித்தல் alankari-tthal

adscititious *adj.* அநுபந்தமான anu-bandha-maana

adscript *adj.* பிற்சேர்க்கப்பட்ட pirr-serkap-patta

adulation *n.* மிகத்துதி migath-thudhi

adult *a.* வயதடைந்தோர் vaya-dhadai-ndhor

adult *n.* பெரியோர் periyor

adulterate *v.t.* கலங்கப்படுத்துதல் kalangap-paduthu-dhal

adulteration *n.* கலப்படம் kalappadam

adultery *n.* விபசாரம் viba-saaram

advance *v.t.* முன்னேறு munn-eru

advance *n.* முற்பணம் murr-panam

advancement *n.* முன்னேற்றம munn-ettram

advantage *n.* சாதகம் saadagam

advantage *v.t.* நண்மை nann-mai

advantageous *a.* சாதகமான saadaga-maana

advent *n.* வருகை varugai

adventure *n.* தீரச்செயல் dheera-seyal

adventurous *a.* தீரமிக்க dheera-mikka

adverb *n.* வினையடை vinai-yadai

adverbial *a.* வினையுரிச்சொல் vina-uri-chol

adversary *n.* விரோதி virodhi

adverse *a.* விரோதமான virodha-maana

adversity *n.* துர்லாபம் dhur-laabum

advert *v.* விமர்சித்தல் vimarsithal

advertise *v.t.* விமர்சி vimarsi

advertisement *n.* விளம்பரம் vill-ambaram

advice *n.* அறிவுரை ari-vurai

advisable *a.* தகுந்த thagundha

advisability *n.* ஆலோசிக்கத்தக்க aalosikka-t-thakka

advocacy *n.* வழக்கரிதல vazhak-aridhal

advocate *n.* வக்கீல vakkil

advocate *v.t.* ஆதரித்தல aadhari-t-thal

aerial *a.* மேலிருந்து me-lirundhu

aerial *n.* ஞண்ர்கம்பி vunnar-kambhi

aeriform *adj.* வாயுதன்மை vaayu-thanmai

aerify *v.t.* உயர்வுபடுத்து vuyarvu-padutthu

aerodrome *n.* விமானத்தளம் vimaana-t-thalam

aeronautics n.pl. விமானயியல vimaana-iyal

aeroplane *n.* விமானம் vimaanam

aesthetic *a.* அழகு azhagu

aesthetics *n.pl.* அழகியல azha-giyal

aestival *adj.* கோடைக்காலத்தைபோல் kodai-kaalathai-pol

afar *adv.* தொலைவில் ꣳ tholaivil

affable *a.* வுபசரணை vu-bha-saranai

affair *n.* தொடர்பு tho-dar-bhu

affect *v.t.* பாதித்தல் paa-dhi-t-thal

affectation *n.* ஜம்பம jambam

affection *n.* அன்பு anbu

affectionate *a.* அன்புடன் anbudan

affidavit *n.* வுறுதிபிரமாண்ம vurudhi-pira-maanam

affiliation *n.* தேர்தல் thaer-dhal

affinity *n.*

affirm *v.t.* வலியுறுத்து ் vali-yuruthal

affirmation *n.* வலியுறுத்துதல் vali-yuru-t-thudhal

affirmative *a.* ஒப்பந்தம் oppandham

affix *v.t.* கவர்ச்சி kavar-cchi

afflict *v.t.* சித்தரவதை sithira-vadai

affliction *n.* பெருந்துன்பம் perun-thunbam

affluence *n.* வசதி vasadhi

affluent *a.* வசதியுள்ளவர் vasadhi-yullavar

afford *v.t.* தாங்கு thaanghu

afforest *v.t.* காடுவளர் kaadu-valar

affray *n.* சச்சரவு such-charavu

affront *v.t.* அவமானப்படுத்தல் ava-maana-padu-t-thudhal

affront *n.* அவமானப்படுத்தல் ava-maana-padu-t-thal

afield *adv.* களத்தில் kalath-thil

aflame *adv.* எறிந்துக்கொண்டு erindhu-kondu

afloat *adv.* முதக்கிற mudha-k-kira

afoot *adv.* கால்நடையில் kaal-nadaiyil

afore *prep.* முன்சொன்ன mun-sonna

afraid *a.* பயம் bayam

afresh *adv.* மறுபடி marupadi

after *prep.* பின்னே pinne'

after *adv* பிறகு piragu

after *conj.* அதன்பிறகு adhan-piragu

after *a.* அப்புறம் appuram

afterwards *adv.* பிறகாக pira-gaaga

again *adv.* மறுபடியும் marupadiyum

against *prep.* எதிராக edhi-raaga

agamist *n.* திருமனவிரோதர் thiru-mana-virodhar

agape *adv.*, வாய்பிளத்தல் vaayi-pilat-thal

agaze *adv* உற்றுப்பார் vutrrup-paar

age *n.* வயது vayadu

aged *a.* வயதானவர vaya-dhana-var

agency *n.* நிற்வாகம் nirr-vakam

agenda *n.* செயல்திட்டம் seyal-thittam

agent *n.* நிபுணர் nibunar

aggravate *v.t.* மிகைபடுயத்து migai-paduthu

aggravation *n.* மோசமாக்குதல் mosam-aakku-dhal

aggregate *v.t.* திரள் thiral

aggression *n.* தாக்குதல thaa-kku-dhal

aggressive *a.* ஆளுமைவுணர்வு aalumai-unarvu

aggressor *n.* தாக்குபவர thaa-kku-pavar

aggrieve *v.t.* அடக்கு adakku

aghast *a.* திகிலடைந்த dhigil-adai-indha

agile *a.* சுறுசுறுப்பான suru-surup-paana

agility *n.* சுறுசுறுப்பு suru-surup-pu

agitate *v.t.* புரட்சிசெய் puratchi-sei

agitation *n.* கிளறுதல் kilaru-dhal

agist *v.t.* ஆடமாடுபரிமாறல் aadu-maadu-parimaaral

aglow *adv.* ஒளிர்வு olirvu

agnus *n.* வண்டுவகை vandu-vagai

ago *adv.* கடந்த kadan-dha

agog *adj.* பரபரப்பு para-parap-pu

agonist *n.* போட்டியிடுபவர் potti-yidu-pavar

agonize *v.t.* துன்பப்பட்டு thun-bap-pattu

agony *n.* வேதனை veda-nai

agronomy *n.* விஞ்யானவிவசாயம் vinnyaana-vivasaayam

agoraphobia *n.* பேரச்சம் paer-accham

agrarian *a.* விவசாயத்தால் viva-saaya-t-thaal

agree *v.i.* சம்மதி samm-adhi

agreeable *a.* சம்மதிக்கத்தக்க samm-adhi-kka-tthaka

agreement *n.* ஒப்பந்தம் oppandam

agricultural *a.* விவசாயதிற்குரிய viva-saaya-thirkuriya

agriculture *n.* விவசாயம் viva-saayam

agriculturist *n.* விவசாயநிபுனர் viva-saaya-nibunar

ague *n.* குளிர்க்காய்ச்சல் kulir-kay-chal

ahead *adv.* முன்பாக mun-baaga

aheap *adv.* குவியல் kuviyal

aid *n.* துணை thunai

aid *v.t.* வுதவி vudavi

aigrette *n.* இறகலங்காரம் ira-galang-karam

ail *v.t.* நோய்ப்பட்டு noi-pattu

ailment *n.* நோய noi

aim *n.* குறி kuri

aim *v.i.* குறிக்கொள kurikkol

air *n.* காற்று kaattru

aircraft *n.* விமானம் vimaanam

airy *a.* காற்றோட்டமாக kaat-trottam-aka

ajar *adv.* மூடாமல்மூட moodaamal-mmoda

akin *a.* சம்பந்தமுள்ள sambandham-ollah

alacrious *adj.* துர்யத்திரன் thoorya-thiran

alacrity *n.* துர்யம thooryam

alamort *adj.* சாவிற்கு saa-virrku

alarm *n.* அலாரம் ala-rum

alarm *v.t.* எச்சரிக்கை eccher-ikkai

alas *interj.* ஐயோ aiyoh

albeit *conj.* ஆயினும் aa-yinum

albion *n.* தொன்மையான thonmai-yaana

album *n.* தொகுப்பேடு thogupp-aedu

albumen *n.* முட்டையின் muttai-yin

alchemy *n.* இரசவாதம் ira-sa-vaadam

alcohol *n.* மது madhoo

ale *n.* சாராயம saa-raa-yam

alegar *n.* காடிவகை kaadi-vagai

alert *a.* வுசாராக vusaa-raaga'

alertness *n.* விழிப்புணர்வு vizhippunarvu

algebra *n.* அட்சரகணிதம atchara-kanidham

alias *n.* புனைபெயர் punai-peyar

alias *adv.* மாற்றுபெயர் maattru-peyar

alibi *n.* சாட்சி saatchi

alien *a.* அந்நியன anniyan

alienate *v.t.* அன்னியப்படுத்தல் anniyap-paduth-thal

aliferous *adj.* இறக்கைகொண்ட irakkai-konda

alight *v.i.* இறங்கு iranghhu

align *v.t.* வரிசைபடுத்து vari-sai-paduthu

alignment *n.* இசைவை isavai
alike *a.* ஒரேமாதிரி orey-madhiri
alike *adv.* போன்று ponru
aliment *n.* ஆகாரம் aa-kaaram
alimony *n.* ஜீவனாம்சம் jeevan-aam-sum
alin *adj* வறண்டநிலச்செய்திவாரியம் varanda-nila-seidhi-vaariyam
aliquot *n.* முழுஎண் muzhu-enn
alive *a.* உயிரோடு vuyirodu
alkali *n.* காரம் kaaram
all *a.* எல்லாம yell-aam
all *n.* முழுமையாக muzhu-mai-yaaga
all *adv* எல்லாவற்றையும் yella-vatrai-yum
all *pron* எல்லாமே yell-aame'
allay *v.t.* தகர்த்தல் thagarthal
allegation *n.* குற்றச்சாட்டு kutrra-chattu
allege *v.t.* பழித்தல் pazhi--t-thal
allegiance *n.* விசுவாசம் visu-vaasam
allegorical *a.* உருவகக்கதைசார்ந்த vuruvak-kadi-sarndha
allegory *n.* உருவகக்கதை vuuvak-kadhai
allergy *n.* ஒவ்வாமை ovvaamai
alleviate *v.t.* நீக்கு neekku
alleviation *n.* நீக்குதல் neekku-dhal
alley *n.* சந்து sandhu
alliance *n.* உறவு vuravu
alligator *n.* பெருமுதலை peru-mudalai
alliterate *v.* மோனைப்பு monaippu
alliteration *n.* மோனை moh-nai
allocate *v.t.* வோதுக்கு vodukku
allocation *n.* வோதுக்கீட்டு voduk-keettu
allot *v.t.* வோதுக்கு vodukku
allotment *n.* வோடுக்கீடு vodu-keedu
allow *v.t.* அனுமதி anumadhi
allowance *n.* சலுகை salugai
alloy *n.* வுலோகக்கலவை vulogha=kalavai
allude *v.i.* குறிப்பிடு kurup-pidu
alluminate *v.t.* உலோகம் vulogam
allure *v.t.* வசீகரம் vaseegaram
allurement *n.* மந்திரம் mandiram
allusion *n.* சந்தேகக்குறிப்பு sandhegak-kurippu
allusive *a.* குறிப்பிடல் kurippidal
ally *v.t.* கூட்டாளி koottaali
ally *n.* நேசநாடுகள் nesa-nadugal
almanac *n.* பஞ்சாங்கம் panchangam
almighty *a.* கடவுள kadavul
almond *n.* பாதாம baa-daam
almost *adv.* அநேகமாக anegamaaka
alms *n.* பிச்சை picchai
aloft *adv.* வுயரத்தில vuyarat-thil
alone *a.* தனியாக thaniyaaga
along *adv.* நெடுக neduka'
along *prep.* கூடவே koodavey
aloof *adv.* விலகி vilaghi
aloud *adv.* வுரக்க vurakka
alp *n.* ஆல்பாமலை aalpa-malai
alpha *n.* முதல் mudhal
alphabet *n.* அகரவரிசை agara-varisai
alphabetical *a.* அகரவரிசைக்குரிய agara-varisai-kuriya

alphonsion *n.*
alpinist *n.* மலையேறுபவர் malai-eru-pavar
already *adv.* ஏற்கனவே er-kanavey
also *adv.* தவிர thavira
altar *n.* பூஜைமாடம் poojai-maadam
alter *v.t.* மாற்று mattru
alteration *n.* மாற்றுதல் mattru-dhal
altercation *n.* மொதல் modhal
alternate *a.* பதிலீடு padhi-leedu
alternate *v.t.* மாற்றீடு mattridu
alternative *n.* பதிலாக padhi-laaga'
alternative *a.* மாறுபட்ட maaru-patta
although *conj.* ஆயினும் aa-yinum
altimeter *n.* வுயர்வளக்கும் கருவி vuyar-valakkum-karuvi
altitude *n.* வுயரம் vuyaram
altivalent *adj*
alto *n.* உயர்நிலகுரல் vuyar-nila-kural
altogether *adv.* அனைத்தும் anaitthum
aluminium *n.* அலுமினியம aluminium
alumna *n.* பெண்பட்டதாரி penn-patta-daari
always *adv* எப்போதும் yep-podum
alveary n தேன்கூடு then-koodu
alvine *adj.* குடல்சம்மந்தப்பட்ட kudal-sammanda-patta
am பகல்வேளை pagal-velai
amalgam *n.* கூட்டு koottu
amalgamate *v.t.* கூட்டுதல் koottu-dhal
amalgamation *n.* கூட்டுமுயர்ச்சி koottu-muyarchhi
amass *v.t.* சேர்த்துவைத்தல் saerthu-vaithal
amateur *n.* பயிலும்கலைழ்னர் payilum-kalaignar
amatory *adj* காதல்சார்ந்த kaadal-saarndha
amauriosis *n.*
amaze *v.t.* ஆச்சரியப்படுத்து aachirap-padutthu
amazement *n.* வியப்பு viyappu
ambassador *n.* தூதர thoo-dhar
amberite *n.* பொடிவகை podi-vagai
ambient *adj.* சுற்றுப்புறம suttru-puram
ambiguity *n.* சந்தேகம sande-gham
ambiguous *a.* சந்தேகத்திற்குரிய sande-ghathir-kuriya
ambition *n.* இலட்சியம elatchiyam
ambitious *a.* இலட்சியவாதி elatchiya-vaadhi
ambry *n.* சரக்கறை sarakku-arai
ambulance *n.* முதலுதவி வண்டி mudaleedu-vandi
ambulant *adj* நகர்கிற nagar-gira
ambulate *v.t.* சுற்றித்திரி sutri-t-thiri
ambush *n.* திடீர்தாக்கல் thideer-thaakkal
ameliorate *v.t.* சீர்திருத்து seer-thiruthu
amelioration *n.* சீர்திருத்தம் seer-thirutham
amen *interj.* ஆகுக aa-guga
amenable *a.* இணக்கமான enakkam-aana
amend *v.t.* அங்கீகாரமளி anghee-garam-ali
amendment *n.* மாற்றம் maatram

amends *n.pl.* மாறுதல் maarudhal
amenorrhoea *n.* மாதவிலக்கின்மை maadha-vilakin-mai
amiability *n.* அன்பான anbaana
amiable *a.* விரும்பத்தக்க virumba-tthakka
amicable *adj.* இணக்கமான enak-kamaana
amid *prep.* மத்தியில் maddhi-yil
amiss *adv.* தவறாக thavar-raaga
amity *n.* நட்பு natpu
ammunition *n.* வெடிபொருள் vedi-porull
amnesia *n.*நினைவிழத்தல் neenai-vizhat-thal
amnesty *n.* பொதுமன்னிப்பு podu-mannippu
among *prep.* இடையே edai-ye
amongst *prep.* எடையில் edai-yil
amoral *a.* ஒழுக்கம் ozhuk-kam
amount *n.*தொகை thogai
amount *v.i* சமமாக samam-aaka
amount *v.* செலுத்தல் selut-thal
amorous *a.* பாலியலான paa-liya-laana
amour *n.* அன்பர் anbar
ampere *n.* மின்னளவு minn-alavu
amphibious *adj* ஊரும்பிராணி woo-rum-pirani
amphitheatre *n.* திரையரங்கு thirai-arangu
ample *a.* போதுமான podumaana
amplification *n.* விஸ்◌்தரித்தல் vis-tharithal
amplifier *n.*விஸ்தரிக்கும் visthari-kum
amplify *v.t.* விஸ்◌்தரி visthari
amuck *adv.* மீர்கமாக meer-kamaaga
amulet *n.* தாயத்து daa-yatthu
amuse *v.t.* வேடிக்கை vedik-kai
amusement *n.* பொழுதுபோக்கு pozhudhupokku
an art ஒன்று onru
anabaptism *n.* முதிர்ந்தபின் ஞானஸ்நானம் mudhirndhapin-nyanas-thaanam
anachronism *n.* காலத்திற்கொவ்வாமை kaalathir-kovvaa-mai
anaclisis *n.* மனவுறுதியற்ற mana-vurudhi-yattra
anadem *n.* சரம் saram
anaemia *n.* இரத்தகுறைமை iratha-kuraimai
anaesthesia *n.* விறைக்கச்சைதல virraikka-seidhal
anaesthetic *n.* மயக்கமருந்து mayakka-marundu
anal *adj.* குதம் koo-dam
analogous *a.* ஒப்புமை oppu-mai
analogy *n.* இணை inai
analyse *v.t.* பகுத்தாய pagu-t-thaai
analysis *n.* பகுப்பு paguppu
analyst *n.* ஆராய்ச்சியாளர் aarai-cchi-yaalar
analytical *n.* பகுத்தாய்வு paguthu-aaivu
anamnesis *n.* நினைவிற்குவருதல் ninai-vukku-varudhal
anamorphous *adj* தொடர் உருமாற்றம் thodar-vurumaatram
anarchism *n.* குழப்பம் kuzhappam

anarchist *n.*அராஜகவாதி araa-jaga-vaadhi
anarchy *n.*அராஜகம் araa-jagam
anatomy *n.* வுடற்கூறியல் vudar-koor-iyal
ancestor *n.* மூதாதையர் moo-daa-daiyar
ancestral *a.* மூதாதையருடைய moo-daa-daiyarudaiya
ancestry *n.* பரம்பரை paramparai
anchor *n.* நங்கூரம் nan-gooram
anchorage n பாச்சுமிடம் paachum-idam
ancient *a.* பண்டைய pan-daiyah
ancon *n.* சுவர்தாங்கி suvar-thaangki
and *conj.* மற்றும் mattrum
androphagi *n.* ஆட்கொல்லிகள் aat-kolli-gl
anecdote *n.* வுவமானங்கள் vuva-maanangal
anemometer *n.* காற்றளவி kaatru-alavi
anew *adv.* புதிதாய் pudhi-daai
anfractuous *adj* சுற்றிவளைந்த suttri-valaitha
angel *n.* தேவதை devadai
anger *n.* கோபம் kohbam
angina *n.* மார்புவலி maarbu-vali
angle *n.* கோணல் koh-nal
angle *n.* கோணம் koh-nam
angry *a.* கோபமடை kobam-adai
anguish *n.* சலனம் salanam
angular *a.* முக்கோண muk-kona
anigh *adv.* அருகில் arugil
animal *n.* மிருகம் mirugam
animate *v.t.* உற்சாகமூக்க vurr-chaga-mookka
animate *a.* உயிருன்டாக்க uyir-undaakka'
animation *n.* அசைவூட்டும் asai-voottum
animosity *n.* விரோதம் virodham
animus *n.* குரோதம் kuro-dham
aniseed *n.* சோம்பு sombhu
ankle *n.* கணுக்கால் kannuk-kaal
anklet *n.* கொலுசு kolusu
annalist *n.* சரித்திராசிரியர் sarithira-aasiriyar
annals *n.pl.* காலகாலமாக kaala-kaala-maaga
annectant *adj.* இணைப்பவர் enai-pavar
annex *v.t.* சேர்தல saerdal
annexation *n.* சேர்த்தல் serth-thal
annihilate *v.t.* அழித்துவிட azhithu-vida
annihilation *n.* அழித்தல் azhi-tthal
anniversary *n.* ஆண்டுவிழா aandu-vizha
announce *v.t.* தெருவி theruvi
announcement *n.* அறிவிப்பு arivippu
annoy *v.t.* தொந்தரவு thondaravu
annoyance *n.* ஆக்கிரமம aak-kiramam
annual *a.* ஆண்டிற்கொருமுறை aandir-korumurai
annuitant *n.*ஆண்டுச்சந்தா(பெறுபவர்) aandhuch-sandhaa(perupavar)
annuity *n.* ஆண்டுச்சந்தா aandhuch-sandhaa
annul *v.t.* இரத்துசெய் ratthu-sei

annulet *n.*மரபுகளை marabhu-kala'i
anoint *v.t.* பிரதுஷ்டைசெய் piadhush-tei-sei
anomalous *a.* ஒழுங்கற்ற ozhun-gatrra
anomaly *n.* முரண் muran
anon *adv.* உடனே vudaney
anonymity *n.* கையொப்பமற்ற kai-yoppam-attra
anonymity *n.* அநாமதேயநிலை anaama-deya-nilai
anonymous *a.* அநாமதேய anaama-deya
another *a.* மற்றொன்று mattronru
answer *n.* பதில badhil
answer *v.t.* விடையளி videi-yali
answerable *a.* பொறுப்பாளி porup-paali
ant *n.* எறும்பு errumbhu
antacid *adj.* அமிலம்தவிர்க்க amilam-thavirrka
antagonism *n.* பகை pagai
antagonist *n.* பகைவன் pagaivan
antagonize *v.t.* எதிர்த்தல edhirrthal
antarctic *a.* தென்துருவ thenthuruvu
antecede *v.t.* மின்செல்லு minn-sellu
antecedent *n.* முந்திய munndiya
antecedent *a.* முன்செல்லுகின்ற munn-selluginra
antedate *n.* முன்தேதி munn-thedhi
antelope *n.* கருப்புமான் karuppu-maan
antenatal *adj.* பிறப்பிற்கு முந்திய pirappirku-mundhiya
antennae *n.* வுணர்கொம்பு vunarr-kombu
antenuptial *adj.* திருமணத்திற்கு முன்பு thirumanathirku-munbu
anthem *n.*புனிதகீதம் punidha-geetham
anthology *n.* பாடற்தொகுப்பு paadar-thoguppu
anthropoid *adj.* குரங்கைப்போல் kurangai-pol
anti *pref.* இடைச்சொல் edaich-chol
anti-aircraft *a.* விமான-எதிர்மறை vimaana-edhirmarai
antic *n.*கோமாளித்தனம் komali-thanam
anticardium *n.*அடிவயிறு adi-vayaru
anticipate *v.t.* எதிர்பார edhirpaar
anticipation *n.* எதிர்பார்த்துக்கொண்டு edhirpaar-thuk-kondu
antidote *n.* மாற்றுமருந்து matru-marundhu
antinomy *n.* முரண்பாடு muran-paadu
antipathy *n.* ஆரோசகம் aaro-sagam
antiphony *n.* பாடல்வகை paadal-vagai
antipodes *n.* எதிர்மாறான edhir-maaraana
antiquarian *a.* கைதேர்ந்த kai-thaer-ndha
antiquarian *n.*கைதேர்ந்த kai-thaer-ndha
antiquary *n.* தொன்மையான thon-mai-yaana
antiquated *a.* பழன்காலதன்மை pazhan-kaala-thanmai
antique *a.* பழங்காலத்திய pazhan-kaala-thiya

antiquity *n.* பழங்காலம் pazhan-kaalam
antiseptic *n.* மருந்து marundhi
antiseptic *a.* அழுகாமல் காக்கும் மருந்து azhugaamal-kaakkum-marundhu
antithesis *n.* எதிரிடை edhir-idai
antitheist *n.* நாத்திகன் naathigun
antler *n.* மான் கொம்பு maan-kombhu
antonym *n.* எதிர்ச்சொல் edhir-chol
anus *n.* கூதம் koodham
anvil *n.* அடைக்கல் adai-k-kal
anxiety *a.* .கவலையுடன் kavalai-udan
anxious *a.* கவலை kavalai
any *a.* எதாவது edaa-vadhu
any *adv.* எதாவது edaa-vadhu
anyhow *adv.* எப்படியாவது eppadi-yavadhu
apace *adv.* சீக்கிரமாய் seek0kiramai
apart *adv.* பிறிந்து pirindhu
apartment *n.* வீடு veedu
apathy *n.* பரிதாபம் pari-daabam
ape *n.* மனிதகுரங்கு kuranghu
ape *v.t.* மாதிரி madhiri
aperture *n.* துவாரம் dhvaa-ram
apex *n.* உச்சி uch-chi
aphorism *n.* நீதிமொழி needhi-mozhi
apiary *n.* தேனீவளற்பிடம் thenee-valarpidam
apiculture *n.* தேனீசேகரிதல் thenee-segarith-thal
apish *a.* மனிதகுரங்குபோல் manidha-kuranghu
apnoea *n.* சுவாசமின்மை suvasa-minmai

apologize *v.i.* மன்னிப்பு கேட்டல் கதை mannippu-kettal
apologue *n.* தார்மீகமுடைய thaar-migha-mudaiya
apology *n.* மன்னிப்பு mannippu
apostle *n.* வுபதேசகன் vupa-desagan
apostrophe *n.* நிறுத்தக்குறி niruthak-kuri
apotheosis *n.* வுயர்ந்தமதிப்பு vuyarndha-madhippu
apparatus *n.* வுபகரணம் vubakaranam
apparel *n.* ஆடை aadai
apparel *v.t.* வுடையலன்காரம் vuda-yalangaaram
apparent *a.* பிரத்தியட்சமான pirathi-yatchamaana
appeal *n.* ஈர்ப்பு eerppu
appeal *v.t.* அழைப்பு azhaippu
appear *v.i.* தோன்று thonru
appearance *n.* பிரசன்னம் pira-sannam
appease *v.t.* தணிவு thanivu
appellant *n.* அழைக்கபட்ட azhaikka-patta
append *v.t.* பின்தொடர் pinn-thodar
appendage *n.* பின்தொடரும் pinn-thodarum
appendicitis *n.* குடல்வளரி நீக்கம் kudalvalari-neekkam
appendix *n.* குடல்வளரி kudal-valari
appendix *n.* பின்னிணைப்பு pinn-inappu
appetence *n.* சபலம் sabalam
appetent *adj.* சபலநாடி sabala-naadi
appetite *n.* பசி pasi
appetite *n.* வேட்கை vet-kai

appetizer *n.*பசியூட்டு pasi-yoottu
applaud *v.t.* கைதட்டு kai-thattu
applause *n.* கரகோஷம் kara-gosham
apple *n.* ஆப்பிள் aappil
appliance *n.* சாதனம் saadanam
applicable *a.* பொருத்தமான poruth-thamaana
applicant *n.* விண்ணப்பதாரர் vinappa-daarar
application *n.* விண்ணப்பம் vinappam
apply *v.t.* விண்ணப்பித்தல் vinna-pithal
appoint *v.t.* நியமி niyami
appointment *n.* நியமனம் niyamanam
apportion *v.t.* பங்கீடு pang-eedu
apposite *adj* தகுந்த thagundha
apposite *a.* வுரிய vuriya
appositely *adv* பொருத்தமான porutha-maana
approbate *v.t.* அங்கீகரி angee-gari
appraise *v.t.* மதிப்பீடு madip-eedu
appreciable *a.* மதிக்கத்தக்க madikka-thakka
appreciate *v.t.* பாராட்டு paarattu
appreciation *n.* பாராட்டல் paarattal
apprehend *v.t.* புரிந்துக்கொள்ளுதல் purindhu-kolludhal
apprehension *n.* பயம் bayam
apprehensive *a.* கவலை kavalai
apprentice *n.* கற்றுக்குட்டி kattru-kutti
apprise *v.t.* தெரிவித்தல் their-vithal
approach *v.t.* அணுகுமுறை anugu-mrai
approach *n.* அணுகுதல் anugu-dhal
approbation *n.* அனுமதித்தல் anu-madhi-thal
appropriate *v.t.* பொருத்தமான porutha-maana
appropriate *a.* தகுந்த thagundha
appropriation *n.* அதிகாரமளித்தல் adhi-gaaram-alithal
approval *n.* ஏற்ப்புச்சான்று aerppu-saanru
approve *v.t.* ஏற்றுக்கொள் aetru-kol
approximate *a.* ஏறக்குறைய aera-kuraiya
apricot *n.* இலந்தைவகை ilandhai-vagai
appurtenance *n.* சலுகை salugai
apron *n.* மேலாடை may-ladai
apt *a.* மிகச்சரியான migha-sariyaana
aptitude *n.* திறமை thiramai
aquarium *n.* மீன்காட்சியகம் meen-kaatchi-yagam
aquarius *n.* கும்பராசி kumbha-raasi
aqueduct *n.* கால்வாய் kaal-vai
arable *adj* சாகுபடிக்கேற்ப saagu-padi-kerpa'
arbiter *n.* நடுவர் naduvar
arbitrary *a.* தன்னிச்சையான thann-icchai-yaana
arbitrate *v.t.* நிர்ணயம் nir-n'ayam
arbitration *n.* நிர்ணயித்தல் nir-na'-yithal
arbitrator *n.* மத்தியஸ்தர் maddiya-sthar
arc *n.* வில் will
arcade *n.* மண்டபம் mandapam
arch *n.* வளைவு valaivu

arch *v.t.* முக்கியமான mukkiya-maana

arch *a.* வளைவு valaivu

archaic *a.* புராதன puraa-dhana'

archangel *n.* முதற்தேவதை mudharr-devadai

archbishop *n.* பேராயர் pe-raayar

archer *n.* வில்லாளி villaa-li

architect *n.* கட்டிடக்கலைஞர் kattida-kalaignar

architecture *n.* கட்டமைப்பு kattamai-ppu

archives *n.pl.* பொட்டகங்கள் potta-gangal

Arctic *n.* வடதுருவ vada-thuravu

ardent *a.* ஆர்வமிக்க aarva-mikka

ardour *n.* தீவிரம் theeviram

arduous *a.* தீவிரமான theevira-maana'

area *n.* பரப்பளவு parappu-alavu

areca *n.* பாக்கு paakku

arefaction *n.* வுலர்ந்தத்தன்மை vularndha-thanmai

arena *n.* அரங்கம் arangam

argil *n.* களிமண்ணு kali-mann'u

argue *v.t.* விவாதி vivaadhi

argument *n.* விவாதம் vivaadham

argute *adj* சாமர்த்தியம் saamar-thiyam

arid *adj.* வுலர்ந்த vular-ndha

aries *n.* மேசராசி mesa-raasi

aright *adv* சரியான sariyaana

aright *adv.* தகுதியான thagudhi-yaana

arise *v.i.* வருவது varuvadhu

aristocracy *n.* நளினம் nalinam

aristocrat *n.* நளினபாவனையுடைய nalina-a'-paavanai-yudaiya

aristophanic *adj* கிறேகியபுலவற்குரிய girekiya-pulavar-kuriya

arithmetic *n.* கணக்கியல் kannaku-iyal

arithmetical *a.* கணக்கியர்சார்ந்த kanakku-iyar-kuriya

ark *n.* கிறித்துவரீதி kirithuva-reedhi

arm *n.* கை kai

arm *v.t.* ஆயுதம் aayudham

armada *n.* கப்பற்படை kappar-padai

armament *n.* தளவாடம் thala-vaadam

armature *n.* தற்காப்பிற்குரிய thar'-kaappir-kuriya

armistice *n.* யுத்தநிறுத்தம் yuddha-nirutham

armlet *a.* கையாபரணம் kai-yaabaranam

armour *n.* கவசம் kavasam

armoury *n.* ஆயுதச்சாலை aayudha-saalai

army *n.* இராணுவம் iraa-nuvam

around *prep.* சூழ்ந்து soozhndhu

around *adv* சுற்றி sut-tri

arouse *v.t.* எழுச்சி ezhu-cchi

arraign *v.* முறையீடு murai-yeedu

arrange *v.t.* சீராக்கு see-raakku

arrangement *n.* ஏற்பாடு aer-paadu

arrant *n.* முழுமையான muzhumai-yaana

array *v.t.* அணி ani'

array *n.* வரிசை varisai

arrears *n.pl.* நிலவுத்தொகை nilavu-thogai

arrest *v.t.* கவருதல் kava-rudhal

arrest *n.* கைது kaidhu

arrival *n.* வருகை varugai

arrive *v.i.* வந்தடைதல் vandhu-adai-dhal

arrogance *n.* திமிர் thimir

arrogant *a.* ஆணவம்படைத்த aanam-adaindha

arrow *n.* அம்பு ambu

arrowroot *n.* வேறுவகை veru-vagai

arsenal *n.* ஆயுதக்கிடங்கு aayudha-kidanghu

arsenic *n.* இரசாயினவகை iraa-sayina-vagai

arson *n.* தீகலவரம் thee-kala-varam

art *n.* கலை kalai

artery *n.* குருதினாடி kurudhi-naadi

artful *a.* கபடமான kabada-maana

arthritis n கீல்வாதம் keel-vaadham

artichoke *n.* காய்வகை kaai-vagai

article *n.* கட்டுரை katturai

articulate *a.* தீர்கமான thir-kamaana

artifice *n.* வுபாயம் vubaa-yam

artificial *a.* செயற்கையான seyar-kai-yaana

artillery *n.* பீரங்கிப்படை peeranghi-padai

artisan *n.* நிபுணர் nibunar

artist *n.* கலைஞன் kalainyan

artistic *a.* கலையுணர்வுடன் kalai-yunar'-vudan

artless *a.* கலையற்ற kalai-yattra

as *adv.* போல் poll

as *conj.* ஆக aagha

as *pron.* ஆனால் aanaal

asafoetida *n.* பெருங்காயம் perungaayam

asbestos *n.* ஆஸ்பெஸ்டாஸ் aas-bestos

ascend *v.t.* வுச்சம் vuch-cham

ascent *n.* வுயர்ச்சி vuyar-chi

ascertain *v.t.* விசாரனையின்பலனாக visaaranaiyin-kaaranamaaga

ascetic *n.* சன்யாசி sanyaasi

ascetic *a.* துறவி thuravi

ascribe *v.t.* குரிகாட்டு kuri-kaattu

ash *n.* சாம்பல் saambhal

ashamed *a.* வெட்கப்படுதல் vetkap-padudhal

ashore *adv.* கரையோரம் karai-yoram

aside *adv.* பறந்தள்ளு parandhallu

aside *n.* ஒதுக்கி odhukki

asinine *adj.* முட்டாள்தனமாக muttal-thana-maagha'

ask *v.t.* கேளு kelu

asleep *adv.* தூங்கிக்கொண்டு thoonghi-kondu

aspect *n.* தோற்றம் thotram

asperse *v.* தெளித்தல் theli-thall

aspirant *n.* குறித்தநோக்கமுடையவர் kuritha-nokkam-udaiyavar

aspiration *n.* குறிக்கோள் kuri-kol

aspire *v.t.* குறித்த kuritha

ass *n.* கழுதை kazhu-dai

assail *v.* தாக்குதல் thaakku-dhal

assassin *n.* தாக்குபவன் thaakku-pavan

assassinate *v.t.* படுகொலை padu-kolai

assassination *n.* படுகொலையாளி padu-kolai-yaali

assault *n.* தாக்கு thaakku

assault *v.t.* தாக்கு thaakku

assemble *v.t.* சேகரித்தல் segarith-thal

assembly *n.* சபை sabai

assent *v.i.* சம்பந்தப்பட்டு sammandha-patta

assent *n.* ஒப்புதல் oppu-dhal

assert *v.t.* வுறுதிப்படுத்து vurudhi-paduthu

assess *v.t.* மதிப்பிடு madhippu-idu

assessment *n.* மதிப்பீடு madhippu-eedu

asset *n.* சொத்து sothu

assibilate *v.* மாறுதல் maarudhal

assign *v.t.* விநியோகி viniyogi

assignee *n.* விநியோகிப்பவர் vini-yogipavar

assimilate *v.* ஒன்றாக்குதல் onraakku-dhal

assimilation *n.* ஒன்றாக onraaga

assist *v.t.* வுதவி vudavi

assistance *n.* ஆதரவு aadharavu

assistant *n.* வுதவியாளர் vudhavi-yaalar

associate *v.t.* இணையாளர் enai'-yaalar

associate *a.* ஐக்கிய ikkiya'

associate *n.* இணைந்த enaindha

association *n.* கழகம் kazha-gam

assoil *v.t.* விடுவித்தல் vidu-vithal

assort *v.t.* கூருபிரி koru-piri

assuage *v.t.* நிவாரணம் nivaa-ranam

assume *v.t.* அனுமானம் anu-maanam

assumption *n.* அனுமானித்தல் anu-maani-tthal

assurance *n.* நிச்சயம் nicchayam

assure *v.t.* நிச்சயப்படுத்து nichaya-paduthu

astatic *adj.* நிலையற்ற nilai-yattra

asterisk *n.* சிறுனட்சத்திரம் siru-natchathiram

asterism *n.* வுடுமண்டலம் voodu-manadalam

asteroid *adj.* ஆச்டேராயிடு aas-teroidu

asthma *n.* ஆஸ்த்மா aas-thmaa

astir *adv.* எழுந்து ezhundhu

astonish *v.t.* வியப்பித்தல் viya-pithal

astonishment *n.* வியப்பு viyappu

astound *v.t.* பிரமிக்கவை bram-mikka-vai

astray *adv.*, வழிதவறி vazhi-thavari

astrologer *n.* ஜோதிடர் jodhidar

astrology *n.* ஜோதிடம் jodhidam

astronaut *n.* பரவேளியாளர் para-veli-yaalar

astronomer *n.* வின்வெளியாரைச்சியாளர் vinveli-yaarai-chiyaalar

astronomy *n.* வின்வெளியாரைச்சி vinvei-yaarai-chi

asunder *adv.* வேறுவேறாக veru-veraaga

asylum *n.*புகலிடம் puga-lidam

at *prep.* ஆக aagha

atheism *n.*நாத்திகம் naa-thigan

atheist *n.*நாத்திகர் naa-thigar

athirst *adj.* ஆர்வம் aar-vam

athlete *n.* பலசாலி pala-saali
athletic *a.* பலசாலி pala-saali
athletics *n.* திடல்தட thidal-thada
athwart *prep.* எதிராக edhir-aaga
atlas *n.* வுலகப்படம் vulaga-padam
atmosphere *n.* வளிமண்டலம் val'-i-mandalam
atoll *n.* பவளத்தீவு pavala-theevu
atom *n.* அணு an'u
atomic *a.* அணு an'u
atone *v.i.* பிராயச்சித்தல் piraya-sithal
atonement *n.* பரிகாரம் pari-kaaram
atrocious *a.* கொடிய kodiya
atrocity *n.*கொடுமை kodumai
attach *v.t.* சேர் ser
attache *n.* பொட்டி potti
attachment *n.* இணைப்பு enai-ppu
attack *n.* தாக்கு thaa-kku
attack *v.t.* தாக்கு thaa-kku
attain *v.t.* நிறைவேற்று nirai-vetru
attainment *n.* பேறு peru
attaint *v.t.* அவமதித்தல் ava-madithal
attempt *v.t.* முயற்ச்சி muyarchi
attempt *n.* முயற்ச்சி muyarchi
attend *v.t.* ஆஜராகு aa-jar-aagu
attendance *n.* ஆஜர் aa-jar
attendant *n.* வேலைக்காரன் velai-kaaran
attention *n.* கவனிப்பு kava-nippu
attentive *a.* கவனமாக kavanam-aaga
attest *v.t.* சான்றளி saan-ral'i
attire *n.* ஆடை aadai
attire *v.t.* வுடையணி vudai-an'i
attitude *n.* மனப்பாங்கு mana-paanghu
attorney *n.* வழக்கறிஞர் vazhakku-arignar
attract *v.t.* கவர் kavar
attraction *n.* ஈர்ப்பு eerppu
attractive *a.* கவர்ச்சியான kavar-chiyaana
attribute *v.t.* விநியோகம் vin-yogam
attribute *n.* பண்பு panbu
auction n ஏலம் aelam
auction *v.t.* ஏலவிற்பனை aela-vir'-panai
audible *a.* கேட்குமளவு ketkum-alavu
audience *n.* அரங்கத்தினர் arngathinar
audit *n.* ஆய்தல் aaidhal
audit *v.t.* ஆராய்தல் aaraaidhal
auditive *adj.* கேட்கும்தன்மை ketckum-thanmai
auditor *n.* ஆய்வாளர் aai-vaalar
auditorium *n.* அரங்கம் arangam
auger *n.* கோபம் kobam
aught *n.* சைபர் cipher
augment *v.t.* வுயர்பித்தல் vuyarathil
augmentation *n.* வுயர்பிக்கும் vuyar-pikkum
August *n.* ஆகஸ்து aa-gasthu
august *n.* ஆவணி aavani
aunt *n.* வுயர்தர vuya-thara
auriform *adj.* காதைப்போல் kadai-pol
aurilave *n.* சுத்தப்படுத்தும்கருவி suttha-paduthum-karuvi
aurora *n.* துருவவொளி thuruva-voli
auspicate *v.t.* அங்குரார்ப்பணம் angoor-arpanam

auspice *n.* சார்பு saarbu
auspicious *a.* நற்சகுனம் nar-sagunam
austere *a.* கண்டிப்பான kandip-paana
authentic *a.* வுண்மையான unmai-aana
author *n.* கதாசிரியர் kadhaa-siriyar
authoritative *a.* அதிகாரமுள்ள adhikaara-mulla
authority *n.* அதிகாரம் adhi-kaaram
authorize *v.t.* அனுமதியளி anumadhi-yali
autobiography *n.* சுயசரித்திரம் suya-sarithiram
autocracy *n.* ஏகாதிபத்தியம் ae-gaadhi-pathiyam
autocrat *n.* ஏகாதிபதி ae-gaadhi-pathy
autocratic *a.* அரசாங்கவகை arasaangha-vagai
autograph *n.* கையொப்பஏடு kai-yoppa-yaedu
automatic *a.* தன்னியங்கி thanni-yanghi
automobile *n.* தானியங்கூர்தி thaaniyan-koorthi
autonomous *a.* தன்னாட்சி thann-aatchi
autumn *n.* இலையுதிர்காலம் elai-udhir-kaalam
auxiliary *a.* சகாயமான saghaya-maana
auxiliary *n.* துணையான thunai-yaana
avale *v.t.* இழிவுபடுத்து ezhivu-paduthu
avail *v.t.* பிரயோஜனம் piri-yojanam
available *a.* கிட்டுகின்ற kittu-kinra
avarice *n.* பேராசை paer-aasai

avenge *v.t.* பழிவாங்குதல் pazhi-vaangudhal
avenue *n.* மார்க்கம் maar-kkam
average *n.* சராசரி saraa-sari
average *a.* நடுத்தரமான nadhu-thara-maana
average *v.t.* சாதாரணமான saadha-rana-maana
averse *a.* இஷ்டமில்லாத ishtam-illadha
aversion *n.* வெறுப்பு veruppu
avert *v.t.* விலக்கு vilakku
aviary *n.* பறவைகாட்சிசாலை paravai-kaatchi-saalai
aviation *n.* விமானயியல் vimaana-yiyal
aviator *n.* விமானஓட்டி vimaana-otti
avid *adj.* ஆர்வமுள்ள aarvam-ulla
avidity *adv.* பேரவா paer-avaa
avidly *adv.* ஆசையுடன் aasai-udan
avoid *v.t.* தவிர் thavir
avoidance *n.* தட்டிக்கழித்தல் thatti-kazhith-thal
avow *v.t.* ஒப்புக்கொள் oppu-koll
avulsion *n.* உடன்பிரிக்கை udan-pirikkai
await *v.t.* காத்திரு kaathiru
awake *v.t.* தூண்டு thoondhu
awake *a.* விழிப்பாக vizhip-paaga
award *v.t.* தீர்ப்பளி theerp-pali
award *n.* கொடு kodu
aware *a.* அறிந்த arindha
away *adv.* தூரமாய் dhoora-mai
awe *n.* பயபக்தி paya-bakthi
awful *a.* பயங்கர payang-kara

awhile *adv.* சிறுநேரத்துக்கு siru-nerathukku

awkward *a.* விகாரமான vigaara-maana

axe *n.* கோடாரி kodaari

axis *n.* இருசு irusu

axle *n.* அச்சு acchu

B

babble *n.* தெளிவற்றபேச்சு theli-vatra-pecchu

babble *v.i.* இடைவெளியின்றிப் பேசு edai-veliyinri-pesu

babe *n.* குழந்தை kuzhan-dhai

babel *n.* குழப்பமானவொளி kuzhappam-aana-voli

baboon *n.* பெருங்குரங்குவகை perun-kuranghu-vagai

baby *n.* குழந்தை kuzhan-dhai

bachelor *n.* மணமாகாதவர் manam-aagaada-var

back *n.* முதுகு mudhu-gu

back *adv.* பின்னாலே pinnaa-ley

backbite *v.t.* வம்பு vambu

backbone *n.* முதுகெலும்பு mudhu-gelumbhu

background *n.* பின்புலம் pinn-pulam

backhand *n.* லஞ்சப்பணம் lanjha-panam

backslide *v.i.* பாவசெயல் paava-seyal

backward *a.* பின்னோக்கி pinn-nokki

backward *adv.* பின்னோக்கி pinn-nokki

bacon *n.* பன்றிஎரைச்சி pannri-eraichi

bacteria *n.* நுண்வுயரி nunn-vuyari

bad *a.* நல்லதல்லாத nalla-dhil-aadha

badge *n.* சின்னம் sinnam

badger *n.* விலங்கினம் vilang-ginam

badly *adv.* மோசமாக mosa-maaga

badminton *n.* பூப்பந்தாட்டம் poo-pandhaattam

baffle *v. t.* குழப்பு kuzhappu

bag *n.* பை pai

bag *v. i.* பைக்குள் pai-kkul

baggage *n.* மூட்டைமுடிச்சுக்கள் moottai-mudichu-gal

bagpipe *n.* இசைக்கருவி isai-karuvi

bail *n.* சிறைப்பத்திரம் sirai-ppathiram

bail *v. t.* விடுவித்தல் vidu-vithal

bailable *a.* பிணைவிடக்கூடிய pinai-vida-koodiya

bailiff *n.* மேற்பார்வையாளர் merr-paarvai-yaalar

bait *n.* வசப்படுத்தும் vasap-paduthum

bait *v.t.* வசீகரி vasee-gari

bake *v.t.* சமைக்குமுறை samaikkum-murai

baker *n.* ரொட்டிசெய்துவிற்பவர் roti-saeidu-virpavar

bakery *n.* தராசு tha-raasu

balance *n.* சமநிலை sama-nilai

balance *v.t.* சமநிலை sama-nilai

balcony *n.* மாடிமுகப்பு maadi-mugappu

bald *a.* வழுக்கையான vazhukkai-yaana

bale *n.* கேடு kae-du

bale *v.t.* அழிவு azhivu

baleful *a.* தீங்கான theenghaana

baleen *n.* தகட்டெலும்பு tha-gut-elumbu
ball *n.* பந்து pandhu
ballad *n.* நாட்டுப்பாடல் naattu-paadal
ballet *sn.* நாட்டியவகை naattiya-vagai
balloon *n.* ஊதுபை voodhu-pai
ballot *n.* வாக்குபதிவு vaakku-padhivu
ballot *v.i.* வாக்குபதிவு vaakku-padhivu
balm *n.* நறுமணப்பொருள் narumana-porul
balsam *n.* மருந்துக்களிம்பு marundhu-kalimbhu
bam *n.* சப்தம் sap-tham
bamboo *n.* மூங்கில் moon-ghil
ban *n.* தடைசெய் thadai-sei
ban *n.* தடைசெய் thadai-sei
banal *a.* சாதாரணமான saadarana-maana
banana *n.* வாழைப்பழம் vaazhai-pazham
band *n.* தடம் thadam
bandage ~*n.* காயக்கட்டு kaayak-kattu
bandage *v.t.* கட்டுதல் kattu-dhal
bandit *n.* கொள்ளைக்காரன் kollai-kaaran
bang *v.t.* பேரொலி pae-roli
bang *n.* இடித்தல் idi-thal
bangle *n.* இடித்தல் valai-yal
banish *v.t.* வெளியேற்று veli-yetru
banishment *n.* நாடுகடத்தல் naadu-kadathal
banjo *n.* இசைக்கருவி isai-karuvi

bank *n.* வங்கி vanghi
bank *v.t.* கரை karai
banker *n.* பணவியாபாரி pan'a-viyaabaari
bankrupt *n.* திவாலாகி thi-vaalagi
bankruptcy *n.* வங்கி முறிதல் vanghi-muridhal
banner *n.* சுவரொட்டி suvar-otti
banquet *n.* விருந்து virundhu
banquet *v.t.* பெருவிருந்து peru-virundhu
bantam *n.* சண்டைக்கோழி sandhai-kozhi
banter *v.t.* வேடிக்கைப்பேச்சு vedikkai-pecchu
banter *n.* துன்புறுத்து thun-puruthu
bantling *n.* குழந்தை kuzhandhai
banyan *n.* ஆலமரம் aala-maram
baptism *n.* ஞானஸ்நானம் nyana-snaanam
baptize *v.t.* ஞானஸ்நானம்செய் nyana-snaanam-sei
bar *n.* கம்பு kambhu
bar *v.t.* கோல் khol
barb *n.* தகாதகுறிபபு thagaadha-kurippu
barbarian *a.* காட்டுமிராண்டி kaattum-miraandi
barbarian *n.* அநாகரீகம் a-naaga-reegam
barbarism *n.* நாகரிகமற்ற naaga-reega-matra
barbarity *n.* மிருகத்தனம் mirugath-thanam
barbarous *a.* நாகரிகமற்ற naaga-reega-matra
barbed *a.* காரமான kaara-maana

barber *n.* முடிவெட்டுபவர் mudi-vettubavar
bard *n.* கவிஞன் kavizhan
bare *a.* மூடப்படாத mooda-padaadha
bare *v.t.* வெறுமையான veru-mai-yaana
barely *adv.* மாத்திரம் maath-thiram
bargain *n.* பேரம் peram
bargain *v.t.* மிககுறைவு migha-kuraivu
barge *n.* பரிசல் parisal
bark *n.* குரைத்தல் kurai-thal
bark *v.t.* மரப்பட்டை mara-pattai
barley *n.* வாற்கோதுமை varr-kodumai
barn *n.* தானியக்களஞ்சியம் dhaaniya-kalanjiyam
barnacles *n.* வாத்துவகை vaathu-vagai
barometer *n.* பாரமானி paara-maani
barouche *n.* சேணம் senam
barrack *n.* படைவீடு padai-veedu
barrage *n.* அணை anai
barrator *n.* குற்றவாளி kutra-vaali
barrel *n.* பீப்பாய் pee-pai
barren *n.*தரிசுநிலம் tharisu-nilam
barricade *n.* தடை thadai
barrier *n.* தடுப்பு thaduppu
barrister *n.* வழக்குரைஞர் vazhak-kurainjar
barter1 *v.t.* வியாபாரம் viyaabaram
barter2 *n.* வர்த்தகம் varthagam
barton *n.* விளைநிலம் vilai-nilam
basal *adj.* அடிப்படைச்சார்ந்த adippadai-saarndha
base *n.* அடிமட்டம் adi-mattam
base *a.* அடித்தளம் adi-thalam
base *v.t.* மூலக்கூறு moola-kooru
baseless *a.* ஆதாரமற்ற aadhara-matra
basement *n.* அடித்தளம் adhi-thalam
bashful *a.* நாணுகிற naanu-kira
basial *n.* பண்டகம் pan-dagam
basic *a.* அடிநிலை adhi-nilai
basil *n.* துளசிச்செடி thulasi-chedi
basin *n.* கொப்பரை kopparai
basis *n.* அஸ்திவாரம் asthi-vaaram
bask *v.i.* குளிர்காய்தல் kulir-kaaidhal
basket *n.* கூடை koodai
baslard *n.*
bass *n.* மீன்வகை meen-vagai
bastard *n.* வேசிமகன் vesi-magan
bastard *a.* வேசிமகன் vesi-magan
bat *n.*வௌவால் vow-vaal
bat *n.*மட்டை mattai
bat *v.* i துடுப்பு thaduppu
batch *n.* கூட்டம் koottam
bath *n.* ஸ்நானம் snaa-nam
bathe *v.* t குளி kuli
baton *n.* தண்டம் thandam
batsman *n.* மட்டைவீச்சாளர் mattai-veechaalar
battalion *n.* பட்டாளம் pattaalam
battery *n.* மின்கலஅடுக்கு minkala-adukku
battle *n.* யுத்தம் yudham
battle *v.* i. சண்டை sandai
bawd *n.* அசிங்கமான asingha-maana
bawl *n.* கூவு koovu
bawn *n.* தற்காப்புச்சுவர் thar-kaappu-suvar

bay n. வளைகுடா valai-kudaa
bayard n. மாயக்குதிரை maaya-kudhirai
bayonet n. ஈட்டி eetti
be v.t. இரு iru
be pref. இரு iru
beach n. கடற்கரை kadar-karai
beacon n. வெளிச்சவீடு velichha-veedu
bead n. சிறுமணி siru-mani
beadle n. தேவாலயவாயில்காப்போன் devaalaya-vaayil-kaappon
beak n. அலகு alagu
beaker n. கண்ணாடிக்குவளை kannaadi-kuvalai
beam n. உத்திரம் vuthiram
beam v. i தூலம் thoolam
bean n. அவரைக்காய் avarai-kai
bear n. கரடி karadi
bear v.t. தாங்கு thaanghu
beard n. தாடி thaadi
bearing n. நடத்தை nadathai
beast n. மிருகம் mirugam
beastly a. மிருகத்தனமாக mirugath-thanamaaka
beat v. t. வெற்றிகொள் vetri-koll
beat n. அடி adi
beautiful a. அழகான azha-gaana
beautify v. t அழகாக்கல் azha-gaakkal
beauty n. அழகு azhagu
beaver n. நீரெலி neer-eli
because conj. ஏனென்றால் en-enraal
beck n. மலையருவி malai-aruvi
beckon v.t. சைகைசெய் sei-kai-sei

beckon v. t அழைத்தல் azhaith-thal
become v. i ஆகு aagu
becoming a. பொருத்தமான porutham-aana
bed n. கட்டில் kattil
bedevil v. t வசீகரி vasee-gari
bedding n. படுக்கை padukkai
bedight v.t. அலங்கரி alangari
bed-time n. உறங்கும்-நேரம் vurangum-neram
bee n. தேனீ theni
beech n. புங்கமரம் pungha-maram
beef n. மாட்டுக்கறி maattu-kari
beehive n. தேன்கூடு then-kudu
beer n. பீர் beer
beet n. கிழங்கு kizhanghu
beetle n. வண்டு vandu
befall v. t நிகழ்வு nigazh-vu
before prep முன்னர் munnar'
before adv. முன்பு munn-bu
before conj முன் munn
beforehand adv. முன்கூட்டியே Munn-koottiye
befriend v. t. நட்புக்கொள்ளு natpu-kollu
beg v. t. கெஞ்சு kenju
beget v. t உண்டாக்கு undaakku
beggar n. இரவலர் iravalar
begin n. ஆரம்பி aarambhi
beginning n. ஆரம்பம் aarambham
begird v.t. சூழுதல் suuzh-dhal
beguile v. t ஏமாற்றம் ae-maatram
behalf n. பட்சம் patcham
behave v. i. நடந்துகொள் nadandhu-koll

behaviour *n.*நடத்தை naath-thai

behead *v. t.* சிரச்சேதம் siri-sedham

behind *adv* பின்புறத்தில் pinn-purathil

behind *prep* பின் pinn

behold *v.* t பார் paar

being *n.* சமுகமளித்தல் samoogam-alithal

belabour *v.* t விலாசு vilaasu

belated *adj.* காலதாமதமான kaala-thaamadam-aana

belch *v.* t வசைமொழிதல் vasei-mozhi-dhal

belch *n.* ஏப்பம் ae-ppam

belief *n.*நம்பிக்கை nambikkai

believe *v.* t நம்பு nambu

bell *n.* மணி mani

belle *n.* அழகானபெண் azha-gaana-penn

bellicose *a.* ஆளுமையுணர்வு aalumai-yunarvu

belligerency *n.*பகைவர் pagaivar

belligerent *a.* சண்டைசெய்பவர் sandai-seipavar

belligerent *n.* கோபக்காரர் kobak-kaarar

bellow *v.* i கூச்சலிடு koochal-idu

bellows *n.* சுவாசப்பை suvaasa-ppai

belly *n.* தொப்பை thoppai

belong *v. i* சொந்தமான sondha-maana

belongings *n.* உடமைகள் vudamai-kal

beloved *a.* அன்புக்குரிய anbu-kuriya

beloved *n.* நேசிக்கப்பெற்ற nesikka-petra

below *adv* கீழே keezhey

below *prep* கீழ் keezh

belt *n.* இடைவார் edai-vaar

belvedere *n.*வேனில்மாடம் venil-maadam

bemask *v.* t மறை marai

bemire *v.* t அழுக்கு azhukku

bemuse *v.* t தடுமாறு thadu-maaru

bench *n.* இருக்கை irukkai

bend *n.*வளைவு valaivu

bend *v.* t திரித்தல் thirith-thal

beneath *adv* கீழே keezhey

beneath *prep* அதன்கீழ் adhan-keezh

benefaction *n.* தருமம் tharu-mum

benefice *n.*அறக்கட்டளை arak-kattalai

beneficial *a.* இலாபகரமான laaba-karamaana

benefit *n.* பயன் payan

benefit *v. t.* சலுகை salugai

benevolence *n.* தருமசிந்தனை dharma-sindhanai

benevolent *a.* உதாரகுணமுள்ள vudhaara-kunamulla

benight *v.* t ஆட்கொள் aat-koll

benign *adj* மென்மையான menn-maiyaana

benignly *adv* மென்மையாக menn-maiyaaka

benison *n.* கொடுப்பினை kodup-pinai

bent *n.* வளைந்த valaindha

bequeath *v. t.* கொடு kodu

bereave *v. t.* நஷ்டப்படுத்து nashtap-paduthu

bereavement n. நஷ்டமடைதல் nashtam-adaidhal
berth n.தூங்குமிடம் thoonghum-idam
beside prep. பக்கத்தில் pakkathill
besides prep அல்லாமல் allaa-mal
besides adv தவிர thavira
beslaver v. t எச்சிலாலழித்தல் ecchilaal-azhithal
besiege v. t முற்றுகையிடு muttrugai-idu
bestow v. t முற்றுகையிடு alli
bestrew v. t சிதறு sidharu
bet v.i பந்தயம் pandhai-yam
bet n. பணயம் pana-yam
betel n. வெத்தலை vethalai
betray v.t. துரோகம் drogam
betrayal n. நம்பிக்கைத்துரோகம் nambikkai-drogam
betroth v. t நிச்சயித்தல் niccha-yithal
betrothal n. நிச்சயதார்த்தம் nichiya-dhaartham
better a. மேலான melaana
better adv. முன்னேறு munneru
better v. t மேல் mael
betterment n. விருத்தியடைதல் viruthi-adai-dhal
between prep இடையில் idai-yil
beverage n. பானம் baanam
bewail v. t புலம்பு pulambhu
beware v.i. பராமரி paraa-mari
bewilder v. t கலக்கு kalakku
bewitch v.t. மயக்கு mayakku
beyond prep. அப்பால் appaal
beyond adv. மறுமை marumai
bi pref இரண்டு irandhu

biangular adj. இருக்கோணம் irukkonam
bias n.பாரபட்சம் para-patcham
bias v. t ஆர்வம் aarvam
biaxial adj இருயச்சுக்கள் iru-ytchukal
bibber n. குடிபழக்கம் kudi-pazhakkam
bible n. வேதாகம் vedaagam
bibliography n.நூற்றொகை noor-rogai
bibliographer n.தொகுப்பாளர் thogup-paalar
bicentenary adj இருநூறமாண்டு iru-nooraamaandu
biceps n. இருதலைத்தசை iru-thalai-thasai
bicker v. t பிரகடனம் praka-tanam
bicycle n. மிதிவண்டி midhi-vandi
bid v.t. ஏலம் aelam
bid n. விடைபெறு vidai-peru
bidder n.விலைகேட்பவர் vilai-ketpavar
bide v. t காத்திரு kaathiru
biennial adj இருவருட iru-varuda
bier n.சவபெட்டிநிறுத்தம் savapetti-niruttham
big a. பெரிய periya
bigamy n.இருதாரம் iru-thaaram
bight n. கரைவளைவு karai-valaivu
bigot n.வைராக்கியமுடையவன் vairaagiyam-udaiyavar
bigotry n. வைராக்கியம் vairaagiyam
bile n. பித்தம் pitham
bilingual a. இருமொழி iru-mozhi

bill *n.* சட்டமுன்வரவு satta-munvaravu
billion *n.* நூறுகோடி nooru-kodi
billow *n.* பேரலை per-alai
billow *v.i* அலை alai
biliteral *adj* ஈரெழுத்து eerezhu-thu
bilk *v. t.* வஞ்சனை vanjanai
bimenasl *adj*
bimonthly *adj.* மாதத்திலிருமுறை maadhathil-irumurai
binary *adj* இருமைஎண் irumai-enn
bind *v.t.* கட்டு kattu
binding *a.* கட்டமைப்பு kattamaippu
binocular *n.* தொலைநோக்கி tholai-nokki
biographer *n.* வரலாற்றாசிரியர் varalaa-traa-siriyar
biography *n.* சரித்திம் saritham
biologist *n.* உயிரியலறிஞர் vuyariyal-arignar
biology *n.* உயிரியல் vuyariyal
bioscope *n.* படக்காட்சி padak-kaatchi
biped *n.* இருகால்பிராணி irukaal-piraani
birch *n.* பூச்சமரம் poocha-maram
bird *n.* பறவை paravai
birdlime *n.* பசையுள்ள pasai-yulla
birth *n.* பிறப்பு pirappu
biscuit *n.* பிஸ்கட் biscuit
bisect *v.* t இருகூறாககு iru-koorakku
bisexual *adj.* இருபாலுறுப்புள்ள iru-paalurup-pulla
bishop *n.* பாதிபியார் paadi-piyaar
bison *n.* காட்டேணி kaat-teni
bisque *n.* ரசம் rasam
bit *n.* துண்டு thundu
bitch *n.* பெண்நாய் penn-naai
bite *v. t.* கடி kadi
bite *n.* கடி kadi
bitter *a.* கசப்பு kasappu
bi-weekly *adj* இருவாரயிதழ் iru-vaara-idazh
bizarre *adj* மாறுபட்ட maaru-patta
blab *v. t. & i* பிதற்று pidhat-tru
black *a.* கருப்பு karuppu
blacken *v. t.* கறுப்பாக்கு karuppu-aakku
blackmail *n.* மிரட்டு mirattu
blackmail *v.t.* பயமுறுத்தி payam-muruthi
blacksmith *n.* கருமார் karu-maar
bladder *n.* சிறுநீர்ப்பை siru-neer-pai
blade *n.* தகடு thagadu
blain *n.* வீக்கம் veek-kam
blame *v. t* பழிசுமத்து pazhi-sumathu
blame *n.*குறைகூறு kurai-kooru
blanch *v. t. & i* சலவைச்செய் salavei-sei
bland *adj.* சாந்தமான saantha-maana
blank *a.* வெற்று vetru
blank *n* வெறும் verum
blanket *n.*போர்வை porvai
blare *v. t* முழக்கம் muzhakkam
blast *n.* வெடித்தல் vedithal
blast *v.i* பெருங்காற்று perungaatru
blaze *n.*ஜ்வாலை jwaalai
blaze *v.i* கொழுந்தெரியும் kozhundh-eriyum
bleach *v. t* சலவை salavei
blear *v.* t மங்கல் mangal
bleat *n.*ஆட்டின்குரல் aattin-kural

bleat *v. i* குரல் kural

bleb *n.* நீர்க்குமிழி neer-kumizhi

bleed *v. i* இரத்தக்கசிவு rathak-kasivu

blemish *n.* கறை karai

blend *v. t* கலவை kalavai

blend *n.* கலப்பு kalappu

bless *v. t* ஆசிர்வதி asirvadhi

blether *v. i* உளறு vularu

blight *n.* அழி azhi

blind *a.* கட்டு kattu

blindage *n* இடைத்தடுப்பு idai-thaduppu

blindfold *v. t* கண்மூடப்பட்ட kann-moodapatta

blindness *n.* குருட்டுத்தன்மை kuruttu-thanmai

blink *v. t. & i* சிமிட்டடல் simittal

bliss *n.*ஆனந்தம் aanantham

blister *n.* கொப்பளி koppali

blizzard *n.* பனிப்புயல் pani-puyal

bloc *n.* ஆதரவளிப்பவர்களின் தொகுதி aadarvali-pavargalin-thogudhi

block *n.* முட்டுக்கட்டை muttu-kattai

block *v.t.* தடுத்தல் thaduthal

blockade *n.* முற்றுகை mutt-rugai

blockhead *n.* மூடன் moodan

blood *n.*இரத்தம் ratham

bloodshed *n.*கொலை kolai

bloody *a.* குரூரமான kuroo-ra-maana

bloom *n.* பூ poo

bloom *v.i.* பூத்தல் poothal

blossom *n.*புஷ்பம் pushpam

blossom *v.i* அரும்பு arumbu

blot *n.* ஈரத்தைஇழு eerathai-izhu

blot *v. t* அவமானம் avamaanam

blouse *n.* ரவிக்கை ravikkai

blow *v.i.* ஊது yoodhu

blow *n.* அடி adi

blue *n.*நீலம் neelam

blue *a.* ஊதா oodha

bluff *v. t* முரட்டுத்தனமான murattu-thanamaana

bluff *n.* ஏமாற்றிவிடு emaatri-vidu

blunder *n.*துரோகம் drogam

blunder *v.i* மடத்தனமான matta-thanamaaga

blunt *a.* மழுங்கிய mazhun-giya

blur *n.* மங்கலாக்கு mangal-aakku

blurt *v. t* திடீரெனருளறு thideerenru-ularu

blush *n.* முகச்சிவப்பு muga-chivappu

blush *v.i* சங்கடப்படுத்தபட்டு sangada-padutha-pattu

boar *n.* ஆண்பன்றி aan-panri

board *n.* பலகை pala-kai

board *v. t.* வாரியம் vaariyam

boast *v.i* ஆடம்பரம் aadam-baram

boast *n.* தற்புகழ்ச்சி tharr-pugazhchi

boat *n.* ஓடம் odam

boat *v.i* படகு padagu

bodice *n.* வுள்கச்சு vull-kacchu

bodily *a.* வுடலைசசார்ந்த vudalai-saarndha

bodily *adv.* வுடலைசசார்ந்த vudalai-saarndha

body *n.* வுடல் vudal

bodyguard *n.* மெய்க்பாப்பாளர் meik-kaapaa-lar

bog *n.* சதுப்புநிலம் sadappu-nilam

bog *v.i* மெதுவான medu-vaana
bogle *n.* தீன்கான theenghaana
bogus *a.* . பொய்யான poi-yaana
boil *n.* கட்டி katti
boil *v.i.* கொதித்தல் kodhi-thal
boiler *n.* கொதிகலன் kodhi-kalan
bold *a.* துணிவுள்ள thuni-vulla
boldness *n.* துணிவுடன் thuni-vudan
bolt *n.* தாள் thaal
bolt *v. t* தாழ்ப்பாள் thaal-pall
bomb *n.* வெடிகுண்டு vedi-gundu
bomb *v. t* குண்டு kundu
bombard *v. t* குண்டினால்தாக்கு kundinaal-thaakku
bombardment *n.*குண்டினால்தாக்குதல் kundinaal-thaakku-dhal
bomber *n.*குண்டுவீச்சு-விமானம் kunduveecchu-vimaanam
bonafide *adv* உண்மையான vunmai-yaana
bonafide *a.* உண்மையான vunmai-yaana
bond *n.* பந்தம் pandham
bondage *n.*அடிமைத்தனம் adimai-thanam
bone *n.* எலும்பு elumbhu
bonfire *n.* தீபோற்சவம் thee-por-savam
bonnet *n.* குல்லாய kullai
bonten *n.*
bonus *n.* வெகுமதி vegu-madhi
book *n.* புத்தகம் puthagam
book *v. t.* பதிவு padhivu
book-keeper *n.* கணக்கர் kanakkar

book-mark *n.* புத்தகக்குறி puthaga-kuri
book-seller *n.* புத்தகவியாபாரி puthaga-viyaapari
book-worm *n.* புத்தகப்பூச்சி puthaga-poochi
bookish *n.* அறிவுத்தாகமுள்ள arivu-thaakamulla
booklet *n.* சிறுநூல் siru-nool
boon *n.* வரம் varam
boor *n.* பண்ணையாளர் pannai-yaalar
boost *n.* உயர்த்து vuyarthi
boost *v. t* உயரப்படுத்து vuyarap-paduthu
boot *n.* கால்ஜோடு kaal-jodu
booth *n.* கடை kadai
booty *n.* கொள்ளையுடமை kollai-yudamai
booze *v. i* சாராயம் saraayam
border *n.* ஓரம் oram
border *v.t.* எல்லை ellai
bore *v. t* துளை thulai
bore *n.* அலுப்படைதல் aluppadai-dhal
born *v.* பிறந்த pirandha
born rich *adj.* வளத்துடன்பிறந்த valath-thudan-pirandha
borne *adj.* பெற்று pettru
borrow *v. t* இரவல் iraval
bosom *n.*முலை mulai
boss *n.*முதலாளி mudha-laali
botany *n.*தாவரவியல் thaavara-viyal
botch *v. t* அரைகுறையாக arai-kurai-yaaga
both *a.* இரண்டு irandhu

both *pron* இரண்டும் irandum
both *conj* இருவர் iruvar
bother *v. t* தொந்தரவு thondhiravu
botheration *n.*நச்சரிப்பு naccharippu
bottle *n.* புட்டி puddi
bottler *n.* புட்டியில் puddi-yil
bottom *n.* அடிப்புறம் adip-puram
bough *n.* கிளை kilai
boulder *n.* பாறாங்கல் paraangal
bouncer *n.* பாதுகாவலர் padu-kaavalar
bound *n.* கட்டாயம் kattaayam
boundary *n.*எல்லை yellai
bountiful *a.* தாராளமாக thaaraa-la-maaka
bounty *n.* தாராளம் thaaraalam
bouquet *n.* மலர்க்கொத்து malar-kothu
bout *n.* முறை murai
bow *v.* t தலைவணங்கு thalai-vanaghu
bow *n.* வில் vill
bow *n.* வில் vill
bowel *n.* மலக்குடல் mala-kudal
bower *n.* கொடிப்பந்தல் kodip-pandhal
bowl *n.* கிண்ணம் kinnam
bowl *v.i* பாத்திரம் paathiram
box *n.* டப்பா dabba
boxing *n.* குத்துச்சண்டை kuthu-sandai
boy *n.* பையன் paiyan
boycott *v. t.* ஈடுபடாதே eedu-padaadhey
boycott *n.* ஈடுபாடுகொள்ளாதே eedu-padu-kollaadhey
boyhood *n.* இளமைப்பருவம் ilamaip-paruvam
brace *n.* பல்இறுக்கி pall-irukku
bracelet *n.* வளையல் valaiyal
brag *v. i* மெச்சிக்கொள் mecchi-koll
brag *n.* தற்புகழ்ச்சி tharr-pugazhchi
braille *n.* புடைஎழுத்துக்கள் pudai-ezhuth-thukkal
brain *n.* மூளை moolai
brake *n.* நிறுத்தக்கருவி niruthu-karuvi
brake *v. t* நிறுத்தி niruthu
branch *n.* மரக்கிளை marak-kilai
brand *n.* வர்த்தககுறி varthaga-kuri
brandy *n.* மது madhu
brangle *v. t* பூசல் poosal
brass *n.* பித்தளை pithalai
brave *a.* துணிவு thunivu
bravery *n.* தைரியம் dhairiyam
brawl *v. i. & n* சண்டை sandai
bray *n.* கழுதைகனைத்தல் kazhudai-kalaith-thal
bray *v. i* கனைத்தல் kalaith-thal
breach *n.* அத்துமீறல் athu-meeral
bread *n.* ரொட்டி rotti
breaden *v. t. & i* ரொட்டியால் rotti-yaal
breadth *n.* அகலம் agalam
break *v. t* முறி muri
break *n.* உடை vudai
breakage *n.* தொடர்பறுத்தல் thodar-paruthal
breakdown *n.* முறிவு murivu
breakfast *n.* காலையுணவு kaalai-vunavu

breakneck *n.* தலைதரிக்கும் thalai-tharikkum
breast *n.* மார்பகங்கள், maarbagan-gal
breath *n.* மூச்சு moocchu
breathe *v.* i. சுவாசி swaasi
breeches *n.* கால்சட்டை kaal-sattai
breed *v.t.* இனம் inam
breed *n.* வகை vagai
breeze *n.* மந்தமாருதம் mandha-marudham
breviary *n.* பிரார்த்தனைபுத்தகம் prarthani-puthagam
brevity *n.* சுருக்கம் surukkam
brew *v. t.* வடி vadi
brewery *n.* வடிப்பகம் vadip-pagam
bribe *n.* லஞ்சம் lanjam
bribe *v. t.* சீர்கேடு seer-kedu
brick *n.* செங்கல் sengal
bride *n.* கல்யாணப்பெண் kalyaanap-penn
bridegroom *n.* மணமகன் mana-magan
bridge *n.* பாலம் paalam
bridle *n.* கடிவாளம் kadi-vaalam
brief *a.* வக்காலத்து vakkaa-lathu
brigade *n.* படைவகுப்பு padai-vaguppu
brigadier *n.* படைப்பகுதித்தலைவர் padai-pagudhi-thalaivar
bright *a.* வெளிச்சமான veli-chamaana
brighten *v. t* பிரகாசி pra-kaasi
brilliance *n.* பெருந்திறமை perun-thiramai
brilliant *a.* ஒளியுள்ள oli-yulla
brim *n.* விளிம்பு vilimbhu

brine *n.* உப்பு நீர் vuppu-neer
bring *v. t* கொண்டுவா kondu-vaa
brinjal *n.* கொண்டு வா kathiri-kai
brink *n.* ஓரம் oram
brisk *adj* சுறுசுறுப்பான suru-surup-paana
bristle *n.* விறைப்பானமயிர் viraippaana-mayir
british *adj* பிரித்தானிய brit-thaniya
brittle *a.* உடையக்கூடியது vudaiya-koodiyadhu
broad *a.* அகண்ட aganda
broadcast *n.* ஒலிபரப்பு oli-parappu
broadcast *v. t* ஒளிபரப்பு olli-parppu
brocade *n.* பட்டுத்துணி pattu-thuni
broccoli *n.* பச்சைப்பூக்கோசு pacchai-poo-kosu
brochure *n.* வெளியீடு veli-yeedu
brochure *n.* சிறுபுத்தகம் siru-putha-gam
broker *n.* தரகன் tharakan
brood *n.* குஞ்சு kunju
brook *n.* அருவி aruvi
broom *n.* கூட்டுமாறு koottu-maaru
bronze *n.* & *adj* வெண்கலம் venn-klam
broth *n.* கஞ்சி kan-jhi
brothel *n.* விபச்சாரவிடுதி vibach-chaara-vidudhi
brother *n.* சகோதரன் sago-dharan
brotherhood *n.* சகோதரத்துவம் sago-dhara-thuvam
brow *n.* புருவம் puruvam
brown *n.* பழுப்பு நிறம் pazhuppu-niram
brown *n.* கபிலம் kapilam

browse *n.* உலாவி vulaavi
bruise *n.* இடித்து idithu
bruit *n.* செய்திபரப்பு seidhi-parappu
brush *n.* தூரிகை thoorigai
brustle *v. t* சலசலப்பு sala-sala-ppu
brutal *a.* கொடுமையான kodumai-yaana
brute *n.* மிருகம் mirugam
bubble *n.* நீர்க்குமிழி neer-kumizhi
bucket *n.* வாளி vaali
buckle *n.* வார்ப்பூட்டு vaar-poottu
bud *n.* மொட்டு mottu
budge *v. i. & n.* நகர்த்துதல் *n.*agar-thudhal
budget *n.* செலவுத்திட்டம் selavu-thittam
buff *n.* தடித்ததோல் thaditha-thol
buffalo *n..* எருமை erumai
buffoon *n.* கோமாளி komaali
bug *n.* பூச்சி poo-cchi
bugle *n.* ஊதுகுழல் voou-kuzhal
build *v. t* கட்டு kattu
build *n.* உடலமைப்பு udal-amaippu
building *n.* கட்டிடம் katti-dam
bulb *n.* குமிழி kumizhi
bulk *n.* அளவு alavu
bulky *a.* பருத்த parutha
bull *n.* காளை kaalai
bulldog *n.* நாய்வகை *n.*aai-vagai
bull's eye *n.* இலக்குமையம் ilakku-maiyam
bullet *n.* குண்டு kundu
bulletin *n.* அறிக்கைத்தாள் arikkai-thaazh
bullock *n.* எருது erudhu

bully *n.* கொடுமைப்படுத்துதல் kodumai-paduthu-dhal
bully *v. t.* பலவீனப்படுத்துதல் balaveenap-paduthu-dhal
bulwark *n.* அரண் arann
bumper *n..* பெரிய periya
bumpy *adj* சமனற்ற sama-natra
bunch *n.* கொத்து kothu
bundle *n.* மூட்டை moottai
bungalow *n.* தனி வீடு thani-veedu
bungle *v. t* பிழை pizhai
bungle *n.* பிழை pizhai
bunk *n.* துயிலிடம் thuyilidam
bunker *n.* தொட்டி thotti
buoy *n.* மிதவை midavai
buoyancy *n.* மிதப்புத்தன்மை midappu-thanmai
burden *n.* சுமை sumai
burden *v. t* அமுக்கிவை amuthi-vai
burdensome *a.* பாரமான paara-maana
bureau *n.* அடுக்குபெட்டி adukku-petti
Bureacuracy *n.* நிர்வாகக்கட்டுப்பாடுகள் nirvaaga-kattupaadu-kal
bureaucrat *n.* நிர்வாகி nir-vaaki
burglar *n.* திருடன் thirudan
burglary *n.* திருட்டு thiruttu
burial *n.* புதைத்தல் pudhai-thal
burk *v. t* மூச்சடைக்கச்செய் moochadai-kka-sei
burn *v. t* எரிகாயம் eri-kaayam
burn *n.* எரி eri
burrow *n.* முயல்வளை muyal-valai
burst *v. i.* வெடித்தல் vedith-thal
burst *n.* வெடிப்பு vedippu

bury *v. t.* புதை pudhai
bus *n.* பேருந்து paer-oondhu
bush *n.* புதர் pudhar
business *n.* தொழில் thozhil
businessman *n.* விற்பனையாளர் virrpanai-yaalar
bustle *v. t* சந்தடி sandhadi
busy *a.* நேரமின்மை nera-minmai
but *prep* ஆனால் aanal
but *conj.* ஆனால் aanal
butcher *n.* கசாப்புக்காரர் kasaappu-kaarar
butcher *v. t* படுகொலை padu-kolai
butter *n.* வெண்ணெய் vennai
butter *v.* t வெண்ணெய் vennai
butterfly *n.* வண்ணத்துப்பூச்சி vannathu-poocchi
buttermilk *n.* மோர் more
buttock *n.* சூத்தாம்பட்டை sootham-pattai
button *n.* பித்தான் bithaan
button *v. t.* விசை visai
buy *v. t.* வாங்கு vaanghu
buyer *n.* வாங்குபவர் vaanghu-pavar
buzz *v.* i இரை irai
buzz *n.* சலசலப்பு sala-salappu
by *prep* ஊடாக voo-daaga
by *adv* அதனால் adha-naal
bye-bye *interj.* போய்வருகிறேன் poi-varugi-ren
by-election *n.* இடைத்தேர்தல் idaith-thaerdhal
bylaw, bye-law *n.* வுயர்நிலை-சட்டம் vuyarnilai-sattam
bypass *n.* புறவழி pura-vazhi
by-product *n.* ஊடே தயாரிக்கப்படும் voode-thayaarikka-padum
byre *n.* மாட்டுக்களஞ்சியம் maattu-kalanjiyam
byword *n.* பழமொழி pazha-mozhi

C

cab *n.* வண்டி vandi
cabaret *n.* ஆடல் aadal
cabbage *n.* முட்டைக்கோஸ், muttai-khose
cabin *n.* அறை arai
cabinet *n.* மந்திரிசபை mandhiri-sabai
cable *n.* கம்பி kambhi
cable *v. t.* வடம் vadam
cache *n.* பதுக்ககம் pudu-kagam
cachet *n.* அடையாளம் adaiyaalam
cackle *v. i* கொக்கரிப்பு kok-kharippu
cactus *n.* கள்ளி kalli
cad *n.* போக்கிரி pokkiri
cadet *n.* முப்படைமாணவன் muppadai-maanavan
cadge *v. i* பிச்சை picchai
cadmium *n.* உலோகவகை vuloga-vagai
cafe *n.* தேநீர்ச்சாலை theneer-saalai
cage *n.* கூண்டு koondu
cain *n.* விவசாயவியாபர vivasaaya-viyaabaara
cake *n.* இனிரொட்டி ini-rotti
calamity *n.* விபத்து vibathu
calcium *n.* சுண்ணம் sunnam

calculate v. t. கணக்கிடு kanak-idu
calculator n. கணிப்பான் kanippaan
calculation n. கணிப்பு kanippu
calendar n. நாள்காட்டி naal-kaatti
calf n. கன்று kanru
call v. t. அழை azhai
call n. கூப்பிடு koopidu
caller n. கூப்பிடுபவர் koopidu-pavar
calligraphy n. கையெழுத்து kai-ezhuthu
calling n. நமைத்தல் n.amaithal
callow adj அனுபவமற்ற anubhava-matra
callous a. தடிப்பான thadip-paana
calm n. அமைதியான amaidhi-yaana
calm n. சாந்தமாகு saantha-maagu
calm v. t. அமைதி amaidhi
calmative adj வலிநீக்குகிற vali-neekku-kira
calorie n. எரிசக்தி eri-sakthi
calumniate v. t. அபாண்டம் abaandam
camel n. ஒட்டகம் ottagam
camera n..புகைப்படக்கருவி pugaipada-karuvi
camlet n. துணிவகை thuni-vagai
camp n. முகாம் mugaam
camp v. i. கூடாரம் koodaaram
campaign n. திட்டம் thittam
camphor n. சூடம் soodam
can n. கெண்டி kendi
can v. t. கூடும் koodum
can v. முடியும் mudiyum
canal n. கால்வாய் kaal-vaai
canard n. பொய்க்கதை poik-kadhai

cancel v. t. இரத்து rathu
cancellation n. நீக்கம் neekkam
cancer n. புற்றுநோய் puttru-noi
candid a. கபடமில்லாத kabada-milladha
candidate n. வேட்பாளர் vetpaalar
candle n. மெழுகுவர்த்தி mezhugu-varrthi
candour n. கபடற்ற kaba-datra
candy n. கற்கண்டு karr-kandu
candy v. t. மிட்டாய் mittai
cane n. பிரம்பு pirambhu
cane v. t. பிரம்பால் piram-bhaal
canister n. டிப்பா dibbhaa
cannon n. விதி vidhi
cannonade n. v. & t துப்பாக்கிதாக்கு thuppaakki-thaakku
canon n. சட்டம் sattam
canopy n. விதானம் vidhaanam
canteen n. சிற்றுண்டி sitt-rundi
canter n. குதிரைப்பாய்ச்சல் kudhiraip-paaichal
canton n. மாநிலம் maanilam
cantonment n. இராணுவ முகாம் raanuva-mugaam
canvas n. பரப்பு parappu
canvass v. t. பிரசாரம் prachaaram
cap n. குல்லாய் kullai
cap v. t. மூடி moody
capability n. வல்லமை vallamai
capable a. திறமையுள்ள thiramai-yulla
capacious a. தாராளமான thaarala-maana
capacity n. கொள்ளளவு koll-alavu

cape *n.* மேலுடுப்பு mael-uduppu

capital *n.* தலைநகரம் thalai-nagaram

capital *a.* முதலீடு mudha-leedu

capitalist *n.* தொழிலதிபர் thozhil-adhipar

capitulate *v.* t சரணடை saran-adai

caprice *n.* சலனபுத்தி salana-budhi

capricious *a.* சலனபுத்தியுள்ள salana-budhiyulla

Capricorn *n.* வெள்ளாடு vell-aadu

capsicum *n.* குடமிளகாய் kudai-milagaai

capsize *v. i.* வீழ்த்து veezh-thu

capsular adj மாத்திரை maathirai

captain *n.* தலைவர் thalaivar

captaincy *n.* தலைமை thalaimai

caption *n.* தலைப்பு thalaippu

captivate *v. t.* வயப்படுத்து vayap-paduthu

captive *n.* கைதி kaidhi

captive *a.* கருத்தோடு karuthodu

captivity *n.* அடிமைத்தனம் adimai-thanam

capture *v. t.* கவர்தல் kavar-dhal

capture *n.* கைப்பற்றுதல் kai-pattru-dhal

car *n.* வாகனம் vaaganam

carat *n.* எடையலகு edai-yalagu

caravan *n.* பிரயாணிகள் prayaa-nigal

carbide *n.* கரியகை kariyagai

carbon *n.* கரி kari

card *n.* அட்டை attai

cardamom *n.* ஏலக்காய் elak-kai

cardboard *n.* அட்டை attai

cardiacal *adjs* இதயம் சார்ந்த idhayam-saarndha

cardinal *a.* முக்கியமான mukkiya-maana

cardinal *n.* முக்கியமான mukkiya-maana

care *n.* கவனிப்பு kavanippu

care *v. i.* கவனி kavani

career *n.* பணித்துறை pani-thurai

careful *a.* பத்திரம் pathiram

careless *a.* கவனக்குறைவு kavana-kuraivu

caress *v. t.* தழுவு thazhuvu

cargo *n.* சரக்கு sarakku

caricature *n.* கேலிச்சித்திரம் kaeli-sithiram

carious *adj* குழி kuzhi

carl *n.*

carnage *n.* படுகொலை padukolai

carnival *n.* களியாட்டம் kali-yaattam

carol *n.* உல்லாசப்பாட்டு vullaasa-paattu

carpal *adj* மணிக்கட்டு mani-kattu

carpenter *n.* தச்சர் thach-char

carpentry *n.* தச்சுக்கலை thacchu-kalai

carpet *n.* சமுக்காளம் sama-k-aalam

carriage *n.* சேணம் senam

carrier *n.* காவி kaavi

carrot *n.* சிவப்பு முள்ளங்கி sivappu-mullanghi

carry *v. t.* எடுத்துச்செல் eduthu-sell

cart *n.* வண்டி vandi

cartage *n.* வண்டிக்கூலி vandi-kooli

carton *n.* அட்டைப்பெட்டி attai-petti

cartoon *n.* கேலிப்படம் keli-padam

cartridge *n.* தோட்டா thottaa
carve *v. t.* செதுக்கு sedukku
cascade *n.* விழுதொடர் vizhu-thodar
case *n.* கிடை kidai
cash *n.* பணம் panam
cash *v. t.* ரொக்கம் rokkam
cashier *n.* காசாளர் kaasaalar
casing *n.* உறைபெட்டி vurai-petti
cask *n.* பீப்பாய் peepaai
casket *n.* சிமிழ் simizh
cassette *n.* ஒலிப்பேழை oili-pezhai
cast *v. t.* எறிதல் eridhal
cast *n.* வார்ப்பு vaarppu
caste *n.* சாதி saadhi
castigate *v. t.* தண்டி thundi
casting *n.* மாற்றம் maatram
cast-iron *n.* வார்ப்பிரும்பு vaar-pirumbhu
castle *n.* கோட்டை kottai
castor oil *n.* ஆமணக்கெண்ணெய் aamanak-ennai
castral *adj* பாசறைசம்மந்தப்பட்ட paasarai-sammandha-patta
casual *a.* தற்செயலான thar-seyal-aana
casualty *n.* விபத்து vibathu
cat *n.* பூனை poonai
catalogue *n.* பட்டியல் pattiyal
cataract *n.* நீர்வீழ்ச்சி *n.*eer-veezh-cchi
catch *v. t.* பிடி pidi
catch *n.* கைப்பற்று kai-pattru
categorical *a.* வகையான vagai-yaana
category *n.* வகை vagai
cater *v. i* பரிமாறு pari-maaru
caterpillar *n.* கம்பளிப்புழு kambali-puzhu
cathedral *n.* (பிரதான) தேவாலயம் (pradhana)devaalayam
catholic *a.* கத்தோலிக்க kath-tholic
cattle *n.* கால்நடை kaal-nadai
cauliflower *n.* பூக்கோவா pook-kovaa
causal *adj.* காரணத்தில் kaara-nathil
causality *n.* காரணமாக kaarana-maaga
cause *n.* காரணம் kaaranam
cause *v.t.* உண்டுபன்னு vundu-pannu
causeway *n.* உயர்த்தினபாதை vuyar-thina-paadhai
caustic *a.* சொறி sori
caution *n.* ஜாக்கிரதை jaagira-dhai
caution *v. t.* முனெச்சரிக்கை munn-echarikkai
cautious *a.* ஜாக்கிரதையான jaagira-dhai-yaana
cavalry *n.* குதிரைப்படை kudhirai-padai
cave *n.* குகை kugai
cavern *n.* பெருங்குகை perung-gugai
cavil *v. t* ஆட்சேபனை aat-che-panai
cavity *n.* குழி kuzhi
caw *n.* காக்கைகரைவு kaakkai-karaivu
caw *v. i.* கரைவு karaivu
cease *v. i.* நிறுத்து niruthu
ceaseless *a.* ஓயாத oyaadha
cedar *n.* தேவதாரு deva-daaru
ceiling *n.* அடிக்கூரை adi-koorai
celebrate *v. t. & i.* கொண்டாடு kondaadu

celebration *n.* கொண்டாட்டம் kondaattam

celebrity *n.* முக்கியஸ்தன் mukkiyas-than

celestial *adj* தேவலோக deva-loga

celibacy *n.* விவாகமாகாத vivaaga-maagaadha

celibacy *n.* பாலியலாகாத paaliya-laagadha

cell *n.* உயிரணு vuyiranu

cellar *n.* நிலவறை nila-varai

cellular *adj* அலைபேசி alai-pesi

cement *n.* சிமிட்டி simetti

cement *v. t.* காரை kaarai

cemetery *n.* மயானம் mayaanam

cense *v. t* ஊதுபத்தி voodu-bathi

censer *n.* தூபக்கால் dhoopak-kaal

censor *n.* தணிக்கையாளர் thanikkai-yaalar

censor *v. t.* தடைசெய் thadai-sei

censorious *adj* குற்றம்காணுகிற kutram-kaanu-kira

censorship *n.* தணிக்கைமுறை thanikkai-murai

censure *n.* கண்டனம் kandanam

censure *v. t.* குற்றச்சாட்டு kuttra-chaattu

census *n.* தொகைக்கணக்கு thogai-kanakku

cent *n.* நூறு। nooru

centenarian *n.* நூறுவயதிற்குமதிகமான nooru-vayadhir-kadhigamaana

centenary *n.* நூறாவதாண்டு விழா nooravadhu-aandu-vizha

centennial *adj.* நூற்றாண்டு நிறைவு *n.*ootraandu-niraivu

center *n.* மையம் maiyyam

centigrade *a.* சதமளவை sadam-alavai

centipede *n.* பூரான் pooraan

central *a.* மையமான maiya-maana

centre *n.* மையம் maiyyam

centrifugal *adj.* மையவிலக்குவிசை maiyya-vilakku-visai

centuple *n.* & adj மடங்காக madan-gaaga

century *n.* நூற்றாண்டு nootraandu

ceramics *n.* மட்பாண்டம் matt-paanadam

cerated *adj.* மேழுகால்மூடபட்ட mezhugaal-moodapatta

cereal *n.* நவதானியம் nava-dhaaniyam

cereal *a.* தானியம் dhaaniyam

cerebral adj மூளைக்குரிய moolai-kuriya

eremonial *a.* சடங்கு sadanghu

ceremonious *a.* சடங்குநிறைந்த sadanghu-niraindha

ceremony *n.* விழா vizhaa

certain *a.* நிச்சயமாக nicchiya-maaga

certainly *adv.* நிச்சயமான nicchiya-maana

certainty *n.* அவசியம் ava-siyam

certificate *n.* சான்றிதழ் saanri-dhazh

certify *v. t.* சான்றளி saan-rali

cerumen *n.* காதுக்குடுமி kaadhu-kudumi

cesspool *n.* சாக்கடைக்குழி saakadai-kuzhi

chain *n.* வரிசை varisai

chair *n.* நாற்காலி naar-kaali

chairman *n.* தலைவர் thalaivar

chaice *n.*

chaise *n.* இருசக்கரவண்டி iru-chakkara-vandi

challenge *n.* சவால் savaal

challenge *v. t.* சவாலிடு savaa-lidu

chamber *n.* அறை arai

chamberlain *n.* அரண்மனைக்காரியஸ்தர் aranmai-kaari-yasthar

champion *n.* வெற்றிவீரர் vetri-veerar

champion *v. t.* வென்றவீரர் venra-veerar

chance *n.* வாய்ப்பு vaayppu

chancellor *n.* தலைமையதிகாரி thalai-mai-adhigaari

chancery *n.* வுயர்நிதிமன்ரம் vuyarnidhi-manram

change *v. t.* மாறுதல் maarudhal

change *n.* மாற்றம் maatram

channel *n.* அலைவரிசை alai-varisai

chant *n.* பாடு paadu

chaos *n.* கலவரம் kalavaram

chaotic *adv.* குழப்பமான kuzhappa-maana

chapel *n.* கோயில் koyil

chapter *n.* அத்தியாயம் athi-yaayam

character *n.* குணம் kunam

charge *v. t.* ஒப்படை oppadai

charge *n.* விதி vidhi

chariot *n.* ரதம் radham

charitable *a.* தருமசிந்தை dharma-sindhai

charity *n.* கருணை karunai

charm1 *n.* வசீகரம் vaseegaram

charm2 *v. t.* கவர்ச்சி kavar-chi

chart *n.* தகடு thagadu

charter *n.* அதிகாரப்பத்திரம் adigaara-pathiram

chase1 *v. t.* விரட்டு virattu

chase2 *n.* துரத்து thurathu

chaste *a.* கற்புள்ள karpullah

chastity *n.* தூய்மை thooi-mai

chat1 *n.* அரட்டை arattai

chat2 *v.* i. வம்பு vambu

chatter *v. t.* வாயாடி vayadu

chauffeur *n.* வாகனச்சாரதி vaagana-sarathy

cheap *a.* மலிவான mali-vaana

cheapen *v. t.* மலிவாக்கு malivaakku

cheat *v. t.* ஏமாற்று emaattru

cheat *n.* ஏமாத்து emaathu

check *v. t.* காசோலை kaa-solai

check *n.* பொருபொருப்பு poru-poruppu

checkmate n விஞ்சியிறு vinji-yiru

cheek *n.* கன்னம் kannam

cheep *v. i* பறவைக்குஞ்சுகீச்சிதல் paravai-kunju-keechudhal

cheer *n.* சந்தோஷம் sandhosham

cheer *v. t.* ஆரவாரம் aara-vaaram

cheerful *a.* சந்தோஷமான sandhosha-maana

cheerless *a.* துயரமுற்ற thuyara-mutra

cheese *n.* பாலாடைக்கட்டி paalaadai-katti

chemical *a.* இரசாயனம் rasaa-yinam

chemical *n.* வேதிப்பொருள் vedhi-porull

chemise *n.* பெண்களின்வுள்ளாடை penngalin-vullaadai

chemist *n.* ரசவாதி rasa-vaadhi

chemistry *n.* ரசாயனசாஸ்திரம் rasaayina-saasthiram

cheque *n.* உண்டியல் undial

cherish *v. t.* சிந்தையில்வை sindhaiyil-vai

cheroot *n.* சுருட்டு suruttu

chess *n.* சதுரங்கம் sadu-rangam

chest *n.* மார்பு maarbu

chestnut *n.* கஷ்கொட்டை kash-kottai

chew *v. t* மெல் mel

chevalier *n.* குதிரைவீரன் kudhirai-veeran

chicken *n.* கோழிக்குஞ்சு kozhi-kunju

chide *v. t.* கோபி kobhi

chief *a.* தலைவன் thalaivan

chieftain *n.* தலைவன் thalaivan

child *n.* குழந்தை kuzhandhai

childhood *n.* குழந்தைப்பருவம் kuzhandai-paruvam

childish *a.* குழந்தைபோன்ற kuzhandhai-ponra

chill *n.* குழிவு kuzhivu

chilli *n.* மிளகாய் milagai

chilly *a.* நடுக்கம் nadukkam

chiliad *n.* ஆயிரமாண்டுகள் aayira-maandugal

chimney *n.* புகைப்போக்கி pugai-pokki

chimpanzee *n.* மனிதக்குரங்கு manidha-kuranghu

chin *n.* மோவாய்க்கட்டை movaaik-kattai

chin*a*. *n.* பீங்கான் peenghaan

chirp *v.i.* கீச்சிடு keechidu

chirp *n.* கீச்சிடு keechidu

chisel *n.* உளி vuli

chisel *v. t.* பொறி pori

chit *n.* சீட்டு cheettu

chivalrous *a.* தீரமான theera-maana

chivalry *n.* தீரச்செயல் theera-seyal

chlorine *n.* குளோரின் kuloreen

chloroform *n.* மயக்கமருந்து mayakka-marundhu

choice *n.* பொறுக்கியெடுத்து porukki-eduthu

choir *n.* பாடகர்குழு paadagar-kuzhu

choke *v. t.* அடைப்பு adaippu

cholera *n.* காலரா kaalera

chocolate n சொக்கிலெட் chok-kilatt

choose *v. t.* பொறுக்கக்கொள் porukka-koll

chop *v. t* துண்டி thundi

chord *n.* மேலிழை mael-izhai

choroid *n.* விழிநடுப்படலம் vizhi-nadu-padalam

chorus *n.* கோயிற்பாடகர் koyirr-paadagar

Christ *n.* கிறிஸ்து kristhu

Christendom *n.* கிறித்தவநாடுகள் krithuva-naadugal

Christian *n.* கிறித்தவ krithuva

Christian *a.* வேதக்கரர் veda-karar

Christianity *n.* கிறிஸ்தவம் krithuvam

Christmas *n.* நத்தார் nathaar

chrome *n.* வண்ணம் vannam

chronic *a.* நீடித்த needitha

chronicle *n.* வரலாறு varalaaru

chronology *n.* வரிசைப்பட்டியல் varisaip-pattiyal

chronograph *n.* காலவரைபடம் kaala-varaipadam
chuckle *v. i* சிரிப்பு sirippu
chum *n.* சிநேகிதன் snegidhan
church *n.* கிறிஸ்தவகோயில் kristhuva-kovil
churchyard *n.* கோயில்முற்றம் koyil-mutram
churl *n.* நாட்டுப்புறத்தான் naattu-purathaan
churn *v. t.* & i. கடைதல் kadai-dhal
churn *n.* மத்து mathu
cigar *n.* சுருட்டு suruttu
cigarette *n.* சிகரட் cigarette
cinema *n.* திரைப்படம் thirai-padam
cinnabar *n.* கனிப்பொருள் kanip-porull
cinnamon *n.* இலவங்கப்பட்டை lavangha-pattai
cipher, cipher *n.* சுழி suzhi
circle *n.* வட்டம் vattam
circuit *n.* சுற்று suttru
circumfluence *n.* வட்டாரவழி vattaara-vazhi
circumspect *adj.* எச்சரிக்கையான eccharikkai-yaana
circular *a.* சுற்றறிக்கை suttrarikkai
circular *n.* வட்டவடிவ vatta-vadiva
circulate *v. i.* சுற்றனுப்பு sutranuppu
circulation *n.* சுற்றோட்டம் sutrottam
circumference *n.* சுற்றளவு suttr-alavu
circumstance *n.* இடம் idam
circus *n.* மிருகக்காட்சி miruga-kaatchi
cist *n.* பாத்திரங்கள்வைக்குமிடம் paathirangal-vaikkumidam
citadel *n.* கோட்டை kottai
cite *v. t* எடுத்துரை eduthurai
citizen *n.* நகரவாசி nagara-vaasi
citizenship *n.* குடியுரிமை kudi-yurimai
citric *adj.* சிட்ரிக் sitric
city *n.* நகரம் nagaram
civic *a.* நகரசம்பந்தமான nagara-sammandha-maana
civics *n.* குடியியல் kudi-yiyal
civil *a.* சமூகவுறிமை samooga-vuriyai
civilian *n.* அரசாங்கவுத்யோகிஸ்தன் arasaangha-vudhyoghisthan
civilization *n.* நாகரீகம் naagareegam
civilize *v. t* நாகரிகமான naagareega-maana
clack *n.* & *v.* i கடகடப்பொலி kada-kadappoli
claim *n.* உரிமையாகக்கேள் vurimaiyaaga-koll
claim *v. t* உரிமைகோர் vurimai-kor
claimant *n.* உரிமைகேட்போர் vurimai-kaetpor
clamber *v. i* கஷ்டப்பட்டுஏறு kashtap-pattu-eru
clamour *n.* அமளி amali
clamour *v. i.* இரைச்சல் iracchal
clamp *n.* கவ்வி kavvi
clandestine *adj.* இரகசிமான raga-siyamaana
clap *v. i.* கைத்தட்டு kai-thattu
clap *n.* முழக்கம் muzhakkam
clarify *v. t* தெளிவாக்கு thelivaakku

clarification *n.* தெளிவாக்கம் thelivaakkam
clarion *n.* தாரை thaarai
clarity *n.* தெளிவு thelivu
clash *n.* மோதல் modhal
clash *v. t.* மோதல் modhal
clasp *n.* கொக்கி kokki
class *n.* வகுப்பு vaguppu
classic *a.* தரமான tharamaana
classic *n.* பழைய pazhaiya
classical *a.* சிறந்த sirandha
classification *n.* வகைபடுதல் vagai-padudhal
classify *v. t* பாகுபடுத்து paagu-paduthu
clause *n.* உட்பிரிவு vutpirivu
claw *n.* கூர்நகப்பாதம் koor-nagap-paadam
clay *n.* களிமண் kalimann
clean தூய்மையான thooimai-yaana
clean *v. t.* சுத்தப்படுத்து suthap-paduthu
cleanliness *n.* தூய்மை thooimai
cleanse *v. t.* தூய்மைப்படுத்து thooimai-paduthu
clear *a.* தெளிவு thelivu
clear *v. t* துடைக்க thudaikka
clearance *n.* மலிவு malivu
clearly *adv* தெளிவாக thelivaaga
cleft *n.* மேலுதடு mael-udhado
clergy *n.* சமயக்குருமார் samayak-kurumaar
clerical *a.* எழுத்தர் ezhuth-thar
clerk *n.* அதிகாரி adhi-gaari
clever *a.* புத்திசாலி budhi-saali
clew *n.* நூல்கண்டு nool-kandu
click *n.* அழுத்துதல் azhuthu-dhal
client *n...* வாடிக்கையாளர் vaadikkai-yaalar
cliff *n.* ஓங்கல் onghal
climate *n.* பருவநிலை paruva-nilai
climax *n.* உச்சக்கட்டம் vuchak-kattam
climb1 *n.* ஏறு aeru
climb *v.i* ஏறுதல் aeru-dhal
cling *v. i.* பற்றியிரு pattri-yiru
clinic *n.* மருந்தகம் marundhagam
clink *n.* ஒலி oli
cloak *n.* மேலாடை maelaadai
clock *n.* கடிகாரம் kadi-kaaram
clod *n.* மண்ணாங்கட்டி mannan-katti
cloister *n.* கன்னிமடம் kanni-madam
close *n.* சாத்து saathu
close *a.* அருகில் arugil
close *v. v. t.* நெருங்கு nerunghu
closet *n.* அலமாரி alamaari
closure *n.* முடிவுகட்டுதல் mudivu-kattudhal
clot *n.* கட்டிதட்டு katti-thattu
clot *v. t* உறை vurai
cloth *n.* துணி thuni
clothe *v. t* ஆடையணி aadai-yali
clothes *n.* உடைகள vudaigal
clothing *n.* ஆடை aadai
cloud *n.* மேகம் megham
cloudy *a.* மந்தாரமான mandhaara-maana
clove *n.* லவங்கம் lavangham
clown *n.* விதூஷகன் vidhooshakan

club *n.* சங்கம் sangam
clue *n.* துப்பு thuppu
clumsy *a.* அருவருப்பான aruvaruppaana
cluster *n.* கூட்டம் koottam
cluster *v. i.* குலை kulai
clutch *n.* பிடிப்பு pidippu
clutter *v. t* கலக்கம் kalakkam
coach *n.* பயணப்பேருந்து payana-peroondhu
coachman *n.* ஓட்டுனர் ottunar
coal *n.* நிலக்கரி neelakkari
coalition *n.* கூட்டணி kootani
coarse *a.* முரடான muradaana
coast *n.* கடற்கரை kadarkarai
coat *n.* மேல்சட்டை mael-sattai
coating *n.* மேல்பூச்சு mael-pocchu
coax *v. t* பணியவை paniyavai
cobalt *n.* உலோகவகை vulogha-vagai
cobbler *n.* செம்மார் semmaar
cobra *n.* நாகம் naagam
cobweb *n.* சிலந்திவலை silandhi-valai
cocaine *n.* மருந்துவகை marundhu-vagai
cock *n.* சேவல் seval
cocker *v. t* பலம் palam
cockle *v. i* நத்தை nathai
cock-pit *n.* விமானியறை vimaani-yarai
cockroach *n.* கரப்பான்பூச்சி karappaan-poochi
coconut *n.* தேங்காய் thengaai
code *n.* குறியீடு kuri-yeedu

co-education *n.* இருபாலர் iru-paalar
coefficient *n.* குணகம் kunagam
co-exist *v. i* சகவாழ்வு saga-vaazhvu
co-existence *n.* சகவாழ்வு saga-vaazhvu
coffee *n.* குளம்பி kulam-bhi
coffin *n.* சவப்பெட்டி savap-petti
cog *n.* இயந்திரச்சக்கரத்தின் iyandhra-sakkarathin
cogent *adj.* அறிவுறுத்தும் aruvuruthum
cognate *adj.* ஒரேவகையான orey-vagai-yaana
cognizance *n.* கவனம் kavanam
cohabit *v. t* கூடிவாழ் kooi-vaazh
coherent *a.* ஒத்த otha'
cohesive *adj* ஒட்டிணைவான ottinai'-vaana
coif *n.* குல்லாய் kulai
coin *n.* நாணயம் naa'nayam
coinage *n.* காசுவகை kaasu-vagai
coincide *v. i* ஒத்திரு othiru
coir *n.* நார் naar
coke *v. t* கற்கரி karrkari
cold *a.* குளிர்ச்சியான kulirchi-yaana
cold *n.* குளிர் kulir
collaborate *v. i* கூடிசெயல்படு koodi-seyal-padu
collaboration *n.* கூடிசெயல்படுதல் koodi-seyal-paudhal
collapse *v. i* இடிந்துவிழு idindhu-vizhu
collar *n.* கழுத்துப்பட்டை kazhuthu-pattai
colleague *n.* சகபணியாளர் saga-paniyaalar

collect *v. t* சேகரி segari
collection *n.* வசூல் vasool
collective *a.* கூட்டுவைப்பு kootu-vaippu
collector *n.* வசூலிப்பவர் vasoolipavar
college *n.* கல்லூரி kalloori
collide *v. i.* மோது modhu
collision *n.* மோதல் modhal
collusion *n.* கூட்டுச்சதி kootu-sathi
colon *n.* முக்கால்புள்ளி mukkaal-pulli
colon *n.* குடல் kudal
colonel *n.* படைத்தலைவர் padai-thalaivar
colonial *a.* குடியேற்றநாடுடைய kudiyetra-naadu-daiya
colony *n.* குடியேற்றநாடு kudi-yetra-naadu
colour *n.* நிறம் niram
colour *v. t* வண்ணம் vannam
colter *n.* வுழுயுடைய vuzhu-vudaiya
column *n.* பத்தி pathi
coma *n.* செயலின்மை seyalinmai
comb *n.* சீப்பு seeppu
combat1 *n.* போராட்டம் poraattam
combat *v. t.* சண்டை sandai
combatant1 *n.* சண்டையிடுபவர் sandai-yidupavar
combatant *a.* சண்டையிடுபவர் sandai-yidupavar
combination *n.* பிணைப்பு pinaippu
combine *v. t* இணை inai
come *v. i.* வா vaa
comedian *n.* விதூஷகன் vidhu-shakan
comedy *n.* நகைச்சுவை nagai-suvai
comet *n.* தூமகேது dhooma-kedu
comfit *n.* தின்பண்டம் thin-panndam
comfort1 *n.* வசதி vasadhi
comfort *v. t* ஆறுதல் aarudhal
comfortable *a.* வசதியான vasadhi-yaana
comic *a.* கேலி keli
comic *n.* விகடமான vikada-maana
comical *a.* கைப்புக்கிடமான kaippu-kidamaana
comm*a. n.* காற்புள்ளி kaar-pulli
command *n.* கட்டளை kattalai
command *v. t* உத்தரவு vuth-thiravu
commandant *n.* படைத்தலைவர் padai-thalaivar
commander *n.* அதிகாரி adhi-kaari
commemorate *v. t.* அனுசரி anu-kari
commemoration *n..* நினைவஞ்சலி ninai-vanjili
commence *v. t* ஆரம்பம் aarambham
commencement *n.* ஆரம்பம் aarambham
commend *v. t* புகழ் pughazh
commendable *a.* புகழும்படியான pugazhum-padiyaana
commendation *n.* புகழ்ச்சியான pughazh-chiyaana
comment *v. i* கருத்து karuthu
comment *n.* விளக்கம் vilakkam
commentary *n.* விவரணம் vivaranam
commentator *n.* உரையாசிரியர் vurai-yaasiriyar
commerce *n.* வர்த்தகம் varrthagam
commercial *a.* வர்த்தகம் varrthagam

commiserate *v. t* வருத்தம் (தெரிவி) varuth-tham (theruvi)
commission *n.* தரகு tharagu
commissioner *n.* ஆணையர் aanaiyar
commissure *n.* இணைப்பிடம் inai-pidam
commit *v. t.* ஆற்று aattru
committee *n.* செயற்குழு seyarrkuzhu
commodity *n.* சரக்கு sarakku
common *a.* சகம் sagam
commoner *n.* சாதாரணபிரதி saadarana-pradhi
commonplace *a.* சாதாரண saadarana
commonwealth *n.* குடியரசுநாடு kudiyarasu-naadu
commotion *n.* கிளர்ச்சி kilarchi
commove *v. t* அமைதியைக்குலை amaidhiyai-kulai
communal *a.* சமூகத்துக்குரிய samooghathirkuriya
commune *v. t* சிந்தடைவு sindhadaivu
communicate *v. t* அனுப்பு anuppu
communication *n.* தொடர்பு thodarpu
communiqué *n.* தெரிவித்தல் therivithal
communism *n.* பொதுவுடைமை podhu-vudaimai
community *n.* சமூகம் samoogam
commute *v. t* ஊசலாடு oosalaadu
compact *a.* கச்சிதமான kachida-maana
compact *n.* நெருக்கமான nerukka-maana
companion *n.* தோழன் thozhan
company *n.* கழகம் kazhagam

comparative *a.* ஒப்பிடும்தன்மை oppidum-thanmai
compare *v.* t ஒத்திடு othidu
comparison *n.* ஒப்பிடுதல் oppidu-dhal
compartment *n.* தடுக்கப்பட்டஇடம் thadukka-patta-yidam
compass *n.* கவராயம் kava-raayam
compassion *n.* இரக்கம் irakkam
compel *v. t* பலவந்தப்படுத்து balavandha-paduthu
compensate *v.t.* ஈடுகொடு eedukodu
compensation *n.* ஊதியம் voodhiyam
compete *v. i* போட்டியிடு potti-yidu
competence *n.* அணைத்தும் anai'thum
competent *a.* அதிகாரமுள்ள adhi-kaara-mulla
competition *n.* போட்டி potti
competitive *a.* போட்டிமிகு potti-migu
compile *v. t* தொகுப்பி thoguppi
complacent *adj.* திருப்தியடைந்துள்ள thupthi-yadain-dhulla
complain *v.* i எதிர் edhir
complaint *n.* எதிர்ப்பு edhirppu
complaisance *n.* இணக்கவிரும்பி inakka-virumbhi
complaisant *adj.* கண்ணியமாக kanniya-maaga
complement *n.* பூர்த்தி (செய்வது) poorthi(seivadhu)
complementary *a.* நிறைவு (உண்டாக்குகிற) niraivu (vundaagughira)
complete *a.* நிறைவான niraivaana

complete v. t முழு muzhu
completion கும்புறுத்தம் kumburutham
complex a. வளாகம் valaagam
complex n. கோட்டம் kottam
complexion n. முகநிறம் mugha-niram
compliance n. இணக்கம் inakkam
compliant adj. இணங்குகிற inanghu-kira
complicate v. t சிக்கலான sikkalaana
complication n. சிக்கல் sikkal
compliment n. வாழ்த்து vaazhthu
compliment v. t புகழுரை pugha-murai
comply v. i சம்மதி sammadhi
component adj. உறுப்பு vuruppu
compose v. t இயற்று iyattru
composition n. தொகுத்தல் thoguthal
compositor அச்சுக்கோப்பவர் acchu-koppavar
compost n. கலப்புவுரம் kalappu-vuram
composure n. மனஅமைதி mana-amaidhi
compound n. சேர்மம் saermam
compound a. மதிற்சுவர் mahir-suvar
compound n. மிசிரமான misiraana
compound v. i சேர்மம் saermam
compounder n. மருந்துகலப்பவர் marundhu-kalappavar
comprehend v. t உள்ளடக்கியிரு vulladakki-yiru
comprehension n. அறியும்திறன் ariyum-thirann
comprehensive a. விசாலமான visaala-maana
compress v. t. இறுக்கு irukku

compromise n. ராஜிசெய் raji-sei
compromise v. t விட்டுக்கொடு vittu-kodu
compulsion n. பலவந்தம் pala-vandham
compulsory a. கட்டாயமாக kattaaya-maaga
compunction n. கழிவிரக்கம் kazhi-virakkam
computation n. கணணி kanani
compute v. கணக்கிடு kana'kidu
comrade n. தோழன் thozhan
conation n. செயல்படத்தூண்டும் seyalpada-thoondum
concave adj. உட்குழிவுள்ள vut-kuzhi-vulla
conceal v. t. மறை marai
concede v.t. அளி ali
conceit n. அகந்தை agandhai
conceive v. t. கருது karudhu
concentrate v. t ஒருமுனைப்படுத்து orumunai-paduthu
concentration n. குவித்தல் kuvithal
concept n. எண்ணம் yennam
conception n. கருத்தரித்தல் karutharithal
concern v. t. அக்கறை akkarai
concern n. விசாரம் visaaram
concert n. ஒத்துழை otha-zhai
concert2 v. t கச்சேரி kaccheri
concession n. சலுகை salgai
conch n. சங்கு sanghu
conciliate v.t. சமாதானப்படுத்து samadhana-paduthu

concise *a.* சுருக்கமான surukka-maana
conclude *v. t* தீர்மானி theermaani
conclusion *n.* தீர்மானம் theermaanam
conclusive *a.* முடிவான mudivaana
concoct *v. t* திட்டமிடு thitta-midu
concoction *n.* கல kala'
concord *n.* இசைவு isaivu
concrescence *n.* குவி kuvi
concrete *n.* ஸ்தூலமான sthoola-maana
concrete *a.* உருவுள்ள vuru-vulla
concrete *v. t* கான்கிரிட் kaan-crete
concubinage *n.* கூடிவாழ்தல் (திருமணமின்றி) koodi-vaazhthal
concubine *n.* கூடிவாழும்பெண்(திருமணமின்றி) koodi-vaazhum-penn
conculcate *v.t.* மிதித்தல் midhi-thal
condemn *v. t.* கண்டனம்செய் kandanam-sei
condemnation *n.* கண்டனம் kann-danam
condense *v. t* சுருக்கு surukku
condite *v.t.* பாதுகாக்கப்பட்ட padhu-kaaka-patta
condition *n.* நிலைமை nilai-mai
conditional *a.* நிபந்தனை nibandhanai
condole *v. i.* துக்கம்விசாரி dhukkam-visaari
condolence *n.* துக்கம்விசாரித்தல் dhukkam-visaari-thal
condonation *n.* குற்றமன்னிப்பு kutra-mannippu
conduct *n.* நடத்தை nadathai
conduct *v. t* ஒழுக்கம் ozhukkam
conductor *n.* நடத்துநர் nadathunar
cone *n.* கூர்வுருளை koor-vurulai
confectioner *n.* மிட்டாய்செய்பவர் mittai-seipavar
confectionery *n.* மிட்டாய்கடை mittai-kadai
confer *v. i* அளி ali
conference *n.* மாநாடு maanadu
confess *v. t.* ஒப்புக்கொள் oppu-koll
confession *n.* ஒப்புக்கொள்ளுதல் oppu-kolludhal
confidant *n.* ஆத்மநண்பன் aathma-nanbann
confide *v. i* பகிர்தல் pagir-dhal
confidence *n.* நம்பிக்கை nambikkai
confident *a.* தன்னம்பிக்கை thann-nambikkai
confidential *a.* நம்பகத்தன்மை nambaga-thanmai
confine *v.* t எல்லைக்குட்ப்படுத்து ellaikku-ut-paduthu
confinement *n.* பிரசவம் prasavam
confirm *v. t* காயமாக்கு kaaya-maakku
confirmation *n.* வலுப்படுத்தல் valu-paduthal
confiscate *v. t* பறிமுதல்செய் parimudhal-sei
confiscation *n.* பறிமுதல் pari-mudhal
conflict *n.* முரண்பாடு muran'-paadu
conflict *v. i* குழப்பம் kuzhappam
confluence *n.* சங்கமம் sangamam
confluent *adj.* சங்கமித்தல் sangamithal
conformity *n.* ஒற்றுமை ottrumai
conformity *n.* இணங்கி inanghu

confraternity *n.* தோழமைக்கூட்டுறவு thozhamai-kooturavu
confrontation *n.* நேரடிமோதல் naeradi-modhal
confuse *v. t* திகைக்கவை thigaikka-vei
confusion *n.* குழப்பம் kuzhappam
confute *v.t.* வலியுறுத்து vali-yuruthu
conge *n.* குழிவானஅச்சு kuzhivaana-acchu
congenial *a.* உகந்த vugandha
conglutinat *v.t.* ஒட்டப்பட்ட ottap-patta
congratulate *v.* t பாராட்டு paarattu
congratulation *n.* வாழ்த்து vaazthu
congress *n.* சமாஜம் smajam
conjecture *n.* ஊகம் voogam
conjecture *v. t* அனுமானம் anumaanam
conjugal *a.* தாம்பத்திய thaam-padhiya
conjugate *v.t.* & i. உடன்புணரி vudan-punari
conjunct *adj.* இணைப்பு inaippu
conjunctiva. *n.* கண்ணிமையின்வுட்பாகம் kannimaiyin-utpaagam
conjuncture *n.* சேர்க்கை saerkkai
conjure *v.t.* வேண்டு vendu
conjure *v.i.* மன்றாடிக்கேள் mannraadi-kael
connect *v. t.* இணை inai
connection *n.* இணைப்பு inaippu
connivance *n.* உடந்தை vudandhai
conquer *v. t* தோற்கடி thorkadi
conquest *n.* வெற்றி vetri
conscience *n.* மனச்சாட்சி mana-saatchi
conscious *a.* உணர்வுள்ள vunarr-vulla
consecrate *v.t.* புனிதமாக்கு punidha-maakku
consecutive *adj.* வரிசையாயுள்ள varisei-yaa-yulla
consecutively *adv* வரிசையாக varisei-yaaga
consensus *n.* இசைவு iseivu
consent *n.* சம்மதி sammadhi
consent *v. i* சம்மதம் sammadham
consent3 *v.t.* உடன்படிக்கை vudan-padikkai
consequence *n.* பலன் palan
consequent *a.* பலனாக palanaaga
conservative *a.* பழமைவாதி pazhamai-vaadhi
conservative *n.* குறைந்த kuraindha
conserve *v.* t பராமரி paraamari
consider *v.* t ஆலோசி aalosi
aconsiderable *a.* அதிகமான adhigamaana
considerate *a.* மரியாதை mari-yaadai
consideration *n.* மரியாதை mari-yaadai
considering *prep.* யோசித்து yosithu
consign *v.t.* ஒப்படை oppadai
consign *v. t.* போட்டுவை pottuvei
consignment *n.* ஒப்படைத்தல் oppadai-thal
consist *v. i* உள்ளடக்கு vulladukku
consistence,-cy *n.* சீரான seerana
consistent *a.* முரணற்ற muranatra

consolation *n.* தேறுதல் therudhal
console *v. t* தேற்று thetru
consolidate *v. t.* ஒன்றுபடுத்து onrupaduthu
consolidation *n.* பலப்படுத்துதல் palapadthu-dhal
consonance *n.* இசைந்திருத்தல் isaindhu-iruthal
consonant *n.* மெய்யெழுத்து mei-ezhuthu
consort *n.* சகவாசி sagavaasi
conspectus *n.* மதிப்பீடு madhi-peedu
conspicuous *a.* கவனத்தைக்கவர்கிற kavanathai-kavarkira
conspiracy *n.* சதி sadhi
conspirator *n.* சதிசெய்பவன் sadhi-seipavan
conspire *v. i.* சதித்திட்டமிடு sadhi-thitta-ittu
constable *n.* காவலர் kaavalar
constant *a.* இடையறாத idaiyaraadha
constellation *n.* நட்சத்திரக்கூட்டம் natchathira-koottam
constipation *n.* மலச்சிக்கல் malacchikkal
constituency *n.* வாடிக்கைக்காரர் vaaikkai-kaarar
constituent *n.* பகுதி pagudhi
constituent *adj.* அங்கமான anghamaana
constitute *v. t* தேர்ந்தெடு thaerndhu-edu
constitution *n.* தேகக்கட்டு degak-kattu
constrict *v.t.* ஒடுக்கு odukku

construct *v. t.* கட்டு kattu
construction *n.* கட்டடம் kattadam
consult *v. t* யோசனைகேள் yosanai-kell
consultation *n.* அறிவுரைகோரல் arivurai-koral
consume *v. t* தின்னு thinnu
consumption *n.* புசித்தல் pasithal
consumption *n.* உண்ணுதல் vunnudhal
contact *n.* தொடுதல் thodudhal
contact *v. t* சந்தித்தல் sindhithal
contagious *a.* தொற்றும் thottram
contain *v.t.* அடக்கு adakku
contaminate *v.t.* கெடுத்துவிடு keduthu-vidu
contemplate *v. t* சிந்த sndha
contemplation *n.* சிந்தனை sindhanai
contemporary *a.* சமகாலத்தவர் sama-kaalathavar
contempt *n.* இகழ்ச்சி ighazh-chi
contemptuous *a.* கர்வமுள்ள karvamulla
contend *v. i* போட்டியிடு pottiyidu
content *a.* திருப்தியடைந்த thrupti-yadaindha
content *v. t* திருப்திபண்ணு thrupti-pannu
content *n.* உள்பொருள் vull-porul
content *n.* குந்துறு kundhuru
contention *n.* வாதம் vaadam
contentment *n.* திருப்தி thrupthi
contest *v. t* போர் por
contest *n.* போட்டி potti
context *n.* அமைப்பு amaippu

continent n. பெருநிலப்பகுதி peru-nila-pagudhi
continental a. கண்டத்திற்குரிய kannda-thir-kuriya
contingency n. நிச்சயமின்மை nichhaya-minmai
continual adj. இடையறாது idaiyaraadhu
continuation n. தொடர்ச்சி thodarcchi
continue v. i. தொடர் thodar
continuity n. இடைவிடாமை idai-vidaamai
continuous a. தொடர்ச்சியான thodarchi-yaana
contour n. அமைப்பு amaippu
contra pref. எதிரிடையாக edhiradai-yaaga
contraception n. கருத்தடை karuthadai
contract n. ஒப்பந்தம் oppandham
contract v. t சுருக்கு surukku
contrapose v.t. சீர்கெடச்செய் seerkeda-sei
contractor n. தொழிலாளிகள் thozhi-laalikall
contradict v. t முரண்பாடு muran-paadu
contradiction n. மறுத்தல் maruthal
contrary a. மாறான maaraana
contrast v. t வித்தியாசம் vihiyaasam
contrast n. பேதம் bedham
contribute v. t பங்களி panghali
contribution n. அன்பளிப்பு anbalippu
control n. கட்டுப்பாடு kattup-paadu
control v. t கண்டுறல் kannduru-dhal

controller n. தணிக்கையாளர் thanikkai-yaalar
controversy n. சச்சரவு sach-charavu
contuse v.t. அடி adi
conundrum n. புதிர் pudhir
convene v. t திரட்டு thirattu
convener n. கூட்டுநர் koottunar
convenience n. வசதி vasadhi
convenient a. வசதியான vasadhi-yaana
convent n. கன்னிமடம் kanni-madam
convention n. மாநாடு maa-naadu
conversant a. பழக்கமுள்ள pazhakka-mulla
conversant adj. பரவலாக parava-laaga
conversation n. சம்பாஷணை sambhaa-shanai
converse v.t. அளவளாவு ala-valaavu
conversion n. மாற்றம் maatram
convert v. t திருப்பு thiruppu
convert n. மாற்று maatru
convey v. t. சுமத்து sumathu
conveyance n. எடுத்துச்செல்லல் eduthu-sellal
convict v. t. தீர்மானி theermaani
convict n. தீர்ப்பு theerppu
conviction n. திடநம்பிகை thida-nambikkai
convince v. t நம்பசெய் namba-sei
convivial adj. மகிழ்ச்சியான magizhchi-yaana
convocation n. பட்டமளிப்பு patta-malippu
convoke v.t. அழைப்புவிடு azhaippu-vidu

convolve *v.t.* திருகு thirugu
coo *n.* பறவையொலி paravai-yoli
coo *v. i* சரசமாடு sarasa-maadu
cook *v. t* சமையற்காரர் samaiyar-kaarar
cook *n.* சமைத்தல் samai-thal
cooker *n.* அடுப்பு aduppu
cool *a.* குளிர் kulir
cool *v. i.* சாந்தமான saandha-maana
cooler *n.* குளிர்விக்கும்கருவி kulirvikkum-karuvi
coolie *n.* கூலியாள் kooli-yaal
co-operate *v. i* ஒத்துழை othu-zhai
co-operation *n.* ஒத்துழைப்பு othu-zhaippu
co-operative *a.* கூட்டுறவு kooturavu
co-ordinate *a.* ஒருங்கிணைத்தல் orunginai-thal
co-ordinate *v. t* இணை inai
co-ordination *n.* ஓரினப்படுத்தல் o-rina-paduthal
coot *n.* பறவையினம் paravai-yinam
co-partner *n.* பங்குதாரர் panghu-daarar
cope *v. i* சமாளி samaali
coper *n.* குதிரைவியாபாரி kudhirai-viyaapaari
copper *n.* செம்பு sembu
coppice *n.* தோப்பு thoppu
coprology *n.* சுவையற்றயிலக்கியம் suvaiyatra-ilakkiyam
copulate *v.i.* வுடலுறவு vudaluravu
copy *n.* பிரதி pradhi
copy *v.* t நகல் nagal
coral *n.* பவழம் pavazham
cord *n.* கயிறு kayiru
cordial *a.* உள்ளன்புள்ள vullanpulla
corbel *n.* தாங்கி thaanghi
cordate *adj.* இதயவடிவிலான idhaya-vadivilaana
core *n.* உள்ளகம் vullagam
coriander *n.* கொத்துமல்லி kothu-malli
Corinth *n.* கிறேகியநகரம் grekiya-nagaram
cork *n.* அடைப்பான் adaippaan
cormorant *n.* நீர்க்காக்கை neer-kaakkai
corn *n.* நவதானியம் nava-dhaniyam
cornea. *n.* விழிவெண்படலம் vizhi-venn-padalam
corner *n.* மூலை moolai
cornet *n.* சிற்றூதுகொம்பு sitroodhu-kombhu
cornicle *n.* பூச்சியினடிவயிறு poocchiyin-adivayiru
coronation *n.* பட்டாபிஷேகம் pattabhishekam
coronet *n.* சிறியகிரீடம் siriya-kireedam
corporal *a.* கசையடி kasaiyadi
corporate *adj.* ஒன்றுபட்ட onru-patta
corporation *n.* நகரசபை nagara-sabai
corps *n.* பட்டாளம் pattaalam
corpse *n.* சவம் savam
correct *a.* சரியான sariyaana
correct *v. t* திருத்து thiruthu
correction *n.* திருத்தம் thirutham
correlate *v.t.* சம்பந்தம் sambandham
correlation *n.* சம்பந்தப்படுத்தல் sambandha-paduthal

correspond *v. i* பொருந்து porundhu
correspondence *n.* கடிதங்கள் kadithangal
correspondent *n.* தாளாளர் thaalaalar
corridor *n.* தாழ்வாரம் thaazh-vaaram
corroborate *v.t.* ஆதரவளி aadara-vali
corrosive *adj.* துருப்படையும் thuruppu-adaiyum
corrupt *v. t.* கெடு kedu
corrupt *a.* ஊழலான voozhalaana
corruption *n.* ஊழல் voozhal
cosier *n.* கதகதப்பான kada-kadap-aana
cosmetic *a.* ஒப்பனை oppanai
cosmetic *n.* சிகையலங்காரம் sigaiyalan-gaaram
cosmic *adj.* பிரபஞ்சம் prapan-jham
cost *v.t.* விலை vilai
cost *n.* செலவு selavu
costal *adj.* விலாவெலும்புக்குரிய vilaa-velumbhu-kuriya
cote *n.* மிகுந்திரு migandhiru
costly *a.* விலையுயர்ந்த vilai-yoorndha
costume *n.* உடை udai
cosy *a.* கதகதப்பான kathakathappaana
cot *n.* கட்டில் kattil
cottage *n.* குடிசை kudisai
cotton *n.* பருத்தி paruthi
couch *n.* மஞ்சம் manjam
cough *n.* இருமல் irumal
cough *v. i.* காசம் kaasam
council *n.* ஆலோசனைசபை aalosanai sabai
councillor *n.* அங்கத்தினர் angkathinar
counsel *n.* புத்திமதி puththimathi
counsel *v. t.* ஆலோசனை aalosanai
counsellor *n.* ஆலோசிப்பவர் aalosippavar
count *n.* எண்ணிக்கை ennikkai
count *v. t.* கணிப்பீடு kanippeedu
countenance *n.* முகம் mukam
counter *n.* கவுண்டர் kavuntar
counter *v. t* சேவை sevai
counteract *v.t.* நிஷ்பலமாக்கு nishpalamaakku
countercharge *n.* எதிர்விதி ethirvithi
counterfeit *a.* போலிப்பொருள் polipporul
counterfeiter *n.* ஏமாற்றுபவன் yemaarrupavan
countermand *v.t.* எதிர்கட்டளை ethirkattalai
counterpart *n.* எதிரிணை ethirinai
countersign *v. t.* கையொப்பமிட்டு kaiyoppamittu
countess *n.* கோமாட்டி komaatti
countless *a.* எண்ணற்ற ennarra
country *n.* தேசம் desam
county *n.* மாவட்டம் maavattam
coup *n.* அரசியல்பலாத்காரம் arasiyal palaathkaaram
couple *n.* ஜோடி jodi
couple *v. t* சதிபதி sathipathi
couplet *n.* ஜோடி jodi
coupon *n.* சீட்டு seettu
courage *n.* தைரியம் thairiyam
courageous *a.* தைரியமான thairiyamaana

courier *n.* தூதுவர் thoothuvar
course *n.* பாடக்கோப்பு paadakkoppu
court *n.* நீதிமன்றம் neethimanram
court *v. t.* முற்றம் murram
courteous *a.* உபசரிக்கிற upasarikkira
courtesan *n.* விலைமகள் vilaimakal
courtesy *n.* உபசாரம் upasaaram
courtier *n.* ராஜசபையிலுள்ளவர் raajasapaiyilullavar
courtship *n.* காதலாடு kaathaalaadu
courtyard *n.* முற்றம் murram
cousin *n.* அத்தான் aththaan
covenant *n.* ஈடுபாடு eedupaadu
cover *v. t.* அட்டை attai
cover *n.* மூடி moodi
coverlet *n.* படுக்கையுரிப்பு padukkaiyurippu
covet *v.t.* பேராசைப்படு peraasaippadu
cow *n.* பசு pasu
cow *v. t.* மாடு maadu
coward *n.* கோழை kozhai
cowardice *n.* கோழைத்தனம் kozhaiththanam
cower *v.i.* முகஸ்துதிசெய் mukasthuthisey
cozy வசதியான vasathiyaana
crab *n.* நண்டு nandu
crack *n.* பித்தன் piththan
crack *v.* i வெடிப்பு vedippu
cracker *n.* பட்டாசு pattaasu
crackle *v.t.* படபடவென்றஒலி padapadavenra oli
cradle *n.* தொட்டில் thottil
craft *n.* கைத்திறம் kaiththiram

craftsman *n.* கைவினைஞன் kaivinaignan
crafty *a.* தந்திரமுள்ள thanthiramulla
cram *v.* t திணி thini
crambo *n.* விளையாட்டுவகை vilaiyaattu vakai
crane *n.* கொக்கு kokku
crankle *v.t.* சுருக்கம் surukkam
crash *v.* i நொறுக்கு norukku
crash *n.* மோது mothu
crass *adj.* பண்படாத panpadaatha
crate *n.* கிடை kidai
crave *v.t.* ஏங்கு yengku
craw *n.* வயிறு vayiru
crawl *v.* t ஊர்தல் oorthal
crawl *n.* தவழ்ந்து thavazhnthu
craze n மதிமாற்றம் mathimaarram
crazy *a.* வெறிபிடித்த veripidiththa
creak *v.* i கிரீச்சொலி kreechcholi
creak *n.* ஒலி oli
cream *n.* பாலேடு paaledu
crease *n.* மடி madi
create *v.* t படை padai
creation *n.* சிருஷ்டித்தல் sirushdiththal
creative *adj.* ஆக்கபூர்வமாயிருத்தல் aakkapoorvamaayiruththal
creator *n.* ஓவியர் oviyar
creature *n.* பிராணி piraani
credible *a.* நம்பத்தகுந்த nampaththauntha
credit *n.* கடன் kadan
creditable *a.* நம்பத்தகுந்த nampaththakuntha

creditor *n.* கடன்கொடுத்தவர் kadankoduththavar
credulity *adj.* நம்பும்தன்மை nampum thanmai
creed *n.* கொள்கை kolkai
creed *n.* கோட்பாடு kodpaadu
creek *n.* நதிக்கிளை nathikkilai
creep *v. i* நகர்வு nakrvu
creeper *n.* கொடி kodi
cremate *v. t* எரியூட்டு eriyuttu
cremation *n.* தகனம் thakanam
crest *n.* கொண்டை kondai
crevet *n.* மட்பாத்திரம் madpaaththiram
crew *n.* கூட்டம் koottam
crib *n.* படுக்கை(குழந்தையின்) padukkai
cricket *n.* சிள்வண்டு silvandu
crime *n.* குற்றம் kurram
crimp *n.* நெளியுண்டாக்கு neliyundaaku
crimple *v.t.* கசக்கு kasakku
criminal *n.* குற்றவாளி kurravaali
criminal *a.* பயங்கரவாதம் payangkaravaatham
crimson *n.* சிவப்பான sivappaana
cringe *v. i.* கெஞ்சு kenjchu
cripple *n.* நொண்டி nondi
crisis *n.* நெருக்கடி nerukkadi
crisp *a.* சுறுசுறுப்பான surusuruppaana
criterion *n.* பிரமாணம் piramaanam
critic *n.* விமரிசகர் vimarisakar
critical *a.* இக்கட்டான ikkattaana
criticism *n.* குற்றச்சாட்டு kurrachchaattu
criticize *v. t* கண்டித்தல் kandiththal
croak *n.* கத்து kaththu
crockery *n.* உணவுகலன்கள் unavukalankal
crocodile *n.* முதலை muthalai
croesus *n.* லிடியாஅரசன் lidiya*a.* arasan
crook *a.* வளைவு valaivu
crop *n.* பயிர் payir
cross *v. t* கட kada
n. சிலுவை siluvai
cross*a.* இனங்கலத்தல் ingkalaththal
crossing *n.* சந்திப்பு santhippu
crotchet *n.* கொக்கி kokki
crouch *v. i.* குனி kuni
crow *n.* காக்கை kaakkai
crow *v. i* கரைதல் karaithal
crowd *n.* கூட்டம் koottam
crown *n.* கிரீடம் kreedam
crown *v. t* மணிமுடி manimudi
crucial *adj.* அவசியமான avasiyamaana
crude *a.* முரட்டு murattu
cruel *a.* கொடூரமான koduramaana
cruelty *n.* கொடூரம் koduram
cruise *v.i.* கப்பல் kappal
cruiser *n.* யுத்தக்கப்பல் yuththkkappal
crumb *n.* சிறுதுண்டு siruthundu
crumble *v.* t பொடியாக்கு podiyaakku
crump *adj.* பாளம் paalam
crusade *n* சிலுவைப்போர் silvaippor
crush *v.* t கசக்கு kasakku
crust *n.* மேல்ஓடு melodu

crutch n உதைகால் uthaikaal
cry n. அழு azhu
cry v. i அழுகை azhukai
cryptography n. குறியீட்டாக்கம் kuriyeettaakkam
crystal n. பளிங்கு palingku
cub n. சிங்கக்குட்டி singkakkutti
cube n. கனசதுரம் kanasathuram
cubical a. சதுரமாக sathuramaaka
cubiform adj. சதுரமாக sathuramaaka
cuckold n. நேர்மையற்றமனைவியுடைய nermaiyarramanaiviyudaiya
cuckoo n. குயில் kuyil
cucumber n. வெள்ளரிக்காய் vellarikkaai
cudgel n. வளைதடி valaithadi
cue n. ஜாடைசொல் jaadaisol
cuff n. அறை arai
cuff v. t கைவிலங்கு kaivilangku
cuisine n. சமையல்வகை samaiyalvakai
cullet n. கண்ணாடிகள் kannaadikal
culminate v.i. உச்சநிலை uchchanilai
culpable a. குற்றமுடைய kurramudaiya
culprit n. குற்றவாளி kurravaali
cult n. சமயமரபு samayamarapu
cultivate v. t பயிரிடு payiridu
cultrate adj. கத்திமுனை kaththimunai
cultural a. பண்பாட்டு panpaattu
culture n. கலாச்சாரம் kalaachchaaram
culvert n. சிறுபாலம் sirupaalam
cunning a. தந்திரம் thanthiram

cunning n. கபடம் kapadam
cup n. கிண்ணம் kinnam
cupboard n. அலமாரி alamaari
Cupid n. மன்மதன் manmathan
cupidity n. பேராவல் peraaval
curable a. குணமடையக்கூடிய kunamadaiyakkoodiya
curative a. பிணிநீக்கும்பாங்குடைய pinineekkumpaangkudaiya
curb n. கடிவாளம் kadivvaalam
curb v. t தடை thadai
curcuma n. செடிவகை sedivakai
curd n. தயிர் thayir
cure n. குணம் kunam
cure v. t. சொஸ்தம் sosthsm
curfew n. சயனமணி sayanamani
curiosity n. ஆர்வம் aarvam
curious a. புதுமையான puthumaiyaana
curl n. சுருட்டு suruttu
currant n. திராட்சைவத்தல் thiraatsaivaththal
currency n. நாணயம் naanayam
current n. மின்சக்தி minsakthi
current a. நீரோட்டம் neerottam
curriculum n. பாடதிட்டம் paadathittam
curse n. சாபம் saapam
curse v. t சாபமிடு saapamidu
cursory a. துரிதமான thurithamaana
curt a. சுருக்கமான surukkamaana
curtail v. t குறை kurai
curtain n. திரை thirai
curve n. வளைவு valaivu

curve *v.* t வளை valai

cushion *n.* மெத்தை meththai

cushion *v.* t தலையணை thalaiyanai

custard *n.* பாணம் paanam

custodian *n.* காவலன் kaavalan

custody v பாதுகாப்பு paathukaappu

custom *n.* வாடிக்கை vaadikkai

customary *a.* வழக்கமான vazakkamaana

customer *n.* வாடிக்கையாளர் vaatikkaiyaalar

cut *v.* t வெட்டுக vettuka

cut *n.* பிளவு pilavu

cutis *n.* மேற்தோல் merthol

cuvette *n.* சிறுகுழாய் sirukuzhaai

cycle *n.* மிதிவண்டி mithivandi

cyclic *a.* சுழர்ச்சி suzharchi

cyclist *n.* ஓட்டுநர் ottunar

cyclone *n.* புயல்காற்று puyalkaarru

cyclostyle *n.* கட்டடவகை kattidavakai

cyclostyle *v.* t கட்டடவகை kattidavakai

cylinder *n.* நீளுருளி neeluruli

cynic *n.* குறைகூறுபவர் kuraikurupavar

cypher *n.* பூஜ்யம் pujyam

cypress ஊசியிலைமரம் usiyilaimaram

D

dabble *v. i.* விசிறி அடிப்பு visiri adippu

dacoit *n.* கொள்ளைக்காரன் kollaikaaran

dacoity *n.* கூட்டுக் கொள்ளை kuttu kollai

dad, daddy *n.* அப்பா appaa

daffodil *n.* பூக்கும் தாவரங்கள pukkum thaavangkal

daft *adj.* மனநிலை குலைந்த mananilai kulaintha

dagger *n.* குத்துவாள் kuththuvaal

daily *a.* தினமும் thinamum

daily *adv.* தினந்தோறும் thinanthorum

daily *n.* அன்றாடம் anraadam

dainty *a.* சுவையான suvaiyaana

dainty *n.* ருசியான rusiyaana

dairy n பால் பண்ணை paalpannai

dais *n.* அரங்கம் arangkam

daisy *n.* ஒரு வகை பூ oru vakai poo

dale *n.* மலைப்பகுதி malaipakuthi

dam *n.* அணைக்கட்டு anaikkattu

damage *n.* சேதப் படுத்து sethappaduththu

damage *v. t.* குலைத்துவிடு kulaiththuvidu

dame *n.* முதிய பெண் muthiya pen

damn *v. t.* கண்டி,(சாபம்) இடு kandi, saapam idu

damnation *n.* தண்டனை thandanai

damp *a.* ஈரம் eeram

damp *n.* சோர்வு sorvu

damp *v. t.* ஈரமான eeramaana

damsel *n.* ரம்பை rampai

dance *n.* நடனமாடு nadanmaadu

dance *v. t.* ஆடல் aadal

dandelion *n.* ஒரு வகை பூ oru vakai poo

dandle *v.t* . நகர்தல் nakarthal

dandruff *n.* பொடுகு poduku
dandy *n.* டாம்பிகன் daampIkan
danger *n.* ஆபத்து aapaththu
dangerous *a.* ஆபத்தான aapaththaana
dangle *v. t* தளர்வாக thalarvaaka
dank *adj.* ஈரமான eeramaana
dap *v.i.* துள்ளல் thullal
dare *v. i.* அறைகூவு araikoovu
daring *n.* தைரியமான thairiyamaana
daring *a.* "துணிச்சல்மிக்க " thunicchalmikka
dark *a.* இருண்ட irunda
dark *n.* கருமையான karumaiyaana
darkle *v.i.* தெளிவில்லாத thelivillaatha
darling *n.* அன்புக்குரியவர் anpukkuriyavar
darling *a.* இனியவரே iniyavare
dart *n.* அம்பு ambu
dash *v. i.* முட்டு muttu
dash *n.* மோது mothu
date *n.* தேதி thethi
date *v. t* சந்திப்பு santhippu
daub *n.* பூசு poosu
daub *v. t.* பூசு poosu
daughter *n.* மகள் makal
daunt *v. t* அச்சுறுத்து acchuruththu
dauntless *a.* தைரியமான thairiyamaana
dawdle *v.i.* பின்னால் pinaal
dawn *n.* விடியல் vidiyal
dawn *v. i.* வைகறை vakairai
day *n.* நாள், கிழமை, பகல் naal, kizhamai, pakal

daze *n.* மனக்குழப்பம் manakkuzhappam
daze *v. t* தெளிவின்மை thelivinmai
dazzle *n.* பகட்டு pakattu
dazzle *v. t.* பளபளப்பு palapalppu
deacon *n.* அருள்திரு arulthiru
dead *a.* இறந்துபோன iranthupona
deadlock *n.* முடக்கம் mudakkam
deadly *a.* கொடுமையான kodumaiyaana
deaf *a.* செவிடு sevidu
deal *n.* செயல் தொடர்பு seyal thodarpu
deal *v. i* பேரம் peram
dealer *n.* விற்பவர் virpavar
dealing *n.* கொடுக்கல் வாங்கல் kodukkal vaangkal
dean *n.* துறைத்தலைவர் thuraiththalaivar
dear *a.* பிரியமான piriyamaana
dearth *n.* இன்மை inmai
death *n.* சாவு saavu
debar *v. t.* தடங்கல் செய் thadangkal sey
debase *v. t.* தரந்தாழ்த்து tharanthaazhnthu
debate *n.* விவாதம் vivaatham
debate *v. t.* ஆலோசனை aalosanai
debauch *v. t.* ஒழுக்கம் ozukkam
debauch *n.* பண்பு panpu
debauchee *n.* கூடா ஒழுக்கம் koodaa ozhukkam
debauchery *n.* சிற்றின்பம் sirrinpam
debility *n.* தளர்ச்சி thalarchchi
debit *n.* கடன் kadan
debit *v. t* பற்று parru

debris *n.* உடைந்த துண்டுகள் udantha thundukal
debt *n.* கடன் kadan
debtor *n.* கடனாளி kadanaali
decade *n.* பத்தாண்டு paththaandu
decadent *a.* அழுகுதல் azhukuthal
decamp *v. i* திடீர் மறைதல் thideer maraithal
decay சிதைவு sithaivu
decay *v. i* தேய்தல் theythal
decease *n.* இறப்பு இறப்பு
decease *v. i* சாவு saavu
deceit *n.* வஞ்சனை vanjchanai
deceive *v. t* ஏமாற்று yemaarru
december *n.* டிசம்பர் மாதம் disampar maatham
decency *n.* நயதக்க இயல்பு nayaththakka iyalpu
decennary *n.* பத்தாண்டுகள் paththaandukal
decent *a.* பண்பான panpaana
deception *n.* ஏமாற்றுதல் yemaarruthal
decide *v. t* தீர்மானி theermaani
decillion *n.*
decimal *a.* பதின்மம் pathinmam
decimate *v.t.* பேரழிவு perazhivu
decision *n.* முடிவு mudivu
decisive *a.* தீர்மானிக்கும் ஆற்றல் theermaanikkum aarral
deck *n.* கப்பலின் மேல்தளம் kappalin melthalam
deck *v. t* கப்பலின் மேல்தட்டு kappalin melthattu
declaration *n.* சாற்றுதல் saarruthal
declare *v. t.* அறிவி arivi

decline *n.* மறு maruththal
decline *v. t.* மறு maru
declivous *adj.* இறங்கு முகம் irangku mukam
decompose *v. t.* உருக்குலை urukkulai
decomposition *n.* அழுகுதல் azhukuthal
decontrol *v.t.* கட்டுப்பாடு நீக்கு kattuppaadu neekku
decorate *v. t* அலங்கரி alangkari
decoration *n.* அழகுபடுத்துதல் azhakupaduththal
decorum *n.* கண்ணியம் kanniyam
decrease *v. t* குறை kurai
decrease *n.* சுருக்கு surukku
decree *n.* தீர்ப்பானை theerppaanai
decree *v. i* இறையியல் iraiyiyal
decrement *n.* குறைப்புவிகிதம் kuraippuvikitham
dedicate *v. t.* அர்ப்பணி arppani
dedication *n.* அர்ப்பணிப்பு arppanippu
deduct *v.t.* கழி kazhi
deed *n.* ஒப்பாவணம் oppaavanam
deem *v.i.* நிலைநாட்டு nilainaattu
deep *a.* ஆழம் aazham
deer *n.* மான் maan
defamation *n.* அவதூறு avathooru
defame *v. t.* குற்றம் சாட்டு kurram saattu
default *n.* இயல்பிருப்பு iyalpiruppu
defeat *n.* தோல்வி tholvi
defeat *v. t.* தோல்வியடையச்செய் thoviyadaiyachchey
defect *n.* குறை kurai

defence *n.* எதிராளி ethiraali
defend *v.* t தற்காத்தல் tharkaaththal
defendant *n.* பிரதிவாதி pirathivaathi
defensive *adv.* பொருத்தமான poruththamaana
deference *n.* விட்டுக்கொடுத்தல் vittukkoduththal
defiance *n.* எதிர்ப்பு ethirppu
deficit *n.* பற்றாக்குறை parraakkurai
deficient *adj.* போதாத pothaatha
defile *n.* அழுக்கு azhukku
define *v.* t தெளிவான thelivaana
definite *a.* நிச்சயமான nichchayamaana
definition *n.* வரையறை varaiyarai
deflation *n.* பணவாட்டம் panavaattam
deflect *v.t.* & i. விலக்கு vilakku
deft *adj.* திறனுடை thiranudai
degrade *v.* t இழிவுபடுத்து izhivupaduththu
degree *n.* பல்கலைக்கழக பட்டம் palkalaikkazhaka pattam
dehort *v.i.* தவிர் thavir
deist *n.* மதசார்ப்பற்றவர் mathasaarparravar
deity *n.* தெய்வம் theyvam
deject *v.* *t* பணிநீக்கு panineekku
dejection *n.* உளச்சோர்வு ulachsorvu
delay *v.t.* *& i.* தாமதம் thaamatham
delibate *v.t.* சுவை suvai
deligate1 *n.* பிணை pinai
delegate *v.* t கட்டு kattu
delegation *n.* தூதுக்குழு thoothukkuzhu
delete *v.* t அழி azhi
deliberate *v.* i ஆழ்ந்து ஆராய்தல் aazhnthu aaraaythal
deliberate *a.* வேண்டுமென்று செய்தல் vendumenru seythal
deliberation *n.* ஆராய்வு aaraayvu
delicate *a.* இக்கட்டான ikkattaana
delicious *a.* சுவையான suvaiyaana
delight *n.* மகிழ்ச்சி makizhchchi
delight *v.* *t.* இன்பம் inpam
deliver *v.* t ஒப்படை oppadai
delivery *n.* விநியோகம் viniyokam
delta *n.* வடிநிலம் vadinilam
delude *n*.t. மயக்கு mayakku
delusion *n.* பொய்காட்சி poikaadchi
demand *n.* தேவை thevai
demand *v.* *t* கிராக்கி kiraakki
demarcation *n.* வரையறை varaiyarai
dement *v.t.* அறிவிழந்தோர் arivizhanthor
demerit *n.* குறை kurai
democracy *n.* மக்களாட்சி makkalaatchi
democratic *a.* ஜனநாயகம் jananaayakam
demolish *v.* *t.* தகர் thakar
demon *n.* அரக்கன் arakkan
demonetize *v.t.* இழக்கசெய் izhakkachchei
demonstrate *v.* t செய்முறை seymurai
demonstration *n.* ஆர்பாட்டம் aarppaattam
demoralize *v.* *t.* முறையற்ற நடத்தை muraiyarra nadaththai
demur *n.* ஆட்சேபனை aatsepanai

demur *v.* t ஆட்சேபம் aatsepam

demurrage *n.* தாமதக்கட்டணம் thaamathakkattanam

den *n.* சிறிய அறை siriya arai

dengue *n.* நுண்ணியிர் காய்ச்சல் nunnuyirkkaaychchal

denial *n.* மறுப்பு maruppu

denote *v.* i சுட்டிக்காட்டு suttikkaattu

denounce *v.* t பழித்தல் pazhiththal

dense *a.* அடர்ந்தியான adarththiyaana

density *n.* அடர்த்தி adarththi

dentist *n.* பல்மருத்துவர் palmaruththuvar

denude *v.t.* ஆடை அகற்று aadai akarru

denunciation *n.* கண்டனம் செய் kandanam sey

deny *v. t.* மறு maru

depart *v.* i. பிரிதல் pirithal

department *n.* துறை thurai

departure *n.* புறப்பாடு purappaadu

depauperate *v.t.* மேம்பாடு mempaadu

depend *v.* i. சார்ந்திரு saarnthiru

dependant *n.* சார்ந்துள்ளவர் saarnthullavar

dependence *n.* சார்புள்ளமை saarpullamai

dependent *a.* சார்ந்தவர் saarnthavar

depict *v. t.* சித்தரி siththari

deplorable *a.* இரங்கத்தக்க irangkaththakka

deploy *v.t.* அமர்த்து amarththu

deponent *n.* சான்றுரைப்பவர் saanruraippavar

deport *v.t.* நாடுகடத்து naadukadaththu

depose *v.* t சான்றளி saanrali

deposit *n.* வைப்புத்தொகை vaipputhokai

deposit *v.* t ஒப்படை oppadai

depot *n.* கிடங்கு kidangku

depreciate *v.t.* சிறுமைப்படுத்து sirumaippaduththu

depredate *v.t.* மதிப்பை குறைத்தல் mathippai kuraiththal

depress *v.* t கீழ்படுத்து keezhpaduththu

depression *n.* உளசோர்வு ulachsorvu

deprive *v. t* இல்லாததாக்கு illaathathaakku

depth *n.* ஆழம் aazham

deputation *n.* மாற்றுப்பணிக்கு அனுப்பு maarruppanikku anuppu

depute *v. t* பதிலாக அனுப்பு pathilaaka anuppu

deputy *n.* பிரதிநிதியாக pirathinithiyaaka

derail *v. t.* தடம்புரள் thatampural

derive *v. t.* தருவி tharuvi

descend *v.* i. கீழ்செல் keehsel

descendant *n.* சந்ததி santhathi

descent *n.* இறக்கம் irakkam

describe *v. t* விளக்கு vilakku

description *n.* விளக்கம் vilakkam

descriptive *a.* விளக்கமான vilakkamaana

desert *v. t.* நீங்கு neengu

desert *n.* பாலைவனம் paalaivanam

deserve *v. t.* தக்கதாக இரு thakkathaaka iru

design *v. t.* வரைபடம் உருவாக்கு varaipadam

design *n.* வடிவமைப்பு vadivamaippu

desirable *a.* விரும்பப்படுகிற virumpappadukira

desire *n.* அழுத்தமான விருப்பம் azhuththamaana viruppam

desire *v.t.* ஆசைப்படு aasaippadu

desirous *a.* விரும்பப்படத்தக்க virumpappadaththakka

desk *n.* மேசை mesai

despair *n.* நம்பிக்கையற்ற நிலை nampikkaiyarra nilai

despair *v. i* மனம் தளர் manam thalar

desperate *a.* வெறியார்வம் கொண்ட veriyaarvam konda

despicable *a.* அருவருப்பான aruvaruppaana

despise *v.* t அருவரு aruvaru

despot *n.* ஆட்சியாளர் aadsiyaalar

destination *n.* பயண இலக்கு payana ilakku

destiny *n.* விதி vithi

destroy *v. t* அழி azhi

destruction *n.* அழிவு azhivu

detach *v. t* பிரித்தெடு piriththedu

detachment *n.* சிறப்புப் படைப்பிரிவு sirappup padappirivu

detail *n.* விவரம் vivaram

detail *v. t* விவரமளி vivaramali

detain *v. t* நிறுத்திவை niruththivai

detect *v. t* கண்டுபிடி kandupidi

detective *a.* துப்பறியும் தன்மை thuppariyum thanmai

detective *n.* துப்பறிபவர் thupparipavar

determination *n.* தீர்ம்மானம் theermaanam

determine *v. t* கண்டுபிடி kandupidi

dethrone *v. t* பணிநீக்கு panineekku

develop *v. t.* வளர் valar

development *n.* வளர்ச்சி valarchi

deviate *v.* i பிறழ் pirazh

deviation *n.* வேறுபாடு verupaadu

device *n.* கருவி karuvi

devil *n.* பிசாசு pisaasu

devise *v.* t புதியஉத்தி கண்டுபிடி puthiyauththi kandupidi

devoid *a.* ஒன்றைக் கொண்டிராத onraikkaondiraatha

devote *v. t* அர்ப்பணி arppani

devotee *n.* பக்தர் pakthar

devotion *n.* பக்தி pakthi

devour *v.* t விழுங்கு vizhungu

dew *n.* பனி pani

diabetes n நீரிழிவு neerizhivu

diagnose *v.* t நோயறி noyari

diagnosis *n.* நோயறிதல் noyarithal

diagram *n.* வரைபடம் varaipadam

dial *n.* எண்வட்டு anvattu

dialect *n.* கிளைமொழி kilaimozhi

dialogue *n.* உர்ரையாடல் uraiyaadal

diameter *n.* விட்டம் vittam

diamond *n.* வைரம் vairam

diarrhoea *n.* வயிற்றுப்போக்கு vayirruppokku

diary *n.* நாட்குறிப்பு naadkurippu

dice *n.* பகடை pakadai

dice *v. i.* பகட்டையாடு padaiyaadu

dictate *v. t* உரத்துக்கூறு uraththukkooru

dictation *n.* ஒருவர் சொல்ல பிறர் எழுதுதல் oruvar solla pirar ezhuthuthal
dictator *n.* சர்வாதிகாரி sarvaathikaari
diction *n.* உச்சரிப்பு ucharippu
dictionary *n.* அகராதி akaraathi
dictum *n.* சொல் sol
didactic *a.* அறிவுறுத்துகிற arivuruththukira
die *v. i* இற ira
die *n.* இறத்தல் iraththal
diet *n.* உணவு unavu
differ *v. i* மாறுபடு maarupadu
difference *n.* வித்தியாசம் viththiyaasam
different *a.* வித்தியாசமான viththiyaasamaana
difficult *a.* கடினம் kadinam
difficulty *n.* கடினம் kadinam
dig *n.* தோண்டுதல் thonduthal
dig *v.t.* தோண்டு thondu
digest *v. t.* ஜீரணம் செய் jeeranam sey
digest *n.* ஜீரணம் jeeranam
digestion *n.* ஜீரணித்தல் jeeraniththal
digit *n.* இலக்கம் ilakkam
dignify *v.t.* கௌரவமான நட்த்தை kauravamaana nadaththai
dignity *n.* கௌரவம் kauravam
dilemma *n.* குழப்பம் kuzhappam
diligence *n.* ஊக்கமுடைய ookkamudaiya
diligent *a.* ஊக்கம் ookkam
dilute *v.* t நீர்த்துப்போகச் செய் neerththuppokachey
dilute *a.* நீர்த்துப்போதல் neerththuppothal
dim *a.* மங்கலாக mangalaaka
dim *v.* t மங்கச் செய் mangachey
dimension *n.* பரிமாணம் parimaanam
diminish *v. t* குறையச் செய் kuraiyachey
din *n.* இறைச்சல் iraichal
dine *v. t.* உணவருந்து unavarunthu
dinner *n.* இரவு உணவு iravu unavu
dip *n.* வீழ்ச்சி veezhchi
dip *v.* t வீழ் veezh
diploma *n.* சான்றிதழ் saanrithazh
diplomacy *n.* சாதுரியம் saathuriyam
diplomat *n.* நாட்டுத்தூதுவர் naattuththoothuvar
diplomatic *a.* இராஜ தந்திரமான raaja thanthiramaana
dire *a.* மோசமான mosamaana
direct *a.* நேரடியான neradiyaana
direct *v.* t சுட்டிக்காட்டு suttikkaattu
direction *n.* திசை thisai
director *n.* இயக்குநர் iyakkunar
directory *n.* விவரத் திரட்டு vivaraththirattu
dirt *n.* அழுக்கு azhukku
dirty *a.* அழுக்கான azhukkaana
disability *n.* ஊனம் oonama
disable *v.* t ஊனப்படுத்து oonappaduththu
disabled *a.* ஊனமான oonamaana
disadvantage *n.* சாதகமற்ற ஒன்று saathakamarra onru
disagree *v.* i மறு maru

disagreeable *a.* ஒத்துக்கொள்ளமுடியாத othukkollamudiyaatha

disagreement *n.* இசைவின்மை isaivinmai

disappear *v. i* மறைந்துவிடு marainthuvidu

disappearance *n.* மறைந்துவிடுதல் marainthuviduthal

disappoint *v. t.* ஏமாற்றம் கொள்ளச் செய் yemaarram kollachey

disapproval *n.* ஏற்பின்மை yerpinamai

disapprove *v. t* கண்டனம் தெரிவி kandanam therivi

disarm *v. t* ஆயுதங்களை அகற்று aayuthangalai akarru

disarmament *n.* ஆயுதக் குறைப்பு aayuthak kuraippu

disaster *n.* பேரழிவு perazhivu

disastrous *a.* பேரிடரான poeridaraana

disc *n.* வட்டு vattu

discard *v. t* தூக்கியெறி thookkiyeri

discharge *v. t* வெளியேற்று veliyerru

discharge *n.* விடுவிப்பு vidivippu

disciple *n.* சீடர் seedar

discipline *n.* ஒழுக்கம் ozhukkam

disclose *v. t* தெரிவி therivi

discomfort *n.* சங்கடமான sangadamaana

disconnect *v. t* தொடர்பறு thodarparu

discontent *n.* திருப்தியற்ற thirupthiyarra

discontinue *v. t* தொடராமை thodaraamai

discord *n.* உடன்படாமை udanpaadinmai

discount *n.* தள்ளுபடி thallupadi

discourage *v. t.* ஊக்கங்கெடு ookkangkedu

discourse *n.* கருத்தாடல் karuththaadal

discourteous *a.* மரியாதையற்ற mariyaathaiyarra

discover *v.* t கண்டுபிடி kandupidi

discovery *n.* கண்டுபிடிப்பு kandupidippu

discretion *n.* தன் விருப்புரிமை than viruppurimai

discriminate *v. t.* வித்தியாசப்படுத்து viththiyaasappaduththu

discrimination *n.* பாரபட்சம் காட்டுதல் paarapadsam kaattuthal

discuss *v. t.* விவாதி vivaathi

disdain *n.* ஏளனம் yelanam

disdain *v. t.* ஏளனம் செய் yelanam sey

disease *n.* நோய் noy

disguise *n.* மாறுவேடம் meeru vedam

disguise *v.* t மறைத்துவை maraiththuvai

dish *n.* தட்டு thattu

dishearten *v.* t வருத்தமுற்ற varauththamurra

dishonest *a.* நேர்மையற்ற nermaiyarra

dishonesty *n.* நேர்மையற்ற தன்மை nermaiyarra thanmai

dishonour *v.* t மதிப்பு கெடு mathippu kedu

dishonour *n.* அவமதிப்பு avamathippu

dislike *v. t* விரும்பாதே virumpaathe

dislike *n.* விருப்பமின்மை viruppaminmai
disloyal *a.* விசுவாசமற்ற visuvaasamarra
dismiss *v. t.* பணி நீக்கு pani neeku
dismissal *n.* பணி நீக்கம் pani neekkam
disobey *v. t* பணியாதே paniyaathe
disorder *n.* ஒழுங்கற்ற ozhungkarra
disparity *n.* ஏற்றத்தாழ்வு yerraththaazhvu
dispensary *n.* மருத்துவமனை maruththuvamanai
disperse *v. t* பல திசைகளில் அனுப்பு pala thisaikalil anuppu
displace *v. t* இடம் மாற்று idam maarru
display *v. t* காட்சியமை kaadsiyamai
display *n.* காட்சியமைவு kaadsiyamaivu
displease *v. t* மனம்வருந்த செய் manam varuntha sey
displeasure *n.* மன வருத்தம் mana varuththam
disposal *n.* அகற்றுதல் arruthal
dispose *v. t* அகற்று akarru
disprove *v. t* தவறு என்று நிரூபி thavaru enru niroopi
dispute *n.* உடன்பாடின்மை udanpaadinmai
dispute *v. i* வினா எழுப்பு vinaa ezhuppu
disqualification *n.* தகுதியிழப்பு thskuthiyizhappu
disqualify *v. t.* தகுதியிழக்கச் செய் thakuthiyizhakkachey

disquiet *n.* அமைதியின்மை amaithiyinmai
disregard *n.* அலட்சியப்படுத்தல் aladchiyapaduthal
disregard *v. t* அலட்சியப்படுத்து aladchyapaduthu
disrepute *n.* இகழ்ச்சி நிலை ikazhchi nilai
disrespect *n.* அவமதிப்பு vamathippu
disrupt *v. t* முடக்கு mudaku
dissatisfaction *n.* திருப்தியின்மை thirupthiyinmai
dissatisfy *v. t.* திருப்தியற்றுப் போகச் செய் thirupthiyarup pokachey
dissect *v. t* கூறுபடுத்து koorupaduthu
dissection *n.* கூறுபடுத்தல் koorupaduthal
dissimilar *a.* ஒன்றுபோல் இல்லாமை onrupol illaamai
dissolve *v.t.* கரை karai
dissuade *v. t* செய்யாதிருக்கச் சொல் seyyaathirukkachol
distance *n.* தூரம் thooram
distant *a.* இடைவெளி idaiveli
distil *v. t* வட்டிகட்டு vati katu
distillery *n.* சாராய வடிசாலை saraaya vadisaalai
distinct *a.* தெளிவான thelivaana
distinction *n.* தனிச்சிறப்பு thanichirappu
distinguish *v. i* வேறுபடுத்து verupaduthu
distort *v. t* சிதை sithai
distress *n.* இக்கட்டு ikkattu

distress *v. t* வேதனை அளி vethanai ali
distribute *v. t* பகிர்ந்தளி pakirnthali
distribution *n.* பகிர்ந்தளித்தல் pakirnathaliththal
district *n.* மாவட்டம் maavattam
distrust *n.* அவநம்பிக்கை ava nampikkai
distrust *v. t.* நம்பாதே nampaathe
disturb *v. t* இடர்கொடு idarkodu
ditch *n.* நீர்வடிகால் neervadikaala
ditto *n.* மேற்படி merpadi
dive *v. i* குதி kuthi
dive *n.* குதித்தல் kuthithal
diverse *a.* பலவகையான pala vakaiyaana
divert *v. t* திசைதிருப்பு thisai thiruppu
divide *v. t* பிரித்தெடு pirithedu
divine *a.* தெய்வத்தன்மை மிக்க theyvathanmai mikka
divinity *n.* தெய்வத்தன்மை theyvathanmai
division *n.* வகுத்தல் vakuthal
divorce *n.* விவாகரத்து vivaakarathu
divorce *v. t* விவாகரத்து செய் vivaakarathu sey
divulge *v. t* வெளிப்படுத்து velipaduththu
do *v. t* செய் sey
docile *a.* சாதுவான sathuvaana
dock *n.* கப்பல் துறை kappal thurai
doctor *n.* மருத்துவர் maruthuvar
doctorate *n.* உச்ச நிலை பட்டம் ucha nilai pattam
doctrine *n.* கொள்கை kolkai

document *n.* ஆவணம் aavanam
dodge *n.* தட்டிக்கழித்தல் thattikkazhiththal
dodge *v. t* தட்டிக்கழி thattikkazhi
doe *n.* பெண்மான் penmaan
dog *n.* நாய் naay
dog *v. t* பின் தொடர் pinthodar
dogma *n.* கோட்பாடு kotpaadu
dogmatic *a.* கொள்கைப்பற்றுள்ள kolkaipparrulla
doll *n.* பொம்மை pommai
dollar *n.* பணம் panam
domain *n.* செயற்களம் seyarkalam
dome *n.* உருண்டையான விதானம் urundaiyaana vithaanam
domestic *a.* உள்நாட்டு ulnaatu
domestic *n.* வீட்டு veetu
domicile *n.* வாழ்விடம் vaazhvidam
dominant *a.* ஆற்றல் மிக்க aarral mikka
dominate *v. t* ஆதிக்கம் செ;லுத்து aathikkam seluththu
domination *n.* ஆதிக்கம் செலுத்தல் aathikkam seluththal
dominion *n.* ஆட்சிப்பரப்பு aadsipparappu
donate *v. t* தானமளி thaanamali
donation *n.* தானம் thaanam
donkey *n.* கழுதை kazhuthai
donor *n.* கொடையாளி kodaiyaali
doom *n.* கொடும் நிகழ்வு kodum nikazhvu
doom *v. t.* சோகம் கொடு sokam kodu
door *n.* கதவு kathavu
dose *n.* மருந்து marunthu

dot *n.* புள்ளி pulli
dot *v. t* புள்ளியிடு pulliyidu
double *a.* இரு மடங்கு iru madangu
double *v. t.* இரட்டிப்பாக்கு irattippaakku
double *n.* இரட்டிப்பு irattippu
doubt *v. i* சந்தேகப்படு santhekappadu
doubt *n.* சந்தேகம் santhekam
dough *n.* மாவு maavu
dove *n.* புறா puraa
down adv அடி நோக்கி adi nokki
down prep கீழே keezhe
down *v.* t கீழே தள்ளு keezhe thallu
downfall *n.* கீழே விழுதல் keezhe vizhuthal
downpour *n.* கனத்த மழை kanaththa mazhai
downright *adv* முழுமையான muzhumaiyaana
downright *a.* நிச்சயமாக nichayamaaka
downward *a.* கீழ்நோக்கி keezhnokki
downward *adv* கீழ்நோக்கி keezhnokki
downwards *adv* கீழ்நோக்கி keezhnokki
dowry *n.* வரதட்சணை varathadsanai
doze *n.* சிறுதுயில் siruthuyil
doze *v.* i தூங்கு thoongu
dozen *n.* பன்னிரண்டு pannirendu
draft *v. t* வ ரைவெழுது varaivezhuthu
draft *n.* வ ரைவெழுதல் varaivezhuthal
draftsman *a.* (தொழில்நுட்ப வரைபடங்கள்) வரைபவர் (thozhilnutpa varaipadangkal) varaipavar
drag *n.* இழுத்தல் izhuththal
drag *v.* t இழு izhu
dragon *n.* இராட்சஸ கழுகு iraadsasa kazhuku
drain *n.* வற்றிப்போதல் varripothal
drain *v. t* வற்றிப்போகச் செய் varrippokachey
drainage *n.* வடிகாலமைப்பு vadikaalamaippu
dram *n.* எடை அளவு edai alavu
drama *n.* நாடகம் naadakam
dramatic *a.* நாடகத்தன்மை மிக்க naadakath thanamai mikka
dramatist *n.* நாடக ஆசிரியர் naadaka aasiriyar
draper *n.* துணி வியாபாரி thuni viyaapaari
drastic *a.* கடுமையான kadumaiyaana
draught *n.* வறட்சி varadsi
draw *v.t.* வரை varai
draw *n.* வரைதல் varaithal
drawback *n.* பின்னடைவு pinnadaivu
drawer *n.* இழுவறை izhuvarai
drawing *n.* வரைபடம் varaipadam
drawing-room *n.* வரவேற்பறை varverparai
dread *n.* பேரச்சம் peracham
dread *v.t.* பயப்படு payappadu
dread *a.* பயப்படுதல் payappaduthal
dream *n.* கனவு kanavu
dream *v. i.* கனவு காண் kanavu kaan

drench *v. t* நனை nanai
dress *n.* ஆடை aadai
dress *v. t* உடையணி udaiyani
dressing *n.* உடையணிதல் udaiyanithal
drill *n.* துளையிடும் கருவி thulaiyidum karuvi
drill *v. t.* துள்ளையிடு thulaiyidu
drink *n.* குடித்தல் kudiththal
drink *v. t* குடி kudi
drip *n.* ஒழுகுதல் ozhukuthal
drip *v. i* சொட்டு sotu
drive *v. t* வெளியிடு veliyidu
drive *n.* ஓட்டுதல் ottuthal
driver *n.* ஓட்டுநர் ottunar
drizzle *n.* தூறல் thooral
drizzle *v. i* தூறல் போடு thooral podu
drop *n.* து ளி thuli
drop *v. i* சொட்டு sotu
drought *n.* வறட்சி varadsi
drown *v.i* மூழ்கு moozhku
drug *n.* போதை மருந்து pothai marunthu
druggist *n.* மருந்து விற்பன்னர் marunthu virpannar
drum *n.* முரசு murasu
drum *v.i.* முர சை இசை murasai isai
drunkard *n.* குடிகாரன் kudikaaran
dry *a.* வறண்ட varanda
dry *v. i.* காயவை kaayavai
dual *a.* இரட்டையான irattaiyaana
duck *n.* வாத்து vaathu
duck *v.i.* குனி kuni
due *a.* கடன் kadan
due *n.* கடன் kadan
due *adv* கடனளி kadanali
duel *n.* சண்டை sandai
duel *v. i* சண்டை போடு sandai podu
duke *n.* உயர்குடிமகன் uyarkudimakan
dull *a.* மந்தமான manthamaana
dull *v. t.* மந்தப்படுத்து manthappaduththu
duly *adv* சரியான sariyaana
dumb *a.* ஊமையான oomaiyaana
dunce *n.* மக்கு makku
dung *n.* சாணம் saaanam
duplicate *a.* நகலெடு nakledu
duplicate *n.* நகல் nakal
duplicate *v.* t நகலெடு nakaledukkappadum thanmai
duplicity *n.* நகலெடுக்கப்படும் தன்மை nakaledukkappadum thanmai
durable *a.* நீடித்திருக்கக்கூடிய needithirukkakkoodiya
duration *n.* கால அளவு kaala alavu
during *prep* அப்போது appothu
dusk *n.* மாலை maalai
dust *n.* தூசு thoosu
dust *v.t.* தூசகற்று thoosakarru
duster *n.* துடைப்பான் thudaippaan
dutiful *a.* கடமையுணர்வு kadmaiyunarvu
duty *n.* கட மை kadamai
dwarf *n.* குட்டை kuttai
dwell *v. i* வசி vasi
dwelling *n.* வசிப்பிடம் vasippidam
dwindle *v. t* சிறிதாகு sirithaaku
dye *v. t* சாயமிடு saayamidu

dye *n.* சாயம் saayam
dynamic *a.* இயங்கத்தக்க iyangaththakka
dynamics *n.* விசையியக்கவியல் visaiyiyakkaviyal
dynamite *n.* வெடிபொருள் vediporul
dynamo *n.* மின்சாரம் உருவாக்கும் சாதனம் minsaaram uruvaakkum saathanam
dynasty *n.* வம்சம் vamsam
dysentery *n.* சீதபேதி seethapethi

E

each *a.* ஒவ்வொரு ovvoru
each pro*n.* ஒவ்வொரு ovvoru
eager *a.* ஆர்வமாக் aarvamaaka
eagle *n.* கழுகு kazhuku
ear *n.* காது kaathu
early *adv* சீக்கிரம் seekkiram
early *a.* முன்னதாக munnathaaka
earn *v. t* சம்பாதி sampaathi
earnest *a.* கருத்தூன்றிய karuthoonriya
earth *n.* பூமி poomi
earthen *a.* நிலம் சார்ந்த nilam saarntha
earthly *a.* சாத்தியமான saathiyamaana
earthquake *n.* பூகம்பம் pookampam
ease *n.* எளிமை elimai
ease *v. t* சுலபமாக்கு sulapamaakku
east *n.* கிழக்கு kizhakku
east *adv* கீழ்திசை keezhthisai
east *a.* கிழக்கு kizhakku
easter *n.* பண்டிகை pandikai
eastern *a.* கீழ்திசை சார்ந்த keezhthisai saarntha
easy *a.* சுலபமான sulapamaana
eat *v.* t சாப்பிடு saapidu
eatable *n.* சாப்பிடக்கூடிய saapidakoodiya
eatable *a.* சாப்பிடக்கூடிய saapidakoodiya
ebb *n.* கடல் நீர் பின்னடைவு kadal neer pinnadaivu
ebb *v. i* பின்செல் pinsel
ebony *n.* கருங்காலி மரம் karungaali maram
echo *n.* எதிரொலி ethiroli
echo *v.* t எதிரொலி ethiroli
eclipse *n.* கிரகணம் kirakanam
economic *a.* சிக்கனம் sikkanam
economical *a.* சிக்கன மான sikkanamaana
economics *n.* பொருளாதாரம் porulaathaaram
economy *n.* பொருளாதாரம் porulaathaaram
edge *n.* விளிம்பு vilimpu
edible *a.* சாப்பிடக்கூடிய sapidakoodiya
edifice *n.* கொடும்பாவி kodumpaavi
edit *v.* t பதிப்பி pathipi
edition *n.* பதிப்பு pathipu
editor *n.* பதிப்பாசிரியர் pathipaasiriyar
editorial *a.* தலையங்க,ம் thalaiyangam
editorial *n.* தலையங்க,ம் thalaiyangam

educate *v. t* கற்றுக்கொடு karrukodu
education *n.* கல்வி kalvi
efface *v. t* து டைத்தழி thudaithazhi
effect *n.* வி ளைவு vilaivu
effect *v.* t பாதிப்பேற்படுத்து paathiperpaduthu
effective *a.* தாக்கமேற்படுத்தல் thaakamerpaduththal
effeminate *a.* பெண்தன்மை penthanamai
efficacy *n.* ஆற்றல் மிக்க aarral mikka
efficiency *n.* செயல் திறன் seyal thiran
efficient *a.* செயல் திறன் மிக்க seyal thiran mikka
effigy *n.* உருவச்சிலை uruvachilai
effort *n.* முயற்சி muyarchi
egg *n.* முட்டை muttai
ego *n.* கர்வம் karvam
egotism *n.* கர்வம் மிக்க karvam mikka
eight *n.* எட்டு ettu
eighteen *a.* பதினெட்டு pathinettu
eighty *n.* எண்பது enpathu
either *a.*, ஏதாவது ethevaathu
either *adv.* ஏதேனும் yethenum
eject *v. t.* வெளித்தள்ளு velithallu
elaborate *v.* t விளக்கிக்கூறு vilakkikooru
elaborate *a.* விரிவான virivaana
elapse *v.* t கழிந்து போ kazhinthu po
elastic *a.* விரிவியல்பு viriviyalpu
elbow *n.* முழங்கை muzhangkai
elder *a.* மூத்தவர் moothavar
elder *n.* மூத்தவர் moothavar
elderly *a.* மு தியு muthiya
elect *v.* t தேர்ந்தெடு thernthedu
election *n.* தேர்தல் therthal
electorate *n.* வாக்காளர்கள் vaakkaalarkal
electric *a.* மின் சாரம் minsaaram
electricity *n.* மின் சாரம் minsaaram
electrify *v. t* மின்ச்சாரமளி minsaaramali
elegance *n.* எழிலார்ந்த ezhilaarntha
elegant *adj* நேர்த்தியான nerthiyaana
elegy *n.* இரங்கற்பா irangarpaa
element *n.* தனிம ம் thanimam
elementary *a.* ஆர ம்ப aarampa
elephant *n.* யானை yaanai
elevate *v.* t ஏற்று yerru
elevation *n.* ஏற்றம் yerram
eleven *n.* பதினொன்று pathinonru
elf *n.* தேவதை thevathai
eligible *a.* தகுதியுடைய thakuthiyudaiya
eliminate *v. t* நீக்கு *n.*eekku
elimination *n.* நீக்கம் neekkam
elope *v. i* ஓடிப்போதல் odipothal
eloquence *n.* பேச்சாற்றல் pechaarral
eloquent *a.* பேச்சாற்றல் pechaarral
else *a.* அல்லது allathu
else *adv* பிற pira
elucidate *v. t* தெளிவுபடுத்து thelivupaduthu
elude *v. t* நழுவு nazhuvu
elusion *n.* நழு வுதல் nazhuvuthal
elusive *a.* நழுவும் nazhuvum
emancipation *n.* உரிமையளி urimaiyali

embalm *v. t* பிணம் காப்பான் pinam kaappaan
embankment *n.* வரப்பு varappu
embark *v. t* கப்பலேறு kapaleru
embarrass *v. t* சங்கடப்படுத்து sangkadappaduthu
embassy *n.* தூதரகம் thootharakam
embitter *v. t* கசப்புணர்ச்சி கொள்ளச்செய் kasappunarchi kollachey
emblem *n.* சின்னம் sinnam
embodiment *n.* முன்மாதிரி munmaathiri
embody *v. t.* முன்மாதிரி munmaathiri
embolden *v. t.* தைரியமூட்டு thairiyamoottu
embrace *v. t.* கட்டிப் பிடி kattippidi
embrace *n.* அணைப்பு anaippu
embroidery *n.* பூத்தையல் pooththaiyal
embryo *n.* கரு karu
emerald *n.* மரகதம் marakatham
emerge *v. i* தோன்று thonru
emergency *n.* அவசரம் avasaram
eminance *n.* பெருமை மிக்க perumai mikka
eminent *a.* பெருமை மிக்க perumai mikka
emissary *n.* தூதர் thoothar
emit *v. t* வெளிவிடு velividu
emolument *n.* ஊதியம் oothiyam
emotion *n.* உணர்ச்சி unarchi
emotional *a.* உணர்ச்சி மிக்க unarchi mikka
emperor *n.* சக்கரவர்த்தி sakkravarthi
emphasis *n.* முக்கியத்துவமளித்தல் mukkiyathuvamaliththal
emphasize *v.* t முக்கியத்துவமளித்தல் mukiyathuvamaliththal
emphatic *a.* முக்கியத்துவமளிக்கும் mukkiyathuvamalikkum
empire *n.* சாம்ராஜ்யம் saamraajyam
employ *v.* t பணியிலமர்த்து paniyilamarththu
employee *n.* பணியாளர் paniyaalar
employer *n.* மு தலாளி muthalaali
employment *n.* பணிவாய்ப்பு panivaayppu
empower *v.* t ஆற்றலளி aarralali
empress *n.* சக்கர்வத்தினி sakkaravarthini
empty *a.* வெறுமை verumai
empty *v.* காலிசெய் kaalisey
emulate *v. t* பின்பற்று pinparru
enable *v. t* சாத்தியம்மாக்கு saathiyamaakku
enact *v. t.* நடி nadi
enamel *n.* இனாமல் inaamal
enamour *v. t* மகிழ்வி vaseekari
encase *v. t* மூடு moodu
enchant *v. t* வசியம் vasiyam
encircle *v t* சுற்றி வளை surrivalai
enclose *v. t* உள்ளடை ulladai
enclosure *n.* அடைப்பு adaippu
encompass *v. t* சேர் ser
encounter *n.* எதிர்கொள் ethirkol
encounter *v. t* ஊக்கமூட்டு ookkamoottu

encourage *v. t* ஊக்கமூட்டு ookkamoottu
encroach *v. i* அத்துமீறு athumeeri
encumber *v. t.* தடை செய் thadai sey
encyclopaedia *n.* கலைக்களஞ்சியம் kalaikalanjchiyam
end *v. t* முடி mudi
end *n.* முடிவு mudivu
endanger *v. t.* ஆபத்தளி aapaththali
endear *v.t.* பிரியமானவராக்கு piriyamaanavaraakku
endearment *n.* பிரியம் piriyam
endeavour *n.* கடும் முயற்சி kadummuyarchi
endeavour *v.i* முயற்சி செய் muyarchisey
endorse *v. t.* ஆதரவளி aatharavali
endow *v.* t அறக்கொடையளி arakkodaiyali
endurable *a.* தாக்குப்பிடிக்கும் thaakkupidikkum
endurance *n.* தாக்குப்பிடித்தல் thaakkupidiththal
endure *v.t.* தாக்குப்பிடி thaakkupidi
enemy *n.* எதிரி ethiri
energetic *a.* ஆற்றல் மிக்க aarral mikka
energy *n.* ஆற்றல் aarral
enfeeble *v. t.* பலவீனப்படுத்து palaveenapapduththu
enforce *v. t.* வலியுறுத்து valiyuruththu
enfranchise *v.t.* வாக்குரிமை கொடு vaakkurimai kodu
engage *v.* t ஆர்வமூட்டு aarvamoottu
engagement *n.* திருமண ஒப்பந்தம் thirumana oppantham

engine *n.* விசையூர்தி visaiyurthu
engineer n பொறியாளர் poriyaalar
English *n.* ஆங்கிலம் aangilam
engrave *v. t* செதுக்கு sethukku
engross *v.t.* பற்றார்வம் parraarvam
engulf *v.t.* சூழ்ந்துகொள் soozhnthukol
enigma *n.* புதிர் puthir
enjoy *v.* t அனுபவி anupavi
enjoyment *n.* மகிழ்வுணர்வு makizhvunarvu
enlarge *v. t* பெரிதாக்கு perithaakku
enlighten *v. t.* தெளிவுபடுத்து thelivupaduththu
enlist *v. t* ஆள்திரட்டு aalthirattu
enliven *v. t.* உற்ச்சாகப்படுத்து urchaakappaduththu
enmity *n.* பகைமை pakaimai
ennoble *v. t.* கண்ணியப்படுத்து kanniyappaduththu
enormous *a.* மிகப் பெரிய mikaperiya
enough *a.* போதும் pothum
enough *adv.* போது மான pothumaana
enrage *v. t* சீற்றமூட்டு seerramoottu
enrapture *v. t* இன்பமூட்டு inpamoottu
enrich *v. t* மேம்படுத்து mempaduthu
enrol *v. t.* உறுப்பினராகு uruppinaraaku
enshrine *v. t* கோவில் அமை kovil amai
enslave *v.t.* அடிமையாக்கு adimaiyaakku
ensue *v.i* சம்பவி sampavi
ensure *v. t* உறுதிசெய் uruthisey

entangle *v. t* அகப்படு akapadu
enter *v. t* நுழை nuzhai
enterprise *n.* வணிகத்தொழில் vanikaththozhil
entertain *v. t* மகிழ்வி makizhvi
entertainment *n.* பொழுதுபோக்கு pozhuthupokku
enthrone *v.* t பதவியிலமர்த்து pathaviyilamarththu
enthusiasm *n.* உற்சாகம் urchaakam
enthusiastic *a.* உற்சாகமான urchaakamaana
entice *v. t.* தூண்டு thoondu
entire *a.* முழு muzhu
entirely *adv* முழுமை muzhumai
entitle *v. t.* உரிமையளி urimaiyali
entity *n.* தனித்துவம் உடையது thanithuvam udaiyathu
entomology *n.* பூச்சியியல் poochiyiyal
entrails *n.* குடல்கள் kudalkal
entrance *n* நுழைவாயில் nuzhaivaayil
entrap *v. t.* பொறிவை porivai
entreat *v. t.* கெஞ்சிக்கேள் kenjikel
entreaty *n.* ஒப்பந்தம் oppantham
entrust *v. t* பொறுப்பாக்கு poruppaakku
entry *n.* புகுதல் pukuthal
enumerate *v. t.* வரிசையாக கூறு varisiayaaka kooru
envelop *v.* t மூடி மறை moodimarai
envelope *n.* உறை urai
enviable *a.* கவர்ச்சியான kavarchiyaana
envious *a.* பொறாமைப்படுகிற poraamaippadukira
environment *n.* சூழ்நிலை soozhnilai
envy *v.* பொறா மை poraamai
envy *v.* t பொறா மை ப்படு poraamaippadu
epic *n.* காப்பியம் kaappiyam
epidemic *n.* கொள்ளைநோய் kollainoy
epigram *n.* கவிதை kavithai
epilepsy *n.* மூளை நோய் moolai noy
epilogue *n.* பின்னுரை pinnurai
episode *n.* அத்தியாயம் athiyaayam
epitaph *n.* கல்லறை வாசகம் kalalrai vaasakam
epoch *n.* காலப்பகுதி kaalappakuthi
equal *a.* ச ம மான samamaana
equal *v.* t சம ன் செய் saman sey
equal *n.* சம ம் samam
equality *n.* ச ம நிலை sama nilai
equalize *v. t.* ச ம ன் செய் saman sey
equate *v. t.* ச ம மா க க் கருது samamaakak karuthu
equation *n.* ச ம ன் பாடு samanpaadu
equator *n.* நில நடுக் கோடு nila nadukkodu
equilateral *a.* ஒரே நிலை ore nilai
equip *v. t* தயார் செய் thayaar sey
equipment *n.* கருவி karuvi
equitable *a.* நடு நிலை உடைய nadunilaiyudaiya
equivalent *a.* சரி ச ம மா ன sarisamamaana
equivocal *a.* ஒரே நிலை ore nilai
era *n.* யு க ம் yukam
eradicate *v. t* அழி azhi

erase *v. t* அழி azhi

erect *v. t* எழுப்பு azuppu

erect *a.* நிமிர்ந்து nimirnthu

erection *n.* நிமிர்வுற்றல் nimirvurral

erode *v. t* அரித்தெடு arithedu

erosion *n.* அரிப்பு arippu

erotic *a.* கிளர்ச்சியூட்டும் kilarichiyuttum

err *v. i* தவறு thavaru

errand *n.* குற்றவேல் kurravel

erroneous *a.* சரியற்ற sariyarra

error *n.* தவறு thavaru

erupt *v. i* சீறு seeru

eruption *n.* சீற்றம் seerram

escape *n.* தப்பித்தல் thpithal

escape *v.i* தப்பித்துக்கொள் thpithukol

escort *n.* மெய்க்காவல் meykkaaval

escort *v. t* இட்டுச் செல் ittuchel

especial *a.* தனிமுறையிலான thanimuraiyilaana

essay *n.* கட்டுரை katturai

essay *v. t.* விவரி vivari

essayist *n.* கட்டுரையாளர் katturaiyaalar

essence *n.* சாராம்சம் saaraamsam

essential *a.* முக்கியமான mukkiyamaana

establish *v. t.* உருவாக்கு uruvaaklku

establishment *n.* உரு வாக்கம் uruvaakkam

estate *n.* நிலப்பரப்பு nilapparappu

esteem *n.* நன் மதிப்பு nanmathippu

esteem *v. t* மதி mathi

estimate *n.* மதிப்பீடு mathippeedu

estimate *v. t.* மதிப்பிடு mathippidu

estimation *n.* மதிப்பீடு mathippieedu

etcetera இன்ன பிற innapira

eternal சாசுவதமான saasuvathamaana

eternity *n.* துறக்க நிலை thurakka nilai

ether *n.* வெற்றிடம் verridam

ethical *a.* அற நெறிகள் aranerikal

ethics *n.* அற நெறிகள் aranerikal

etiquette *n.* நட்த்தை நியதிகள் nadathai niyathikal

etymology *n.* சொற் பிறப்பியல் sorpirappiyal

eunuch *n.* அரவாணி aravaani

evacuate *v. t* அப்புறப்படுத்து appurappaduthu

evacuation *n.* வெளியேற்றம் veliyerram

evade *v. t* தப்பிச்செல் thappichel

evaluate *v. t.* மதிப்பிடு mathippidu

evaporate *v. i* ஆவியாதல் aaviyaathal

evasion *n.* ஒதுங்குதல் othunguthal

even *a.* சம தளமான samthalamaana

even *v. t* சம ப்படுத்து samapduthu

even *adv.* சரி மட்டமான sarimattamaana

evening *n.* மாலை maalai

event *n.* நிகழ்ச்சி nikazhchi

eventually *adv.* க டை சியில் kadaisiyil

ever *adv* எப்போதும் eppothum

evergreen *a.* என்றென்றும் enrenrum

evergreen *n.* எக்காலமும் ekkaalamum

everlasting *a.* நிலை பேறுடைய nilai perudaiya

every *a.* ஒவ்வொரு ovvoru

evict *v. t* வெளி யேற்று veliyerru

eviction *n.* வெளியேற்றம் veliyerram

evidence *n.* சாட்சி saadsi

evident *a.* தெளிவான thelivaana

evil *n.* தீங்கு theengu

evil *a.* தீய theeya

evoke *v. t* தாக்கமேற்படுத்து thaakkamerpaduththu

evolution *n.* பரிணாம வளர்ச்சி parinaama valarchi

evolve *v.t.* பரி ணாம வளர்ச்சியுறு parinaama valarchiyuru

ewe *n.* ஆட்டுக்க டாரி aatukadaari

exact *a.* துல்லியமான thulliyamaana

exaggerate *v. t.* மி கைப்படுத்து mikaipaduthu

exaggeration *n.* மி க்கைப்படுத்தல் mikaipaduthal

exalt *v.* t புகழ் ppukazh

examination *n.* தேர்வு thervu

examine *v.* t பரிசோதி parisothi

examinee *n.* தேர்வெழுதுபவர் thervezhuthupavar

examiner *n.* தேர் வாளர் thervaalar

example *n.* உதாரணம் uthaaranam

cxcavate *v. t.* அகழ்வாய்வு செய் akazhvaayvu sey

excavation *n.* அகழ் வாய்வு akazhvaayvu

exceed *v.t.* மி கை படு mikaipadu

excel *v.i* சிறப்பாகச் செய் sirappaakachey

excellence *n.* தனிச் சிறப்பு thaichirappu

excellency *n.* மேதகைமை methakaimai

excellent *a.* உயர்தரமான uyartharamaana

except *v.* t தவிர thavira

except *prep* தவிர்த்து thavirthu

exception *n.* விதி விலக்கு vithivilakku

excess *n.* மி கையளவான mikaiyalavaana

excess *a.* மி கையளவு mikaiyalavu

exchange *n.* பரிமாற்றம் parimaarram

exchange *v.* t பரி மாற்றம் செய் parimaarram sey

excise *n.* ஆயத்தீர்வை aayaththeervai

excite *v. t* மன எழுச்சியூட்டு mana ezhuchiyoottu

exclaim *v.i* உணர்ச்சி மீதுரப் பேசு unarchi meethurap pesu

exclamation *n.* குற்றோசை kurrosai

exclude *v.* t ஒதுக்கி வை othukki vai

exclusive *a.* விலக்கிய vilakkiya

excommunicate *v. t.* முன்னாள் தொஅடர்பு munnaal thoadarpu

excursion *n..* சிற்றுலா chirrulaa

excuse *v.t.* விளக்கம் vilakkam

excuse *n.* சாக்குப்போக்கு saakkuppokku

execute *v.* t செய்து முடி seythu mudi

execution *n.* செய்து முடித்தல் seythu mudithal

executioner *n.* மரண தண்டனையை நிறைவேற்றுபவர் marana thandanaiyai niraiverrupavar
exempt *v. t.* வி;லக்களி vilakali
exempt விலக்கு vilaku
exercise *n.* உடற்பயிற்சி udarpayirchi
exercise *v. t* பயிற்சி செய் payirsichey
exhaust *v. t.* களைப்படையச் செய் kalaippadaiyachey
exhibit *n.* சான்றாவணம் saanraavanam
exhibit *v. t* திறந்துகாட்டு thiranthukaatu
exhibition *n.* பொருட் காட்சி porudkaadsi
exile *n.* நாடு கட்த்தப்படுபவர் naadu kadaththappadupavar
exile *v. t* நாடு கட்ட்த்து naadu kadathu
exist *v.i* வாழ்ந்திரு vaazhnthiru
existence *n.* வாழ் க் கை மு றை vaazhkkaimurai
exit *n.* வெளியேற்றம் veliyerram
expand *v.t.* விரிவடை virivadai
expansion *n.* விரிவட்டைதல் virivadaithal
ex-parte *a.* வாதியின்றி vaathiyinri
ex-parte *adv* பிரதிவாதியின்றி pirathivaathiyinri
expect *v. t* எதிர்பார் ethirpaar
expectation *n.* எதிர்பார்ப்பு ethirpaarppu
expedient *a.* வேளைக்கேற்ற velaikerra
expedite *v. t.* சுற்றி பார் surri paar

expedition *n.* இன்பச் சிற்றுலா inpachirrulaa
expel *v. t.* புறந்தள்ளு puranthallu
expend *v.* t செலவிடு selavidu
expenditure *n.* செலவு selavu
expense *n.* செலவினம் selavinam
expensive *a.* மிகு விலையுள்ள miku vilaiyulla
experience *n.* அனுபவம் anupavam
experience *v. t.* அனுபவி anupavi
experiment *n.* சோதனை sothanai
expert *a.* நிபுணர் nipunar
expert *n.* நிபுணத்துவம் nipunaththuvam
expire *v.i.* முடிவுறு mudivuru
expiry *n.* கால எல்லை கடப்பு kaala ellai kadappu
explain *v. t.* விளக்கமளி vilakkamali
explanation *n.* விளக்கம் vilakkam
explicit *a.* வெளிப்படையான velippadaiyaana
explode *v. t.* வெடிக்கச் செய் vedikkachey
exploit *n.* ஆதாயத்திர்காகப் பயன்படுத்து aathayaththirkakap payanpaduththu
exploit *v. t* ஆதாயத்திர்காகப் பயன்படுத்து aathayaththirkakap payanpaduththu
exploration *n.* இட்ட ஆய்வு itta aayvu
explore *v.t.* சுற்றிப்[பார் surrippaar
explosion *n..* குண்டு வெடிப்பு kundu vedippu
explosive *n.* வெடி பொருள் vediporul
explosive *a.* வெடி பொருள் vediporul

exponent *n.* நிபுணர் nipunar

export *n.* ஏற்றுமதி yerrumathi

export *v. t.* ஏற்றுமதி செய் yerrumathi sey

expose *v. t* வெளிப்படுத்து velippaduththu

express *v. t.* கருத்தை தெரிவி karuththai therivi

express *a.* சொல்லப்படுகிற sollappadukira

express *n.* விரைவு வண்டி viraivu vandi

expression *n.* (உணர்ச்சிபட) சொல்லுதல் (unarchivasappada)solluthal

expressive *a.* உணர்ச்சி வெளிப்பாடான unarchi velippaadaana

expulsion *n.* வெளியேற்றுதல் veliyerruthal

extend *v. t* விரிவாக்கு virivaakku

extent *n.* பரப்பெல்லை parappellai

external *a.* அயலான ayalaana

extinct *a.* இல்லாது போன illaathu pona

extinguish *v.t.* அணை anai

extol *v. t.* புகழ் pukazh

extra *a.* அதிகமான athikamaana

extra *adv.* இன்ன பிற inna pira

extract *n.* வெளிக்கொணர் velikonar

extract *v. t* வெளிக்கொணர் velikonar

extraordinary *a.* அசாதரணமான asaathaaranamaana

extravagance *n.* ஊதாரித்தன,ம் ootharithhanam

extravagant *a.* மட்டு மீறிய செலவு mattu meeraiya selavu

extreme *a.* புறக்கோடி purakkodi

extreme *n.* தீவிரவாதி theeviravaathi

extremist *n.* தீவிரவாதி theviravaathi

exult *v. i* பெருமையடை perumaiyadai

eye *n.* கண் kan

eyeball *n.* கண்விழி kanvizhi

eyelash *n.* கண்ணிமை kannimai

eyelet *n.* சிறு துவாரம் siru thuvaaram

eyewash *n.* கண்துடைப்பு kanthudaippu

F

fable *n.* நீதிக்கதை neethikkathai

fabric *n.* துணி thuni

fabricate *v.t.* உருவாக்கு uruvaakku

fabrication *n.* உரு வாக்கம் uruvaakkam

fabulous *a.* உன்னதமான unnathamaana

facade *n.* மு கப்பு mukappu

face *n.* மு கம் mukam

face *v.t.* எதிர்கொள் ethirkol

facet *n.* பட்டை pattai

facial *a.* முக்கம் சார்ந்த mkam saarntha

facile *a.* விமர்சனம் vimarsanam

facilitate *v.t.* எளிதாக்கு elithaakku

facility *n.* வசதி vasathi

fac-simile *n.* பிரதியனுப்புதல் pirathiyanupputhal

fact *n.* உண்மை unmai

faction *n.* உட்பிரிவு udpirivu
factious *a.* பிணக்கம் pinaakkam
factor *n.* காரணி kaarani
factory *n.* தொழிற்சாலை thozhirsaalai
faculty *n.* இயல் திறன் iyal thiran
fad *n.* ஆர்வ ஈடுபாடு aarva eedupaadu
fade *v.i* மங்கச் செய் mangaschey
faggot *n.* விறகுக்கட்டு virakuk kattu
fail *v.i* தோல்வியடை tholviyadai
failure *n.* தோல் வி tholvi
faint *a.* மயக்கம் mayakkam
faint *v.i* மயங்கு mayangu
fair *a.* நியாயமான niyaamaana
fair *n.* நியாயமான niyaamaana
fairly *adv.* நன்முறையில் nanmuraiyil
fairy *n.* தேவதை thevathai
faith *n.* நம்பிக்கை nampikkaiyaana
faithful *a.* நம்பிக்கையான nampikkaiyaana
falcon *n.* வல்லூறு vallooru
fall *v.i.* விழு vizhu
fall *n.* விழுதல் vizhuthal
fallacy *n.* ஏமாற்றம் yemaarram
fallow *n.* தரிசு tharisu
false *a.* பொய் யான poyyaana
falter *v.i* தவறு thavaru
fame *n.* புகழ் pukazh
familiar *a.* தெரிந்த therintha
family *n.* குடும்பம் kudumpam
famine *n.* பஞ் சம் panjam
famous *a.* புகழ் பெற்ற pukazhperra
fan *n.* மின் விசிறி min visiri
fanatic *a.* வெறியர் veriyar
fanatic *n.* வெறியர் veriyar
fancy *n.* இன்பமூட் டு inpamootta
fancy *v.t.* விரும்பு virumpu
fantastic *a.* உயர்தரமான uyartharamaana
far *adv.* தொலைவு tholaivu
far *a.* தொலைவான tholaivaana
far *n.* தூரம் thooram
farce *n.* கேலிக்கூத்து kelikkooththu
fare *n.* கட்டண,ம் kattanam
farewell *n.* விடைபெறுதல் vidaiperuthal
farewell *interj.* நல்வாழ்த்து nalvaazhthu
farm *n.*பண்ணை pannai
farmer *n.*விவசாயி vivasaayi
fascinate *v.t.* கவர்ந்திழு kavarnthizhu
fascinatio *n.* கவரப்படுதல் kavarappaduthal
fashion *n.*புதுப்பாணி piuthuppaabi
fashionable *a.* நவ நாக்ரிகமான nava naakarikamaana
fast *a.* வி ரைவு viraivu
fast *adv.* வி ரை வா க viraivaaka
fast *n.*வி ரை த ல் viraithal
fast *v.i* வி ரைந்து செல் virainthu sel
fasten *v.t.* ஒன்று சேர் onru ser
fat *a.* கொழுத்த kizhuththa
fat *n.*பருமன் paruman
fatal *a.* மரண ஆபத்துள்ள marana aapaththulla
fate *n.*விதி vithi
father *n.*அப்பா appaa
fathom *v.t.* ஆழ்ந்தறி aazhnthari

fathom *n.* ஆறடி அள்வு ஆழம் aaradi alavu aazham
fatigue *n.* அயர்ச்சி ayarchi
fatigue *v.t.* அயர்ச்சி கொடு ayarchi kodu
fault *n.* தவறு thavaru
faulty *a.* தவறான thavaraana
fauna *n.* விலங்குகள் தொகுதி vilangkukal thokuthiu
favour1 *n.* உதவி uthavi
favour *v.t.* உதவி செய் uthavi sey
favourable *a.* அனுகூலமான anukoolamaana
favourite *a.* விருப்பத்துக்குரிய viruppathukkuriya
favourite *n.* விருப்பம் viruppam
fear *n.* அச்சம் acham
fear *v.i* அஞ்சு anju
fearful *a.* அச்சம்தரும் acham tharum
feasible *a.* சாத்தியமான saathiyamaana
feast *n.* விருந்து virunthu
feast *v.i* விருந்தளி virunthali
feat *n.* ச்சாதனை saathanai
feather *n.* இறகு iraku
feature *n.* பண்பு panpu
February *n.* பிப்ரவரி மாதம் pipravari maatham
federal *a.* கூட்டரசமைப்பு koottarasamaippu
federation *n.* கூட்டரசு koottarasu
fee *n.* கட்டணம் kattanam
feeble *a.* பலவீனமான palaveenamaana
feed *v.t.* ஊட்டு oottu
feed *n.* தீவனம் theevanam

feel *v.t.* உணர் unar
feeling *n.* உணர்வு unarvu
feign *v.t.* பாசாங்கு paasaangu
felicitate *v.t.* பாராட்டு paaraattu
felicity *n.* சாமர்த்தியம் saamarththiyam
fell *v.t.* வீழ்த்து veezhthu
fellow *n.* உடனிலையான udanilaiyaana
female *a.* பெண் pen
female *n.* பெண் pen
feminine *a.* பெண்மை penmai
fence *n.* வேலி veli
fence *v.t.* வேலியிடு veliyidu
fend *v.t.* தன் காலில் நில் than kaalil nil
ferment *n.* கொந்தளிப்பு konthalippu
ferment *v.t.* மாற்றமடை maarramadai
fermentation *n.* சத்து மாற்றம் sathu maarram
ferocious *a.* முரட்டுத்தனமான murattuthanamaana
ferry *n.* படகு வகை padaku vakai
ferry *v.t.* பயணம் செய் payanam sey
fertile *a.* வளமான valamaana
fertility *n.* செழிப்பு sezhiuppu
fertilize *v.t.* உரமிடு uramidu
fertilizer *n.* உரம் uram
fervent *a.* உள்ளார்வம் மிக்க ullaavam mikka
fervour *n.* உள்ளார்வம் ullaarvam
festival *n.* கொண்டாட்டம் kondaaddam
festive *a.* மகிழ்ச்சி நிரம்பிய makizhchi nirampiya

festivity *n.* விழா எடுத்தல் vizhaa eduththal
festoon *n.* தோரணம் thoranam
fetch *v.t.* கொண ர் konar
fetter *n.* விலங்கு vilangu
fetter *v.t.* கால் விலங்கிடு kaal vilangidu
feud *n.* வழி வழிப்பகை vazhi vazhippakai
feudal *a.* நிலப் பிரபுத்துவ முறை nilap pirapuththuva murai
fever *n.* காய்ச்சல் kaaychal
few *a.* சில sila
fiasco *n.* நிறைவுக்கேடு niraivukkedu
fibre *n.* நாரியற் பொருள் naariyar porul
fickle *a.* உறுதியற்ற uruthiyarra
fiction *n.* புனை கதை punai kathai
fictitious *a.* உணமையல்லாத unmaiyillaatha
fiddle *n.* வயலின் vayalin
fiddle *v.i* அசட்டையாக asattaiyaaka
fidelity *n.* விசுவாசம் visuvaasam
fie *interj* சீ chee
field *n.* நிலம் nilam
fiend *n.* கொடுமைக்காரர் kodumaikkaarar
fierce *a.* கோபாவேசமான koaavesamaana
fiery *a.* சினம்கொள்கிற sinamkolkira
fifteen *n.* பதினைந்து pathinainthu
fifty *n.* ஐம்பது aimpathu
fig *n.* பட விளக்கம் padavilakkam
fight *n.* கைகலப்பு kaikalappu
fight *v.t.* சண்டை செய் sandai sey
figment *n.* கட்டு கதை kattu kathai
figurative *a.* கற்பனை செறிவார்ந்த karpanai serivaarntha
figure *n.* படம் padam
figure *v.t.* அபிப்ராயப்படு apipraayappadu
file *n.* கோப்பு kopu
file *v.t.* கோப்பில் வை koppil vai
file *n.* அரம் aram
file *v.t.* மழமழப்பாக்கு mazhamazhappaakku
file *n.* ஆவணங்கள் aavanangkal
file *v.i.* அணிவகுத்துச் செல் anivakuththuchel
fill *v.t.* நிரப்பு nirappu
film *n.* திரைப்படம் thiraippadam
film *v.t.* படம் எடு padam edu
filter *n.* வடிகட்டி vadikatti
filter *v.t.* வடிகட்டு vadikattu
filth *n.* கழிவுப்பொருள் kazhivupporul
filthy *a.* அழுக்கான azhukkaana
fin *n.* மீனின் துடுப்பு meenin thuduppu
final *a.* இறுதியான iruthiyaana
finance *n.* நிதி nithi
finance *v.t.* பணம் கொடு panam kodu
financial *a.* நிதி சார்ந்த nithi saarntha
financier *n.* பணம் தருபவர் panam tharupavar
find *v.t.* கண்டுபிடி kandupidi
fine *n.* அபராதம் aparaatham
fine *v.t.* அப ராதம் வசூலி aparaatham vasooli

fine *a.* ஆரோக்கியமான aarokkiyamaana
finger *n.* விரல் viral
finger *v.t.* தொடு thodu
finish *v.t.* முடி mudi
finish *n.* முடிவு mudivu
finite *a.* வரம்புக்குட்பட்ட varampukdpatta
fir *n.* ஊசியிலை மரம் oosiyilai maram
fire *n.* தீ thee
fire *v.t.* பற்றவை parravai
firm *a.* கடினமான kadinamaana
firm *n.* தொழில் அமைப்பு thozhil amaipu
first *a.* முதலாவது muthalaavathu
first *n.* முதல் muthal
first adv முதன்மை muthanmai
fiscal *a.* அரசு பணம் arasu panam
fish *n.* மீன் meen
fish *v.i* தேடு thedu
fisherma *n. n.* மீனவன் meenavan
fissure *n.* பிளவு pilavu
fist *n.* கைமுட்டி kaimutti
fistula *n.* பவுத்திரம் pavuththiram
fit *v.t.* பொருத்தமான poruthamaana
fit பொருத்தமான prothamaana
fit *n.* பொருத்தம் porutham
fitful *a.* பொருத்தமான poruthamaana
fitter *n.* பொருத்துபவர் poruththupavar
five *n.* ஐந்து ainthu
fix *v.t.* பொருத்து poruthu
fix *n.* இக்கட்டு ikkattu

flabby *a.* மென் கொழுப்பு menkozhuppu
flag *n.* கொடி kodi
flagrant *a.* மூர்க்கத்தனமான moorkkaththanamaana
flame *n.* சுடரொளி sudaroli
flame *v.i* விசிறிவிடு visirividu
flannel *n.* துணி வகை thuni vakai
flare *v.i* சுடரொளி வீசு sudaroli
flare *n.* தீச்சுடர் theechudar
flash *n.* தெறிப்பொளி theripaali
flash *v.t.* பளிச்சிடு palichidu
flask *n.* குடுவை kuduvai
flat *a.* சமதளமான samathalamaana
flat *n.* அறைக்கட்டு araikattu
flatter *v.t.* முப்புகழ்ச்சி செய் mukapukazhchi sey
flattery *n.* முகப்புகழ்ச்சி mukappukazhchi
flavour *n.* சுவை suvai
flaw *n.* பழுது pazhuthu
flea *n.* உண்ணி unni
flee *v.i* தப்பியோடு thappiyodu
fleece *n.* கம்பளி kampali
fleece *v.t.* அபகரி apakari
fleet *n.* கப்பல்கள் தொகுதி kappalkal thokuthi
flesh *n.* தசை thasai
flexible *a.* நெகிழ்வான nekizhvaana
flicker *n.* திடீர் அசைவு thideer asaivu
flicker *v.t.* விட்டு விட்டு எரி vitu vutu eri
flight *n.* விமானப் பயணம் vimaanapayanam
flimsy *a.* வலுவில்லாத valuvillaatha

fling *v.t.* வீசியெறி veesiyeri

flippancy *n.* அசட் டை asatai

flirt *n.* விளையாட்டுக் காதல் புரிபவர் vilaiyaatu kaathal puripavar

flirt *v.i* விளையாட்டுக் காதலில் ஈடுபடு vilaiyaattu kaathalil eedupadu

float *v.i* மிதந்து செல் mithanthu sel

flock *n.* கூட்டம் koottam

flock *v.i* கூ டு koodu

flog *v.t.* சவுக்காலடி savukaaladi

flood *n.* வெள்ளம் vellam

flood *v.t.* நீரால் நிரப்பு neeraal nirappu

floor *n.* தளம் thalam

floor *v.t.* குழப்பத்தில் ஆழ்த்து kuzhappathil aazhthu

flora *n.* தாவரங்கள் தொகுதி thaavarangkal thokuthi

florist *n.* பூக்கடைக்காரர் pookkadaikkaarar

flour *n.* மாவு maavu

flourish *v.i* செழிப்படை sezhippadai

flow *n.* ஓட்டம் ottam

flow *v.i* சீராகச் செல் seeraakachel

flower *n.* பூ poo

flowery *a.* மலரால் செய்த malaraal seytha

fluent *a.* சரளமான saralamaana

fluid *a.* நிலையுருதியற்ற nilaiyuruthiyarra

fluid *n.* திரவம் thiravam

flush *v.i* நீ ரால் வெளியேற்று neeraal veliyerru

flush *n.* செம்மாப்பு semmaappu

flute *n.* புல்லாங்குழல் pullaangkuzhal

flute *v.i* குழல் வாசி kuzal vaasi

flutter *n.* சிறகடிப்பு sirakadippu

flutter *v.t.* சிறகடி sirakadi

fly *n.* ஈ ee

fly *v.i* பற para

foam *n.* நுரை மெத்தை nuraimethai

foam *v.t.* நு ரைக்கச் செய் nuraikkachey

focal *a.* தலைமையான thalaimaiyaana

focus *n.* கருத்து மையம் karuthu maiyam

focus *v.t.* கவனம் செலுத்து kavanm seluthu

fodder *n.* கால்நடைத் தீவனம் kaalnadaitheevanam

foe *n.* பகைவன் pakaivan

fog *n.* பனி pani

foil *v.t.* தோவியுறச் செய் tholivyurachey

fold *n.* மடிப்பு madippu

fold *v.t.* மடி madi

foliage *n.* இலைத் தொகுதி ilaithokuthi

follow *v.t.* பின் தொடர் pinthodar

follower *n.* தொண்டர் thondar

folly *n.* மூடச் செயல் moodacheyal

foment *v.t.* தூண்டி விடு thoondividu

fond *a.* விருப்பார்வம் உடைய viruppaarvam udaiya

fondle *v.t.* தடவிக்கொடு thadavikkodu

food *n.* உ ணவு unavu

fool *n.* முட்டாள் mutaal

foolish *a.* முட்டாள் தனமான mutaalathanamaana

foolscap *n.* குல்லாய் kullaay

foot *n.* பாதம் paatham

for prep பொருட்டு poruttu

for *conj.* வேண்டி vendi

forbid *v.t.* தடைசெய் thadaisey

force *n.* விசை visai

force *v.t.* வற்புறுத்து varpuruththu

forceful *a.* திறன்மிக்க thiranmika

forcible *a.* வலிந்து செய்யப்படுகிற valinthu seyyapadukira

forearm *n.* முன்கை munkai

forearm *v.t.* தயார் செய் thayaar sey

forecast *n.* முன்னறிவிப்பு munnarivippu

forecast *v.t.* முன் னால் அறிவி munnaal arivi

forefather *n.* முன்னோடி munnodi

forefinger *n.* சுட்டு விரல் suutu viral

forehead *n.* நெற்றி nerri

foreig *n. a.* அந்நியமான anniyamaana

foreigner *n.* அயல் நாட்டவர் ayalnaattavar

foreknowledge *n.* முன்பே உணரும் அறிவு munpe unarum arivu

foreleg *n.* முன்ன்ங்கால் munnagkaal

forelock *n.* முன்னுச்சி முடி munnuchi mudi

foreman *n.* மேஸ்திரி mesthiri

foremost *a.* முதன்மையான muthanmaiyaana

forenoon *n.* முன்பகல் munpakal

forerunner *n.* முன்னோடி munnodi

foresee *v.t.* முன்னுணர் munnunar

foresight *n.* முன்னறி திறன் munnari thiran

forest *n.* காடு kaadu

forestall *v.t.* முந்தடுப்பு நடவடிக்கை எடு muthaduppu nadavadikkai edu

forester *n.* வன அதிகாரி vana athikaari

forestry *n.* காட்டியல் kaattiyal

foretell *v.t.* ஆரூடம் சொல் aarudam sol

forethought *n.* முன்னேற்பாடு munnerpaadu

forever *adv.* என்னென்றும் enrenrum

forewarn *v.t.* முன்னெச்சரிக்கை அளி munnessarikkai ali

foreword *n.* முகவுரை mukavurai

forfeit *v.t.* இழ izha

forfeit *n.* இழப்பு iahappu

forfeiture *n.* நஷ்டம் nashtam

forge *n.* உலைக்களம் ulaikkalam

forge *v.t.* முன்னேறு munneru

forgery *n.* பொய் கையெழுத்து poi kaiyezhuththu

forget *v.t.* மற mara

forgetful *a.* மறதியுடைய marathiyudaiya

forgive *v.t.* மன்னித்துவிடு manniththuvidu

forgo *v.t.* துற thura

forlorn *a.* கவனிப்பாரற்ற kavanippaararra

form *n.* திரிபுக் கூறு thiripukkooru

form *v.t.* தொடங்கு thodangu

formal *a.* முறை சார்ந்த muraisaarntha

format *n.* ஒழுங்கமைவு ozhungamaivu

formatio *n. n.* உருவாக்குதல் uruvaakkuthal

former *a.* முந்தைய munthaiya

former *pron.* முதலாமவர் muthalaamavar

formerly *adv.* முன்னாளில் munnaalil

formidable *a.* அச்சமூட்டுகிற achamootukira

formula *n.* கட்டளை விதி kattalai vithi

formulate *v.t.* ஒழுங்கம்மைவு செய் ozhungkamaivu sey

forsake *v.t.* கைவிடு kaividu

forswear *v.t.* தள்ளிவிட் thallividu

fort *n.* கோட்டை kottai

forte *n.* குணம் kunam

forth *adv.* மற்றும் பிற marrum pira

forthcoming *a.* முன் வருகிற munvarukira

forthwith *adv.* உடனடியாக udanadiyaaka

fortify *v.t.* அரண்காப்பமை aran kaappamai

fortitude *n.* சகிப்புத்தன்மை sakippuththanamai

fort-night *n.* இரண்டு வார காலம் irandu vaara kaalam

fortress *n.* காப்பரண் kaapparan

fortunate *a.* அதிஷ்டமுள்ள athirshdamulla

fortune *n.* செல்வ வளம் selva valam

forty *n.* நாற்பது naarpathu

forum *n.* மன்றம் manram

forward *a.* முற்போக்கான murpokkaana

forward adv முன்னொக்கி munnokki

forward *v.t.* மேலனுப்பு melanuppu

fossil *n.* புதைவடிவம் puthaivadivam

foster *v.t.* ஊக்கமளி ookkamali

foul *a.* முடை நாற்றம் வாய்ந்த mudai naarram vaayntha

found *v.t.* நிறுவு niruvu

foundatio *n. n.* அஸ்திவாரம் asthivaaram

founder *n.* நிறுவனர் niruvanar

foundry *n.* வார்ப்பகம் vaarppakam

fountain *n.* நீரூற்று neeroorru

four *n.* நான்கு naanku

fourteen *n.* பதினான்கு pathinaanku

fowl *n.* கோழி kozhi

fowler *n.* வேட்டைக்கார்ர் vettaikkaarar

fox *n.* நரி nari

fraction *n.* பகுதி pakuthi

fracture *n.* மு றிவு murivu

fracture *v.t.* மு றி muri

fragile *a.* வலுவற்ற valuvarra

fragment *n.* துணுக்கு thunukku

fragrance *n.* நறுமணம் narumanam

fragrant *a.* நறுமணமுள்ள narumanamulla

frail *a.* உடல் நலிவுடைய udal nalivudaiya

frame *v.t.* சட்டமிடு sattamidu

frame *n.* சட்டம் sattam

frachise *n.* வணிக உரிமை vanika urimai

frank *a.* கபடமற்ற kapadamarra

frantic *a.* சஞ்சலத்திற்குள்ளான sanjalaththirkullaana

fraternal *a.* உடன் பிறந்தவர் போன்ற udan piranthavar ponra

fraternity *n.* சகோதரத்துவம் sakotharathuvam

fratricide *n.* சகோதரரை கொல்லுதல் sakothararai kolluthal

fraud *n.* மோசடி mosadi

fraudulent *a.* மோசடியான mosadiyaana

fraught *a.* மனமிடிந்த manamidintha

fray *n.* பொறுமை இழ porumai izha

free *a.* சுதந்திரமான suthanthiramaana

free *v.t.* விடுவி viduvi

freedom *n.* சுதந்திரம் suthanthiram

freeze *v.i.* உறை urai

freight *n.* சரக்குப் போக்குவரத்து sarakkup pokkuvaraththu

French *a.* பிரென்ச்சு தொடர்பான pirenchu

French *n.* பிரென்ச்சு மொழி pirenchu

frenzy *n.* ஆத்திரம் aathiram

frequency *n.* அலை வரிசை alai varisai

frequent *n.* அடிக்கடி adikkadi

fresh *a.* புதிய puthiya

fret *n.* விரற்கட்டை virarkattai

fret *v.t.* மனப்புகைச்சலுக்கு உள்ளாகு manapukaichalukku ullaaku

friction *n.* உ ராய்வு uraayvu

Friday *n.* வெள்ளிகி கிழமை vellikizhamai

fridge *n.* குளிர்சாதனப் பெட்டி kulirsaathanapetti

friend *n.* நண்பர் nanpar

fright *n.* கிலி kili

frighten *v.t.* கிலியுண்டாக்கு kiliyundaakku

frigid *a.* இறுக்கமான irukkamaana

frill *n.* வெற்றலங்காரம் verralangkaaram

fringe *n.* விளிம்பு நிலை vilimpu nilai

fringe *v.t.* ஓரம் கட்டப்பட்டிரு oram kattappattiru

frivolous *a.* மடத்தனமாக madaththanamaaka

frock *n.* மகளிர் ஆடை makalir aadai

frog *n.* தவளை thavalai

frolic *n.* குதூகலமாக kuthookalamaaka

frolic *v.i.* குதூகலமாக நடந்துகொள் kuthookalamaaka nadanthukol

from *prep.* இடத்திலிருந்து idaththilirunthu

front *n.* முன்பகுதி munpakuthi

front *a.* முன்புறமான munpuramaana

front *v.t.* எதிர்கொள் ethirkol

frontier *n.* எல்லை ellai

frost *n.* உ றைபனி நிலை uraipani nilai

frown *n.* முகச்சுளிப்பு mukachchulippu

frown *v.i* முகஞ் சுளி mukanjchuli

frugal *a.* சிக்கனமான sikkanamaana

fruit *n.* பழம் pazham

fruitful *a.* ஆதாயமான aathaayamaana
frustrate *v.t.* மன அமைதி குலை mana amaithi kulai
frustration *n.* மனஅமைதிக் குலைவு mana amaithik kulaivu
fry *v.t.* பொரி poriththa
fry n பொரித்த poriththa
fuel *n.* எரி பொருள் eriporul
fugitive *a.* தப்பிச் செல்பவர் thappichchelpavar
fugitive *n.* அகதி akathi
fulfil *v.t.* மனநிறைவளி mana niraivali
fulfilment *n.* மன நிறைவு mana niraivu
full *a.* முழு muzhu
full *adv.* முழுமையான muzhumaiyaana
fullness *n.* முழும்மை muzhumai
fully *adv.* முழும்மையான muzhumaiyaana
fumble *v.i.* தட்டித் தடவு thattiththadavu
fun *n.* கேளிக்கை kelikkai
function *n.* விழா vizhaa
function *v.i* இயங்கு iyangu
functionary *n.* இயக்கம் iyakkam
fund *n.* நிதி nithi
fundamental *a.* அடிப்படையான adippadaiyaana
funeral *n.* ஈமச் சடங்கு eemachadangu
fungus *n.* காளான்கள் kaalaankal
funny *n.* நகைச்சுவை nakaichuvai

fur *n.* மென்மயிர்த்தோல் menmayirthol
furious *a.* சீற்றங்கொண்ட seerrangkonda
furl *v.t.* விரி viri
furlong *n.* தூர அளவு thoora alavu
furnace *n.* உலைக்களம் ulaikkalam
furnish *v.t.* சாமான்கள் அமை saamaankal amai
furniture *n.* மரச் சாமான்கள் mara saamaankal
furrow *n.* உழவுச்சால் uzhavusaal
further *adv.* இன்னும் innum
further *a.* மேற்சென்று mersenru
further *v.t.* வளர்ச்சி தூண்டு valarchi thoondu
fury *n.* கடுங் கோபம் kadungkopam
fuse *v.t.* இணை inai
fuse *n.* மின்காப்பு எரியிழை minkaappu eriyizhai
fusion *n.* அணுக்கருச் சேர்க்கை anukkaruch serkkai
fuss *n.* வீண் ஆர்ப்பாட்டம் veen aarppaattam
fuss *v.i* உணர்ச்சிவசப்படு unarchivasapadu
futile *a.* பயனற்ற payanarra
futility *n.* பயனின்மை payaninmai
future *a.* எதிர்காலம் ethirkaalam
future *n.* எதிர்காலம் ethirkaalam

G

gabble *v.i.* பிதற்று pitharru
gadfly *n.* உண்ணி unni

gag *v.t.* வாயடைப்புச் செய் vaaydaippuchchey
gag *n.* வாயடைப்பு vaayadaippu
gaiety *n.* இன்பக்கிளர்ச்சி inpakkilatrchi
gain *v.t.* வென்றடை evnradai
gain *n.* ஆதாயம் aathaayam
gainsay *v.t.* ஆதாய பேச்சு aathaaya pechu
gait *n.* நடைப்பாணி nadaippaani
galaxy *n.* பால்மண்டலம் paalmandalam
gale *n.* சூறாவளி sooraavali
gallant *a.* துணிச்சல் மிக்க thunichal mikka
gallant *n.* துணிச்சல் thunichal
gallantry *n.* நெஞ்சுரம் nenjuram
gallery *n.* மாடி இருக்கைப் பகுதி maadi irukkaippakuthi
gallon *n.* 3.8 லிட்டர் 3.8 littar
gallop *n.* பாய்ச்சல் paaychal
gallop *v.t.* பாய்ந்தோடு paaynthodu
gallows *n.* தூக்கு மரம் thookku maram
galore *adv.* பேரளவில் peralavil
galvanize *v.t.* பூச்சுப் பூசு poochuppoosu
gamble *v.i.* சூதாடு soothaadu
gamble *n.* சூ தாட்டம் soothaattam
gambler *n.* சூ தாடி soothaadi
game *n.* விளையாட்டு vilaiyaattu
game *v.i* விளையாடு vilaiyaadu
gander *n.* ஆண் வாத்து aan vaathu
gang *n.* குழு kuzhu
gangster *n.* குற்றக் குழு உறுப்பினர் kurrak kuzhu uruppinar

gap *n.* இடைவெளி idaiveli
gape *v.i.* உற்று நோக்கு urru nokku
garage *n.* சீருந்துக் கொட்டில் seerunthuk kottil
garb *n.* ஆடை aadai
garb *v.t.* உடுத்து uduththu
garbage *n.* குப்பை kuppai
garden *n.* தோட்டம் thottam
gardener *n.* தோட்டக்காரர் thottakkaarar
gargle *v.i.* கொப்பளி koppuli
garland *n.* மாலை maalai
garland *v.t.* மாலையிடு maalaiyidu
garlic *n.* பூண்டு poondu
garment *n.* ஆடை aadai
garter *n.*
gas *n.* வாயு vaayu
gasket *n.* இரப்பர் துண்டு irappar thundu
gasp *n.* மூச்சிறைப்பு moochiraippu
gasp *v.i* மூச்சு வாங்கு moochu vaangu
gassy *a.* வ்வாயு சம்பந்தமான vaayu sampanthamaana
gastric *a.* இர்ரைப்பை தொடர்பான irappai thodarpaana
gate *n.* கதவு kathavu
gather *v.t.* சேகரி sekari
gaudy *a* வீண் பகட்டாயுள்ள veen pattaayulla
gauge *n.* கணக்கிடும் கருவி kankkidum karuvi
gauntlet *n.* கையுறை maiyurai
gay *a.* களிப்புணர்வு மிகுந்த kalippunarvu mikuntha

gaze *v.t.* கூர்ந்து நோக்கு koornthu nokku

gaze *n.* உற்று நோக்குதல் urru nokkuthal

gazette *n.* அரசிதழ் arasithazh

gear *n.* இயந்திரப் பகுதி iyanthirappakuthi

geld *v.t.* காயடி kaayadi

gem *n.* இ ரத்தினம் iraththinam

gender *n.* பாலினம் paalinam

general *a.* பொதுவான pothuvaana

generally *adv.* பொதுவ்வாக pothuvaaka

generate *v.t.* உற்பத்தி செய் urpaththi sey

generation *n.* தலைமுறை thalaimurai

generatoı *n.* மின் ஆக்கி min aakki

generosity *n.* ஈகைக் குணம் eekaikkunam

generous *a.* நீகைக் குணமுடைய eekaik kunamudaiya

genius *n.* அறிவாளி arivaali

gentle *a.* மென்மை menmai

gentleman *n.* கனவான் kanavaan

gentry *n.* மேன்மக்கள் menmakkal

genuine *a.* மெய்யான meyyaana

geographer *n.* புவியியல் மாணவர் puviyiyal maanavar

geographical *a.* பூமி சார்ந்த poomi saarnatha

geography *n.* புவியியல் puviyiyal

geological *a.* பாறைகள் அறிவியல் paaraikal ariviyai

geologist *n.* புயமைப்பியல் ஆய்வாளர் puviyamaippiyal aayvaalar

geology *n.* புயம்மைப்பியல் pviyamaippiyal

geometrical *a.* வடிவியற் கணிதம் சார்ந்த vadiviyal kanitham saarntha

geometry *n.* வடிவியர் கணிதம் vadiviyal kanitham

germ *n.* கிருமி kirumi

germicide *n.* மிருமி நாசினி kiruminaasini

germinate *v.i.* முளைவிடு mulaividu

germination *n.* முள்ளைவிடுதல் mulaividuthal

gerund *n.* வினைப் பெயர் vinaippeyar

gesture *n.* ச்சைகை saikai

get *v.t.* வாங்கு vaangu

ghastly *a.* கோரமான koramaana

ghost *n.* பேய் pey

giant *n.* மிகப் பெரிய mikap periya

gibbon *n.* வாலில்லாக் குரங்கு vaalilaaak kurangu

gibe *v.i.* கேலி பேசு keli pesu

gibe *n.* கேலி keli

giddy *a.* மயக்கங்க்கொண்ட mayakkangkonda

gift *n.* பரிசு parisu

gifted *a.* கைவரப் பெற்ற kaivarapperra

gigantic *a.* பேருருவம் படைத்த peruruvam padaiththa

giggle *v.i.* அசட்டுத்தனமாக சிரி asattuththanamaaka siri

gild *v.t.* முலாம் பூசு mulaam poosu

gilt *a.* தங்க முலாம் thangamulaam

ginger *n.* இஞ்சி inji

giraffe *n.* ஒட்டகச் சிவிங்கி ottakachivingi

gird *v.t.* சுற்றி கட்டு surri kattu

girder *n.* தூலம் thoolam

girdle *n.* ஒட்டியாணம் ottiyaanam

girdle *v.t.* சுற்றி வளை surri valai

girl *n.* இளம்பெண் ilampen

girlish *a.* இளம்பெண் த்ன்மை ilampen thanmai

gist *n.* சாராம்சம் saaraamsam

give *v.t.* கொடு kodu

glacier *n.* பனிக்கட்டிப்பாளம் panikattippaalam

glad *a.* இன்புற்ற inpurra

gladden *v.t.* மகிழ்ச்சியளி makizhchiyali

glamour *n.* கவர்ச்சி kavarchi

glance *n.* கண்ணோட்டம் kannottam

glance *v.i.* பார்வையை செலுத்து paarvaiyai seluththu

gland *n.* சுரப்பி surappi

glare *n.* வெறித்த நோக்கு veriththa nokku

glare *v.i* சீற்றத்துடன் நோக்கு seerraththudan nokku

glass *n.* கண்ணாடி kannaadi

glaucoma *n.* கண்ணோய் வகை kannoi vakai

glaze *v.t.* மெருகிடு merukidu

glaze *n.* கண்ணாடித் தக்டு kanaadiththakadu

glazier *n.* கண்ணாடிப் பொருத்தும் பணியாளர் kannaadi poruththum paniyaalar

glee *n.* மகிழ்ச்சி makizhchi

glide *v.t.* வான ஊர்தியில் பற vaana oorthiyil pra

glider *n.* வான ஊர்தி vaana oorthi

glimpse *n.* கண நேரக் காட்சி kana nerakkaadsi

glitter *v.i.* மினுக்கு minukku

glitter *n.* பளபளப்பு palapalppu

global *a.* உலகளாவிய ulakalaaviya

globe *n.* பூமி உருண்டை pumi urundai

gloom *n.* மனச்சோர்வு manachorvu

gloomy *a.* மனம் தளார்ந்த manam thalarntha

glorification *n.* சிறப்பேற்றுதல் sirapperruthal

glorify *v.t.* புகழ்பாடு pukazhpaadu

glorious *a.* உன்னதமான unnathamaana

glory *n.* புகழ் pukazh

gloss *n.* மேல் மினுக்கு mel minukku

glossary *n.* அருஞ் சொல் விளக்கப் பட்டியல் arunjol vilakkappattiyal

glossy *a.* பளபளப்பான palapalappaana

glove *n.* கையுறை kaiyurai

glow *v.i.* ஒளிர் olir

glow n ஒளிர்தல் olirthal

glucose *n.* சர்க்கரை வகை sarkkarai vakai

glue *n.* பசை pasai

glut *v.t.* அதிகம் உண் athikam un

glut *n.* மிகை வளம் mikai valam

glutton *n.* பெருந்தீனியர் peruntheeniyar

gluttony *n.* பெருந்தினி தின்பது peruntheeni thinpathu

glycerine *n.* நிறமற்ற திரவம் niramarra thiravam

go *v.i.* போ po

goad *n.* அங்குசம் angusam

goad *v.t.* தூண்டு thoondu

goal *n.* குறிக்கோள் kurikkol

goat *n.* செம்மறியாடு semmariyaadu

gobble *n.* மடக்கென விழுங்கு madakkena vizhungu

goblet *n.* கோப்பை koppai

god *n.* கடவுள் kadavul

goddess *n.* பெண் கடவுள் penkadavul

godhead *n.* பிடிவாதம் pidivaatham

godly *a.* தெய்வத்தனமை theyvaththanmai

godown *n.* கிடங்கு kidangu

godsend *n.* கடவுள்ளால் அனுப்ப்பபட்டவர் kadavulaal anuppappattavar

goggles *n.* மூக்குக் கண்ணாடி mookku kannaadi

gold *n.* தங்கம் thangam

golden *a.* தங்கம்மான thangamaana

goldsmith *n.* ஆசாரி aasaari

golf *n.* கோல்ஃப் விளையாட்டு kolf vilaiyaattu

gong *n.* உலோக வட்டு uloka vattu

good *a.* நல்ல nalla

good *n.* நன்மை nanmai

good-bye *interj.* விடை கொடு vidaikodu

goodness *n.* நற்தன்மை narthanmai

goodwill *n.* நற்பண்பு narpanpu

goose *n.* வ்வாத்து vaaththu

gooseberry *n.* நெல்லிக்காய் nellikkaay

gorgeous *a.* பேரெழில் வாய்ந்த perezhil vaayntha

gorilla *n.* ஆப்ரிக்க குரங்கு aprikka kurangu

gospel *n.* திருநல்லேடு thirunalledu

gossip *n.* வம்புப் பேச்சு vampu pesu

gourd *n.* சுரைக்காய் suraikaai

gout *n.* மூட்டு நோய் moottu noy

govern *v.t.* ஆட்சி நட்த்து aadsi nadaththu

governance *n.* ஆட்சி aadsi

governess *n.* குழந்தை கவனிப்பாளர் kuzhanthai kavanippaalar

government *n.* அரசாங்கம் arasaangkam

governor *n.* அஆளுநர் aalunar

gown *n.* பெண்கள் உடை penkal udai

grab *v.t.* பறி pari

grace *n.* செயல்வண்ணம் seyalvannam

grace *v.t.* அலங்கரி alangari

gracious *a.* பண்பினிமை panpinimai

gradation *n.* அள்வீடுகள் குறியீடுகள் alaveedukal, kuriyeedukal

grade *n.* தரநிலை tharanilai

grade *v.t.* த்ரவரிசைப்படுத்து tharavaraisaipaduththu

gradual *a.* நிதானமாக நிகழ்கிற nithaanamaaka nikazhkira

graduate *v.i.* பட்டம் பெறு pattam peru

graduate *n.* பட்டதாரி pattathaari

graft *n.* தாவர ஒட்டு சினை thaavara ottu sinai
graft *v.t.* ஒட்டு போடு ottu podu
grain *n.* த்தானியம் thaaniyam
grammar *n.* இலக்கணம் ilakkanam
grammarian *n.* இலக்கணவாதி ilakkanavathi
gramme *n.* எடை அலகு edai alaku
gramophone *n.* இசை பெட்டி isai petti
grannary *n.*
grand *a.* உயரிய மாட்சி மிக்க uyariya maadsi mikka
grandeur *n.* தோற்றப் பொலிவு thorrrap polivu
grant *v.t.* கொடு kodu
grant *n.* மானியம் maaniyam
grape *n.* திராட்சை கனி thiraadsai kani
graph *n.* வரை படம் varai padam
graphic *a.* படங்கள் தொடர்பான padangkal thodarpaana
grapple *n.* பற்றிப் பிடித்துப் போராடுதல் parrippidiththupporaaduthal
grapple *v.i.* பற்றிப் பிடித்துப் போராடு parrip pidiththup poraadu
grasp *v.t.* பற்றிப்பிடி parrippidi
grasp *n.* பற்றிப் பிடித்தல் parrip pidiththal
grass *n.* புல்வெளி pulveli
grate *n.* தீத்தாங்கி theeththaangki
grate *v.t.* துருவு thuruvu
grateful *a.* நன்றியுணர்வு nanriyunarvu

gratification *n.* நன்றியுணர்வு nanriyunarvu
gratis *adv.* இலவசமாக ilavasamaaka
gratitude *n.* நன்றி nanri
gratuity *n.* நன்மதிப்புத் தொகை nanmat6hipputh thokai
grave *n.* கல்லறை kallarai
grave *a.* மோசமான mosamaana
gravitate *v.i.* இழு izhu
gravitation *n.* ஈர்ப்பு விசை eerppu visai
gravity *n.* புவியீர்ப்பு விசை puviyeerppu visai
graze *v.i.* புல்மேய் pulmey
graze *n.* தோலுராய்வுக் காயம் tholuraayvuk kaayam
grease *n.* மசகுப்பொருள் madakupporul
grease *v.t.* மசகெண்ணெய் பூசு masakenney poosu
greasy *a.* பிசுக்குள்ள pisukkulla
great *a.* சிறந்த sirantha
greed *n.* பொறாமை poraamai
greedy *a.* பொற்றாமையுடைய praamaiyudaiya
Greek *n.* கிரேக்க kirekka
Greek *a.* கிரேக்கம் kirekkam
green *a.* பசுமையான pasumaiyaana
green *n.* பச்சை pachai
greenery *n.* பசுமை வெளி pasumai veli
greet *v.t.* முகமன் கூறு mukaman kooru
grenade *n.* வெடிகுண்டு vedikundu
grey *a.* ஒளி மங்கிய oli mangkiya
greyhound *n.* நாய் வகை naay vakai

grief *n.* துயரம் thuyaram
grievance *n.* மனக்குறை manakkurai
grieve *v.t.* துயரப்படு thuyarappadu
grievous *a.* துயரமான thuyaramaana
grind *v.i.* அரை arai
grinder *n.* அரவை இயந்திரம் aravai iyanthiram
grip *v.t.* உறுதியாகப்பிடி urithiyaakappidi
grip *n.* இருக்கமான பிடிப்பு irukkamaana pidippu
groan *v.i.* முனகு munaku
groan *n.* முனகுதல் munakuthal
grocer *n.* பலசரக்கு வணிகர் palasarakku vanikar
grocery *n.* பலசரக்குப் பொருள்கள் palasarakkup porulkal
groom *n.* குதிரை பராமரிப்பவர் kuthirai paraamarippavar
groom *v.t.* விலங்கைப் பராமரி vilangkaip paraamari
groove *n.* ஆழ்தடம் aazhthadam
groove *v.t.* பள்ளம் pallam
grope *v.t.* துழாவித் தேடு thuzhaavith thedu
gross *n.* மொத்தம் moththam
gross *a.* முழு மொத்தம் muzhu moththam
grotesque *a.* அழகற்ற azhakarra
ground *n.* நிலத்தளம் nilaththalam
group *n.* குழு kuzhu
group *v.t.* குழு அமை kuzhu amai
grow *v.t.* வளர் valarchi
grower *n.* வளர்ப்பவர் valarppavar
growl *v.i.* உறுமு urumu
growl *n.* உறுமல் urumal
growth *n.* வளர்ச்சி valarchi
grudge *v.t.* மனவெறுப்புக் காட்டு manaveruppukkaatu
grudge *n.* காழ்ப்பு kaazhppu
grumble *v.i.* குற்றங்கூறு kurrangkooru
grunt *n.* உறுமல் urumu
grunt *v.i.* குற்றோசை எழுப்பு kurrosai ezhuppu
guarantee *n.* உத்திரவாசம் uththiravaathamali
guarantee *v.t.* உத்திரவ்வாதமளி uththiravaathamali
guard *v.i.* காவலிரு kaavaliru
guard பாதுகாவல் pathukaaval
guardian *n.* பாதுக்காப்பாளர் paathukaappaalar
guava *n.* கொய்யா koyyaa
guerilla *n.* குரங்கு வகை kurangu vakai
guess *n.* ஊகம் ookam
guess *v.i* ஊகம் செய் ookam sey
guest *n.* விருந்தினர் virunthinar
guidance *n.* வழிகாட்டல் vazhikaattal
guide *v.t.* வழிக்காட்டு vazhikaattu
guide *n.* வழிக்காட்டி vazikaatti
guild *n.* பொதுநோக்க்க் கழகம் pothu nokkak kazhakam
guile *n.* சூழ்ச்சித்திறன் soozhchithiran
guilt *n.* குற்றவுணர்வு kurravunarvu
guilty *a.* குற்றம் செய்தவர் kurram seythavar
guise *n.* வேடம் vedam
guitar *n.* இசைக் கருவி isaikkaruvi
gulf *n.* வளைகுடா valaikudaa

gull *n.* கடற் பறவை kadar paravai
gull *n.* மூடன் moodan
gull *v.t.* ஏமாற்று yemaarru
gulp *n.* விழுங்கு vizhungu
gum *n.* ஈறு eeru
gun *n.* துப்பாக்கி thuppaakki
gust *n.* புயல் காற்று puyal kaarru
gutter *n.* நீர்க் கால்வாய் neerk kaalvaay
guttural *a.* தொண்டை பற்றிய thondai parriya
gymnasium *n.* உடற்பயிற்சி விளையாட்டு udarpayirchi vilaiyaattu
gymnast *n.* உடற்பயிற்சி செய்பவர் udarpayirchi seypavar
gymnastic *a.* உடற்பயிற்சி udarpayirchi
gymnastics *n.* உடற்பயிற்சிகள் udarpayirchikal

H

habeas corpus *n.* ஆள்கொணர்வு aalkonarvu
habit *n.* பழக்கம் pazhakkam
habitable *a.* வசிக்கத் தக்க vasikkaththakka
habitat *n.* வசிப்பிடம் vasippidam
habitation *n.* குடியிருப்பு kudiyiruppu
habituate *v. t.* குடியமர்த்து kudiyamarththu
hack *v.t.* த்தாக்கு thaakku
hag *n.* சூனியக்காரி sooniyakkaari
haggard *a.* களைப்புற்றுள்ள kalaippurrulla

haggle *v.i.* பேரம் பேசு peram pesu
hail *n.* ஆலங்கட்டி aalangatti
hail *v.i* போற்று porru
hail *v.t.* பாராட்டு paaraattu
hair *n.* முடி mudi
hale *a.* இழு izhu
half *n.* அரை arai
half *a.* பாதி paathi
hall *n.* கூடம் koodam
hallmark *n.* சிறப்பியல்பு sirappiyalpu
hallow *v.t.* உள்ளீடற்ற ulleedarra
halt *v. t.* நிறுத்து niruththu
halt *n.* இடை நிறுத்தம் idai niruththam
halve *v.t.* பாதியாகப் பிரி paathiyaakap piri
hamlet *n.* குக்கிராமம் kukkiraamam
hammer *n.* சுத்தியல் suththiyal
hammer *v.t.* சம்மட்டியால் அடி sammattiyaala adi
hand *n.* கை kai
hand *v.t.* கொடு kodu
handbill *n.* துண்டு பிரசுரம் thundu pirasuram
handbook *n.* கையேடு kaiyedu
handcuff *n.* கைவிலங்கு kaivilangu
handcuff *v.t.* கைவிலங்கிடு kaivilangidu
handful *n.* கைநிறைய kainiraiya
handicap *v.t.* ஊனமுற்றவர் oonamurravar
handicap n ஊனம் oonam
handicraft *n.* கைவினை kaivinai
handiwork *n.* கைவேலைப்பாடு kaivelaipaadu

handkerchief *n.* கைக்குட்டை kaikkuttai

handle *n.* கைப்பிடி kaippidi

handle *v.t.* கையாளு kaiyaalu

handsome *a.* அழகான azhakaana

handy *a.* கைய்யாள்வதற்கேற்ற kaiyaalvatharkerra

hang *v.t.* தொங்கவிடு thongavidu

hanker *v.i.* ஏங்கு yengu

haphazard *a.* தாறுமாறான thaarumaaraana

happen *v.t.* நிகழ்வுறு nikazhvuru

happening *n.* சம்பவம் smapavam

happiness *n.* மகிழ்ச்சி makizhchci

happy *a.* மகிழ்வு makizhvu

harass *v.t.* த்தொல்லை கொடு thollai kodu

harassment *n.* தொல்லை thollai

harbour *n.* துறைமுகம் thuraimukam

harbour *v.t.* புகலிடமளி pukalidamali

hard *a.* கெட்டியான kettiyaana

harden *v.t.* கடினமாக்கு kadinamaakku

hardihood *n.* அசட்டு துனிச்சல் asattu thunichal

hardly *adv.* அரிதாக arithaaka

hardship *n.* வாழ்க்கைப் பிரச்சனை vaazhkkaip pirachanai

hardy *adj.* நிலையுருதி மிக்க nilaiyuruthi mikka

hare *n.* முயல் muyal

harm *n.* தீங்கு theengu

harm *v.t.* தீங்கு செய் theengku sey

harmonious *a.* ஒத்திசைவுடைய oththisaivudaiya

harmonium *n.* இசைக் கருவி isaik karuvi

harmony *n.* இணக்க நிலை inakka nilai

harness *n.* சேணம் senam

harness *v.t.* சேணம் பூட்டு senam pootu

harp *n.* யாழ் yaazh

harsh *a.* கடுமை மிக்க kadumai mikka

harvest *n.* அறுவடை aruvadai seypavar

haverster *n.* அறுவ்டை செய்பவர் aruvadai seypavar

haste *n.* பரபரப்பு paraparappu

hasten *v.i.* அவசரம் காட்டு avasaram kaatu

hasty *a.* பரபரப்ப்பாக செய்யப்படுகிற paraparappaaka seyyappadukira

hat *n.* தொப்பி thoppi

hatchet *n.* கைக்கோடாரி kaikkodaari

hate *n.* வெறுப்பு veruppu

hate *v.t.* வெறு veru

haughty *a.* இறுமாப்புடைய irumaappudaiya

haunt *v.t.* வருத்தமூட்டு varuththamootu

haunt *n.* பயிலிடம் payilidam

have *v.t.* வைத்திரு vaiththiru

haven *n.* புகலிடம் pukalidam

havoc *n.* பேரழிவு perazhivu

hawk *n.* பருந்து parunthu

hawker n வீதி வியாபாரி veethi viyaapaari

hawthorn *n.* முட்செடி mudsedi

hay *n.* வைக்கோல் vaikkol
hazard *n.* இடர் வாய்ப்புள்ளது idar vaayppullathu
hazard *v.t.* ஊகம் செய் ookam sey
haze *n.* தெளிவில்லாத thelivilaatha
hazy *a.* மங்கலான mangalaana
he *pron.* அவன் avan
head *n.* தலை thalai
head *v.t.* தல்லைமை தாங்கு thalaimai thaangu
headache *n.* தல்லைவலி thalaivali
heading *n.* தலைப்பு thalaippu
headlong *adv.* தலைகீழாக thalaikeezhaaka
headstrong *a.* பிடிமுரண்டான pidimurandaana
heal *v.i.* குணப்படுத்து kunappaduththu
health *n.* ஆரோக்கியம் aarokkiyam
healthy *a.* ஆரொக்கியமான aarokkiyamaana
heap *n.* குவியல் kuviyal
heap *v.t.* குவி kuvi
hear *v.t.* கேள் kel
hearsay *n.* செவிவழிச் செய்தி sevivazhich seythi
heart *n.* இதயம் ithayam
hearth *n.* அடுப்பபங்கரை aduppangkarai
heartily *adv.* மனதார manathaara
heat *n.* அனல் anal
heat *v.t.* சூடுபடுத்து soodupaduththu
heave *v.i.* உயர்த்து uyarththu
heaven *n.* சொர்க்கம் sorkkam
heavenly *a.* விண்வெளி சார்ந்த vinveli saarntha
hedge *n.* குறுமர வரிசை kurumara varisai
hedge *v.t.* மழுப்பலாக கூறு mazhuppalaka kooru
heed *v.t.* செவிசாய் sevi saay
heed *n.* கவனத்தில் கொள் kavanaththilkol
heel *n.* குதிகால் kuthikaal
hefty *a.* கட்டுறுதியுடைய katturuthiyudaiya
height *n.* உயரம் uyaram
heighten *v.t.* உயர்த்து uyarththu
heinous *a.* கொடிய kodiya
heir *n.* வாரிசு vaarisu
hell *a.* நரகம் narakam
helm *n.* சுக்கான்பிடி sukkaan pidi
helmet *n.* தலைக்கவசம் thalaikkavasam
help *v.t.* உதவி செய் uthavi sey
help *n.* உதவி uthavi
helpful *a.* உதவிகரமான uthavikaramaana
helpless *a.* தன்செயலற்ற than seyalarra
helpmate *n.* உதவிசெய்பவர் uthaviseypavar
hemisphere *n.* அரைக்கோளம் araikkolam
hemp *n.* சணல் வகை sanal vakai
hen *n.* பெட்டைக் கோழி pettaik kozhi
hence *adv.* இதன் விளைவாக ithan vilaivaaka
henceforth *adv.* இனி ini

henceforward *adv.* இது முதற்கொண்டு ithu mutharkondu
henchman *n.* அடியாள் adiyaal
henpecked *a.* மனைவி சொல் தட்டாத manaivi sol thattaatha
her pro*n.* அவள் aval
her *a.* அவளுடைய avaludaiya
herald *n.* முன்னறிவி munnarivi
herald *v.t.* முன்னறிவி munnarivi
herb *n.* மூலிகை moolikai
herculean *a.* கடினமான kadinamaana
herd *n.* மந்தை manthai
herdsman *n.* ஆயர் aayar
here இங்க் inge
hereabouts *adv.* இங்கே எங்காவது ingke engkaavathu
hereafter *adv.* இனிமேல் inimel
hereditary *n.* மரபுவழித் தொடர்கிற marapuvazhith thodarkira
heredity *n.* பாரம்பரியம் paarampariyam
heritable *a.* வாரிசுடைய vaarisudaiya
heritage *n.* மரபுச் செல்வம் marapuch chelvam
hermit *n.* துறவி thuravi
hermitage *n.* ஆசிரமம் aasiramam
hernia *n.* பிதுக்கம் pithukkam
hero *n.* க தாநாயகன் kathaanaayakan
heroic *a.* வீரமிக்க veeramikka
heroine *n.* க தாநாயகி kathaanaayaki
heroism *n.* வீரம் veeram
herring *n.* மீன் வகை meen vakai
hesitant *a.* ஐயுறுகிற aiyurukira
hesitate *v.i.* தயங்கு thayangu
hesitation *n.* தயக்கம் thayakkam
hew *v.t.* வெட்டு vettu
heyday *n.* வெற்றி காலம் verri kaalam
hibernation *n.* செறிதுயில் serithuyil
hiccup *n.* விக்கல் vikkal
hide *n.* மறைவிடம் maraividam
hide *v.t.* ஒளித்து வை oliththu vai
hideous *a.* கோரமான koramaana
hierarchy *n.* படிநிலை அமைப்பு padinilai amaippu
high *a.* உயர்நிலையில் uyarnilaiyil
highly *adv.* மிக்க மதிப்புடன் mikka mathippudan
Highness *n.* உயர்குடி பெயர் uyarkudi peyar
highway *n.* நெடுஞ் சாலை nedunjsaalai
hilarious *a.* பெருவேடிக்கையான peruvedikkaiyaana
hilarity *n.* நகையாட்டம் nakaiyaattam
hill *n.* குன்று kunru
hillock *n.* சிறு மேடு sirumedu
him *pron.* அவனுடைய avanudaiya
hinder *v.t.* தடு thadu
hindrance *n.* த டை thadai
hint *n.* மறை குறிப்பு marai kurippu
hint *v.i* சூசகமாக தெரிவி soosakamaaka therivi
hip *n.* இடுப்பு iduppu
hire *n.* வாடகைக்கு எடுத்தல் vaadakaikku eduththal
hire *v.t.* வாடகைக்கு எடு vaadakaikku edu
hireling *n.* கூலியாள் kooliyaal

his *pron.* அவனது avanathu

hiss *n.* சீற்றக்குரல் seerrakkural

hiss *v.i* சீறு seeru

historian *n.* வரலாற்றுத் துறை நிபுணர் varalaarruth thurai nipunar

historic *a.* . சரித்திர சிறப்புடைய sariththira sirappudaiya

historical *a.* வரல்லாற்றுத் தொடர்பான varalarruth thodarpaana

history *n.* வர லாறு varalaaru

hit *v.t.* தாக்கு thaakku

hit *n.* அடி adi

hitch *n.* முட்டுக்கட்டை muttukkattai

hither *adv.* இங்குமங்கும் ingumangum

hitherto *adv.* இப்பொழுது வரை ippozhuthu varai

hive *n.* செயற்கை தேன்கூடு seyarkai thenkoodu

hoarse *a.* கம்மிய குரல் kammiya kural

hoax *n.* கட்டுக்கதை kattukkathai

hoax *v.t.* சூழ்ச்சி செய் soozhchi sey

hobby *n.* பொழுதுபொக்கு pozhuthupokku

hobby-horse *n.*

hockey *n.* ஹாக்கி விளையாட்டு haakki vilaiyaattu

hoist *v.t.* கொடியேற்று kodiyerru

hold *n.* பற்றிக்கொள் parrikkol

hold *v.t.* பற்றிக்கொள் parrikkol

hole *n* துளை thulai

hole *v.t.* துள்ளையிடு thulaiyidu

holiday *n.* விசுமுறை vidumurai

hollow *a.* உள்ளிடற்ற ulleedarra

hollow *n.* உள்ளீடற்ற ulleedarra

hollow *v.t.* குடைந்தெடு kudainthedu

holocaust *n.* நாசம் naasam

holy *a.* புனிதமான punithamaana

homage *n.* மரியாதை mariyaathai

home *n.* இல்லம் illam

homicide *n.* ம னிதக் கொலை manathakkolai

homoeopath *n.* ஹோமியோபதி மருத்துவர் homiyopathi maruththuvar

homeopathy *n.* இனமுறை மருத்துவம் inamurai maruththuvam

homogeneous *a.* ஒருபடித்தான orupadiththaana

honest *a.* நேர்மையான nermaiyaana

honesty *n.* நேர்ம்மை nermai

honey *n.* தேன் then

honeycomb *n.* தேன்கூடு thenkoodu

honeymoon *n.* தேனிலவு thenilavu

honorarium *n.* நன்கொடை nankodai

honorary *a.* கௌரவத்திற்கு kauravaththirku

honour *n.* மரியாதை mariyaathai

honour *v.* t பெருமிதம் அடையச் செய் perumitham adaiyachchey

honourable *a.* மதிபுக்குரிய mathippukkuriya

hood *n.* மேல் மூடாக்கு melmoodaakku

hoodwink *v.t.* ஏமாற்று yemaarru

hoof *n.* குளம்பு kulampu

hook *n.* தூண்டில்முள் thoondil mul

hooligan *n.* பொக்கிரி pokkiri

hoot *n.* வெடிச்சிரிப்பு vedichchirippu

hoot *v.i* உரத்த ஒலி எழுப்பு uraththa oli ezhuppu

hop *v. i* குதி kuthi

hop *n.* குதித்தல் kuthiththal

hope *v.t.* நம்பு nampu

hope *n.* நம்பிக்கை nampikkai tharum

hopeful *a.* நம்பிக்க்கை தரும் nampikkai tharum

hopeless *a.* நம்பிக்க்க்கையூட்டாத nampikkaiyoottaatha

horde *n.* பெருங்கூட்ட,ம் perungkoottam

horizon *n.* தொடுவானம் thoduvaanam

horn *n.* ஒலிப்பான் olippaan

hornet *n.* பெரிய குளவி periya kulavi

horrible *a.* கோரமான koramana

horrify *v.t.* கிலியூட்டு kiliyoottu

horror *n.* கிலியூட்டு kiliyoottu

horse *n.* குதிரை kuthirai

horticulture *n.* தோட்ட வெளாண்மையியல் thotta velaanmaiyiyal

hose *n.* குழாய் kuzhaay

hosiery *n.* பின்னலாடை pinnalaadai

hospitable *a.* விருந்தோம்புகிற virunthompukira

hospital *n.* மருத்துவமனை maruththuvamanai

hospitality *n.* விருந்தோம்பல் virunthompal

host *n.* விருந்தோம்புநர் virunthompunar

hostage *n.* பிணைக் கைதி pinaik kaithi

hostel *n.* விடுதி viduthi

hostile *a.* பகைமைப் போக்குடைய pakaimai pokkudaiya

hostility *n.* வன் மம் vanmam

hot *a.* உஷ்ணமான ushnamaana

hotchpotch *n.* கதம்பம் kathampam

hotel *n.* ஓட்டல் ottal

hound *n.* வேட்டை நாய் vettai naay

hour *n.* ஒரு மணி நேரம் oru mani neram

house n வீடு veedu

house *v.t.* வசிக்கி இடம் கொடு vasikka idam kodu

how *adv.* எப்படி? eppadi

however *adv.* இருந்தாலும் irunthaalum

however *conj* ஆயினும் aayinum

howl *v.t.* அலறு alaru

howl *n.* அலறல் alaral

hub *n.* மையம் maiyam

hubbub *n.* சந்தடி santhadi

huge *a.* பரந்த parantha

hum *v. i* ரீங்காரம் செய் reengkaaram sey

hum *n.* ரீங்காரம் reengkaaram

human *a.* மானிட maanida

humane *a.* மனிதத் தன்மையுள்ள manithath thanmaiyulla

humanitarian *a.* இரக்கமுள்ள irakkamulla

humanity *n.* மனித சமுதாயம் manitha samuthaayam

humanize *v.t.* மனிதத்தன்மை உண்டாக்கு maniththaththanmai undaakku

humble *a.* அடகமுள்ள adakkamulla

humdrum *a.* களைப்பு உண்டாக்குகிற kalaippu undaakkukira
humid *a.* சற்று ஈரமான sarru eeramaana
humidity *n.* ஈரத்தன்மை eeraththanami
humiliate *v.t.* இழிவுபடுத்து izhivupaduththu
humiliation *n.* இழிவு படுத்தல் izhivupaduththal
humility *n.* பணிபு panivu
humorist *n.* நகைச்சுவை மிக்கவர் nakachuvai mikkavar
humorous *a.* சிரிப்பூட்டுகிற srippoottukira
humour *n.* நகைச்சுவை nakaichuvai
hunch *n.* கூன் koon
hundred *n.* நூறு nooru
hunger n பசி pasi
hungry *a.* பசியுள்ள pasiyulla
hunt *v.t.* வேட்டையாடு vettaiyaadu
hunt *n.* வேட்டை vettai
hunter *n.* வேட்டைக்காரன் vettaikaaran
huntsman *n.* வேடுவன் veduvan
hurdle1 *n.* இடைஞ்சல் idainjal
hurdle2 *v.t.* தாண்டு thaandu
hurl *v.t.* வீசியெறி veesiyeri
hurrah interj. சபாஷ் ! sappash
hurricane *n.* சுழல் காற்று suzhal kaarru
hurry *v.t.* அவசரப்படுத்து avasarappaduththu
hurry *n.* அவசரம் avasaram
hurt *v.t.* தீங்கு செய் theengu sey
hurt *n.* காயம் kaayam
husband *n.* கணவன் kanavan
husbandry *n.* வேளாண்மை velaanmai
hush *n.* நிசப்தம் nisaptham
hush *v.i* கூச்சலை அடக்கு koochalai adakku
husk *n.* உமி umi
husky *a.* குரல் கம்மிய kural kammiya
hut *n.* குடிசை kudisai
hyaena, hyena *n.* கழுதை புலி kazhuthai puli
hybrid *a.* கலப்பு இனத்தைச் சேர்ந்த kalppu inaththacherntha
hybrid *n.* கலப்பு இனம் kalappu inam
hydrogen *n.* ஜலவாயு jalavaayu
hygiene *n.* சுகாதாரம் sukaathaaram
hygienic *a.* சுகாதார சம்பந்தமான sukaathaara sampanthamaana
hymn *n.* துதிப் பாட்டு thuthippaattu
hyperbole *n.* உயர்வு நவிற்சி uyarvu navirchi
hypnotism *n.* வசீகர சாஸ்திரம் vaseekara saasthiram
hypnotize *v.t.* (வசீகர சாஸ்திரம் உபயோகித்து நோயாளிக்கு) தூக்க நிலை உண்டாக்கு (vaseckara saasthiram upayokiththu noyaalikku) thookka nilai undaakku
hypocrisy *n.* கபட நாடகம் kapada naadakam
hypocrite *n.* கபடமாக நடிப்பவர் kapdamaaka nadippavar
hypocritical *a.* கபடமாக நடித்தல் kaptamaka nadiththal

hypothesis *n.* அனுமானம் anumaanam

hypothetical *a.* அனுமானித்தல் anumaaniththal

hysteria *n.* மூர்ச்சை நோய் moorchai noy

hysterical *a.* மாறுபடுகிற maarupadukira

I

I pro*n.*

ice *n.* பனிக்கட்டி panikkatti

iceberg *n.* பனிக்கட்டிப் பாறை panikkattip paarai

icicle *n.* பனிக்கட்டித் துண்டு panikkattiththundu

icy *a.* மிகக் குளிர்ந்த mikakulirntha

idea *n.* எண்ணம் ennam

ideal *a.* சீரிய seeriya

ideal *n.* உயர் இலட்சியம் uyar ladsiyam

idealism *n.* இலட்சியவாதம் iladsiyavaatham

idealist *n.* உயரிய பண்புடையவர் uyariya panpudaiyavar

idealistic *a.* லட்சியங்களைப் பின்பற்றும் ladsiyangkalaip pinparrum

idealize *v.t.* கற்பனை உயர்நிலை ஆக்கு karpanai uyarnilai aakku

identical *a.* அதுவேயான athuveyaana

indentification *n.* அடையாளாம் காட்டுதல் adaiyaalam kaattuthal

identify *v.t.* அடையாளம் கண்டுபிடி adaiyaalam kandupidi

identity *n.* ஒரே தன்மை ore thanmai

ideocy *n.* அறியாமை ariyaamai

idiom *n.* மொழி மரபு mozhi marapu

idiomatic *a.* மொழி நடை சம்பந்தமான mozhi nadai sampanthamaana

idiot *n.* முட்டாள் muttaal

idiotic *a.* முட்டாள்தனமான muttaalthanamaana

idle *a.* பயனற்ற payanarra

idleness *n.* சோம்பெறி நிலை somperi nilai

idler *n.* சோம்பெறி somperi

idol *n.* சிலை வடிவம் silai vadivam

idolater *n.* விக்கிரக ஆராதனை செய்பவர் vikkiraka aaraathanai seypavar

if *conj.* அப்படியானால் appadiyaanaal

ignoble *a.* அகௌரவமான akuravamaana

ignorance *n.* அறிவின்மை arivinmai

ignorant *a.* அறிவில்லாத arivillaatha

ignore *v.t.* அசட்டை செய் asattai sey

ill *a.* நோயுற்ற noyurra

ill *adv.* கெடுதலாக keduthalaaka

ill *n.* கெடுதி keduthi

illegal *a.* சட்ட விரோதமான satta virothamaana

illegibility *n.* தெளிரின்மை thelivinmai

illegible *a.* தெளிவற்ற thelivarra

illegitimate *a.* சட்டதிற்கு முரணான sattaththirku muranaana

illicit *a.* சட்ட விரோதமான satta virothamaana

illiteracy *n.* எழுத்தறிவின்மை ezhuththarivinmai

illiterate *a.* எழுத்தறிவில்லாத ezhuththarivilaatha

illness *n.* சுகவீனம் sukaveenam

illogical *a.* முரண்பாடான muranpaadaana

illuminate *v.t.* வெளிச்சமாக்கு velichamaakku

illumination *n.* தீபலங்காரம் theepalangkaaram

illusion *n.* மாயை maayai

illustrate *v.t.* விளக்கிச் சொல் vilakkichol

illustration *n.* விளக்கப் படம் vilakkappadam

image *n.* உருவம் uruvam

imagery *n.* நினைவுக்காட்சி ninaivukkaadsi

imaginary *a.* கற்பனையான karpanaiyaana

imagination *n.* கற்பனை karpanai

imaginative *a.* கற்பனா சக்தியுள்ள karpanaa sakthiyulla

imagine *v.t.* நினைத்துக்கொள் ninaiththukkol

imitate *v.t.* பிறரைப் போன்று நடி piraraipponru nadi

imitation *n.* நகல் nakal

imitator *n.* நகல் செய்பவர் nakal seypavar

immaterial *a.* ஒன்றையும் பாதிக்காத onraiyum paathikaatha

immature *a.* முதிராத muthiraatha

immaturity *n.* முதிராத நிலை muthiraatha nilai

immeasurable *a.* அளவில்லாத alavillaatha

immediate *a.* உடனடியான udanadiyaana

immemorial *a.* நினைவுக்கெட்டாத ninaivukkettaatha

immense *a.* அதிகமான athikamaana

immensity *n.* பெரிதாயிருக்கும் தன்மை perithaayirukkum thanmai

immerse *v.t.* அமுக்கு amukku

immersion *n.* மூழ்கடித்தல் moozhkadiththal

immigrant *n.* பிறநாட்டில் குடியேறியவர் pira naattil kudiyeriyavar

immigrate *v.i.* பிற நாட்டில் குடியேறு pira naattil kudiyeru

immigration *n.* குடிபுகுதல் kudipukuthal

imminent *a.* உடனிடியாக நிகழக்கூடிய udanadiyaaka nikazhakkoodiya

immodest *a.* நாணமில்லாத naanamillaatha

immodesty *n.* நாணமில்லாமை naanamilaamai

immoral *a.* ஒழுக்கங்கெட்ட ozhukkangketta

immorality *n.* ஒழுக்கமின்மை ozhukkaminam

immortal *a.* அழிவற்ற azhivarra

immortality *n.* முடிவற்ற வாழ்வு mudivarra vaazhvu

immortalize *v.t.* சிரஞ்சீவியாக்கு siranjeeviyaakku

immovable *a.* அசைக்க முடியாத asaikka mudiyaatha

immune *a.* பாதுகக்கப்பட்ட paathukaakkappatta

immunity *n.* தடுப்புத்தன்மை thaduppuththanmai

immunize *v.t.* (நோய்கள் தாக்காமல்) பாதுகாப்பளி (noykal thaakaamal) paathukaappali

impact *n.* மோதல் mothal

impart *v.t.* பகிர்ந்து கொடு pakirnthu kodu

impartial *a.* பாரபட்ச்மற்ற paarapadsamarra

impartiality *n.* நடுவுநிலைமை naduvunilaimai

impassable *a.* கடக்க முடியாத kadakka mudiyaatha

impasse *n.* முட்டுச் சந்து muttu santhu

impatience *n.* பொறுமையின்மை porumaiyinmai

impatient *a.* பொறுமையில்லாத porumaiyillaatha

impeach *v.t.* குற்றஞ்சாட்டு kurranchaattu

impeachment *n.* குற்றஞ் சாட்டுதல் kurranjchaattuthal

impede *v.t.* தடை செய் thadai sey

impediment *n.* இடையூறு idaiyooru

impenetrable *a.* உட்செல்ல முடியாத udsella mudiyaatha

imperative *a.* கண்டிப்பான kandippaana

imperfect *a.* குறைபாடுள்ள kuraipaadulla

imperfection *n.* குறையுற்ற நிலை kuraivurra nilai

imperial *a.* ராஜாங்க raajaanga

imperialism *n.* வல்லதிகாரம் vallathikaaram

imperil *v.t.* ஆபத்துக்குள்ளாக்கு aapaththukkullaakku

imperishable *a.* அழுகாத azhukaatha

impersonal *a.* ஒருவரையும் சுட்டிக் குறிக்காத oruvaraiyum suttik kurikkaatha

impersonate *v.t.* ஒருவரைப் போல் நடி oruvaraippol nadi

impersonation *n.* ஆள்மாறாட்டம் செய்தல் aalmaaraattam seythal

impertinence *n.* முரட்டுத்தனம் murattuththanam

impertinent *a.* முரட்டுத்தனமான murattuththanamaana

impetuosity *n.* அவசரம் avasaram

impetuous *a.* அவசரமான avasaramaana

implement *n.* கருவி karuvi

implement *v.t.* நிறைவேற்று niraiverru

implicate *v.t.* சம்பந்தப்படுத்து sampanthappaduththu

implication *n.* சம்பந்தப்படுத்துதல் sampanthappaduththuthal

implicit *a.* உள்ளான ullaana

implore *v.t.* கெஞ்சு kenju

imply *v.t.* பொருள்படு porulpadu

impolite *a.* விநயமில்லாத vinayamilaatha

import *v.t.* இறக்குமதி செய் irakkumathi sey

import *n.* கருத்து karuthu

importance *n.* முக்கியத்துவம் mukkiyaththuvam

important *a.* முக்கியமான mukkiyamaana

impose *v.t.* அதிகார பூர்வமாக விதி athikaara poorvamaaka vithi

imposing *a.* கம்பீரமான kampeeramaana

imposition *n.* விதித்தல் vithiththal

impossibility *n.* இயலாதது iyalaathathu

impossible *a.* செய்ய முடியாத seyya mudiyaatha

impostor *n.* போலியாக நடிப்பவர் poliyaaka nadippavar

imposture *n.* வஞ்சகம் vanjakam

impotence *n.* ஆண்மையின்மை aanmaiyinmai

impotent *a.* சக்தியற்ற sakthiyarra

impoverish *v.t.* தரித்திரமாக்கு thariththiramaakku

impracticability *n.* செய்ய முடியாத நிலை seyymudiyaatha nilai

impracticable *a.* செய்ய முடியாத seyya mudiyaatha

impress *v.t.* பதிய வை pathiya vai

impression *n.* முத்திரை muththirai

impressive *a.* மனத்தில் பதியததகக manaththil pathiyaththakka

imprint *v.t.* பதிய வை pathiya vai

imprint *n.* அடையாளம் adaiyaalam

imprison *v.t.* சிறையிடு siraiyidu

improper *a.* பொருந்தாத porunthaatha

impropriety *n.* மரியாதையின்மை mariyaathaiyinmai

improve *v.t.* செம்மையாக்கு semmaiyaakku

improvement *n.* வளர்ச்சி valarchi

imprudence *n.* அவிவேகம் avivekam

imprudent *a.* விவேகமற்ற vivekamarra

impulse *n.* உத்வேகம் uthvekam

impulsive *a.* உந்தும் unthum

impunity *n.* நஷ்டபயமின்மை nashtapayaminmai

impure *a.* அசுத்தமான asuththamaana

impurity *n.* அசுத்தம் asuththam

impute *v.t.* சாட்டு saattu

in *prep.* இடம் idam

inability *n.* பலவீனம் palaveenam

inaccurate *a.* தவறான thavaraana

inaction *n.* செயலின்மை seyalinmai

inactive *a.* மந்தமான manthamaana

inadmissible *a.* அனுமதிக்கக்கூடாத anumathikkakkoodaatha

inanimate *a.* உயிரில்லாத uyirillaatha

inapplicable *a.* ஒவ்வாத ovvaatha

inattentive *a.* கவனமில்லாத kavanamilaatha

inaudible *a.* காதில் விழாத kaathil vizhaatha

inaugural *a.* தொடக்க thodakka

inauguration *n.* தொடக்கம் thodakkam

inauspicious *a.* அமங்கலமான amangalamaana

inborn *a.* இயற்கையில் அமைந்த iyarkaiyil amaintha

incalculable *a.* கணக்கிட முடியாத kanakkida mudiyaatha

incapable *a.* இயலாத iyalaatha

incapacity *n.* இயலாமை iyalaamai

incarnate *a.* அவதாரமான avathaaramaana

incarnate *v.t.* உரு அளி uru ali

incarnation *n.* அவதாரம் avathaaram

incense *v.t.* கோபமூட்டு kopamoottu

incense *n.* தூபம் thoopam

incentive *n.* தூண்டுதல் thoonduthal

inception *n.* ஆரம்பம் aarampam

inch *n.* அங்குலம் angulam

incident *n.* சம்பவம் sampavam

incidental *a.* தற்செயலான tharseyalaana

incite *v.t.* தூண்டு thoondu

inclination *n.* சாய்வு saayvu

incline *v.i.* சாய் saay

include *v.t.* சேர்த்துக்கொள் serhthukkol

inclusion *n.* சேர்த்தல் serththal

inclusive *a.* உட்கொண்ட udkonda

incoherent *a.* சம்பந்தமில்லாத sampanthamilaatha

income *n.* வருவாய் varuvaay

incomparable *a.* நிகரற்ற nikararra

incompetent *a.* தகுதியற்ற thakuthiyarra

incomplete *a.* பூர்த்தியாகாத poorththiyaakaatha

inconsiderate *a.* யோசனையற்ற yosanaiyarra

inconvenient *a.* அசௌகரியமான asukariyamaana

incorporate *v.t.* உள்ளிட்டு அமை ulltu amai

incorporate *a.* இணைக்கப்பட்ட inaikkappatta

incorporation *n.* குழுவாக இணைத்தல் kuzhuvaaka inaiththal

incorrect *a.* தப்பான thappaana

incorrigible *a.* திருத்த முடியாத thiruththa mudiyaatha

incorruptible *a.* லஞ்சத்திற்கு இடங்கொடாத lanjaththirku idangkodaatha

increase *v.t.* அதிகமாகு athikamaaku

increase *n.* மிகுதி mikuthi

incredible *a.* நம்ப முடியாத nampa mudiyaatha

increment *n.* பெருக்கம் perukkam

incriminate *v.t.* உடந்தையாக்கு udanthaiyaakku

incubate *v.i.* அடைகா adaikaa

inculcate *v.t.* மனத்தில் பதியவை manaththil pathiyavai

incumbent *n.* உத்தியோகத்தில் இருப்பவர் uththiyokaththil iruppavar

incumbent *a.* சுமத்தப்பட்ட sumaththappatta

incur *v.t.* படு padu

incurable *a.* சொஸ்தப்படுத்த முடியாத sosthappaduththa mudiyaatha

indebted *a.* கடமைப் பட்ட kadamaippatta

indecency *n.* ஆபாசம aapaasam

indecent *a.* அநாகரிகமான anaakrikamaana
indecision *n.* தயக்கம் thayakkam
indeed *adv.* நிஜமாக nijamaaka
indefensible *a.* சமாதானம் சொல்ல முடியாத samaathaanam solla mudiyaatha
indefinite *a.* நிச்சயமற்ற nichayamarra
indemnity *n.* நஷ்ட ஈடு nashda eedu
independence *n.* சுதந்திரம் suthanthiram
independent *a.* சுயேச்சையான suyechaiyaana
indescribable *a.* விவரிக்க முடியாத vivarikka mudiyaatha
index *n.* சூசகம் soosakam
Indian *a.* இந்திய தேசத்தவர் inthiya thesaththavar
indicate *v.t.* சுட்டிக் காட்டு suttik kaattu
indication *n.* அறிகுறி arikuri
indicative *a.* சுட்டிக்காட்டுகிற suttikkaattukira
indicator *n.* குறிகாட்டி kurikaatti
indict *v.t.* குற்றஞ் சாட்டு kurranjsaattu
indictment *n.* குற்றஞ்சாட்டுதல் kurransaattuthal
indifference *n.* அலட்சியம் aladsiyam
indifferent *a.* அலட்சியமுள்ள aladsiyamulla
indigenous *a.* நாட்டில் உற்பத்தியான naattil urpaththiyaana
indigestible *a.* ஜீரணிக்க முடியாத jeeranikka mudiyaatha
indigestion *n.* அஜீரணம் ajeeranam
indignant *a.* கோபமும் வெறுப்பும் kopamum veruppum
indignation *n.* வெறுப்புடன் கூடிய கோபம் veruppudam koodiya kopam
indigo *n.* அவுரிச் செடி avurichedi
indirect *a.* மறைமுகமான maraimukamaana
indiscipline *n.* ஒழுங்கின்மை ozhunginmai
indiscreet *a.* முன்யோசனையில்லாத munyosanaiyilaatha
indiscretion *n.* புத்தியீனம் puththiyeenam
indiscriminate *a.* பகுத்தறியாத pakuththariyaatha
indispensable *a.* அத்தியாவசியமான aththiyaavasiyamaana
indisposed *a.* உடல் ஆரோக்கியமில்லாத udal aarokkiyamilaatha
indisputable *a.* மறுக்க முடியாத marukka mudiyaatha
indistinct *a.* தெளிவற்ற thelivarra
individual *a.* தனித்த thaniththa
individualism *n.* தனித்தன்மை thaniththanmai
individuality *n.* பிரத்தியேக் குணம் piratheka kunam
indivisible *a.* பகுக்க முடியாத pakukka mudiyaatha
indolent *a.* சோமபலுள்ள sompalulla
indomitable *a.* வெல்ல முடியாத vella mudiyaatha

indoor *a.* வீட்டிற்குள் செய்யக்கூடிய veettirkul seyyakkoodiya

indoors *adv.* வீட்டிற்குள் veettirkul

induce *v.t.* தூண்டு thoondu

inducement *n.* தூண்டுதல் thoonduthal

induct *v.t.* பதவியில் அமர்வி pathaviyil amarvi

induction *n.* தொடங்கி வைப்பு thodangi vaippu

indulge *v.t.* அனுபவி anupavi

indulgence *n.* அனுபவித்தல் anupaviththal

indulgent *a.* தயையுள்ள thayaiyulla

industrial *a.* இயந்திரத் தொழில் சம்பந்தமான iyanthirath thozhil sampanthamaana

industrious *a.* சுறுசுறுப்புள்ள surusuruppulla

industry *n.* கைதொழில் kaiththozhil

ineffective *a.* பலனற்ற palanarra

inert *a.* ஜடமான jadamaana

inertia *n.* ஜடத்துவம் jadaththuvam

inevitable *a.* தவிர்க்க முடியாத thavirkka mudiyaatha

inexact *a.* சரியில்லாத sariyilaatha

inexorable *a.* பிடிவாதமான pidivaathamaana

inexpensive *a.* மலிவான malivaana

inexperience *n.* அனுபவிமின்மை anupavinmai

inexplicable *a.* காரணம் சொல்ல முடியாத kaaranam solla mudiyaatha

infallible *a.* நிச்சயமான nichayamaana

infamous *a.* அபகீர்த்தியுள்ள apakeerththiyulla

infamy *n.* அபகீர்த்தி apakeerththi

infancy *n.* மழலை பருவம் mazhalai paruvam

infant *n.* சிசு sisu

infanticide *n.* சிசுவதை sisuvathai

infantile *a.* குழந்தைகள் சம்பந்தமான kuzhanthaikal sampanthamaana

infantry *n.* காலாட்படை kaalaatpadai

infatuate *v.t.* மயக்கு mayakku

infatuation *n.* சித்தபிரமை siththapiramai

infect *v.t.* அசுத்தப்படுத்து asuththappaduththu

infection *n.* தொற்றுதல் thorruthal

infectious *a.* தொற்றிப் பரவக்கூடிய thorriparavakkoodiya

infer *v.t.* அனுமானி anumaani

inference *n.* அனிமானித்தல் anumaaniththal

inferior *a.* மட்டமான mattamaana

inferiority *n.* தாழ்வு thaazhvu

infernal *a.* பேய்த்தனமான peyththanamaana

infinite *a.* எல்லையற்ற ellaiyarra

infinity *n.* எண்ணிக்கையின்மை ennikkaiyinmai

infirm *a.* பலவீனமான palaveenamaana

infirmity *n.* பலவீனம் palaveenam

inflame *v.t.* கொளுத்து koluthththu

inflammable *a.* எளிதில் எரியக்கூடிய elithil eriyakkoodiya
inflammation *n.* வீக்கம் veekkam
inflammatory *a.* பகையுண்டாக்குகிற pakaiyundaakkukira
inflation *n.* பணப்புழக்கம் panappuzhakkam
inflexible *a.* இணங்காத inangkaatha
inflict *v.t.* சுமத்து sumaththu
influence *n.* செல்வாக்கு selvaakku
influence *v.t.* செல்வாக்கு செலுத்து selvaakku seluththu
influential *a.* செல்வக்குள்ள selvaakkulla
influenza *n.* குளிர்-கபசுரம் kulir-kapajuram
influx *n.* உட்புகுதல் udpukuthal
inform *v.t.* தெரிவி therivi
informal *a.* சம்பிரதாயப்படி இல்லாத sampirathaayappadi illaatha
information *n.* தகவல் thakaval
informative *a.* கற்பிக்கிற karpikkira
informer *n.* உளவு தெரிவிப்பவர் ulavu therivippavar
infringe *v.t.* ஆக்கிரமி aakirami
infringement *n.* ஆக்கிரமித்தல் aakiramiththal
infuriate *v.t.* அதிக கோபமூட்டு athika kopamoottu
infuse *v.t.* ஊட்டு oottu
infusion *n.* ஊற்றல் oorral
ingrained *a.* ஆழமாகப் பதிந்த aazhamaakap pathintha

ingratitude *n.* நன்றிகெட்ட தன்மை nanriketta thanmai
ingredient *n.* கலவையின் ஒரு பகுதி kalvaiyin oru pakuthi
inhabit *v.t.* வாசம் செய் vaasam sey
inhabitable *a.* வாசம் செய்ய முடியாத vaasam seyya mudiyaatha
inhabitant *n.* வசிப்பவர் vasippavar
inhale *v.i.* உட்சுவாசி udsuvaasi
inherent *a.* இயற்கையாயமையப் பெற்ற iyarakaiyaayamaiyapperra
inherit *v.t.* உரிமை முறையால் அடை urimai muraiyaal adai
inheritance *n.* பரம்பரைச் சொத்து parapmparai soththu
inhibit *v.t.* தடு thadu
inhibition *n.* தடையுத்தரவு thadaiyuththaravu
inhospitable *a.* (விருந்தினர்களை) வரவேற்கும் மனமில்லத (virunthinarkalai) varaverkum manamillaatha
inhuman *a.* குரூரமான kurooramaana
inimical *a.* பகையான pakaiyaana
inimitable *a.* மாதிரியாகச் செய்ய முடியாத maathiriyaaka seyya mudiyaatha
initial *a.* ஆரம்ப aarampa
initial *n.* பெயரின் தலைப்பெழுத்துக்கள் peyarin thalaiyezhuththukal
initial *v.t.* சுருக்குக் கையெழுத்திடு suruku kaiyezhuththidu
initiate *v.t.* ஆரம்பி aarampi
initiative *n.* தொடக்கம் thodakkam
inject *v.t.* உட்செலுத்து udseluththu

injection *n.* ஊசி மூலம் உடம்பில் மருந்து ஏற்றுதல் oosi moolam udampil marunthu yerruthal
injudicious *a.* அறிவுத் தகுதியற்ற arivuth thakuthiyarra
injunction *n.* கட்டளை kattalai
injure *v.t.* காயப்படுத்து kaayappaduththu
injurious *a.* கெடுதி உண்டாக்கும் keduthi undaakkum
injury *n.* காயம் kaayam
injustice *n.* அநீதி aneethi
ink *n.* மை mai
inkling *n.* அறிகுறி arikuri
inland *a.* உள்நாட்டு ulnaattu
inland *adv.* உள்நாட்டில் ulnaattil
in-laws *n.* சம்பந்தி sampanthi
inmate *n.* வசிப்பவர்களில் ஒருவர் vasippavarkalil oruvar
inmost *a.* மிகவும் உள்ளான mikavum ullaana
inn *n.* பிராஅணிகள் விடுதி pirayaanikal viduthi
innate *a.* உடன்பிறந்த udanpirantha
inner *a.* உள்ளடங்கிய ulladangkiya
innermost *a.* மிகவும் உள்ளான mikavum ullaana
innings *n.* அதிகாரம் வகிக்கும் காலம் athikaaram vakikkum kaalam
innocence *n.* தீங்கின்மை theengkinmai
innocent *a.* தீங்கற்ற theengarra
innovate *v.t.* புதிய பொருள்களை உண்டாக்கு puthiya porulkalai undaakku
innovation *n.* புதுமை puthumai
innovator *n.* புதுமை செய்பவர் puthumai seypavar
innumerable *a.* எண்ணற்ற ennarra
inoculate *v.t.* தடையூசி போடு thadaiyoosi podu
inoculation *n.* தடுப்பு ஊசி போடுதல் thaduppu oosi poduthal
inoperative *a.* அமுலில் இல்லத amulil illaatha
inopportune *a.* சந்தர்ப்பத்திற்கு ஒவ்வாத santharppaththirku ovvaatha
input *n.* உள்ளெ வைக்கப்படுவது ulle vaikkappaduvathu
inquest *n.* விசாரணை visaaranai
inquire *v.t.* விசாரி visaari
inquiry *n.* விசாரணை visaaranai
inquisition *n.* புலனாய்வு pulanaayvu
inquisitive *a.* அறிய ஆர்வமுள்ள ariya aarvamulla
insane *a.* பைத்தியமான paiththiyamaana
insanity *n.* பைத்தியம் paiththiyam
insatiable *a.* திருப்தி செய்ய முடியாத thirupthi seyya mudiyaatha
inscribe *v.t.* எழுது ezhuthu
inscription *n.* கல்வெட்டு kalvettu
insect *n.* பூச்சி poochi
insecticide *n.* பூச்சி நாசினி poochi naasini
insecure *a.* ஸ்திரமற்ற sthiramarra
insecurity *n.* பாதுகாப்பின்மை paathukaappinmai
insensibility *n.* உணர்ச்சியின்மை unarchiyinmai

insensible *a.* உணர்வில்லாத unarvillaatha
inseparable *a.* பிரிக்க முடியாத pirikka mudiyaatha
insert *v.t.* உட்புகுத்து udpukuththu
insertion *n.* உட்புகுத்தல் utpukuththal
inside *n.* உட்புறம் udpuram
inside *prep.* உட்புறத்தில் utpuraththil
inside *a.* உள்ளான ullaana
inside *adv.* உட்புறத்தில் udpuraththil
insight *n.* நுண்ணறிவு nunnarivu
insignificance *n.* அற்பத்தனம் arpaththanam
insignificant *a.* அற்பமான arpamaana
insincere *a.* கபடமான kapatamaana
insincerity *n.* கபடம் kapatam
insinuate *v.t.* மறைமுகமாகச் சொல் maraimukamaakachol
insinuation *n.* வஞ்சகம் vanjakam
insipid *a.* ருசியற்ற rusiyarra
insipidity *n.* சாரமில்லாமை saaramillaamai
insist *v.t.* வற்புறுத்து varpuruththu
insistence *n.* வற்புறுத்தல் varpuruththal
insistent *a.* வற்புறுத்தும் varpuruththum
insolence *n.* கர்வம் karvam
insolent *a.* துடுக்கு thudukku
insoluble *n.* கர்வம் நிறைந்த karvam niraintha
insolvency *n.* கரைக்க முடியாத karaikka mudiyaatha
insolvent *a.* கடனை தீர்க்க வகையற்ற kadanai theerkka vakaiyarra
inspect *v.t.* பார்வையிடு paarvaiyidu
inspection *n.* பரிசோதனை parisothanai
inspector *n.* போலிஸ் அதிகாரி polis athikaari
inspiration *n.* உத்வேகம் uthvekam
inspire *v.t.* ஊக்கமளி ookkamali
instability *n.* உறுதியின்மை uruthiyinmai
install *v.t.* ஸ்தனத்தில் அமர்த்து sthalaththil amarththu
installation *n.* அமர்த்துதல் amarththuthal
instalment *n.* தவணை thavanai
instance *n.* உதாரணம் uthaaranam
instant *n.* க்ஷணம் kshanam
instant *a.* அவசரமான avasaramaana
instantaneous *a.* உடனடியான udanadiyaana
instantly *adv.* உடனே udane
instigate *v.t.* தூண்டிவிடு thoondividu
instigation *n.* செய்யத் தூண்டுதல் seyyath thoonduthal
instil *v.t.* அறிவுறுத்து aruviruththu
instinct *n.* இயர்கை சுபாவம் iyarkai supaavam
instinctive *a.* இயர்கையான iyarkaiyaana
institute *n.* பொது ஸ்தாபனம் pothu sthaapanam
institution *n.* ஸ்தாபனம் sthaapanam
instruct *v.t.* அறிவுட்டு arivoottu
instruction *n.* கற்பித்தல் karpiththal

instructor *n.* கற்பிப்பவர் karpippavar

instrument *n.* உபகரணம் upakaranam

instrumental *a.* இசைக்கருவிகளை பயன்படுத்தும் isaikkaruvikalai payanpaduththum

instrumentalist *n.* இசைக்கருவிகளை வாசிப்பவர் isaikkaruvikalai vaasippavar

insubordinate *a.* அதிகாரத்தை எதிர்க்கிற athikaaraththai ethirkkira

insubordination *n.* கீழ்ப்படியாமை keehppadiyaamai

insufficient *a.* போதாத pothaatha

insular *a.* கடல் சூழ்ந்த kadal soozhntha

insularity *n.* தனித்தன்மை thaniththanmai

insulate *v.t.* தனிப்படுத்து thanippaduththu

insulation *n.* மின்காப்பிடுதல் minkaappiduthal

insulator *n.* தடைப் பொருள் thadaip porul

insult *n.* நிந்தை ninthai

insult *v.t.* அவமதி avamathi

insupportable *a.* நிலை நிறுத்த முடியாத nilai niruththa mudiyaatha

insurance *n.* காப்பீடு kaappeedu

insure *v.t.* காப்புறுதி செய் kaappuruthi sey

insurgent *a.* கலகம் செய்கிற kalakam seykira

insurgent *n.* கிளர்ச்சிக்காரர் kilarchikkaarar

insurmountable *a.* வெல்ல முடியாத vella mudiyaatha

insurrection *n.* புரட்சி puradsi

intact *a.* கெடாத kedaatha

intangible *a.* தொட்டு உணர முடியாத thottu unara mudiyaatha

integral *a.* பூரண poorana

integrity *n.* நேர்மை nermai

intellect *n.* அறிவு arivu

intellectual *a.* அறிவு சம்பந்தமான arivu sampanthamaana

intellectual *n.* அறிவாளி arivaali

intelligence *n.* புத்தி நுட்பம் puththi nudpam

intelligent *a.* புத்திசாலியான puththisaaliyaana

intelligentsia *n.* அறிவாளிகளின் சமூகம் arivaalikalin samookam

intelligible *a.* புரியக்கூடிய puriyakkoodiya

intend *v.t.* உத்தேசி uththesi

intense *a.* ஆழ்ந்த aazhntha

intensify *v.t.* தீவிரமாக்கு theeviramaakku

intensity *n.* தீவிரத்தின் மேல் அளவு theeviraththin mel alavu

intensive *a.* தீவிரமான theeviramaana

intent *n.* நோக்கம் nokkam

intent *a.* நோக்கங் கொண்ட nokkangkonda

intention *n.* எண்ணம் ennam

intentional *a.* வேண்டுமென்று செய்யப்பட்ட vendumenru seyyappatta

intercept *v.t.* இடைமறி idaimari

interception *n.* இடைமறித்தல் idaimariththal
interchange *n.* பரஸ்பர மாற்றம் paraspara marram
interchange *v.* மாற்று maarru
intercourse *n.* புணர்ச்சி punarchi
interdependence *n.* கூட்டுச்சார்பு koottuchaarpu
interdependent *a.* ஒன்றுக்கொன்று சார்புள்ள onrukkonru saarpulla
interest *n.* வட்டி vatti
interested *a.* ஆர்வம் கொண்ட aarvam konda
interesting *a.* ஆவலை எழுப்பும் aavalai ezhuppum
interfere *v.i.* தலையிடு thalaiyidu
interference *n.* தலையீடு thalaiyeedu
interim *n.* இடைக்காலம் idaikkaalam
interior *a.* உள்ளடங்கிய ulladangkiya
interior *n.* உட்புறம் udpuram
interjection *n.* வியப்பிடைச் சொல் viyappidaichol
interlock *v.t.* பிணை pinai
interlude *n.* இடைவேளை சங்கீதம் idaivelai sangeetham
intermediary *n.* நடுவர் naduvar
intermediate *a.* மத்தியிலுள்ள maththiyilulla
interminable *a.* முடிவற்ற mudivarra
intermingle *v.t.* கூடிப் பழகு koodip pazhaku
intern *v.t.* பாதுகாப்பில் வை paathukaappil vai
internal *a.* உள்ளான ullaana

international *a.* சர்வதேச sarvathesa
interplay *n.* இடைவினா எழுப்பு idaivinaa ezhuppu
interpret *v.t.* அர்த்தம் சொல் arththam sol
interpreter *n.* மொழிபெயர்ப்பாளர் mozhi peyarppaalar
interrogate *v.t.* கேள்விகள் கேள் kelvikal kel
interrogation *n.* கேள்வி kelvi
interrogative *a.* கேள்வி ரூபமான kelvi roopamaana
interrogative n வினாச் சொல் vinaachol
interrupt *v.t.* இடைமறி idaimari
interruption *n.* இடைமறித்தல் idaimariththal
intersect *v.t.* குறுக்கே வெட்டு kurukke vettu
intersection *n.* குறுக்கே வெட்டல் kurukke vettal
interval *n.* இடைவேளை idaivelai
intervene *v.i.* குறுக்கிடு kurukkeedu
intervention *n.* குறுக்கிடுதல் kurukkiduthal
interview *n.* பேட்டி petti
interview *v.t.* பேட்டி காண் petti kaan
intestinal *a.* குடல் சம்பந்தமான kudan sampanthamaana
Intestine *n.* குடல் kudal
intimacy *n.* நெருங்கிய நட்பு nerungiya nadpu
intimate *a.* நெருங்கிய nerungiya
intimate *v.t.* தெரிவி therivi
intimation *n.* தகவல் thakaval

intimidate *v.t.* பயமுறுத்திச் சம்மதிக்கச் செய் payamuruththi sammathikkachey

intimidation *n.* பயமுறுத்துதல் payamuruththal

into *prep.* உள்ளே ulle vaikkappaduvathu

intolerable *a.* சகிக்க முடியாத sakikka mudiyaatha

intolerance *n.* சகிப்புத்தன்மை இன்மை sakippuththanmai inmai

intolerant *a.* சகிப்புத்தன்மையற்ற sakippuththanmaiyarra

intoxicant *n.* போதையூட்டும் பொருள் pothaiyoottum porul

intoxicate *v.t.* மதி மயக்கங்கொள் mathi mayakkangkol

intoxication *n.* குடிமயக்கம் kudimayakkam

intransitive *a.* (verb) செய்ப்படுபொருள் குன்றிய seyappaduporul kunriya

interpid *a* தைரியமுள்ள thairiyamulla

intrepidity *n.* துணிவு thunivu

intricate *a.* சிக்கலான sikkalaana

intrigue *v.t.* சதி செய் sathi sey

intrigue *n.* சதியாலோசனை sathiyaalosanai

intrinsic *a.* இயர்கையான iyarkaiyaana

introduce *v.t.* அறிமுகஞ் செய் arimukanjchey

introduction *n.* அறிமுகஞ் செய்தல் arimukanjcheythal

introductory *a.* முகவுரையான mukavuraiyaana

introspect *v.i.* தற்சோதனை செய் tharsothanai sey

introspection *n.* தற்சோதனை tharpothanai

intrude *v.t.* கூப்பிடாமல் வா koopidaamal vaa

intrusion *n.* அத்துமீறி நுழைதல் aththu meeri nuzhaithal

intuition *n.* உள்ளுணர்வு ullunarvu

intuitive *a.* உள்ளுணர்வு கொண்ட ullunarvu konda

invade *v.t.* தாக்கு thaakku

invalid *a.* பலமிழந்த palmizhantha

invalid *a.* செல்லாத sellaatha

invalid *n.* நோயாளி noyaali

invalidate *v.t.* செல்லத் தகாததாக்கு sellath thakaathathaakku

invaluable *a.* மதிப்புமிக்க mathippumikka

invasion *n.* தாக்குதல் thaakkuthal

invective *n.* வசைமாரி vasaimaari

invent *v.t.* நூதனமாகக் கண்டுபிடி noothanamaakak kandupidi

invention *n.* புதிய கண்டுபிடிப்பு puthiya kandupidi

inventive *a.* கற்பனையுள்ள karpanaiyulla

inventor *n.* கண்டுபிடிப்பாளர் kandupidippaalar

invert *v.t.* கவிழ் kavizh

invest *v.t.* முதலீடு செய் muthaleedu sey

investigate *v.t.* நன்கு விசாரி nanku visaari

investigation *n.* புலன் விசாரணை pulan visaaranai

investment *n.* மூலதனம் moolathanam
invigilate *v.t.* மேற்பார்வையிடு merparvaiyidu
invigilation *n.* மேற்பார்வையிடுதல் merpaarvaiyiduthal
invigilator *n.* மேற்பார்வையாளர் merpaarvaiyaalar
invincible *a.* வெல்ல முடியாத vella mudiyaatha
inviolable *a.* மீறக்கூடாத meerakkoodaatha
invisible *a.* புலப்படாத pulappadaatha
invitation *v.* அழைத்தல் azhaiththal
invite *v.t.* அழை azhai
invocation *n.* பிரார்த்தனை piraarththanai
invoice *n.* விலைப் பட்டி vilappatti
invoke *v.t.* பிரார்த்தி piraarththi
involve *v.t.* உட்படுத்து udpaduththu
inward *a.* உட்புறமான udpuramaana
inwards *adv.* உட்புறமாக udpuramaaka
irate *a.* கோபமுள்ள kopamulla
ire *n.* சினம் sinam
Irish *a.* ஐர்லாந்து நாட்டுக்குரிய airlaanthu naattukkuriya
Irish *n.* ஐர்லாந்து நாட்டுக்காரர் airlaanthu naattukkaarar
irksome *a.* தொந்தரவான thontharavaana
iron *n.* இரும்பு irumpu
iron *v.t.* இஸ்திரி போடு isthiri podu
ironical *a.* இதிரிடையாக அர்த்தம் கொடுக்கக்கூடிய ethiridaiyaaka arththam kodukkakkoodiya

irony *n.* விதியின் திருவிளையாடல் vithiyin thiruvilaiyaadal
irradiate *v.i.* ஒளி பாய்ச்சு oli paaychu
irrational *a.* பகுத்தறிவில்லாத pakuththarivilaatha
irreconcilable *a.* சமாதானப்படுத்த முடியாத samaathaanappaduththa mudiyaatha
irrecoverable *a.* திரும்பி பெற முடியாத thirumpip pera mudiyaatha
irrefutable *a.* மறுக்க முடியாத marukka mudiyaatha
irregular *a.* ஒழுங்கற்ற ozhungarra
irregularity *n.* முறைகேடு muraikedu
irrelevant *a.* சம்பந்தமில்லாத sampanthamillaatha
irrespective *a.* கருதாத karuthaatha
irresponsible *a.* பொறுப்பற்ற porupparra
irrigate *v.t.* நீர் பாய்ச்சு neer paaychu
irrigation *n.* நீர்ப்பாசனம் neerppaasanam
irritable *a.* எளிதில் கோபப்படக்கூடிய elithil kopappadakkoodiya
irritant *a.* எரிச்சலூட்டும் erichaloottum
irritant *n.* கோபமூட்டக்கூடிய kopamoottakoodiya
irritate *v.t.* கோபமூட்டு kopamoottu
irritation *n.* எரிச்சல் erichal
irruption *n.* திடும் பிரவேசம் thidum piravesam

island *n.* தீவு theevu

isle *n.* தீவு theevu

isobar *n.* சம அழுத்தக்கோடு sama azhuththakkodu

isolate *v.t.* பிரித்துத் தனியாக வை piriththuth thaniyaaka vai

isolation *n.* தனிமை thanimai

issue *v.i.* வெளியிடு veliyidu

issue *n.* புழக்கத்தில் விடுதல் puzhakkaththil viduthal

it pro*n.* இது ithu

Italian *a.* இத்தாலி நாடு சார்ந்த iththaali naadu saarntha

Italian *n.* இத்தாலிய நாட்டினர் iththaaliya naattinar

italic *a.* இத்தலிய மொழியை சார்ந்த iththaali mozhiyai saarntha

italics *n.* சாய்ந்த எழுத்துக்களாக அச்சடி saayntha ezhuththukkalaaka achchadi

itch *n.* சொறி sori

itch *v.i.* ஆவல் கொள் aaval kol

item *n.* விஷயம் vishayam

ivory *n.* யானைத் தந்தம் yaanaiththantham

ivy *n.* பசுங்கொடி pasungkodi

J

jab *v.t.* கத்தியால் குத்து kaththiyaal kuthu

jabber *v.t.* அச்த்தமில்லாமல் பிதற்று arththamilaamal pitharru

jack *n.* பாரந்தூக்கும இயந்திரம் paarnthookkum iyanthiram

jack *v.t.* ஜாக்கியால் தூக்கு jaakkiyaal thookku

jackal *n.* குள்ள நரி kulla nari

jacket *n.* வெளியுறை veliyurai

jade *n.* இளைத்து சளைத்துப் போன குதியை ilaiththu salaiththuppona kuthiyai

jail *n.* சிறை sirai

jailer *n.* சிறை அதிகாரி sirai athikaari

jam *n.* பழ முரப்பா pazha murappaa

jam *v.t.* நெருக்கு nerukku

jar *n.* ஜாடி jaadi

jargon *n.* புரியாத பேச்சு puriyaatha pechu

jasmine, jessamine *n.* மல்லிகை mallikai

jaundice *n.* மஞ்சள்காமாலை நோய் manjal kaamaalai noi

jaundice *v.t.* விரோதமான பார்வை virothamaana paarvai

javelin *n.* எரியும் இலேசான ஈட்டி eriyum ilesaana eetti

jaw *n.* தாடை எலும்பு thaadai elumpu

jay *n.* அரட்டையடிப்பவர் arattaiyadippavar

jealous *a.* பொறமையுள்ள poraamaiyulla

jealousy *n.* பொறாமை poraamai

jean *n.* உரப்புக் காற்சட்டை urappuk kaarsattai

jeer *v.i.* கேலி செய் keli sey

jelly *n.* பச்சடி pachadi

jeopardize *v.t.* ஆபத்திற்கு உள்ளாக்கு aapaththirku ullaakku

jeopardy *n.* ஆபத்து aapaththu

jerk *n.* உதறல் utharal

jerkin *n.* கைகளுள்ள மேலங்கி kaikalulla melangi

jerky *a.* உதறலான utharalaana

jersey *n.* அழுத்தமான உட்சட்டை azhuththamana udsattai

jest *n.* கேலி keli

jest *v.i.* விளையாட்டாக பேசு vilaiyaattaaka pesu

jet *n.* ஒருவகை போர் விமானம் oru vakai por vimaanam

Jew *n.* யூத மதத்தை சார்ந்தவர் yootha mathaththa saarnthavar

jewel *n.* நகை nakai

jewel *v.t.* நகை செய் nakai sey

jeweller *n.* நகை வியாபாரி nakai viyaapaari

jewellery *n.* நகை வகைகள் nakai vakaikal

jingle *n.* சிறிய மணிகள் ஓசை nakai vakaikalsiriya manikal osai

jingle *v.i.* ஓசையுண்டாக்கு osaiyunadaakku

job *n.* வேலை velai

jobber *n.* உத்தியோகத்தை சுயநலத்திற்ககப் பயன்படுத்திக்கொள்பவர் uththiyokaththai suyanalaththirkaakap payanpaduththikokolpavar

jobbery *n.* மோசடி வகை mosadi vakai

jocular *a.* உல்லசமான ullaasamaana

jog *v.t.* மெதுவோட்டம் methuvottam

join *v.t.* இணை inai

joiner *n.* சில்லறை மர வேலை செய்பவர் sillarai maravelai seypavar

joint *n.* மூட்டு moottu

jointly *adv.* ஒன்றாக onraaka

joke *n.* ஹாஸ்யம் haasyam

joke *v.i.* தமாஷ் செய் thmaash sey

joker *n.* கோமாளி komaali

jollity *n.* களிப்பு kalippu

jolly *a.* சந்தோஷமான santhoshamaana

jolt *n.* குலுக்கல் kulukkal

jolt *v.t.* குலுக்கு kulukku

jostle *n.* ஒரு தள்ளு oru thallu

jostle *v.t.* மேல் விழுந்து தள்ளு mel vizhunthu thallu

jot *n.* புள்ளி pulli

jot *v.t.* குறித்துக்கொள் kuriththukkol

journal *n.* தினசரி வரவு செலவு புத்தகம் thinasari varavu selavu puththakam

journalism *n.* பத்திரிகைத் தொழில் paththirikkaith thozhil

journalist *n.* பத்திரிகை நிருபர் paththirikkai nirupar

journey *n.* பிரயாணம் pirayaanam

journey *v.i.* பிரயாணம் செய் pirayaanam sey

jovial *a.* சந்தோஷமுள்ள santhoshamulla

joviality *n.* மகிழ்ச்சி makizhchi

joy *n.* இன்பம் inpam

joyful, joyous *n.* மகிழ்ச்சி மிக்க makizhchi mikka

jubilant *a.* சந்தோஷமான santhoshamaana

jubilation *n.* சந்தோஷம் santhosham

jubilee *n.* கொண்டாட்ட நாள் kondaatta naal

judge *n.* நீதிபதி neethipathi

judge *v.i.* தீர்மானஞ்செய் theermaanjsey

judgement *n.* நீதிபதியின் தீர்ப்பு neethipathiyin theerppu

judicature *n.* நீதிமன்றம் neethimanram

judicial *a.* சட்ட சம்பந்தமான satta sampanthamaana

judiciary *n.* நீதிபதிகள் neethipathikal

judicious *a.* சாதுரியமான saathuriyamaana

jug *n.* கூஜா koojaa

juggle *v.t.* கண்கட்டுவித்தை செய் kankattu viththai sey

juggler *n.* ஜால வித்தை செய்பவர் jaala viththai seypavar

juice *n.* சாறு saaru

juicy *a.* சாறு நிறைந்த saaru niraintha

jumble *n.* குழப்பம் kuzhappam

jumble *v.t.* குழப்பு kuzhappu

jump *n.* தாவல் thaaval

jump *v.i* குதி kuthi

junction *n.* சந்திக்குமிடம் santhikkumidam

juncture *n.* சந்தர்ப்பம் santharppam

jungle *n.* வனம் vanam

junior *a.* இளைய ilaiya

junior *n.* இளையவர் ilaiyavar

junk *n.* மதிப்பில்லாத பொருள் mathippillaatha porul

jupiter *n.* வியாழம் எனப்படும் கிரஹம் viyaazhan enappadum kiraham

jurisdiction *n.* நியாய ஆதிக்கம் niyaaya aathikkam

jurisprudence *n.* சட்ட சாஸ்திரம் satta saasthiram

jurist *n.* சட்ட நிபுணர் satta nipunar

juror *n.* பஞ்சாயத்து சபையின் அங்கத்தினர் panjaayaththu sapaiyin angaththinar

jury *n.* நடுவர் குழு naduvar kuzhu

juryman *n.* நடுவர் குழு உறுப்பினர் naduvar kuzhu uruppinar

just *a.* நியாயமான niyaayamaana

just *adv.* சரியாக sariyaaka

justice *n.* நியாயம் niyaayam

justifiable *a.* சரியானது என்று கட்டக்கூடிய sariyaanathu enru kattakkoodiya

justification *n.* தகுந்த காரணம் தருதல் thakuntha kaaranam tharuthal

justify *v.t.* நியாயமென நிரூபி niyaamena niroopi

justly *adv.* நேர்மையாக nermaiyaaka

jute *n.* சணல் நார் sanal naar

juvenile *a.* இளமையுள்ள ilamaiyulla

K

keen *a.* ஆர்வமுடைய aarvamudaiya

keenness *n.* ஆர்வம் aarvam

keep *v.t.* வைத்துக் கொண்டிரு vaiththukkondiru

keeper *n.* காவற்காரன் kaavarkaaran

keepsake *n.* ஞாபகக் குறிப்பொருள் njaapakak kuripporul

kennel *n.* நாய்ப்பட்டி naaypatti

kerchief *n.* கைக்குட்டை kaikkuttai

kernel *n.* தேங்காய்க் கொப்பரை thengkaayk kopparai

kerosene *n.* மண்ணெண்ணெய் mannenney

ketchup *n.* ஒருவிதக் குழம்பு oruvithak kuzhampu

kettle *n.* கெண்டி kendi

key *n.* சாவி saavi

key *v.t.* சேர்த்துத் தை seththuth thai

kick *n.* உதைத்தல் uthaiththal

kick *v.t.* உதை uthai

kid *n.* குழந்தை kuzhanthai

kidnap *v.t.* ஆள்கடத்தல் aalkadaththal

kidney *n.* சிறு நீரகம் siruneerakam

kill *v.t.* கொல் kol

kill *n.* கொல்லுதல் kolluthal

kiln *n.* சூளை soolai

kin *n.* உறவினர் uravinar

kind *n.* வகை vakai

kind *a.* அனுதாபமுள்ள anuthaapamulla

kindergarten ; *n.* இளங்குழந்தைகளுக்குரிய பள்ளி ilangkuzhanthaikalukkuriya palli

kindle *v.t.* நெருப்பு வை neruppu vai

kindly *adv.* அன்புடன் anpudan

king *n.* அரசன் arasan

kingdom *n.* ராஜ்யம் raajyam

kinship *n.* உறவு uravu

kiss *n.* முத்தம் muththam

kiss *v.t.* முத்தமிடு muththamidu

kit *n.* கருவிகள் பெட்டி karuvikal petti

kitchen *n.* சமையலறை samaiyalarai

kite *n.* காற்றாடி kaarraadi

kith *n.* உறவினர் uravinar

kitten *n.* பூனைக்குட்டி poonaikkutti

knave *n.* வஞ்சகன் vanjakan

knavery *n.* அயோக்கியத்தனம் ayokkiyaththanam

knee *n.* முழங்கால் muzhangkaal

kneel *v.i.* மண்டியிட்டுப் பணி mandiyittuppani

knife *n.* கத்தி kaththi

knight *n.* எளியவர்களைக் காப்போன் eliyavarkalaik kaappon

knight *v.t.* 'ஸர்' என்ற பட்டமளி sar enra pattamali

knit *v.t.* பின்னு pinnu

knock *v.t.* தட்டு thattu

knot *n.* முடிச்சு mudichu

knot *v.t.* முடிச்சு போடு mudichupodu

know *v.t.* கண்டுக்கொள் kandukol

knowledge *n.* புலமை pulamai

L

label *n.* விவரச்சீட்டு vivara seettu

label *v.t.* சீட்டு ஒட்டு seettu oottu

labial *a.* உதடுகள் சம்பந்தமான uthadukal sampanthamaana

laboratory *n.* ஆய்வுக்கூடம் aayvukkoodam

laborious *a.* சலியாமல் உழைக்கிற saliyaamal uzhaikkira

labour *n.* உழைப்பு uzhaippu

labour *v.i.* கஷ்டப்பட்டு வேலை செய் kashdappattu velai sey

laboured *a.* கஷ்டப்பட்டு மூச்சு விடுவது kashdappattu moochu viduvathu
labourer *n.* தொழிலாளி thozhilaali
labyrinth *n.* சிக்கலான வழி sikkalaana vazhi
lac, lakh *n.* லட்சம் ladsam
lace *n.* ஜரிகை jarikai
lace *v.t.* ஜரிகை போட்டு அழகுபடுத்து jarikai pottu azhakupaduththu
lacerate *v.t.* கிழித்துப் புண்படுத்து kizhiththup punpaduththu
lachrymose *a.* அழுகையுள்ள azhukaiyulla
lack *n.* தேவை thevai
lack *v.t.* தேவைப்படு thevaippadu
lackey *n.* வில்லைச் சேவகன் villaich sevakan
lacklustre *a.* மங்கலான mangalaana
laconic *a.* சுருக்கமாக விளக்கக்கூடிய surukkamaaka vilakkakkoodiya
lactate *v.i.* பால் சுரத்தல் paal suraththal
lactometer *n.* பாலின் சுத்தத் தன்மையை அறியும் கருவி paalin suththath thanmaiyai ariyun karuvi
lactose *n.* முலைப்பால் சர்க்கரை mulaippaal sarkkarai
lacuna *n.* இடைவெளி idaiveli
lacy *a.* ஜரிகை போன்ற jarikai ponra
lad *n.* சிறுவன் siruvan
ladder *n.* ஏணி yeni

lade *v.t.* கப்பலில் சரக்கு ஏற்று kappalil sarakku yerru
ladle *n.* பெரிய கரண்டி periya karandi
ladle *v.t.* கரண்டியால் எடுத்து பரிமாறு karandiyaal eduththu parimaaru
lady *n.* பெண்மணி penmani
lag *v.i.* பின் தங்கு pin thangu
laggard *n.* பின் தங்குகிற pin thangkukira
lagoon *n.* கடற்கரைக் காயல் kadarkaraik kaayal
lair *n.* குகை kukai
lake *n.* ஏரி teri
lama *n.* திபெட் தேசத்தின் பௌத்த மதத் தலைவர் thipeth thesaththin pauththa mathath thalaivar
lamb *n.* செம்மறி ஆட்டுக்குட்டி semmari aattukkutti
lambaste *v.t.* கடுமையாகக் கண்டனம் செய் kadumaiyaakk kandanam sey
lame *a.* நொண்டியான nondiyaana
lame *v.t.* நொண்டி nondi
lament *v.i.* வருந்து varunthu
lament *n.* புலம்பல் pulampal
lamentable *a.* துக்ககரமான thukkakaramaana
lamentation *n.* புலம்பல் pulampal
lambkin *n.* சிறிய அட்டுக்குட்டி siriya aattukkutti
laminate *v.t.* மெல்லிய தகடுகளாகப் பிளந்து பிரி melliya thakadukalaakal pilanthu piri
lamp *n.* விளக்கு vilakkukoodu

lampoon *n.* தாக்கு வசைப்பட்டு thaakku vasaippaattu

lampoon *v.t.* தாக்கு எழுது thaakku ezhuthu

lance *n.* நீண்ட ஈட்டி neenda eetti

lance *v.t.* ஈட்டியால் குத்து eettiyaal kuththu

lancer *n.* குதிரைப்படைவீரன் kuthiraippadaiveeran

lancet *a.* இரட்டை விளிம்புக் கத்தி irattai vilimpuk kaththi

land *n.* பூமி poomi

land *v.i.* கரை சேர் karai ser

landing *n.* இறங்குதல் iranguthal

landscape *n.* நிலத்தோற்றம் nilaththorram

lane *n.* சந்து santhu

language *n.* மொழி mozhi

languish *v.i.* வாடு vaadu

lank *a.* மெல்லியதாயும், உயரமானதுமான melliyathaayum uyaramaanathumaana

lantern *n.* விளக்குக் கூடு vilakkukoodu

lap *n.* மடி madi

lapse *v.i.* காலாவதியாகு kaalaavathiyaaku

lapse *n.* தவறு thavaru

lard *n.* பன்றிக்கொழுப்பு panrikkozhuppu

large *a.* பெரிய periya

largesse *n.* கொடைத்தன்மை kodaiththanmai

lark *n.* வானம்பாடி vaanampaadi

lascivious *a.* காமம் நிறைந்த kaama niraintha

lash *a.* சவுக்கால் அடி savukkaal adi

lash *n.* சாட்டை saattai

lass *n.* பெண் pen

last1 *a.* முந்திய munthiya

last *adv.* கடைசியாக kadasiyaaka

last *v.i.* நீடித்திரு neediththiru

last *n.* முடிவு mudivu

lastly *adv.* கடைசியாய் kadaisiyaay

lasting *a.* நிரந்தரமான nirantharamaana

latch *n.* தாழ்ப்பாள் thaazhppaal

late *a.* தாமதமான thaamathamaana

late *adv.* நேரம் சென்று neram senru

lately சமீபகாலத்தில் sameepa kaalaththil

latent *a.* மறைந்துள்ள marainthulla

lath *n.* மெல்லிய மரத்துண்டு melliya maraththundu

lathe *n.* கடைசல் பிடிக்கும் இயந்திரம் kadaisal pidikkum iyanthiram

lathe *n.* கடைப்பொறி kadaippori

lather *n.* சோப்பு நுரை soppu nurai

latitude *n.* நில நேர்க்கோடு nila nerkkodu

latrine *n.* கழிப்பிடம் kazhippidam

latter *a.* இரண்டாவதாகக் கூறப்பட்ட irandaavathaakak koorappatta

lattice *n.* பின்னல் தட்டி pinnal thatti

laud *v.t.* புகழ் pukazh

laud *n.* புகழ்ச்சி pukazhchi

laudable *a.* புகழத்தக்க pukazhaththakka

laugh *n.* சிரிப்பு sirippu

laugh *v.i* சிரி siri

laughable *a.* சிரிப்பூட்டக்கூடிய sirippoottakkoodiya

laughter *n.* சிரிப்பு sirippu

launch *v.t.* ஆரம்பி aarampi

launch *n.* படகு padaku

launder *v.t.* சலவை செய் salavai sey

laundress *n.* வண்ணாத்தி vannaaththi

laundry *n.* சலவைச்சலை salvaichaalai

laurel *n.* வெற்றி verri

laureate *a.* பிரசித்தி பெற்ற pirasiththi perra

laureate *n.* பிரசித்தி பெற்றவர் pirasiththi perravar

lava *n.* எரிமலைக் குழம்பு erimalaik kuzhampu

lavatory *n.* கழிப்பிடம் kazhippidam

lavender *n.* கர்ப்பூரவள்ளி karpooravalli

lavish *a.* வீணாகச் செலவு செய்கிற veenaakachelavu seykira

lavish *v.t.* தாராளமாக அளி thaaraalamaaka ali

law *n.* சட்டம் sattam

lawful *a.* சட்ட ரீதியான satta reethiyaana

lawless *a.* நீதி நியமங்களில்லாத neethi niyamangalilaatha

lawn *n.* புல் மைதானம் pul maithaanam

lawyer *n.* சட்ட நிபுணர் satta nipunar

lax *a.* தளர்ச்சியான thalarchiyaana

laxative *n.* பேதி மருந்து pethi marunthu

laxative *a.* பேதி உண்டாக்கக்கூடிய pethi undaakkakkoodiya

laxity *n.* தளர்ச்சி thalarchi

lay *v.t.* இடு idu

lay *a.* பாமர paamara

lay *n.* பாட்டு paattu

layer *n.* அடுக்கு adukku

layman *n.* பாமரன் paamaran

laze *v.i.* ஏதும் செய்யமல் காலத்தை வீண் செய் ethum seyyaamal kaalththa veen sey

laziness *n.* சோம்பேறித்தனம் somperiththanam

lazy *n.* சோம்பேறியான somperiyaana

lea *n.* புல்வெளி pulveli

leach *v.t.* ஊற வை oora vai

lead *n.* ஈயம் eeyam

lead *v.t.* ஈயத்தால் அடை eeyaththaal adai

lead *n.* வழி vazhi

leaden *a.* பாரமான paaramaana

leader *n.* தலைவர் thalaivar

leadership *n.* தலைமைப் பதவி thalaimaip pathavi

leaf *n.* இலை ilai

leaflet *n.* துண்டு பிரசுரம் thundu pirasuram

leafy *a.* இலை போன்ற ilai ponra

league *n.* கூட்டுறவு kootturaavu

leak *n.* ஓட்டை ottai

leak *v.i.* ஒழுகு ozhuku

leakage *n.* ஒழுகல் ozhukal

lean *n.* சாய்வு saayvu

lean *v.i.* சாய்ந்திரு saaynthiru

leap *v.i.* குதி kuthi

leap *n.* பாய்ச்சல் paaychal

learn *v.i.* கற்றுக்கொள் karrukkol

learned *a.* கற்ற karra

learner *n.* கற்றுக் கொள்ளும் நபர் karrukkollum napar

learning *n.* கல்வி அறிவு kalvi arivu

lease *n.* குத்தகை kuththakai

lease *v.t.* குத்தகைக்கு விடு kuththakaikku vidu

least *a.* மிகக் குறைந்த mikak kuraintha

least *adv.* குறைந்தபட்சமாக kurainthapadsamaaka

leather *n.* பதனிடப்பட்ட தோல் pathanidappatta thol

leave *n.* விடை vidai

leave *v.t.* விட்டுவிடு vittuvidu

lecture *n.* பிரசங்கம் pirasangkam

lecture *v.* பிரசங்கம் செய் pirasangkam sey

lecturer *n.* விரிவுறையாளர் virivuraiyalar

ledger *n.* பெய்ரேடு peredu

lee *n.* மறைவுப் பிரதேசம் maraivup pirathesam

leech *n.* அட்டை பூச்சி atta poochi

leek *n.* பூண்டு வகை poondu vakai

left *a.* இடப்புறமுள்ள idappuramulla

left *n.* இடப்பக்கம் idappakkam

leftist *n.* இடதுசாரி idathusaari

leg *n.* கால் kaal

legacy *n.* பரம்பரைச் சொத்து paramparai soththui

legal *a.* சட்ட பூர்வமான sattapoorvamaana

legality *n.* சட்டப்படி உள்ள நிலை sattappadi ulla nilai

legalize *v.t.* சட்ட பூர்வமாக்கு sattapoorvamaaku

legend *n.*

legendary *a.*

leghorn *n.* ஒருவகை கோழி oruvakai kozhi

legible *a.* படிக்கதக்க padikkaththakka

legibly *adv.* தெளிவாக thelivaaka

legion *n.* பெரும் சேனை perum senai

legionary *n.* சேனையை சேர்ந்த ஒருவர் senaiyai serntha oruvar

legislate *v.i.* சட்டமியற்று sattamiyarru

legislation *n.* சட்டம் sattam

legislative *a.* சட்டமியற்றும் தகுதியுடைய sattamiyarrum thakuthiyudaiya

legislator *n.* சட்டசபை அங்கத்தினர் satta sapai angkaththinar

legislature *n.* சட்டசபை satta sapai

legitimacy *n.* சட்டபூர்வம் sattapoorvam

legitimate *a.* நியாயமான niyaamaana

leisure *n.* ஓய்வு நேரம் oyvu neram

leisure *a.* ஓய்வு oyvu

leisurely *a.* நிதானமான nithaanamaana

leisurely *adv.* அவசரமின்றி avasaraminri

lemon *n.* எலுமிச்சம்பழம் elumichampazham

lemonade *n.* எலுமிச்சம்பழ பானம் elumichchampazha paanam

lend *v.t.* இரவல் கொடு iraval kodu

length *n.* நீளம் neelam

lengthen *v.t.* நீட்டு neettu

lengthy *a.* நீளமான neelamaana

lenience, leniency *n.* தாட்சண்யம் thaadsanyam

lenient *a.* கருணையுள்ள karunaiyulla

lens *n.* கண்ணாடி வில்லை kannaadi villai

lentil *n.* தட்டைப் பருப்பு thattaip paruppu

Leo *n.* சிம்ம ராசி simma raasi

leonine *a.* சிம்மம் போன்ற simmam ponra

leopard *n.* சிறுத்தை siruththai

leper *n.* குஷ்டரோகி kushtaroki

leprosy *n.* குஷ்டம் kushtam

leprous *a.* குஷ்டமுள்ள kushdamulla

less *a.* குறைந்த kuraintha

less *n.* குறைந்த kuraintha

less *adv.* குறைந்த ஆலவில் kuraintha alavil

less *prep.* குறைவான kuraivaana

lessee *n.* குத்தகைதாரர் kuththakaithaarar

lessen *v.t.* குறை kurai

lesser *a.* இன்னும் குறைந்த innum kuraintha

lesson *n.* பாடம் paadam

lest *conj.* என்ற பயத்தால் enra payaththaal

let *v.t.* அனுமதி anumathi

lethal *a.* சாகடிக்கின்ற saakadikkinra

lethargic *a.* சோம்பலான sompalaana

lethargy *n.* சோம்பேறித்தனம் somperiththanam

letter *n* எழுத்து ezhuththu

level *n.* சரிமட்டம் sarimattam

level *a.* சமமான samamaana

level *v.t.* மட்டமாக்கு mattamaakku

lever *n.* நெம்புகோல் nempukol

lever *v.t.* உயர்த்து uyarththu

leverage *n.* நெம்புகோலின் வேலை nempukolin velai

levity *n.* விளையட்டுத்தனம் vilaiyaadduththanam

levy *v.t.* வரி விதி vari vithi

levy *n.* வரி vari

lewd *a.* கெட்ட நடத்தையுள்ள kette nadaththaiyulla

lexicography *n.* அகராதி தொகுக்கும் கலை akaraathi thokukkum kalai

lexicon *n.* சொல் அகராதி sol akaraathi

liability *n.* பொறுப்பு poruppu

liable *a.* கடமைப்பட்டுள்ள kadamaippaddulla

liaison *n.* இணைப்பு inaippu

liar *n.* பொய்யர் poyyar

libel *n.* அவதூறு avathooru

libel *v.t.* அவதூறு சொல் avathooru sol

liberal *a.* உதாரமான uthaaramaana

liberalism *n.* பெருந்தன்மை perunthanmai

liberality *n.* உதாரத்தன்மை uthaaranathanmai

liberate *v.t.* விடுதலை செய் viduthalai sey

liberation *n.* விடுவித்தல் viduviththal

liberator *n.* விடுதலை வீரர் viduthalai veerar

libertine *n.* ஒழுக்கக் கட்டுப்படு இல்லாதவர் ozhukkak katuuppaadu illaathavar

liberty *n.* சுதந்திரம் suthanthiram

librarian *n.* நூலக அலுவலர் noolka aluvalar

library *n.* நூலகம் noolakam

licence *n.* உத்தரவு uththaravu

license *v.t.* அனுமதி கொடு anumathi kodu

licensee *n.* அனுமதி பெற்றவர் anumathi perravar

licentious *a.* அடங்காத adangkaatha

lick *v.t.* நக்கு nakkuthal

lick *n.* நக்குதல் nakkuthal

lid *n.* மூடி moodi

lie *v.i.* கிட kida

lie *v.i* பொய் பேசு poy pesiu

lie *n.* பொய் poy

lien *n.* மீள் உரிமை meela urimai

lieu *n.* பதிலாக pathilaaka

lieutenant *n.* படைத் தலைவனும்மு அடித்தபடியாக பதவி வகிப்பவர் padaith thalaivanukku aduththapadiyaaka pathavi vakippavar

life *n.* வாழ்க்கை vaazhkkai

lifeless *a.* உயிரில்லாத uyirillaatha

lifelong *a.* வாழ்நாள் முழுவுதம் நீடித்துள்ள vaazhnaal muzhuvathum neediththulla

lift *n.* உயர்வு uyarvu

lift *v.t.* தூக்கு thooku

light *n.* வெளிச்சம் velissam

light *a.* கனமில்லாத kanamilaatha

light *v.t.* பற்ற வை parra vai

lighten *v.i.* பாரம் குறை paaram kurai

lighter *n.* பற்ற வைக்கும் கருவி parravaikkum karuvi

lightly *adv.* லேசாக lesaaka

lightening *n.* மின்னல் minnal

lignite *n.* நிலக்கரி nilakkari

like *a.* போன்ற ponra

like *n.* பிரதி pirathi

like *v.t.* விரும்பு virumpu

like *prep.* போல pola

likelihood *n.* சாத்தியம் saaththiyam

likely *a.* நேரக்கூடிய nerakkoodiya

liken *v.t.* ஒப்பிடு oppidu

likeness *n.* ஒற்றுமை orrumai

likewise *adv.* அவ்வாறே avvaare

liking *n.* விருப்பம் viruppam

lilac *n.* இளமூதா ilamoothaa

lily *n.* அல்லிப் பூ allippoo

limb *n.* அங்கம் angkam

limber *v.t.* எளிதில் வளைந்து கொடு elithil valainthu kodu

limber *n.* சுறுசுறுப்பு surusruppu

lime *n.* எலுமிச்சம் பழம் elumissam pazaham

lime *v.t.* பட்டைப்பசை செய் pattaipasai sey

lime *n.* சுண்ணாம்பு sunnaampu

limelight *n.* பெரும் புகழ் perum pukazh

limit *n.* எல்லை ellai

limit *v.t.* வரையறை ஏற்படுத்து varaiyarai yerpaduththu

limitation *n.* வரையறை varaiyarai

limited *a.* எல்லை கோலப்பட்ட ellai kolappatta

limitless *a.* எல்லையில்லாத ellaiyilaatha

line *n.* வரிசை varisai

line *v.t.* கோடுகள் வரை kodukal varai

line *v.t.* வரிசைப்படுத்து varsaippaduththu

lineage *n.* வம்சம் vamsam

linen *n.* சணல் நார்த்துணி sanal naarththuni

linger *v.i.* தாமதப்படுத்து thaamathappaduththu

lingo *n.* தொழில் நுட்ப மொழி thozhil nudpa mozhi

lingua franca *n.* பொது மொழி pothu mozhi

lingual *a.* மொழி சம்பந்தமான mozhi sampanthamaana

linguist *n.* பன்மொழி புலவர் panmozhi pulavar

linguistic *a.* மொழிக்கேற்றவாறான mozhikkerrravaraana

linguistics *n.* மொழியியல் mozhiyiyal

lining *n.* உட்படை udpadai

link *n.* இணைப்பு inaippu

link *v.t.* இணை inai

linseed *n.* ஆளி விதை aali vithai

lintel *n.* படுக்கையான பலகை padukkaiyaana palakai

lion *n.* சிங்கம் singkam

lioness *n.* பெண் சிங்கம் pen singkam

lip *n.* உதடு uthadu

liquefy *v.t.* திரவமாக்கு thiravamaakku

liquid *a.* தண்ணீர் போன்ற thanneer ponra

liquid *n.* திரவம் thiravam

liquidate *v.t.* முடிவு கட்டு mudivu kattu

liquidation *n.* கலைப்பு kalaippu

liquor *n.* சாராயம் saaraayam

lisp *v.t.* மழலை பேச்சு பேசு mazhalai pechu pesu

lisp *n.* மழலை பேச்சு mazhalai pechu

list *n.* ஜாபிதா jaapithaa

list *v.t.* பட்டி தயார் செய் patiiyal thayaar sey

listen *v.i.* கவனமாகக் கேள் kavanamakak kel

listener *n.* மவனித்து கேட்பவர் kavaniththu kedpavar

listless *a.* ஊக்கமில்லாத ookkamillaatha

lists *n.* பந்தயப் போட்டிக்களம் panthayap pottikkalam

literacy *n.* எழுத்தறிவு ezhuththarivu

literal *a.* சொல்லுக்குச் சொல் உரிய sollukkuchchol uriya

literary *a.* இலக்கிய சம்பந்தமான ilakkiya sampanthamaana

literate *a.* எழுதப் படிக்கத் தெரிந்த ezhuthap padikkath therintha

literature *n.* இலக்கியம் ilakkiyam

litigant *n.* வழக்கில் ஈடுபட்டிருப்பவர் vazhakkil eedupattiruppavar

litigate *v.t.* வழக்கு தொடர் vazakku thodar

litigation *n.* வழக்காடல் vazakkaadal

litre *n.* லிட்டர் littar

litter *n.* குப்பை kuppai

litter *v.t.* குப்பை போடு kuppai podu

litterateur *n.* பல நூலாசியியர் pala noolaasiriyar

little *a.* சிறிய siriya

little *adv.* சிறிதளவுமட்டில் sirithalavumattil

little *n.* சிறிதளவு sirithalavu

littoral *a.* கரை ஓரம் karai oram

liturgical *a.* கடவுள் வழிபாடு சம்பந்தமான kadavul vazhipaadu sampanthamaana

live *v.i.* உயிர் வாழ் uyir vaazh

live *a.* உயிருள்ள uyirulla

livelihood *n.* ஜிவனாதாரம் jeevanaathaaram

lively *a.* சுறுசுறுப்பான surusuruppaana

liver *n.* கல்லிரல் kalleeral

livery *n.* சிப்பந்திகளின் உடை sippanthikalin udai

living *a.* உயிருள்ள uyirulla

living n ஜீவனம் jeevanam

lizard *n.* பல்லி palli

load *n.* சுமை sumai

load *v.t.* சுமை ஏற்று sumai yerru

loadstar *n.* வழி காட்டும் நட்சத்திரம் vazi kaattum nadsaththiram

loadstone *n.* காந்தக் கல் kaanthakkal

loaf *n.* ரொட்டித் துண்டு rottithundu

loaf *v.i.* சுற்றித் திரி surrith thiri

loafer *n.* சோதா sothaa

loan *n.* கடன் kadan

loan *v.t.* கடன் கொடு kadan kodu

loath *a.* இஷ்டமில்லாத ishdamilaatha

loathe *v.t.* வெறு veru

loathsome *a.* வெறுப்பூட்டும் veruppoottum

lobby *n.* தாழ்வாரம் thaazhvaaram

lobe *n.* மடல் madal

lobster *n.* சிங்க எரா singka eraa

local *a.* உள்ளூரைச் சேர்ந்த ulloraicherntha

locale *n.* காட்சிக்குரிய இடம் kaadsikkuriya idam

locality *n.* இடம் idam

localize *v.t.* ஓரிடத்திலேயே இருக்கச்செய் oridaththileye irukkachey

locate *v.t.* இருப்பிடம் காண் iruppidam kaan

location *n.* இருப்பிடம் iruppidam

lock *n.* மயிர் குஞ்சம் mayir kunjam

lock *v.t.* பூட்டி வை pootti vai

lock *n.* பூட்டு poottu

locker *n.* பாதுகாப்பான வங்கி அலமாரி paathukaappaana vangki alamaari

locket *n.* சிறு பேழை siru pezhai

locomotive *n.* இரயில் என்ஜின் irayil enjin

locus *n.* ஸ்தானம் sthaanam

locust *n.* வெட்டுக் கிளி vettukkili

locution *n.* பேச்சு pechu

lodge *n.* விடுதி viduthi

lodge *v.t.* இருக்க இடம் கொடு irukka idam kodu

lodging *n.* வாடகைக்கு விடப்படும் அறைகள் vaadakaikku vidappadum araikal

loft *n.* பரண் paran

lofty *a.* உயரமான uyaramaana

log *n.* வெட்டப்பட்ட மரத் துண்டு vettappatta maraththundu

logarithim *n.* மடக்கை madakkai

loggerhead *n.* முட்டாள் muttaal

logic *n.* நியாயம் niyaayam

logical *a.* இயல்பான முடிவை வெளிபடுத்துகிற iyalpaana mudivai velippauththukira

logician *n.* தர்க்க சாஸ்திரி tharkka saasthiri

loin *n.* இடுப்பு துணி iduppu thuni

loiter *v.i.* சோம்பித் திரி sompiththiri

loll *v.i.* சாய்ந்துக்கொள் saaynthukol

lollipop *n.* குச்சி மிட்டாய் kuchchi mittaaya

lone *a.* தனிமையான thanimaiyaana

loneliness *n.* தனிமை thanimai

lonely *a.* துணையில்லாத thunaiyilaatha

lonesome *a.* தனியாக thaniyaaka

long *a.* நீளமான neelamaana

long *adv.* வெகு நேரம் veku thooram

long *v.i* ஆசைப்படு aasaippadu

longevity *n.* நீண்டு ஆயுள் neenda aayul

longing *n.* ஏங்குதல் yenguthal

longitude *n.* தீர்க்கரேகை theerkka rekai

look *v.i* நோக்கு nokku

look *a.* நோட்டம் nottam

loom *n.* நெசவுத்தறி nesavuththari

loom *v.i.* பிரம்மண்டமாகக் காணப்படு pirammaandamaakak kaanappadu

loop *n.* கயிற்று வளையம் kayirru valaiyam

loop-hole *n.* சட்டத்தில் காணப்படும் குறை saddaththil kaanappadum kurai

loose *a.* தளர்ச்சியான thalarchiyaana

loose *v.t.* அவிழ் avzh

loosen *v.t.* தளர்த்து thalarththu

loot *n.* கொள்ளை kollai

loot *v.i.* கொள்ளையடி kollaiyadi

lop *v.t.* கிளைகளை வெட்டு kilaikalai vettu

lop *n.* சிறு கிளைகள் siru kilaikal

lord *n.* எஜமான் ejamaan

lordly *a.* கர்வமுள்ள karvamulla

lordship *n.* ஒஎருமகன் பட்டம் komakan pattam

lore *n.* ஞானம் njaanam

lorry *n.* சாமன்கள் ஏற்றிச் செல்லும் திறந்த வண்டி saamaankal yerris sellum thirantha

lose *v.t.* தோற்றுப் போ thorrup po

loss *n.* நஷ்டம் nashtam

lot *n.* பகுதி pakuthi

lot *n* அதிர்ஷ்டம் athirshtam

lotion *n.* மருந்திட்ட திரவம் marunthitta thiravam

lottery *n.* பரிசுச் சீட்டு parisuchcheettu

lotus *n.* தாமரை thaamarai

loud *a.* உரத்த சப்தமுள்ள uraththa sapthamulla

lounge *v.i.* சாய்ந்து படுத்திரு saaynthu paduththiru

lounge *n.* (மஞ்சம் வைத்த ஆழமான) நாற்காலி (சோ.ஃபா) (manjam vaiththa aazhamaana) naarkaali (sopha)

louse *n.* பேன் pen

lovable *a.* நேசிக்கக்கூடிய nesikkakoodiya

love *n.* அன்பு anpu

love *v.t.* பிரியம் காட்டு piriyam kaattu

lovely *a.* அழகான azhakaana

lover *n.* காதலன் kaathalan

loving *a.* அன்புள்ள anpulla

low *a.* குட்டையான kuttaiyaana

low *adv.* கிழே keezhe

low *v.i.* கத்து kaththu

low *n.* அலறல் alaral

lower *v.t.* தாழ்த்து thaazhththu

lowliness *n.* விநயம் vinayam

lowly *a.* பவ்யமான pavyamaana

loyal *a.* விசுவாசமுள்ள visuvaasamulla

loyalist *n.* விசுவாசி visuvaasi

loyalty *n.* விசுவாசம visuvaasam

lubricant *n.* உயவுப் பொருள் uyavupporul

lubricate *v.t.* பசைபோடு pasai podu

lubrication *n.* எண்ணெய் போடுதல் enney poduthal

lucent *a.* பிரகாசமான pirakaasamaana

lucerne *n.* புல் வகை pul vakai

lucid *a.* தெளிவான thelivaana

lucidity *n.* தெளிவு thelivu

luck *n.* அதிர்ஷ்டம் athirshdam

luckily *adv.* அதிர்ஷ்டவசமாக athirshdavasamaaka

luckless *a.* அதிர்சஷ்டமில்லாத athirshdamillaatha

lucky *a.* நல்ல அதிர்ஷ்டமுள்ள nalla athirshdamulla

lucrative *a.* இலாபகரமான ilaapakaramaana

lucre *n.* பணம் panam

luggage *n.* மூட்டை முடிச்சுக்கள் moottai mudichukal

lukewarm *a.* அதிக சூடில்லாத athika soodilaatha

lull *v.t.* சாந்தப்படுத்து saanthappaduththu

lull *n.* மந்தம் mantham

lullaby *n.* தாலாட்டுப் பாட்டு thalaattup paattu

luminary *n.* பிரசித்தி பெற்றவர் pirasiththi perravar

luminous *a.* பிரகாசிக்கும் pirakaasikkum

lump *n.* கட்டி katti

lump *v.t.* கட்டியாக்கு kattiyaakku

lunacy *n.* பைத்தியம் paiththiyam

lunar *a.* சந்திரன் சம்பந்தமான santhiran sampanthamaana

lunatic *n.* பைத்தியம் பிடித்தவர் paiththiyam pidiththavar

lunatic *a.* புத்திசுவாதீனமற்றவர்கள் சம்பந்தமான puththi suvaatheenamarravarkal sampanthamaana
lunch *n.* சாப்பாடு saappaadu
lunch *v.i.* சிற்றுண்டி அருந்து sirrundi arunthu
lung *n.* சுவாசப்பை suvaasappai
lunge *n.* நீண்ட தலைக்கயிறு neenda thalaikkayiru
lunge *v.i* தலைக்கயிறு கட்டு thalaikkayiru kattu
lurch *n.* கஷ்டம் kashtam
lurch *v.i.* தள்ளாடு thallaadu
lure *n.* மனத்தை மவரும் பொருள் manaththai kavarum porul
lure *v.t.* வசீகரி vaseekari
lurk *v.i.* ஒளிந்திரு olinthiru
luscious *a.* மணமும் ருசியும் மிகுந்த manamum rusiyum mikuntha
lush *a.* வளம் மிக்கதும் புதிதாயும் சாறு நிறைந்ததயுமுள்ள valam mikkathum puthithaayum saaru niranthathaayumulla
lust *n.* காமம் kaamam
lustful *a.* காமம் நிறைந்த kaamam niraintha
lustre *n.* ஒளி oli
lustrous *a.* ஒளிமயமான olimayamaana
lusty *a.* ஆர்வமுள்ள aarvamulla
lute *n.* இசைக் கருவி isaik karuvi
luxuriance *n.* செழிப்பு sezippu
luxuriant *a.* செழிபுள்ள sezippulla
luxurious *a.* சுகபோகங்களோடு கூடிய suka pokangkalodu
luxury *n.* சுக வாழ்வு suka vaazvu
lynch *v.t.* அடித்து கொல் adiththu kol
lyre *n.* நரம்பு இசைக் கருவி narambu isaik karuvi
lyric *a.* இசைக் காவியம் isaik kaaviyam
lyric *n.* ஒருவகை பாடல் oruvakai paadal
lyrical *a.* பாடத் தகுந்த paadath thakuntha
lyricist *n.* பாடலாசிரியர் paadalaasiriyar

M

magical *a.* மாயா ஜாலம் போன்ற maayaa jaalam ponra
magician *n.* மந்திரவாதி manthiravaathi
magisterial *a.* நீதிபதி சம்பந்தமான neethipathi sampanthamaana
magistracy *n.* நீதிபதியின் அலுவலகம் neethipathiyin aluvalakam
magistrate *n.* நீதிபதி neethipathi
magnanimity *n.* தாராளத்தனம் thaaraalaaththanam
magnanimous *a.* தாராளமான thaaraalamaana
magnate *n.* பெரிய மனிதர் periya manithar
magnet *n.* காந்தக்கல் kaanthak kal
magnetic *a.* காந்த சக்தியுள்ள kaantha sakthiyulla

magnetism *n.* காந்தக் கலை kaanthak kalai
magnificent *a.* அபாரமான apaaramaana
magnify *v.t.* பெரிதாக்கு perithaakku
magnitude *n.* முக்கியத்துவம் mukkiyaththuvam
magpie *n.* ஒரு வகை பறவை oru vakai paravai
mahogany *n.* கருங்காலி போன்ற மரம் karungkaali ponra maram
mahout *n.* யானை பாகன் yaanai paakan
maid *n.* கன்னி kanni
maiden *n.* மணமாகாதவள் manamaakaathaval
maiden *a.* முதல் முதல் நிகழ்கிற muthal muthal nikazkira
mail *n.* தபால் thapaal
mail *v.t.* தபால் மூலம் அனுப்பு thapaal muoolam anuppu
mail *n.* கவசம் kavasam
main *a.* முக்கியமான mukkiyamaana
main *n.* தண்ணீற் குழாய் thaneer kuzhaay
mainly *adv.* முக்கியமாக mukkiyamaaka
mainstay *n.* முக்கிய ஆதாரம் mukkiya aathaaram
maintain *v.t.* பராமரி paramari
maintenance *n.* பராமரித்தல் paraamariththal
maize *n.* சோளம் solam
majestic *a.* கம்பீரமான kamperaamaana
majesty *n.* கம்பீரம் kampeeram
major *a.* பதிக்கு மேற்பட்ட pthenettu vayathukku merpatta
major *n.* படைத்தலைவர் padaththalavar
majority *n.* பெரும்பான்மையோர் perumpaanmaiyor
make *v.t.* நிர்மாணி nirmaani
make *n.* ஆக்கம் aakkam
maker *n.* செய்யும் கருவி seyyum karuvi
mal adjustment *n.* தவறான இணக்கம் thavaraana inakkam
mal administration *n.* முறையற்ற நிர்வாகம் muraiyarra nirvaakam
malady *n.* வியாதி viyaathi
malaria *n.* குளிர்ஜூரம் kulirjuram
maladroit *a.* விகாரமான vikaaramaana
malafide *a.* கெட்ட நோக்குடன் ketta nokkudan
malafide *adv* கெத்த நோக்கமுள்ள ketta nokkamulla
malaise *n.* தேக் அசௌக்கியம் theka asaukariyam
malcontent *a.* அதிருப்திப்படு athirupthipadu
malcontent *n.* அதிருப்திப்படுபவர் athirupthipadupavar
male *a.* ஆண் இனத்தை சேர்ந்த aan inaththa serntha
male *n.* ஆண் aan
malediction *n.* சாபம் saapam
malefactor *n.* பாதகன் paathakan
maleficent *a.* புண்படுத்துகிற punpadukira
malice *n.* வன்மன் vanman

malicious *a.* வேறுப்பு கொள்கிற veruppu kolkira
malign *v.t.* தூஷி thooshi
malign *a.* தீமை பயக்கும் theemai payakkum
malignancy *n.* நோய்க் தீவிரம் noyth theeviram
malignant *a.* உயிருக்கு ஆபத்தான uyirukku aapaththaana
malignity *n.* கெட்ட எண்ணம் ketta ennam
malleable *a.* தகடாக அடிக்கக்கூடிய thakadaaka adikkakkoodiya
malmsey *n.* இனிய ஒயின் iniya oyin
malnutrition *n.* ஊட்டக் குறைவு oottak kuraivu
malpractice *n.* கெட்ட நடத்தை ketta nadaththai
malt *n.* ((முளைகட்டி உலர்த்திய) தானிய வகை (mulaikatti ularththiya) thaaniya vakai
mal-treatment *n.* கொடுமையான செயல் kodumaiyaana seyal
mamma *n.* தாய் thaay
mammal *n.* குட்டிபோட்டுப் பாலூட்டும் பிராணி kutti pottu paaloottum piraani
mammary *a.* முலையின் mulaiyin
mammon *n.* செல்வம் selvam
mammoth *n.* மாபெரும் யானை maaperum yaanai
mammoth *a.* மாபெரும் maaperum
man *n.* மனிதன் manithan
man *v.t.* மனித பலம் ஏற்படுத்து manitha palam yerpaduththu
manage *v.t.* சமாளி samaali
manageable *a.* சமாளிக்கக்கூடிய samaalikkakoodiya
management *n.* நிர்வகித்தல் nirvakiththal
manager *n.* நிர்வாகி nirvaaki
managerial *a.* நிர்வாகம் சார்ந்த nirvaakam serntha
mandate *n.* உத்தரவு uththaravu
mandatory *a.* கட்டளை போன்ற kattalai ponra
mane *n.* பிடரி மயிர் pidari mayir
manes *n.* ஆவிகள் aakvikal
manful *a.* ஆண்மையுள்ள aanmaiyulla
manganese *n.* கரிய தாதுப் பொருள் kariya thaathupporul
manger *n.* தீனித் தொட்டி theenith thotti
mangle *v.t.* தண்ணீரை பிழி thanneerai pizhi
mango *n.* மாங்காய் maangkaay
manhandle *v.t.* முரட்டுதனமாக நடத்து murattuththanamaaka nadaththu
manhole *n.* மனிதர் இறங்கி வேலை செய்யும் வழி manithar irangi velai seyyum vazhi
manhood *n.* நடுத்தர வயதுடைய நிலை naduththara vayathudaiya nilai
mania *n.* பித்து piththu
maniac *n.* பித்துப் பிடித்தவன் piththup pidiththavan
manicure *n.* கைவிரல் நக ஒப்பனைக்கலை kaiviral naka opanaikkalai
manifest *a.* வெளிப்படையான velippadaiyaana

manifest *v.t.* தெளிவாக்கு thelivaakku

manifestation *n.* அவதாரம் avathaaram

manifesto *n.* அறிக்கை arikkai

manifold *a.* எண்ணிறந்த ennirantha

manipulate *v.t.* திறமையாக கையாளு thiramaiyaaka kaiyaalu

manipulation *n.* திறமையாக கையாளுதல் thiramaiyaaka kaiyaaluthal

mankind *n.* மனித சமூகம் manitha samookam

manlike *a.* தைரியமான thairiyamaana

manliness n ஆண்மை aanmaiyulla

manly *a.* துணிவுள்ள thunivulla

manna *n.* அற்புத உணவு arputha unarvu

mannequin *n.* ஆண் / பெண் பொம்மை aan/ pen pommai

manner *n.* வகை vakai

mannerism *n.* நடத்தை விசேஷம் nadaththai visesham

mannerly *a.* கண்ணியமான kanniyamaana

manoeuvre *n.* திறமையான நிர்வாகம் thiramaiyaana nirvaakam

manoeuvre *v.i.* திறம்பட நடத்து thirampada nadaththu

manor *n.* பெருந் தோட்டம் perunthottam

manorial *a.* தோட்ட வீடு thotta veedu

mansion *n.* மாளிகை maalikai

mantel *n.* அடுப்பாங்கரையிலுள்ள தட்டுமாடம் adupangkaraiyilulla thattumaadam

mantle *n.* தளர்ந்த மேல் அங்கி thalarntha mel angki

mantle *v.t.* மேல் அங்கி தரித்துக்கொள் mel angki thariththukkol

manual *a.* கையினால் செய்யப்பட்ட kaiyinaal seyyappatta

manual *n.* சிறு புத்தகம் siru puththakam

manufacture *v.t.* உண்டாக்கு undaakku

manufacture *n.* பொருள்கள் உற்பத்தி செய்தல் porulkal urpaththi seythal

manufacturer *n.* உற்பத்தியாளர் urpaththiyaalar

manumission *n.* அடிமையை விடுதலையாக்கும் செயல் adimaiyai viduthalaiyaakkum seyal

manumit *v.t.* அடிமையை விடுதலை செய்தல் adimaiyai viduthalai seythal

manure *n.* உரம் uram

manure *v.t.* உரமிடு uramidu

manuscript *n.* கையெழுத்துப் பிரதி kaiyezhuththup pirathi

many *a.* பல pala

map *n.* தேசப் படம் thesappadam

map *v.t.* படம் வரை padam varai

mar *v.t.* கெடு kedu

marathon *n.* நீண்டு தூர ஓட்டப் பந்தயம் neenda thoora ottappanthayam

maraud *v.i.* சூறையாடு sooraiyaadu

marauder *n.* கொள்ளைக்காரன் kollaikkaaran

marble *n.* சலவைக் கல் salavaik kal
march *n.* நடை nadai
march *n.* பவனி pavani
march *v.i* நட nada
mare *n.* பெண் குதிரை pen kuthirai
margarine *n.* வெண்ணெய் போன்ற பொருள் venney ponra porul
margin *n.* ஓரம் oram
marginal *a.* பக்கவிலக்கு இடத்தில் அமைந்துள்ள pakka vilakku idaththil amainthulla
marigold *n.* தங்க நிறம் பூக்கள் செடி thangak niram pookal sedi
marine *a.* கடல் சம்பந்தமான kadal sampanthamaana
mariner *n.* மலுமி maalumu
marionette *n.* பொம்மலாட்ட பொம்மை pommalaatta pommai
marital *a.* விவாக சம்பந்தமான vivaaka sampanthamaana
maritime *a.* கடலுக்கருகிலுள்ள kadalukkarukilulla
mark *n.* குறி kuri
mark *v.t.* குறியிடு kuriyidu
marker *n.* அடையாளமிடுதல் adaiyaalamiduthal
market *n.* சந்தை santhai
market *v.t.* விற்பனை செய் virpanai sey
marketable *a.* விற்பனை செய்யக்கூடிய virpanai seyyakkoodiya
marksman *n.* குறி தவராது சுடுபவன் kuri thavaraathu sudupavan
marl *n.* களிமண்ணும் சுண்ணாம்பும் கலந்த மண் kalimannum sunnaampum kalantha man
marmalade *n.* பழ முரப்பா pazha murappaa
maroon *n.* தனிமையாக்கப்பட்ட ஒருவன் thaniyamaiyaakkappatta oruvan
maroon *a.* கரையோரம் ஒடுங்குதல் karaiyoram odungkuthal
maroon *v.t.* தனித்த இடத்தில் விட்டுவா thaniththa idaththil vittu vaa
marriage *n.* திருமணம் thirumanam
marriageable *a.* திருமணம் செய்யத் தகுதியுள்ள thirumanam seyyath thakuthiyulla
marry *v.t.* மணந்துகொள் mananthu kol
Mars n செவ்வாய் கிரஹம் sevaay kirakam
marsh *n.* சதுப்பு நிலம் sathuppu nilam
marshal *n.* தளபதி thalapathi
marshal *v.t.* ஒழுங்காக வரிசைப்படுத்து ozhungkaaka varisaippaduththu
marshy *a.* சதுப்பான sathuppaana
marsupial *n.* அடிவயிற்றிலுள்ள பையில் குட்டிகளைத் தூக்கிச் செல்லும் மிருகம் adivayirrilulla paiyil kuttikalaith thookkichellum mirukam
mart *n.* சந்தை santhai

marten *n.* தூக்கணாங்குருவி இனத்தைச் சேர்ந்த ஒரு பறவை thookkanaangkuruvi inaththach serntha oru paravai

martial *a.* யுத்த திறமையுள்ள yuththa thiramaiyulla

martinet *n.* ஒழுங்கு முறைகளை ஏற்படுத்துபவர் ozhungu muraikalai yerpaduththupavar

martyr *n.* தியாகி thiyaaki

martyrdom *n.* தியாகம் thiyaakam

marvel *n.* அச்சரியம் aachchariyam

marvel *v.i* ஆச்சரியமடை aachariyamadai

marvellous *a.* ஆச்சரியமரமாக aachiriyakaramaaka

mascot *n.* அதிர்ஷ்டத்தைக் கொடுக்கும் பொருள் athirshdaththai kodukkum porul

masculine *a.* ஆணுக்குரிய aanukkuriya

mash *n.* கூழ் koozh

mash *v.t.* கூழாக்கு koozhaakku

mask *n.* முகமூடி mukamoodi

mask *v.t.* முகத்தை மறை mukaththai marai

mason *n.* கொத்தன் koththan

masonry *n.* கல் கட்டடம் kal kattadam

masquerade *n.* மாறுவேடம் maaruvedam

mass *n.* மொத்தை moththai

mass *v.i* ஒன்று சேர் onru ser

massacre *n.* படுகொலை padukolai

massacre *v.t.* படுகொலை செய் padukolai sey

massage *n.* தேகத்தைப் பிடித்து விடுதல் thekaththaip pidiththu viduthal

massage *v.t.* தேய் they

masseur *n.* உடலை இதமாக பிடித்து விடுபவர் udala ithamaaka pidiththu vidupavar

massive *a.* மாபெரும் maaperum

massy *a.* பளுவான paluvaana

mast *n.* கப்பல் பாய்மரம் kappal paaymaram

master *n.* எஜமான் ejamaan

master *v.t.* தேர்ச்சியடை therchiyadai

masterly *a.* கை தேர்ந்த kai therntha

masterpiece *n.* காவியம் kaaviyam

mastery *n.* ஆளும் திறமை aalum thiramai

masticate *v.t.* மென்று தின் menru thin

masturbate *v.i.* சுய இன்பம் கையாளு suya inpam kaiyaalu

mat *n.* பாய் paay

matador *n .*

match *n.* தீக்குச்சி theekkuchi

match *v.i.* ஜதை சேர் jathai ser

match *n.* சமமானவன் samamaanavan

matchless *a.* ஒரு வகை காளை oru vakai kaalai

mate *n.* தோழன் thozhan

mate *v.t.* புணர் punar

mate *n* கப்பலதிகாரிகளில் ஒருவர் kappalathikaarikalil oruvar

mate *v.t.* இணை inai

material *a.* உடல் சம்பந்தமான udal sampanthamaana

material *n.* பொருள் porul

materialism *n.* உலகாயுத வாதம் ulakaayutha bvaatham

materialize *v.t.* உருவாகு uruvaaku

maternal *a.* தாய் வழியிலான thaay vazhiyilaana

maternity *n.* தாய்மை thaaymai

mathematical *a.* கணிதத் தொடர்புள்ள kanithath thodarpulla

mathematician *n.* கணித வல்லுநர் kanitha vallunar

mathematics n கணிதம் jkanitham

matinee *n.* பகல் ஆட்டம் pakal aattam

matriarch *n.* வம்சத் தலைவி vamsath thalaivi

matricidal *a.* தன் தாயை கொல்பவர் than thaayai kolpavar

matricide *n.* தன் தாயை கொல்லும் செயல் than thaayai kollum seyal

matriculate *v.t.* கல்லுரியில் சேரத் தகுதி பெறு kallooriyil serath thakuthi peru

matriculation *n.* கல்லுரியில் அல்லது பல்கலைக் கழகத்தில் சேரத் தகுதியாக்கி கொள்ளுதல் kalloori allathu palkalaikazhakaththil serath thakuthiyaakki kolluthal

matrimonial *a.* திருமணம் சம்பந்தமான thirumanam sampanthamaana

matrimony *n.* திருமணம் thirumanam

matrix *n.* அச்சுக் கரு achuk karu

matron *n.* இல்லத்தலைவி illaththalaivi

matter *n.* வஸ்து vasthu

matter *v.i.* முக்கியகாமு mukkiyamaana

mattock *n.* ஒருவகை மண்வெட்டி oru vakai manvetti

mattress *n.* மெத்தை meththai

mature *a.* நன்கு வளர்ந்த nanku valarntha

mature *v.i* பூரண வளர்ச்சி அடை poorana valarchi adai

maturity *n.* முதிர்ச்சி muthirchchi

maudlin *a.* உணர்ச்சிவசமுள்ள unarchivasamulla

maul *n.* மரச் சம்மட்டி marach sammatti

maul *v.t.* காயப்படுத்து kaayappaduththu

maulstick *n.* (வர்ணம் தீட்டுபவர் உபயோகிக்கும்) ஒரு நீண்ட குச்சி (varnam theettupavar upayokikkum) oru neenda kuchi

maunder *v.t.* குறிகோளின்றிச் சுற்று kurikkolinrichurru

mausoleum *n.* கல்லறைக் கட்டடம் kallaraik kattadam

mawkish *a.* தேவையில்லமல் உணர்ச்சிவசமுள்ள thevaiyillaamal unarchivasamulla

maxilla *n.* மெல் தாடை எலும்பு mel thaadai elumpu

maxim *n.* பழமொழி pazhamozhi

maximize *v.t.* உச்ச நிலைக்கு கொண்டுபோ ucha nilaikku kondu po

maximum *a.* உச்ச ucha

maximum n உச்சம் ucham

May *n.* மே மாதம் me maatham

may *v.* இயலும் iyalum

mayor *n.* நகராட்சிக் கழகத் தலைவர் nakaraadchi kazhakath thalaiavar

maze *n.* திகைப்பு thikaippu

me *pron.* என்னை ennai

mead *n.* புல்வெளி pulveli

meadow *n.* புல்வெளி pulveli

meagre *a.* குறைவான kuraivaana

meal *n.* சாப்பாடு saappaadu

mealy *a.* மாவு படிந்த maavu padintha

mean *a.* நீசமான neesamaana

mean *n.* நடு நிலை nadu nilai

mean *v.t.* கருது karuthu

meander *v.i.* குறிகோளின்றிச் சுற்றி அலை kurikkolinrichurri alai

meaning *n.* அர்த்தம் arththam

meaningful *a.* கருத்து நிறைந்த karuththu niraintha

meaningless *a.* அர்தமற்ற arththamarra

meanness *n.* அற்பத்தனம் arpaththanam

means *n.* வரும்படி varumpadi

meanwhile *adv.* இடையில் idaiyil

measles *n.* தட்டம்மை thattammai

measurable *a.* அளக்கத்தக்க alakkaththakka

measure *n.* அளவு alavu

measure *v.t.* அள ala

measureless *a.* அளவில்லாமல் alavillaamal

measurement *n.* அளத்தல் alaththal

meat *n.* இறைச்சி iraichi

mechanic *n.* இயந்திர வல்லுநர் iyanthira vallunar

mechanic *a.* இயந்திர தொழில் நிபுணர் iyanthira thozhil nipunar

mechanical *a.* இயந்திரன் போன்ற iyanthiran ponra

mechanics *n.* இயந்திர தொழில்நுட்பம் iyanthira thozhilnudpam

mechanism *n.* நுட்பம் nudpam

medal *n.* பதக்கம் pathakkam

medallist *n.* பதக்கம் பெறுபவர் pathakkam perupavar

maddle *v.i.* அநாவசியமாய்த் தலையிடு anaavasiyamaayth thalaiyidu

medieval *a.* இடைக் காலத்திய idaik kaalaththiya

medieval *a.* சுமார் 8 ல் இருந்து 14 வது நூற்றண்டுகளைச் சேர்ந்த sumaar 8lirunthu 14vathu noorraandukalai serntha

median *a.* மத்தியிலமைந்த maththiyilamaintha

mediate *v.i.* மத்தியஸ்தம் செய் maththiyastham sey

mediation *n.* மத்தியஸ்தம் செய்தல் maththiyastham seythal

mediator *n.* மத்தியஸ்தர் maththiyasthar

medical *a.* மருத்துவ சம்பந்தமான maruththuva sampanthamaana

medicament *n.* மருந்து marunthu

medicinal *a.* மருந்தின் குணங்களுடைய marunthin kunangkaludaiya

medicine *n.* மருத்துவ சாஸ்திரம் maruththuva saasthiram

medico *n.* மருத்துவ மாணவர் maruththuva maanavar

mediocre *a.* இரண்டாந்தரமான irandaantharamaana

mediocrity *n.* இரண்டாநதரத்தன்மை irandaantharaththanmai

meditate *v.t.* தியானி thiyaani

mediation *n.* தியானம் thiyaanam

meditative *a.* தியானத்தில் ஈடுபட்டிருக்கும் thiyaanaththil eedupattirukkum

medium *n.* சாதனம் saathanam

medium *a.* நடுத்தரமான naduththaramaana

meek *a.* சாதுவான saathuvaana

meet *n.* சந்திப்பு santhippu

meet *v.t.* சந்தி santhi

meeting *n.* சந்தித்தல் santhiththal

megalith *n.* பாரக்கல் paarakkal

megalithic *a.* பாரக்கல் சார்ந்த paarakkal saarntha

megaphone *n.* குரல் பெருக்கு kural perukku

melancholia *n.* உள் ஆற்றலிழப்பு நோய் ul aarralizhappu noy

melancholic *a.* மனச்சோர்வுடைய manachcorvudaiya

melancholy *n.* துக்கம் thukkam

melancholy *adj* சோர்வான sorvaana

melee *n.* பூசல் poosal

meliorate *v.t.* செம்மையாக்கு semmaiyaakku

mellow *a.* பக்குவமான pakkuvamaana

melodious *a.* காதுக்கினிய kaathukkiniya

melodrama *n.* சுபமாக முடியும் நாடகம் supamaaka mudiyum naadakam

melodramatic *a.* பரபரப்பான நாடகம் போன்ற paraparappaana naadakam ponra

melody *n.* இன்னிசை innisai

melon *n.* முலம்பழம் mulaampazham

melt *v.i.* உருகு uruku

member *n.* உறுப்பினர் uruppinar

membership *n.* ஒரு உறுப்பினராக இருக்கும் நிலை oru uruppinaraaka irukkum nilai

membrane *n.* சவ்வு savvu

memento *n.* ஞாபகார்த்தப் பொருள் njaapakaarththap porul

memoir *n.* ஒருவரது சுருக்கமான வாழ்க்கைச் வரலாறு oruvarathu surukkamaana vaazhkkai varalaaru

memorable *a.* ஞாபகத்தில் வைக்க வேண்டிய njaapakaththil vaikka vendiya

memorandum n ஒப்பந்தப் பத்திரம் oppanthappaththiram

memorial *n.* ஞாபகச் சின்னம் njaapakachinnam

memorial *a.* விண்ணப்பத்துக்க்உரிய vinnappaththukkiuriya

memory *n.* ஞாபகம் njaapakam

menace n பயமுறுத்தல் payamuruththal
menace *v.t.* பயமுறுத்து payamuruththu
mend *v.t.* சரி செய் sari sey
mendacious *a.* பொய்யான poyyaana
menial *a.* தாழ்ந்த thaazhntha
menial *n.* ஊழியன் oozhiyan
meningitis *n.* மூளை, தண்டுவடம் முதலியவற்றைப் பாதிக்கிற ஒரு கொடிய வியாதி moolai, thanduvadam muthaliyavarraip paathikkira oru kodiya viyaathi
menopause *n.* இறுதியாக மாதவிடாயின் நிறுத்தம் iruthiyaaka maathavidaayin niruththam
menses *n.* ஸ்டிரீகளின் மாதவிடாய் penkalin maathavidaay
menstrual *a.* மாதவிலக்குக்குரிய maathavilakkukkuriya
menstruation *n.* மாதவிலக்கு maathavilakku
mental *a.* மனத்திற்குரிய manaththirkuriya
mentality *n.* மனப் போக்கு manappokku
mention *n.* குறிப்பு kurippu
mention *v.t.* சொல் sol
mentor *n.* நம்பகமான ஆலோசகர் nampakamaana aalosakar
menu *n.* தின்பண்டங்களின் விலைப்பட்டி thinpandangkalin vilaippatti
mercantile *a.* வர்த்தக சம்பந்தமான varththaka sampanthamaana
mercenary *a.* கூலிக்கு வேலை செய்கிற koolikku velai seykira
mercerise *v.t.* கடுங்கர உப்பிட்டு பக்குவப்படுத்து kadungkaara uppittu pakkuvappaduththu
merchandise *n.* சரக்கு sarakku
merchant *n.* வியாபாரி viyaapaari
merciful *a.* தயையுள்ள thayaiyulla
merciless *adj.* கல் நெஞ்சுள்ள kal nenjulla
mercurial *a.* துடிபுள்ள thudiyulla
mercury *n.* பாதரசம் paatharassam
mercy *n.* கருணை karunai
mere *a.* வெறும் verum
merge *v.t.* ஒன்று சேர் onru ser
merger *n.* ஒன்று சேர்த்தல் onru serththal
meridian *a.* நடுப்பகல் சம்பந்தமான naduppakal sampanthamaana
merit *n.* நற்குணம் narkunam
merit *v.t.* தகுதியாகு thakuthiyaaku
meritorious *a.* மெச்சத்தக்க mechchaththakka
mermaid *n.* கடற்கன்னி kadarkanni
merman *n.* கடற்மனிதன் kadarmanithan
merriment *n.* களிப்பு kalippu
merry *a.* களிபபு நிறைந்த kalippu nirantha
mesh *n.* வலைத்துவாரம் valaiththuvaaram
mesh *v.t.* வலையில் பிடி valaiyil pidi
mesmerism *n.* வசீகரணம் vaseekaranam

mesmerize *v.t.* கவர்ந்திரு kavrnthiru
mess *n.* உணவு unavu
mess *v.i* குழப்பு kuzappu
message *n.* செய்தி seythi
messenger *n.* தூதன் thoothan
messiah *n.* காப்பாற்றுபவர் iraithoothar
Messrs *n.* திருவாளர்கள் thiruvaalarkal
metabolism *n.* ஜீவதத்துவ பரிணாமம் jeevathaththuva parinaamam
metal *n.* உலோகம் ulokam
metallic *a.* உலோகத்தாலான ulaokaththanamaana
metallurgy *n.* உலோகவியல் ulokaviyal
metamorphosis *n.* மாறுதல் maaruthal
metaphor *n.* ஒருவகை உருவணி oru vakai uruvani
metaphysical *a.* நுண்பொருள் ஆய்வுக் கோட்ப்பாட்டில் சார்ந்த nunporul aayvuk kotpaattil saarntha
metaphysics *n.* இயல்கடந்த ஆராய்வு iyal kadantha aaraayvu
mete *v.t.* வழங்கு vazhangu
meteor *n.* எரி நக்ஷத்திரம் eri nkshaththiram
meteoric *a.* ஆகாய சம்பந்தமான aakaaya sampanthamaana
meteorologist *n.* வாலிலை ஆராய்ச்சி நிபுணர் vaanilai aaraaychi nipunar
meteorology *n.* சீதோஷண சாஸ்திரம் seethoshna saasthiram
meter *n.* ஓர் அளக்கும் கருவி or alakkum karuvi
method *n.* வகை vakai
methodical *a.* ஒரு குறிப்பிட்ட முறையில் oru kurippitta muraiyil
metre *n.* மீட்டர் meetar
metric *a.* மீட்டர் அளவு உள்ள meettar alavu ulla
metrical *a.* சீருக்குரிய seerukkuriya
metropolis *n.* தலைநகர் thalainakar
metropolitan *a.* பிரதான நகருக்குரிய pirathaana nakarukkuriya
metropolitan *n.* தலைநகரில் வசிப்பவர் thalainakaril vasippavar
mettle *n.* மனோதிடம் manothidam
mettlesome *a.* மனோதிடமுள்ள manothidamulla
mew *v.i.* பூனை போல் கத்து poonai pol kaththu
mew *n.* ஒருவகை கடற் பறவை oru vakai kadar paravai
mezzanine *n.* முதல் இரண்டு மாடிகளுக்கு இடையிலான கூடுதல் பகுதி muthal irandu maadikalukku idaiyilaana kooduthal pakuthi
mica *n.* அப்ரகம் aprakam
microfilm *n.* நுண்படலம் nunpadalam
micrology *n.* உயிரியல் பாடத்தில் ஒரு பகுதி uyiriyal paadaththil oru pakuthi
micrometer *n.* அளக்கும் கருவி alakkum karuvi

microphone *n.* மின்சார ஒலி பெருக்கி minsaara oli perukki

microscope *n.* பூதக்கண்ணாடி poothak kannaadi

microscopic *a.* (பூதக்கண்ணாடியின் உதவியால் மாத்திரமே பார்க்கக் கூடிய அவ்வளவு) சிறிய (poothakkannaadiyin uthaviyaal maaththirame paarkkakoodiya avvalavu) siriya

microwave *n.* நுண்கதிர் அலை nunkathir alai

mid *a.* நடு nadu

midday *n.* நடுப்பகல் naduppakal

middle *a.* மத்திய maththiya

middle n மையம் maiyam

middleman *n.* தரகர் tharakar

middling *a.* சாதாரன saathaarana

midget *n.* பொடியன் podiyan

midland *n.* மத்தியப் பிரதேசம் maththiya pirathesam

midnight *n.* நடுநிசி nadu nisi

mid-off *n.* கிரிக்கெட் மைதானத்தில் ஓர் இடம் kirikket maithaanaththil oru idam

mid-on *n.* கிரிக்கெட் மைதானத்தில் ஓர் இடம் kirikket maithaanaththil oru idam

midriff *n.* உந்து சவ்வு unthusavvu

midst நடுவில் naduvil

midsummer *n.* நடுவேனில் naduvenil

midwife *n.* மருத்தவச்சி maruththuvhi

might *n.* வல்லமை vallamai

mighty *adj.* வல்லமையுள்ள vallamaiyulla

migraine *n.* ஒற்றைத் தலைவலி orraiththalaivali

migrant *n.* நாடு கடந்து குடியேறுபவர் naadu kadanthu kudiyrupavar

migrate *v.i.* வசிப்பிடத்தை மாற்று vasippidaththai maarru

migration *n.* இடம் பெயர்தல் idam peyarthal

milch *a.* பால் கொடுக்கிற paal kodukkira

mild *a.* அடக்கமான adakkamaana

mildew *n.* ஒரு வகை காளான் oru vakai kaalaan

mile *n.* 1760 கெஜங்கள் கொண்ட தூரம் 1760 kejangkal konda thooram

mileage *n.* அனுகூலம் anukoolam

milestone *n.* மைல் கல் mailkal

milieu *n.* சூழ்நிலையும் சுற்றுப்புறமும் ssozhnilaiyum surruppuramum

militant *a.* எதிர்க்கும் தன்மை ethirkkum thanamai

militant *n.* எதிர்க்கும் தன்மையுள்ளவன் ethirkkum thanmaiyullavan

military *a.* சைனியத்தைச் சேர்ந்த sainiyathai serntha

military *n.* சேனை senai

militate *v.i.* எதிர் ethir

militia *n.* சேனை senai

milk *n.* பால் paal

milk *v.t.* பால் கற paal kara

milky *a.* பால் போன்ற paal ponra

mill *n.* இயந்திரசாலை iyanthira saalai

mill *v.t.* பொடியாக்கு podiyaaku

millennium *n.* ஆயிரம் ஆண்டுகள் aayiram aandukal

miller *n.* தானியங்களை அரைப்பவர் thaaniyangkalai araipavar

millet *n.* சோளம் solkam

milliner *n.* பெண்டிர் அணிமணிச் செய்தொழில் pendeer animani sseythozhil

milliner *n.* மகளிர் தொப்பி முதலியன செய்பவர் makalir thoppi muthaliyana seypavar

millinery *n.* மகளிர் அணிமணிகள் makalir animanikal

million *n.* பத்து லட்சம் paththu ladsam

millionaire *n.* கோடீஸ்வரன் kodeesvaran

millipede *n.* மரவட்டை maravattai

mime *n.* அபிநயம் apinayam

mime *v.i* அபிநயம் செய் apinayam sey

mimesis *n.* பிற பிராணிகளைப் போல் கத்துதல் pira piraanikalaip pol kaththuthal

mimic *a.* கேலியான keliyaana

mimic *n.* விகடன் vikadan

mimic *v.t.* பாவனை செய் paavanai sey

mimicry *n.* விகடம் vikatam

minaret *n.* மசூதியின் ஸ்தூபி masoothiyin sthoopi

mince *v.t.* துண்டு துண்டாக வெட்டு thundu thundaaka vettu

mind *n.* மனம் manam

mind *v.t.* அக்கறை கொள் akkarai kol

mindful *a.* அக்கறையுள்ள akkaraiyulla

mindless *a.* அக்கறையில்லாத akkaraiyillaatha

mine *pron.* என்னுடையது ennudaiyathu

mine *n.* சுரங்கம் surangkam

miner *n.* சுரங்கத்தில் வேலை செய்பவர் surangkaththil velai seypavar

mineral *n.* சுரங்கப் பொருள் surangkapporul

mineral *a.* சுரங்கப் பொருள் சார்ந்த surangkapporul saarntha

mineralogist *n.* தாதுப் பொருள் விஞ்ஞானி thaathupporulkal vinjaani

mineralogy *n.* கனிஜவியல் kanmaviyal

mingle *v.t.* கல kala

miniature *n.* சிறிய அளவாகக் குறை siriya alavaakakkurai

miniature *a.* மிகச் சிறிய அளவிலுள்ள mikachiriya alavilulla

minim *n.* தாவரத்தின் மிகச் சிறிய அளவு thaavaraththin mikachchiriya alavu

minimal *a.* மிகச்சிறு mikachiru

minimize *v.t.* சிறியதாக்கு siriyathaakku

minimum *n.* குறைந்தபட்சம் அளவு kurainthapadsam alavu

minimum *a.* முடிந்த அளவு mudintha alavu

minion *n.* இச்சம் பேசும் கூட்டாளி icham pesum koottaali

minister *n.* மந்திரி manthiri

minister *v.i.* ஊழியம் செய் oozhiyam sey

ministrant *a.* மந்திரியாக பணி புறி manthiriyaaka panipuri

ministry *n.* மந்திரி சபை manthiri sapai

mink *n.* வட துருவத்தில் வாழும் ஒரு பிராணி vada thuruvaththil vaazhum oru piraani

minor *a.* இளைய ilaiya

minor *n.* 21 வயதாகாதவர் 21 vayathaakaathavar

minority *n.* சிறுபான்மை சமுதாயம் sirupaanmai samuthaayam

minster *n.* பெரிய மாதா கோயில் periya maathaa kovil

mint *n.* நாணய சாலை naanaya saalai

mint *n.* பொதினா கீரை puthinaa keerai

mint *v.t.* நாணயம் அச்சிடு naanayam achidu

minus *prep.* குறைய kuraiya

minus *a.* கழித்தற் குறியுள்ள kazhiththal kuriyulla

minus *n.* கழித்தற்குறி kazhiththal kuri

minuscule *a.* மிகச் சிறிய mikachchiriya

minute *a.* அணுப் பிரமாணமாயுள்ள anuppiramaanamaayulla

minute *n.* ஒரு நிமிஷம் oru nimisham

minutely *adv.* துல்லியமாக thulliyamaaka

minx *n.* விவேகமற்ற பெண் vivekamarra pen

miracle *n.* அதிசயம் athisayam

miraculous *a.* அச்சரியமான aachariyamaana

mirage *n.* கானல் நீர் kaanal neer

mire *n.* சகதி sakathi

mire *v.t.* சேற்றால் மூடு serraal moodu

mirror *n.* முகம் பார்க்கும் கண்ணாடி mukam paarkkum kannaadi

mirror *v.t.* பிரதிபலி pirathipali

mirth *n.* மகிழ்ச்சி makizhchi

mirthful *a.* மகிழ்ச்சி மிகுந்த makizhchi mikuntha

misadventure *n.* விபத்து vipathu

misalliance *n.* பொருத்தம் இல்லாத உறவு poruththam illaatha uravu

misanthrope *n.* துராத்மா thuraathmaa

misapplication *n.* தவறான உபயோகம் thavaraana upayokam

misapprehend *v.t.* தவறாக எண்ணு thavaraaka ennu

misapprehension *n.* தவறான எண்ணம் thavaraana ennam

misappropriate *v.t.* அக்கிரமமாக உபயோகி akkiramamaaka upayoki

misappropriation *n.* சட்ட விரோதமாக கையாடல் satta virothamaaka kaiyaadal

misbehave *v.i.* தவராக நட thavaraaka nada

misbehaviour *n.* தவறான நடத்தை thavaraana nadaththai

misbelief *n.* தவறான எண்ணம் thavaraana ennam

miscalculate *v.t.* தவறாகக் கணக்கீடு thavaraakak kanakeedu

miscalculation *n.* தவறான கணக்கீடு thavaraana kanakkeedu

miscall *v.t.* தவறான பெயரை உச்சரி tharaana peyarai uchari

miscarriage *n.* கருச்சிதைவு karuchithaivu

miscarry *v.i.* சிதைந்து போ sithainthu po

miscellaneous *a.* பலவகைப்பட்ட palavakaippatta

miscellany *n.* பலவகைத் துணுக்குகள் தொகுப்பு palavakai thunukkukal thokuppu

mischance *n.* துர்திர்ஷ்டம் thirathirshdam

mischief *n.* விஷமம் vishamam

mischievous *a.* விஷமம் நிறைந்த vishamam niraintha

misconceive *v.t.* தவறான அபிப்பரியாங் கொள் thavaraana apipraayam kol

misconception *n.* தவரான அபிப்பிராயம் thavaraana apipraayam

misconduct *n.* கெட்ட நடத்தை kette nadaththai

misconstrue *v.t.* தவறாக எண்ணு thavaraaka ennu

miscreant *n.* விஷமி vishami

misdeed *n.* தவறான செயல் thavaraana seyal

misdemeanour *n.* அற்ப குற்றம் arpa kurram

misdirect *v.t.* தவறான பாதையில் செலுத்து thavaraana paathaiyil seluththu

misdirection *n.* தவறான பாதை thavaraana paathai

miser *n.* கருமி karumi

miserable *a.* பரிதாப கரமான parithaapakaramaana

miserly *a.* கருமித்தனம் மிகுந்த karumiththanam mikuntha

misery *n.* துன்பம் thunpam

misfire *v.i.* சுடாது போ sudaathu po

misfit *n.* தகுதியில்லாவர் thakuthiyillaathavar

misfortune *n.* துரதிர்ஷ்டம் thirathirshdam

misgive *v.t.* சந்தேகம் கொள் santhekam kol

misgiving *n.* அவநம்பிக்கை avanampikkai

misguide *v.t.* தவறான முறையில் செலுத்து thavaraana muraiyil seluththu

mishap *n.* விபத்து vipaththu

misjudge *v.t.* தவராக முடிவு கட்டு thavaraaka mudivu kattu

mislead *v.t.* தவறான வழி காட்டு thavaraana vazhi kaattu

mismanagement *n.* மோசமான நிர்வாகம் mosamaana nirvaakam

mismatch *v.t.* பொருத்தம் இல்லமை poruththam illaamai

misnomer *n.* ஒவ்வத பெயர் ovvaaatha peyar
misplace *v.t.* தவறான இடத்தில் வை thavaraana idaththl vai
misprint *n.* அச்சுப் பிழை achup pizhai
misprint *v.t.* தவறாக அச்சடி thavaraaka achadi
misrepresent *v.t.* தவறாக அறிவி thavaraaka arivi
misrule *n.* கொடுங்கோல் ஆட்சி kodungkol aadsi
miss *n.* மணமாகாத பெண் manamaakaatha pen
miss *v.t.* தவற விடு thavaravidu
missile *n.* ஏவுகணை yevukanai
mission *n.* குறிக்கோள் kurikkol
missionary *n.* மதப் பிரசாரர் mathap pirasaarar
missis, missus *n.* குடும்பத் தலைவி kudumpath thalaivi
missive *n.* பணிமுறை முடங்கல் panimurai mudangkal
mist *n.* மூடுபனி moodupani
mistake *n.* பிழை pizhai
mistake *v.t.* தவறாக எண்ணு thavaraaka ennu
mister *n.* திருவாளர் thiruvaalar
mistletoe *n.* ஒருவகை ஒட்டுண்ணிச் செடி oruvakai ottunnichedi
mistreat *v.* முரட்டுதனமாக நடத்து muradduthanamaka nadaththu
mistress *n.* எஜமானி ejamaani
mistrust *n.* நம்பிக்கையின்மை nampikkaiyinmai
mistrust *v.t.* சந்தேகி santheki
misty *a.* மங்கலான mangkalaana
misunderstand *v.t.* தப்பர்த்தம் செய் thapparththam sey
misunderstanding *n.* மன வேற்றுமை mana verrumai
misuse *n.* துஷ்பிரயோகம் thushpirayokam
misuse *v.t.* தகாத வழியில் உபயோகி thakaatha vazhiyil upayoki
mite *n.* இயன்ற அளவு iyanra alavu
mite *n* அற்ப மதிப்புள்ள ஒரு நாணயம் arpa mathippulla oru naanayam
mithridate *n.* கடவுள் மித்ராவால் கொடுக்கப்பட்டது kadavul mithraavaal kodukkappattathu
mitigate *v.t.* துன்பத்தை குறை thunpaththai kurai
mitigation *n.* அமைதிப்படுத்துதல் amaithipaduththuthal
mitre *n.* பாதிரியார் தொப்பி paathiriyaar thoppi
mitten *n.* கையுறை kaiyurai
mix *v.i* கல kala
mixture *n.* கலவை kalavai
moan *v.i.* புலம்பு pulampu
moan *n.* புலம்பல் pulampal
moat *n.* அகழி akazhi
moat *v.t.* அகழியால் வளை akazhiyaal valai
mob *n.* கலகக்காரர் கூட்டம் kalakakkaarar koottam
mob *v.t.* கும்பலாக கூடு kumpalaaka koodu
mobile *a.* நடமாடும் nadamaadum

mobility *n.* எளிதில் நகரும் தன்மை elithil nakarum thanmai

mobilize *v.t.* திரட்டித் தயார் செய் thirattith thyaar sey

mock *v.i.* விகடம் செய் vikatam sey

mock *adj* உண்மையில்லாத unmaiyillaatha

mockery *n.* நிந்தை ninthai

modality *n.* மாறுமை maarumai

mode *n.* விதம் vitham

model *n.* மாதிரி maathiri

model *v.t.* உருவாக்கு uruvaakku

moderate *a.* மிதமான mithamaana

moderate *v.t.* தணி thani

moderation *n.* மிதமாக்குதல் mithamaakkuthal

modern *a.* நவீன naveena

modernity *n.* புதுமை puthumai

modernize *v.t.* தற்கால முறைக்கேற்ப புதுப்பி tharkaala muraikkerpa puthuppi

modest *a.* பணிவுள்ள, அடக்கமுள்ள pannivulla adakkamulla

modesty *n.* தன்னடக்கம் thannadakkam

modicum *n.* அற்பம் arpam

modification *n.* மாற்றம், திருத்தம் maarram thiruththam

modify *v.t.* திருத்து thiruththu

modulate *v.t.* ஏற்றவாறு மாற்றி அமை yerravaaru maarri amai

moil *v.i.* கொந்தளிப்பு konthalippu

moist *a.* ஈரமான eeramaana

moisten *v.t.* ஈரமாக்கு eeramaakku

moisture *n.* ஈரப்பதம் eerappatham

molar *n.* கடைவாய்ப் பல் kadaivaayppal

molar *a.* அரைக்கும் araikkum

molasses *n.* சர்க்கரைப்பாகு sarkkaraippaaku

mole *n.* மச்சம் macham

molecular *a.* மூலக்கூறு moolakkooru

molecule *n.* மூலக்கூறு moolakkooru

molest *v.t.* மானபங்கப்படுத்து maanapangakppaduththu

molestation *n.* இடையூறு, idaiyooru

molten *a.* உருகிய, urukiya

moment *n.* தருணம் tharunam

momentary *a.* கணநேரமே உள்ள kananerame ulla

momentous *a.* பெரும் முக்கியதுவம் வாய்ந்த perum mukkiyaththuvam vaayntha

momentum *n.* இயங்குவிசை iynagu visai

monarch *n.* சக்கரவர்த்தி sakkaravarththi

monarchy *n.* முடியாட்சி mudiyaadsi

monastery *n.* மடாலயம் madaalayam

monasticism *n.* மடம் சார்ந்த madam saarntha

Monday *n.* திங்கட்கிழமை thingkal kizamai

monetary *a.* பணம் சார்ந்த panam saarntha

money *n.* பணம் panam

monger *n.* வணிகர், vanikar

mongoose *n.* கீரிப்பிள்ளை keerippillai

mongrel *a.* கலப்பினத்தில் பிறந்த ஒரு விலங்கு kalappinaththil pirantha oru vilangu
monitor *n.* மின்திரை minthirai
monitory *a.* புத்தி சொல்பவர் puththi solpavar
monk *n.* துறவி thuravi
monkey *n.* குரங்கு kurangu
monochromatic *a.* ஒருநிறமி oru n irami
monocle *n.* ஒற்றைக் கண் கண்ணாடி orraik kan kannaadi
monocular *a.*
monody *n.*
monogamy *n.* ஒருதார மணம் oruthaara manam
monogram *n.* தலைப்பெழுத்து thalaippezuththu
monograph *n.*
monogynous *a.* ஏக பத்தினி விரதம் yeka paththini viratham
monolatry *n.*
monolith *n.* ஒற்றைக்கல் சிற்பம் orraikkal sirpam
monologue *n.* நெடியுரை nediyurai
monopolist *n.* பிரத்யெக உரிமைக்காரர் pirathyeka urimaikkaarar
monopolize *v.t.* தன்வசமாக்கிக்கொள் thanvasamakkikkol
monopoly *n.* தனியுரிமை, thaniyurimai
monosyllable *n.* ஓரசைச் சொல் orasaichol
monosyllabic *a.* ஓரச்சை கொண்ட orasai konda
monotheism *n.* தனியிறைவாதம் thaniyiraivaatham
monotheist *n.* ஒரு கடவுள் வழிபாடு oru kadavul vazipaadu
monotonous *a.* சலிப்பூட்டுகிற salopoottukira
monotony *n.* மாற்றமில்லா குரல் maarramillaa kural
monsoon *n.* மழைகாலம்,பருவகாலம் mazaikaalam, paruvakaalam
monster *n.* அரக்கன் arakkan
monstrous *a.* பயங்கரமான, payangaramaana
monostrous *n.*
month *n.* மாதம் maatham
monthly *a.* மாதந்தோரும் maathanthorum
monthly *adv.* மாதாந்திர maathaanthira
monthly *n* மாதாந்திர பத்திரிக்கை maathaanthira paththirikkai
monument *n.* நினைவுச்சின்னம் ninaivuchinnam
monumental *a.* ஞாபகார்த்தமான njaapakaarththamaana
moo *v.i* ஆவின் குரல் ஒலி aavin kural oli
mood *n.* மனநிலமை mana nilaimai
moody *a.* திடமனம் இல்லாத thidamanam illaatha
moon *n.* சந்திரன் santhiran
moor *n.* முட்புதர்க்காடு mutputharkkaadu
moor *v.t.* படகை நிலத்தில் கட்டிவைத்தல் padakai nilaththil kattivaiththal

moorings *n.* கப்பலை நங்கூரம் இட்டு பிணைத்தல் kappalai nangooram ittu pinaiththal

moot *n.* விவாதத்திற்குறிய vivaathaththirkuriya

mop *n.* ஈரத் துடைப்பம் eerath thudaippam

mop *v.t.* துடை, சுத்தம் செய் thudai, suththam sey

mope *v.i.* கிளர்ச்சியற்றவர், சோர்வுற்றிரு kilarchiyarravar, sorvurrriru

moral *a.* நன்மை,தீமைகளை சார்ந்த namai theemaikalai saarntha

moral *n.* நீதி neethi

morale *n.* மனஉறுதி manavuruthi

moralist *n.* அறவோர் aravor

morality *n.* நன்னடத்தை nanadaththai

moralize *v.t.* நீதிநெறி ஆய்வு செய் neethi neri aayvu sey

morbid *a.* நோயுற்ற noyurra

morbidity *n.* நலம் குன்றிய nalam kunriya

more *a.* அதிகமான athikamaana

more *adv.* அதிகம் athikam

moreover *adv.* மேலும் melum

morganatic *a.*

morgue *n.* பிணவறை pinavarai

moribund *a.*

morning *n.* காலை kaalai

moron *n.* மூடன் moodan

morose *a.* முகவாட்டமுடைய mukavaattamudaiya

morphia *n.* வலி நிவாரனி vali nivaarani

morrow *n.* மறுநாள் marunaal

morsel *n.* சிறு கவளம் siru kavalam

mortal *a.* இறக்கக்கூடிய irakkakkoodiya

mortal *n.* மனிதன் manithan

mortality *n.* இறப்பு வீதம் irappu veetham

mortar *v.t.* அரைவைக்கல் araivaikkal

mortgage *n.* அடமானம் adamaanam

mortgage *v.t.* அடமானம் adamaanam

mortagagee *n.* அடமானம் பிடிப்பவர் adamaanam pidippavar

mortgator *n.* அடமானம் வைப்பவர் adamaanam vaippavar

mortify *v.t.* இழிவுசெய் izivu sey

mortuary *n.* சவக்கிடங்கு savakkidangu

mosaic *n.* பல்வண்ணக் கல் palvannakkal

mosque *n.* பள்ளிவாசல் pallivaasal

mosquito *n.* கொசு kosu

moss *n.* பாசி paasi

most *a.* அநேகமாக anekamaaka

most *adv.* பெரும்பாலாக perumpaalaaka

most *n.* பெரும் அளவு perum alavu

mote *n.* சிறு தூசு, துகள் siru thoosu, thukal

motel *n.* உந்துவிடுதி unthuviduthi

moth *n.* ஆந்துப்பூச்சி anthupoochi

mother n தாய், அன்னை thaay, annai

mother *v.t.* கன்னிமாடத் தலைவி kannimaadath thalaivi

motherhood *n.* தாய்மை thaaymai

motherlike *a.* தாய் போன்ற thaay ponra
motherly *a.* தாய்மைக்குணமுடைய thaaymaikkunamudaiya
motif *n.* முனைப்புக்கூறு munaippukkooru
motion *n.* நகர்தல் , சலனம் nakarthal, salanam
motion *v.i.* சைகை மூலம் உணர்த்தல் saikai moolam unarththal
motionless *a.* இயக்கமற்ற iyakkamarra
motivate *v.* ஊக்குவித்தல் oookkuviththal
motivation *n.* ஊக்கம் ookkam
motive *n.* உள்நோக்கம் ulnokkam
motley *a.* பல தன்மைகள் நிறைந்த pala thanmaikal niraintha
motor *n.* இயந்திரப்பொறி iyanthira pori
motor *v.i.* இயக்கும் சக்தி iyakkum sakthi
motorist *n.* வாகன ஓட்டுனர் vaakana ottunar
mottle *n.*
motto *n.* மேற்கோள்வாசகம் merkol vaasakam
mould *n.* அச்சு achu
mould *v.t.* வடிவமைத்தல் vadivamaiththal
mould *n.* வார்ப்படம் vaarppadam
mould *n.* பூஞ்சனம் poonjanam
mouldy *a.* வார்க்க்க்கூடிய vaarkkakkoodiya
moult *v.i.* இறகு உதிர் iraku uthir
mound *n.* மண்மேடு,சிறுகுன்று manmedu, siru kunru
mount *n.* குன்று,மலை kunru, malai
mount *v.t.* மேலேறுதல் meluruthal
mount *n.* படச்சட்டம் padasattam
mountain *n.* மலை malai
mountaineer *n.* மலை ஏறுபவர் malai erupavar
mountainous *a.* மலைப்பாங்கான malaippaangkaana
mourn *v.i.* துக்கம் அனுசரித்தல் thukkam anusariththal
mourner *n.* துக்கிக்கிறவன் thukkiravan
mournful *n.* பெருங்கவலை perungavalai
mourning *n.* துக்கம் thukkam
mouse *n.* எலி eli
moustache *n.* மீசை meesai
mouth *n.* வாய் vaay
mouth *v.t.* பேசுதல் pesuthal
mouthful *n.* வாய் நிறைய vaay niraiya
movable *a.* நகர்த்தக்கூடிய nakarthakkoodiya
movables *n.* அசையும் பொருள்கள் asaiyum porulkal
move *n.* நகர் nakar
move *v.t.* இடம் பெயர் idam peyar
movement *n.* இயக்கம்,நடமாட்டம் iyakkam nadamaattam
mover *n.* முன்மொழிபவர் munmozipavar
movies *n.* திரைப்படங்கள் thirappadangal
mow *v.t.* அறுவடை செய் aruvadai sey

much *a.* மிகுதியான mikiuthiyaana
much *adv.* மிகுதியாக mikuthiyaaka
mucilage *n.* பசை pasai
muck *n.* அழுக்கு azhukku
mucous *a.* சளியைப்போன்ற saliyaipponra
mucus *n.* சளி Sali
mud *n.* சேறு seru
muddle *n.* குழப்பம், ஒழுங்கீனம் kuzhappam, ozhungeenam
muddle *v.t.* ஒழுங்கீனமுண்டாக்கு ozhungeenamundaakku
muffle *v.t.* போர்த்திக்கோள் porththikkol
muffler *n.* கழுத்துப் போர்வை kazhuththup porvai
mug *n.* குவளை kuvalai
muggy *a.* ஈரமும் வெப்பமுமான eeramum veppamumaana
mulatto *n.* கறுப்பருக்கும் வெள்ளையருக்கும் பிறந்தவர் karupparukkum vellaiyarukkum piranthavar
mulberry *n.* முசுக்கொட்டை மரம் musukkottai maram
mule *n.* கோவேறு கழுதை kovaeru kazhuthai
mulish *a.* அடம்பிடித்தல் adampidiththal
mull *n.* மல் துணி mal thuni
mull *v.t.* குழப்பு, ஆலோசி kuzhappu, aalosi
mullah *n.* முஸ்லீம் அறிஞர் muleem arinjar
mullion *n.*
multifarious *a.* பல்வேறு வகைப்பட்ட palveru vakaippatta
multiform *n.* பல வடிவம் pala vadivam
multilateral *a.* பன்முக panmuka
multiparous *a.* ஒரே தடவையில் பல குட்டிகள் ஈனும் ore thadavaiyil pla kuttikal eenum
multiple *a.* பலமடங்கான pala madangkaana
multiple n பெருக்கம் perukkam
multiped *n.* மரவட்டை maravattai
multiplex *a.* பலதிரைகள் கொண்ட அரங்கு palathiraikal konda arangu
multiplicand *n.* பெருக்கப்படும் எண் erukkapapdum en
multiplication *n.* பெருக்கல் perukkal
multiplicity *n.* பல வகை palavakai
multiply *v.t.* பெருக்கு perukku
multitude *n.* பெருங்கூட்டம் perungkoottam
mum *a.* அமைதியான amaithiyaana
mum *n.* அன்னை annai
mumble *v.i.* முணுமுணுப்பு munumunuppu
mummer *n.* ஊமைக்காட்சி நடிகர் oomaikkadsi nadikar
mummy *n.* அம்மா amma
mummy *n.* பதப்படுத்தப்பட்ட உடல் pathappaduththappatta udal
mumps *n.* பொன்னுக்கு வீங்கி ponnukku veengi
munch *v.t.* நிதானமாக மெல் nithaanamaaka mel
mundane *a.* உலகம்சார்ந்த ulakam saarntha
municipal *a.* நகராட்சி nakaraadsi
municipality *n.* நகரசபை nakarasapai

munificent *a.* தாராள குணமுள்ள thaaraala kunamulla
muniment *n.*
munitions *n.* படைக்கலங்கள் padaikkalangkal
mural *a.* சுவர்ரினுடைய suvarrinudaiya
mural *n.* சுவர் ஓவியம் suvar oviyam
murder *n.* கொலை kolai
murder *v.t.* கொலைசெய் kolai sey
murderer *n.* கொலையாளி kolaiyaali
murderous *a.* கொல்லக்கூடிய kollakkodiya
murmur *n.* முனுமுனுப்பு munumunuppu
murmur *v.t.* சத்தமில்லமல் பேசுதல் saththamillaamal pesuthal
muscle *n.* தசைநார் thasainaar
muscovite *n.*
muscular *a.* தசை சம்பந்தமான thasai sampanthamaana
muse *v.i.* சிந்தனை செய் sinthanai sey
muse *n.* கிரேக்க இசைகடவுள் kirekka isai kadavul
museum *n.* அரும்பொருட்காட்சி arumporudkaadsi
mush *n.*
mushroom *n.* காளான் kaalaan
music *n.* இசை isai
musical *a.* இசைத்தொடர்பான isaiththoadarpulla
musician *n.* இசைக்கலைஞர் isaikkalainjar
musk *n.* கஸ்தூரி kasthoori
musket *n.* கைதுப்பாக்கி kaithuppaakki
musketeer *n.* துப்பாக்கி வீரன் thuppaakki veeran
muslin *n.* மெல்லிய பருத்திதுணி melliya paurthththithuni
must *v.* கட்டாயமாக kattayaamaaka
must *n.* மதம் matham
must n புது சாராயம் puthu saaraayam
mustache *n.* மீசை meesai
mustang *n.*
mustard *n.* கடுகு kaduku
muster *v.t.* கூடு koodu
muster n கூடுதல் kooduthal
musty *a.* புளித்த வாசனை puliththa vaasanai
mutation *n.* மாறுதல் maaruthal
mutative *a.* ம்மாறுகிற maarukira
mute *a.* ஓசையற்ற osaiyarra
mute *n.* ஒலியை குறை oliyai kurai
mutilate *v.t.* ம்முடமாக்கு mudamaakku
mutilation *n.* முடமாக்குதல் mudamaakkuthal
mutinous *a.* அங்கம் நீக்கல் angkam neekkal
mutiny *n.* படைவீரர் கலகம் padaiveerar kalakam
mutiny *v. i* கிளர்ச்சி செய் kilarchi sey
mutter *v.i.* முனுமுனுத்தல் munumunuththal
mutton *n.* ஆட்டிறைச்சி aattiraichi
mutual *a.* பரஸ்பர paraspara
muzzle *n.* விலங்கின் மூக்கு வாய் சேர்ந்த பகுதி vilangin mookku vaay serntha pakuthi

muzzle *v.t.* வாய்ப்பூட்டு vaaypoottu
my *a.* என்னுடைய ennudaiya
myalgia *n.* தசைவலி thasaivali
myopia *n.* கிட்டப்பார்வை kittappaarvai
myopic *a.*
myosis *n.* கண்பாவை மிகச்சுருக்கம் kanpaavai mikachurukkam
myriad *n.* மிகப்பல mikappala
myriad *a.* கணக்கிலடங்கா எண்ணிக்கை kanakkiladangaa ennikkai
myrrh *n.* மிருதுச்செடி miruthusedi
myrtle *n.*
myself *pron.* நானே naane
mysterious *a.* விளங்காத vilangaatha
mystery *n.* பெரும் இரகசியம் perum rakasiyam
mystic *a.* புரியாத puriyaatha
mystic *n.* இறைவன் சம்மந்தபட் iraivan sampanthappatta
mysticism *n.* மறைஞானம் marainjaanam
mystify *v.t.* திகைப்பூட்டு thikappoottu
myth *n.* புராணக்கதை puraanakkathai
mythical *a.* கற்பனையான karpanaiyaana
mythological *a.* புராணஇலக்கியம் puraana ilakkiyam
mythology *n.* தொன்மவியல் thonmaviyal

N

nab *v.t.* பற்று,பிடி parru, pidi
nabob *n.* துலுக்க அரசன் thulukka arasan
nadir *n.* நீச ஸ்தானம் neesa sthaanam
nag *n.* மட்டக்குதிரை mattakkuthirai
nag *v.t.* தொல்லைக்கொடு thollaikkodu
nail *n.* நகம்,ஆணி nakam, aani
nail *v.t.* ஆணியடி aaniyadi
naive *a.* கபடமற்ற kapadamarra
naivete *n.* எளிமை elimai
naivety *n.* எளிமை elimai
naked *a.* நிர்வாணமான nirvaanamaana
name *n.* பெயர் peyar
name *v.t.* பெயர்கொடு peyarkodu
namely *adv.* என்னவெனில் ennavenil
namesake *n.* ஒரே பெயருள்ள மற்றொருவர் ore peyarulla marroruvar
nap *v.i.* தூங்கு thoongu
nap *n.* பகலுறக்கம் pakalurakkam
nap *n.* மென்துய்பரப்பு menthuyilparappu
nape *n.* பிடரி pidari
napkin *n.* குறுந்துணி kurunthuni
narcissism *n.* தற்காதல் tharkaathal
narcissus *n.*
narcosis *n.* மருந்தால் நினைவிழப்பு marunthaal ninaivizhappu
narcotic *n.* போதைமருந்து pothai marunthu

narrate *v.t.* விவரி, சொல்லு vivari, sollu
narration *n.* எடுத்துரை eduththurai
narrative *n.* கதை சொல்வது kathai solvathu
narrative *a.* க kathai
narrator *n.* கதை சொல்பவர் kathai solpavar
narrow *a.* குறுகலான kurukalaana
narrow *v.t.* குறுக்கு kurukku
nasal *a.* மூக்கு சம்பந்தமான mooku sampanthamaana
nasal n மூக்கிற்குறிய mookkirkuriya
nascent *a.* பிறந்ததும் piranthathum
nasty *a.* அருவருக்கத்தக்க aruvarukkaththakka
natal *a.* பிரசவ சம்பந்தமான pirasava sampanthamaana
natant *a.* மிதக்கும் mithakkum
nation *n.* நாடு, இனம் naadu inam
national *a.* தேசம் முழுமைக்கும் உரிய thesam muzhumaikkum uriya
nationalism *n.* தேசியவாதம் thesiyavaatham
nationalist *n.* தேசியவாதி thesiyavaathi
nationality *n.* நாட்டுரிமை naatturimai
nationalization *n.* தேசீய மயமாக்குதல் thesiyamayamaakkuthal
nationalize *v.t.* தேசீய மயமாக்கு thesiya mayamaakku
native *a.* பிறப்பிடம் pirappidam
native *n.* இயற்கையான iyarkaiyaana

nativity *n.* பிறப்பு pirappu
natural *a.* இயற்க்கையான iyarkaiyaana
naturalist *n.* இயற்க்கையை பற்றி படித்தவர் iyarkaiyai parri padiththavar
naturalize *v.t.* அயல்நாட்டவருக்கு குடியுரிமை வழங்குதல் ayalnaattavarukku kudiyurimai vazhanguthal
naturally *adv.* இயல்பாக iyalpaaka
nature *n.* இயற்கை iyarkai
naughty *a.* குறும்புதனமான kurumputhanamaana
nausea *n.* குமட்டல் kumattal
nautic(al) *a.* கப்பல் துறை சார்ந்த kappal thurai saarntha
naval *a.* கப்பற்படை குறிய kapparpadaikkuriya
nave *n.* குடம் kudam
navigable *a.* கப்பல் போக்குவரத்திற்கு பயன்படும் kappal pokkuvaraththirku payanpadum
navigate *v.i.* கப்பலை அல்லது விமானத்தை செலுத்து kappalai allathu vimaanaththai seluththu
navigation *n.* கடற் பிரயாணம் kadar pirayaanam
navigator *n.* மாலுமி maalumi
navy *n.* கப்பல்படை kappal padai
nay *adv.* அதுமட்டுமின்றி athumattumanri
neap *a.* முக்காலி mukkaali
near *a.* அருகில் arukil
near *prep.* அருகே aruke
near *adv.* நெருங்கிய nerungkiya

near *v.i.* நெருங்கிவா nerungkivaa

nearly *adv.* கிட்டதட்ட kittathatta

neat *a.* நேர்த்தியான nerththiyaana

nebula *n.* மேகம்போல் காணப்படும் நட்சத்திரம் mekampol kaanappadum natsaththiram

necessary *n.* தவிர்க்க முடியாத thavirkka mudiyaatha

necessary *a.* கட்டாயமான kattaayamaana

necessitate *v.t.* தேவையாயிரு thevaiyaayiru

necessity *n.* இன்றியமையாமை inriyamaiayamai

neck *n.* கழுத்து kazhuthu

necklace *n.* கழுத்மாலை kazhuththumaalai

necklet *n.* கழுத்து மாலை kazhuththumaalai

necromancer *n.* மந்திரவாதி manthiravaathi

necropolis *n.*

nectar *n.* அமிர்தம் amirtham

need *n.* தேவை thevai

need *v.t.* வேண்டிய பொருள் vendiya porul

needful *a.* அவசியமான avasiyamaana

needle *n.* ஊசி oosi

needless *a.* தேவையற்ற thevaiyarra

needs *adv.* தேவைகள் thevaikal

needy *a.* வறுமையான varumaiyaana

nefandous *a.*

nefarious *a.* வெறுக்கத்தக்க verukkaththakka

negation *n.* மறுத்தல் maruththal

negative *a.* மறுக்கின்ற marukkinra

negative *n.* எதிர்மறை ethirmarai

negative *v.t.* மறு maru

neglect *v.t.* புறக்கணி purakkani

neglect *n.* புறக்கணித்தல் purakkaniththal

negligence *n.* கருத்தின்மை , karuththinmai

negligent *a.* கவனக் குறைவு kavanakkuraivu

negligible *a.* மிக சிறிய mika siriya

negotiable *a.* தேவைக் கேற்ப thevaikkerpa

negotiate *v.t.* பேரம் பேசு peram pesu

nagotiation *n.* பேசுவார்த்தை pechuvaarththai

negotiator *n.* பேசுவார்த்தை நடத்துபவர் pechuvaarthai nadaththupavar

negress *n.* நீக்ரோ இனத்தவள் neekro inaththavar

negro *n.* ஆபிரிக்க கறுப்பு இன ஆண் appirikka karuppina aan

neigh *v.i.* குதிரைபோல் கனை kuthirai pol kanai

neigh *n.* குதிரையின் கனைப்பு kuthiraiyin kanaippu

neighbour *n.* அண்டை வீட்டார் andai veettaar

neighbourhood *n.* சுற்றுப்புறம் surruppuram

neighbourly *a.* பட்சமுள்ள padsamulla

neither *conj.* இதுவுமதுவும் அல்லாத ithuvumathum allaatha

nemesis *n.* வினைப்பயன் vinaippayan

neolithic *a.* புதிய கற்காலம் puthiya karkaalam
neon *n.* ஒளிரியம் oliriyam
nephew *n.* உடன்பிறந்தவரின் மகன் udam piranthavarin makan
nepotism *n.* உறவினர்க்களிக்கும் தனிச்சலுகை uravinarkalukkalikkum thanichalukai
Neptune *n.* நெப்டியூன் கிரகம் neptyoon kirakam
Nerve *n.* நரம்பு narampu
nerveless *a.* நரம்புகளில்லாத narmpukalilaatha
nervous *a.* பதற்றம் patharram
nescience *n.* அறிவின்மை arivinmai
nest *n.* கூடு koodu
nest *v.t.* கூடுகட்டு koodukattu
nether *a.* தாழ்ந்த thaazhntha
nestle *v.i.* கூடுகட்டி வாழ் koodukatti vaazh
nestling *n.* பறவை குஞ்சு pravai kunju
net *n.* வலை valai
net *v.t.* வலை வீசிப்பிடி valai veesippidi
net *a.* கழிவுகள் போக மீதியுள்ள kazhivukal poka meethiyulla
net *v.t.* வலை போடு valai podu
nettle *n.* பூனைக்காஞ்சொறிச் செடி வகை poonaikkanjori sedi vakai
nettle *v.t.*
network *n.* கணினி கட்டமைப்பு kanini kattamaippu

neurologist *n.* நரம்பியல் மருத்துவர் narampiyal maruththuvar
neurology *n.* நரம்பியல் narampiyal
neurosis *n.* உளக்கோளாறு ulakkolaaru
neuter *a.* ஒன்றன்பால் onranpaal
neuter n அஃறிணை ahrinai
neutral *a.* நடு நிலை nadunilai
neutralize *v.t.* சரிகட்டிவிடு sarikattividu
neutron *n.* நியூட்ரான் niyutraan
never *adv.* எப்பொழுதும் இல்லை eppozhuthum illai
nevertheless *conj.* இருந்த போதிலும் iruntha pothilum
new *a.* புதிய puthiya
news *n.* செய்திகள் seythikal
next *a.* அடுத்துள்ள aduththulla
next *adv.* அடுத்த aduththa
nib *n.* பேனாவின் கூரிய நுனி penaavin kooriya nuni
nibble *v.t.* கொறி
nibble *n.* கடித்தெடுக்கப்பட்ட சிறு துண்டு kadiththedukkappatta siru thundu
nice *a.* சொகுசான sokusaana
nicety *n.* சீர்மை seermai
niche *n.* மாடம் maadam
nick *n.* வடுப்படுத்து vaduppaduththu
nickel *n.* வன்வெள்ளி vanvelli
nickname *n.* செல்லப்பெயர் sellappaeyar
nickname *v.t.* செல்லப்பெயர் sellapeyar

nicotine *n.* புகையிலை நச்சு pukaiyilai nchu
niece *n.* உடன்பிறந்தவரின் மகள் udanpiranthavarin makal
niggard *n.* கருமி karumi
niggardly *a.* கஞ்சன் kanjan
nigger *n.* ஆப்ரிக்க கருப்பு மனிதன் aprikka karuppu manithan
nigh *adv.* அருகில் உள்ள arukil ulla
nigh *prep.* அரு காமை arukaamai
night *n.* இரவு iravu
nightingale *n.* பாடும் ஒரு குருவி paadum oru kuruvi
nightly *adv.* இரவாக iravaaka
nightmare *n.* பயங்கரகனவு payangkarakanavu
nightie *n.* இரவு உடை iravu udai
nihilism *n.* நம்பிக்கையின்மை nampikkaiyinmai
nil *n.* பூஜ்யம் pujyam
nimble *a.* வேகமான vekamaana
nimbus *n.* சூல்மேகம் sulmekam
nine *n.* ஒன்பது onpathu
nineteen *n.* பத்தொன்பது paththonpathu
nineteenth *a.* பத்தொன்பத்தாவது paththonpathaavathu
ninetieth *a.* தொண்ணூறாவது thonnooraavathu
ninth *a.* ஒன்பத்தாவது onpathaavathu
ninety *n.* தொண்ணூறு thonnooru
nip *v.t.* கிள்ளு killu
nipple *n.* முலைக்காம்பு mulaikaampu
nitrogen *n.* நைட்ரஜன் naidrajan
no *a.* இல்லை illai
no *adv.* இன்மை inmai
no *n.* இல்லை illai
nobility *n.* பெருந்தன்மை perunthanamai
noble *a.* பெருந்தன்மையாக perunthanmaiyaaka
noble *n.* பெருந்தன்மை perunthanmai
nobleman *n.* பிரபு pirapu
nobody *pron.* ஒருவரும் இல்லை oruvarum illai
nocturnal *a.* இரவில் நடமாடும் iravil nadamaadum
nod *v.i.* தலையாட்டு thalaiyaattu
node *n.* கணு kanu
noise *n.* சப்தம் saptham
noisy *a.* சப்த மான sapthamaana
nomad *n.* நாடோடி nadodi
nomadic *a.* நாடோடி போன்ற naadodi ponra
nomenclature *n.* துறைப்பெயர்த்தொகுதி thuraippeyarththokuthi
nominal *a.* பெயரளவிலுள்ள peyaralavilulla
nominate *v.t.* தேர்ந்தெடு thernthedu
nomination *n.* தேர்ந்தெடுத்தல் thernthedithal
nominee *n.* தேர்ந்தெடுக்கப்பட்டவர் thernthedukkappattavar
non-alignment *n.* அணி சேரா ani seraa
nonchalance *n.* நிதானம் nithaanam
nonchalant *a.* நி தானமான nithaanamana

none *pron.* ஒருவரும் இல்லை oruvarum illai

none *adv.* ஒன்றும் இல்லை onrum illai

nonentity *n.* அற்ப்பபொருள் arpaporul

nonetheless *adv.* ஒருவழியாக oruvaziyaaka

nonpareil *a.* தனி ஒருவர் thani oruvar

nonpareil *n.* ஈடு இணையற்றவர் eedu inaiyarravar

nonplus *v.t.* திகைக்க வை thikaikkavai

nonsense *n.* அபத்தம் apaththam

nonsensical *a.* அபத்த மான apaththamaana

nook *n.* ஒரு மூலை oru moolai

noon *n.* ம தியம் mathiyam

noose *n.* சுருக்குதல் surukkuthal

noose *v.t.* சுருக்கு surukku

nor *conj.* இன்றி inri

norm *n.* கட்டளை சட்டம் kattalai sattam

norm *n.* தரம் tharam

normal *a.* சாதரணமான saatharanamaana

normalcy *n.* சாத்தாரணம் saathaaranam

normalize *v.t.* வழமையாக்கு vazamaiyaakku

north *n.* வடக்கு vadakku

north *a.* வட திசை vada thisai

north *adv.* வடக்காக vadakkaaka

northerly *a.* வட திசையில் vada thisaiyil

northerly *adv.* வடக்க்கு பக்கம் vadkku pakkam

northern *a.* வடக்கு பக்கமாக vadakku pakkamaaka

nose *n.* மூக்கு mukku

nose *v.t.* மூக்க்கை நுழை mookai nuzai

nosegay *n.* பூச்செண்டு poochendu

nosey *a.* தல்லையிடுதல் thalaiyiduthal

nosy *a.* தல்ல்லையிடுதல் thalaiyiduthal

nostalgia *n.* பழம் ஞாபகம் pazam njaapakam

nostril *n.* நாசித் துவாரம் naasith thuvaaram

nostrum *n.* கை மருந்து kai marunthu

not *adv.* இல்லை illai

notability *n.* குறிப்பிட்த்தக்க kurippidaththakka

notable *a.* குறிப்பிட்த்தக்க kurippidaththakka

notary *n.* குறிப்பிட்ட்த்தக்கவர் kurippidaththakkavar

notation *n.* குறிப்பு kurippu

notch *n.* காடி kaadi

note *n.* குறிப்பு kurippu

note *v.t.* குறிப்பெடு kurippedu

noteworthy *a.* குறிப்பிட்டும்படியான kurippidumpadiyaana

nothing *n.* ஒன்றும்மில்லை onrumillai

nothing *adv.* ஒன்றுமில்லை onrumillai

notice *a.* கவனித்தல் kavaniththal

notice *v.t.* கவனி kavani

notification *n.* தெரிவித்தல் theriviththal
notify *v.t.* தெரிவி therivi
notion *n.* எண்ணம் ennam
notional *a.* கருத்தியலான karuthiyalaana
notoriety *n.* புகழின்மை pukazinmai
notorious *a.* கெட்ட பெயர் ketta peyar
notwithstanding *prep.* தாளமாட்டாமல் thaalamaattaamal
notwithstanding *adv.* தாளம்மாட்டாத thaalamaattaatha
notwithstanding *conj.* முடியாமல் mudiyaamal
nought *n.* பூஜ்யம் pujyam
noun *n.* பெயர் சொல் peyar sol
nourish *v.t.* ஊட்டமளி oottamali
nourishment *n.* ஊட்டம் oottam
novel *a.* புதுமை puthumai
novel *n.* புதினம் puthinam
novelette *n.* குறு நாவல் kuru naaval
novelist *n.* புதினம் எழுதுபவர் puthinam ezhuthupavar
novelty *n.* புதுமை puthumai
november *n.* நவம்பர் navampar
novice *n.* புதியவர் puthiyavar
now *adv.* இப்போது ippothu
now *conj.* இப்பொழுது ippozuthu
nowhere *adv.* எங்கேயும் இல்லை engkeyum illai
noxious *a.* கெ டுதலான keduthalaana
nozzle *n.* துவாரம் thuvaaram
nuance *n.* நிலைபேறுடமை nilaiperudaimai
nubile *a.* மணப்பருவம் manapapruvam
nuclear *a.* அணு anu
nucleus *n.* அணு மையம் anu maiyam
nude *a.* நிர்வாணமாக nirvaanamaka
nude` *n.* நிர் வாணமான nirvaanamaana
nudity *n.* நிர்வாணம் nirvaanam
nudge *v.t.* முழங்கையால் முட்டுதல் muzangkaiyaal muttuthal
nugget *n.* பெரிய கட்டி periya katti
nuisance *n.* தொல்லை thollai
null *a.* செல் லாத sellaatha
nullification *n.* செல்லலாமல் செய்தல் sellaamal sey
nullify *v.t.* பயனிழக்க செய் payanizakka sey
numb *a.* மந்தமான manthamaana
number *n.* எண் en
number *v.t.* எண்ணு ennu
numberless *a.* எண்ணில்லாத ennillaatha
numeral *a.* எண் en
numerator *n.* பகுதி pakuthi
numerical *a.* எண் சார் en saar
numerous *a.* எண்ணற்ற ennarra
nun *n.* கன்னிகாஸ்த்ரீ kannkaasthree
nunnery *n.* கன்னி மடம் kanni madam
nuptial *a.* திருமணம் தொடர்பான thirumanam thodarpaana
nuptials *n.* மணமுன் இணக்கம் manamuninakkam
nurse *n.* தாதி thaathi

nurse *v.t.* கவனி kavani

nursery *n.* செடிகள் வளர்க்குமிடம் sedikal valarkkumidam

nurture *n.* பர்ராமரித்தல் paramariththal

nurture *v.t.* பராமரி paraamari

nut *n.* ப ருப்பு paruppu

nutrition *n.* ஊட்ட சத்து ootta saththu

nutritious *a.* ஊட்டமிக்க oottamikka

nutritive *a.* ஊட்ட சத்து மிக்க ootta saththu mikka

nuzzle *v.* மூக்க்கினால் தேய் mookkinaal they

nylon *n.* நொசிவிழை nosivizai

nymph *n.* வனம் vanam

O

oak *n.* கருவாலி மரம் karuvaali maram

oar *n.* துடுப்பு. thuduppu

oarsman *n.*

oasis *n.* பாலைவன சோலை paalaivana solai

oat *n.* ஓட்ஸ் தானியம் ods thaaniyam

oath *n.* உறுதிமொழி uruthimozhi

obduracy *n.*

obdurate *a.*

obedience *n.* கீழ்படிதல் keezhpadithal

obedient *a.* கீழ்படியும் keezhpadiyum

obeisance *n.* வணக்கம் vanakkam

obesity *n.* உடல் பருமன் udal paruman

obey *v.t.* கீழ் படி keezh padi

obituary *a.* நீத்தார் செய்தி neeththaar seythi

object *n.* பொருள் porul

object *v.t.* மறு maru

objection *n.* மறுப்பு maruppu

objectionable *a.* மறுப்பிற்குரிய maruppirkuriya

objective *n.* குறிக்கோள் kurikkol

objective *a.* இலக்காக ilakkaaka

oblation *n.* பலி pali

obligation *n.* கடமை kadamai

obligatory *a.* கட மை மிக்க kadamaimikka

oblige *v.t.* கட்டுப்படு kattuppadu

oblique *a.* சாய்வான saayvaana

obliterate *v.t.* அழித்து விடு aziththuvidu

obliteration *n.* அழித்தல் aziththal

oblivion *n.* மறதி marathi

oblivious *a.* மறதியாக marathiyaaka

oblong *a.* நீள் வட்டமாக neel vattamaaka

oblong *n.* நீள் வட்டம் neel vattam

obnoxious *a.* விரும்பத்தகாத virumpaththakaatha

obscene *a.* ஆபாசமாக aapaasamaaka

obscenity *n.* ஆபாசம் aapaasam

obscure *a.* மங்கலாக mangalaaka

obscure *v.t.* மறை marai

obscurity *n.* புரியாத தன்மை puriyaatha thanmai

observance *n.* க டைபிடித்தல் kadaipidiththal

observant *a.* கடைபிடிப்பவர் kadaipidippavar

observation *n.* க டைபிடித்தல் kadaipidiththal

observatory *n.* வனாய்வகம் vaanaayvakam

observe *v.t.* க டை பிடி kadaipidi

obsess *v.t.* ஒரே எண்ணத்துடன் இரு ore ennaththudan iru

obsession *n.* கொள்கை பிடிப்பு kolkai pidippu

obsolete *a.* வழக்கிலில்லாத vazakkilillaatha

obstacle *n.* தடை thadaipodu

obstinacy *n.* வீண் பிடிவாதம் veen pidivaatham

obstinate *a.* பிடிவாதம் பிடி pidivaatham pidi

obstruct *v.t.* த டை போடு thadaipodu

obstruction *n.* தடங்கல் thadangal

obstructive *a.* தடுக்கும் விதமாக thadukkum vithamaaka

obtain *v.t.* பெறு peru

obtainable *a.* பெறக்கூடிய perakkudiya

obtuse *a.* மழுங்கிய mazungiya

obvious *a.* வெளிப்படையான valippadaiyaana

occasion *n.* நிகழ்ச்சி nikzhchi

occasion *v.t.* நிகழ்த்து nikazhththu

occasional *a.* நிகழ்ச்சி தருணத்தில் nikazchi tharunaththil

occasionally *adv.* எப்போதாவது eppothaavathu

occident *n.* பொன்னவரை ponnaavarai

occidental *a.* முந்திரி திராட்சை வகை muwthiri thiraadsai vakai

occult *a.* அதி இரகசியமான athi irakasiyamaana

occupancy *n.* வசிக்கும் காலம் vasikkum kaalam

occupant *n.* வசிப்பவர் vasippavar

occupation *n.* உத்தியோகம் uththiyokam

occupier *n.* வசிப்பவர் vasippavar

occupy *v.t.* நிரப்பு nirappu

occur *v.i.* நிகழ் nikazh

occurrence *n.* நிகழ்வு nikazhvu

ocean *n.* சமுத்திரம் samuththiram

oceanic *a.* கடல் போன்ற kadal ponra

octagon *n.* எண் கரம் enkaram

octangular *a.* எண் கரமாக en karamaaka

octave *n.* எட்டு ettu

October *n.* அக்டோபர் akdopar

octogenarian *a.* 80 வயதானவர் 80 vayathaanavar

octogenarian *a.* 80 வயதானவர் 80 vayathaanavar

octroi *n.* சுங்க வரி sunga vari

ocular *a.* விழியின் viziyin

oculist *n.* கன் மருத்துவர் kan maruththuvar

odd *a.* ஒற்றை orrai

oddity *n.* வித்தியாசமான viththiyaasamaana

odds *n.* வித்தி யாசங்கள் viththiyaasangkal

ode *n.* செய்யுள் seyyul

odious *a.* வெறுக்கத்தக்க verukkaththakka

odium *n.* வெறுப்பு veruppu

odorous *a.* நாற்றம் மிக்க naarram mikka
odour *n.* நாற்றம் naarram
offence *n.* தவறு thavaru
offend *v.t.* வருத்து varuththu
offender *n.* தவறு செய்தவர் thavaru seythavar
offensive *a.* தவறான thavaraana
offensive *n.* தவறாக thavaraaka
offer *v.t.* அளி ali
offer *n.* அளித்தல் aliththal
offering *n.* கொடுத்த்து koduththathu
office *n.* அலுவலகம் aluvalakam
officer *n.* அதிகாரி athikaari
official *a.* அலுவலகம் சார் aluvalakam saar
official *n.* அலுவலர் aluvalar
officially *adv.* அதிக்காரபூர்வமாக athikaarapurvamaaka
officiate *v.i.* அலுவலக கடமையை செய் aluvalaka kadamaiyai sey
officious *a.* குறுக்கிடுகின்ற kurukkidukinra
offing *n.* கடற்பரப்பு kadarparappu
offset *v.t.* சரிகட்டு sarikattu
offset *n.* சரிகட்டுதல் sarikattuthal
offshoot *n.* விளைவு vilaivu
offspring *n.* மகவு makavu
oft *adv.* பலமுறை palamurai
often *adv.* அடிக்கடி adikkadi
ogle *v.t.* கருணையுடன் பார் karunaiyudan paar
ogle *n.* கருணை பார்வை karunai paarvai
oil *n.* எண்ணெய் enney
oil *v.t.* எண்ணெயிடு enneyidu
oily *a.* எண்ணெய்யாக enneyaaka
ointment *n.* களிம்பு kalimpu
old *a.* பழைய pazhaiya
oligarchy *n.* சில்லோராட்சி silloraadchi
olive *n.* ஆலிவ் மரம் aaliv maram
olympiad *n.* ஒலிம்பிக் விளையாட்டு olimpik vilaiyaattu
omega *n.* கிரேக்க எழுத்து kerekka ezuththu
omelette *n.* முட்டை பலகாரம் muttai palakaaram
omen *n.* சகுனம் sakunam
ominous *a.* கெடுங்குறி காட்டும் kedungkuri kaattum
omission *n.* அசட்டை asattai
omit *v.t.* தவிர் thavir
omnipotence *n.* சர்வ்வ சக்தி sarva sakthi
omnipotent *a.* சர்வ சக்தியுள்ள sarva sakthiyulla
omnipresence *n.* எங்கும் நிறைந்த engum niraintha
omnipresent *a.* எங்கும் இருக்கும் engum irukkum
omniscience *n.* கட்டவுள் தன்மை kadavul thanmai
omniscient *a.* கடவுள் kadavul
on *prep.* மேலே mele
on *adv.* மேலும் melum
once *adv.* ஒரு முறை oru murai
one *a.* ஒன்று onru
one *pron.* ஒரு oru
oneness *n.* ஒன்றாக onraaka

onerous *a.* துன்பகரமான thunpakaramaana
onion *n.* வெங்காயம் vengaayam
on-looker *n.* பார்வையாளர் paarvaiyaalar
only *a.* மட்டும் mattum
only *adv.* ஒரு முறை oru murai
only *conj.* அது மட்டும் athu mattum
onomatopoeia *n.* உருவணி uruvani
onrush *n.* தாக்குதல் thaakkuthal
onset *n.* எதிர்ப்பு ethirppu
onslaught *n.* தாக்குதல் thaakkuthal
onus *n.* பொறுப்பு poruppu
onward *a.* முன்னே munne
onwards *adv.* முன்னோக்கி munnokki
ooze *n.* நுண் மணல் nun manal
ooze *v.i.* கசி kasi
opacity *n.* ஒளி புகாத oli pukaatha
opal *n.* ரத்தினக் கல் raththinakkal
opaque *a.* ஒளி புகாத oli pukaatha
open *a.* திறந்த thirantha
open *v.t.* திற thira
opening *n.* திறப்பு thirappu
openly *adv.* வெளிப்படையாக velippadaiyaaka
opera *n.* சங்கீத நாடகம் sangkeetha naadakam
operate *v.t.* செயல்படுத்து seyalpaduththu
operation *n.* அறுவை சிகிச்சை aruvai sikichai
operative *a.* இயங்கும் iynagkum
operator *n.* இயக்குபவர் iyakkupavar
opine *v.t.* கருத்து தெரிவி karuththu therivi
opinion *n.* கருத்து kaurthth u
opium *n.* அபினி apini
opponent *n.* எதிரிரி ethiri
opportune *a.* சமயோசித samyositha
opportunism *n.* சந்தர்ப்பவாதம் santharppavaatham
opportunity *n.* சந்தர்ப்பம் santharppam
oppose *v.t.* எதிர் ethir
opposite *a.* எதிரே ethire
opposition *n.* எ திர்ப்பு ethirppu
oppress *v.t.* நசுக்கு nasukku
oppression *n.* நசுக்குதல் nasukkuthal
oppressive *a.* நசுக்கும் nasukkum
oppressor *n.* நசுக்குபவர் nasukkupavar
opt *v.i.* தேர்வு செய் thervu sey
optic *a.* ஒளி சார்ந்த oli saarntha
optician *n.* கண் மருத்துவர் kan maruththuvar
optimism *n.* நம்பிக்கை nampikkai
optimist *n.* நம்பிக்கைவாதி nampikkaivaathi
optimistic *a.* நம்பிக்க்கையுடன் nampikkaiyudan
optimum *n.* சர்ரியான sariyaana
optimum *a.* சர்ரியான sariyaana
option *n.* இஷ்டம் ishtam
optional *a.* இஷ்டத்திற்கு விடப்பட்ட ishdaththirku vidappatta
opulence *n.* செல்வ மிகுதி selva mikuthi
opulent *a.* பணக்கார panakaara
oracle *n.* தேவ வாக்கு theva vaakku
oracular *a.* குறி சொல்லுதல் kuri solluthal

oral *a.* வாய் மொழி vaay mozi
orally *adv.* வாய் மொழியாக vaay moziyaaka
orange *n.* இளஞ் சிவப்பு ilanj sivappu
orange *a.* இளஞ் சிவப்பாக ilanj sivappaaka
oration *n.* சொற்பொழிவு sor[pozivu
orator *n.* பேச்சாளர் pechchaalar
oratorical *a.* சொற்பொழிவு தொடர்பான sorpozivu thodarpaana
oratory *n.* வாக்கு வன்மை vaakku vanamai
orb *n.* கோளம் kolam
orbit *n.* சுற்றுப் பாதை surruppaathai
orchard *n.* பழத்தோட்டம் pazaththottam
orchestra *n.* இசைக் குழு isak kuzu
orchestral *a.* இ சைக் குழு சார்பான isaik kuzu saarpaana
ordeal *n.* கடும் சோதனை kadum sothanai
order *n.* கட்டளை kattalai
order *v.t.* கள்ளையிடு kattalaiyidu
orderl *a.* ஒழுங்காக ozungkaaka
orderly *n.* சேவகர் sevakar
ordinance *n.* அவசர சட்டம் avasara sattam
ordinarily *adv.* சாதாரணமாக saathaaranamaaka
ordinary *a.* சா தாரணம் saathaaranam
ordnance *n.* சட்டம் sattam
ore *n.* மூலப்பொருள் mulapporul
organ *n.* உறுப்பு uruppu
organic *a.* உயிர் சார் uyir saar
organism *n.* உயிரி uyiri
organization *n.* நிறுவனம் niruvanam
organize *v.t.* ஏற்பாடு செய் yerpaadu sey
orient *n.* கிழக்கு kizakku
orient *v.t.* அமை amai
oriental *a.* கிழக்கு சார் kizakku saar
oriental *n.* கிழக்கு ச்சார்ந்த kizakku saarntha
orientate *v.t.* பயிற்சி அளி payirchi ali
origin *n.* தொடக்கம் thodakkam
original *a.* அசல் asal
original *n.* அசல் asal thanmai
originality *n.* அசல் தன்மை asal thanmai
originate *v.t.* ஆரம்பம் aarampam
originator *n.* தொடங்கியவர் thodangkiyavar
ornament *n.* அணிகலன் anikalan
ornament *v.t.* அலங்கரி alangkari
ornamental *a.* அலங்காரமாக alangkaaramaaka
ornamentation *n.* அணிகலன் அணிவித்தல் anikalan aniviththal
orphan *n.* அநாதை anaathai
orphan *v.t.* அநாதையாக்கு anaathaiyaakku
orphanage *n.* அந்நாதை இல்லம் anaathai illam
orthodox *a.* சம்பிரதாய sampirathaaya
orthodoxy *n.* சம்பிரதாயமான sampirathaayamaana
oscillate *v.i.* அசைந்தாடு asainthaadu
oscillation *n.* அசைவு asaivu
ossify *v.t.* எலும்பாக மாற்று elumpaaka maarru

ostracize *v.t.* நாடு கடத்து naadu kadaththu
ostrich *n.* நெருப்பு கோழி neruppu kozhi
other *a.* இன்னொரு innoru
other *pron.* மற்ற marrapadi
otherwise *adv.* மற்றபடி marrapadi
otherwise *conj.* இல்லாவிட்டால் illaavittaal
otter *n.* மீன் தின்னி விலங்கு meen thinni vilangu
ottoman *n.* துருக்கி தேசத்தவர் thurkki thesaththavar
ounce *n.* 1/12 பவுண்டு 1/12 pavundu
our *pron.* நமது namathu
oust *v.t.* வெளியேற்று veliyerru
out *adv.* வெளியேற்று veliyerru
out-balance *v.t.* வெளி - நிலுவை veli nilivai
outbid *v.t.* அதி க ஏலம் athika yelam
outbreak *n.* திடீர் எழுச்சி thdeer ezuchi
outburst *n.* திடீர் வெடிப்பு thideer vedippu
outcast *n.* தள்ளிவைக்கப்பட்ட thallivaikkappatta
outcast *a.* நிர்ராகரிக்கப்பட்ட niraakarikkappatta
outcome *n.* விள்ளைவு vilaivu
outcry *a.* கூக்குரல் kukkural
outdated *a.* காலாவதியான kaalaavathiyaana
outdo *v.t.* மிஞ்சு minju
outdoor *a.* வெளிப்புறம் velippuram
outer *a.* வெளியே veliye
outfit *n.* உடை udai
outfit *v.t.* மிஞ்சு minju
outgrow *v.t.* அதிக்க வளர்ச்சி athika valarchi
outhouse *n.* சிறு வீடு siru veedu
outing *n.* சிற்றுலா sirrulaa
outlandish *a.* வியப்பளிக்கும் viyappalikkum
outlaw *n.* சட்டம் மீறுதல் sattam meeruthal
outlaw *v.t.* சட்டம் மீறு sattam meeru
outline *n.* புறக்கோடு purakkodu
outline *v.t.* புறக்கோடிடு purakkodidu
outlive *v.i.* அதிக் நாள் வாழ் athika naal vaaz
outlook *n.* பார்வை paarvai
outmoded *a.* பழங்காலத்திய pazangkaalaththiya
outnumber *v.t.* அதிக எண்ணிக்கை athika ennikkai
outpatient *n.* வியாதியஸ்தர் viyaathiyasthar
outpost *n.* காவல் காக்குமிடம் kaaval kaakkumidam
output *n.* பயன் payan
outrage *n.* ஆத்திரம் aaththiram
outrage *v.t.* கோபம் கொள் kopam kol
outright *adv.* பூரண purana
outright *a.* பூரணமாக puranamaaka
outrun *v.t.* தாண்டி செல் thaandi sel
outset *n.* ஆரம்பம் aarampam
outshine *v.t.* மிஞ்சி பிரகாசி minji pirakaasi
outside *a.* வெளிப்புறம் velippuram
outside *n.* வெளிப்புறம் velippuram

outside *adv.* வெளிப்பு றத்தில் velippuraththil

outside *prep.* வெளிப்புறமாக velippuramaaka

outsider *n.* வெளியாள் veliyaal

outsize *a.* அதிக அளவில் athika alavil

outskirts *n.pl.* புற நகர் பகுதி pura nakar pakuthi

outspoken *a.* வெளிப்படையான பேச்சு velippadaiyaana pechu

outstanding *a.* சிறந்த sirantha

outward *a.* வெளிப்புறம்மாக velippuramaaka

outward *adv.* வெளிப்புறம் velippuram

outwards *adv.* புறம் நோக்கி puram nokki

outwardly *adv.* வெளிப்பக்கமாக velippakamaaka

outweigh *v.t.* அதிக எடை athlka edai

outwit *v.t.* புத்தியில் மிஞ்சு puththiyil minju

oval *a.* நீள் வட்டமாக neel vattamaaka

oval *n.* நீள் வட்டம் neelvattam

ovary *n.* கருப்பை karuppai

ovation *n.* பார்ராட்டு paaraattu

oven *n.* சூளை sulai

over *prep.* முடிவு mudivu

over *adv.* மு டி தல் mudithal

over *n.* இறுதி iruthi

overact *v.t.* செயற்கையாக நடி seyarkaiyaaka nadi

overall *n.* மொத்தமாக moththmaaka

overall *a.* முழுமையாக muzumaiyaaka

overawe *v.t.* பெருந்துன்பம் perunthunpam

overboard *adv.* அதன் மேல் athan mel

overburden *v.t.* பெரும் சுமை perum sumai

overcast *a.* மறைக்கும்படியாக maraikkumpadiyaaka

overcharge *v.t.* அதிக கட்டணம் வசூலி athika kattanam vasooli

overcharge *n.* அதிக கட்டணம் athika kattanam

overcoat *n.* மேலங்கி melangi

overcome *v.t.* மீண்டு வா meendu vaa

overdo *v.t.* அதிகம் செய் athikam sey

overdose *n.* அதிக மருந்து athika marunthu

overdose *v.t.* அதிக மருந்து கொடு athika marunthu kodu

overdraft *n.* கடன் kadan

overdraw *v.t.* அதிகம் எடு athikam edu

overdue *a.* கடன் kadan

overhaul *v.t.* முற்றிலும் பழுது பார் murrilum pazuthu paar

overhaul *n.* முற் றிலும் பழுது பார்த்தல் murrilum pazuthu paarththal

overhear *v.t.* ஒட்டு கேள் ottu kel

overjoyed *a.* மிக்க மகிழ்ச்சி mikka makizhchi

overlap *v.t.* ஒன்றின் மேல் ஒன்றாக onrin mel onraaka

overlap *n.* ஒன்றின் மேல் ஒன்றாக வை onrin mel onraaka vai

overleaf *adv.* மேலே (அட்டை) mele attai

overload *v.t.* அதிக சுமை athika sumai

overload *n.* அதிக சும்மையேற்று athika sumaiyerru

overlook *v.t.* கவனிக்காதெ kavanikkaathe

overnight *adv.* ஒரு நாளிரவு oru naaliravu

overnight *a.* இரவு முழுதும் iravu muzuvathum

overpower *v.t.* அதிக சக்தி athika sakthi

overrate *v.t.* அதிகமாக மதிப்பிடு athikamaka mathippidu

overrule *v.t.* சட்டம் மீறுதல் sattam meeruthal

overrun *v.t.* தாண்டி ஓடு thaandi odu

oversee *v.t.* மேற்பார்வையிடு merpaarvaiyidu

overseer *n.* மேற்ப்பார்வையாளர் merpaarvaiayaalar

overshadow *v.t.* நிழலாக செய் nizalaaka sey

oversight *n.* தொலை நோக்கு tholai nokku

overt *a.* வெளிப்பட்டையாக velippadaiyaaka

overtake *v.t.* தாண்டி செல் thandi sel

overthrow *v.t.* தாண்டி எறி thaandi eri

overthrow *n.* தூர எறிதல் thura erithal

overtime *adv.* கூடுதல் நேரம் kuduthal neram

overtime *n.* கூடுதல் நேரம் kuduthal neram

overture *n.* பிரஸ்தாபம் pirasthaapam

overwhelm *v.t.* மகிழ்ச்சி கொள் makzssi kol

overwork *v.i.* அதிக வேலை செய் athika velai sey

overwork *n.* அதிக வேலை athika velai

owe *v.t.* கடன்பட்டி kadanpatti

owl *n.* ஆந்தை aanthai

own *a.* சொந்தமான sonthamaana

own *v.t.* சொந்தம் கொள் sontham kol

owner *n.* உரிமையாளர் urimaiyaalar

ownership *n.* உரிமை urimai

ox *n.* எருது eruthu

oxygen *n.* பி ராண வாயு piraana vaayu

oyster *n.* சிப்பி sippi

P

pace *n.* வேகம் vekam

pace *v.i.* நட nada

pacific *a.* பசிபிக் pasipik

pacify *v.t.* சமாதானப்படுத்து samaathaanappaduththu

pack *n.* கட்டுதல் kattuthal

pack *v.t.* மூட்டை கட்டு muttai kattu

package *n.* பொட்டலம் pottalam

packet *n.* பை pai

packing *n.* கட்டுதல் kattuthal

pact *n.* ஒப்பந்தம் oppantham

pad *n.* அட்டை attai

pad *v.t.* அட்டை போடு attai podu

padding *n.* அட்ட்டை போடுதல் attai poduthal

paddle *v.i.* துடுப்பு போடுதல் thuduppu poduthal

paddle *n.* துடுப்பு thuduppu

paddy *n.* நெல் nel

page *n.* பக்கம் pakkam

page *v.t.* பக்க எண் இடு pakka en idu

pageant *n.* பொதுக் காட்சி pothukkaadsi

pageantry *n.* ஆடம்பரம் aadamparam

pagoda *n.* கோபுரம் kopuram

pail *n.* வ்வாளி vaali

pain *n.* வலி vali

pain *v.t.* வேதனைப்படு vethanaippadu

painful *a.* வலிதரும் valitharum

painstaking *a.* வலி மிக்க vali mikka

paint *n.* சாயம் saayam

paint *v.t.* ச்சாயம் பூசு saayam pusu

painter *n.* ச்சாயம் பூசுபவர் sayam pusupavar

painting *n.* ஓவியம் oviyam

pair *n.* ஜோடி jodi

pair *v.t.* ஜோடி சேர் jodi ser

pal *n.* நண்பன் nanpan

palace *n.* அரண்மனை aranmanai

palanquin *n.* பல்லாக்கு pallaakku

palatable *a.* சாப்பிட ருசியாக ruchiyaana

palatal *a.* சாப்பிட ருசியாக ruchiyaaka

palate *n.* மேலேன்னம் melannam

palatial *a.* அரண்மனை மாதிரி aranmanai maathiri

pale *n.* வெளிறிய veliriya

pale *a.* வெளிறிய veliriya

pale *v.i.* வெளிறு veliru

palette *n.* நிறமிகளை கலக்க உபயோக படுத்தும் ஒரு மெல்லிய அட்டை niramikalai kalakka upayoga paduththum oru melliya attai

palm *n.* உள்ளங்கை ullankkai

palm *v.t.* உள்ளங்கை ullankkai

palm *n.* உள்ளங்கை ullankkai

palmist *n.* கை ரேகை ஜோதிடர் kai rekai jothidar

palmistry *n.* கை ரேகை ஜோதிடம் Kai rekai saasthram

palpable *a.* கையால் உணரக் கூடிய kaiyaal unarak koodiya

palpitate *v.i.* படபடக்கும் padapadakkum

palpitation *n.* படபடப்பு padappadappu

palsy *n.* பக்கவாதத்தின் முதல் நிலைமை pakkavaathaththin mun nilamai

paltry *a.* அற்பம் arpam

pamper *v.t.* கொண்டாடுதல் kondaaduthal

pamphlet *n.* சிறு வெளி ஈடு chiru veli eedu

pamphleteer *n.* சிறு வெளி ஈடு உபயோக படுத்தபவர் olai ezhuthapavar

panacea *n.* பொதுவான மருந்து pothuvaana marunthu

pandemonium *n.* களேபரம் kaleparam

pane *n.* கண்ணாடி பாலம் kannaadi paalam

panegyric *n.* பாராட்டுதல் paaraattuthal
panel *n.* குழு kuzhu
panel *v.t.* குழுவின் கூட்டம் போடவைத்தல் kuzhuvai koottavaiththal
pang *n.* துடிப்பு thudippu
panic *n.* பீதி, திடுகிடுத்தல் beethi, thidukiduththal
panorama *n.* பார்வை paarvai
pant *v.i.* மூச்சு வாங்குதல் moochu vaanguthal
pant *n.* முழுநிக்கர், கால்சட்டை muzhunijaar, kaal chattai
pantaloon *n.* கால்சட்டை kaal chattai
pantheism *n.* இயற்கை வழிபாடு iyarkai vazhipaadu
pantheist *n.* இயற்கை வழிபாடு iyarkai vazhipaadu
panther *n.* சிறுத்தை chiruththai
pantomime *n.* முக ஜாடையை விவரித்தல் muga jaadaiyai vivariththal
pantry *n.* அகன்றான அரை ugginrana arai
papacy *n.* போப் ஆண்டவரின் அரசாங்கம் pop aandavarin arasaangam
papal *a.* போப் ஆண்டவரின் சம்பந்தம் pop aandavarin sambandham
paper *n.* காகிதம் kaakitham
par *n.* சமநிலை samanilai
parable *n.* நீதி கதை neethik kathai
parachute *n.* வான்குடை vaankudai

parachutist *n.* வான்குடையில் பறப்பவர் vaankudaiyil parappavar
parade *n.* ஊர்வலம் oorvalam
parade *v.t.* ஊர்வலம் போவது oorvalam povathu
paradise *n.* வின் உலகம் vin ulakam
paradox *n.* புதர் puthar
paradoxical *a.* வியப்பாக viyappaaga
paraffin *n.* மெழுகு mezhugu
paragon *n.* புகழ் பெற்ற ஒரு நபர் மாதிரி pukazh petra oru nabar maathiri
paragraph *n.* பத்தி paththi
parallel *a.* இணையான inaiyaana
parallel *v.t.* இணையான இருப்பது inaiyaana iruppathu
parallelism *n.* ஒத்துமையாக இருப்பது oththumaiyaaka iruppathu
parallelogram *n.* இணையான உள்ள சதுரம் inaiyaana ulla chathuram
paralyse *v.t.* முடங்குவது mudakkuvathu
paralysis *n.* பக்கவாதம் pakkavaatham
paralytic *a.* முடங்கிய, பக்கவாதமான mudakkiya, pakka vaathamaana
paramount *n.* உயர்ந்த பதவியில் இருப்பவர் uyarntha pathaviyil iruppavar
paramour *n.* சாற்றம் அற்ற அனுமதி chatram atra anumathi
paraphernalia *n. pl* உபரி விஷயங்கள் upari vishayangal

paraphrase *n.* வார்த்தைகளின் அர்த்தம் vaarthaiyin artham

paraphrase *v.t.* வார்த்தைகளின் அர்த்தம் vaarthaiyin artham

parasite *n.* ஒட்டுண்ணீ ottunni

parcel *n.* பொட்டலம் pottalam

parcel *v.t.* பொட்டலம் பண்ணு pottalam pannu

parch *v.t.* சிறிய சூடில் வறுப்பது chiru choodil varuppathu

pardon *v.t.* மன்னித்து விடு manniththu vidu

pardon *n.* மன்னிப்பு mannippu

pardonable *a.* மன்னிக்கக் கூடிய mannikka koodiya

parent *n.* பெற்றோர் petror

parentage *n.* பெற்றோர் வழி petror vazhi

parental *a.* பெற்றோரின் petrorin

parenthesis *n.* ப்ராகெட் brakket

parish *n.* சர்ச்சில் ஒரு கிளை charchil oru kilai

parity *n.* எண்ணிக்கை ennikkai

park *n.* பூங்கா poongaa

park *v.t.* வண்டிகளை நிருத்தும்தல் vandikalai niruththum idam

parlance *n.* பேசும் முறை pechum muzhai

parley *n.* உரையாடல் uraiyaadal

parley *v.i* உரையாடல் uraiyaadal

parliament *n.* நாடாளுமற்ம் paaralu mandram

parliamentarian *n.* நாடாளுமற்ம் உறுப்பினர் paraalu mandram uruppinar

parliamentary *a.* நாடாளுமற்ம் சம்பந்தமான paralu mandram sambandhamaana

parlour *n.* நிலையம் nilaiyam

parody *n.* பெரும் காப்பியம் perum kaappiyam

parody *v.t.* பெரும் காப்பியம் எழுதுதல் perum kaappiyam ezhuthu

parole *n.* மதிப்புக்குரிய வாக்குறுதி mathippukkuriya vaakkurithi

parole *v.t.* மதிப்புக்குரிய வாக்குறுதி பண்ணுதல் mathippakkuriya vaakkuruthi pannuthal

parricide *n.* சொந்தக்காரரை கொள்ளுபவர் chonthakkaararai kollupavar

parrot *n.* கிளி kili

parry *v.t.* விளங்கி போகுதல் vilangi poguthal

parry *n.* விளங்கி போகுதல் vilangi poguthal

parson *n.* பாதிரி paathiri

part *n.* பாகம் paakam

part *v.t.* பிரிப்பது pirippathu

partake *v.i.* பங்கிட்டு எடுத்து கொள்ளுதல் pangittu eduthukoluthal

partial *a.* முழுமை அற்ற muzhumaiyatra

partiality *n.* ஒரு சார்ப்பான orusaarpaana

participate *v.i.* பங்கு பெறுபவர் pangupperupavar

participant *n.* பங்கு பெரும் நபர் pangupperum nabar

participation *n.* பங்கு பெருபவது pangupperuvathu

particle *a.* தூள் thool
particular *a.* குறிப்பான kurippaana
particular *n.* குறிப்பு kurippu
partisan *n.* பிரிக்கப்பட்ட பாகம் pirikkapatta bagam
partisan *a.* பிரிக்கப்பட்ட பாகம் pirikkapatta baagam
partition *n.* பாக்க பிரிவினை பண்ணு baagap pirivinai pannu
partition *v.t.* பாக்க பிரிவினை பண்ணு baagap pirivinai pannu
partner *n.* பங்காளி pangaali
partnership *n.* பங்காளிதாரர் pangaalithaarar
party *n.* கட்சி, விருந்து katchi, virunthu
pass *v.i.* கடந்த செல் kadanthu chel
pass *n.* கனவாய் kanavaay
passage *n.* வழி vazhi
passenger *n.* பயணி payanee
passion *n.* உணர்ச்சி, ஆசை unarchchi, aachai
passionate *a.* காதல், மிகுந்த ஆசை kaathal, mikuntha aachai
passive *a.* எதிர்ப்பு அற்ற ethirppattra
passport *n.* வெளிநாடு கடவு சீட்டு velinaduk kadavuch cheettu
past *a.* கடந்த kadantha
past *n.* கடந்த காலம் kadantha kaalam
past *prep.* கடந்த காலம்
paste *n.* பசை pachai
paste *v.t.* ஒட்டு ottu
pastel *n.* வெளிறிய நிறம் veliriya niram

pastime *n.* பொழுது போக்கு pozhuthup pokku
pastoral *a.* பாதிரியான paathiriyaana
pasture *n.* மெய்சில் நிலம் meychil nilam
pasture *v.t.* நிலத்தில் மெய் nilaththil mey
pat *v.t.* தட்டி கொடு thattik kodu
pat *n.* தட்டி கொடுத்தல் thattik koduththal
pat *adv.* தட்டி கொடு thatti kodu
patch *v.t.* ஒட்டு போடு ottu podu
patch *n.* ஒட்டு பகுதி ottu pakuthi
patent *a.* தடை இல்லாத பாதை thadai illaatha paathai
patent *n.* தடை இல்லாத பாதை thadai illaatha paathai
patent *v.t.* தடை இல்லாத பாதை thadai illaatha paathai
paternal *a.* தந்தைக் குரிய thanthaik kuriya
path *n.* வழி vazhi
pathetic *a.* பரிதாபமான parithaapamaana
pathos *n.* பரிதாபம் படும் ஒரு குணம் parithaapam erpaduththum oru gunam
patience *n.* பொறுமை உள்ள porumai ulla
patient *a.* பொறுமையான porumaiyaana
patient *n.* நோயாளி noyaali
patricide *n.* தன தந்தையை கொள்ளுபவர் than thanthaiyai kollupavar

patrimony *n.* தந்தை வழியாக வரும் சொத்து thanthai vazhiyaaka varum choththu

patriot *n.* நாட்டு பற்று naattup pattru

patriotic *a.* நாட்டு பற்று உள்ள naattup pattru ulla

partiotism *n.* நாட்டு பற்று உள்ள naattup pattru ulla

patrol *v.i.* கடமையில் பயணம் செய்வது kadamaiyil payanam cheyvathu

patrol *n.* கடமையில் பயணம் செய்வது kadamaiyil payanam cheyvathu

patron *n.* ஆதரிப்பவர் aathirappavar

patronage *n.* ஆதரிப்பு aatharippu

patronize *v.t.* ஆதரி aathari

pattern *n.* படிவம் padivam

paucity *n.* குறைவான எண்ணிக்கை kuraivaana ennikkai

pauper *n.* பழமை ஏழை pazhamai ezhai

pause *n.* நிறுத்தம் niruththam

pause *v.i.* நிறுத்து niruththu

pave *v.t.* நடை பாதையை மூடும் ஒரு பொருள் nadaip paathaiyai moodum oru porul

pavement *n.* நடை பாதை nadaip paathai

pavilion *n.* விளையாட்டு வீரர்களின் இருப்பிடம் vilaiyaattu veerarkalin iruppidam

paw *n.* மிருகங்களின் பாதம் mirugangalin paatham

paw *v.t.* இழக்கம் அற்ற இருப்பது ozhukkam atra iruppathu

pay *v.t.* சம்பளம் குடுப்பது champalam kuduppathu

pay *n.* சம்பளம் champalam

payable *a.* சம்பளம் குடுக்கக் கூடிய champalam kudukka koodiya

payee *n.* பணம் பெறுபவர் panam perupavar

payment *n.* சம்பளம் champalam

pea *n.* பட்டாணி pattaani

peace *n.* அமைதி amaithi

peaceable *a.* அமைதியான amaithiyaana

peaceful *a.* அமைதியான amaithiyaana

peach *n.* பீச் பழம் peech pazham

peacock *n.* மயில் mayil

peahen *n.* பெண் மயில் penmayil

peak *n.* உச்சி malai uchchi, chikaram

pear *n.* உச்சி berikkaay

pearl *n.* முத்து muththu

peasant *n.* நாடப்புரவாசி naattuppuravaasi

peasantry *n.* நாடப்புரவாச்சியாக naattuppuravaasi

pebble *n.* கூழாங்கல் kozhankal

peck *n.* அழகால் குத்துதல் alagaal kuththuthal

peck *v.i.* அழகால் குத்து alagaal kuththu

peculiar *a.* விசித்ரமான vichitramaana

peculiarity *n.* வீசித்ரம் vichitram

pecuniary *a.* பணத்தின் அளவு panaththin alavu

pedagogue *n.* ஆசாரியார் aachariyar

pedagogy *n.* பாதம் பற்றி கற்றுகுடுக்கும் முறை paadam patri katru kudukkum murai
pedal *n.* கால் மேதை kaal methai
pedal *v.t.* மிதித்தல் mididhthal
pedant *n.* கற்பனைக்கு அப்பாற்பட்டவர் karpanai appaarpatthavar
pedantic *n.* கற்பனைக்கு அப்பாற்பட்ட karpanai appaarpatta
pedantry *n.* கற்பனைக்கு அப்பாற்பட்டவர் karpanai appaarpattavar
pedestal *n.* உயரமான இடம் uyaramaana idam
pedestrian *n.* பாதச்சாரி paathachaari
pedigree *n.* ஜாதி jaathi
peel *v.t.* தொலை உரி tholai uri
peel *n.* தோல் thol
peep *v.i.* இடுக்கு வழியாக பார்ப்பது Idukku vazhiyaaka paarppathu
peep *n.* இடுக்கு வழியாக பார்ப்பது Idukku vazhiyaaka paarppathu
peer *n.* சமமான நிலையில் உள்ளவர் chamamaana nilaiyil ullavar
peerless *a.* சமமான நிலையில் இல்லாதவர் chamamaana nilaiyil illaathavar
peg *n.* பிடிப்பதற்க்காக பொருள் pidippatharkkaaka porul
peg *v.t.* பிடிப்பதற்க்காக பொருள் pidippatharkkaaka porul
pelf *n.* பணக்காரர் panakkaarar
pell-mell *adv.* குழப்பமான kuzhappamaana
pen *n.* பேனா penaa
pen *v.t.* பேனா வைத்து எழுத்து penaavai vaiththu ezhuthu
penal *a.* தண்டனை thandanai
penalize *v.t.* தண்டித்தல் dandithal
penalty *n.* தண்டனை dandanai
pencil *n.* எழுத்து கொள் ezhuthu kol
pencil *v.t.* கொலை வைத்து எழுத்து kolai vaiththu ezhuthu
pending *prep.* மிச்சம் micham
pending *a.* மிச்சம் micham
pendulum *n.* தொங்கிய மற்றும் ஆடக்கொடிய பொருள் thongiya matrum aadakkodiya oru porul
penetrate *v.t.* ஊடரவு oodaravu
penetration *n.* ஊடரவுதல் oodaravuthal
penis *n.* ஆண் இனைபெரக்கு உறுப்பு aan inaiperakku uruppu
penniless *a.* பணம் இல்லாத இருப்பது panam illaatha iruppathu
penny *n.* ஆங்கில நாணயம் aangila naanayam
pension *n.* ஒய்வு ஊதியம் Oyvu oothiyam
pension *v.t.* ஒய்வு ஊதியம் வழங்குதல் Oyvu oothiyam vazhanguthal
pensioner *n.* ஒய்வு ஊதியம் வாங்கும் நபர் Oyvu oothiyam vaangum nabar
pensive *a.* ஒய்வு ஊதியம் வாங்கக்கூடிய Oyvu oothiyam vaangak koodiya

pentagon *n.* பஞ்சகோணம் pancha konam

peon *n.* எடுபிடி பண்ணும் தொழிலாளர் edupidi pannum thozhilaalar

people *n.* மக்கள் makkal

people *v.t.* மக்கள் makkal

pepper *n.* மிளகு milaku

pepper *v.t.* மிளகு milaku

per *prep.* ஒவ்வொரு ovvoru

perambulator *n.* குழந்தைகளின் தள்ளுவண்டி kuzhanthaikalin thalluvandi

perceive *v.t.* உணர்வது vunarvathu

perceptible *adj.* உணரக்கூடிய unarvuk koodiya

per cent *adv.* சாத்வீகம் chathaveeka

percentage *n.* சாத்வீகம் chathaveekam

perception *n.* உணர்வு unarvu

perceptive *a.* உணரக்கூடிய unarakkoodiya

perch *n.* பறவைகளின் இளைப்பாறுதல் பண்ணும் இடம் Paravaikalin ilaippaaruthal pannum idam

perch *v.i.* பறவைகளின் இளைப்பாறுதல் பண்ணுதல் Paravaikalin ilaippaaruthal pannuthal

perennial *a.* வருடம் முழுக்க காணக்கூடிய Varudam muzhukka kaana padakkoodiya

perennial *n.* வருடம் முழுக்க காணக்கூடிய Varudam muzhukka kaana padakkoodiya

perfect *a.* சரியான chariyaana

perfect *v.t.* சரியான chariyaana

perfection *n.* சரியான chariyaan

perfidy *n.* நம்பிக்கை இல்லாதது nambikkai illathathu

perforate *v.t.* ஓட்டை போடுவது ottai poduvathu

perforce *adv.* சூழ்நிலை அழுத்தம் choozhnilai azhuththam

perform *v.t.* சே chey

performance *n.* செய்தல் cheykal

performer *n.* செய்யும் நபர் cheyyum nabar

perfume *n.* நறுமணம் narumanam

perfume *v.t.* நறுமணம் குடுப்பது narumanam kuduppathu

perhaps *adv.* ஒருவேளை oruvelai

peril *n.* பெரும் ஆபத்து perum aapaththu

peril *v.t.* பெரும் ஆபத்தை சமாளிப்புதல் perum aapaththuvai samaalippathu

perilous *a.* பெரும் ஆபத்து perum aapaththu

period *n.* சமயம் samayam

periodical *n.* அப்பப்போ appappo

periodical *a.* அப்பப்போ appappo

periphery *n.* மூடிய சுற்றுவட்டாரம் moodiya chutruvattaram

perish *v.i.* அழிந்து போகுதல் azhinthu pokuthal

perishable *a.* அழிந்து போகக்கூடிய azhirnthu pokak koodiya

perjure *v.i.* குத்துணர்வு kuththunarvu

perjury *n.* உறுதிமொழியை உடைத்தல் uruthi mozhiyai udaithal

permanence *n.* நிலையான nilaiyaana

permanent *a.* நிலையான nilaiyaana

permissible *a.* அனுமதி கொடுக்கக்கூடிய anumathi tharakkoodiya

permission *n.* அனுமதி anumathi

permit *v.t.* அனுமதி குடுப்பது anumathi kuduppathu

permit *n.* அனுமதி anumathi

permutation *n.* மாறுதலான ஏற்பாடு maruthalaana erpaadu

pernicious *a.* ஆபத்தான aapaththaana

perpendicular *a.* நேர்கோணமாக Ner konamaaka

perpendicular *n.* நேர்கோணம் Ner konam

perpetual *a.* தொடர்ந்து உள்ள செயல் thodarnthu ulla cheyal

perpetuate *v.t.* தொடர்ந்து சே thodarnthu chey

perplex *v.t.* குழப்பு kuzhappu

perplexity *n.* குழப்பம் kuzhappam

persecute *v.t.* திடீர் தாகளால் கோபம் படுவது thideer thaakalaal kobam paduppathu

persecution *n.* திடீர் தாகளால் வரும் கோபம் thideer thaakalaal varum kobam

perseverance *n.* விடாத முயற்சி செய்தல் vidaatha muyarchi cheythal

persevere *v.i.* விடாத முயற்சி சே vidaatha muyarchi chey

persist *v.i.* நிலைத்திரு nilaithiru

persistence *n.* நிலைத்திருப்பது nilaiththu iruppathu

persistent *a.* நிலைத்திருப்பது nilaiththu iruppathu

person *n.* ஆள் aal

personage *n.* நாடகாத்தில் உள்ள சரித்ரம் Naadakamudaiya charitram

personal *a.* சொந்தமான sonthamaana

personality *n.* மனிதனின் உருவம் manithanin uruvam

personification *n.* மனிதனின் உருவம் உருவாக்குவது manithanin uruvam uruvaakkuvathu

personify *v.t.* மனிதனின் உருவம் உருவாக்கு manithanin uruvam uruvaakku

personnel *n.* சொந்தமான sonthanamaana

perspective *n.* பார்ப்பது paarppathu

perspiration *n.* வியர்வை vervai

perspire *v.i.* வியர்வை கொட்டுதல் verththu kottuthal

persuade *v.t.* வற்புறுத்தி நம்பவை varpuruththi namba vai

persuasion *n.* வற்புறுத்தி நம்பவை varpuruththi namba vai

pertain *v.i.* சம்பந்தமான sambanthamaana

pertinent *a.* சம்பந்தமான sambanthamaana

perturb *v.t.* குழப்பமாக இருப்பது kuzhappamaaka iruppathu

perusal *n.* கருத்தூன்றி படித்தல் karuththoondripadithal

peruse *v.t.* கருத்தூன்றி படி karuththoondripadi

pervade *v.t.* பரவர்து paravarthu

perverse *a.* விருப்பத்துக்கு எதிர்ப்பு viruppaththukku ethirppu

perversion *n.* பாலுணர்ச்சி paalunarchchi

perversity *n.* பாலுணர்ச்சி paalunarchchi

pervert *v.t.* பாலுணர்ச்சி அதிகமாக இருப்பது paalunarchchi athikamaaka iruppathu

pessimism *n.* நம்பிக்கையின்மை nampikkaiyinmai

pessimist *n.* நம்பிக்க்கையற்றவர் nampikkaiyarravar

pessimistic *a.* நம்பிக்கையின்மை nampikkaiyinmai

pest *n.* பூச்சி puchi

pesticide *n.* பூச்சி கொல்லி poochchi kolli

pestilence *n.* தொல்லை குடுக்கும் thollai kudukkum

pet *n.* செல்லமாக வளரும் மிருகம் chellamaaka valarum mirukam

pet *v.t.* செல்லம் குடுப்பது chellam kuduppathu

petal *n.* பூவிதழ் puvithaz

petition *n.* மனு manu

petition *v.t.* மனு குடுப்பது manu kuduppathu

petitioner *n.* மனு குடுப்பவர் manu kuduppavar

petrol *n.* பெட்ரோல் petrol

petroleum *n.* எரிநீறி eri neeri

petticoat *n.* உள்பாவாடை ulpaavaadai

petty *a.* சிறிய chiriya

petulance *n.* தொல்லை குடுக்கும் குணம் thollai kudukkum gunam

petulant *a.* தொல்லை குடுக்கும் குணமான thollai kudukkum gunamaana

phantom *n.*

pharmacy *n.* மருந்தகம் marunthakam

phase *n.* நிலைமை nilamai

phenomenal *a.* நடைமுறையான nadaimuraiyaana

phenomenon *n.* நடைமுறை nadaimurai

phial *n.* மூடின பாத்திரம் moodiya paathram

philanthropic *a.* மக்களின் நல்வாழ்வு Makkalin nalvaazhvu

philanthropist *n.* மக்களின் நல்வாழ்வுக்காக பாடுபடும் நிபுணர் Makkalin nalvaazhvukkaana padippin nipunar

philanthropy *n.* மக்களின் நல்வாழ்வுக்கான படிப்பு Makkalin nalvaazhvukkaana padippu

philological *a.* பல பாஷைகளை தெரியக்கூடிய pala baashaikalai theriyakkoodiya

philologist *n.* பல பாஷைகளை தெரியக்கூடிய நிபுணர் pala baashaikalai theriyakkoodiya nipunar

philology *n.* பல பாஷைகளை தெரிஞ்சுகொள்ளும் படிப்பு pala baashaikalai therinjukollum padippu

philosopher *n.* இயற்கையின் படிப்பின் நிபுணர் iyarkkaiyin padippin nipunar

philosophical *a.* இயற்க்கை சம்பந்தமான iyarkkai champanthamaana

philosophy *n.* இயற்கையின் படிப்பு iyarkkaiyin padippu

phone *n.* தொலைபேசி tholai pechi

phonetic *a.* ஒழி சம்பந்தப்பட்ட oli champanthappatta

phonetics *n.* ஒழி சம்பந்தப்பட்ட படிப்பு oli champanthappatta padippu

phosphate *n.* ஒரு தரவம் oru thravam

phosphorus *n.* ஒரு தரவம் oru thravam

photo *n.* புகைப்படம் padam

photograph *v.t.* புகைப்படம் எடுப்பது pugaip padam eduppathu

photograph *n.* புகைப்படம் எடுப்பது pugaip padam eduppathu

photographer *n.* புகைப்படம் எடுப்பவர் pugaip padam eduppavar

photographic *a.* புகைப்படமான pugaip padamaana

photography *n.* புகைப்படம் எடுக்கும் முறை pugaippadam edukkum murai

phrase *n.* வார்த்தைகளை பேசும் முறை vaarththaikalai pesum murai

phrase *v.t.* வார்த்தைகளை பேசுவது vaarththakalai pechuvathu

phraseology *n.* வார்த்தைகளை பேசும் பற்றின படிப்பு vaarththa kalai pechum patri padippu

physic *n.* தோற்றம் thotram

physic *v.t.* தோற்றம் அழிப்பது thotram alippathu

physical *a.* இயற்பியல் iyarbiyal

physician *n.* மருத்துவர் maruththuvar

physicist *n.* இயற்பியல் நிபுணர் 76nmhjyuiyar nipunar

physics *n.* இயல்பியல் iyalpiyal

physiognomy *n.* முகம் பாவனை muka paavanai

physique *n.* தோற்றம் thotram

pianist *n.* பியானோ வாசிக்கும் நிபுணர் piyaano vaachikkum nipunar

piano *n.* பியானோ வாத்தியம் piyaano vaaththiyam

pick *v.t.* எடு edu

pick *n.* எடுத்தல் eduththal

picket *n.* காவல் படை kaaval padai

picket *v.t.* காவல் போடு kaaval podu

pickle *n.* ஊறுகாய் oorukkaay

pickle *v.t.* ஊறுகாய் பண்ணுதல் oorukkaay pannuvathu

picnic *n.* உல்லாச பயணம் ullaasa payanam

picnic *v.i.* உல்லாச பயணம் செல் ullaasa payanam chel

pictorical *a.* படம் மாதிரி padam maathiri

picture *n.* படம் padam

picture *v.t.* படம் பண்ணுவது padam pannuvathu

picturesque *a.* படம் மாதிரி padam maathiri

piece *n.* துண்டம் thundam

piece *v.t.* துண்டிப்பது thundippathu

pierce *v.t.* கூர்மையான பொருளை வைத்து குத்து koormaiyaana porulai vaiththu kuththu

piety *n.* பக்தி bakthi

pig *n.* பன்றி pandri

pigeon *n.* மாடப்புறா maadapuraa

pigmy *n.* குட்டையானவர்கள் kuttaiyaanavarkal

pile *n.* குவி kuvi

pile *v.t.* குவி kuvi

piles *n.* மூலம் moolamm

pilfer *v.t.*

pilgrim *n.* திர்தலபயணி Thirthalap payani

pilgrimage *n.* திர்தலபயணம் Thirthalap payanam

pill *n.* மாத்திரை maaththirai

pillar *n.* தூண் thoon

pillow n தலையணை thalai ani

pillow *v.t.* தலையணை பண்ணுவது thalaikkaanee pannuvathu

pilot *n.* விமான ஒட்டி vimaana ottee

pilot *v.t.* விமான ஒட்டு vimaana ottu

pimple *n.* முகப்பரு mukapparu

pin *n.* குண்டூசி Kundoochi

pin *v.t.* குண்டூசி வைத்து குத்து kundoochi vaiththu kuththu

pinch *v.t.* கிள்ளு killu

pinch *v.* கிள்ளுதல் killuthal

pine *n.* ஒரு மரம் oru maram

pine *v.i.* ஏங்கு yengu

pineapple *n.* அனாசிபழம் anachip pazham

pink *n.* இளம் சிவப்பு ilam chivappu

pink *a.* இளம் சிவப்பான Ilam chivappaana

pinkish *a.* இளம் சிவப்பான Ilam chivappaana

pinnacle *n.* ஒரு வகை கப்பல் oru vakai kappal

pioneer *n.* எல்லோரும் பின்தொடர்ந்து வரக்கூடிய நபர் Illorum pinthodarnthu varakkoodiya nabar

pioneer *v.t.* எல்லோரும் பின்தொடர்ந்து வருவது Illorum pinthodarnthu varuvathu

pious *a.* பக்தியுடைய bakthi udaiya

pipe *n.* குழு kuzhaay

pipe *v.i* குழு பண்ணுவது kuzhaay pannuvathu

piquant *a.* விறுவிறுப்பான viruviruppaana

piracy *n.* கடற் கொள்ளை Kadark koollai

pirate *n.* கடற் கொள்ளையர் Kadark koollaiyar

pirate *v.t.* கடற் கொள்ளை பண்ணுவது Kadark koollai pannuvathu

pistol *n.* சிறு கை துப்பாக்கி சிறு கை துப்பாக்கி

piston *n.* முசலகம் musalakam

pit *n.* பள்ளம் pallam

pit *v.t.* பள்ளம் பண்ணுவது pallam pannuvathu

pitch *n.* குரலின் வலுமை Kuralin valumai

pitch *v.t.* குரல் வலுமையாக இருப்பது Kuralin valumaiyaaka iruppathu

pitcher *n.* தண்ணீர் ஜாடி thanneer jaadi

piteous *a.* பரிதாபமான parithaapamaana

pitfall *n.* குறைப்பாடு kuraippaadu

pitiable *a.* பரிதாபமான parithaapamaana

pitiful *a.* பரிதாபமான parithaapamaana

pitiless *a.* இரக்கமற்ற irakkamatra

pitman *n.*

pittance *n.* பிச்சை pichai

pity *n.* இறக்கம் irakkam

pity *v.t.* இறக்கம் காட்டுவது irakkam kaattuvathu

pivot *n.* சுழலச்சு suzhalachu

pivot *v.t.* சுழலச்சு அமை suzhalachu amai

playcard *n.* விளையாட்டு சீட்டுக்கட்டு vilaiyaattu cheettukattu

place *n.* இடம் idam

place *v.t.* வை vai

placid *a.* சாந்தமான saanthamaana

plague *a.* ப்ளேக் நோய் plek noy

plague *v.t.* ப்ளேக் நோயை பரப்புவது plek noyai parappuvathu

plain *a.* சமநிலையான chamanilaiyaana

plain *n.* சமநிலை chamanilai

plaintiff *n.* வாதி vaathi

plan *n.* திட்டம் thittam

plan *v.t.* திட்டம் இடு thittam idu

plane *n.* ஆகாய விமானம் aakaaya vimaanam

plane *v.t.* சமநிலை படுத்துவது chamanilaip paduththuvathu

plane *a.* சமநிலையான chamanilaiyaana

plane *n.* சமநிலை chamanilai

planet *n.* க்ரகுஅன்கள் grahangal

planetary *a.* க்ரகுஅங்கலான grahangalaana

plank *n.* பலகை palakai

plank *v.t.* பலகை பண்ணு palakai pannu

plant *n.* செடி chedi

plant *v.t.* செடி நடுவது chedi naduvathu

plantain *n.* வாழைபழம் vazhaippazham

plantation *n.* செடி நடுவது chedi naduvathu

plaster *n.* காரை kaarai

plaster *v.t.* காரை ப பூசு kaaraip poochu

plate *n.* தட்டு thattu

plate *v.t.* தட்டு பண்ணுவது thattu pannuvathu

plateau *n.* மெட்டு நிலம் mettu nilam

platform *n.* மேடை medai

platonic *a.* குழு மாதிரி kuzhu maathiri

platoon *n.* குழு kuzhu

play *n.* நாடகம், விளையாட்டு naadakam, vilaiyaattu

play *v.i.* விளையாடு vilaiyaadu

player *n.* விளையாடும் நபர் vilaiyaadum nabar

plea *n.* கெஞ்சுவது kenjuvathu

plead *v.i.* கெஞ்சு kenju

pleader *n.* கெஞ்சும் நபர் kenjum nabar

pleasant *a.* சந்தோஷமான chanthoshamaana

pleasantry *n.* மகிழ்ச்சி makizhchi

please *v.t.* சந்தோஷம் படுத்துவது chanthoshap paduththuvathu

pleasure *n.* சந்தோஷம் chanthosham

plebiscite *n.* மக்களின் அபிப்ராயம் makkalin apipraayam

pledge *n.* உறுதிமொழி uruthi mozhhi

pledge *v.t.* உறுதிமொழி சே uruthi mozhi chey

plenty *n.* ஏராளம் eraalamaan

plight *n.* அயாரத உழைப்பு ayaaratha uzhaippu

plod *v.i.* உழை uzhai

plot *n.* திட்டம் nilam

plot *v.t.* திட்டம் இடு thittam idu

plough *n.* ஏழ் சே ezh chey

plough *v.i* ஏழ் சே ezh chey

ploughman *n.* ஏழ் செய்பவர் ezh cheypavar

pluck *v.t.* புடுங்கு pudungoo

pluck *n.* புடுங்குவது pudunguvathu

plug *n.* செருகுதல் cherukki

plug *v.t.* செருகி வைப்பது cheruki vaippathu

plum *n.* பலம் என்று ஒரு பழம் plam endru oru pazham

plumber *n.* தண்ணீர் குழாய்களை சரி செய்பவர் thanneer kuzhaaykalai chari cheypavar

plunder *v.t.* கொள்ளை அடிப்பது kollai adippathu

plunder *n.* கொள்ளை அடிப்பவர் kollai adippavar

plunge *v.t.* முழுங்கி போகுதல் muzhuki pokuthal

plunge *n.* முழுங்கி போகுதல் muuzhuki pokuthal

plural *a.* ஒன்றுக்கு மேல் இருப்பது ondrukku mel iruppathu

plurality *n.* ஒன்றுக்கு மேல் இருப்பது ondrukku el iruppathu

plus *a.* கூட்டல் அடையாளமாக Koottal adaiyaalamaaka

plus *n.* கூட்டல் அடையாளம் Koottal adaiyaalam

ply *v.t.* அயராத உழை Araiyaatha uzhai

ply *n.* அயாரத உழைப்பு Araiyaatha uzhaippu

pneumonia ந்யுமோனியா காய்ச்சல் numoniyaa kaaychchal

pocket *n.* ஜெப் jeb

pocket *v.t.* ஜெபில் வைக்கவும் jebbil vaikkavum

pod *n.* விதையுரை vithaiyurai

poem *n.* கவிதை kavithai

poesy *n.*

poet *n.* புலவர் pulavar

poetaster *n.*

poetess *n.* புலவர் pulavar

poetic *a.* புலவரான pulavaraana

poetics *n.* பாடல்கள் paadalkal

poetry *n.* கவிதை kavithai

poignacy *n.* புலவரான pulavaraana

poignant *a.* கசப்பான kasappaana

point *n.* புள்ளி pulli

point *v.t.* குறிப்பிடு kurippidu

poise *v.t.* சரிசமமான இருப்பது charisamamaaka iruppathu
poise n சரிசமம் charisamam
poison *n.* விஷம் visham
poison *v.t.* நஞ்சு படுத்தவது nanju paduththuvathu
poisonous *a.* நஞ்சுத்தன்மையான nanjuththanmaiyaana
poke *v.t.* மூக்கை நுழைத்து mookkai nuzhaiththu
poke *n.* மூக்கை நுழைத்துதல் mookkai nuzhaiththuthal
polar *n.* கம்பம் சம்பந்தப்பட்டது Kamban sambanthapattathu
pole *n.* கம்பம் kambam
police *n.* காவலாளர் kaavalaalar
policeman *n.* காவலாளர் kaavalaalar
policy *n.* கொள்கை kolkai
polish *v.t.* மெருகு படுத்துவது merkku paduththuvathu
polish *n.* மெழுகு merkku
polite *a.* நன் நடத்தையுடைய nannadaththai udaiya
pliteness *n.* நன் நடத்தை nan nadaththai
politic *a.* அரசியல் arachiyal
political *a.* அரசியல் arachiyal
politician *n.* அரசியல்வாதி arachiyalvaathi
politics *n.* அரசியல் arachiyal
polity *n.*
poll *n.* தேர்தல் therthal
poll *v.t.* தேர்தல் therthal
pollen *n.* பூவின் தூள் puvin thul
pollute *v.t.* அசுத்தமாக ஆக்குவது achuththamaaka aakkuvathu
pollution *n.* அசுத்தம் achuththam
polo *n.* ஒரு வகை விளையாட்டு oru vakai vilaiyaattu
polygamous *a.* ஒன்றுக்கு மேல் கல்யாணம் பண்ணுபவர் ondrukku mel kalyaanam pannupavar
polygamy *n.* ஒன்றுக்கு மேல் கல்யாணம் பண்ணுபவர் ondrukku mel kalyaanam pannupavar
polyglot1 *n.* பல பாஷைகள் pala baashaikal
polyglot2 *a.* பல பாஷைகளின் pala baashaikalin
polytechnic *a.* பல தொழில்கள் சம்பந்தமான pala thozhilkal sampanthamaana
polytechnic *n.* பல தொழில்கள் pala thozhilkal
polytheism *n.* பல கடவுள்களை நம்புவது Pala kadavulkalai nampuvathu
polytheist *n.* பல கடவுள்களை நம்பறவர் Pala kadavulkalai namparavar
polytheistic *a.* பல கடவுள்களின் நம்பிக்கை Pala kadavulkalin nambikkai
pomp *n.* பகட்டு pakattu
pomposity *n.* பகட்டு pagattu
pompous *a.* பகட்டான pagattaana
pond *n.* குளம் kulam
ponder *v.t.* ஆழ்ந்து சிந்தி aazhnthu chinthi
pony *n.* ஒரு வகையான குதிரை oru vakaiyaana kuthirai
poor *a.* ஏழை ezhai

pop *v.i.* குதிப்பாது kuthippaathu
pop *n.* குதிப்பாது kuthippathu
pope *n.* போப் ஆண்டவர் pop aandavar
poplar *n.* பிரபலமானவர் prapalamaanavar
poplin *n.* ஒரு வகை துணி oru vakai thuni
populace *n.* பிரபலம் Prapalam
popular *a.* பிரபலமான prapalamaana
popularity *n.* பிரபலம் Prapalam
popularize *v.t.* பிரபலம் படுத்துவது prapalam paduththuvathu
populate *v.t.* ஜனத்தொகையை அதிகா படுத்துவது janaththogaiyai athika paduththuvathu
population *n.* ஜனத்தொகை janaththogai
populous *a.* ஜனத்தொகை அதிகமாக்க இருப்பது janaththogaiyai athikamaaka irupathu
porcelain *n.* சீனாவின் பானை பண்ணும் ஒரு பொருள் cheenavin paanai pannum oru porul
porch *n.* வெராண்டா veraandaa
porc *n.* சிறிய ஓட்டை chiriya ottai
pork *n.* பன்றியின் மாமிசம் pandriyin maamisam
porridge *n.* கூழு, காஞ்சி koozhu, kanjee
port *n.* துறைமுகம் thuraimukam
portable *a.* எளிதில் தூக்கி செல்லத்தக்க elithil thookki chellathakka
portage *n.* வெராண்டா veraandaa
portal *n.* வெராண்டா veraandaa
portend *v.t.* முன்னறிவி munnarivi
porter *n.* கூலி kooli
portfolio *n.* இலாகா ilaakaa
portico *n.* வெராண்டா veraandaa
portion n பகுதி pakuthi
portion *v.t.* பகுதி pakuthi
portrait *n.* உருவப்படம் uruvapadam
portraiture *n.* விளக்கம் vilakkam
portray *v.t.* உருவப்படம் வரை uruvapadam varai
portrayal *n.* உருவப்படம் uruvapadam
pose *v.i.* நடித்து காமி nadiththu kaami
pose *n.* நடிப்பு nadippu
position *n.* நிலைமை nilamai
position *v.t.* நிறுத்துவது niruththuvathu
positive *a.* நிச்சயமாக nichchayamaaka
possess *v.t.* காப்பாத்து kaippatru
possession *n.* காப்பாத்துதல் kaippatruthal
possibility *n.* நிகழக்கூடியது nikazhak koodiyathu
possible *a.* நிகழக்கூடிய nikazhak koodiya
post *n.* கம்பம் kambam
post *v.t.* அஞ்சல் அனுப்பு anjal anuppu
post *n.* அஞ்சல் anjal
post *v.t.* பணியில் அமர்த்து paniyil amarththu
post *adv.* பின்னல் வரக்கூடிய pinnal varakkoodiya
postage *n.* அஞ்சல் anjal

postal *a.* அஞ்சல் சம்பந்தப்பட்ட anjal sampanthappatta
post-date *v.t.* குறிப்பிட்ட தேதிக்கு பிறகு kurippitta thethikku piraku
poster *n.* பெரிய வெளியீடு periya veliyeedu
posterity *n.* வருங்காலம் varungkaalam
posthumous *a.* மரணத்திற்குபின் maranaththirkupin
postman *n.* தபால்காரர் thapaalk kaarar
postmaster *n.* தபால் அலுவலகமத்தின் தலைவர் thapaal aluvalakamaththin thalaivar
post-mortem *a.* தபால் அலுவலகம் அத்தின் pinam aruppathu
post-mortem *n.* தபால் அலுவலகம் அத்தின் pinam aruppathu
post-office *n.* தபால் அலுவலகம் அத்தின் thapaal aluvalagam
postpone *v.t.* தள்ளி போடு thalli podu
postponement *n.* தள்ளி போடுதல் thalli poduvathu
postscript *n.* ஒரு வகை எழுத்து oru vakai ezhuththu
posture *n.* ஒருவரின் நிற்கும் விதம் oruvarin nirkkum vitham
pot *n.* பானை paanai
pot *v.t.* பானை paanai
potash *n.* potaasiyam peyarulla oru thravyam
potassium *n.* பொட்டாசியம் பெயருள்ள ஒரு த்ரவ்யம் potaasiyam peyarulla oru thravyam
potato *n.* உருளை கிழங்கு urulaik kizhanku
potency *n.* திறமை thiramai
potent *a.* திறமையான thiramaiyaana
potential *a.* திறமையான thiramaiyaana
potential *n.* திறமை thiramai
pontentiality *n.* திறமை thiramai
potter *n.* குயவன் kuyavan
pottery *n.* குயவனின் கலை kuyavanin kalai
pouch *n.* பை pai
poultry *n.* கோழிகளை பராமரிக்கும் இடம் kozhikalai paraamarikkum idam
pounce *v.i.* பாய்வது paayvathu
pounce n பாஞ்சுதல் paanjuthal
pound *n.* எடை அளவு edai alavu
pound *v.t.* ஆங்கில காசு aangila kaasu
pour *v.i.* கொட்டுதல் kottuthal
poverty *n.* ஏழையின் நிலை ezhaiyin nilai
powder *n.* தூள் thhool
powder *v.t.* தூள் பண்ணுதல் thool pannuthal
power *n.* வலுமை valumai
powerful *a.* வலுமையுள்ள valumai ulla
practicability *n.* பழக்கத்திளுள்ளது pazhakkaththilullathu
practicable *a.* பழக்கத்திலுள்ள pazhakkaththilulla
practical *a.* பழக்கத்திலுள்ள pazhakkaththilulla
practice *n.* பழக்கம் pazhakkam

practise *v.t.* பழக்கம் பண்ணு pazhakkam pannu
practitioner *n.* மருத்துவர் maruththuvar
pragmatic *a.* உண்மையான unmaiyaana
pragmatism *n.* உண்மையான மாதிரி unmaiyaana maathiri
praise *n.* புகழ்ச்சி pukazhchchi
praise *v.t.* புகழ்ச்சி பண்ணு pukazhchchi pannu
praiseworthy *a.* புகழ்ச்சிக்குரிய pukazhchchikkuriya
prank *n.* குறும்பு kurumbu
prattle *v.i.* அர்த்தம் இல்லாமல் பேசுவது artham illaamal pechuvathu
prattle *n.* அர்த்தம் இல்லாமல் பேசுவது artham illaamal pechuvathu
pray *v.i.* பிரார்த்தனை பண்ணுதல் praarththanai pannuvathu
prayer *n.* பிரார்த்தனை praarththanai
preach *v.i.* சமய சொழ்போழிபாற்று Samaya chozhpozhivaatru
preacher *n.* சமய சொழ்போழிபாற்று பண்ணுபவர் Samaya chozhpozhivaatru pannupavar
preamble *n.* அறிமுகம் arimukam
precaution *n.* முன் எச்சரிக்கை munecherikkai
precautionary *a.* முன் எச்சரிக்கையான munecherikkaiyaana
precede *v.* முன் நிகழ் mun nikazh
precedence *n.* முன் நிகழ் mun nikazh
precedent *n.* முன் நிகழ் mun nikazh
precept *n.* பாடம், சட்டம் paadam, chattam
preceptor *n.* சட்டம் சொல்லிகுடுப்பவர் chattam chollikuduppavar
precious *a.* மிகமதிப்புக்குரிய mikamathippukuriya
precis *n.* சுருக்கம் surukkam
precise *n.* குறிபிட்டது kuripittathu
precision *n.* குறிபிட்டது kuripittathu
precursor *n.* முன்னாள் இருப்பவர் munnaal iruppavar
predecessor *n.* முன்னாள் ராஜ்யத்தில் இருப்பவர் munnaal raajyaththil iruppavar
predestination *n.* பாக்கியம், தலை எழுத்து baakyam, thalai ezhuththu
predetermine *v.t.* முன்னாள் முடிவு எடுப்பது munnaal mudivu eduppathu
predicament *n.* குழப்பம் kuzhappam
predicate *n.* ஒரு வாக்யத்தின் ஒரு பாகம் oru vaakyaththin oru paakam
predict *v.t.* முன்னால் கூறு munnal kooru
prediction *n.* முன்னால் கூறுதல் munnaal kuruthal
predominance *n.* எல்லோரையும் அடக்கும் குணம் elloraiyum adakkum gunam
predominant *a.* எல்லோரையும் அடக்கும் குணம் elloraiyum adakkum gunam

predominate *v.i.* எல்லோரையும் அடக்குவது elloraiyum adakkuvathu

pre-eminence *n.* எல்லோருடமும் உச்சத்தியானவர் ellorudamum uchaththiyaanavar

pre-eminent *a.* எல்லோருடமும் உச்சத்தியானவர் ellorudamum uchaththiyaanavar

preface *n.* முன்னுரை munnurai

preface *v.t.* முன்னுர்ரை கூறு munnurai kooru

prefect *n.* ஒழுங்கு ozhungu

prefer *v.t.* தேர்ந்து எடுத்தல் therntheduththal

preference *n.* தேர்ந்து எடுத்தல் therntheduththal

preferential *a.* தேர்ந்து எடுக்ககூடிய thernthu edukkakoodiya

prefix *n.* வார்த்தயுள்ள முதல் அக்ஷரங்கள் vaarththaiulla muthal aksharangal

prefix *v.t.* வார்த்தயுள்ள முதல் அக்ஷரங்கள் vaarththaiulla muthal aksharangal

pregnancy *n.* கர்ப்பம் garppam

pregnant *a.* கர்ப்பமான garppamaana

prehistoric *a.* வரலாறு varalaaru

prejudice *n.* புகழ் pukazh

prelate *n.* மத குரு matha guru

preliminary *a.* அடிபடையான adipadaiyaana

preliminary n அடிபடையான adipadaiyaana

prelude *n.* பல்லவி pallavi

prelude *v.t.* பல்லவி பாடு pallavi paadu

premarital *a.* கல்யாணத்துக்கு முந்தின kalyaanaththukku munthina

premature *a.* முதர்ச்சி அடையவதுர்க்கு முந்தின mutharchchi adaiyavathurkku munthina

premeditate *v.t.* த்யானம் பண்ணுவது thyaanam pannuvathu

premeditation *n.* த்யானம் dhyaanam

premier *a.* முதல்வான muthalaavana

premier *n* முதலாவது muthalaavathu

premiere *n.* முதல் அமைச்சர் மாதிரி muthal amaichar

premium *n.* முதலாவது muthalaavathu

premonition *n.* முன்னெச்சரிக்கை munnecharikkai

preoccupation *n.* வேலை செய்வது velai cheyvathu

preoccupy *v.t.* வேலை சே velai chey

preparation *n.* தயாரிப்பு thayaarippu

preparatory *a.* தயாரான thayaaraana

prepare *v.t.* தயார் ச்சே thayaar chey

preponderance *n.* ஆழ்ந்த சிந்தனை aazhntha chinthanai

preponderate *v.i.* ஆழ்ந்த சிந்தி aazhntha chinthi

preposition *n.* முன்னிடைச்சொல் munnidaichol

prerequisite *a.* தேவை thevai

prerequisite n தேவையான குணம் thevaiyaana gunam

prerogative *n.* கேள்வி மாதிரி kelvi maathiri

prescience *n.* வருவதை உணர்தல் varuvathai unarthal

prescribe *v.t.* மருந்துவை சீட்டில் எழுது marunthai cheettil ezhuthu

prescription *n.* மருந்து எழுதும் காகிதம் marunthu ezhuthum kaakitham

presence *n.* இருத்தல் iruththal

present *a.* இருத்தல் iruththal

present *n.* அன்பளிப்பு anpalippu

present *v.t.* அன்பளிப்பு அலி anpalippu ali

presentation *n.* அன்பளிப்பு anpalippu

presently *adv.* நிகழகூடிய nikazhakoodiya

preservation *n.* பாதுகாப்பு paathukaappu

preservative *n.* பாதுகாப்புக்காக உபயோகபடுத்தும் பொருள் paathukaappukkaaka upayoga paduththum porul

preservative *a.* பாதுகாப்புக்காக உபயோகபடுத்தும் பொருள் paathukaappukkaaka upayoga paduththum porul

preserve *v.t.* பாதுகாப்பு paathukaappu ali

preserve *n.* பாதுகாப்பு paathukaappu

preside *v.i.* தலைமை தாங்கு thalamai thaangu

president *n.* அவைத் தலைவர் Avaith thalaivar

presidential *a.* அவைத் தலைவரான Avaith thalaivaraana

press *v.t.* அழுத்து azhuththu

press *n.* அச்சு achchu

pressure *n.* அழுத்தம் azhuththam

pressurize *v.t.* அழுத்தம் குடுப்பது azhuththam kuduppathu

prestige *n.* கௌரவம் gauravam

prestigious *a.* குரவமான gauravamaana

presume *v.t.* நினை ninai

presumption *n.* நினைப்பு ninaippu

presuppose *v.t.* முன்கூட்டி நினை vmunkootti ninai

presupposition *n.* அனுமானம் anumaanam

pretence *n.* பாசாங்கு பண்ணுதல் paasaangu pannuthal

prtend *v.t.* பாசாங்கு paasaangu pannu

pretension *n.* பாசாங்கு பண்ணுதல் paasaangu pannuthal

pretentious *a.* பாசாங்கு பண்ணுதல் paasaangu pannuthal

pretext *n.* முதல் பாடல் நூல் muthal paadal nool

prettiness *n.* அழகு azhaku

pretty *a.* அழகான azhakaana

pretty *adv.* அழகிய azhakiya

prevail *v.i.* எங்கும் காண படுவது engum kaana paduvathu

prevalance *n.* எங்கும் கானபடுத்தல் engum kaana paduthal

prevalent *a.* எங்கும் காணக்கூடிய engum kaana koodiya

prevent *v.t.* தடை thadai

prevention *n.* தடை சே thadai sey

preventive *a.* தடை thadai

previous *a.* கடந்த kadantha

prey *n.* எதிரி ethiri

prey *v.i.* எதிரியை எதிர்க்கும் ethiriyai ethirkkum
price *n.* விலை, மதிப்பு vilai, mathippu
price *v.t.* விலை கூறு, மதிப்பு இடு vilai kooru, mathippu idu
prick *n.* குத்து kuththu
prick *v.t.* குத்து kuththu
pride *n.* தற்பெருமை tharperumai
pride *v.t.* தற்பெருமை பண்ணு tharperumai pannu
priest *n.* சமயகுரு samayaguru
priestess *n.* சமயகுரு samayaguru
priesthood *n.* சமயகுரு ஆகும் படிப்பு samayaguru aakum padippu
prima facie *adv.* முதல் பார்வையில் muthal paarvaiyil
primarily *adv.* முக்கியமாக mukkiyamaaka
primary *a.* முதல்மையான muthalmaiyaana
prime *a.* முக்கியமாக mukkiyamaaka
prime *n.* முக்கியம் mukkiyam
primer *n.* முக்கியம் mukkiyam
primeval *a.* மிக பழமையான mika pazhamaiyaana
primitive *a.* மிக பழமையான mikapazhamaiyaana
prince *n.* இளவரசன் ilavarasan
princely *a.* இளவரசன் மாதிரி ilavarasanaana
princess *n.* இளவரசி ilavarasi
principal *n.* தலைமை ஆசாரியார் thalaimai aachariyar
principal *a.* முக்கியமான mukkiyamaana

principle *n.* கொள்கை kolkai
print *v.t.* அச்சு எடு achu edu
print *n.* அச்சு எடு achu edu
printer *n.* அச்சி எடுக்கும் ஆயுதம் achu edukkum aayutham
prior *a.* முந்தின munthina
prior *n.* முந்தினது munthinathu
prioress *n.*
priority *n.* முக்கியத்வம் mukkiyathvam
prison *n.* சிறைச்சாலை chiraichaalai
prisoner *n.* கைதி kaithi
privacy *n.* ரகசியம் rakachiyam
private *a.* ரகசியமான rakachiyamaana
privation *n.* ரகசியமாக்கபட்ட rakachiyamaakkapatta
privilege *n.* சலுகை chalukai
prize *n.* பரிசு parisu
prize *v.t.* பரிசு குடு parisu kudu
probability *n.* நிகழக் கூடியது nikazhak koodiyathu
probable *a.* நிகழக் கூடிய nikazhak koodiya
probably *adv.* நிகழக் கூடிய nikazha koodiya
probation *n.* முயற்சி செய்தல் muyarchi cheythal
probationer *n.* தற்காலமாக இருக்கும் நபர் tharkaalamaaka irukkum napar
probe *v.t.* குடித்து பார் kudaiththu paar
probe *n.* குடித்தல் kudaiththal
problem *n.* பிரச்சனை prachnai

problematic *a.* ப்ரச்னைஆந prachchanaiyaana

procedure *n.* முறை murai

proceed *v.i.* முன்னேறு Munneru

proceeding *n.* முன்னேறுதல் Munneruthal

proceeds *n.* முன்னேறுதல் Munneruthal

process *n.* முறை murai

procession *n.* ஊர்வலம் oorvalam

proclaim *v.t.* பழைய சாற்று pazhaich chaatru

proclamation *n.* பழைய சாற்றுதல் pazhaich chaatruthal

proclivity *n.* மனதுக்கு பிடித்தமான manathukku pidiththamaana

procrastinate *v.i.* தள்ளி போடு thalli podu

procrastination *n.* தள்ளி போடுதல் thalli poduthal

proctor *n.* பள்ளி ஒழுங்கை கவனிப்பவர் palli ozungkai kavanippavar

procure *v.t.* காப்பாற்ற்ஹு kaipatru

procurement *n.* காப்பாற்றுதல் kaipatruthal

prodigal *a.* ஊதாரித்தனமாக oothaariththanamaaka

prodigality *n.* ஊதாரித்தனம oothaariththanam

produce *v.t.* உற்பத்தி பண்ணுவது urpaththi pannuvathu

produce *n.* உற்பத்தி urpaththi

product *n.* உற்பத்தியான பொருள் urpaththiyaana porul

production *n.* உற்பத்தி urpaththi

productive *a.* உற்பத்தியான பொருள் urpaththiyaana porul

productivity *n.* உற்பத்தி urpaththi

profane *a.* நம்பிக்கை அற்ற nambikkai atra

profane *v.t.* நம்பிக்கை அற்றுள்ள நபர் nambikkai atra ulla nabar

profess *v.t.* ஒத்து கொள்வது oththuk kolvathu

profession *n.* வேலை, தொழில் velai, thozhil

professional *a.* தொழில்ரீதியாக thozhil reethiyaaka

professor *n.* பேராசரியர் peraachiyar

proficiency *n.* திறமை thiramai

proficient *a.* திறமையான thiramaiyaana

profile *n.* விபரம் viparam

profile *v.t.* விபரம் விவரி viparam vivari

profit *n.* லாபம் laapam

profit *v.t.* லாபம் பண்ணுவது laabam pannuvathu

profitable *a.* லாபம் ஆனா laapamaana

profiteer *n.* லாபம் பண்ணுபவர் laapam pannupavar

profiteer *v.i.* லாபம் பண்ணுபவர் laapam pannupavar

profligacy *n.* ஊதாரிதன்மான செலவு oothaariththanamaana chelavu

profligate *a.* ஊதாரிதன்மான செலவு oothaariththanamaana chelavu

profound *a.* ஆழ்ந்த சிந்தனை aazhntha chinthanai

profundity *n.* ஆழ்ந்த சிந்தனை aazhntha chinthanai
profuse *a.* அதிகமான athikamaana
profusion *n.* அதிகம் athikam
progeny *n.* மிருகங்களின் குட்டிகள் mirugangalin kuttikal
programme *n.* நிகழ்ச்சி Nikazhchi
programme *v.t.* நிகழ்ச்சி சே Nikazhchi chey
progress *n.* முன்னேற்றம் munnetram
progress *v.i.* முன்னேற்றம் சே munnetram chey
progressive *a.* முன்னேற்றமான munnetramaana
prohibit *v.t.* விளக்கு Vilakku
prohibition *n.* விளக்குதல் Vilakkuthal
prohibitive *a.* விளக்கமான Vilakkamaana
prohibitory *a.* விளக்கமான Vilakkamaana
project *n.* திட்டம் thittam
project *v.t.* துருத்து thuruththoo
projectile *n.* துருத்துவாக Thuruththoovaaka
projectile *a.* துருத்துவாக Thuruththoovaaka
projection *n.* துருத்துவாக Thuruththoovaaka
projector *n.* திட்டம் எடுப்பவர் thittam idupavar
proliferate *v.i.* பரவு, வளரு paravu, valaru
proliferation *n.* பரவுதல், வளருதல் paravuthal, valaruthal

prolific *a.* பரவலான, வளர்ந்த paravalaana, valarntha
prologue *n.* நீளமாக்க படுத்தல் Neelamaakkap paduththal
prolong *v.t.* நீளமாக்க படுத்துவது Neelamaakkap paduththuvathu
prolongation *n.* நீளமாக்க படுத்தல் Neelamaakkap paduththal
prominence *n.* எளிதில் தெரியக் கூடியது Elithil theriyak koodiyathu
prominent *a.* எளிதில் தெரியக் கூடிய Elithil theriyak koodiya
promise *n.* வாக்குறுதி Vakkuruthi
promise *v.t.* வாக்குறுதி சே Vakkuruthi chey
promising *a.* வாக்குறுதியான Vakkuruthiyaana
promissory *a.* வாக்குறுதியான Vakkuruthiyaana
promote *v.t.* முன்னேற்றம் சே Munnetram chey
promotion *n.* முன்னேற்றம் Munnetram
prompt *a.* உடனடியாக Udaniyaaka
prompt *v.t.* உடனடியாக சே Udaniyaaka chey
prompter *n.* உடனடியாக செய்யும் நபர் Udaniyaaka cheyyum nabar
prone *a.* அதிக வாய்ப்பு உள்ள athika vaayppu ulla
pronoun *n.* சுட்டு பெயர் suttu peyar
pronounce *v.t.* உச்சரி uchari
pronunciation *n.* உச்சரிப்பு ucharippu
proof *n.* ச்ஹான்று Chaandru
proof *a.* ச்ஹான்று Chaandru

prop *n.* சக்தியான பொருள் shakthiyaana porul

prop *v.t.* சக்தியான பொருளால் தாங்கு shakthiyaana porulaal thaanku

propaganda *n.* பிரசாரம் prachaaram

propagandist *n.* பிரசாரம் பண்ணுபவர் Prachaaram pannuppavar

propagate *v.t.* பிரசாரம் பண்ணுதல் Prachaaram pannuthal

propagation *n.* பிரசாரம் பண்ணுதல் Prachaaram pannuthal

propel *v.t.* வற்புறுத்து varpuruththu

proper *a.* சரியான chariyaana

property *n.* சொத்து choththu

prophecy *n.* பாரிதியார் ஆகும் விசேஷம் Paarithiyaar aakum vishesham

prophesy *v.t.* பாரிதியார் ஆகும் விசேஷம் Paarithiyaar aakum vishesham

prophet *n.* பாரிதியார் Paarithiyaar

prophetic *a.* பாரிதியாரான paarithiyaaraana

proportion *n.* வீகிதம் veekitham

proportion *v.t.* வீகிதம் பண்ணுவது veekitham pannuvathu

proportional *a.* வீகிதமான Veethikamaana

proportionate *a.* வீகிதமான Veethikamaana

proposal *n.* கருத்து karuththu

propose *v.t.* கருத்து தெரிவி karuththu therivi

proposition *n.* திட்டம் thittam

propound *v.t.* கூடுதல் kuduththal

proprietary *a.* உரிமையாளரான urimaiyaalaraana

proprietor *n.* உரிமையாளர் urimaiyaalar

propriety *n.* ஒழுக்க குணம் ozhukka gunam

prorogue *v.t.* நன் செயல் nan cheyalkal

prosaic *a.* மந்தம் mantham

prose *n.* உரை நடை urainadai

prosecute *v.t.* வழக்கு தோடு vazhakku thodu

prosecution *n.* வழக்கு தொடுத்தல் vazhakku thoduthal

prosecutor *n.* வழக்கு தொடுப்பவர் vazhakku thoduppavar

prosody *n.* உற்சாகம் குன்ற செய்தல் urchaakam kundra cheythal

prospect *n.* தோற்றம் Thotram

prospective *a.* தோற்றமான thotramaana

prospsectus *n.* தகவல் thakaval

prosper *v.i.* செழிப்பு அடைய Chezhippu adaiya

prosperity *n.* செழிப்பு Chezhippu

prosperous *a.* செழிப்பான Chezhippaana

prostitute *n.* விபச்சாரி Vibachaari

prostitute *v.t.* விபச்சாரியாக இருப்பது Vibachaariyaaka iruppathu

prostitution *n.* விபச்சாரித்தனம் Vibachaariththanam

prostrate *a.* எறிவது Erivathu

prostrate *v.t.* எறிவது Erivathu

prostration *n.* எறிவது Erivathu

protagonist *n.* எதிர்ப்பு ethirppu
protect *v.t.* பாதுகாப்பு அலி paathukaappu ali
protection *n.* பாதுகாப்பு paathukaappu
protective *a.* பாதுகாப்பான paathukaappana
protector *n.* பாதுகாப்பு அளிப்பவர் paathukaappu alippavar
protein *n.* புரதம் puratham
protest *n.* எதிர்ப்பு ethirppu
protest *v.i.* எதிர்ப்பு கொடு ethirppu kaattu
protestation *n.* எதிர்ப்பு ethirppu kaattuthal
prototype *n.* ஒரே மாதிரியான ore maathiriyaana
proud *a.* தற்பெருமை tharperumaai
prove *v.t.* மெய்யென செய் meyyena chey
proverb *n.* பழமொழி pazhamozhi
proverbial *a.* பழமொழியான pazhamozhiyaana
provide *v.i.* முன் ஏற்பாடு munnerpaadu
providence *n.* சிக்கனம் chikkanam
provident *a.* க்கனமூடு chikkanamoottu
providential *a.* சிக்கனமான chikkanammaana
province *n.* மாநிலம் maanilam
provincial *a.* தற்காலமாக tharkaalamaaka
provincialism *n.* மாநிலம் maanilam
provision *n.* பலசரக்குகள் Palach charakku
provisional *a.* முன் ஏற்பாடு mun erpaadu
proviso *n.* முன் ஏற்பாடு mun erpaadu
provocation *n.* ஊக்க வைத்தல் Ookka vaippathu
provocative *a.* ஊக்கம் ookkam
provoke *v.t.* ஊக்க வைத்தல் Ookka vaiththal
prowess *n.* திறமை thiramai
proximate *a.* நெருங்கிய உள்ள nerungiya ulla
proximity *n.* நெருங்கியமான nerungiyathu
proxy *n.* பதிலுக்கு இருப்பது bathilukku iruppathu
prude *n.* அதிகக் கவனம் Athikak kavanam
prudence *n.* அதிகக் கவனம் Athikak kavanam
prudent *a.* அதிகக் கவனமுடைய Athikak kavanamudaiya
prudential *a.* அதிகக் கவனமுடைய Athikak kavanamudaiya
prune *v.t.* அதிகக் கவனம் செலுத்து Athikak kavanam cheluththu
pry *v.i.* துரைப்பார் thuraippaar
psalm *n.* சாம் புத்தகம் saam puthakam
pseudonym *n.* பொய்யான பெயர் Poyyaana peyar
psyche *n.* மன நோயாளி mananoyaali
psychiatrist *n.* மனநோய் மருத்துவர் Mana noy maruththuvar
psychiatry *n.* மனநோய் பற்றி படிப்பு Mana noy patrina padippu

psychic *a.* மனநோய் mana noy

psychological *a.* உளவியல் சம்பந்தப்பட்ட Ulaviyal sampandhappatta

psychologist *n.* உளவியல் நிபுணர் Ulaviyal nipunar

psychology *n.* உளவியல் ulaviyal

psychopath *n.* மனநோயாளி mana noyaali

psychosis *n.* மனநோய் mana noy

psychotherapy *n.* உளவியல் சிகிச்சை Ulaviyal chikichai

puberty *n.* வயதை அடைதல் vayathai adaiththal

public *a.* பொத்துமக்கள் pothu makkal

public *n.* பொதுமக்கள் pothumakkal

publication *n.* பிரசுரம் pirasuram

publicity *n.* புகழ் பரப்பு pukaz parappu

publicize *v.t.* விளம்பரம் செய் vilamparam sey

publish *v.t.* பிரசுரி pirasuri

publisher *n.* பதிப்பாளர் pathipaalar

pudding *n.* பாயாசம் paayaasam

puddle *n.* குட்டை kuttai

puddle *v.t.* குழப்பு kuzappu

puerile *a.* சிறு பிள்ளைத்தனமான siru pillaiththanamaana

puff *n.* வேகமாக வீசும் காற்று vekamaaka veesum kaarru

puff *v.i.* வெளிவிடு velividu

pull *v.t.* இழு izu

pull *n.* இழுத்தல் izuththal

pulley *n.* தண்ணீர் இறைக்கப் பயன்படும் கருவி thanneer iraikkappayanpadum karuvi

pullover *n.* உடலின் மேல்பகுதியை மறைக்கப் பயன்படுத்தும் துணி udalin merpakuthiyai maraikkapppayanpadum thuni

pulp *n.* பழத்தின் சக்கை pazaththin sakkai

pulp *v.t.* கூழாக்கு koozaakku

pulpit *a.* மேடை medai

pulpy *a.* கூழ் போன்ற kooz ponra

pulsate *v.i.* துடி thudi

pulsation *n.* துடித்தல் thudiththal

pulse *n.* துடிப்பு thudippu

pulse *v.i.* துடி thudi

pulse *n.* பயிர் வகைகள் payir vakaikal

pump *n.* தண்ணீர் இறைக்கும் இயந்திரம் thanneer iraikkum iyanthiram

pump *v.t.* தண்ணீர் இறை thanneer iraikkum iyanthiram

pumpkin *n.* பூசணிக்காய் poosanikkaay

pun *n.* கவிதை நடையில் கூறப்படும் சொற்கள் kavithai nadaiyil koorappadum sorkal

pun *v.i.* சிலேடையாகப் பேசு siledaiyaakap pesu

punch *n.* குத்து kuthu

punch *v.t.* குத்து kuthu

punctual *a.* நேரம் தவறாமை neram thavaraamai

punctuality *n.* நேரம் தவறாமை neram thavaraamai

punctuate *v.t.* நிறுத்தற்குறிகள் போடு niruththarkurikal podu

punctuation *n.* நிறுத்தற்குறிகள் niruhththarkurikal

puncture *n.* பொத்தல் poththal

puncture *v.t.* துவாரம் செய் thuvaaram sey

pungency *n.* நெடி nedi

pungent *a.* நெடி nedi

punish *v.t.* தண்டனை கொடு thandanai kodu

punishment *n.* தண்டன்னை thandanai

punitive *a.* தண்ட னை கொடுப்பது thandanai koduppathu

puny *a.* சிறிய siriya

pupil *n.* மாணவன் maanavan

puppet *n.* நூலால இயக்கப்படும் பொம்மை noolaala iyakkappadum pommai

puppy *n.* நாய் குட்டி naay kutti

purblind *n.* மங்கிய பார்வை mangiya paarvai

purchase *n.* வாங்குதல் vaanguthal

purchase *v.t.* வ்வாங்கு vaangu

pure *a.* சுத்தமான suththamaana

purgation *n.* சுத்தம் செய் suththam sey

purgative *n.* சுத்தம் செய்தல் suththam seythal

purgative *a.* சுத்தம் செய்தல் suththam seythal

purgatory *n.* ஆன்மாவை சுத்தப்படுத்தும் இடம் aanmaavai suththappaduththum idam

purge *v.t.* ஆன்ம்மா/உடல் சுத்தம் செய் aanmaa/ udal suththam sey

purification *n.* சுத்தம் செய்தல் suththam seythal

purify *v.t.* சுத்தம் செய் suththam sey

purist *n.* பரிசுத்தமானவர் prisuththamaanavar

puritan *n.* பரிசுத்த்தை போதிப்பவர் parisuththaththai pothippavar

puritanical *a.* மதக் கட்டுப்பாட்டை கடைபிடிப்பவர் mathak kattuppaaddai kadaipidippavar

purity *n.* சுத்தம் suththam

purple *adj.* சிவப்பும் ஊதாவும் கலந்த நிறம் sivappum oothaavum kalantha niram

purport *n.* போதிப்பது pothippathu

purport *v.t.* உபதேசம் செய் upathesam sey

purpose *n.* காரணம் kaaranam

purpose *v.t.* க்காரணம் kaaranam

purposely *adv.* வ்வேண்டுமென்றே vendumenre

purr *n.* முனகல் munakal

purr *v.i.* முனகு munaku

purse *n.* பணப் பை panappai

purse *v.t.* மூடு moodu

pursuance *n.* விடா முயற்சி vidaa muyarsi

pursue *v.t.* தொடர்வது thodarvathu

pursuit *n.* தொடர்தல் thodarthal

purview *n.* தொலைநோக்கு tholai nokku

pus *n.* சீழ் seez

push *v.t.* தள்ளு thallu

push *n.* தள்ளுதல் thalluthal

put *v.t.* போடு podu

puzzle *n.* புதிர் puthir
puzzle *v.t.* புதிர் போடு puthir podu
pygmy *n.* க்குள்ள மனிதன் kulla manithan
pyorrhoea *n.* பல் நோய் pal noi
pyramid *n.* பழங்கால எகிப்து கல்லறை pazangaaala ekipthu kallarai
pyre *n.* சிதை தீ sithai thee
python *n.* மலைப்பாம்பு malaippaampu

Q

quack *v.i.* வ்வாத்து போல் சப்தமிடு vaaththu pola sapthamidu
quack *n.* வாத்து கத்துதல் vaaththu kaththuthal
quackery *n.* நாட்டு வைத்தியம் naattu vaiththiyam
quadrangle *n.* நாற்கரம் naarkaram
quadrangular *a.* ந்நான்கு பக்கம் கொண்ட naanku pakkam konda
quadrilateral *a.* & *n.* ந்நான்கு பக்கம் கொண்ட naanku pakkam konda
quadruped *n.* ந்ந்நான்கு கால்களுள்ள naanku kaalkalulla
quadruple *a.* நான்கு மடங்கு naanku madangkaakku
quadruple *v.t.* நான்கு மடங்காக்கு naanku madangkaakku
quail *n.* காடை kaadai
quaint *a.* பழமைவாதி pazamaivaathi
quake *v.i.* குலுங்கு kulungu
quake *n.* நடுக்கம் nadukkam
qualification *n.* தகுதி thakuthi
qualify *v.i.* தகுதி பெறு thakuthi peru
qualitative *a.* தரம் குறித்த tharam kuriththa
quality *n.* தரம் tharam
quandary *n.* குழப்பம் நிறைந்த kuzappam niraintha
quantitative *a.* எண்ணிக்கை குறித்த ennikkai kuriththa
quantity *n.* எண்ணிக்கை ennikkai
quantum *n.* பங்கு pangu
quarrel *n.* சண்டை sandai
quarrel *v.i.* சண்டை போடு sandai podu
quarrelsome *a.* சண்டை பிடிப்பவர் sandai pidippavar
quarry *n.* கல் உடைக்கும் இடம் kal udaikkum idam
quarry *v.i.* சுரங்கத்திலிருந்து வெட்டியெடு surangkaththilirunthu vettiyedu
quarter *n.* கால் பங்கு kaal pangu
quarter *v.t.* மூன்று மாத காலம் moonru maatha kaalam
quarterly *a.* மூன்று மாத காலம் moonru maatha kaalam
queen *n.* ராணி raani
queer *a.* சந்தேகத்துக்கு இடமான santhekaththukku idamaana
quell *v.t.* அடக்கு adakku
quench *v.t.* தாகத்தை தீர் thaakaththai theer
query *n.* கேள்வி kelvi
query *v.t.* கேள் kel
quest *n.* தேடுதல் theduthal
quest *v.t.* தேடிச்செல் thedichel

question *n.* கேள்வி kelvi
question *v.t.* கேள்வி கேள் kelvi kel
questionable *a.* கேள்விக்குரிய kelvikkuriya
questionnaire *n.* கேள்வித்தாள் keliviththaal
queue *n.* வரிசை varisai
quibble *n.* விமர்சனம் vimarsanam
quibble *v.i.* விமர்சனம் செய் vimarsanam sey
quick *a.* விரைவாக viraivaaka
quick *n.* விர்ரைவு viraivu
quicksand *n.* புதை மணல் puthai manal
quicksilver *n.* பாதரசம் paatharasam
quiet *a.* அம்மைதியான amaithiyaana
quiet *n.* அமைதி amaithi
quiet *v.t.* அம்மைதியாக இரு amaithiyaaka iru
quilt *n.* மெல்லிய மெத்தை melliya meththai
quinine *n.* மருந்து தயாரிக்க உதவும் பொருள் marunthu thayaarikka uthavum porul
quintessence *n.* வடிகட்டப்பட்ட சிறந்த vadikattappatta
quit *v.t.* விடு vidu
quite *adv.* அமைதியான amaithiyaana
quiver *n.* நடுக்கம் nadukkam
quiver *v.i.* நடுங்கு nadungu
quixotic *a.* வ்விசித்திரமான visiththiramaana
quiz *n.* புதிர் puthir
quiz *v.t.* வினாவு vinaavu
quorum *n.* (கூட்டம் நடத்த தேவையான குறைந்தபட்ச) நபர்களின் எண்ணிக்கை (koottam nadaththa thevaiyaana kurainthapadsa) naparkalin ennikkai
quota *n.* பங்கு pangu
quotation *n.* மேற்கோள் merkol
quote *v.t.* எடுத்தெழுது eduththezhuthu
quotient *n.* ஈவு eevu

R

rabbit *n.* முயல் muyal
rabies *n.* நாய்க் கடியால் வரும் வியாதி naayk kadiyaal varum viyaathi
race *n.* பந்தயம் panthayam
race *v.i* ஓடு odu
racial *a.* இனம் சார்ந்த inam saarntha
racialism *n.* இன வெறி ina veri
rack *v.t.* சித்திரவதை செய் siththiravathai sey
rack *n.* அலமாரி alamaari
racket *n.* பந்தடிக்கும் மட்டை panthadikkum mattai
radiance *n.* ஒளி oli
radiant *a.* ஒளிக் கதிர்களை வெளியிடுவது olik kathirkalai veliyiduvathu
radiate *v.t.* ஒளிக் கதிர்களை வெளியிடுவது olik kathirkalai veliyiduvathu
radiation *n.* ஒளி கதிர்கள் oli kathirkal

radical *a.* புரட்சிகரமான puradsikaramaana

radio *n.* வானொலி vaanoli

radio *v.t.* ஒலிபரப்பு oliparappu

radish *n.* முள்ளங்கி mullangi

radium *n.* ரேடியம் rediyam

radius *n.* ஆரம் aaram

rag *n.* கந்தை kanthai

rag *v.t.* தொந்தரவு செய் thontharavu sey

rage *n.* கோபம் kopam

rage *v.i.* கோபங்கொள் kopangkol

raid *n.* திடீர் சோதனை thdeer sothanai

raid *v.t.* திடீர் சோதன்னை செய் thideer sothanai sey

rail *n.* தண்டவாளம் thandavaalam

rail *v.t.* வேலி போடு veli podu

raling *n.* வேலி veli

raillery *n.* விமர்சனம் vimarsanam

railway *n.* புகைவண்டி சார் pukaivandi saar

rain *v.i.* மழ்ழை பெய் mazai pey

rain n மழை mazai

rainy *a.* ம ழையாக mazaiyaaka

raise *v.t.* அதிகப்படுத்து athikappaduththu

raisin *n.* உலர்ந்த திராட்சை ularntha thiraadsai

rally *v.t.* ஒன்று கூடு onru koodu

rally *n.* ஊர்வலம் oorvalam

ram *n.* ஆண் ஆடு aan aadu

ram *v.t.* மோது mothu

ramble *v.t.* சுற்றித் திரி surriththiri

ramble *n.* அல்லைச்சல் alaichal

rampage *v.i.* சேதப்படுத்து sethappaduththu

rampage *n.* சேதம் setham

rampant *a.* சேதம் setham

rampart *n.* பாதுகாப்பு சுவர் paathukaappu suvar

rancour *n.* வெறுப்பு veruppu

random *a.* தொடர்ச்சியற்ற thodarchiyarra

range *v.t.* ஒழுங்குபடுத்து ozungupaduththu

range *n.* பரப்பு parappu

ranger *n.* வ்அனவியல் அதிகாரி vanaviyal athikaari

rank *n.* இட வரிசை ida varisai

rank *v.t.* வரிசைப்படுத்து varisaippaduththu

rank *a.* வரிசைப்படி varisaippadi

ransack *v.t.* சூறையாடு sooraiyaadu

ransom *n.* மீட்கும் விலை meedkum vilai

ransom *v.t.* தொகை பெற்று விடுவி thokai perru viduvi

rape *n.* கற்பழிப்பு karpazippu

rape *v.t.* கற்பழி karpazi

rapid *a.* வேகமாக vekamaaka

rapidity *n.* வேகமாக செல்வது vekamaaaka selvathu

rapier *n.* வ்வாள் vaal

rapport *n.* நல் உறவு nal uravu

rapt *a.* கவனமான kavanamaana

rapture *n.* பரவசம் paravasam

rare *a.* அரிதான arithaana

rascal *n.* மோசமானவன் mosamaanavan

rash *a.* அஜாக்கிரதையான ajaakkirathaiyaana

rat *n.* எலி eli

rate *v.t.* மதிப்பிடு mathippidu

rate *n.* விலை vilai

rather *adv.* சிறிது sirithu

ratify *v.t.* நிலைப்படுத்து nilaippaduththu

ratio *n.* விகிதம் vikitham

ration *n.* குறிப்பிட்ட அளவு kurippitta alavu

rational *a.* நியாயமான niyaamaana

rationale *n.* அடிப்படைக் காரணம் adippadaik kaaranam

rationality *n.* பகுத்தறிவுப்படி pakuththarivuppadi

rationalize *v.t.* நிய்யாயப்படி விளக்கம் செய் niyaappadi vilakkam sey

rattle *v.i.* சப்தம் செய் saptham sey

rattle *n.* சப்தம் செய்தல் saptham seythal

ravage *n.* சேதப்படுத்துதல் sethappaduththuthal

ravage *v.t.* சேதப்படுத்து sethappaduththu

rave *v.i.* பிதற்று pitharru

raven *n.* அண்டங்காக்கை andangkaakkai

ravine *n.* கணவாய் kanavaay

raw *a.* பதனிடப்படாத pathanidappadaatha

ray *n.* ஒளிக்கதிர் olikkathir

raze *v.t.* அழி azi

razor *n.* சவரக்க்கத்தி savarakkaththi

reach *v.t.* பிரதிபலி pirathipali

react *v.i.* எதிர்த்து தாக்கு ethirthuthu thaakku

reaction *n.* எதிர் விளைவு ethir vilaivu

reactinary *a.* பிற்போக்கான pirpokkaana

read *v.t.* படி padi

reader *n.* வாசகர் vaasakar

readily *adv.* தயாராக thayaaraaka

readiness *n.* தய்யார் நிலை thayaar nilai

ready *a.* தய்ய்யார் thayaar

real *a.* ந்இஜமன nijamaana

realism *n.* உண்மைத்தனமை unmaiththanmai

realist *n.* உணர்ந்தவர் unarnthavar

realistic *a.* உண்மையானவை unmaiyaanavai

reality *n.* உண்ணமை unmai

realization *n.* உண்ம்மை உணர்தல் unmai unarthal

realize *v.t.* உண்ம்ம்மை உணர் unmai unar

really *adv.* உண்மைய்யாக unmaiyaaka

realm *a.* பகுதி pakuthi

ream *n.* அகலப்படுத்து akalapapduththu

reap *v.t.* அறுவடை செய் ariuvadai sey

reaper *n.* அறுவடை செய்பவர் aruvadai seypavar

rear *n.* பின்பகுதி pinpakuthi

rear *v.t.* கட்டு kattu

reason *n.* க்ஆரணம் kaaranam

reason *v.i.* க்ஆரணம் சொல் kaaranam sol

reasonable *a.* நடு நிலையான nadu nilaiyaana

reassure *v.t.* மீண்டும் உறுதி செய் meendum uruthi sey

rabate *n.* தள்ளுபடி thallupadi

rebel *v.i.* புரட்சி செய் puradsi sey

rebel *n.* புரட்சிக்காரர் puradsikkaarar

rebellion *n.* எதிர்த்துப் போராடுவது ethirththupporaaduvathu

rebellious *a.* எதிர்க்கும் தன்மை ethirkkum thanmai

rebirth *n.* மறு பிறவி parupiravi

rebound *v.i.* மீளவும் எழு meelavum ezu

rebound *n.* பின் தாக்குதல் pin thaakkuthal

rebuff *n.* புறக்கணித்தல் purakkaniththal

rebuff *v.t.* புறக்கணி purakkani

rebuke *v.t.* கோபம் கொள் kopam kol

rebuke *n.* கோபம் kopam

recall *v.t.* திரும்ப அழை thirumma azai

recall *n.* திரும்ப அழ்ழைத்தல் thirumpa azaiththal

recede *v.i.* திரும்பிச் செல் thirumpi sel

receipt *n.* ரசீது raseethu

receive *v.t.* வாங்கிக் கொள் vaangkikkol

receiver *n.* வாங்குபவர் vaangupavar

recent *a.* அண்மையில் anmaiyil

recently *adv.* சமீபத்தில் sameepaththil

reception *n.* வரவேற்பு varaverpu

receptive *a.* கவனமாக kavanamaaka

recess *n.* இடைவேளை idaivelai

recession *n.* வளமை குறைவு valamai kuraivu

recipe *n.* சமையல் முறை samaiyal murai

recipient *n.* பெறுபவர் perupavar

reciprocal *a.* எதிர் மாறி ethir maari

reciprocate *v.t.* பதிலுக்கு செய் pathillukku sey

recital *n.* ஒப்பித்தல் oppiththal

recitation *n.* ஒப்புவித்தல் oppuviththal

recite *v.t.* ஒப்புவி oppuvi

reckless *a.* அஜாக்கிரதையாக ajaakkirathaiyaaka

reckon *v.t.* நம்பு nampu

reclaim *v.t.* திருப்பிக் கேட்டல் thiruppik kettal

reclamation *n.* பயன்படுத்தல் payanpaduththal

recluse *n.* தனிமைப்படுத்திக்கொள்ளுதல் thanimaippaduththikkolluthal

recognition *n.* அங்கீகாரம் angkeekaaram

recognize *v.t.* அடையாளம் காண் adaiyaalam kaan

recoil *v.i.* பின்னிடு pinnidu

recoil *adv* பின்னிடல் pinnidal

recollect *v.t.* மறுபடி ஞாபகம் கொள் marupadi njaapakam kol

recollection *n.* மீண்டும் நினைத்துப் பார்ப்பது meendum ninaiththup paarppathu

recommend *v.t.* சிபாரிசு செய் sippaarisu sey

recommendation *n.* சிப்பாரிசு sipaaarisu

recompense *v.t.* பிரதி செய் pirathi sey

recompense *n.* பிரதியுபகாரம் pirathiyupakaaram

reconcile *v.t.* சம்மாதானம் கொள் samaathaanam kol

reconciliation *n.* சமாதானம் sammathaanam

record *v.t.* பதிவு செய் pathivu sey

record *n.* பதிவு pathivu

recorder *n.* பதிவு செய்யும் கருவி pathivu seyyum karuvi

recount *v.t.* திரும்ப எண்ணு thirumpa ennu

recoup *v.t.* திரும்பிப் பெறு thirumpip peru

recourse *n.* தஞ்சம் thanjam

recover *v.t.* மறுபடி மூடு marupadi moodu

recovery *n.* சொஸ்தம் sostham

recreation *n.* உல்லாச செயல் ullaasa seyal

recruit *n.* ஆள் எடுத்தல் aal eduththal

recruit *v.t.* ஆள் எடு aal edu

rectangle *n.* செவ்வகம் sevvakam

rectangular *a.* செவ்வகம்மான sevvakamaana

rectification *n.* திருத்திக்கொள்வது thiruththikkolvathu

rectify *v.i.* சரி செய் sari sey

rectum *n.* குடலின் கடைசி பாகம் kudalin kadisi paakam

recur *v.i.* மறுபடி நேரிடு marupadi neridu

recurrence *n.* மீண்டும் நிகழ்தல் meendum nikazthal

recurrent *a.* மீண்டும் மீண்டும் நிகழ்தல் meendum meendum nikazthal

red *a.* சிவப்பாக sivappaaka

red *n.* சிவப்பு sivappu

redden *v.t.* சிவப்பாக்கு sivappaakku

reddish *a.* சிவப்பாக sivappaaka

redeem *v.t.* மீட்டெடு meeddedu

redemption *n.* மீட்டெடுத்தல் meeddeduththal

redouble *v.t.* ந்நான்கு மடங்காக்கு naanku madangkaakku

redress *v.t.* மீண்டும் சரிபடுத்து meendum saripaduththu

redress *n.* மீண்டும் சரிபடுத்தல் meendum saripaduththal

reduce *v.t.* குறை kurai

reduction *n.* குற்றைத்தல் kuraiththal

redundance *n.* தேவையற்ற thevaiyarra

redundant *a.* தேவையற்ற thevaiyarra

reel *n.* கம்பி சுற்று kampi surru

reel *v.i.* தள்ளாடு thallaadu

refer *v.t.* ஆலோசனை கேள் aalosanai kel

referee *n.* நடுவர் naduvar

reference *n.* குறிப்பிடுவது kurippiduvathu

referendum *n.* பொதுஜன வாக்கெடுப்பு முறை pothujana vaakkeduppu murai

refine *v.t.* பண்படுத்து panpaduththu

refinement *n.* பண்படுத்துதல் panpaduththuthal

refinery *n.* சுத்திகரிப்பு சாலை suththikarippu saalai

reflect *v.t.* பிரதிபலி pirathipali

reflection *n.* பிம்பம் pimpam

reflective *a.* பிரதிபலிக்கும் தன்மை pirathipalikkum thanmai

reflector *n.* பிரதிபலிக்கும்பரப்பு pirathipalikkum parappu

reflex *n.* அனிச்சை செயல் anichai seyal

reflex *a.* அனிச்சையாக anichaiyaaka

reflexive *a.* அனிச்சையாக anichaiyaaka

reform *v.t.* மேம்படுத்து mempaduththal

reform *n.* மேம்படுத்தல் mempaduththal

reformation *n.* மேம்படுத்தல் mempaduththal

reformatory *n.* ச்ீர்திருத்தப்பள்ளி seerthiruththappalli

reformatory *a.* ச்சீர்திருத்தம் seerthiruththam

reformer *n.* சீர்திருத்தவாதி seerthiruththavaathi

refrain *v.i.* விலகு vilaku

refrain *n.* விலகல் vilakal

refresh *v.t.* புத்துணர்வு கொள் puththunarvu kol

refreshment *n.* புத்துணர்ச்சி puththunarchi

refrigerate *v.t.* குளுமைப்படுத்து kulumaippaduththuthal

refrigeration *n.* குளுமமைப்படுத்துதல் kulumaippaduththuthal

refrigerator *n.* குளிர்சாதனப்பெட்டி kulirsaathanappetti

refuge *n.* அடைக்கலம் adaikkalam

refugee *n.* அகதி akathi

refulgence *n.* கண்கூசும் பிரகாசம் kankoosum pirakaasam

refulgent *a.* ஒளி தருகிற oli tharukira

refund *v.t.* திருப்பித் தருதல் thiruppiththaruthal

refund *n.* நிராகரித்தல் niraakariththal

refusal *n.* மறுப்பு maruppu

refuse *v.t.* மறு maru

refuse *n.* மறுத்தல் maruththal

refutation *n.* மறுத்துப்பேசுவது maruththuppesu

refute *v.t.* மறுத்துப்பேசு maruththuppesu

regal *a.* ராஜாங்க raajaanga

regard *v.t.* கருது karuthu

regard *n.* மரியாதை mariyaathai

regenerate *v.t.* புனருத்தாரணம் செய் punaruththaaranam sey

regeneration *n.* சீர் திருத்தல் seer thiruththal

regicide *n.* ராஜ கொலை raaja kolai

regime *n.* ஆட்சி aadsi

regiment *n.* இராணுவப் பிரிவு iraanuvap pirivu

regiment *v.t.* படை சேர் padai ser

region *n.* பகுதி pakuthi

regional *a.* வட்டார vattaara

register *n.* பதிவேடு pathivedu

register *v.t.* பதிவு செய் pathivu sey

registrar *n.* பதிவாளர் pathivaalar
registration *n.* பதிவு pathivu
registry *n.* பதிவுத் துறை pathivuththurai
regret *v.i.* வருந்து varunthu
regret *n.* வருத்தம் varuththam
regular *a.* வழக்கமாக vazakkamaaka
regularity *n.* வழக்கம் vazakkam
regulate *v.t.* ஒழுங்குப்படுத்து ozungupaduththu
regulation *n.* ஒழுங்குப்படுத்துதல் ozungkupaduththuthal
regulator *n.* ஒழுங்குபடுத்துபவர் ozungupaduththupavar
rehabilitate *v.t.* மறு வாழ்வு கொடு maru vaazvu kodu
rehabilitation *n.* மறு வ்வாழ்வு maru vaazvu
rehearsal *n.* ஒத்திகை oththikai
rehearse *v.t.* ஒத்திகை பார் oththikai paar
reign *v.i.* ஆட்சி செய் aadsi sey
reign *n.* ஆட்சி aadsi
reimburse *v.t.* திரும்பக் கொடு thirumpak kodu
rein *n.* ஆட்சி செய் aadsi sey
rein *v.t.* ஆட்சி aadsi
reinforce *v.t.* பலப்படுத்து palappaduththu
reinforcement *n.* பலப்படுத்துதல் palappaduththuthal
reinstate *v.t.* மீண்டும் பணியில் அமர்த்து meendum paniyil amarththu
reinstatement *n.* மீண்டும் பணியில் அமர்த்தல் meendum paniyil amarththal
reiterate *v.t.* திரும்பச் சொல் thirumpa sol
reiteration *n.* திரும்பச் சொல்வது thirumpa solvathu
reject *v.t.* நிராகரி niraakari
rejection *n.* நிராகரிப்பு niraakarippu
rejoice *v.i.* மகிழ் makiz
rejoin *v.t.* மீண்டும் சேர் meendum ser
rejoinder *n.* எதிருரை ethirurai
rejuvenate *v.t.* இளமையாக்கு ilamaiyaakku
rejuvenation *n.* மீண்டும் இளமையாக்கல் meendum ilamaiyakkal
relapse *v.i.* தீய வழிகளில் செல் theeya vazikalil sel
relapse *n.* பின்வாங்கு pinvaangu
relate *v.t.* தொடர்புபடுத்து thodarpupaduththu
relation *n.* உறவு uravu
relative *a.* உறவினர் uravinar
relative *n.* தொடர்புடைய thodarpudaiya
relax *v.t.* தளர்த்து thalarththiu
relaxation *n.* ஓய்வு oyvu
relay *n.* அஞ்சல் முறை anjal murai
relay *v.t.* மறு படி அமை marupadi amai
release *v.t.* வெளியிடு veliyiduthal
release *n.* வெளியிடுதல் veliyiduthal
relent *v.i.* தள்ர்ந்திரு thalarnthiru
relentless *a.* இரக்கமற்ற irakkamarra

relevance *n.* தொடர்பு thodarpiu

relevant *a.* தொடர்புடைய thodarpudaiya

reliable *a.* ந்அம்பத்தகுந்த nampaththakuntha

reliance *n.* நம்பிக்கை nampikkai

relic *n.* பழம் பொருள் pazamporul

relief *n.* நிவாரணம் nivaaranam

relieve *v.t.* விடுபடு vidupadu

religion *n.* மதம் matham

religious *a.* மதம் சார்ந்த matham saarntha

relinquish *v.t.* விட்டு விடு vittu vidu

relish *v.t.* சுவை suvai

relish *n.* சுவை suvai

reluctance *n.* பிரியமின்மை piriyaminmai

reluctant *a.* விருப்பமற்ற viruppamarra

rely *v.i.* சார்ந்திரு saarnthiru

remain *v.i.* அப்படியே இரு appadiye iru

remainder *n.* மீதம் meetham

remains *n.* மிச்சம் micham

remand *v.t.* காவலில் வை kaavalil vai

remand n க்காவல் kaaval

remark *n.* க்குறிப்பு kurippu

remark *v.t.* விமாசி vimarsi

remarkable *a.* க்உறிப்பிடத்தக்க kurippidaththakka

remedial *a.* குணமாக்கும் தன்மை kunamaakum thanmai

remedy *n.* நிவாரணம் nivaaranam

remedy *v.t.* குணம்மாக்கு kunamaakku

remember *v.t.* ஞாபகம் கொள் njaapakam kol

remembrance *n.* ஞ்ஞாபகம் njaapakam

remind *v.t.* ஞ்ஞ்ஞாபகப்படுத்து njaapakappaduththu

reminder *n.* மீதம் meetham

reminiscence *n.* நினைவு ninaivu

reminiscent *a.* ஞாபகப்படுத்தும் njaapakappaduththum

remission *n.* தணடனைக் குறைவு thandanaik kuraivu

remit *v.t.* கட்டு kattu

remittance *n.* கட்டுதல் kadduthal

remorse *n.* குற்ற உணர்வு kurra unarvu

remote *a.* தொலை தூர tholai thoora

removable *a.* நீக்கத்தக்க neekkaththakka

removal *n.* நிக்கம் neekkam

remove *v.t.* நீக்கு neekku

remunerate *v.t.* ஊதியம் கொடு oothiyam kodu

remuneration *n.* ஊதியம் oothiyam

remunerative *a.* ஊதியம் கிடைக்கும் oothoiyam kidaikkum

renaissance *n.* மறுமலர்ச்சி marumalarchi

render *v.t.* கொடு kodu

rendezvous *n.* பலர் சந்திக்குமிடம் palar santhikkumidam

renew *v.t.* புதுப்பி puthuppi

renewal *n.* புதுப்பித்தல் puthuppiththal

renounce *v.t.* துற thura

renovate *v.t.* புதுப்பி puthuppi

renovation *n.* புதுப்பித்தல் puthuppiththal

renown *n.* புகழ் பெற்ற pukaz perra

renowned *a.* புகழ் பெற்ற pukaz perra

rent *n.* வாடகை vaadakai

rent *v.t.* வ்வாடகைக்கு விடு vaadakaikku vidu

renunciation *n.* விட்டு விடுவது vittu viduvathu

repair *v.t.* பழுது பார் pazuthu paar

repair *n.* பழுது பார்த்தல் pazuthu ·paarththal

raparable *a.* சரி செய்யப்படக்கூடிய sari seyyappadakkoodiya

repartee *n.* பதில்பேச்சு pathil pechu

repatriate *v.t.* திருப்பியனுப்ப்பபட்டவர் thiruppiyanuppappattavar

repatriate n திருப்பியனுப்ப்பு thiruppiyanuppu

repatriation *n.* திருப்பியனுப்புதல் thiruppiyanupputhal

repay *v.t.* திருப்பிச் செலுத்து thiruppi seluththu

repayment *n.* திருப்பிச் செலுத்துதல் thiruppi seluththuthal

repeal *v.t.* நீக்கு neekku

repeal n நீக்குதல் neekkuthal

repeat *v.t.* மறுபடி செய் marupadi sey

repel *v.t.* எதிர் ethir

repellent *a.* விரட்டி அடிக்கும் viratti adikkum

repellent n விரட்டி அடிப்பது viratti adippathu

repent *v.i.* மனம் திருந்து manam thirunthu

repentance *n.* மனம் திருந்துதல் manam thirunthuthal

repentant *a.* தனது செயலுக்காக வருந்தும் thanathu seyalukkaaka varunthum

repercussion *n.* விளைவு vilaivu

repetition *n.* திரும்பத் திரும்ப thirumpath thirumpa

replace *v.t.* திரும்பவும் வைப்பது thirumpavum vaippathu

replacement *n.* பதிலாக வைப்பது pathilaaka vaippathu

replenish *v.t.* புதுப்பி puthuppi

replete *a.* நிறைந்த niraintha

replica *n.* அதே போன்ற athe ponra

reply *v.i.* பதில் சொல் pathil sol

reply n பதில் pathil

report *v.t.* அறிக்கை அளி arikkai ali

report *n.* அறிக்கை arikkai

reporter *n.* செய்தி சேகரிப்பவர் seythi sekarippavar

repose *n.* ஓய்வு oyvu

repose *v.i.* கிடத்து kidaththu

repository *n.* சேகரிப்பு நிலையம் sekarippu nilaiyam

represent *v.t.* பிரதிநிதியாகு pirathinithiyaaku

representation *n.* பிரதிநிதித்துவம் pirathinithithuvam

representative *n.* பிரதிநிதி pirathinithi

representative *a.* பிரதிநிதித்துவம் pirathinithithuvam

repress *v.t.* அடக்கு adakku

repression *n.* அடக்குதல் adakkuthal

reprimand *n.* கோபப்படுதல் pkoppapaduthal

reprimand *v.t.* கோப்ப்படு koppappadu

reprint *v.t.* மீண்டும் அச்சிடு meendum achidu

reprint *n.* மீண்டும் அச்சிடுதல் meendum achiduthal

reproach *v.t.* தவறை சுட்டிக் காட்டு thavarai suttikkaattu

reproach *n.* தவற்றை சுட்டிக்காட்டுதல் thavarrai suttikkaattuthal

reproduce *v.t.* மீண்டும் தயாரி meendum thayaari

reproduction *n.* இனப்பெருக்கம் inapperukkam

reproductive *a.* இனப்பெருக்கும் தன்மை inapperukkum thanmai

reproof *n.* குற்றம் சாட்டு kurramsaattu

reptile *n.* முதலை வகை muthalai vakai

republic *n.* குடியரசு kudiyarasu

republican *a.* குடியரசு தன்மை kudiyarasu thanmai

republican n குடியரசு வாதி kudiyarasuvaathi

repudiate *v.t.* அகற்று akarru

repudiation *n.* அகற்றுதல் akarruthal

repugnance *n.* வெறுப்பு veruppu

repugnant *a.* வெறுக்கத்தக்க verukkaththakka

repulse *v.t.* விரட்டி அடி viratti adi

repulse *n.* விரட்டி அடித்தல் viratti adiththal

repulsion *n.* வெறுப்பு veruppu

repulsive *a.* வ்வெறுக்கத்தக்க verukkathtakka

reputation *n.* மதிப்பு mathippu

repute *v.t.* புகழ் pukaz

repute *n.* புகழ் pukaz

request *v.t.* வேண்டி கேள் vendik kel

request *n.* கோரிக்கை korikkai

requiem *n.* இறுதி அஞ்சலி iruthi anjali

require *v.t.* தேவ்வை thevai

requirement *n.* தேவ்வ்வை thevai

requisite *a.* தேவைப்படும் thevaippadum

requiste *n.* தேவைப்படுதல் thevaippaduthal

rquisition *n.* விண்ணப்பம் vinnappam

requisition *v.t.* விண்ணப்பி vinnappi

requite *v.t.* திரும்ப கொடுத்தல் thiurmpa koduththal

rescue *v.t.* மீள் meel

rescue *n.* மீட்டல் meettal

research *v.i.* ஆராய்ச்சி செய் aaraaychi sey

research *n.* ஆர்ராய்ச்சி aaraaychi

resemblance *n.* ஒற்றுமை orrumai

resemble *v.t.* ஒற்றும்மை உள்ள orrumai ulla

resent *v.t.* வெறுப்பது veruppathu

resentment *n.* வெறுக்கத்தக்க verukkaththakka

reservation *n.* முன்பதிவு munpathivu

reserve *v.t.* முன்பதிவு செய் munpathivu sey

rservoir *n.* அணை anai
reside *v.i.* வசி vasi
residence *n.* வசிப்பிடம் vasippidam
resident *a.* வசிக்கும் vasikkum
resident *n.* வசிப்பவர் vasippavar
residual *a.* மீதம் meetham
residue *n.* படிவு padivu
resign *v.t.* ராஜினாமா செய் raajinaamaa
resignation *n.* ராஜின்னாமா raajinaamaa
resist *v.t.* எதிர் ethir
resistance *n.* எதிர்ப்பு ethirppu
resistant *a.* எதிர்க்கும் ethirkkum
resolute *a.* மன உறுதி manavuruthi
resolution *n.* உறுதிப்பாடு uruthippaadu
resolve *v.t.* உறுதி கொள் uruthi kol
resonance *n.* எதிரொலி ethiroli
resonant *a.* எதிரொலிக்கும் ethirolikkum
resort *v.i.* மேற்கோள் merkol
resort *n.* சுற்றுலா ஸ்தலம் surrulaa sthalam
resound *v.i.* எதிரொலி செய் ethiroli sey
resource *n.* ஆதாரம் aathaaram
resourceful *a.* சக்தியுள்ள sakthiyulla
respect *v.t.* மதிப்பளி mathippali
respect *n.* மரியாதை mariyaathai
respectful *a.* மரிய்யாதை மிக்க mariyaathai mikka
respective *a.* முறையே muraiye
respiration *n.* சுவ்வாசம் suvaasam
respire *v.i.* சுவ்வ்வாசி suvaasi
resplendent *a.* அதி புத்திசாலி athi puththisaali
respond *v.i.* பதில் கூறு pathil kooru
respondent *n.* பதிலளிப்பவர் pathilalippavar
response *n.* பதில் pathil
responsibility *n.* பொறுப்பு poruppu
responsible *a.* பொறுப்பான poruppaana
rest *v.i.* ஓய்வெடு oyvedu
rest *n.* ஓய்வு oyvu
restaurant *n.* சிற்றுண்டி சாலை sirrundi saalai
restive *a.* அசையும் asaiyum
restoration *n.* புனரமைப்பு punaramaippu
restore *v.t.* புனரம்மை punaramai
restrain *v.t.* கட்டுப்படுத்து kattuppaduththu
restrict *v.t.* தடு thadu
restriction *n.* த டை thadai
restrictive *a.* த டை மிக்க thadai mikka
result *v.i.* முடிவு mudivu
result *n.* முடிவு mudivu
resume *v.t.* மீண்டும் ஆரம்பி meendum aarampi
resume *n.* சுய விவர ஆவணம் suya vivara aavanam
resumption *n.* மறு ஆரம்பம் maru aarampam
resurgence *n.* மீண்டும் எழுதுவத் meendum ezhuthuvathu
resurgent *a.* மீண்டும் எழுதுவது meendum ezhuthuvathu
retail *v.t.* சில்லறை வியாபாரம் sillarai viyaapaaram

retail *n.* சில்லறை வியாபாரம் sillarai viyaapaaram

retail *adv.* சில்லறை வியாபாரம் sillarai viyaapaaram

retail *a.* சில்லறை வியாபாரம் sillarai viyaapaaram

retailer *n.* சில்லற்றை வியாபாரி sillarai viyaapaari

retain *v.t.* வைத்துக்கொள் vaiththukkol

retaliate *v.i.* பதிலடி pathiladi

retaliation *n.* பதிலடி கொடுப்பது pathiladi koduppathu

retard *v.t.* தடு thadu

retardation *n.* தட்டை thattai

retention *n.* வைத்துக்கொள்வது vaiththukkolvathu

retentive *a.* தக்க வைத்துக்கொள்வது thakka vaiththukkolvathu

reticence *n.* கலகலப்பின்மை kalakalappinmai

reticent *a.* மௌனமான maunamaana

retina *n.* விழித்திரை viziththirai

retinue *n.* மெய்க்காப்பாளர் meykkaappaalar

retire *v.i.* ஓய்வு பெறு oyvu peru

retirement *n.* ஓய்வு பெறுதல் oyvu peruthal

retort *v.t.* எதிருர்ரை athirurai

retort *n.* எதிருர்ர்ரை athirurai

retouch *v.t.* மேன்மைபடுத்து menmaipaduththu

retrace *v.t.* பின்வ்வைத்த கால்லை முன்வைத்தல் pinvaiththa kaalai munvaiththal

retread *v.t.* மீண்டும் நட meendum nada

retread *n.* மீண்டும் நடத்தல் meendum nadaththal

retreat *v.i.* பின்வ்வ்வாங்கு pinvaangu

retrench *v.t.* ஆள் குறைப்பு aal kuraippu

retrenchment *n.* ஆள் குற்றைத்தல் aal kuraiththal

retrieve *v.t.* மீண்டும் ஆட்கொள் meendum aadkol

retrospect *n.* பின் நோக்கம் pin nokkam

retrospection *n.* பின் நோக்குதல் pin nokkuthal

retrospective *a.* பின் நோக்கும் pin nokkum

return *v.i.* திரும்பு thirumpu

return *n.* லாபம் laapam

revel *v.i.* மகிழ் makiz

revel *n.* மகிழ்ச்சி makizchi

revelation *n.* வெளிப்படுதல் velippaduthal

reveller *n.* மகிழ்பவர் makizpavar

revelry *n.* களியாட்டம் kaliyaattam

revenge *v.t.* பழிவாங்கு pazivaangu

revenge *n.* பழிவ்வாங்குதல் pazivaanguthal

revengeful *a.* பழிவ்வ்வாங்கும் pazivaangum

revenue *n.* வருமானம் varumaanam

revere *v.t.* வணங்கு vanagu

reverence *n.* பூஜித்தல் poojiththal

reverend *a.* வணக்கத்திற்குரிய vanakkaththirkuriya

reverent *a.* பக்தி மிக்க pakthi mikka

reverential *a.* மரியாத்தைக்குரிய mariyaathaikkuriya
reverie *n.* மனக்கோட்டை manakkottai
reversal *n.* மாறுபட்ட maarupatta
reverse *a.* மாறிய maariya
reverse n மாறுதல் maaruthal
reverse *v.t.* மாற்றியமை maarriyamai
reversible *a.* மாற்றக்கூடிய maarrakkoodiya
revert *v.i.* பதில் சொல் pathil sol
review *v.t.* விமர்சனம் செய் vimarsanam sey
review *n.* விமர்சனம் vimarsanam
revise *v.t.* திரும்ப படி thirumpa padi
revision *n.* திரும்ப செய்தல் thirumpa seythal
revival *n.* புத்துயிர் puththuyir
revive *v.i.* புத்துயிர் அளி puththuyir ali
revocable *a.* மாற்றக்கூடிய maarrakkoodiya
revocation *n.* மாற்றம் maarram
revoke *v.t.* மாற்று maarru
revolt *v.i.* புரட்சி செய் puradsi sey
revolt *n.* புரட்சி puradsi
revolution *n.* புரட்சி puradsi
revolutionary *a.* புரட்சிக்கரமான puradsikaramaana
revolutionary *n.* புரட்சிகரம் puradsikaram
revolve *v.i.* சுழல் suzal
revolver *n.* துப்பாக்கி thuppaakki
reward *n.* விருது viruthu

reward *v.t.* சன்மானம் அளி sanmaanam ali
rhetoric *n.* வாக்கு வன்மை vaakku vanmai
rhetorical *a.* வாக்கு வன்மை மிக்க vaakku vanmai mikka
rheumatic *a.* வாதம் தொடர்பான vaatham thoadarpaana
rheumatism *n.* வாதம் தொடர்பான vaatham thodarpaana
rhinoceros *n.* காண்டா மிருகம் kaandaa mirukam
rhyme *n.* கவிதை kavithai
rhyme *v.i.* கவித்தை சொல் kavithai sol
rhymester *n.* கவிஞர் kavinjar
rhythm b. சீர்ப்பிரமாணம் sserppiramaanam
rhythmic *a.* இயற்கையான இணைப்பு iyarkaiyaana inaippu
rib *n.* இடுப்பெலும்பு iruppelumpu
ribbon *n.* நாடா naadaa
rice *n.* அரிசி arisi
rich *a.* பணக்கார panakkaara
riches *n.* செல்வம் selvam
richness *a.* செல்வ செழிப்பு selva sezippu
rick *n.* சுளுக்கு sulukku
rickets *n.* எலும்பு நோய் elumpu noy
rickety *a.* தளர்ந்த thalarntha
rickshaw *n.* ரிக்ஷா வாகனம் rikshaa vaakanam
rid *v.t.* புறக்கணி purakkani
riddle *n.* புதிர் puthir
riddle *v.i.* புதிர் சொல் puthir sol
ride *v.t.* ஓட்டு ottu

ride *n* ஓட்டுதல் orruthal
rider *n.* ஓட்டுபவர் ottupavar
ridge *n.* குறுகிய மேட்டுப்பகுதி kurukiya mettuppakuthi
ridicule *v.t.* கேலி செய் keli sey
ridicule *n.* கேலி keli
ridiculous *a.* முட்டாள்தனமான muttaalthanamaana
rifle *v.t.* துப்பாக்கி thuppaakki
rifle *n* சுடு sudu
rift *n.* பிளவு pilavu
right *a.* சரியானது sariyaanathu
right *adv* வலது valathu
right *n* வலப்பக்கம் valappakkam
right *v.t.* சரி செய் sari sey
righteous *a.* சரிய்யான sariyaana
rigid *a.* இறுக்கமான irukkamaana
rigorous *a.* கடுமையான kadummaiyaana
rigour *n.* கடும்மை kadumai
rim *n.* விளிம்பு vilimpu
ring *n.* மோதிரம் mothiram
ring *v.t.* சுற்றி வளை surri valai
ringlet *n.* சிற்று வளையம் sirru valaiyam
ringworm *n.* படை padai
rinse *v.t.* அலசு alasu
riot *n* கலவரம் kalavaram
riot *v.t.* கலவர்ம் செய் kalavaram sey
rip *v.t.* உரித்தெடு uriththedu
ripe *a.* கனிந்த kanintha
ripen *v.i.* கனியவை kaniyavai
ripple *n.* சிற்றலை sirralai
ripple *v.t.* சலசப்பேறப்படுத்து salsalapperpaduththu
rise *v.* உதி uthi
rise *n.* உதித்தல் uthiththal
risk *v.t.* துணிந்து செய் thuninthu sey
risk *n.* ஆபத்து aapaththu
risky *a.* ஆபத்த்தான aapaththaana
rite *n.* சடங்கு sadangu
ritual *n.* சடங்கு sadangu
ritual *a.* சம்பிரதாயமான sampirathaayamaana
rival *n.* எதிரி ethiri
rival *v.t.* எதிர் ethir
rivalry *n.* பக்கைமை pakaimai
river *n.* ஆறு aaru
rivet *n.* ஆப்பு aappu
rivet *v.t.* ஆப்பு அடி aappu adi
rivulet *n.* சிறு ஆறு siru aaru
road *n.* சாலை saalai
roam *v.i.* அலை alai
roar *n.* உறுமுதல் urumuthal
roar *v.i.* உறுமு urumu
roast *v.t.* வறுத்தெடு varuththedu
roast *a.* வறுப்பது varuppathu
roast *n.* வறுத்தல் varuththal
rob *v.t.* கொள்ளையடி kollaiydai
robber *n.* கொள்ள்ளைக்காரன் kollaikkaaran
robbery *n.* கொள்ள்ள்ளை kollai
robe *n.* அங்கி angi
robe *v.t.* அங்கி அணி angi ani
robot *n.* இயந்திர மனிதன் iyanthira manithan
robust *a.* உறுதிமிக்க uruthimikka

rock *v.t.* அதிரச்செய் athirachey

rock *n.* பாறை paarai

rocket *n.* பந்தடிக்கும் மட்டை panthadikkum mattai

rod *n.* த டி thadi

rodent *n.* எலி, அணில் eli, anil

roe *n.* மீன் முட்டைகள் meen muttaikal

rogue *n.* தீயவன் theeyavan

roguery *n.* தீசெயல் செய்பவன் theeseyal seypavan

roguish *a.* ரவுடி ravudi

role *n.* பங்கு pangu

roll *n.* உருட்டுதல் uruttuthal

roll *v.i.* உருட்டு uruttu

roll-call *n.* வருகை பதிவு varukai pathivu

roller *n.* உருளை urulai

romance *n.* காதல் உணர்வு kaathal unarvu

romantic *a.* காதல் உணர்வு மிக்க kaathal unarvu mikka

romp *v.i.* முரட்டுத்தனமாக ஆடுவது muratuththanamaaka aaduvathu

romp *n.* கும்மாளாமடி kummaalamadi

rood *n.* சிலுவை siluvai

roof *n.* கூரை koorai

roof *v.t.* கூர்ரை அமை koorai amai

rook *n.* காகம் kaakam

rook *v.t.* மோசம் செய் mosam sey

room *n.* அறை arai

roomy *a.* இடமிருக்கும் idamirukkum

roost *n.* பறவைகள் வசிப்பிடம் pravaikal vasippidam

roost *v.i.* இரவில் தூங்கு iravil thoongu

root *n.* வேர் ver

root *v.i.* வேர் விடு ver vidu

rope *n.* கயிறு kayiru

rope *v.t.* கட்டு kattu

rosary *n.* ஜெப மாலை jepa maalai

rose *n.* ரோஜா மலர் rojaa malar

roseate *a.* ரோஜ்ஜா நிறம் கொண்ட rojaa niram konda

rostrum *n.* மேடை medai

rosy *a.* ரோஜ்ஜ்ஜா போன்ற rojaa ponra

rot *n.* அழகு azaku

rot *v.i.* வாதம் செய் vaatham sey

rotary *a.* சுழற்சி முறை suzarchi murai

rotate *v.i.* சுழற்று suzarru

rotation *n.* சுழற்சி suzarchi

rote *n.* குருட்டுப்பாடம் kuruttuppaadam

rouble *n.* ரஷ்ய நாட்டு நாணயம் rshya naattu naanayam

rough *a.* க்அரடு முரடான karadu muradaana

round *a.* வ்அட்டம் vattam

round *adv.* வ்அட்டம்மாக vattamaaka

round *n.* வ்அட்ட்ட் vattam

round *v.t.* வட்டமிடு vattamidu

rouse *v.i.* எழுந்திரு ezunthiru

rout *v.t.* முறியடி muriyadi

rout *n.* ஆர்ரவாரம் aaravaaram

route *n.* பாதை paathai

routine *n.* காரியக்கிரம்ம் kaariyakkiramam

routine *a.* வழக்கமாக vazakkamaaka
rove *v.i.* திரி thiri
rover *n.* திரிபவன் thiripavan
row *n.* வரிசை varisai
row *v.t.* வரிசையாக அமை varisaiyaaka amai
row n வரிசை varisai
row *n.* வரிசை varisai
rowdy *a.* தீயவன் theeyavan
royal *a.* அரச arasa
royalist *n.* அரசனை ஆதரிப்பவர் arasanai aatharippavar
royalty *n.* உரிமைப்பங்கு urimaippangu
rub *v.t.* தேய் they
rub n தேய்த்தல் theyththal
rubber *n.* அழிப்பான் azippaan
rubbish *n.* குப்பை kuppai
rubble *n.* கல் குவியல் kal kuviyal
ruby *n.* கெம்பு kempu
rude *a.* மரியா தையற்ற mariyaathaiyarra
rudiment *n.* அடிப்படை adippadai
rudimentary *a.* அடிப்பட்டையான adippadaiyaana
rue *v.t.* வருந்து varunthu
rueful *a.* வருத்தம் மிக்க varuththam mikka
ruffian *n.* முரட்டன் muradan
ruffle *v.t.* கைகலப்பு kaikalappu
rug *n.* போர்வை porvai
rugged *a.* முரட்டுத்தனம்மான muratuththanamaana
ruin *n.* பாழடைந்த paazadaintha
ruin *v.t.* அழி azi
rule *n.* ஆட்சி aadsi
rule *v.t.* ஆட்சி செய் aadsi sey
ruler *n.* ஆட்சியாளர் aadsiyaalar
ruling *n.* ஆட்சி aadsi
rum *n.* மது mathu
rum *a.* போதை மிக்க pothai mikka
rumble *v.i.* ஒலியெழுப்பு oliyezuppu
rumble *n.* இடி சத்தம் idi saththam
ruminant *a.* ஆழ்ந்த யோசனை aazntha yosanai
ruminant *n.* ஆழ்ந்த யோசனை aazntha yosanai
ruminate *v.i.* சிந்தனை செய் sinthanai sey
rumination *n.* சிந்தன்னை செய்தல் sinthanai seythal
rummage *v.i.* கிளறித் தேடு kilarith thedu
rummage n தேடுதல் theduthal
rummy *n.* சீட்டாட்டம் seettaatam
rumour *n.* வதந்தி vathanthi
rumour *v.t.* வதந்தி பரப்பு vathanthi parappu
run *v.i.* ஓடு odu
run *n.* ஓட்டம் ottam
rung *n.* மணியடித்தல் maniyadiththal
runner *n.* ஓடுபவர் odupavar
rupee *n.* ரூபாய் roopaay
rupture *n.* பிளவு pilavu
rupture *v.t.* பிளவேற்படுத்து pilaverpaduththu
rural *a.* கிராமப்புற kiraamappura
ruse *n.* தந்திரம் thanthiram
rush *n.* அவசரம் avasaram

rush *v.t.* விரைந்து செல் virainthu sel

rush *n.* அவசரம் avasaram

rust *n.* துரு thuru

rust *v.i* துருப்பிடி thuruppidi

rustic *a.* நாட்டுப்புறத்தான் naattupurаththaan

rustic *n.* நாட்டுப்புறத்தான் naattupuraththaan

rusticate *v.t.* ஒதுக்கி வை othukki vai

rustication *n.* ஒதுக்கி வ்வைத்தல் othukki vaiththal

rusticity *n.* ஒதுக்குவைத்தல் othukkivaiththal

rusty *a.* துருப்பிடித்த thuruppidiththa

rut *n.* காமாக்கினி kaamaakni

ruthless *a.* இரக்கமற்ற irakkamarra

rye *n.* க்கம்பு kampu

S

sabbath *n.* புனித நாள் punitha naal

sabotage *n.* வேண்டுமென்றே சேதப்படுத்துதல் vendumenre sethappaduththuthal

sabotage *v.t.* சேதப்படுத்து sethappaduththu

sabre *n.* பட்டாக் கத்தி pattaakkaththi

sabre *v.t.* வெட்டு vettu

saccharin *n.* சர்க்கரை போன்றது sarkkarai ponrathu

saccharine *a.* சர்க்கரை போன்ற sarkkarai ponra

sack *n.* மூட்டை moottai

sack *v.t.* வெளியேற்று veliyerru

sacrament *n.* மத விழா matha vizaa

sacred *a.* புனிதமான punithamaana

sacrifice *n.* தியாகம் thiyaakam sey

sacrifice *v.t.* தி யாகம் செய் thiyaakam sey

sacrificial *a.* தி ய்யாக மனப்பான்மை thiyaaka manappaanmai

sacrilege *n.* தெய்வ நிந்தனை theyva ninthanai

sacrilegious *a.* திருத்தலங்களின் தூய்மையை கெடுக்கும் thiruththalangkalil thooymaiyai kedukkum

sacrosanct *a.* மீற முடியாத meera mudiyaatha

sad *a.* துக்கமான thukkamaana

sadden *v.t.* துக்கபடுத்து thukkappaduththu

saddle *v.t.* சேணம் senam

sadism *n.* கொடுஞ்செய;ல் kodunjseyal

sadist *n.* கொடுஞ்செயல் செய்பவன் kodunjseyal seypavan

safe *a.* பாதுகாப்பான paathukaappaana

safe *n.* ப்பாதுகாப்பு paathukaappu

safeguard *n.* ப்பாதுகாப்பது paathukaappathu

safety *n.* பாதுக்காப்பு paathukaappu

saffron *n.* காவி நிறம் kaavi niram

saffron *a.* காவி நிறம்மான kaavi niramaana

sagacious *a.* புத்தி கூர்மைமிக்க puththi koormaimikka

sagacity *n.* புத்தி கூர்மை puththi koormai

sage *n.* துறவி thuravi
sage *a.* புத்தி கூர்மைமிக்க puththi koormaimikka
sail *n.* கப்பலின் பாய் kappalin paay
sail *v.i.* கப்பலில் செல் kappalil sel
sailor *n.* மாலுமி maalumi
saint *n.* துறவி thuravi
saintly *a.* துறவறம் பூண்ட thuravaram poonda
sake *n.* காரணம் kaaranam
salable *a.* விறக்க்க்கூடிய virkakkoodiya
salad *n.* பச்சடி pachadi
salary *n.* சம்பளம் sampalam
sale *n.* விற்பனை virpanai
salesman *n.* விற்பன்னை செய்பவர் virpanai seypavar
salient *a.* முக்கியமான mukkiyamaana
saline *a.* உப்பான uppaana
salinity *n.* உப்புத்தன்மை uppuththanmai
saliva *n.* எச்சில் echil
sally *n.* திடீர் தாக்குதல் thideer thaakkuthal
sally *v.i.* திடீரெனத் தாக்கு thideerenath thaakku
saloon *n.* முடி திருத்தகம் mudi thiruththakam
salt *n.* உப்பு uppu
salt *v.t.* உப்பு சேர் uppu ser
salty *a.* உப்பான uppaana
salutary *a.* புகழ்ந்து பேசுவது pukaznthu pesuvathu
salutation *n.* வணக்கம் vanakkam
salute *v.t.* வணக்கம் சொல் vanakkam sol
salute n வணக்கம் vanakkam
salvage *n.* காப்பாற்றுவது kaappaarruvathu
salvage *v.t.* காப்ப்பாற்று kaappaarru
salvation *n.* பாவத்திலிருந்து விடுதலை paavathilirunthu viduthalai
same *a.* அதே athe
sample *n.* மாதிரி maathiri
sample *v.t.* மாதிரி கொடு maathiri kodu
sanatorium *n.* ஆரோக்கிய ஸ்தலம் aarokkiya sthalam
sanctification *n.* பிரதிஷ்டை செய்தல் pirathishtai seythal
sanctify *v.t.* பிரதிஷ்ட்டை செய் pirathishtai sey
sanction *n.* அனுமதி anumathi
sanction *v.t.* அனுமதி வழங்கு anumathi vazangu
sanctity *n.* சுத்தப்படுத்துதல் suththappaduththuthal
sanctuary *n.* சரணாலயம் saranaalayam
sand *n.* மணல் manal
sandal *n.* சந்தனம் santhanam
sandalwood *n.* சந்தனமரம் santhanamaram
sandwich *n.* இரண்டு ரொட்டி துண்டு irandu roti thundu
sandwich *v.t.* இரண்டிற்கு இடையே வை irandirku idaiye vai
sandy *a.* மணல்லாக manalaaka
sane *a.* தெளிவான thelivaana

sanguine *a.* தன் நம்பிக்கை கொண்ட thannampikkai konda
sanitary *a.* ஆரோக்கியமான aarokkiyamaana
sanity *n.* ஆரோக்கியம் aarokkiyam
sap *n.* சாறு saaru
sap *v.t.* வருந்திக்கற்பவர் varunthikarpavar
sapling *n.* மரக் கன்று marak kanru
sapphire *n.* நீலக்கல் neelakkal
sarcasm *n.* கேலி வார்த்தை keli vaarththai
sarcastic *a.* கேலியான keliyaana
sardonic *a.* வெறுப்புடன் கூடிய veruppudan koodiya
satan *n.* சத்தான் saaththaan
satchel *n.* பை pai
satellite *n.* செயர்கைக்கோள் seyarkaikkol
satiable *a.* நிறைவுறு niraivuru
satiate *v.t.* திகட்டச் செய் thikattachchey
satiety *n.* திகட்டிப்போன நிலை thikattippona nilai
satire *n.* கேலிப்பேச்சு kelippechchu
satirical *a.* பரிஹாசம் பண்ணும் parihaasam pannum
satirist *n.* நிந்திப்பவர் ninthippavar
satirize *v.t.* பரிஹாசம் செய் parihaasam sey
satisfaction *n.* திருப்தி thirupthi
satisfactory *a.* மன நிறைவான mana niraivaana
satisfy *v.t.* திருப்தி அளி thirupthi ali
saturate *v.t.* ஊற வை oora vai
saturation *n.* முழுவதும் உறிஞ்சுதல் muzhu8vathum urinjuthal
Saturday *n.* சனிக் கிழமை sanik kizhamai
sauce *n.* குழம்பு kuzhampu
saucer *n.* கோப்பை வைக்கும் தட்டு koppai vaikkum thattu
saunter *v.t.* பொழுது போக்கன நடை pozhuthu pokkaana nadai
savage *a.* அநாக்ரிகமான anaakarikamaana
savage *n.* அநாகரிகன் anaakarikan
savagery *n.* மூர்க்கத்தனம் moorkkaththanam
save *v.t.* காப்பாற்று kaappaarru
save *prep.* தவிர thavira
saviour *n.* காப்பாற்றுபவர் kaappaarrupavar
savour *n.* ருசி rusi
savour *v.t.* சுவை அனுபவி suvai anupavi
saw *n.* ரம்பம் rampam
saw *v.t.* ரம்பத்தால் அறு rampaththaal aru
say *v.t.* சொல் sol
say *n.* கருத்து karuththu verupaadu oottum kurram
scabbard *n.* வாள் உறை vaal urai
scabies *n.* சிரங்கு sirangu
scaffold *n.* சாரம் saaram
scale *n.* தராசுத் தட்டு tharaasuth thattu
scale *v.t.* எடைபோடு adaipodu
scalp *n.* மண்டை mandai

scamper *v.i* அவசரமாக செல் avasaramaaka sel

scamper *n.* துரிதமான ஓட்டம் thurithamaana ottam

scan *v.t.* நுட்பமாக அராய் nudpamaaka aaraay

scandal *n.* அவமானம் avamaanam

scandalize *v.t.* அவதூறு செய் avathooru sey

scant *a.* குறைவான kuraivaana

scanty *a.* சொற்பமான sorpamaana

scapegoat *n.* பலி ஆடு pali aadu

scar *n.* காயத்தின் தழும்பு kaayaththin thazhumpu

scar *v.t.* அழியாத வடு ஏற்படுத்து azhiyaatha vadu yrpaduththu

scarce *a.* அபூர்வமான apoorvamaana

scarcely *adv.* போதும் போதாததாக pothum pothaathaaka

scarcity *n.* தேவை thevai

scare *n.* காரணமில்லாத பயம் kaaranamilaatha payam

scare *v.t.* திடீரென பயமூட்டு thideerena payamoottu

scarf *n.* கழுத்துக் குட்டை kazhuththuk kuttai

scatter *v.t.* சிதறச் செய் sitharach chey

scavenger *n.* தோட்டி thotti

scene *n.* சம்பவம் நிகழுமிடம் sampavam nikazhumidam

scenery *n.* இயர்க்கை காட்சி iyarkai kaadsi

scenic *a.* நாடகம் பானியான naadakam paaniyaana

scent *n.* மணம் manam

scent *v.t.* வாசனையால் அறி vaasanaiyaal ari

sceptic *n.* சந்தேகப் பிரகிருதி snthekap pirakiruthi

sceptical *a.* சந்தேகமுள்ள santhekamulla

scepticism *n.* ஐயவாதம் aiyavaatham

sceptre *n.* செங்கோல் sengkol

schedule *n.* கால அட்டவணை kaala attavanai

schedule *v.t.* அட்டவணை தயார் செய் attavanai thyaar sey

scheme *n.* திட்டம் thittam

scheme *v.i.* யோசி yosi

schism *n.* குற்றம் kurram

scholar *n.* கற்றுக் கொள்பவர் karruk kolpavar

scholarly *a.* புலமை சான்ற pulamai saanra

scholarship *n.* அறிவு arivu

scholastic *a.* பள்ளிக்கூட சம்பந்தமான pallikkooda sampanthamaana

school *n.* பள்ளி palli

science *n.* விஞ்ஞானம் vinjaanam

scientific *a.* விஞ்ஞானம் சம்பந்தமான vinjaanam sampanthamaana

scientist *n.* விஞ்ஞானி vinjaani

scintillate *v.i.* மின்னு minnu

scintillation *n.* போறி pori

scissors *n.* கத்தரிக்கோள் kaththarikkol

scoff *n.* ஏளனம் yelanam

scoff *v.i.* அலட்சியமாக பேசு aladsiyamaaka pesu

scold *v.t.* திட்டு thittu
scooter *n.* மோட்டார் சைகிள் mottaar saikkil
scope *n.* நோக்கம் nokkam
scorch *v.t.* வாட்டு vaattu
score *n.* கணக்கீடு kanakkeedu
score *v.t.* அம்சங்கள் பெறு amsangkal peru
scorer *n.* எண்ணுபவர் ennupavar
scorn *n.* வெறுப்பு veruppu
scorn *v.t.* இழிவாக பேசு izhivaaka pesu
scorpion *n.* தேள் thel
Scot *n.* ஸ்கட்லாந்து தேசத்தவர் skaatlaanthu thesaththavar
scotch *a.* காயப் படுத்து kaayappaduththu
scotch *n.* ஒரு பள்ளம் oru pallam
scot-free *a.* தண்டனை விதிக்கப்பெறாத thanadanai vithikkapperaatha
scoundrel *n.* துஷ்டன் thushtan
scourge *n.* தண்டனை thandanai
scourge *v.t.* துன்புறுத்து thunpuruththu
scout *n.* வேவுக்கரன் vevukkaaran
scout *v.i* வேவு பார் vevu paar
scowl *v.i.* முகத்தை சுளி mukatthai suli
scowl *n.* கொடுரமான பார்வை kodooramaana paarvai
scramble *v.i.* வேகமாக ஓடு vekamaaka odu
scramble *n.* தொற்றியேறுதல் thorriyeruthal
scrap *n.* துண்டு thundu
scratch *n.* கீறல் keeral
scratch *v.t.* கீறு keeru
scrawl *v.t.* அவசரத்தில் எழுது avasaraththil ezhuthu
scrawl *n.* அவசரத்தில் எழுதிய avasaraththil ezhuthiya
scream *v.i.* கீச்சென சப்திமிடு keechena sapthamidu
scream *n.* வீரிடும் சப்தம் veeridum saptham
screen *n.* திரை thirai
screen *v.t.* மறை marai
screw *n.* திருகாணி thirukaani
screw *v.t.* திருகு thiruku
scribble *v.t.* கிறுக்கு kirukku
scribble *n.* குறிப்பு kurippu
script *n.* கையெழுத்து kaiyezhuththu
scripture *n.* வேத புத்தகம் vetha puththakam
scroll *n.* காகிதச் சுருள் kaakithach churul
scrutinize *v.t.* ஊன்றிப் பார் oonrip paar
scrutiny *n.* நுட்பமான ஆராய்ச்சி nudpamaana aaraaychi
scuffle *n.* அமளி amali
scuffle *v.i.* குழப்பமாக சண்டையிடு kuzhappamaaka sandaiyidu
sculptor *n.* சிற்பி sirpi
sculptural *a.* சிற்ப சம்பந்தமான sirpa sampanthamaana
sculpture *n.* சிற்பம் sirpam
scythe *n.* அரிவாள் arivaal
scythe *v.t.* அறுவடை செய் aruvadai sey

sea *n.* கடல் kadal

seal *n.* நீர் நாய் neer naay

seal *n.* முத்திரை muththirai

seal *v.t.* முத்திரையிடு muththiraiyidu

seam *n.* தையல் தழும்பு thiayal thazhumpu

seam *v.t.* இணை inai

seamy *a.* தையல் தழும்புகள் உள்ள thaiyal thazhumpukal ulla

search *n.* ஆராய்தல் aaraaythal

search *v.t.* தேடு thedu

season *n.* காலம் kaalam

season *v.t.* பழக்கு pazhakku

seasonable *a.* பொருத்தமான poruththamaana

seasonal *a.* பருவத்துக்கேற்றபடி மாறும் paruvaththukkerrapadi maarum

seat *n.* உட்காருமிடம் udkaarumidam

seat *v.t.* உட்காரச்செய் udkaarachchey

secede *v.i.* விலகு vilaku

secession *n.* விலகிக் கொள்ளல் vilakik kollal

secessionist *n.* பிரிவு உண்டாக்கும் நபர் pirivu undaakkum napar

seclude *v.t.* தனித்து இரு thaniththu iru

secluded *a.* ஒதுங்கிய othungkiya

seclusion *n.* தனிமை thanimai

second *a.* இரண்டாவது irandaavathu

second *n* வினாடி vinaadi

second *v.t.* ஆதரி aathari

secondary *a.* இரண்டாம் பக்ஷமான irandaam akshamaana

seconder *n.* ஆதரிப்பவர் aatharippavar

secrecy *n.* ரகசியம் rakasiyam

secret *a.* மர்மமான marmamaana

secret *n.* ரகசியம் rakasiyam

secretariat (e) *n.* செயலாளருடைய அலுவலகம் seyalaalarudaiya aluvalakam

secretary *n.* செயலாளர் seyalaalar

secrete *v.t.* சுரக்கச் செய் surakkach chey

secretion *n.* வெளித் தள்ளுதல் velith thalluthal

secretive *a.* ரகசியங்கள் வைத்துள்ள rakasiyangkal vaiththulla

sect *n.* வகுப்பு vakuppu

sectarian *a.* பிரிவுக்குரிய pirivukkuriya

section *n.* பகுதி pakuthi

sector *n.* வட்டக்கோண பகுதி vattakkona pakuthi

secure *a.* பத்திரமான paththiramaana

secure *v.t.* பத்திரப்படுத்து paththirapapduththu

security *n.* பாதுகாப்பு paathukaappu

sedan *n.* மூடப்பட்ட ஆசனம் moodappatta aasanam

sedate *a.* நிதானமான nithaanamaana

sedate *v.t.* சாந்தப்படுத்து saanthappaduththum marunthu

sedative *a.* சாந்தப்படுத்தும் மருந்து saanthappaduththum marunthu

sedative *n.* சமனப்படுத்தும் மருந்து smanapduththum marunthu

sedentary *a.* நிலையான nilaiyaana

sediment *n.* கசண்டு kasandu

sedition *n.* ராஜத் துரோகச் செயல் raajath throkach cheyal

seditious *a.* ராஜ துரோகமான raaja throkamaana

seduce *n.* நெறி தவரச்செய் neri thavarachey

seduction *n.* எத்து eththu

seductive *a.* வசிகரிக்கும் vaseekarikkum

see *v.t.* கண்டுக்கொள் kandukol

seed *n.* விதை vithaikkal kaanu

seed *v.t.* விதைகள் காணு vithaikkal kaanu

seek *v.t.* தேடு thedu

seem *v.i.* காணப்படு kaanappadu

seemly *a.* ஏற்ற yerra

seep *v.i.* கசி kasi

seer *n.* வருவது உணர்வோர் varuvathu unarvor

seethe *v.i.* கொதி kothi

segment *n.* வட்டப் பகுதி vattap pakuthi

segment *v.t.* பிரி piri

segregate *v.t.* தனியாக்கு thaniyaakku

segregation *n.* பிரித்து வைத்தல் piriththu vaiththal

seismic *a.* பூமி சம்பந்தமான poomi smpanthamaana

seize *v.t.* கைப்பற்று kaipparru

seizure *n.* வலிப்புத்தாக்கம் valippuththaakkam

seldom *adv.* அரிதாக arithaaka

select *v.t.* தேர்வு செய் thervu sey

select *a.* தேர்ந்தெடு thernthedu

selection *n.* தேர்வு thervu

selective *a.* தேர்ந்தெடுக்கின்ற thernthedukkinra

self *n.* தான் thaan

selfish *a.* சுயநலம் suya walam

selfless *a.* தன்னலமற்ற thannalamarra

sell *v.t.* விற்பனை செய் virpanai sey

seller *n.* விற்பனையாளர் virapanaiyaalar

semblance *n.* வெளித்தோற்றம் veliththorram

semen *n.* விந்து vinthu

semester *n.* அரைவருஷம் arai varusham

seminal *a.* தாதுகட்ட thaathu kaatta

seminar *n.* கருத்தரங்கு karuththarangku

senate *n.* ஆட்சிப் பேரவை aadsi peravai

senator *n.* பேரவை அங்கத்தினர் pearvai angkaththinar

senatorial *a.* பேரவை சம்பந்தமான peravai smapanthamaana

senatorial *a.* பேரவை சம்பந்தமான peravai smapanthamaana

send *v.t.* அனுப்பு anuppu

senile *a.* வயது முதிர்ந்த vayathu muthirntha

senility *n.* முதுமை முழுக்கம் muthumai muzhukkam

senior *a.* மூத்த mooththa

senior *n.* மூத்தவர் mooththavar

seniority *n.* மூத்த நிலை mooththa nilai

sensation *n.* உணர்ச்சி unarchi
sensational *a.* பரபரப்பான paraparappaana
sense *n.* உணர்வு unarvu
sense *v.t.* உணர் unar
senseless *a.* அறிவற்ற arivarra
sensibility *n.* நுண்மை nunmai
sensible *a.* நியாயமான niyaamaana
sensitive *a.* கூர் உணர்வுடைய koor unarvudaiya
sensual *a.* இச்சையடக்கம் ichaiyadakkam
sensualist *n.* சிற்றின்பம் நாடுபவர் sirrinpam naadupavar
sensuality *n.* சிற்றின்பம் sirrinpam
sensuous *a.* உணர்ச்சி சம்பந்தமான unarchi sampanthamaana
sentence *n.* வக்கியம் vaakkiyam
sentence *v.t.* தீர்ப்புக் கூறு theerppu kooru
sentience *n.* விஷயமற்ற ஆனால் ஆடம்பரமான vishayamarra aanaal aadamparamaana
sentient *a.* உணரக்கூடிய unarakkoodiya
sentiment *n.* உணர்ச்சி unarchi
sentimental *a.* உணர்ச்சியை எழுப்புகிற unarchiyai ezhuppukira
sentinel *n.* காவலர் kaavalar
sentry *n.* காவலர் kaavalar
separable *a.* பிரிக்கக்கூடிய pirikkakoodiya
separate *v.t.* பிரி pirithal
separate *a.* வெவ்வேறான veveraana
separation *n.* பிரிதல் pirithal

sepsis *n.* குருதிநஞ்சடைதல் kuruthi wanjadaithal
September *n.* செப்டம்பர் sepdampar
septic *a.* அழுகிப் போன azhukippona
sepulchre *n.* கல்லறை kalalrai
sepulture *n.* புதைத்தல் puthaiththal
sequel *n.* விளைவு vilaivu
sequence *n.* கிரமம் kiramam
sequester *v.t.* தனித்து போ thaniththu po
serene *a.* அமைதியான amaithiyaana
serenity *n.* அமைதி amaithi
serf *n.* அடிமை adimai
serge *n.* ஒருவகைத் ("சர்ஜ்") துணி oru vakai (sarj) thuni
sergeant *n.* ராணுவத் தலைவன் raanuvath thalaivan
serial *a.* பாகங்களாக வெளிவரும் paakangkalaaka velivarum
serial *n.* தொடர்கதை thodarkathai
series *n.* வரிசை varisai
serious *a.* ஆபத்தான aapaththaana
sermon *n.* நீதி போதனை neethi pothanai
sermonize *v.i.* மத போதனை செய் matha pothanai sey
serpent *n.* பாம்பு paampu
serpentine *n.* ஒரு கனிப்பொருள் oru kanipporul
servant *n.* பணியாள் paniyaal
serve *v.t.* தொண்டு செய் thondu sey
serve *n.* ஆடத் துவக்க வேண்டிய முறை aadath thuvakka venidya murai
service *n.* உத்தியோகம் uththiyokam
service *v.t.* பழுது பார் pazhuthu paar

serviceable *a.* உபயோகமான upayokamaana

servile *a.* அடிமைத்தனமான adimaiththanamaana

servility *n.* அடிமைத்தனம் adimaiththanam

session *n.* கூட்டத் தொடர் koottath thoadar

set *v.t.* ஸ்தாபி sthaapi

set *a.* நிலையான nilaiyaana

set *n.* கோவை kovai

settle *v.i.* தீர்மானி theermaani

settlement *n.* தீர்மானம் theermaanam

settler *n.* குடியேறுபவர் kudiyerupavar

seven *n.* ஏழு yezhu

seven *a.* ஏழு yezhu

seventeen *a.* பதினேழு pathinezhu

seventeenth *a.* பதினேழாவது pathnezhaavathu

seventh *a.* ஏழாவது yezhaavathu

seventieth *a.* எழுபதாவது ezhupathaavathu

seventy *a.* எழுபது ezhupathu

sever *v.t.* துண்டி thundi

several *a.* பல pala

severance *n.* வெட்டு vettu

severe *a.* தீவிரமான thiiviramaana

severity *n.* தீவிரம் theeviram

sew *v.t.* தை thai

sewage *n.* கழிநீர் kazhineer

sewer *n* சாக்கடை saakkadai

sewerage *n.* சாக்கடை அமைப்பு saakkadai amaippu

sex *n.* பால் paal

sexual *a.* பால் சம்பந்தமான paal sampanthamaana

sexuality *n.* பாலின்ப ஆர்வம் paalinpa aarvam

sexy *n.* கவர்ச்சி காட்டும் kavarchi kaattum

shabby *a.* ஈனமான eenamaana

shackle *n.* விலங்கு vilangku

shackle *v.t.* விலங்கிடு vilangkidu

shade *n.* நிழல் nizhal

shade *v.t.* மங்கலாகச் செய் mangkalaaka sey

shadow *n.* பிம்பம் pimpam

shadow *v.t.* இருட்டாக்கு iruttaakku

shadowy *a.* இருட்டான iruttaana

shaft *n.* அம்பு ampu

shake *v.i.* உலுக்கு ulukku

shake *n.* நடுக்கம் nadukkam

shaky *a.* நிலையற்ற nilaiyarra

shallow *a.* ஆழமில்லாத aazhamillaatha

sham *v.i.* நடி nadi

sham *n.* போலி poli

sham *a.* போலியான poliyaana

shame *n.* வெட்கம் vedkam

shame *v.t.* அவமானப்படுத்து avamaanappaduththu

shameful *a.* மானக்கேடான maanakkedaana

shameless *a.* நாணமற்ற naanamarra

shampoo *n.* தலைமயிரைச் சுத்தம் செய்ய உதவும் பொருள் thalaimayirai suththam seyya uthavum porul

shampoo *v.t.* தலைமயிரை சுத்தஞ்செய் thalaimayirai suththnjsey

shanty *a.* சிறு குடிசை siru kudisai

shape *n.* உருவம் uruvam

shape *v.t.* உரு அமை uru amai

shapely *a.* சீராக அமைந்த seeraaka amaintha

share *n.* ஒருவருக்குச் சேரும் பங்கு oruvarukku serum pangku

share *v.t.* பங்கிடு pangkidu

share *n.* முதலீட்டுப் பங்கு muthaleettuppangku

shark *n.* சுறாமீன் suraameen

sharp *a.* கூரான kooraana

sharp *adv.* தெளிவான thelivaana

sharpen *v.t.* தீட்டு theettu

sharpener *n.* விரிசில் சீவி virisil seevi

sharper *n.* மோசக்காரன் mosakkaaran

shatter *v.t.* நோறுக்கு norukku

shave *v.t.* சவரம் செய் savarm sey

shave *n.* சவரம் savaram

shawl *n.* சால்வை saalvai

she *pron.* அவள் aval

sheaf *n.* கட்டு kattu

shear *v.t.* கத்தரி kaththari

shears *n. pl.* கத்தரிகை kaththarikai

shed *v.t.* உதிர் uthir

shed *n.* குடிசை kudisai

sheep *n.* செம்மறியாடு semmariyaadu

sheepish *a.* ஆடுபோல் aadupol

sheer *a.* வெறும் verum

sheet *n.* தகடு thakadu

sheet *v.t.* விரிப்பினால் மூடு virippinaal moodu

shelf *n.* பரண் paran

shell *n.* சிப்பி sippi

shell *v.t.* வெடி குண்டுகள் போட்டுத் தாக்கு vedi kundukal pottuth thaakku

shelter *n.* புகலிடம் pukalidam

shelter *v.t.* காப்பாற்று kaappaarru

shelve *v.t.* உள்ளே போட்டு வை ulle pottu vai

shepherd *n.* ஆட்டிடையன் aattidaiyan

shield *n.* கேடயம் kedayam

shield *v.t.* பாதுகப்பு paathukaappu

shift *v.t.* நகர்த்து nakarththu

shift *n.* முறை murai

shifty *a.* தந்திரமுள்ள thanthiramulla

shilling *n.* ஷில்லிங் shilling

shilly-shally *v.i.* தயங்கு thayangku

shilly-shally *n.* தீர்மானமின்மை theermaanaminmai

shin *n.* கணைக்கால் kanaikkaal

shine *v.i.* பிரகாசி pirakaasi

shine *n.* ஒளி oli

shiny *a.* பளபளப்பான palapalappaana

ship *n.* கப்பல் kappal

ship *v.t.* ஏற்றுமதி செய் yerrumathi sey

shipment *n.* கப்பலில் சரக்குகளை ஏற்றுதல் kappalil sarakkukalai yerruthal

shire *n.* மாகானம் maakaanam

shirk *v.t.* தவிர் thavir

shirker *n.* பொறுப்பேற்க மறுப்பவர் porupperka maruppavar
shirt *n.* சட்டை sattai
shiver *v.i.* நடுங்கு nadungku
shoal *n.* ஆழமில்லாத aazhamilaatha
shoal *n.* மறைந்துள்ள விபத்துக்கள் marainthulla vipathukal
shock *n.* அதிர்ச்சி athirchi
shock *v.t.* அதிர்ச்சி உண்டாக்கு athirchi undaakku
shoe *n.* லாடம் laadam
shoe *v.t.* லாடம் கட்டு laadam kattu
shoot *v.t.* குறி பார்த்துச் சுடு kuri paarththu sudu
shoot *n.* முளை mulai
shop *n.* கடை kadai
shop *v.i.* கடைகளுக்குச் செல் kadaikalukkuch chel
shore *n.* கரை karai
short *a.* குட்டையான kuttaiyaana
short *adv.* திடீரென thideerena
shortage *n.* குறைவு kuraivu
shortcoming *n.* குறை kurai
shorten *v.t.* சுருக்கு surukku
shortly *adv.* சீக்கிரமே seekkirame
shorts *n. pl.* அரைகாற்சட்டைகள் arakaarsattaikal
shot *n.* துப்பாக்கி வெடி thuppaakki vedi
shoulder *n.* தோள் thol
shoulder *v.t.* தாங்கு thaangku
shout *n.* ஆரவாரம் aravaaram
shout *v.i.* கூச்சலிடு koochalidu
shove *v.t.* உள்ளே தள்ளு ulle thallu
shove *n.* தள்ளுதல் thalluthal
shovel *n.* மண் வெட்டி manvetti
shovel *v.t.* அள்ளிப் போடு allippodu
show *v.t.* காண்பி kaanpi
show *n.* கண்காட்சி kankaadsi
shower *n.* பொழிவு pozhivu
shower *v.t.* பொழி pozhi
shrew *n.* சண்டைக்காரி sandaikkaaari
shrewd *a.* விவேகமுள்ள vivekamulla
shriek *n.* வீறிடும் சப்தம் veeridum saptham
shriek *v.i.* கிரீச்சென சப்தமிடு kireechena sapthamidu
shrill *a.* கிறிச்சென்ற kreechenra
shrine *n.* புனிதமான இடம் punithamaana idam
shrink *v.i* சுருங்கு surungku
shrinkage *n.* சுருக்கம் surukkam
shroud *n.* சவச் சீலை savach cheelai
shroud *v.t.* மூடி மறை moodi marai
shrub *n.* புதர்ச்செடி putharchchedi
shrug *v.t.* அலட்சியம்
shrug *n.* தோள்களைக் குலுக்கல் tholkalaik kulukkal
shudder *v.i.* நடுங்கு nadungku
shudder *n.* நடுக்கம் nadukkam
shuffle *v.i.* கலக்கு kalakku
shuffle *n.* இடமாற்றம் idamaarram
shun *v.t.* தவிர் thavir
shunt *v.t.* ஒரு பக்காமாக தள்ளு oru pakkamaaka thallu
shut *v.t.* மூடு moodu
shutter *n.* ஜன்னல் கதவு jannal kathavu

shuttle *n.* மீண்டும் சென்று மீளும் meendum senru meelum
shuttle *v.t.* துரிதமாக அனுப்பு thurithamaaka anuppu
shuttlecock *n.* இறகுகள் பதிக்கபட்ட ஒரு தக்கை irakukal pathikkappatta oru sakkai
shy *n.* எறிதல் erithal
shy *v.i.* மிரளு miralu
sick *a.* வியாதியுள்ள viyaathiyulla
sickle *n.* அரிவாள் arivaal
sickly *a.* உடல் நலமற்ற udal nalamarra
sickness *n.* நோய் noi
side *n.* பக்கம் pakkam
side *v.i.* ஆதரி aathari
siege *n.* முற்றுகை murrukai
siesta *n.* இலேசான தூக்கம் ilesaanaa thookkam
sieve *n.* சல்லடை salladai
sieve *v.t.* சல்லடையால் சலி salladaiyaala Sali
sift *v.t.* ஆரய்ந்து பிரி aaraaynthu piri
sigh *n.* பெருமூச்சு perumoochu
sigh *v.i.* பெருமூச்சு விடு perumoochu vidu
sight *n.* பார்வை paarvai
sight *v.t.* பார் paarkka inimaiyaana
sightly *a.* பார்க்க இனிமையான paarkka inimaiyaana
sign *n.* சைகை saikai
sign *v.t.* கையொப்பமிடு kaiyioppamidu
signal *n.* அடையாளம் adaiyaalam
signal *a.* விசேஷமான viseshamaana
signal *v.t.* சைகை செய் saikai sey
signatory *n.* கையொப்பமிட்டவர் kaiyoppamitttavar
signature *n.* முத்திரை muthirai
significance *n.* விசேஷ visesha
significant *a.* விசேஷ அர்த்தமுள்ள visesha arthamulla
signification *n.* அர்த்தம் arththam
signify *v.t.* தெரிவி therivi
silence *n.* நிசப்தம் nisaptham
silence *v.t.* வாயடை vaaydai
silencer *n.* கூச்சலை koochalai
silent *a.* நிசப்தமான nisapthamaana
silhouette *n.* நிழற்படம் nizharpadam
silk *n.* பட்டு pattu
silken *a.* பட்டாலாகிய pattaalaakiya
silky *a.* பட்டுப் போன்ற pattupponra
silly *a.* அற்பமான arpamaana
silt *n.* வண்டல் vandal
silt *v.t.* மணல் படியச் செய் manal padiya sey
silver *n.* வெள்ளி velli
silver *a.* பேசுந் திறமையுள்ள pesun thiramaiyulla
silver *v.t.* வெள்ளி முலாம் பூசு velli mulaam poosu
similar *a.* போன்ற ponra
similarity *n.* ஒற்றுமை orrumai
simile *n.* உவமானம் uvamaanam
similitude *n.* தோற்றத்தின் ஒற்றுமை thorraththin orrumai
simmer *v.i.* கொந்தளி konthali
simple *a.* சாதாரண saathaarana
simpleton *n.* விவேமற்றவன் veivekamarravan

simplicity *n.* எளிமையான நிலை elimaiyaana nilai

simplification *n.* சுலபமாக்குதல் sulpamaakkuthal

simplify *v.t.* சுலபமாக்கு sulamamaakku

simultaneous *a.* சமமாக நிகழ்கிற ore samayam nikazhkira

sin *n.* பாவம் paavam

sin *v.i.* பாவம் செய் paavam sey

since *prep.* பிறகு piraku

since *conj.* அதனால் athanaal

since *adv.* அதன் பிறகு athan piraku

sincere *a.* உண்மையான unmaiyaana

sincerity *n.* நேர்மை nermai

sinful *a.* பாவம் மிகுந்த paavam mikuntha

sing *v.i.* துதி செய் thuthi sey

singe *v.t.* இலேசாக எரி ilesaaka eri

singe *n.* ஒரு சிறிய தீப்புண் oru siriya theeppun

singer *n.* பாடுபவர் paadupavar

single *a.* ஒரே ஒரு ore oru

single *n.* ஒருவருக்கெதிராக ஒருவர் oruvarukkethiraaka oruvar

single *v.t.* சுட்டிக் காட்டு suttik kaattu

singular *a.* அதிசயமான athisayamaana

singularity *n.* விசேஷ குணம் visesha kunam

singularly *adv.* தனிப்பட்ட முறையில் thanipatta muraiyil

sinister *a.* கபடமான kapatamaana

sink *v.i.* முழங்கு muzhangku

sink *n.* அழுக்குத் தொட்டி azhukkuth thotti

sinner *n.* பாபி paapi

sinuous *a.* சுற்றுகள் உள்ள surrukal ulla

sip *v.t.* துளித்துளியாக உறிஞ்சு thuliththuliyaaka

sip *n.* உறிஞ்சுதல் urinjsuthal

sir *n.* ஐயா aiyaa

siren *n.* சங்கு sangku

sister *n.* சகோதரி sakothari

sisterhood *n.* சகோதரத்துவம் sakotharaththuvam

sisterly *a.* சகோதரி போன்ற sakothari ponra

sit *v.i.* உட்காரு udkaaru

site *n.* இடம் idam

situation *n.* நிலை nilai

six *a.* ஆறு aaru

sixteen *a.* பதினாறு pathinaaru

sixteenth *a.* பதினாறாவது pathinaaraavathu

sixth *a.* ஆறாவது aaraavathu

sixtieth *a.* அறுபதாவது arupathaavathu

sixty *a.* அறுபது arupathu

sizable *a.* கனிசமான kanisamaana

size *n.* அளவு alavu

size *v.t.* வேண்டிய அளவுப்படி வெட்டு vendiya alavuppadi vettu

sizzle *v.i.* 'உஸ்' என்று சப்தம் செய் us enru saptham sey

sizzle *n.* 'உஸ்' என்ற சப்தம் us enra saththam

skate *n.* பெரிய தட்டையான ஒரு மீன் periya thattaiyaana oru meen

skate *v.t.* அபாயகரமான செயலை லாகவமாக துணிந்து செய் apaayakaramaana seyala laakavamaaka thuninthu sey

skein *n.* நூற்கண்டு noorkandu

skeleton *n.* எலும்புக் கூடு elumpu koodu

sketch *n.* அவசரச் சித்திரம் avasara siththiram

sketch *v.t.* விவரி vivari

sketchy *a.* பூர்த்தியாகாத poorththiyaakaatha

skid *v.i.* வழுக்கி சாய் vazhukki saay

skid *n.* சக்கரத் தடை sakkarath thadai

skilful *a.* திறமை வாய்ந்த thirmai vaauntha

skill *n.* திறமை thiramai

skin *n.* தோல் thol

skin *v.t.* தோலை உரி tholai uri

skip *v.i.* இலேசாக தாண்டி குதி ilesaaka thaandi kuthi

skip *n.* குதிப்பு kuthippu

skipper *n.* கப்பற்தலைவன் kapparthalaivan

skirmish *n.* கைகலப்பு kaikalappu

skirmish *v.t.* சிறு போரிடு siru poridu

skirt *n.* பாவாடை paavaadai

skirt *v.t.* எல்லை ஓரமாக செல் ellai oramaaka sel

skit *n.* சிலேடைச் சித்திரம் siledaich siththiram

skull *n.* மண்டை ஓடு mandai odu

sky *n.* ஆகாயம் aakaayam

sky *v.t.* உயரத்தில் தொங்க விடு uyaraththil thingka vidu

slab *n.* கற்பலகை karpalakai

slack *a.* மந்தமான manthamaana

slacken *v.t.* தளர்த்து thalarththu

slacks *n.* தளற்காற்சட்டை tharkaarsattai

slake *v.t.* தணி thani

slam *v.t.* படாரென்று ஓசையுடன் மூடு paddarenra osaiyudan moodu

slam *n.* படாரென்று சத்தம் padaarenra saththam

slander *n.* அவதூறு avathooru

slander *v.t.* அபவாதம் செய் apavaatham sey

slanderous *a.* இழிவுபடுத்துகிற izhivupaduthukira

slang *n.* கொச்சையான பேச்சு kochaiyaana pechu

slant *v.t.* சாய்வாகவை saayvaakavai

slant *n.* சரிவு sarivu

slap *n.* அடி adi

slap *v.t.* அறை கொடு arai kodu

slash *v.t.* நீண்ட கடும் வெட்டு neenda kadum vettu

slash n சவுக்கடி savukkadi

slate *n.* மெல்லிய கற்பலகை melliya karpalakai

slattern *n.* கேவலமாக உடை உடுத்திய பெண் kevalaamaaka udai uduththiya pen

slatternly *a.* கேவலமான உடை kevalamaana udai

slaughter *n.* படுகொலை padukolai

slaughter *v.t.* இறைச்சிக்காக வெட்டு iraichikkaaka vettu

slave *n.* அடிமை adimai

slave *v.i.* கஷ்டப்பட்டு வேலை செய் kashdappattu velai sey

slavery *n.* அடிமைத்தனம் adimaiththanam

slavish *a.* இழிவான izhivaana

slay *v.t.* கொல் kol

sleek *a.* மிருதுவாகவும் பளபளப்பாவாகவும் வழவழப்பாகவும் உள்ள miruthuvaakavum palapalappaakavum vazhavazhappaakavum ulla

sleep *v.i.* உறங்கு urangku

sleep *n.* உறக்கம் urakkam

sleeper *n.* தூங்குபவர் thoongkupavar

sleepy *a.* சோர்வான sorvaaana

sleeve *n.* சட்டைக்கை sattaikkai

sleight *n.* சாதுரியம் aathuriyam

slender *n.* மெல்லிய melliya

slice *n.* வெட்டு vettu

slice *v.t.* நறுக்கு narukku

slick *a.* நயமான பேச்சுடைய nayamaana pechudaiya

slide *v.i.* சறுக்கு sarukku

slide *n.* காட்சி வில்லை kaadsi villai

slight *a.* மெலிந்த melintha

slight *n.* அவமரியாதை avamariyaathai

slight *v.t.* உதாசீனம் செய் uthaaseenam sey

slim *a.* மெல்லிய melliya

slim *v.i.* கனம் குறை kanam kurai

slime *n.* சகதி sakathi

slimy *a.* கொழகொழப்பான kozhakozhappaana

sling *n.* அடி பட்ட கையைத் தாங்கும் தூக்கு adpadda kaiyaith thaangkum thookku

slip *v.i.* நழுவு nazhuvu

slip *n.* நழுவுதல் nazhuvuthal

slipper *n.* காலணி kaalani

slippery *a.* வழுக்குகிற vazhukkukira

slipshod *a.* அஜாக்கிரதையான ajaakirathaiyaana

slit *n.* நீண்ட குறுகிய துவாரம் neenda kurukiya thuvaaram

slit *v.t.* நீளவாட்டில் வெட்டு neelavaattil vettu

slogan *n.* கவர்ச்சிகரமான சிறிய வாக்கியம் kavarssikaramaana siriya vaakkiyam

slope *n.* சாய்வு saayvu

slope *v.i.* சரிவாக்கு sarivaakku

sloth *n.* கவனக்குறைவான kavanakkuraivaana

slothful *n.* சோம்பலான sompalaana

slough *n.* சேற்று நிலம் serru nilam

slough *n.* பாம்பு உரித்த தோல் paampu uriththa thol

slough *v.t.* எறிந்து விடு erinthu vidu

slovenly *a.* அழுக்கான azhukkaana

slow *a.* மெதுவான methuvaana

slow *v.i.* வேகத்தை குறை vekaththai kurai

slowly *adv.* மெதுவாக methuvaaka

slowness *n.* வேகக்குறைவு vekakkuraivu

sluggard *n.* சோம்பேறி somperi

sluggish *a.* சோம்பேறியான somperiyaana
sluice *n.* மடை madai
slum *n.* சேரி seri
slumber *v.i.* தூங்கு thoongku
slumber *n.* இலேசான தூக்கம் ilesaana thookkam
slump *n.* வியாபார மந்தம் viyaapaara mantham
slump *v.i.* விலை வீழ்ச்சி vilai veezhchi
slur *n.* களங்கம் kalangkam
slushy *a.* சகதியுள்ள sakathiyulla
slut *n.* அசுத்தமான ஸ்த்ரி asuththamaana sthree
sly *a.* கபடமுள்ள kapadamulla
smack *n.* மீன் பிடிக்கும் சிறு படகு meen pidikkum siru padaku
smack *v.i.* ருசி காணப்படு rusi kaanappadu
smack *n.* ருசி rusi
smack *n.* சவுக்கடி ஓசை savukkadi osai
smack *v.t.* ஓசையுடன் முத்தமிடு osaiyudan muththamidu
small *a.* தோற்றத்தில் சிறிய thorrraththil siriya
small *n.* சிறிய siriya
smallness *adv.* சிறுமை sirumai
smallpox *n.* பெரியம்மை periyammai
smart *a.* வலியை உணர் valiyai unar
smart *v.i* மனோவலி manovali
smart *n.* நோயினால் வருந்து noyinaal varunthu
smash *v.t.* நொறுக்கு norukku
smash *n.* சேதம் setham
smear *v.t.* பூசு poosu
smear *n.* கறை karai
smell *n.* வாசனை vaasanai
smell *v.t.* மோப்பத்தால் அறி moppaththaal ari
smelt *v.t.* உருக்கு urukku
smile *n.* புன்னகை punnakai
smile *v.i.* புன்னகை புரிதல் punnakai purithal
smith *n.* கன்னான் kannaan
smock *n.* ஒருவகை உள்ளாடை oruvakai ullaadai
smog *n.* மாசு maasu
smoke *n.* புகை pukai
smoke *v.i.* புகை போடு pukai podu
smoky *a.* புகை வெளியிடுகிற pukai veliyidukira
smooth *a.* வழவழப்பான vazhavzhappaana
smooth *v.t.* வழவழப்பாக்கு vazhavazhappaakku
smother *v.t.* மூச்சுத்திணரச் செய் moochuththinarach chey
smoulder *v.i.* உள்ளூர எரி ulloora eri
smug *a.* கம்பிராமான தோற்றம் அளி kampeeramaana thorram ali
smuggle *v.t.* கள்ளக்கடத்தல் kallakkadaththal
smuggler *n.* கடத்தல்காரர் kadaththallaarar
snack *n.* அவசார சாப்பாடு avasara saappaadu
snag *n.* தடை thadai
snail *n.* நத்தை naththai
snake *n.* பாம்பு paampu

snake *v.i.* நெளிந்து நெளிந்து செல் nelinthu nelinthu sel

snap *v.t.* நெளிந்து நெளிந்து செல் nelinthu nelinthu sel

snap *n.* புகைபடம் pukaippadam

snap *a.* எதிர்பாராத ehtirpaaraatha

snare *n.* வலை valai

snare *v.t.* பிடி pidi

snarl *n.* உறுமல் urumal

snarl *v.i.* பல்லை காட்டி உறுமு pallai kaatti urumu

snatch *v.t.* வெடுக்கெனப் பிடுங்கு vedukkenap pidungku

snatch *n.* துணுக்கு thunukku

sneak *v.i.* பதுங்கு pathungku

sneak *n* நழுபுவன் nazhupupavan

sneer *v.i* பரிகாசம் செய் parikaasam sey

sneer *n.* அலட்சிய பார்வை aladsiya paarvai

sneeze *v.i.* தும்மு thumu

sneeze *n.* தும்மல் thummal

sniff *v.i.* மோப்பன் பிடி moppam pidi

sniff *n.* மோப்பம் பிடித்தல் moppam pidiththal

snob *n.* பெரிய மனிதர்களை போல் நடிப்பவன் periya manitharkalai pol nadippavan

snobbery *n.* போலி உயர்வுப்பகட்டு poli uyarvuppakattu

snobbish *v.* போலி ஒய்யாரமான poli oyyaaramaana

snore *v.i.* குறட்டைவிடு kurattai vidu

snore *n.* குறட்டை kuratttai

snort *v.i.* மூச்செறி moocheri

snort *n.* உறுமல் urumal

snout *n.* மிருகத்தினுடைய நீண்ட மூக்கு mirukaththinudaiya neenda mooku

snow *n.* உறைபனி uraipani

snow *v.i.* உறைபனி பெய்வு uraipani peyvu

snowy *a.* உறைபனியால் மூடப்பட்ட uraipaniyaal moodappatta

snub *v.t.* கண்டி kandi

snub *n.* அதட்டல் athattal

snuff *n.* மூக்குப்பொடி mookkuppodi

snug *n.* கதகதப்பான kathakathappaana

so *adv.* இவ்வாறு ivvaaru

so *conj.* ஆகையால் aakaiyaal

soak *v.t.* அமிழ்த்து amizhththu

soak *n.* நனைத்தல் nanaiththal

soap *n.* சவர்க்காரம் savarkkaaram

soap *v.t.* சோப்பு போடு soppu podu

soapy *a.* வழவழப்பான vazhavazhappaana

soar *v.i.* அதிக உயரம் பற athika uyaram para

sob *v.i.* தேம்பு thempu

sob *n.* விம்மல் vimmal

sober *a.* நிதானமான nithaanamaana

sobriety *n.* நிதானம் nithaanam

sociability *n.* கலகலப்பு kalakappu

sociable *a.* இணக்கமான inakamaana

social *n.* சமூக சம்பந்தமான samooka sampanthamaana

socialism *n* பொதுவுடைமைத் தத்துவம் pothuvudaimaith thaththuvam

socialist *a.* பொதுவுடைமைவாதி pothuvudaimaivaathi
society *n.* சமூகம் samookam
sociology *n.* சமூகவியல் samookaviyal
sock *n.* சிறு கால் உறை siru kaal urai
socket *n.* கூடு koodu
sod *n.* புல்தரை pultharai
sodomite *n.* ஒருபல் புணர்ச்சி ஆடவர் orupaal punarchi aadavar
sodomy *n.* முறையில்லா ஆண்கள் புணர்ச்சி muraiyilla aankal punarchi
sofa *n.* தைத்த ஆசனம் thaiththa aasanam
soft *n.* மென்மையான menmaiyaana
soften *v.t.* மிருதுவாக்கு mirithuvaakku
soil *n.* மண் man
soil *v.t.* கறைப்படுத்து karaippaduththu
sojourn *v.i.* சிறிது காலம் வாசம் செய் sirithu kaalam vaasam sey
sojourn *n.* தற்காலிக வாசம் tharkaalika vaasam
solace *v.t.* அமைதியளி amaithiyali
solace *n.* ஆறுதல் aaruthal
solar *a.* சூரிய sooriya
solder *n.* உலோகங்களை பற்ற வைக்க உதவும் ஓர் கலவை ulokangkalai parra vaikka uthavum or kalavai
solder *v.t.* உலோகங்களை பற்ற வை ulokangkalai parra vai
soldier *n.* ராணுவ வீரன் raanuva veeran
soldier *v.i.* சேனையில் சேவை செய் senaiyil sevai sey
sole *n.* உள்ளங்கால் ullangkaal
sole *v.t.* அடி அட்டை போடு adi atttai podu
sole *a.* தனிப்பட்ட thanippatta
solemn *a.* பவித்திரமான pavithramaana
solemnity *n.* பவித்திரமான நிலை pavithramaana nilai
solemnize *v.t.* புனிதமாக்கு punithamaakku
solicit *v.t.* வேண்டு vendu
solicitation *n.* மனதார வேண்டிக் கொள்ளுதல் manathaara vendik kolluthal
solicitor *n.* சட்ட ஆலோசகர் satta aalosakar
solicitious *a.* மிக அக்கறையுள்ள mika akkaraiyulla
solicitude *n.* அக்கறை akkarai
solid *a.* கெட்டியான kettiyaana
solid *n.* கெட்டியான வஸ்து kettiyaana vasthu
solidarity *n.* ஒற்றுமை orrumai
soliloquy *n.* தனக்குத்தானே பேசிக் கொள்ளுதல் thanakkuthaane pesikkolluthal
solitary *a.* தனியாக thaniysaaka
solitude *n.* தனிமை thanimai
solo *n.* தனி thani
solo *a.* ஒருவரின் oruvarin
solo *adv.* தனித்து செய்யப்பட்ட thaniththu seyyappatta

soloist *n.* தனி ஆவர்தனம் செய்பவர் thani aavarthanam seypavar
solubility *n.* கரையுந்தன்மை karaiyunthanmai
soluble *a.* கரையக்க கூடிய karayakkoodiya
solution *n.* கரைசல் karaisal
solve *v.t.* விடுவி viduvi
solvency *n.* கரையும் தன்மை karaiyum thanamai
solvent *a.* கரைக்கும் சக்தியுள்ள karaikkum sakthiyulla
solvent *n.* கரைப்பான் karaippaan
sombre *a.* இருண்ட irunda
some *a.* சில sila
some *pron.* ஏதோ சிலர் etho silar
somebody *pron.* யாரோ ஒருவர் yaaro oruvar
somebody *n.* முன்பின் தெரியாத ஒருவர் munpin theriyaatha oruvar
somehow *adv.* எப்படியாவது eppadiyaavathu
someone *pron.* யாரோ ஒருவர் yaaro oruvar
somersault *n.* குட்டிக் கரணம் kuttik karanam
somersault *v.i.* குட்டிக்கரணம் போடு kuttikkaranam podu
something *pron.* ஏதெனும் ஒன்று ethenum onru
something *adv.* கொஞ்சம் konjsam
sometime *adv.* எப்போதாவது eppothaavathu
sometimes *adv.* சில சமயங்களில் sila samayangkalil
somewhat *adv.* சற்று sarru
somewhere *adv.* எங்கேயோ engkeyo
somnambulism *n.* தூக்கத்தில் நடத்தல் thookkaththil nadaththal
somnambulist *n.* தூக்கத்தில் நடப்பவர் thookkaththil nadappavar
somnolence *n.* உறக்க மயக்கம் urakka mayakkam
somnolent *n.* உறக்கமுள்ள urakkamulla
son *n.* மகன் makan
song *n.* பாட்டு paattu
songster *n.* பாடகர் paadakar
sonic *a.* ஒலிசார்ந்த oli saarntha
sonnet *n.* 14 வரிகள் கொண்ட ஒரு சிறு பாடல் 14 varikal konda oru siru paadal
sonority *n.* கணீர் ஒலி kaneer oli
soon *adv.* வேகமாக vekamaaka
soot *n.* புகைக் கரி pukaik kari
soot *v.t.* புகைக் கரியால் மூடு pukaik kariyaal moodu
soothe *v.t.* தணிவி thanivi
sophism *n.* குதர்க்கம் kutharkkam
sophist *n.* குதர்க்கவாதி kutharkkavaathi
sophisticate *v.t.* உண்மையை திரி unmaiyai thiri
sophisticated *a.* அதிநவீன athi naveena
sophistication *n.* உயர்ந்த செயர்கைத் தரன் uyarntha seykai tharam
sorcerer *n.* மந்திரவாதி manthiravaathi

sorcery *n.* மந்திர வித்தை manthira viththai

sordid *a.* அசுத்தமான asuththamaana

sore *a.* வலியுண்டாக்கும் valiyundaakkum

sore *n.* புண் pun

sorrow *n.* வருத்தம் varuththam

sorrow *v.i.* துக்கப்படு thukkappadu

sorry *a.* வருந்துகிற varunthukira

sort *n.* வகை vakai

sort *v.t.* வகைப்படுத்து vakaipapduththu

soul *n.* ஆத்மா aathmaa

sound *a.* பத்திரமான paththiramaana

sound *v.i.* ஒலி செய் oli sey

sound *n.* ஒலி oli

soup *n.* குழம்பு kuzhampu

sour *a.* புளிப்பான pulippaana

sour *v.t.* வெறுப்பு தட்டிய veruppu thattiya

source *n.* ஆரம்ப இடம் aarampa idam

south *n.* தெற்கு therku

south *n.* தெற்கு நோக்கி therku nokki

south *adv.* தெற்காக therkaaka

southerly *a.* தெற்கு thrku

southern *a.* தெற்கிலுள்ள thrkilulla

souvenir *n.* ஞாபகார்த்த மலர் njaapkaarththa malar

sovereign *n.* அரசர் arasar

sovereign *a.* சர்வ சுதந்திரமுள்ள sarva suthanthiramulla

sovereignty *n.* அரசுரிமை arasurimai

sow *v.t.* விதை vithai

sow *n.* பெண் பன்றி pen panri

space *n.* இடைவெளி idaiveli

space *v.t.* இடம் விடு idam vidu

spacious *a.* தாராளமான thaaraalamaana

spade *n.* மண்வெட்டி manvetti

spade *v.t.* பள்ளம் செய் pallam sey

span *n.* ஒரு சாண் oru saan

span *v.t.* சாண் போட்டு அள saan pottu ala

Spaniard *n.* ஸ்பெயின் தேசத்தவர் spain thesaththavar

spaniel *n.* ஒருவகை வேட்டை நாய் oruvakai vettai naay

Spanish *a.* ஸ்பெயின் நாட்டுத் தொடர்புள்ள spain naattuth thodarpulla

Spanish *n.* ஸ்பெயின் தேச மக்கள் spain thesa makkal

spanner *n.* மறைகளைத் திருகும் ஓர் ஆயுதம் maraikalaith thirukum or aayutham

spare *v.t.* சிக்கனம் செய் sikkanam sey

spare *a.* மிதமான mithamaana

spare *n.* இயந்திரத்தின் பாகங்கள் iyanthiraththin paakangkal

spark *n.* நெருப்புப் பொறி neruppup pori

spark *v.i.* தீப்பொறி பற theeppori para

spark *n.* சிறு அளவு siru alavu

sparkle *v.i.* பிரகாசி pirakaasi

sparkle *n.* மின்னல் minnal

sparrow *n.* சிட்டுக் குருவி sittukkuruvi

sparse *a.* அடர்த்தியில்லாத adarththiyillaatha

- **spasm** *n.* இழுப்பு izhuppu
- **spasmodic** *a.* ஒழுங்கற்ற ozhungkarra
- **spate** *n.* ஆற்று வெள்ளம் aarru vellam
- **spatial** *a.* தலப்பரப்பு சம்பந்தமான thalapparappu sampanthamaana
- **spawn** *n.* சந்ததி santhathi
- **spawn** *v.i.* பிறப்பு உண்டாக்கு pirappu undaakku
- **speak** *v.i.* பேசு pesu
- **speaker** *n.* பேசுபவர் pesupavar
- **spear** *n.* ஈட்டி eetti
- **spear** *v.t.* ஈட்டியால் குத்து eettiyaal kuththu
- **spearhead** *n.* ஈட்டிமுனை eetti munai
- **spearhead** *v.t.* முன்னணியிலிருந்து தாக்குதல் munnaniyilirunthu thaakkuthal
- **special** *a.* விசேஷமான viseshamaana
- **specialist** *n.* நிபுணர் nipunar
- **speciality** *n.* விசேஷ குணம் visesha kunam
- **specialization** *n.* விசேஷ கவனம் செலுத்துதல் visesha kavanam seluththuthal
- **specialize** *v.i.* குறிப்பிட்ட வகையில் பாடுபடு kurippitta vakaiyil paadupadu
- **species** *n.* இனம் inam
- **specific** *a.* குறிப்பான kurippaana
- **specification** *n.* குறிப்பிடுதல் kurippiduthal
- **specify** *v.t.* குறிப்பிடு kurippidu
- **specimen** *n.* மாதிரி maahtiri
- **speck** *n.* புள்ளி pulli
- **spectacle** *n.* காட்சி kaadsi
- **spectacular** *a.* அதிசயமான athisayamaana
- **spectator** *n.* பார்க்கிரவர் paarkkiravar
- **spectre** *n.* ஆவி aavi
- **speculate** *v.i.* நன்றாக ஆலோசனை செய் nanraaka aalosanai sey
- **speculation** *n.* ஊகம் ookam
- **speech** *n.* பேசும் திறமை pesum thiramai
- **speed** *n.* வேகம் vekam
- **speed** *v.i.* வேகமாக போ vekamaaka po
- **speedily** *adv.* மிக விரைவாக mika viraivaaka
- **speedy** *a.* வேகமான vekamaana
- **spell** *n.* வசிய சக்தி vasiya sakthi
- **spell** *v.t.* எழுத்துக்கூட்டு ezhuththukkoottu
- **spell** *n.* குறுகிய நேரம் kurukiya neram
- **spend** *v.t.* செலவு செய் selavu sey
- **spendthrift** *n.* ஊதாரி oothaari
- **sperm** *n.* கருவுண்டாக்கும் ஆண் தாது karuvundaakkum aan thathu
- **sphere** *n.* கோளம் kolam
- **spherical** *a.* கோள வடிவ kola vadiva
- **spice** *n.* உணவுக்கு வாசனை ஊட்டும் திரவியம் unavukku vaasanai oottum thiraviyam
- **spice** *v.t.* வாசனையூட்டு vaasanaiyoottu
- **spicy** *a.* காரசாரமான kaarasaaramaana

spider *n.* சிலந்தி silanthi

spike *n.* பெரிய ஆணி periya aani

spike *v.t.* ஆணிகள் பொருத்து aanikal poruththu

spill *v.i.* ஊற்று oorru

spill *n.* மெல்லிய காகித சுருள் melliya kaakitha surul

spin *v.i.* சுற்று surru

spin *n.* சுழற்சி suzharchi

spinach *n.* பசலைகீரை pasalai keerai

spinal *a.* முதுகெலும்பு சம்பந்தமான muthukelumpu sampanthamaana

spindle *n.* நூல் சுற்றும் கதிர் nool surrum kathir

spine *n.* முதுகெலும்பு muthukelumpu

spinner *n.* நூல் நூற்பவர் nool noorpavar

spinster *n.* மு திர்கன்னி muthirkanni

spiral *n.* சுருள் வில் surul vil

spiral *a.* சுருள் போன்ற surul ponra

spirit *n.* ஆவி aavi

spirited *a.* உற்சாகமுள்ள urchaakamulla

spiritual *a.* ஆன்மீக aaanmeeka

spiritualism *n.* ஆத்மீக சக்தியில் நம்பிக்கை aathmeeka sakthiyil nampikkai

spiritualist *n.* ஆன்மீகவாதி aanmeekavaathi

spirituality *n.* தெய்வீக தம்னை theyveeka thanmai

spit *v.i.* துப்பு thuppu

spit *n.* துப்பிய உமிழ் நீர் thuppiya umizh neer

spite *n.* விரோதம் virotham

spittle *n.* எச்சில் echil

spittoon *n.* எச்சில் உமிழும் பாத்திரம் echil umizhum paaththiram

splash *v.i.* வாரியடி vaariyadi

splash *n.* வாரியடிக்கப்பட்ட கறை vaariyadikkappatta karai

spleen *n.* மண்ணீரல் manneeral

splendid *a.* அற்புதமான arputhamaana

splendour *n.* சிறப்பு sirappu

splinter *n.* சிறு துண்டு siru thundu

splinter *v.t.* சிராய்களாக உடை siraaykalaala udai

split *v.i.* பிள pila

split *n.* பிளவு pilavu

spoil *v.t.* கெடு kedu

spoil *n.* வெகுமதி vekumathi

spoke *n.* சக்கரத்தின் ஆரைக்கால் பழு sakkaraththin arakkaal pazhu

spokesman *n.* பிறர் சார்பாக பேசுபவர் pirar saarpaaka pesupavar

sponge *n.* கடற்பஞ்சு kadarpanju

sponge *v.t.* கடற் பஞ்சால் தேய்த்துச் சுத்தம் செய் kadar panjaal theyththu suththam sey

sponsor *n.* பொறுப்பேற்பவர் poruperpavar

sponsor *v.t.* ஆரம்பி aarampi

spontaneity *n.* இயற்கையாகவே நிகழும் தன்மை iyarkaiyakave nikazhum thanamai

spontaneous *a.* சுயேச்சையான suyechaiyaana

spoon *n.* கரண்டி karandi

spoon *v.t.* கடண்டியால் எடு karandiyaal edu

spoonful *n.* கரண்டியளவு karaniyalavu

sporadic *a.* இங்குமங்குமாக நிகழ்கிற ingkumangkumaka nikazhkira

sport *n.* பொழுது போக்கான விளையாட்டு pozhuthu pokkaana vilaiyaattu

sport *v.i.* வெளியில் காட்டு veliyil kaattu

sportive *a.* உல்லாசமான ullaasamaana

sportsman *n.* நேர்மை மிக்கவன் nermai mikkavan

spot *n.* குறிப்பான ஓரிடம் kurippaana oridam

spot *v.t.* சுட்டிக் காட்டு suttik kaattu

spotless *a.* களங்கமற்ற kalangkamarra

spousal *n.* திருமணம் thirumanam

spouse *n.* புருஷன் (அ) மனைவி purushan (a) manaivi

spout *n.* குவளையில் மூக்கு kuvalaiyil mukku

spout *v.i.* பீச்சிடு peechidu

sprain *n.* சுளுக்கு sulukku

sprain *v.t.* சுளுக்கிக் கொள் sulukkikkol

spray *n.* தூறல் thooral

spray n தூவானம் thoovaanam

spray *v.t.* தூவு thoovu

spread *v.i.* பரப்பு parappu

spread *n.* பரவுதல் paravuthal

spree *n.* கேளிக்கை kelikkai

sprig *n.* சிறு கிளை siru kilai

sprightly *a.* உல்லாசமான ullaasamaana

spring *v.i.* எழும்பு ezhumpu

spring *n.* தாவல் thaaval

sprinkle *v. t.* தெளி theli

sprint *v.i.* சிறிது தூரம் அதிவேகமாக ஓடு sirithu thooram athivekamaaka odu

sprint *n.* குறுகிய அதிவேகமான ஓட்டம் kurukiya athivekamaana ottam

sprout *v.i.* முளைக்க ஆரம்பி mulaikka aaraampi

sprout *n.* முளை mulai

spur *n.* தார்க்குச்சி thaarkkuchchi

spur *v.t.* ஊக்கமூட்டு ookkamoottu

spurious *a.* போலியான poliyaana

spurn *v.t.* எற்க மறு yrka maru

spurt *v.i.* வேகமாக ஓடு vekamaaka odu

spurt *n.* பாய்தல் paaythal

sputnik *n.* விண்வெளிக் கப்பல் vinvelik kappal

sputum *n.* துப்பப்பட்ட எச்சில் thuppapatta echchil

spy *n.* வேவுக்காரன் vevukkaaran

spy *v.i.* உளவறி ulavari

squad *n.* குழு kuzhu

squadron *n.* ஒரு கப்பற் படை oru kappar padai

squalid *a.* அசுத்தமான asuththamaana

squalor *n.* அசிங்கம் asingkam

squander *v.t.* விரயம் செய் virayam sey

square *n.* சதுரம் sathuram
square *a.* சதுரமான sathuramaana
square *v.t.* சதுரமாக்கு sathuramaakku
squash *v.t.* நசுக்கு nasukku
squash *n.* பழரச பானம் pazharasa paanam
squat *v.i.* உட்கார் udkaar
squeak *v.i.* கிறீச்சிடு kireechidu
squeak *n.* கீச்சென்ற குரல் keechenra kural
squeeze *v.t.* பிழி pizhi
squint *v.i.* ஓரக்கண்ணால் பார் orakkanaal paar
squint *n.* ஓரக்கண் பார்வை orakkan paarvai
squire *n.* வீரனின் பணியாள் veeranin paniyaal
squirrel *n.* அணில் anil
stab *v.t.* குத்து kuththu
stab *n.* குத்துக்காயம் kuththukkaayam
stability *n.* ஸ்திரத்வம் sthirathvam
stabilization *n.* ஸ்திர நிலைக்கு கொண்டு வருதல் sthira nilaikku kondu varuthal
stabilize *v.t.* நிலைநிருத்து nilainiruththu
stable *a.* ஸ்திரமான sthiramaana
stable *n.* தொழுவம் thozhuvam
stable *v.t.* இலாயத்தில் கட்டு ilaayaththil kattu
stadium *n.* விளையாட்டு அரங்கம் vilaiyaattu arangkam
staff *n.* கோல் kol
staff *v.t.* சிப்பந்திகள் அமர்த்து sippanthikal amarththu
stag *n.* கலைமான் kalaimaan
stage *n.* மேடை medai
stage *v.t.* நடித்துக் காட்டு nadiththukkaattu
stagger *v.i.* தள்ளாடு thallaadu
stagger *n.* நிதானமற்ற சலனம் nithaanamarra salanam
stagnant *a.* அசைவற்ற asaivarra
stagnate *v.i.* ஓடாமல் இரு odaamal iru
stagnation *n.* தேக்கம் thekkam
staid *a.* அமைதியுள்ள amaithiyulla
stain *n.* சாயம் saayam
stain *v.t.* கறைப்படுத்து karaippaduththu
stainless *a.* தூய thooya
stair *n.* படி padi
stake *n.* கூரான மூளை kooraana moolai
stake *v.t.* பந்தயம் கட்டு panthayam kattu
stale *a.* பழைய pazhaiya
stale *v.t.* சுவையற்றதாக்கு suvaiyarrathaakku
stalemate *n.* நகர முடியாத நிலை nakara mudiyaatha nilai
stalk *n* தண்டு thandu
stalk *v.i.* சந்தடியின்றிப் பின் தொடர் santhadiyinri pin thodar
stalk *n.* அச்சு achu
stall *n.* கடை kadai
stall *v.t.* கடையில் வை kadaiyil vai

stallion *n.* விதையடிக்காத ஆண் குதிரை vithaiyadikkaatha aan kuthirai

stalwart *a.* பலமுள்ள palamulla

stalwart *n.* துணிச்சல் உள்ளவர் thunichal ullavar

stamina *n.* சகிக்கும் தன்மை sakikkum thanmai

stammer *v.i.* தெற்றிப் பேசு therrip pesu

stammer *n.* தெற்றிய பேச்சு therriya pechu

stamp *n.* முத்திரை muththirai

stamp *v.i.* முத்திரையிடு muththiraiyidu

stampede *n.* நெருக்கித் தள்ளல் nerukkith thallal

stampede *v.i* நெருக்கியடித்து வா nerukkiyadiththu vaa

stand *v.i.* நில் nil

stand *n.* நிற்கும் நிலை nirkum nilai

standard *n.* நியமம் niyamam

standard *a.* பிரமாணமான piramaanamaana

standardization *n.* ஒரே மாதிரியாக அமைத்தல் ore maathiriyaaka amaiththal

standardize *v.t.* உரிய நிலையில் நிருத்து uriya nilaiyil niruththu

standing *n.* நிலை nilai

standpoint *n.* நோக்கு நிலை nokku nilai

standstill *n.* ஸ்தம்பிதம் sthampitham

stanza *n.* செய்யுளின் பகுதி seyyulin pakuthi

staple *n.* பல காகிதங்களை இணைத்துள்ள கம்பி pala kaakithangkalai inaiththulla kampi

staple *a.* முக்கியமான mukkiyamaana

star *n.* நக்ஷத்திரம் nashaththiram

star *v.t.* நக்ஷத்திரக் குறியிடு nashaththirak kuryeedu

starch *n.* மாவுப் பண்டம் maavup pandam

starch *v.t.* ஆடைகளுக்கு கஞ்சி போடு aadaikalukku kanji podu

stare *v.i.* விறைத்துப் பார் viraiththup paar

stare *n.* விறைத்த பார்வை viraiththa paarvai

stark *n.* வளையாத valaiyaatha

stark *adv.* பூரண poorana

starry *a.* நட்சத்திரம் போன்ற nadsaththiram ponra

start *v.t.* துவங்கு thuvangku

start *n.* துவக்கம் thuvakkam

startle *v.t.* திடுக்கிடு thidukkidu

starvation *n.* பட்டினி pattini

starve *v.i.* பட்டினியிரு pattiniyiru

state *n.* அந்தஸ்து anthasthu

state *v.t.* விவரி vivari

stateliness *n.* பெருமிதத்தன்மை perumithaththanmai

stately *a.* கம்பீரமான kampeeramaana

statement *n.* வாக்குமூலம் vaakkumoolam

statesman *n.* ஆட்சி நிபுணன் aadsi nipunan

static *n.* அசைவற்ற asaivarra

statics *n.* நிலையியல் nilaiyiyal

station *n.* இரயில் வண்டி நிலையம் irayil vandi nilaiyam

station *v.t.* ஓரிடத்தில் வை oridaththil vai

stationary *a.* சலனமற்ற salanamarra

stationer *n.* எழுதுவதற்க்குத் தேவையான பொருள்கள் விற்கும் வியாபாரி ezhuatharkuth thevaiyaana porulkal virkum viyaapaari

stationery *n.* எழுத உதவும் சாதனங்கள் ezhutha uthavum saathangkal

statistical *a.* புள்ளி விவரங்களை ஆதாரமாகக் கொண்ட pulli vivarangkalai aathaaramaak konda

statistician *n.* புள்ளி விவர நிபுணர் pulli vivara nipunar

statistics *n.* புள்ளி விவரம் pullli vivaram

statue *n.* சிலை silai

stature *n.* மனித உடலின் உயரம் manitha udalin uyaram

status *n.* சமூக் அந்தஸ்து samooka anthasthu

statute *n.* சட்டம் sattam

statutory *a.* சட்ட பூர்வமான satta poorvamaana

staunch *a.* தீவிர theevira

stay *v.i.* நிறுத்து niruththu

stay *n.* தங்குமிடம் thangkumidam

steadfast *a.* தளராத thalaraatha

steadiness *n.* மாறாத நிலை maaraatha nilai

steady *a.* உறுதியான uruthiyaana

steady *v.t.* உறுதி uruthi

steal *v.i.* திருடு thirudu

stealthily *adv.* திருட்டுத் தனமாக thirutthuth thanamaaka

steam *n.* நீராவி neeraavi

steam *v.i.* ஆவியில் பிடி aaviyil pidi

steamer *n.* நீராவிக் கப்பல் neeraavik kappal

steed *n.* குதிரை kuthirai

steel *n.* எஃகு ekku

steep *a.* செங்குத்தான sengkuththaana

steep *v.t.* தோய் thoy

steeple *n.* கூரான கோபுரம் kooraana kopuram

steer *v.t.* நடத்து nadaththu

stellar *a.* நக்ஷத்திரங்கள் நிறைந்த nashaththirangkal niraintha

stem *n.* தண்டு thandu

stem *v.i.* தடு thadu

stench *n.* துர்நாற்றம் thurnaarram

stencil *n.* அச்சுத்தாள் achuththaal

stencil *v.i.* வடிவங்கள் வெட்டு vadivangkal vettu

stenographer *n.* சுருக்கெழுத்தாளர் surukkezhuththaalar

stenography *n.* சுருக்கெழுத்துக் கலை suerukkezhuththu kalai

step *n.* ஒருகால் அடி oru kaaladi

step *v.i.* நட nada

steppe *n.* சமவெளி samaveli

stereotype *n.* எழுத்துக்கள் மேடாக வார்க்கப்பட்ட ஒரு தகடு ezhuththukal medaaka vaarkkappatta oru thakadu

stereotype *v.t.* மாறாமல் ஒருமாதிரியாக ஆக்கு maaraamal ore maathiriyaaka aakku

stereotyped *a.* அலுப்பு தட்டுகின்ற aluppu thattukira
sterile *a.* மலடான maladaana
sterility *n.* மலடு maladu
sterilization *n.* கிருமி அழித்தல் kirumi azhiththal
sterilize *v.t.* கிருமிகளை போக்கு kirumikalai pokku
sterling *a.* மெச்சத்தக்க mechaththakka
sterling *n.* அசல் ஆங்கில நாணயம் asal aangkila naanayam
stern *a.* கடுமையாக kadumaiyaaka
stern *n.* ஒருவகைக் கடற்பறவை oruvakai kadarparavai
stethoscope *n.* இதயத்துடிப்பளவி ithayaththdippalavi
stew *n.* மாமிசம் கலந்த ஒரு தயாரிப்பு maamisam kalantha oru thayaarippu
stew *v.t.* மெதுவாக வேகவை methuvaaka vekavai
steward *n.* மேற்பார்வையாளர் merpaarvaiyaalar
stick *n.* தடி thadi
stick *v.t.* ஒட்டு ottu
sticker *n.* ஒட்டுபவர் ottupavar
stickler *n.* விடாப்பிடியாக வாதிப்பவர் vidaapppidiyaaka vaathippavar
sticky *n.* ஒட்டுந்தன்மை ottunthanmai
stiff *n.* கடினம் kadinam
stiffen *v.t.* கடினமாக்கு kadinamaakku
stifle *v.t.* அடக்கு adakku

stigma *n.* களங்கம் kalangkam
still *a.* அசைவற்ற asaivarra
still *adv.* இன்னும் innum
still *v.t.* சாந்தப்படுத்து saanthappaduththu
still *n.* வாலை vaalai
stillness *n.* சாந்தம் saantham
stilt *n.* பொய் கால் poi kaal
stimulant *n.* ஊக்கமளிக்கும் உணவு ookkamalikkum unavu
stimulate *v.t.* ஊக்கமூட்டு ookkamoottu
stimulus *n.* ஊக்கி ookki
sting *v.t.* கொடுக்கினால் கொட்டு kodukkinaal kottu
sting *n.* கொடுக்கு kodukku
stingy *a.* மிகச் சிக்கனமான mikach sikkanamaana
stink *v.i.* துர்நாற்றம் வீசு thurnaarraam veesu
stink *n.* துர்நாற்றம் thurnaarram
stipend *n.* செலவுக்குக் கொடுக்கப்படும் பணம் selavukku kodukkappadum panam
stipulate *v.t.* நிபந்தனைகள் கூறு nipanthanaikal kooru
stipulation *n.* உடன்படிக்கை udanpadikkai
stir *v.i.* அசை asai
stirrup *n.* அங்கவடி angkavadi
stitch *n.* தையல் thaiyal
stitch *v.t.* தை thai
stock *n.* அரசினர் கடன் பத்திரம் arasinar kadan paththiram
stock *v.t.* சேமித்து வை semithu vai
stock *a.* சாதாரண saathaarana

stocking *n.* சுருங்கி நீளக்கூடிய பின்னிய உள்ளாடை surungki neelakkoodiya pinniya ullaadai

stoic *n.* விருப்பு வெறுப்பற்றவர் virppu veruppavarravar

stoke *v.t.* தீயை கவனித்துக்கொள் theeyaik kavaniththukkol

stoker *n.* தீயை கவனித்துக்கொள்பவர் theeyai kavaniththuk kolpavar

stomach *n.* இரைப்பை iraippai

stomach *v.t.* சகித்துக்கொள் sakiththukkol

stone *n.* கல் kal

stone *v.t.* கல்லாலடி kallaaladi

stony *a.* கல் போன்ற kal ponra

stool *n.* ஒருவர் உட்காரும் பீடம் oruvar udaarum peedam

stoop *v.i.* குனி kuni

stoop *n.* கூன் koon

stop *v.t.* நிருத்து niruththu

stop *n.* முடிவு mudivu

stoppage *n.* நிற்றல் nirral

storage *n.* சேமித்து வைத்தல் semiththu vaiththal

store *n.* பண்டகசாலை pandaka saalai

store *v.t.* சேகரி sekari

storey *n.* மேல் மாடி mel maadi

stork *n.* நாறை naarai

storm *n.* புயல் காற்று puyal kaarru

storm *v.i.* கோபம் கொள் kopam kol

stormy *a.* புயல் நிறைந்த puyal niraintha

story *n.* கட்டுக்கதை kattukkathai

stout *a.* பருத்த paruththa

stove *n.* சூட்டடுப்பு soottaduppu

stow *v.t.* அடுக்கி வை adukki vai

straggle *v.i.* சிதறிச் செல் sitharich sel

straggler *n.* அலைந்து திரிபவன் alainthu thiripavan

straight *a.* நேரான neraana

straight *adv.* நேராக neraaka

straighten *v.t.* நேராக்கு neraakku

straightforward *a.* நேர்மையான nermaiyaana

straightway *adv.* உடனே udane

strain *v.t.* முழு பலம் உபயோகி muzhu palam upayoki

strain *n.* குலம் kulam

strait *n.* ஜலசந்தி jalasanthi

straiten *v.t.* பிகுவாக்கு pikuvaakku

strand *v.i.* கரைதட்டு karaithattu

strand *n.* கடற்கரை kadrkarai

strange *a.* அதிசயமான athisayamaana

stranger *n.* அன்னியர் anniyar

strangle *v.t.* குரல்வளையை நசுக்கிக் கொல் kuralvalaiyai nasukkuik kol

strangulation *n.* கழுத்து நெறிப்பு kazhuththu nerippu

strap *n.* நாடா naadaa

strap *v.t.* வாரால் கட்டு vaaraal kattu

strategem *n.* தந்திரம் thanthiram

strategic *a.* தந்திரப்படி முக்கியமான thanthirappadi mukkiyamaana

strategist *n.* தந்திர வல்லுநர் thanthira vallunar

strategy *n.* தந்திரம் thanthiram

stratum *n.* அடுக்கு adukku
straw *n.* வைக்கோல் vaikkol
strawberry *n.* ஒருவகை சிவந்த பழம் oruvakai sivantha pazaham
stray *v.i.* தவறு செய் thavaru sey
stray *a.* வழி தவறி வந்த vazhi thavari vantha
stray *n.* நடத்தை கெட்டவர் nadaththai kettavar
stream *n.* நீர்த்தாரை neerththaarai
stream *v.i.* ஆறாகப் பாய் aaraalkap paay
streamer *n.* நீண்ட குறுகிய ஒரு கொடி neenda kurukiya oru kodi
streamlet *n.* ஒரு சிறிய ஓடை oru siriya odai
street *n.* வீதி veethi
strength *n.* பலம் palam
strengthen *v.t.* பலப்படுத்து palappaduththu
strenuous *a.* ஆர்வமுள்ள aarvamulla
stress *n.* அழுத்தம் azhuththam
stress *v.t.* அழுத்து azhuththu
stretch *v.t.* நீட்டு neettu
stretch *n.* பரப்பு parappu
stretcher *n.* நோயாளிகளை தூக்கிச் செல்வதற்க்கனா ஒரு சாதனம் noyaalikalai thookkich selvatharakaana oru saathanam
strew *v.t.* தூவு thoovu
strict *a.* கடுமையான kadumaiyaana
stricture *n.* கண்டனம் kandanam
stride *v.i.* கால்களை அகட்டி வைத்து நட kaalkalai akatti vaiththi nada
stride *n.* நீண்ட நடை neenda nadai
strident *a.* கர்ணகடூரமாயுள்ள karnakadooramaayulla
strife *n.* சச்சரவு sacharavu
strike *v.t.* அடி adi
strike *n.* வேலை நிருத்தம் velai niruththam
striker *n.* வேலை நிருத்தம் செய்பவர் velai niriuththam seypavar
string *n.* கயிறு kayiru
string *v.t.* கோவையாகச் செய் kovaiyaakach sey
stringency *n.* கண்டிப்பு kandippu
stringent *a.* கண்டிப்பான kandipppaana
strip *n.* நீண்டு குறுகிய துண்டு neendu kurukiya thundu
strip *v.t.* உரித்து விடு uriththuvidu
stripe *n.* கோடு kodu
stripe *v.t.* கோடு போடு kodu podu
strive *v.i.* பாடுபடு paadupadu
stroke *n.* வரயப்பட்ட ஒரு கோடு varaiyapatta oru kodu
stroke *v.t.* தடவிக் கொடு thadavik kodu
stroke *n.* நிந்தும்போது கையின் அசைவு neenthumpothu kaiyin asaivu
stroll *v.i.* நிந்தும்போது கையின் அசைவு neenthumpothu kaiyin asaivu
stroll *n.* உலாவல் ulaaval
strong *a.* திடமான thidamaana
stronghold *n.* பாதுகாப்பான இடம் paathukaappaana idam

structural *a.* கட்டமைப்புச் சார்ந்த kattamappuch saarntha

structure *n.* அமைப்பு amaippu

struggle *v.i.* போராடு poraadu

struggle *n.* போராட்டம் poraattam

strumpet *n.* விலைமகள் vilaimakal

strut *v.i.* கர்வத்துடன் நட karvaththudan nada

strut *n.* பகட்டான நடை pakattaana nadai

stub *n.* மிஞ்சிய சிறு துண்டு minjiya siru thundu

stubble *n.* அரித்தள் கட்டை ariththal kattai

stubborn *a.* இணங்காத inangkaatha

stud *n.* பெரிய தலையுள்ள ஆணி periya thalaiyulla aani

stud *v.t.* பொத்தான் போடு poththaan podu

student *n.* மாணவன் maanavan

studio *n.* ஒலிபரப்பும் அறை oliparappum arai

studious *a.* படிப்பில் ஆர்வமுள்ள padippil aarvamulla

study *v.i.* கற்றுக்கொள் karrukol

study *n.* கல்வி kalvi

stuff *n.* பண்டம் pandam

stuff 2 *v.t.* நிரப்பு, அடை nirappu, adai

stuffy *a.* காற்றோட்டமில்லாத kaarroottamilaatha

stumble *v.i.* தள்ளாடு thallaadu

stumble *n.* இடறி விழுதல் idari vizhuthal

stump *n.* வெட்டிய மரத்தின் அடிக்கட்டை vettiya maraththin adikkattai

stump *v.t.* சப்தத்துடன் நடந்து போ sapthathudan nadanthu po

stun *v.t.* பிரமிக்கச் செய் piramikka sey

stunt *v.t.* வளர்ச்சியைத் தடு valarchiyaith thadu

stunt *n.* அசாதரமான சாகசச் செயல் asaatharanamaana saakasach seyal

stupefy *v.t.* மதி மயக்கு mathi mayakku

stupendous *a.* பிரமிக்கத்தக்க piramikkaththakka

stupid *a.* புத்தியிலாத puththiyillaatha

stupidity *n.* முட்டாள்தனம் muttaaltham

sturdy *a.* உறுதியான uruthiyaana

sty *n.* பன்றி அடைக்கும் பட்டி panri adaikkum patti

stye *n.* கண் கட்டி kan katti

style *n.* நவீனம் naveenam

subdue *v.t.* அடக்கு adakku

subject *n.* பிரஜை pirajai

subject *a.* பிரபிறரைச் சார்ந்துள்ள piraraich saarnthulla

subject *v.t.* உட்படுத்து udpaduththu

subjection *n.* உட்படுத்தல் udpaduthal

subjective *a.* எழுவாய்க்குரிய ezhuvaaykkuriya

subjudice *a.* நீதிமன்றத்தில் விசாரணையில் உள்ள neethimanraththil vissaranaiyil ulla

subjugate *v.t.* தோற்கடி thorkadi

subjugation *n.* தோற்கடித்தல் thorkadiththal

sublet *v.t.* உள் வாடகைக்கு விடு ul vaadakaikku vidu

sublimate *v.t.* தூய்மையாக்கு thooymaiyaakku

sublime *a.* உயர்ந்த uyarntha

sublime *n.* உயர் uyar

sublimity *n.* மேன்மை menmai

submarine *n.* நீர்மூழ்கிக் கப்பல் neerkoozhkik kappal

submarine *a.* கடலுக்குள்ளிருக்கிற kadalukkullirukkira

submerge *v.i.* நீரில் மூழ்கடி neeril moozhkadi

submission *n.* பணிதல் panithal

submissive *a.* பணிவுள்ள panivulla

submit *v.t.* ஒப்புவி oppuvi

subordinate *a.* தாழ்ந்த thaazhntha

subordinate *n.* தாழ்ந்த பதவியிலிருப்பவர் thaazhntha pathaviyiliruppavar

subordinate *v.t.* கீழ்ப்படியச் செய் keezhppadiyach chey

subordination *n.* தாழ்ந்த நிலை thaazhntha nilai

subscribe *v.t.* சந்தா செலுத்து santhaa seluththu

subscription *n.* சந்தா santhaa

subsequent *a.* பிற்பட்ட pirpatta

subservience *n.* உதவி uthavi

subservient *a.* உதவியாயுள்ள uthaviyaayulla

subside *v.i.* மட்டம் குறைந்து போ matttam kuranthu po

subsidiary *a.* இரண்டாம் பக்ஷமான irandaam padshamaana

subsidize *v.t.* உதவி நிதியளி uthavi nithiyali

subsidy *n.* உதவி நிதி uthavi nithi

subsist *v.i.* உயிர் வாழ் uyirvaazh

subsistence *n.* பிழைப்பு pizhaippu

substance *n.* பொருள் porul

substantial *a.* கணிசமான kanisamaana

substantially *adv.* கணிசமாக kanisamaaka

substantiate *v.t.* ஆதாரம் கூறு aathaaram kooru

substantiation *n.* நிரூபித்தல் niroopiththal

substitute *n.* பதிலி pathili

substitute *v.t.* பதிலுக்கு வை pathillukku vai

substitution *n.* பிரதியிடல் pirathiyidal

subterranean *a.* தரைக்குக் கீழுள்ள tharaikku keezhulla

subtle *n.* நுண்ணிய nunniya

subtlety *n.* நுணுக்கம் nunukkam

subtract *v.t.* கழி kazhi

subtraction *n.* கழித்தல் kazhiththal

suburb *n.* புறநகர் puranakar

suburban *a.* சுற்றுப்புற surruppura

subversion *n.* அழித்தல் azhiththal

subversive *a.* அழிக்கத்தக்க azhikkaththakka

subvert *v.t.* அழி azhi

succeed *v.i.* வெற்றி பெறு verri peru

success *n.* வெற்றி verri

successful *a.* வெற்றி பெறுகிற verri perukira

succession *n.* தொடர்தல் thodarthal

successive *a.* அடுத்தடுத்துள்ள aduththaduththulla

successor *n.* வாரிசு vaarisu

succour *n.* ஒத்தாசை oththaasai

succour *v.t.* உபகாரம் செய் upakaaram sey

succumb *v.i.* இறந்து போ iranthu po

such *a.* விதமான vithamaana

such pro*n.* அப்படிப்பட்டது appadippattathu

suck *v.t.* உறிஞ்சு urinjchu

suck *n.* உறிஞ்சுதல் urinjchuthal

suckle *v.t.* ஊட்ட விடு ootta vidu

sudden *n.* திடீர் thideer

suddenly *adv.* எதிர்பாராமல் ethirpaaraamal

sue *v.t.* வழக்குத் தொடர் vazhakkuth thodar

suffer *v.t.* அனுபவி anupavi

suffice *v.i.* போதுமானதாயிரு pothumaanathaayiru

sufficiency *n.* போதுமானது pothumaanathu

sufficient *a.* போதுமான pothumaana

suffix *n.* பிற் சேர்க்கை pir serkkai

suffix *v.t.* பின்னால் சேர் pinaal ser

suffocate *v.t.* முச்சுத் திணறடி moochchuth thinaradi

suffocation *n.* முச்சுத் திணறல் moochuth thinaral

suffrage *n.* சம்மதம் sammatham

sugar *n.* சர்க்கரை sarkkarai

sugar *v.t.* இனிப்பாக்கு inippaakku

suggest *v.t.* எண்ணம் தோன்று ennam thonru

suggestion *n.* யோசனை yosanai

suggestive *a.* சூசனையாக soosanaiyaaka

suicidal *a.* தற்கொலையான tharkolaiyaana

suicide *n.* தற்கொலை tharkolai

suit *n.* நீதிமன்ற வழக்கு neethimanraa vazhakku

suit *v.t.* பொருந்திரு porunthiru

suitability *n.* பொருத்தம் poruththam

suitable *a.* தகுதியுள்ள thakuthiyulla

suite *n.* அடுக்கான அறைகள் adukkaana araikal

suitor *n.* திருமணம் கோருபவன் thirumanam korupavan

sullen *a.* உள்ளுக்குள் கோபமான ullukkul kopamaana

sulphur *n.* கந்தகம் kanthakam

sulphuric *a.* கந்தகமான kanthakamaana

sultry *a.* வெப்பமான veppamaana

sum *n.* தொகை thokai

sum *v.t.* கூட்டு koottu

summarily *adv.* மொத்தமாக moththamaaka

summarize *v.t.* சுருக்கிக் கூறு surukkikkooru

summary *n.* சுருக்கம் surukkam

summary *a.* சுருக்கமான surukkamaana

summer *n.* கோடைகாலம் kodaikaalam

summit *n.* சிகரம் sikaram

summon *v.t.* அழை azhai

summons *n.* நீதிமன்றத்தில் ஆஜாராகும்படியான அதிகார பூர்வமான உத்தரவு neethimanraththil aajaraakumpadiyaana athikaarapoorvamaana uththaravu

sumptuous *a.* அதிக செலவுள்ள athika selavulla

sun *n.* சூரியன் sooriyan

sun *v.t.* வெயிலில் காய் veyilil kaay

Sunday *n.* ஞாயிற்றுக்கிழமை njaayirruk kizhamai

sunder *v.t.* கிழி kizhi

sundary *a.* பற்பல parpala

sunny *a.* பிரகாசமான pirakaassamana

sup *v.i.* சிறிது சிறிதாக உறிஞ்சு sirithu sirithaaka urinjchu

superabundance *n.* மிக எராளம் mika yeraalam

superabundant *a.* மிக ஏராளமான mika yeraalamaana

superb *a.* சிறப்பான sirappaana

superficial *a.* மேலாக மாத்திரம் உள்ள melaaka maaththiram ulla

superficiality *n.* மேலிடான தன்மை meleedaana thanmai

superfine *a.* மிக மிருதுவான mika miruthuvaana

superfluity *n.* தேவைக்கு மேற்பட்டது thevaikku merpattathu

superfluous *a.* தேவைக்கு மேற்பட்ட thevaikku merpatta

susperhuman *a.* அமானுஷ்ய amaanushya

superintend *v.t.* கண்காணி kankaani

superintendence *n.* கண்காணிப்பு kankaanippu

superintendent *n.* கண்காணிப்பாளர் kankaanipaalar

superior *a.* மேம்பட்ட நிலை mempatta nilai

superiority *n.* மிக உயர்ந்த mika uyarntha

superlative *a.* மிக உயர்ந்த தன்மை mika uyarntha thanmai

superlative *n.* அசாதாரண மனிதர் asaathaarana manithar

superman *n.* இயர்கையைக் கடந்த iyarkaiyaik kadantha

supernatural *a.* நீக்கு neekku

supersede *v.t.* ஒலிமிகை olimikai

supersonic *a.* மூட நம்பிக்கை mooda nampikkai

superstition *n.* மூடநம்பிக்கையுடைய mooda nampikkaiyudaiya

superstitious *a.* மூடநம்பிக்கையுடைய mooda nampikkaiyudaiya

supertax *n.* மிகைவருமான மேல்வரி mikaivarumaana melvari

supervise *v.t.* கண்காணி kankaani

supervision *n.* கண்காணிப்பு kankaanippu

supervisor *n.* மேற்பார்வையாளர் merpaarvaiyaalar

supper *n.* இராச் சாப்பாடு iraach saappaadu

supple *a.* வளையக்கூடிய valaiyakkoodiya

supplement *n.* பிற்சேர்க்கை pirserkkai

supplement *v.t.* சேர்த்துக்கொள் serhthtukkol

supplementary *a.* தொடர்பான thodarpaana

supplier *n.* தேவை நிருப்புபவர் thevai nirappupavar

supply *v.t.* தேவையை பூர்த்தி செய் thevaiyai poorththi sey
supply n தேவையை நிரப்புதல் thevaiyai nirapputhal
support *v.t.* உதவி செய் uthavi sey
support *n.* உதவி uthavi
suppose *v.t.* எண்ணிக்கொள் ennikkol
supposition *n.* பாவனை paavanai
suppress *v.t.* அடக்கு adakku
suppression *n.* அடக்குதல் adakkuthal
supremacy *n.* ஈடற்ற நிலை eedarra nilai
supreme *a.* தலைமையான thalaimaiyaana
surcharge *n.* கூடுதலான வரி kooduthalaana vari
surcharge *v.t.* அதிக வரி விதி athika vari vithi
sure *a.* நிச்சயமான nichayamaana
surely *adv.* நிச்சயமாக nichayamaaka
surety *n.* நிச்சயம் nichayam
surf *n.* மோதி சிதறும் அலைகள் mothi sitharum alaikala
surface *n.* மேற்பாகம் merpaakam
surface *v.i* தளம் போடு thalam podu
surfeit *n.* வயிறார vayiraara
surge *n.* பேரலை peralai
surge *v.i.* அலை அலையாகச் செல் alai alaiyaakach sel
surgeon *n.* அறுவை மருத்துவர் aruvai maruththuvar
surgery *n.* அறுவை மருத்துவர் aruvai maruththuvar
surmise *n.* எண்ணம் ennam
surmise *v.t.* ஊகி ooki

surmount *v.t.* தாண்டு thaandu
surname *n.* குடும்பப் பெயர் kudumpap peyar
surpass *v.t.* வெல் vel
surplus *n.* கூடுதலான அளவு kooduthalaana alavu
surprise *n.* ஆச்சரியம் aachariyam
surprise *v.t.* திடுக்கிடச் செய் thidukkidazh zhey
surrender *v.t.* சரண் அடை saran adai
surrender *n.* சரண் புகுதல் saran pukuthal
surround *v.t.* சுற்றிக்கொள் surrikkol
surroundings *n.* சுற்றுபுறம் surruppuram
surtax *n.* உபரி வரி upari vari
surveillance *n.* கடுமையான மேற்பார்வை kadumaiyaana merpaarvai
survey *n.* ஆய்வு aayvu
survey *v.t.* ஆராய் aaraay
survival *n.* உயிர் பிழைப்பு uyir pizhaippu
survive *v.i.* தப்பிப் பிழை thappip pizhai
suspect *v.t.* சந்தேகி santheki
suspect *a.* சந்தேகத்திற்கூரிய sathekaththukkuriya
suspect *n.* சந்தேகப்பட்ட ஒரு நபர் santhekappatta oru napar
suspend *v.t.* தொங்கவிடு thingkavidu
suspense *n.* எதிர்நோக்கும் மனோ நிலை ethirnokkum mano nilai

suspension *n.* தாமதித்தல் thaamathiththal

suspicion *n.* சந்தேகம் santhekam

suspicious *a.* சந்தேகம் நிறைந்த santhekam niraintha

sustain *v.t.* தாங்கு thaangku

sustenance *n.* ஆகாரம் aakaaram

swagger *v.i.* அகம்பாவத்துடன் நடந்து செல் akampaavaththudan nadanthu sel

swagger *n.* அகம்பாவம் akampaavam

swallow *v.t.* விழுங்கு vizhungku

swallow *n.* விழுங்குதல் vizhungkuthal

swallow *n.* கவளம் kavalam

swamp *n.* சேற்று serru

swamp *v.t.* தண்ணீரால் நிரப்பு thanneeraala nirappu

swan *n.* அன்னப்பறவை annapparavai

swarm *n.* கும்பல் kumpal

swarm *v.i.* மொய்ந்துக்கொள் moyththukkol

swarthy *a.* கருத்த karuththa

sway *v.i.* ஊசலாடு oosalaadu

sway *n.* ஊசலாடல் oosalaadal

swear *v.t.* உறுதிமொழி கூறு uruthimozhi kooru

sweat *n.* வியர்வை viyarvai

sweat *v.i.* வியர்வை விடு viyarvai vidu

sweater *n.* கனத்த கம்பளிச் சட்டை kanaththa kampalich sattai

sweep *v.i.* தும்பு தூசிகளை Wஇக்கு thumpu thoosikalai neekku

sweep *n.* பெருக்குதல் perukkuthal

sweeper *n.* பெருக்குபவர் perukkupavar

sweet *a.* இனிப்பான inippaana

sweet *n.* இனிப்புத் தின்பண்டம் inipputh thinpandam

sweeten *v.t.* இனிப்பாக்கு inipaakku

sweetmeat *n.* மிட்டாய் mittaay

sweetness *n.* இனிப்பு inippu

swell *v.i.* வீங்கு veengku

swell *n.* வீங்குதல் viingkuthal

swift *a.* திரிதமான thurithamaana

swim *v.i.* நீந்து neenthu

swim *n.* நீச்சல் neechal

swimmer *n.* நீந்துபவர் neenthupavar

swindle *v.t.* ஏமாற்று yemaarrupavar

swindle *n.* ஏமாற்றல் yemaarral

swindler *n.* ஏமாற்றுபவர் yemaarrupavar

swine *n.* பன்றி panri

swing *v.i.* ஊசலாடு oosalaadu

swing *n.* ஊஞ்சல் oonjsal

swiss *n.* ஸ்விட்சர்லாந்து தேசத்தவர் svicharlaanthu thesaththavar

swiss *a.* ஸ்விட்சர்லாந்தில் செய்யப்பட்ட svicharlaanthil seyyappatta

switch *n.* சுள்ளி sulli

switch *v.t.* திதிரென உதறு thideerena utharu

swoon *n.* மூர்ச்சை moorchai

swoon *v.i* மூர்ச்சையடை moorchchaiyadai

swoop *v.i.* துரிதமாக இறங்கு thurithamaaka irangku

swoop *n.* கிழ் நோக்கிப் பாய்தல் keezh nokkip paaythal
sword *n.* உடைவாள் udaivaal
sycamore *n.* அத்திமரம் aththti maram
sycophancy *n.* முகத்துதி mukasthuthi
sycophant *n.* முகத்துதி செய்பவர் mukasthuthi seypavar
syllabic *n.* அசைகளுக்குரிய asaikalukkuriya
syllable *n.* அசை asai
syllabus *n.* பாடத் திட்டம் paadath thittam
sylph *n.* தேவதை thevathai
sylvan *a.* மரங்கள் அடர்ந்த marangkal adarntha
symbol *n.* அடையாளம் adaiayalam
symbolic *a.* அறிகுறியான arikuriyaana
symbolism *n.* ஒன்றை அறிகுறியாகக் கருதும் பழக்கம் onrai arikuriyaakaka karuthum pazhakkam
symbolize *v.t.* சங்கேதக் குறிகளால் தெரிவி sangkethak kurikalaal therivi
symmetrical *a.* ஒத்த பரிமாணமுள்ள oththa parimaanamulla
symmetry *n.* ஒத்த தன்மை oththa thanmai
sympathetic *a.* இரக்கமுள்ள irakkamulla
sympathize *v.i.* இரக்கங்கொள் irakkangkol
sympathy *n.* அனுதாபம் anuthaapam
symphony *n.* சுருதி இசைவு suruthi isaivu
symposium *n.* ஆய்வரங்கு aayvarangku
symptom *n.* இலட்சணம் iladsanam
symptomatic *a.* குணமுள்ள kunamulla
synonym *n.* அர்த்தம் arththam
synonymous *a.* ஒரே பொருளுடைய ore porulaidaiya
synopsis *n.* விஷயச் சுருக்கம் vishya surukkam
syntax *n.* விதிப்படி வாக்கிய அமைப்பு vithippadi vaakkiya amaippu
synthesis *n.* சேர்க்கை serkkai
synthetic *a.* செயற்கையான seyarkai izhai
synthetic *n.* செயற்கை இழை seyarkai izhai
syringe *n.* பீச்சாங்குழல் peechchaangkuzhal
syringe *v.t.* பீச்சாங்குழலால் இறை peechchaangkuzhalaal irai
syrup *n.* சர்க்கரைத் தேன்பாகு sarkkaraith thenpaaku
system *n.* ஒழுங்கு ozhungku
systematic *a.* முறையான muraiyaana
systematize *v.t.* ஒழுங்குபடுத்து ozhungkupaduththu

T

table *n.* மேஜை mcjai
table *v.t.* ஆலோசனைக்காக கொண்டு வை aalosanaikkaaka kondu vai
tablet *n.* மாத்திரை maaththirai

taboo *n.* தடை thadai
taboo *a.* தடை செய்யப்பட்ட thadai seyyappatta
taboo *v.t.* தடை செய் thadai sey
tabular *a.* அட்டவணை போலுள்ள attavanai polulla
tabulate *v.t.* அட்டவணைப்படுத்து attavanaippaduththu
tabulation *n.* அட்டவணைப்படுத்துதல் attavanaippaduththal
tabulator *n.* அட்டவணை தயாரிப்பவர் attavanai thayaarippavar
tacit *a.* மறைமுகமான maraimukamaana
taciturn *a.* மௌனமான maunamaana
tackle *n.* பாரம் தூக்கும் இயந்திரம் paaram thookkum iyanthiram
tackle *v.t.* சமாளி samaali
tact *n.* புத்தி நுட்பம் puththi nudpam
tactful *a.* சாமர்த்தியமாக saamarththiyamaaka
tactician *n.* தந்திரசாலி thanthirasaali
tactics *n.* வியூகம் viyookam
tactile *a.* தொட்டு உணரக்கூடிய thottu unarakkoodiya
tag *n.* பிணைக்கும் கயிறு pinaikkum kayiru
tag *v.t.* இணை inai
tail *n.* வால் vaal
tailor *n.* தையற்காரர் thayrkaarar
tailor *v.t.* தையல் வேலை செய் thaiyal velai sey
taint *n.* களங்கம் kalangkam
taint *v.t.* கறைப்படுத்து karaippaduththu
take *v.t.* எடு edu
tale *n.* கதை kathai
talent *n.* திறமை thiramai
talisman *n.* தாயத்து thaayaththu
talk *v.i.* பேசு pes
talk *n.* பேச்சு pechu
talkative *a.* வாயாடியான vaayaadiyaana
tall *a.* உயரமான uyaramaana
tallow *n.* மிருகக் கொழம்பு mirukak kozhampu
tally *n.* கணக்கிடுதல் kanakkiduthal
tally *v.t.* ஒப்பிடு oppidu
tamarind *n.* புளி puli
tame *a.* சாதுவான saathuvaana
tame *v.t.* பழக்கு pazhakku
tamper *v.i.* குறிக்கிடு kurikkeedu
tan *v.i.* பதப்படுத்த pathappaduththa
tan *a.* கபில நிறம் kapila niram
tangent *n.* தொடுகோடு thodukodu
tangible *a.* தொட்டு உணரக்கூடிய thottu unarakkoodiya
tangle *n.* சிக்கல் sikkal
tangle *v.t.* சிடுக்காக்கு sidukkaakku
tank *n.* தொட்டி thotti
tanker *n.* எண்ணெய்க் கப்பல் ennayk kappal
tanner *n.* தோல் பதனிடுவோன் thol pathaniduvon
tannery *n.* தோல் பதனிடும் தொழிற்சாலை thol pathnidum thozhirsaalai
tantalize *v.t.* மாயமூட்டு maayamoottu

tantamount *a.* சமமான sammaana
tap *n.* குழாய் kuzhaay
tap *v.t.* மெதுவாகத்தட்டு methuvaakaththattu
tape *n.* நாடா naadaa
tape *v.t.* வாரால் கட்டு vaaraal kttu
taper *v.i.* கூராக ஆக்கு kooraaka aakku
taper *n.* மெழுகு திரி mezhuku thiri
tapestry *n.* சித்திரத் தொங்கலாடை siththirath thongkalaadai
tar *n.* மலுமி maalumi
tar *v.t.* தார் பூசு thaar poosu
target *n.* இலக்கு ilakku
tariff *n.* விலைப்பட்டி vilaippatti
tarnish *v.t.* களங்கம் உண்டாக்கு kalangkam undaakku
task *n.* இட்ட வேலை itta velai
task *v.t.* வேலையிடு velaiyidu
taste *n.* சுவை suvai
taste *v.t.* ருசி பார் rusi paar
tasteful *a.* சுவையுள்ள suvaiyulla
tasty *a.* ருசியுள்ள rusiyulla
tatter *n.* கிழிசல் kizhisal
tatter *v.t.* கிழி kizhi
tattoo *n.* பச்சைக்குறி pachaik kuri
tattoo *v.i.* பச்சை குத்து pachai kuthu
taunt *v.t.* பச்சை குத்து pachai kuthu
taunt *n.* நிந்தனை ninthanai
tavern *n.* சாராயக் கடை saaraayak kadai
tax *n.* வரி vari
tax *v.t.* வரி விதி vari vithi
taxable *a.* வரி விதிக்கக்கூடிய vari vithikkakkoodiya
taxation *n.* வரி விதித்தல் vari viththal
taxi *n.* வாடகை வண்டி vaadakai vandi
taxi *v.i.* வாடகை வண்டியில் செல் vaadakai vandiyil sel
tea *n.* தேயிலை செடி theyilai chedi
teach *v.t.* பாடம் கற்பி padam karpi
teacher *n.* ஆசிரியர் aasiriyar
teak *n.* தேக்கு மரம் thekku maram
team *n.* அணி ani
tear *v.t.* கிழி kizhi
tear *n.* கந்தல் kanthal
tear *n.* கண்ணீர் kaneer
tearful *a.* கண்ணீர் நிறைந்த kaneer nirantha
tease *v.t.* தொந்தரவு செய் thontharavu sey
teat *n.* முலைக்காம்பு mulaikkaamppu
technical *n.* விஞ்ஞான் சம்நந்தமான vinjaana sampanthamaana
technicality *n.* பரிபாஷை paripaashai
technician *n.* தொழில்நுட்ப வல்லுநர் thozhilnudpa vallunar
technique *n.* தொழில் நுணுக்கம் thozhil nunukkam
technological *a.* தொழில்நுட்பம் சார்ந்த thozhilnudpam saarntha
technologist *n.* தொழில் நுட்பர் thozhilnudpar
technology *n.* தொழில்நுட்பம் thizhilnudpam

tedious *a.* சோர்வூட்டுகிற sorvoottukira
tedium *n.* சோர்வு sorvu
teem *v.i.* குட்டிகல் ஈனு kuttikal eenu
teenager *n.* பதின்மவயதினர் pathinmavayathinar
teens *n. pl.* 13 முதல் 19 வரையிலுள்ள வயது 13 vayathu muthal 9 varaiyilulla vayathu
teethe *v.i.* பல்முளை palmulai
teetotal *a.* மதுவிலக்கை ஆதரிக்கிற mathuvilakkai aatharikkira
teetotaller *n.* மதுவை அறவே விலக்கியவர் mathuvai arave vilakkiyavar
telecast *n.* ஒலிபரப்பு, ஒளிபரப்பு oliparappu, pliparappu
telecast *v.t.* ஒளிபரப்புதல் oliparapputhal
telecommunications *n.* தொலை தொடர்பு tholai thodarpu
telegram *n.* தந்தி செய்தி thanthi seythi
telegraph *n.* தந்தி இயல் thnthi iyal
telegraph *v.t.* தந்தியடி thanthiyadi
telegraphic *a.* தந்தி சம்பந்தமான thanthi smpanthamaana
telegraphist *n.* தந்தி அனுப்புபவர் thanthi anuppupavar
telegraphy *n.* தந்தித்துறை thanthith thurai
telepathic *a.* தொலைவிலுணர்தல் tholaivilunarthal
telepathist *n.* உளக்கணிப்பு தொழிலாளி ulakkanippu thozhilaali
telepathy *n.* மாற்றார் உளம் அறியும் சிறப்பாற்றல் maaraar ulam arium sirappaarral
telephone *n.* தொலைப்பேசி tholaipesi
telephone *v.t.* டெலிஃபோன் மூலம் பேசு leliqpon moolam pesu
telescope *n.* தூரதரிசினி thooratharisini
telescopic *a.* தொலைநோக்கி tholainokki
televise *v.t.* ஒலிபரப்பு oliparappu
television *n.* தொலைகாட்சி tholaikkaadsi
tell *v.t.* சொல் sol
teller *n.* வங்கிப் பணம் பொறுப்பாளர் vangkip panam poruppaalar
temper *n.* சுபாவம் supaavam
temper *v.t.* மிருதுவாக செய் miruthuvaaka sey
temperament *n.* மனக்கிளர்ச்சி manakilarchchi
temperamental *a.* இயர்கை மனநிலை iyarkai manailai
temperance *n.* தன்னடக்கம் thannadakkam
temperate *a.* மிதமான mithamaana
temperature *n.* உஷ்ண நிலை ushna nilai
tempest *n.* கடும்புயல் kadumpuyal
tempestuous *a.* புயல் போன்ற puyal ponra
temple *n.* கோயில் koyil
temple *n.* தேவாலயம் thevaalayam
temporal *a.* லௌகிக laukeeka

temporary *a.* தற்காலிகமான tharkaalikamaana
tempt *v.t.* மனவுறுதியை சோதி manvuruthiya sothi
temptation *n.* சபலம் sapalam
tempter *n.* துர்நடத்தைக்குத் தூண்டுபவன் thurnadaththaikkuth thoondupavan
ten *a.* பத்து paththu
tenable *a.* நிரூபிக்கக்கூடிய niroopikkakkoodiya
tenacious *a.* பிடிவாதமான pidivaathamaana
tenacity *n.* பிடிவாதம் pidivaatham
tenancy *n.* வாடகைக்கு இருத்தல் vaadakaikku iruththal
tenant *n.* குத்தகைதாரர் kuththakaithaarar
tend *v.i.* கவனி kavani
tendency *n.* சுபாவம் supaavam
tender *n.* காவற்காரர் kaavarkaarar
tender *v.t.* கொடு kodu
tender *n.* மேற்பார்வையாளர் merpaarvaiyaalar
tender *a.* மென்மையான menmaiyaana
tenet *n.* கொள்கை kolkai
tennis *n.* டென்னிஸ் விளையாட்டு tennis vılaıyaattu
tense *n.* காலத்தை குறிக்கும் வினை kaalaththai kurikkum vinai
tense *a.* விறைப்பன viraippaana
tension *n.* இழுத்தல் izhuththal
tent *n.* கூடாரம் koodaaram
tentative *a.* தற்காலிகமான tharkaalikamaana
tenure *n.* பதவிக்காலம் pathavikkaalam
term *n.* எல்லை ellai
term *v.t.* பெயரிடு peyaridu
terminable *a.* நிறுத்தக்கூடிய niruththakoodiya
terminal *a.* இறுதியான iruthiyaana
terminal *n.* முடியும் இடம் mudiyum idam
terminate *v.t.* முடிவு கட்டு mudivu kattu
termination *n.* முடிவு mudivu
terminological *a.* கலைச்சொற்கள் சம்பந்தமான kalaichchorkal sampanthamaana
terminology *n.* கலைச்சொற்கள் kalaichchirkal
terminus *n.* முடிவிடம் mudividam
terrace *n.* மச்சு machchu
terrible *a.* பயங்கரமான payangkaramaana
terrier *n.* வேட்டை நாய் vettai naay
terrific *a.* பயமூட்டும் payamoottum
terrify *v.t.* பயமுறுத்து payamuruththu
territorial *a.* ஒரு மாகாணத்திற்குரிய oru maakaanaththirkuriya
terrltory *n.* சமஸ்தானம் samasthaanam
terror *n.* திகில் thikil
terrarism *n.* பயங்கரவாத இயக்கம் payangkaravaatha iyakkam
terrorist *n.* பயங்கரவாதி payangkaravaathi
terrorize *v.t.* அச்சமூட்டு achchamoottu

terse *a.* சுருக்கமான surukkamaana

test *v.t.* பரிசோதித்துப்பார் parisothiththuppaar

test *n.* பரிசோதனை parosothanai

testament *n.* உயில் uyil

testicle *n.* ஆண்பிந்துவை உற்பத்தி செய்யும் பீஜம் aanvinthuvai urpaththi seyyum peejam

testify *v.i.* சாக்ஷி சொல் saakshi sol

testimonial *n.* நற்சான்றிதழ் narsaanrothazh

testimony *n.* அத்தாட்சி aththaadsi

tete-a-tete *n.* நேருக்குநேர் nerukku ner

tether *n.* தலைகயிறு thalaikayiru

tether *v.t.* கயிற்றால் கட்டு kayirrraal kattu

text *n.* புத்தகத்தின் மூலப்பகுதி puththakaththin moolappakuthi

textile *a.* நெய்யப்பட்ட neyyappatta

textile *n.* நெய்த துணி neytha thuni

textual *n.* உரைசார் uraisaar

texture *n.* நெசவின் தன்மை nesavin thanmai

thank *v.t.* நன்றி கூறு nanri kooru

thanks *n.* நன்றி nanri

thankful *a.* நன்றிமிக்க nanrimikka

thankless *a.* நன்றியூட்டாத nanriyoottaatha

that *a.* அது athu

that dem *pron.* அந்த antha

that rel *pron.* அவன் avan

that *adv.* ஆகையால் aakaiyaal

that *conj.* என்று enru

thatch *n.* கீற்று keerru

thatch *v.t.* கீற்று கூரை செய் keerru koorai sey

thaw *v.i* உருகு uruku

thaw *n.* காற்றின் வெப்பம் kaarrin veppam

theatre *n.* நாடக அரங்கு naadaka arangku

theatrical *a.* நாடகசாலை சம்பந்தமான naadakasaalai sampanthamaana

theft *n.* திருட்டு thiruttu

their *a.* அவர்களுடைய avarkaludaiya

theirs *pron.* அவகளுடையது avarakaludaiyathu

theism *n.* கடவுள் நம்பிக்கை kadavul nampikkai

theist *n.* கடவுள் நம்பிக்கை கொண்டவர் kadavul nampikkai kondavar

them *pron.* அவர்களை avarkalai

thematic *a.* தலைப்பு விஷயம் சம்பந்தமான thalaippu vishayam smapanthamaana

theme *n.* பேசும் அல்லது விவாதிக்கும் சங்கதி pesum allathu vivaathikkum sangkathi

then *adv.* அப்போழுது appozhuthu

then *a.* பிறகு piraku

thence *adv.* அங்கிருந்து angkirunthu

theocracy *n.* கடவுளின் ஆட்சி kadavulin aadsi

theologian *n.* மதசாஸ்திர விற்பன்னர் matha saasthira virapannar

theological *a.* மதசாஸ்திர சம்பந்தமான matha saasthira sampanthamaana

theology *n.* மத சாஸ்திரம் matha saasthiram

theorem *n.* சூத்திரம் sooththiram

theoretical *a.* அனுபவ றிதியில் பெறாத anupava reethiyil peraatha

theorist *n.* வெறும் கற்றுக்களையளப்பவன் verum karrukkalaiyalappavan

theorize *v.i.* தத்துவங்களை ஆராய்ச்சி செய் thaththuvangkalai aaraychchi sey

theory *n.* தத்துவம் thaththuvam

therapy *n.* சிகிச்சை sikichchai

there *adv.* அங்கே angke

thereabouts *adv.* கிட்டத்தட்ட kittaththatta

thereafter *adv.* அதன் பிறகு athan piraku

thereby *adv.* அவ்வாறாக avvaaraaka

therefore *adv.* அதன் காரணமாக athan kaaranaamaaka

thermal *a.* உஷ்ண சம்பந்தமான ushna sampanthamaana

thermometer *n.* வெப்ப அளவி veppa alavi

thermos (flask) *n.* வெப்பம் காக்கும் கருவி veppam kaakkum karuvi

thesis *n.* ஆராய்ச்சி கட்டுரை aaraaychchi katturai

thick *a.* பருமனான parumanaana

thick *n.* மிக அடர்த்தியான mika adarththiyaana

thick *adv.* அடர்த்தியாக adarththiyaaka

thicken *v.i.* தடிப்பாக்கு thadippaakku

thicket *n.* சிறு காடு siru kaadu

thief *n.* திருடன் thirudan

thigh *n.* தொடை thodai

thimble *n.* விரல் உறை viral urai

thin *a.* ஒல்லியான olliyaana

thin *v.t.* மெலிந்து போ melinthu po

thing *n.* பொருள் porul

think *v.t.* எண்ணமிடு ennamidu

thinker *n.* சிந்தனையாளர் sinthanaiyaalar

third *a.* மூன்றாவது moonraavathu

third *n.* மூன்றிலொன்று moonrilonru

thirdly *adv.* முன்றாவதாக moonraavathaaka

thirst *n.* தாகம் thaakam

thirst *v.i.* ஆசை aassai

thirsty *a.* தாகமுள்ள thaakamulla

thirteen *n.* பதிமூன்று pathimoonru

thirteen *a.* பதிமூன்று pathimoonru

thirteenth *a.* பதிமூன்றாவது pathinmoonraavathu

thirtieth *a.* முப்பதாவதான muppathaavathaana

thirtieth *n.* முப்பதாவது muppathaavathu

thirty *n.* முப்பது muppathu

thirty *a.* முப்பது muppathu

thistle *n.* ஒருவகை முட்செடி oruvakai mutsedi

thither *adv.* அங்கு angku

thorn *n.* முள் mul

thorny *a.* முட்கள் நிறைந்த mudkal nirantha

thorough *a.* பூர்த்தியான poorththiyaana

thoroughfare *n.* பொதுவழிச் சாலை pothuvazhi saalai

though *conj.* இருந்தும் irunthum

though *adv.* இருந்தாலும் கூட irunthaalum kooda

thought *n.* யோசனை yosanai

thoughtful *a.* கவனமுள்ள kavanamulla

thousand *n.* ஆயிரம் aayiram

thousand *a.* ஆயிரம் aayiram

thrall *n.* அடிமையான adimaiyaana

thralldom *n.* அடிமைத்தனம் adimaiththanam

thrash *v.t.* பலமாக அடி palamaaka adi

thread *n.* நூல் nool

thread *v.t.* நூல் கோத்திடு nool kothidu

threadbare *a.* அலசி ஆராய் alasi aaraay

threat *n.* அபாயம் apaayam

threaten *v.t.* அச்சுறுத்து achuruththu

three *n.* மூன்று moonru

three *a.* மூன்று moonru

thresh *v.t.* பலமாக அடி palamaaka adi

thresher *n.* கதிரடிக்கும் கருவி kathiradikkum karuvi

threshold *n.* வாயில் vaayil

thrice *adv.* மும்மடங்கு mummdangku

thrift *n.* சிக்கனம் sikkanam

thrifty *a.* சிக்கனமான sikkanamaana

thrill *n.* சிலிர்ப்பு silirppu

thrill *v.t.* உத்வேகமளி uthvekamali

thrive *v.i.* முன்னேறு munneru

throat *n.* தொண்டை thondai

throaty *a.* தொண்டை thondai

throb *v.i.* துடி thudi

throb *n.* துடிப்பு thudippu

throe *n.* கடும் வேதனை kadum vethanai

throne *n.* சிம்மாசனம் simmaasanam

throne *v.t.* அரியாசனத்திலமர்த்து ariyaasanaththilamarththu

throng *n.* மக்கள் கூட்டம் makkal koottam

throng *v.t.* கூட்டம் போடு koottam podu

throttle *n.* தொண்டை thondaiyin irupurangkalilum ulla naalamillaa surappi

throttle *v.t.* மென்னியைப் பிடி mennaiyai pidi

through *prep.* அடிமுதல் முடிவரை adimuthal mudivarai

through *adv.* வழியாக vazhiyaaka

through *a.* நிற்காமல் போய்க் கொண்டிருக்கிற nirkaamal poyk kondirukkira

throughout *adv.* முற்றிலும் murrilum

throughout *prep.* எங்கும் எல்லா பாகத்திலும் engkum ellaa paakaththilum

throw *v.t.* வீசு veesu

throw *n.* வீச்சு veechu

thrust *v.t.* உள்ளே செலுத்து ulle seluththu

thrust *n.* தாக்கு thaakku

thud *n.* 'தொப்பென்ற' சப்தம் thoppenra saptham

thud *v.i.* 'தொப்' என மோது thop ena mothu

thug *n.* முரடன் muratan

thumb *n.* கட்டை விரல் kattai viral

thumb *v.t.* விரல்களால் புரட்டு viralkaalaal purattu

thump *n.* அடக்கி வை adakki vai

thump *v.t.* இசைக் கருவியை விகாரமாக மீட்டு isaik karuviyai vikaaramaka meettu

thunder *n.* இடி idi

thunder *v.i.* இடி முழக்கம் செய் idi muzhakkam sey

thunderous *a.* இடிபோன்ற idi ponra

Thursday *n.* வியாக்கிழமை viyaazhak kizhamai

thus *adv.* இவ்வாறாக ivvaaraaka

thwart *v.t.* இடையூறு செய் idaiyooru sey

tiara *n.* தலைப்பாகை thalaippaakai

tick *n.* மெதுவாகத் தட்டுதல் methuvaaka thattuthal

tick *v.i.* 'டிக்' 'டிக்' கென்று ஒலி tik tik enra oli

ticket *n.* அனுமதிச் சீட்டு anumathi seettu

tickle *v.t.* தொட்டுக் கூச்சமுண்டாக்கு thottu koochamumndakku

ticklish *a.* மிகக் கூச்சமுள்ள mika koochamulla

tidal *a.* ஈர்ப்புப் பேரலை eerppup peralai

tide *n.* கடலின் ஏற்றமும் வற்றுதலும் kadalin yerramum varruthalum

tidings *n.* pl. சமாசாரம் samaasaaram

tidiness *n.* நேர்த்தி nerththi

tidy *a.* சீரான seeraana

tidy *v.t.* ஒழுங்குப்படுத்து ozhungkupaduththu

tie *v.t.* கட்டு kattu

tie *n.* கழுத்தணி kazhuththani

tier *n.* ஒரு வரிசை oru varissai

tiger *n.* புலி puli

tight *a.* இறுக்கமான irukkamaana

tighten *v.t.* இறுக்கு irukku

tigress *n.* பெண் புலி pen puli

tile *n.* ஓடு odukalaal koorai sey

tile *v.t.* ஓடுகளால் கூரை செய் odukalaal koorai sey

till prep. வரையில் varaiyil

till *n.* conj. பணப்பெட்டி panappetti

till *v.t.* பயிர்செய் payirsey

tilt *v.i.* சாய்ந்து போ saaynthu po

tilt *n.* முன்னோக்கிய சரிவு munnokkiya sarivu

timber *n.* மரக் கட்டை marakkattai

time *n.* நேரம் neram

time *v.t.* உரிய காலத்தில் செய் uriya kaalaththil sey

timely *a.* சரியான காலத்தில் நிகழும் sariyaana kaalaththil nikazhum

timid *a.* கோழையான kozhaiyaana

timidity *n.* கோழைத்தனம் kozhaiththanam

timorous *a.* தைரியமற்ற thairiyamarra

tin *n.* தகரம் thakaram

tin *v.t.* வெள்ளியம் பூசு velliyam poosu

tincture *n.* இளம் சாயம் ilam saayam

tincture *v.t.* இலேசான சாயம் போடு ilesaana saayam podu

tinge *n.* வர்ணம் varnam

tinge *v.t.* இலேசாக நிறம் கொடு ilesaaka niram kodu

tinker *n.* தகர வேலைக்காரன் thakara velaikaaran

tinsel *n.* ஜிகினாத் தகடு jikinaath thakadu

tint *n.* இளநிறம் ilaniram

tint *v.t.* இளஞ்சாயம் பூசு ilanjsaayam poosu

tiny *a.* மிகச் சிறிய mika siriya

tip *n.* நுனி nuni

tip *v.t.* கவிழ் kavizh

tip *n.* கூரிய முனை kooriyamunai

tip *v.t.* வெகுமதியளி vakumathiyalai

tip *n.* சொற்ப இனாம் sorpa inaam

tip *v.t.* தகவல் கொடு thakaval kodu

tipsy *a.* மதுமயக்கமுள்ள mathumayakkamulla

tirade *n.* வசை மாரி vasai maari

tire *v.t.* களைப்படை kalaippadai

tiresome *a.* சளைக்கச் செய்யும் salaikka seyyum

tissue *n.* நெய்யப்பட்ட துணி neyyappattta thuni

titanic *a.* பிரமாண்டமான piramaandamaana

tithe *n.* பத்திலொரு பங்கு paththiloru pangku

title *n.* தலைப்பு thalaippu

titular *a.* பட்டம் சம்பந்தமான pattam sampanthamaana

toad *n.* தேரை therai

toast *n.* வாட்டின ரொட்டித் துண்டு vaattina rotti thundu

toast *v.t.* அனலில் வாட்டு analil vaattu

tobacco *n.* புகையிலை pukaiyilai

today *adv.* இன்றைக்கு inraikku

today *n.* இன்று inru

toe *n.* கால் விரல் kaal viral

toe *v.t.* பின்பற்று pinparru

toffee *n.* மிட்டாய் mittaay

toga *n.* மேல் அங்கி mel angki

together *adv.* ஒருமிக்க orumikka

toil *n.* உழைப்பு uzhaippu

toil *v.i.* பாடுபடு paadupadu

toilet *n.* கழிவறை kazhivarai

toils *n. pl.* கடினமாக உழைக்கும் kadinamaaka uzhaikkum

token *n.* அறிகுறி arikuri

tolerable *a.* தாங்கக் கூடிய thaangkakkoodiya

tolerance *n.* பொறுமை porumaiyulla

tolerant *a.* பொறுமையுள்ள porumaiyulla

tolerate *v.t.* சகித்துக்கொள் sakiththukkol

toleration *n.* பொறுத்தல் poruththal

toll *n.* சுங்கம் sungkam

toll *n.* கொள்ளை கொள் kollai kol

toll *v.t.* மணி போல் ஒலி mani pol oli

tomato *n.* தக்காளி thakkaali

tomb *n.* கல்லறை kallarai

tomboy *n.* ஆண் பிள்ளைகளின் விளையாட்டை விரும்புன் பெண் aan pillaikalin vilaiyaattai virumpum pen

tomcat *n.* முதிர்ந்த ஆண் பூனை muthirntha aan poonai

tome *n.* பருமனான புத்தகம் parumanaana puththakam

tomorrow *n.* நாளை naalai

tomorrow *adv.* நாளைக்கு naalaikku

ton *n.* ஒரு டன் எடை oru tan edai

tone *n.* நாதம் naatham

tone *v.t.* சுருதி ஏற்படுத்து suruthi yerpaduththu

tongs *n. pl.* இடுக்கி idukki

tongue *n.* நாக்கு naakku

tonic *a.* வலுவான valuvaana

tonic *n.* சத்து மருந்து saththu marunthu

to-night *n.* இன்றிரவு inriravu

tonight *adv.* இன்றிரவு inriravu

tonne *n.* மெட்ரிக் டன் (1000 கி.கி.) metric ton (1000 ki.ki0

tonsil *n.* தொண்டையின் இருபுறங்களிலும் உள்ள நாளமில்லாச் சுரப்பிகள் thondaiyin irupurangkalilum ulla naalamillaa surappi

tonsure *n.* முடி வாங்கும் சடங்கு mudi vaangkum sadangku

too *adv.* கூட kooda

tool *n.* ஆயுதம் aayutham

tooth *n.* பல் pal

toothache *n.* பல்வலி palvali

toothsome *a.* சுவையுள்ள suvaiyulla

top *n.* உச்சி uchchi

top *v.t.* உச்சியிலுள்ள uchhiyilulla

top *n.* பம்பரம் pamparam

topaz *n.* கோமேதகம் komethakam

topic *n.* விஷயம் vishayam

topical *a.* விஷய சம்பந்தமான vishaya sampanthamaana

topographer *n.* இடவிளக்கியல் நிபுணர் idaviLakkiyal nipunar

topographical *a.* இடவிளக்கியல் சம்பந்தமான idaviLakkiyal sampanthamaana

topography *n.* இலவிளக்கியல் idavilaakkiyal

topple *v.i.* இடறி விழு idarivizhu

topsy turvy *a.* தலைகீழாக thalaikeezhaaka

topsy turvy *adv.* தலைகீழான thalaikeezhaana

torch *n.* தீவட்டி theevatti

torment *n.* கடும் வேதனை kadum vethanai

torment *v.t.* சித்திரவதை செய் siththiravathai sey

tornado *n.* சூறாவளி sooraavali

torpedo *n.* கப்பலை தகர்க்க உதவும் ஒரு கடற்கண்ணி kappalai thakarkka uthavum oru kadarkanni

torpedo *v.t.* கவிழ் kavizh

torrent *n.* தாரை thaarai

torrential *a.* வெள்ளநீர்த தாரைபோன்ற vellaneer thaarai ponra

torrid *a.* வறண்ட varanda

tortoise *n.* ஆமை aamai

tortuous *a.* சுற்றிவளைத்த surrivalaiththa
torture *n.* சித்திரவதை siththiravathai
torture *v.t.* சித்திரவதை செய் siththiravathai sey
toss *v.t.* சுண்டு sundu
toss *n.* மேலே எறிதல் mele erithal
total *a.* மொத்தமான moththamaana
total *n.* தொகை thokai
total *v.t.* கூட்டு மொத்தம் காண் koottu moththam kaan
totality *n.* மொத்தம் moththam
touch *v.t.* தொடு thodu
touch *n.* தொடுதல் thoduthal
touchy *a.* சிணுக்க்முள்ள sinukkamulla
tough *a.* உடையாத udaiyaatha
toughen *v.t.* கடினமாக்கு kadinamaakku
tour *n.* உல்லாச பிரயாணம் ullaasa pirayaanam
tour *v.i.* சுற்றி வா surri vaa
tourism *n.* சுற்றுலா surrulaa
tourist *n.* சுற்றுலா பயணி surrulaa payani
tournament *n.* விளையாட்டுப் போட்டி vilaiyaattu potti
towards *prep.* நோக்கி nokki
towel *n.* துவாலை thuvaalai
towel *v.t.* துண்டால் துவட்டிக்கொள் thundaal thuvattikkol
tower *n.* கோபுரம் kopuram
tower *v.i.* எழு ezhu
town *n.* சிறிய பட்டணம் siriya pattanam
township *a.* நகரியம் nakariyam
toy *n.* பொம்மை pommai
toy *v.i.* விலையாடு vilaiyaadu
trace *n.* சுவடு suvadu
trace *v.t.* துப்பறி thuppariya
traceable *a.* கண்டுபிடிக்கக் கூடிய kandupidikkak koodiya
track *n.* அடிச்சுவடு adichchuvadu
track *v.t.* பின்பற்றிப் பிடி pinparrip pidi
tract *n.* நிலப்பரப்பு nilapparappu
tract *n.* நிலப்பகுதி nilappakuthi
traction *n.* இழுத்துச் செல்லுதல் izhuththu selluthal
tractor *n.* உழும் இயந்திரம் uzhum iyanthiram
trade *n.* தொழில் thozhil
trade *v.i* வர்த்தகம் நடத்து varththakam nadaththu
trader *n.* வியாபாரி viyaapaari
tradesman *n.* கடைக்காரன் kadaikaaran
tradition *n.* ஐதிகம் aitheekam
traditional *a.* மரபுவழி முறையாக வழக்கத்தில் உள்ள marapuvazhi muraiyaaka vazhakkaththil ulla
traffic *n.* சாலைப் போக்குவரத்து saalai pokkuvaraththu
traffic *v.i.* வியாபாரம் செய் viyaapaaram sey
tragedian *n.* சோக நாடக நடிகன் soka naadaka nadikan
tragedy *n.* சோக நாடகம் soka naadakam
tragic *a.* வருந்தத்தக்க varunthaththakka

trail *n.* தேய்ந்த வழி theyntha vazhi
trail *v.t.* பின்னால் இழுத்துச் செல் pinnaal izhuththu sel
trailer *n.* இழுவை வண்டி izhuvai vandi
train *n.* இரயில் தொடர் irayil thodar
train *v.t.* பயிற்று payirru
trainee *n.* பயிர்சி பெறுபவர் payirchi perupavar
training *n.* பயிர்சி payirchi
trait *n.* சிறப்பான அம்சம் sirappaana amsam
traitor *n.* நம்பிக்கைத் துரோகி nampikkai throki
tram *n.* கம்பிப் பேருந்து kampi perunthu
trample *v.t.* காலால் மிதி kaalaal mithi
trance *n.* பரவசம் paravasam
tranquil *a.* அமைதியான amaithiyaana
tranquility *n.* அமைதி amaithi
tranquillize *v.t.* அமைதியாக்கு amaithiyaakku
transact *v.t.* இயற்று iyarru
transaction *n.* விவகாரம் நடத்தல் vivakaaram nadaththal
transcend *v.t.* மீறிப்போ meerippo
transcendent *a.* மேம்படுகிற mempadukira
transcribe *v.t.* எடுத்தெழுது eduththezhuthu
transcription *n.* பார்த்தெழுதுதல் paarththezhuthal
transfer *n.* உரிமை மாற்றம் urimai maarram
transfer *v.t.* வேறு இடத்துக்கு மாற்று veru idaththukku maarru
transferable *a.* மாற்றக்கூடிய maarrakkoodiya
transfiguration *n.* உருமாற்றம் urumaarram
transfigure *v.t.* உருவத்தை மாற்று uruvaththai maarru
transform *v.* ரூபத்தை மாற்று roopaththai maarru
transformation *n.* மாற்றம் maarram
transgress *v.t.* அத்துமீறு aththu meeru
transgression *n.* அத்துமீறல் aththumeeral
transit *n.* செல்லுதல் selluthal
transition *n.* மாறுதல் maaruthal
transitive *n.* செயப்படுபொருள் குன்றாவினை seyappaduporul knraavinai
transitory *n.* கொஞ்ச காலம் konja kaalam
translate *v.t.* மொழிபெயர் mozhi peyar
translation *n.* மொழி பெயர்ப்பு mozhi peyarppu
transmigration *n.* கூடு விட்டு கூடி பாய்தல் koodu vittu koodu paaythal
transmlsslon *n.* அனுப்புதல் anupputhal
transmit *v.t.* அனுப்பு anuppu
transmitter *n.* அனுப்புபவர் anuppupavar
transparent *a.* தெளிவான thelivaana
transplant *v.t.* நாற்றுப் பிடுங்கி நடு naarru pidungki nadu
transport *v.t.* ஏற்றிச் செல் yerri sel

transport *n.* போக்கு வரவு சாதனம் pokku varavu saathanam
transportation *n.* ஏற்றிச் செல்லுதல் yerri selluthal
trap *n.* வலை valai
trap *v.t.* வலையில் போடு valaiyil podu
trash *n.* குப்பை kuppai
travel *v.i.* யாத்திரை செய் yaaththirai sey
travel *n.* யாத்திரை yaaththirai
traveller *n.* பிரயாணி pirayaani
tray *n.* தட்டு thattu
treacherous *a.* துரோகமான throkamaana
treachery *n.* ஏமாற்றும் நடத்தை yemaarrum nadaththai
tread *v.t.* காலால் மிதி kaalaal mithi
tread *n.* நடை nadai
treason *n.* சதி sathi
treasure *n.* பொக்கிஷம் pokkisham
treasure *v.t.* உயர்வாக மதித்து காப்பாற்று uyarvaaka mathiththu kaappaarru
treasurer *n.* பொருளாதாரர் porulaathaarar
treasury *n.* கஜானா kajaanaa
treat *v.t.* நடத்து nadaththu
treat *n.* விருந்து virunthu
treatise *n.* கிரந்தம் kirantham
treatment *n.* நடத்தும் முறை nadaththum murai
treaty *n.* உடன்படிக்கை udanpadikkai
tree *n.* மரம் maram
trek *v.i.* பிரயாணம் செய் pirayaanam sey
trek *n.* நீண்டதூரப் பிரயாணம் neenda thoorap pirayaanam
tremble *v.i.* நடுங்கு nadungku
tremendous *a.* மிகப் பெரிய mikap periya
tremor *n.* நடுக்கம் nadukkam
trench *n.* அகழி akazhi
trench *v.t.* அகழி அமை akazhi amai
trend *n.* போக்கு pokku
trespass *v.i.* எல்லை மீறு ellai meeru
trespass *n.* அத்துமீறிப்போதல் aththu meerip pothal
trial *n.* முயர்சி muyarchi
triangle *n.* முக்கோணம் mukkonam
triangular *a.* முக்கோண உருவமுடைய mikkona uruvamudaiya
tribal *a.* பழங்குடி இனத்தைச் சேர்ந்த pazhangkudi inaththai serntha
tribe *n.* இனம் inam
tribulation *n.* பெருந் துன்பம் prunthunpam
tribunal *n.* நியாஸ்தலம் niyaasthalam
tributary *n.* உபநதி upanathi
tributary *a.* கீழ்ப்படிந்த keezhpadintha
trick *n.* யுக்தி yukthi
trick *v.t.* வஞ்சி vanji
trickery *n.* வஞ்சித்தல் vanjiththal
trickle *v.i.* ஒழுகு ozhuku
trickster *n.* மோசக்காரன் mosakaaaran
tricky *a.* தந்திரமான thanthiramaana

tricolour *a.* மூவர்ண moovarana

tricolour *n* .மூவர்ணக் கொடி moovarnak kodi

tricycle *n.* மூன்று சக்கர வண்டி moonru sakkara vandi

trifle *n.* அறபப்பொருள் arpapporul

trifle *v.i* தொந்தரவு செய் thontharavu sey

trigger *n.* துப்பக்கியில் உள்ள குதிரை thuppaakkiyil ulla kuthirai

trim *a.* நேர்த்தியான nerththiyaana

trim *n.* உடுப்பு uduppu

trim *v.t.* ஒழுங்காக கத்தரி ozhungkaaka kaththari

trinity *n.* மும்மை mummai

trio *n.* மூவர் moovar

trip *v.t.* தத்தி நட thaththi nada

trip *n.* பிரயாணம் pirayaanaam

tripartite *a.* மூன்று கொண்ட moonru konda

triple *a.* மூன்று சேர்ந்த moonru serntha

triple *v.t.* மும்மடங்காக்கு mummadangkaakku

triplicate *a.* மூன்று பிரதிகளான moonru pirathikalaana

triplicate *n.* மூன்று பிரதிகளில் moonru pirathikalil

triplicate *v.t.* மும்மடங்காக்கு mummadangkaakku

triplication *n.* மும்மடங்காக்குதல் mummadangkaakkuthal

tripod *n.* முக்காலி mukkaali

triumph *n.* மாபெரும் வெற்றி maaperum verri

triumph *v.i.* வெற்றி பெறு verri peru

triumphal *a.* வெற்றிகரமான verrikaramaana

triumphant *a.* வெற்றி சூடிய verri soodiya

trivial *a.* அற்பமான arpamaana

troop *n.* படை padai

troop *v.i* கூடு koodu

trooper *n.* குதிரைப் படை வீரன் kuthiraip padai veeran

trophy *n.* வெற்றிச் சின்னம் verri sinnam

tropic *n.* வெப்ப மண்டல ரேகை veppa mandala rekai

tropical *a.* வெப்பமண்டல சம்பந்தமான veppamandala sampanthamaana

trot *v.i.* துரிதமாக நட thurithamaaka nata

trot *n.* மெதுவான ஓட்டம் methuvaana ottam

trouble *n.* கஷ்டம் kashtam

trouble *v.t.* சங்கடப் படுத்து sangkadappaduththu

troublesome *a.* தொந்தரவான thontharavaana

troupe *n.* கலைக் குழு kalaik kuzhu

trousers *n. pl* முழுக்காற்சட்டை muzhukkaarsattai

trowel *n.* கரணை karanai

truce *n.* இடைக்கால சண்டை நிறுத்தம் idaikaala sandai niruththam

truck *n.* சுமை ஏற்றும் வண்டி sumai yerrum vandi

true *a.* உண்மையான unmaiyaana

trump *n.* துருப்பு thuruppu

trump *v.t.* துருப்பால் வெட்டு thuruppaala vettu

trumpet *n.* தாரை thaarai

trumpet *v.i.* உரத்திக் கூறு uraththuk kooru

trunk *n.* அடிமரம் adimaram

trust *n.* நம்பிக்கை nampikkai

trust *v.t.* நம்பியிரு nampiyiru

trustee *n.* தர்மகர்த்தா tharmakarththaa

trustful *a.* நம்பிக்கை வைக்கும் nampikkai vaikkum

trustworthy *a.* நம்பத்தகுந்த nampaththakuntha

trusty *n.* நம்பகமான namapakamaana

truth *n.* உண்மை unmai

truthful *a.* உண்மை நிரம்பிய unmai nirampiya

try *v.i.* முயற்சி செய் muyarchi sey

try *n.* பிரயத்தனம் pirayathanam

trying *a.* கடுமையான kadumaiyaana

tryst *n.* பலர் சந்திக்கும் இடம் palar santhikkum idam

tub *n.* திறந்த தொட்டி thirantha thotti

tube *n.* குழாய் kuzhaay

tuberculosis *n.* க்ஷயரோகம் shayarokam

tubular *a.* குழல் உருவ kuzhal uruva

tug *v.t.* பலமான இழுப்பு palamaana izhuppu

tuition *n.* கற்றுக் கொடுத்தல் karruk koduththal

tumble *v.i.* இடறிவிழு idari vizhu

tumble *n.* தடுக்கி விழுதல் thadukki vizhuthal

tumbler *n.* குடிக்கும் பாத்திரம் kudikkum paaththiram

tumour *n.* கட்டி katti

tumult *n.* கலகம் kalakam

tumultuous *a.* சந்தடி மிக்க santhadi mikka

tune *n.* இணக்கம் inakkam

tune *v.t.* சுருதி கூட்டு suruthi koottu

tunnel *n.* சுரங்க வழி surangka vazhi

tunnel *v.i.* சுரங்க வழி செய் surangka vazhi sey

turban *n.* தலைப்பாகை thalaipaakai

turbine *n.* சுழலி suzhali

turbulence *n.* இயர்கையின் சீற்றம் iyarkaiyin seerram

turbulent *a.* அடங்காத adangkaatha

turf *n.* புல்தரை pultharai

turkey *n.* வான்கோழி vaan kozhi

turmeric *n.* மஞ்சல் manjal

turmoil *n.* குழப்பம் kuzhappam

turn *v.i.* சுழலு suzhalu

turn *n.* வளைவு valaivu

turner *n.* கடைசல் பிடிப்பவர் kadaisal pidippavar

turnip *n.* சிவப்பு முள்ளங்கி sivappu mullangki

turpentine *n.* வர்ண எண்ணை varna enney

turtle *n.* கடல் ஆமை kadal aamai

tusk *n.* யானையின் தந்தம் yaanaiyin thantham

tussle *n.* சண்டை sandai

tussle *v.i.* சண்டையிடு sandaiyidu

tutor *n.* தனியாக பாடம் கற்பிப்பவர் thaniyaaka paadam karpiththavar

tutorial *a.* தனிபயிற்சிக் கல்லூரி thanippayirichi kalluri

tutorial *n.* பயிற்சி payirchi

twelfth *a.* பன்னிரெண்டாவது pannirendaavathu

twelfth *n.* பன்னிரெண்டில் ஒரு பாகம் pannirendil orup aakam

twelve *n.* பன்னிரெண்டு pannirendu

twelve *n.* ஒரு டஜன் oru dajan

twentieth *a.* இருபதாவது irupathaavathu

twentieth *n.* இருபதில் ஒரு பாகம் irupathil oru paakam

twenty *a.* இருபது irupathu

twenty *n.* இருபது irupathu

twice *adv.* இரு மடங்காக iru madangkaaka

twig *n.* குச்சி kuchi

twilight *n.* சந்தி வெளிச்சம் santhi velicham

twin *n.* இரட்டை irattai

twin *a.* இரண்டு irandu

twinkle *v.i.* மின்னு minnu

twinkle *n.* மினுக்கம் minukkam

twist *v.t.* முறுக்கு murukku

twist *n.* முறுக்குதல் murukkuthal

twitter *n.* பறவைகளின் கிளுகிளுபபுச சபதம paravaikalin kilukiluppu saththam

twitter *v.i.* சலசலப்பு செய் salasalppu sey

two *n.* இரண்டு irandu

two *a.* ஜதை jathai

twofold *a.* இரு மடங்கு iru madangku

type *n.* மாதிரி maathiri

type *v.t.* மாதிரியாக இரு maathiriyaaka iru

typhoid *n.* குடற்காய்ச்சல் kudarkaaychal

typhoon *n.* கடும்புயல் kadumpuyal

typhus *n.* அபாயகரமான விஷ ஜுரம் apaayakaramaana visha juram

typical *a.* உதாரணமான uthaaranamaana

typify *v.t.* உதாரணமாக இரு uthaaranamaaka iru

typist *n.* தட்டெழுத்தர் thatttezhuththar

tyranny *n.* குரூரம் kururam

tyrant *n.* கொடுங்கோலன் kodungkolan

tyre *n.* வண்டி சக்கரத்தின் கட்டு vandi skkaraththin kattu

U

udder *n.* மிருகங்களின் மடி mirukangkalin madi

uglify *v.t.* அவலக்ஷணமாக்கு avalakshanamaakku

ugliness *n.* அவலக்ஷணம் avalakshanam

ugly *a.* அவலக்ஷணமான avalakshanamaana

ulcer *n.* ரணம் ranam

ulcerous *a.* புண் போன்ற pun ponra

ulterior *a.* அந்தரங்கமான antharangkamaana

ultimate *a.* முடிவான mudivaana

ultimately *adv.* இறுதியாக iruthiyaaka

ultimatum *n.* இறுதி நிபந்தனை iruthi nipanthanai
umbrella *n.* குடை kudai
umpire *n.* நடுவர் naduvar
umpire *v.t.* தீர்மானி theermaani
unable *a.* இயலாத iyalaatha
unanimity *n.* ஒருமைப் பாடு orumaippaadu
unanimous *a.* ஒருமனப்பட்ட orumanappatta
unaware *a.* அறியாத ariyaatha
unawares *adv.* எதிர்பாராத ethirpaaraatha
unburden *v.t.* சுமையை இறக்கு sumaiyai irakku
uncanny *a.* புரியாத puriyaatha
uncertain *a.* நிச்சயமில்லாத nichayamilaatha
uncle *n.* தாய், தகப்பனின் சகோதரன் thaay, thakappanin sakotharan
uncouth *a.* விகாரமான vikaaramaana
under *prep.* அடியில் adiyil
under *adv.* கீழாக keezhaaka
under *a.* கீழ்ப்பட்ட keezhpatta
undercurrent *n.* அடி நீரோட்டம் adi neerottam
underdog *n.* ஏழ்மை நிலையிலிருப்பவர் ezhmai wilaiyiliruppavar
undergo *v.t.* அனுபவி anupavi
undergraduate *n.* இன்னும் பட்டம் பெறாத கல்லூரி மானவன் innum paddam peraatha kallUri maanavan
underhand *a.* ரகசியமான rakasiyamaana
underline *v.t.* அடிக்கோடிடு adikkodidu
undermine *v.t.* அஸ்திவாரத்தை அழி asthivaaraththai azhi
underneath *adv.* அடியில் adiyil
underneath *prep.* கீழே keezhe
understand *v.t.* அர்த்தம் கொள் arththam kol
undertake *v.t.* மேற்கொள் merkol
undertone *n.* தாழ்ந்த குரல் thazhntha kural
underwear *n.* உள் ஆடை ul aadai
underworld *n.* உலகத்தின் எதிர்ப்புறம் ulakaththin ethirppuram
undo *v.t.* பாழாக்கு paazhaakku
undue *a.* தகாத thakaatha
undulate *v.i.* மாறிமாறி எழும்பி அடங்கு maari maari ezhumbi adangku
undulation *n.* அலை போன்ற அசைவு alai ponra asaivu
unearth *v.t.* தோண்டி எடு thondi edu
uneasy *a.* சஞ்சலமான sanjalamaana
unfair *a.* அநியாயமான aniyaayamaana
unfold *v.t.* மடிப்பைப் பிரி madippai piri
unfortunate *a.* பரிதாபகரமான parithaapakaramaana
ungainly *a.* பார்க்கச் சகிக்காத paarkka sakikaatha
unhappy *a.* சந்தோஷமற்ற santhoshamarra

unification *n.* ஒன்றுப்அடுத்தல் onrupaduththal
union *n.* ஒற்றுமை orrumai
unionist *n.* தொழில் சங்க உறுப்பினர் thozil sangka uruppinar
unique *a.* அபூர்வமான apurvamaana
unison *n.* ஒற்றுமை orrumai
unit *n.* ஒரு முழு பிரிவு oru muzhu pirivu
unite *v.t.* பிணை pinai
unity *n.* ஒற்றுமை orrumai
universal *a.* பிரபஞ்ச சம்பந்தமான pirapanja sampanthamaana
universality *n.* சமஸ்தம் samastham
universe *n.* உலகம் ulakam
university *n.* பல்கலைக் கழகம் palakalaik kazhakam
unjust *a.* நியாயமற்ற niyaayamarra
unless *conj.* இல்லவிடில் ilaavidil
unlike *a.* வேறுவிதமான veruvithamaana
unlike *prep.* போன்றில்லாத ponrillaatha
unlikely *a.* எதிர் பார்க்க முடியாத ethirpaarkka mudiyaatha
unmanned *a.* ஆளில்லத் aalillaa
unmannerly *a.* மரியாதயற்ற mariyaathaiyarra
unprincipled *a.* நியமமில்லாத niyamamillaatha
unreliable *a.* நம்ப முடியாத namabamudiyaatha
unrest *n.* கொந்தளிப்பு konthalippu
unruly *a.* அடக்க முடியாத adakka mudiyaatha

unsettle *v.t.* அமைதியை கெடு amaithiyai kedu
unsheathe *v.t.* வாளை உருவு vaalai uruvu
until *prep.* வரை varai
until *conj.* வரைக்கும் varaikkum
untoward *a.* துரதிர்ஷ்டமான thurathirshdamaana
unwell *a.* சுகமில்லாத sukamillaatha
unwittingly *adv.* அறியாமல் ariyaamal
up *adv.* மேல் நோக்கி melnokki
up *prep.* மீது meethu
upbraid *v.t.* கண்டி kandi
upheaval *n.* எழுச்சி ezhuchi
uphold *v.t.* தாங்கு thaangu
upkeep n பரிபாலனம் paripaalanam
uplift *v.t.* உயர்த்து uyarththu
uplift *n.* உயர்வு uyarvu
upon *prep.* மேல் mel
upper *a.* வெற்றி கொள் verri kol
upright *a.* செங்குத்தான senguththaana
uprising *n.* எழுச்சி ezhuchi
uproar *n.* கூக்குரல் kookkural
uproarious *a.* அமளியான amaliyaana
uproot *v.t.* வேருடன் பிடுங்கி எறி verudan pidungki eri
upset *v.t.* நிலை வேறக்கு nilai veraakku
upshot *n.* பயன் payan
upstart *n.* திடீரென முன்னுக்கு வந்தவர் thideerena munnukku vanthavar
up-to-date *a.* நவீன naveena

upward *a.* ஏறுகிற yerukira

upwards *adv.* மேல் நோக்கி mel nokki

urban *a.* பட்டணத்து pattanaththu

urbane *a.* நாகரிகமான naakareekamaana

urbanity *n.* நாகரிகம் naakareekam

urchin *n.* விஷமக்கார பையன் vishamakaarappaiyan

urge *v.t.* தூண்டு thoondu

urge *n.* ஆசை aasai

urgency *n.* அவசரம் avasaram

urgent *a.* அவசரமான avasaramaana

urinal *n.* சிறுநீர் கழிக்குமிடம் siruneer kazhikkumidam

urinary *a.* சிறுநீர் சம்பந்தமான siruneer sampanthamaana

urinate *v.i.* சிறுநீர் கழி siruneer kazhi

urination *n.* சிறுநீற் கழிப்பு siruneer kazhippu

urine *n.* சிறுநீர் siruneer

urn *n.* அஸ்திப் பேழை asthippezhai

usage *n.* வழக்கம் vazhakkam

use *n.* உபயோகம் upayokam

use *v.t.* உப்யோகி upayoki

useful *a.* உப்யோகமுள்ள upayokamulla

usher *n.* வழிகாட்டி vazhikaatti

usher *v.t.* வழி காட்டு vazhikaattu

usual *a.* வழக்கமான vazhakkamaana

usually *adv.* வழக்கமாக vazhakkamaaka

usurer *n.* கடும் வட்டி வாங்குபவர் kadum vatti vaangupavar

usurp *v.t.* ஆக்ரமித்துக் கொள் aakramiththukkol

usurpation *n.* அக்ரமித்துக் கொள்ளுதல் aakkiramiththukkolluthal

usury *n.* கடும் வட்டி வாங்குதல் kadum vatti vaanguthal

utensil *n.* பாத்திரம் paaththiram

uterus *n.* கருப்பை karuppai

utilitarian *a.* உபயோக சம்பந்தமான upayoka sampanthamaana

utility *n.* உபயோகம் upayokam

utilization *n.* உபயோகித்தல் uapayokiththal

utilize *v.t.* உபயோகி upayoki

utmost *a.* மிக அதிகமான mika athikamaana

utmost *n.* அதிக அளவு athika alavu

utopia *n* . மனோராஜ்யம் manoraajyam

utopian *a.* மனோரஜ்யவாதி manoraajyavaathi

utter *v.t.* சொல் sol

utter *a.* பூர்த்தியான poorththiyaana

utterance *n.* பேச்சு pechu

utterly *adv.* பூரணமாக pooranamaaka

V

vacancy *n.* வெற்றிடம் verridam

vacant *a.* காலியான kaaliyaana

vacate *v.t.* காலி செய் kaali sey

vacation *n.* விடுமுறை vidumurai

vaccinate *v.t.* அம்மை குத்து ammai kuththu

vaccination *n.* அம்மை குத்துதல் ammai kuththuthal

vaccinator *n.* அம்மை குத்துபவர் ammai kuththupavar
vaccine *n.* அம்மைப் பால் ammaip paal
vacillate *v.i.* தயங்கு thayangu
vacuum *n.* வெற்றிடம் verridam
vagabond *n.* நாடோடி naadodi
vagabond *a.* திரிகிற thirikira
vagary *n.* மனம்போன போக்கு manam pona pokku
vagina *n.* புணர்புழை punarpuzhai
vague *a.* குறிப்பாக இல்லாத kurippaaka illaatha
vagueness *n.* தெளிவற்ற நிலை thelivarra nilai
vain *a.* பயனற்ற payanarra
vainglorious *a.* வீண் கர்வமுள்ள veen karvamulla
vainglory *n.* வீண் கர்வம் veen karvam
vainly *adv.* வீணாய் veenaay
vale *n.* பள்ளத்தாக்கு pallaththaakku
valiant *a.* தைரியமான thairiyamaana
valid *a.* சட்டப்படி சரியான sattappadi sariyaana
validate *v.t.* உறுதியாக்கு uruthiyaakku
validity *n.* மதிப்புடைமை mathippudaimai
valley *n.* பள்ளத்தாக்கு pallaththaakku
valour *n.* வீரம் veeram
valuable *a.* விலைமதிப்புள்ள vilaimathippulla
valuation *n.* மதிப்பிடுதல் mathippiduthal
value *n.* விலை vilai
value *v.t.* மதிப்பிடு mathippidu
valve *n.* வால்வு vaalvu
van *n.* மூடி வண்டி moodi vandi
vanish *v.i.* திடீரென மறைந்து போ thideerena marainthu po
vanity *n.* கர்வம் karvam
vanquish *v.t.* வென்றடக்கு venradakku
vaporize *v.t.* ஆவியாக்கு aaviyaakku
vaporous *a.* ஆவி நிறைந்த aavi niraintha
vapour *n.* நீராவி neeraavi
variable *a.* மாறும் தன்மையுள்ள maarum thanmaiyulla
variance *n.* ஒவ்வாமை ovvaamai
variation *n.* மாறுபாடு maarupaadu
varied *a.* பலவகையான palavakaiyaana
variety *n.* பல்வகை palvakai
various *a.* பல்வேறு palveru
varnish *n.* மெருகெண்ணெய் merukenney
varnish *v.t.* மெருகெண்ணெய் பூசு merukenney poosu
vary *v.t.* மாறு maaru
vasectomy *n.* விந்துகுழல் ரண சிகிச்சை vinthu kuzhal rana sikichai
vaseline *n.* பெட்ரோலியத்திலிருந்து செய்யப்படும் ஒரு களிம்பு petroliyaththilirunthu seyyappadum oru kalimpu
vast *a.* மிகப் பெரிய mikap periya
vault *n.* வளைவு மண்டபம் valaivu mandapam
vault *n.* நிலவறை nilavarai

vault *v.i.* கையை ஊன்றித் தாண்டு kaiyai oonrith thaandu

vegetable *n.* காய்கறி வகை kaaykari vakai

vegetable *a.* காய்கறி சம்பந்தமான kaaykari sampanthamaana

vegetarian *n.* சைவர் saivar

vegetarian *a.* காய்கறிகளிலிருந்து தயாரித்த kaaykarikalilirunthu thayaariththa

vegetation *n.* தாவர வகை thaavara vakai

vehemence *n.* உத்வேகம் uthvekam

vehement *a.* தீவிரமான theeviramaana

vehicle *n.* வாகனம் vaakanam

vehicular *a.* வாகனங்கள் சம்பந்தமான vaakanangkal sampanthamaana

veil *n.* முக்காடு mukkaadu

veil *v.t.* முகமூடி அணி mukamoodi ani

vein *n.* இரத்தக் குழாய் iraththak kuzhaay

velocity *n.* திசைவேகம் thisaivekam

velvet *n.* பூம்பட்டு poompoottu

velvety *a.* மெத்தென்ற meththenra

venal *a.* பணத்தாசை பிடித்த panaththaasai pidiththa

venality *n.* பணத்தாசை panaththaasai

vendor *n.* விற்பனையாளர் virpanaiyaalar

venerable *a.* மரியாதைக்குரிய mariyaathaikkuriya

venerate *v.t.* மரியாதை செலுத்து mariyaathai seluththu

veneration *n.* மரியாதை mariyaathai

vengeance *n.* வஞ்சம் vanjam

venial *a.* மன்னிக்கக்கூடிய mannikkakkoodiya

venom *n.* விஷம் visham

venomous *a.* விஷமுள்ள vishamulla

vent *n.* சிறு துவாரம் siru thuvaaram

ventilate *v.t.* கற்றோட்ட வசதி செய் kaarrotta vasathi sey

ventilation *n.* காற்றோட்டம் kaarrottam

ventilator *n.* கற்றோட்ட ஜன்னல் kaarrotta jannal

venture *n.* சாகசம் saakasam

venture *v.t.* துணிந்து செய் thuninthu sey

venturesome *a.* துணிவுள்ள thunivulla

venturous *a.* துணிச்சல் மிக்க thunichal mikka

venue *n.* நிகழ்விடம் nikazhvidam

veracity *n.* சத்தியம் saththiyam

verendah *n.* தாழ்வாரம் thaazhvaaram

verb *n.* விசைச் சொல் vinaichol

verbal *a.* பேச்சு மூலமான pechu moolamaana

verbally *adv.* வாய்விசேஷமாய் vaay visheshamaay

verbatim *a.* அப்படியே aapdiye

verbatim *adv.* மொழி பிறழாமல் mozhi pirazhaamal

verbose *a.* சொற்கள் மிகுந்த sorkal mikuntha

verbosity *n.* சொற்கள் நிறைந்த sorkal niraintha

verdant *a.* பசுமையான pasumaiyaana

verdict *n.* தீர்ப்பு theerppu
verge *n.* விளிம்பு vilimpu
verification *n.* ஒப்பாய்வு oppaayvu
verify *v.t.* உண்மை காண் unmai kaan
verisimilitude *n.* சாத்தியம் saaththiyam
veritable *a.* நிஜமான nijamaana
vermillion *n.* சிந்தூரம் sinthooram
vermillion *a.* சிந்தூர நிறமுள்ள sinthoora niramulla
vernacular *n.* ஒரு தேசத்தில் பேசப்படும் மொழி oru thesaththil pesappadum mozhi
vernacular *a.* தாய்நாட்டைச் சேர்ந்த thaaynaattaicherntha
vernal *a.* வசந்தகலத்திற்குரிய vasanthakaalaththirkuriya
versatile *a.* பல கலைகளில் வல்லமையுள்ள pala kalaikalil vallamaiyulla
versatility *n.* சகல கலா வல்லமை skala kalaa vallamai
verse *n.* செய்யுள் seyyul
versed *a.* திறமை பெற்ற thiramai perra
versification *n.* செய்யுள் இயற்றுதல் seyyul iyarruthal
versify *v.t.* செயயுளாகரு seyyulaakku
version *n.* விருத்தாந்தம் viruththaantham
versus prep. எதிராக ethiraaka
vertical *a.* செங்குத்தான senguththaana
verve *n.* சுறுசுறுப்பு surusuruppu
very *a.* நிஜமான nijamaana
vessel *n.* பாத்திரம் paaththiram
vest *n.* கையில்லாத அரை அங்கி kaiyilaatha arai angi
vest *v.t.* உடுத்து uduththu
vestige *n.* அடிச்சுவடு adichchuvadu
vestment *n.* பதவியை காட்டும் உடுப்பு pathaviyai kaattum uduppu
veteran *n.* நீண்ட அனுபவசாலி neenda anupavasaali
veteran *a.* நீண்ட அனுபவமுள்ள neenda anupavamulla
veterinary *a.* கால்நடை வைத்தியம் சம்பந்தமான kaalnadai vaiththiyam sampanthamaana
veto *n.* மறுக்கும் உரிமை marukkum urimai
veto *v.t.* நிராகரி niraakari
vex *v.t.* வெறுப்பூட்டு veruppoottu
vexation *n.* வெறுப்பு veruppu
via *prep.* வழியாக vazhiyaaka
viable *a.* சாதியமான saaththiyamaana
vial *n.* குப்பி kuppi
vibrate *v.i.* துடி thudi
vibration *n.* துடிப்பு thudippu
vicar *n.* பாதிரியார் paathiriyaar
vicarious *a.* பிரதிநிதியாயிருக்கிற pirathinithiyaayirukkira
vice *n.* தீய ஒழுக்கம் theeya ozhukkam
viceroy *n.* ராஜப்பிரதிநிதி raajappirathinithi
vice-versa *adv.* மாறாக maaraaka
vicinity *n.* அக்கம் பக்கம் akkam pakkam

vicious *a.* துஷ்ட thushta

vicissitude *n.* சுக துக்கங்கள் suka thukkangkal

victim *n.* வஞ்சிக்கப்பட்டவர் vanjikkappattavar

victimize *v.t.* வஞ்சி vanji

victor *n.* வெற்றி பெற்றவர் verri perravar

victorious *a.* வெற்றி பெற்ற verri perra

victory *n.* வெற்றி verri

victuals *n.* pl உணவுப் பொருகள் unavup porulkal

vie *v.i.* போட்டியிடு pottiyidu

view *n.* காட்சி kaadsi

view *v.t.* பார் ppar

vigil *n.* கண்விழிப்பு kanvizhippu

vigilance *n.* காவல் காத்தல் kaaval kaaththal

vigilant *a.* ஜாக்கிரதையான jaakkirathaiyaana

vigorous *a.* சுறுசுறுப்பான surusuruppaana

vile *a.* அற்பமான arpamaana

vilify *v.t.* நிந்தி ninthi

villa *n.* நாட்டு மாளிகை naattu maalikai

village *n.* கிராமம் kiraamam

villager *n.* கிராமவாசி kiraamavaasi

villain *n.* அயோக்கியன் ayokkiyan

vindicate *v.t.* நியாயமென்பது நிரூபி niyaayamenpathu niroopi

vindication *n.* நிரூபித்தல் niroopiththal

vine *n.* படரும் கொடி padarum kodi

vinegar *n.* புளித்த சாராயம் puliththa saaraayam

vintage *n.* திராக்ஷை அறுவடை thiraakshai aruvadai

violate *v.t.* எல்லைமீறு ellai meeru

violation *n.* எல்லைமீறுதல் ellai meeruthal

violence *n.* பலாத்காரம் palaathkaaram

violent *a.* முரட்டுதனமான murattuththanamaana

violet *n.* ஊத நிறம் oothaa niram

violin *n.* பிடில் pidil

violinist *n.* பிடில் வாசிப்பவர் pidil vaasippavar

virgin *n.* கன்னிகை kannikai

virgin *n.* கன்னியா ராசி kanniyaa raasi

virginity *n.* கன்னித்தன்மை kanniththanami

virile *a.* ஆண்மையுள்ள aanmaiyulla

virility *n.* ஆண்மை aanmai

virtual *a.* உண்மையான unmaiyaana

virtue *n.* சீரிய பண்பு ssriya panpu

virtuous *a.* நற்பண்புகளுள்ள narpanpukalulla

virulence *n.* உக்கிரம் ukkiram

virulent *a.* உக்கிரமான ukkiramaana

virus *n.* விஷக்கிருமிகள் vishakkirumikal

visage *n.* முகம் mukam

visibility *n.* பார்க்கக்கூடிய நிலை paarkkakoodiya nilai

visible *a.* கண்ணுக்குள் புலப்படும் kannukkul pulappadum

vision *n.* பார்வை paarvai

visionary *a.* கற்பனையான karpanaiyaana

visionary *n.* மனக்கோட்டை கட்டுபவர் manakkottai kattupavar

visit *n.* போய்ப் பார்த்தல் poyp paarththal

visit *v.t.* போய்ப் பார் poyppaar

visitor *n.* காண வந்துள்ளவர் kaana vanthullavar

vista *n.* சாலை மரங்கள் saalai marangal

visual *a.* படக்காட்சி padakkaadsi

visualize *v.t.* கற்பனை செய்துகொள் karpanai seythukol

vital *a.* உயிர் போல் முக்கியமான uyir pol mukkiyamaana

vitality *n.* உயிர்ப்பு uyirppu

vitalize *v.t.* உயிர் கொடு uyir kodu

vitamin *n.* உயிர்ச் சத்து uyir saththu

vitiate *v.t.* சீகுலை seekulai

vivacious *a.* உற்சாகமுள்ள urssaakamulla

vivacity *n.* உல்லாசம் ullaasam

viva-voce *adv.* வாய்மொழியாக vaaymozhiyaaka

viva-voce *a.* வாயால் பேசப்படும் vaayaal pesappadum

viva-voce *n* வாய்மொழிப் பரீட்சை vaaymozhip pareechai

vivid *a.* தெளிவான thelivaana

vixen *n.* பெண் நரி pen nari

vocabulary *n.* சொற்களின் அகராதி sorkalin akaraathi

vocal *a.* குரல் சம்பந்தமான kural smapanthamaana

vocalist *n.* வாய்ப்பட்டுக்காரர் vaayppaattukkaarar

vocation *n.* தொழில் thozhil

vogue *n.* பாங்கு paangu

voice *n.* குரல் kural

voice *v.t.* வெளியிடு veliyidu

void *a.* காலியான kaaliyaana

void *v.t.* காலி செய் kaali sey

void *n.* காலியிடம் kaaliyidam

volcanic *a.* எரிமலை சம்பந்தமான erimalai sampanthamaana

volcano *n.* எரிமலை erimalai

volition *n.* விருப்பம் viruppam

volley *n.* சரமாரி saramaari

volley *v.t.* கீழே விழுமுன் பந்தை அடித்தல் keezhe vizhumun panthai adiththal

volt *n.* மின்வலி min vali

voltage *n.* மின்வலி அளவு minvali alavu

volume *n.* கன பரிமாணம் kana parimaanam

voluminous *a.* அதிக பரிமாணமுள்ள kana parimaanamulla

voluntarily *adv.* தன்னிச்சையாக thannichaiyaaka

voluntary *a.* தூண்டுதலில்லாத thoonduthalillaatha

volunteer *n.* தானக வேலையை மேற்கொள்பவர் thaanaaka velaiyai merkolpavar

volunteer *v.t.* தன்னிச்சையாக ஊழியம் செய் thannichaiyaaka oozhiyam sey

voluptuary *n.* சிற்றின்பப் பிரியர் srrinpap piriyar
voluptuous *a.* சிற்றின்பகரமான sirrinpakaramaana
vomit *v.t.* வாந்தியெடு vaanthiyedu
vomit *n.* வாந்தி vaanthi
voracious *a.* பேருண்டிப்பிரிய perundippiriya
votary *n.* பக்தன் pakthan
vote *n.* சம்மதத்தைத் தெரிவித்தல் sammathathaith theriviththal
vote *v.i.* வாக்களி vaakkali
voter *n.* வாக்காளர் vaakkaalar
vouch *v.i.* சாட்சி சொல் saadsi sol
voucher *n.* உறுதிச்சீட்டு uruthichcheettu
vouchsafe *v.t.* உறுதி செய் uruthi sey
vow *n.* பிரமாணம் piramaanam
vow *v.t.* வாக்கு கொடு vaakku kodu
vowel *n.* உயிர் எழுத்து uyir ezhuththu
voyage *n.* கடற் பிரயாணம் kadar pirayaanam
voyage *v.i.* கடற் பிரயாணம் செய் kadar pirauyaanam sey
voyager *n.* கடற் பிரயாணம் செய்பவர் kadar pirayaanam seypavar
vulgar *a.* அநாகரிக anaakarika
vulgarity *n.* நாகரிகமற்ற செயல் naakarikamarra seyal
vulnerable *a.* காயம்படக்கூடிய kaaymapadakkoodiya
vulture *n.* கழுகு kazhuku

W

wade *v.i.* தண்ணீரை நடந்து கட thanneerai nadanthu kada
waddle *v.i.* ஆடி ஆடி நட aadi aadi nada
waft *v.t.* நீரில் மிதக்கச் செய் neeril mithakkachey
waft *n.* காற்று வீசுதல் kaarru veesuthal
wag *v.i.* ஆட்டு aattu
wag *n.* அசைவு asaivu
wage *v.t.* நடத்து nadaththu
wage *n.* சம்பளம் sampalam
wager *n.* பந்தயம் panthayam
wager *v.i.* பந்தயம் கட்டு panthayam kattu
wagon *n.* பெரும் பார வண்டி perum paara vandi
wail *v.i.* புலம்பு pulampu
wail *n.* புலம்பல் pulampal
wain *n.* பாரவண்டி paaravandi
waist *n.* இடுப்பு iduppu
waistband *n.* இடுப்பு துணி iduppu thuni
waistcoat *n.* கையில்லாத அரைச்சட்டை kaiyillaatha araichattai
wait *v.i.* இரு iru
wait *n.* காத்து கிடத்தல் kaaththu kidaththal
waiter *n.* ஹோட்டல் பணியாள் hottal paniyaal
waitress *n.* உணவு பரிமாறும் பெண் unavu parimaarum pen

waive *v.t.* விட்டுக் கொடு vittuk kodu

wake *v.t.* விழித்தெழு vizhiththezhu

wake *n.* கண் விழிப்பு kan vizhippu

wake *n.* தூங்காதிருத்தல் thoongaathiruththal

wakeful *a.* தூக்கம் இல்லத thookkam illaatha

walk *v.i.* நட nada

walk *n.* நடை nadai

wall *n.* சுவர் suvat

wall *v.t.* சுவர் வைத்து அடை suvar vaiththu adai

wallet *n.* பணப்பை panappai

wallop *v.t.* அடி adi

wallow *v.i.* மண்ணில் உழல் mannil uzhal

walnut *n.* அக்ரோட் மரம் akrot maram

walrus *n.* நீர் நாய் neer naay

wan *a.* வெளுத்துப்போன veluththuppona

wand *n.* சிறிய கோல் siriya kol

wander *v.i.* சுற்று surru

wane *v.i.* தேய்வு அடை theyvu adai

wane *n.* இறக்கம் irakkam

want *v.t.* இல்லாமலிரு illaamaliru

want *n.* இல்லாமை illaamai

wanton *a.* உல்லாசமான ullaasamaana

war *n.* யுத்தம் yuththam

war *v.i.* யுத்தம் செய் yuththam scy

warble *v.i.* நடுங்கும் குரலோடு பாடு nadungum kuralodu paadu

warble *n.* நடுங்கும் குரல் nadungum kural

warbler *n.* பாடுபவர் paadupavar

ward *n.* நகரத்தின் ஒரு பிரிவு wakarathththin oru pirivu

ward *v.t.* ரக்ஷி rakshi

warden *n.* காப்போன் kaappon

warder *n.* காவலன் kaavalan

wardrobe *n.* அலமாரி alamaari

wardship *n.* பாதுகாப்பு paathukaappu

ware *n.* சரக்குகள் sarakkukal

warehouse *v.t.* பண்டக சாலை pandaka saalai

warfare *n.* யுத்தம் செய்தல் yuththam seythal

warlike *a.* யுத்த சம்பந்தமான yuththa sampanthamaana

warm1 *a.* வெப்பமான veppamaana

warm *v.t.* சுட வை suda vai

warmth *n.* வெப்பத் தன்மை veppath thanmai

warn *v.t.* எச்சரி echchari

warning *n.* எச்சரிக்கை செய்தல் echcharikkai seythal

warrant *n.* அதிகாரப் பத்திரம் athikaarap paththiram

warrant *v.t.* அதிகாரமளி athikaaramali

warrantee *n.* உத்தரவாதம் பெறுபவர் uththaravaatham perupavar

warrantor *n.* உத்தரவாதமளிப்பவர் uththaravaathamalippavar

warranty *n.* உத்தரவாதம் uththaravaatham

warren *n.* குழிமுயல்கள் வளர்க்குமிடம் kuzhimuyalkal valarkkumidam

warrior *n.* போர் வீரர் por veerar
wart *n.* பாலுண்ணி paalunni
wary *a.* கவனமுள்ள kavanamulla
wash *v.t.* கழுவு kazhuvu
wash *n.* கழுவுதல் kazhuvuthal
washable *a.* துவைத்து சுத்தம் செய்யக்கூடிய thuvaiththu suththam seyyakkoodiya
washer *n.* வண்ணார் vannaar
wasp *n.* குளவி kulavi
waspish *a.* துர்குணம் படைத்த thurkunam padaiththa
wassail *n.* மிதமிஞ்சி மது அருந்தப்படும் ஒரு விழா mithaminji mathu arunthappadum oru vizhaa
wastage *n.* வீணாக்கிய அளவு veenaakkiya alavu
waste *a.* செழிப்பற்ற sezhipparra
waste *n.* கழிவுப் பொருள் kazhivupporul
waste *v.t.* வீணாக்கு veenaakku
wasteful *a.* வீணான veenaana
watch *v.t.* கவனமாகப் பார் kavanamaakappaar
watch *n.* கைக் கடிகாரம் kaikkadikaaram
watchful *a.* கவனமான kavanamaana
watchword *n.* சங்கேதச் சொல் sangklethachol
water *n.* தண்ணீர் thaneer
water *v.t.* நீர் பாய்ச்சு neer paaychu
waterfall *n.* அருவி aruvi
water-melon *n.* தர்ப்பூசனி tharpoosani
waterproof *a.* நீர் படியாத neer padiyaatha
waterproof n நீர் புக முடியாத துணி neer puka mudiyaatha thuni
waterproof *v.t.* நீர் புக முடியாதபடி செய் neer puka mudiyaathapadi sey
watertight *a.* நீர் ஒழுகாத neer ozhukaatha
watery *a.* நீர் போன்ற neer ponra
watt *n.* மின் சக்தி அளக்கும் அளவு min sakthi alakkum alavu
wave *n.* அலை alai
wave *v.t.* கையால் சைகை செய் kaiyaal saikai sey
waver *v.i.* தயங்கு thayangu
wax *n.* மெழுகு mezhuku
wax *v.t.* வளர் valar
way *n.* வழி vazhi
wayfarer *n.* வழிப்போக்கன் vazhippokkan
waylay *v.t.* மறைந்திருந்து தாக்கு maraiwthiruwthu thaakku
wayward *a.* சொற்கேளாத sorkelaatha
weak *a.* பலமற்ற palamarra
weaken *v.t.* & i பலம் குறை palam kurai
weakling *n.* பலவீனமானவர் palaveenamaanavar
weakness *n.* பலவீனம் palaveenam
weal *n.* நல்வாழ்வு nalvaazhvu
wealth *n.* செல்வம் selvam
wealthy *a.* செல்வம் நிறைந்த selvam niraintha
wean *v.t.* தாய்ப்பால் அருந்துவதை மறக்கடி thaayppaal arunthuvathai marakkadi
weapon *n.* ஆயுதம் aayutham

wear *v.t.* அணிந்துகொள் aninthukol
weary *a.* சோர்ந்த sorntha
weary *v.t.* & i களைப்படை kalaippadai
weary *a.* களைப்படையச் செய் kalaippadaiyachey
weary *v.t.* தளர்ச்சியடை thalarchiyadai
weather *n.* வானிலை vaanilai
weather *v.t.* பொறு poru
weave *v.t.* பின்னு pinnu
weaver *n.* நெசவாளர் nesavaalar
web *n.* சிலந்தி வலை silanthi valai
webby *a.* வலை போன்ற valai ponra
wed *v.t.* மணம்புரி manampuri
wedding *n.* திருமணம் thirumanam
wedge *n.* ஆப்பு aappu
wedge *v.t.* ஆப்பறை aapparai
wedlock *n.* திருமணம் thirumanam
Wednesday *n.* புதன்கிழமை puthan kizhamai
weed *n.* காட்டுச் செடி kaatuchedi
weed *v.t.* களை kalai
week *n.* ஒரு வாரம் oru vaaram
weekly *a.* வாரம் ஒரு முறை நிகழ்கிற vaaram oru murai nikazhkira
weekly *adv.* வாரமொரு தடவை vaaramoru thadavai
weekly *n.* வார இதழ் vaara ithazh
weep *v.i.* அழு azhu
weevil *n.* அந்துப் பூச்சி anthuppoochi
weigh *v.t.* எடை போடு edaipodu
weight *n.* எடை edai
weightage *n.* எடை அளவு edai alavu
weighty *a.* கனமான kanamaana
weir *n.* சிற்றாணை sirraanai
weird *a.* வினோதமான vinothamaana
welcome *a.* நல்ல மனத்தோடு வரவேற்கப்பட்ட nalla manathodu varaverkappatta
welcome n நல்வரவு nalvaravu
welcome *v.t.* சந்தோஷமாக ஏற்றுக்கொள் santhoshamaana yerrukkol
weld *v.t.* இறுக ஒன்று சேர் iruka onru ser
weld *n.* காய்ச்சித் தட்டி இணைத்தல் kaaychith thatti inaiththal
welfare *n.* நன்மை nanmai
well *a.* நல்ல நிலையில் nalla nilaiyil
well *adv.* சுகமான sukamaana
well *n.* சுகமான sukamaana
well *v.i.* ஊற்றெடு oorredu
wellignton *n.* ((முழங்கால் வரையில் மூடிக்கொள்ளும்) பூட்ஸ் (muzhangaal varaiyil moodikkollum) boots
well-known *a.* பிரசித்தமான pirasiththamaana
well-read *a.* நன்றாக படித்த nanraak padiththa
well-timed *a.* சரியான நேரத்தில் நிகழ்கிற sariyaana neraththil nikazkira
well-to-do *a.* செழுமையான sezhumaiyaana

welt *n.* அசும்பு asumpu

welter *n.* குழப்பம் kuzhappam

wen *n.* குழலைக்கட்டி kuzhalaikkatti

wench *n.* நாட்டுப்புறப் பெண் naattuppurappen

west *n.* மேற்கு merku

west *a.* மேற்கு திக்குக்குரிய merku thikkukkuriya

west *adv.* மேற்கு நோக்கி merku nokki

westerly *a.* மேற்கிலிருந்து வீசும் merkilirunthu veesum

westerly *adv.* மேற்கிலுள்ள merkilulla

western *a.* மேற்கத்திய merkaththiya

wet *a.* ஈரமான eeramaana

wet *v.t.* ஈரமாக்கு eeramaakku

wetness *n.* ஈரத்தன்மை eeraththanmai

whack *v.t.* பளாரென்று அறை palaarenru arai

whale *n.* திமிங்கிலம் thimingalam

wharfage *n.* கப்பற்துறைக் கட்டணம் kapparthuraik kattanam

what *a.* எவ்வளவு? evvalavu

what *pron.* எதற்காக? etharkaaka

what *interj.* என்ன? enna

whatever *pron.* ஏதாயினும் yethaaayinum

wheat *n.* கோதுமை kothumai

wheedle *v.t.* இச்சகம் பாடிப் பணியவை ichakam paadip paniyavai

wheel *a.* சக்கரம் உள்ள sakkaram ulla

wheel *v.t.* வண்டியில் ஏற்றிச் செல் vandiyil yerrichel

whelm *v.t.* ஜயி jayi

whelp *n.* நாய்க்குட்டி naaykkutti

when *adv.* எப்போது? eppothu

when *conj.* பொழுது pozhuthu

whence *adv.* எங்கிருந்து engirunthu

whenever *adv.* conj பொழுதெல்லாம் pozhuthellaam

where *adv.* குறிப்பிடப்பட்ட இடம் kurippidappatta idam

where *conj.* எங்கு? engu

whereabout *adv.* சுமாராக எங்கே? sumaaraaka enge?

whereas *conj.* ஆகையால் aakaiyaal

whereat *conj.* அதன் பேரில் athyan peril

wherein *adv.* எதில்? ethi?

whereupon *conj.* அதன் பிறகு athan piraku

wherever *adv.* எங்கேயாகிலும் engkeyaakilum

whet *v.t.* தீட்டிக் கூராக்கு thittik kooraakku

whether *conj.* இருவகையிலும் iruvakaiyilum

which *pron.* எது? ethu

which *a.* எந்த? entha

whichever *pron* ஏதாகிலும் ஒன்று yethhaakilum onru

whiff *n.* ஒரு வகை மீன் oru vakai meen

while *n.* வேளை velai

while *conj.* அச்சமயத்தில் achchamayaththil

while *v.t.* காலத்தை வீணாக்கு kaalaththa veenaakku

whim *n.* திடீர் விருப்பம் thideer viruppam

whimper *v.i.* அவ்வாறு முனகு avvaaru munaku

whimsical *a.* விசித்திரமான visiththiramana

whine *v.i.* முனகு munaku

whine *n.* அழுகை azhukai

whip *v.t.* சவுக்கால் அடி savukkaal adi

whip *n.* சவுக்கு savuku

whipcord *n.* சவுக்கு கயிறு savukku kayiru

whir *n.* 'விர்' ரென்ற சப்தம் virrenra saptham

whirl n.*i.* வேகமாக சுழற்று vekamaaka suzharru

whirl *n* வேகமான சுழர்சி vekamaana suzharci

whirligig *n.* ரங்கராட்டினம் ranga raattinam

whirlpool *n.* நீர்ச்சுழி neerchuzhi

whirlwind *n.* சுழற் காற்று suzhar kaarru

whisk *v.t.* அகற்று akarru

whisk *n.* துடைப்பம் thudaippam

whisker *n.* மீசை meesai

whisky *n.* ஒருவகை சாராயம் oruvakai saaraayam

whisper *v.t.* காதோடு பேசு kaathodu pesu

whisper *n.* தாழ்ந்த குரல் thazhntha kural

whistle *v.i.* கீச்சென்று ஊது keechennru oothu

whistle *n.* சீழ்க்கை ஒலி seezhkkai oli

white *a.* வெண்மையான venmaiyaana

white *n.* வெண்மை நிறம் venmai niram

whiten *v.t.* வெள்ளையடி vallaiyadi

whitewash *n.* சுண்ணாம்புக் கரய்சல் sunnaampuk kraisal

whitewash *v.t.* சுண்ணாம்பு பூசு sunaampu poosu

whither *adv.* எங்கு? engu

whitish *a.* சுமாராக வெண்மையான sumaaraaka venmaiyaana

whittle *v.t.* செதுக்கு குறை sethukku kurai

whiz *v.i.* 'உஸ்' என்ற ஒலி எழுப்பு us enra oli ezhuppu

who *pron.* எவன்? evan

whoever *pron.* யாரேனும் yaarenum

whole *a.* முழு muzhu

whole *n.* மொத்தம் moththam

whole-hearted *a.* முழு மனத்துடன் muzhu manathudan

wholesale *n.* மொத்த வியாபாரம் moththa viyaapaaram

wholesale *a.* மொத்த வியாபார விலை moththa viyaapaara vilai

wholesale *adv.* மொத்தமாக moththamaaka

wholesaler *n.* மொத்த வியாபாரி moththa viyaapaari

wholesome *a.* ஆரோக்கியமான aarokkiyamaana

wholly *adv.* மொத்தமாய் moththmaay

whom *pron.* யாரை yaarai

whore *n.* விலைமகள் vilaimakal

whose *pron.* யாருடைய yaarudaiya

why *adv.* ஏன்? yen?
wick *n.* விளக்கின் திரி vilakkin thiri
wicked *a.* துஷ்ட thushta
wicker *n.* மெல்லிய வளையக்கூடிய மிலாறு melliya valaiyakkoodiya milaaru
wicket *n.* திட்டி வாயில் thitti vaayil
wide *a.* அகன்ற akanra
wide *adv.* விசாலமாக visaalamaaka
widen *v.t.* அகலமாக்கு akalamaaku
widespread *a.* விஸ்தாரமாக பரவியுள்ள visthaaramaaka paraviyulla
widow *n.* விதவை vithavai
widow *v.t.* விதவையாக்கு vithavaiyaakku
widower *n.* மனைவியை இழந்து மறுதாரம் கொள்ளாதவர் manaiviyai izhanthu maruthaaram
width *n.* அகலம் akalam
wield *v.t.* பிரயோகி pirayoki
wife *n.* மனைவி manavi
wig *n.* பொய் மயிர் poy mayir
wight *n.* உயிரினம் uyirinam
wigwam *n.* செவ்விந்திய குடிசை sevvinthiya kudisai
wild *a.* காட்டு kaattu
wilderness *n.* காட்டுத்தன்மை kaattuththanmai
wile *n.* சதி செயல் sathi seyal
will *n.* மனவுறுதி manavuruthi
will *v.t.* எண்ணு ennu
willing *a.* இ ஷ்டமுள்ள ishtamulla
willingness *n.* விருப்பம் viruppam
willow *n.* செடி sedi
wily *a.* ஆண் குறி aankuri
wimble *n.*
wimple *n.* முக்காடு mukkaadu
win *v.t.* வெற்றி கொள் verrikol
win *n.* வெற்றி verri
wince *v.i.* தயங்கு thayangu
winch *n.* வண்டிலாசு vandilaasu
wind *n.* காற்று kaarru
wind *v.t.* ஊது oothu
wind *v.t.* மோப்பம் பிடி moppam pidi
windbag *n.* அர்த்தமில்லாமல் பேசுபவன் arththamillaamal pesupavan
winder *n.* சுற்றி surri
windlass *v.t.* ஜகடை jakadai
windmill *n.* காற்றாலை kaarraalai
window *n.* ஜன்னல் jannal
windy *a.* காற்றாக kaarraaka
wine *n.* திராட்சை சாறு thiraadsai saaru
wing *n.* சிறகு siraku
wink *v.i.* கண் சிமிட்டு kan simittu
wink *n* கண் சிமிட்டல் kan simittal
winner *n.* வெற்றி வாகை சூடுபவன் verri vaakai soodupavan
winnow *v.t.* ஊதுவது oothuvathu
winsome *a.* கவர்ச்சிகரமான kavarchikaramaana
winter *n.* குளிர் காலம் kulirkaalam
winter *v.i* குளிர் க்காலத்தை போக்கு kulir kaalaththai pokku
wintry *a.* உற்சாகமற்ற ursaakamarra
wipe *v.t.* துடை thudai
wipe *n.* துடைத்தல் thudaiththal

wire *n.* மின்சார கம்பி minsaara kampi

wire *v.t.* கம்பிய்யால் இணை kampiyaal inai

wireless *a.* கம்பியில்லாத kampiyillaatha

wireless *n.* ஒலிபரப்பு கருவி oliparppu karuvi

wiring *n.* மின்சார இணைப்புகள் minsaara inaippukal

wisdom *n.* ஞானம் njaanam

wisdom-tooth *n.* ஞ்ஞானப்பல் njaanappal

wise *a.* அறிவான arivaana

wish *n.* விருப்பம் viruppam

wish *v.t.* விரும்பு virumpu

wishful *a.* விரும்புதல் virumputhal

wisp *n.* வைக்கோல் கட்டு vaikkol kattu

wistful *a.* நாடுவது naaduvathu

wit *n.* விரைவில் கிரகித்துக்கொள்ளும் திறன் viraivil kirahiththukkollum thiran

witch *n.* பெண் மந்திரவாதி pen manthiravaathi

witchcraft *n.* மந்திரவாதம் manthiravaatham

witchery *n.* மந்திரவ்வாத செயல் manthiravaatha seyal

with *prep.* உடன் udan

withal *adv.* அதே நேரத்தில் athe neraththil

withdraw *v.t.* பின் வாங்கு pinvaangu

withdrawal *n.* பின்வாங்குதல் pinvaanguthal

withe *n.* சரடு saradu

wither *v.i.* உலர்ந்து போ ularnthu po

withhold *v.t.* கொடுக்காமல் வைத்துக்கொள்வது kodukkaamal vaiththukkolvathu

within *prep.* உள்ளே ulle

within *adv.* உட்புறமாக utpuramaaka

within *n.* உட்புறம் utpuram

without *prep.* வெளியே veliye

without *adv.* வெளிப்புறமாக velippuramaaka

without *n.* வெளிப்புறம் velippuram

withstand *v.t.* தாங்கிக்கொள்ளுதல் thaangikkolluthal

witless *a.* முட்டாள்தனமாக muttaalthanamaaka

witness *n.* சாட்சி saadsi

witness *v.i.* சாட்சியாக இரு saadsiyaaka iru

witticism *n.* ச்சாமர்த்தியமான பேச்சு saamarththiyamaana pechu

witty *a.* ச்சாமர்த்தியமான பேச்சு saamarththiyamaana pechu

wizard *n.* மந்திரவ்வ்வாதி manthiravaathi

wobble *v.i* அசைவாடிக் கொண்டிருப்பது asaivaadik kondiruppathu

woe *n.* ச்சோதனை sothanai

woebegone *a.* கவலையுடன் தோன்றுவது kavalaiyudan thonruvathu

woeful *n.* கவலையுடன் kavalaiyudan

wolf *n.* நரி nari

woman *n.* பெண் pen

womanhood *n.* பெண்மை penmai

womanish *n.* பெண் தன்மை pen thanmai

womanise *v.t.* பெண்கள் மீது இச்சை கொள்வது penkal meethu ichai kolvathu

womb *n.* கருப்பை karuppai

wonder *n.* அதிசயம் athisayam

wonder *v.i.* அதிசயி athisayi

wonderful *a.* அதிசயம்மான athisayamaana

wondrous *a.* அதிசயிக்கத்தக்க athisayikkaththakka

wont *a.* மாட்டேன் maatten

wont *n.* மாட்டேன் maatten

wonted *a.* பழகிப்போன pazakippona

woo *v.t.* ஒரு பொருளை அடைய பாடுபடுவது oru porulai adaiya paadupaduvathu

wood *n.* மரம் maram

woods *n.* காட்டுப் பகுதி kaattup pakuthi

wooden *a.* மரத்தாலான maraththalaana

woodland *n.* காட்டுப் பகுதி kaattup pakuthi

woof *n.* ஊடு இழை oodu izai

wool *n.* கம்பளி kampali

woollen *a.* கம்பளியாலான kampaliyaalaana

woollen *n.* கம்பளி ஆடை kampali aadai

word *n.* வார்த்தை vaarththai

word *v.t.* சொல் sol

wordy *a.* அதிக வார்த்தைகள் athika vaarththaikal

work *n.* வேலை velai

work *v.t.* வேல்லை செய் velai sey

workable *a.* செயலாக்க கூடியவை seyalaakka koodiyavai

workaday *a.* வேல்ல்லை நாட்கள் velai naadkal

worker *n.* பணியாளர் paniyaalar

workman *n.* வேலை செய்பவர் velai seypavar

workmanship *n.* நுணுக்கமான வேலைப்பாடு nunukkamaana velaippaadu

workshop *n.* தொழிற்சாலை thozirsaalai

world *n.* உலகம் ulakam

worldling *n.* உலக இச்சை ulaka ichai

worldly *a.* உலகம் சார்ந்த ulakam saarntha

worm *n.* புழு puzu

wormwood *n.* புதர் puthar

worn *a.* அதிக பயன்பாட்டால் தேய்வுற்ற athika payanpaaddaal theyvurra

worry *n.* கவலை kavalai

worry *v.i.* கவல்லைப்படு kavalaippadu

worsen *v.t.* மோசமாக்கு mosamaakku

worship *n.* வழிபாடு vazipaadu

worship *v.t.* வழிபடு vazipadu

worshipper *n.* வழிபடுபவர் vazipadupavar

worst *n.* மிக மோசமான mika mosamaana

worst *a.* மிக மோசமான mika mosamaana

worst *v.t.* வெற்றி கொள் verri kol

worsted *n.* கம்பளி நூல் kampali nool

worth *n.* மதிப்பு mathippu

worth *a.* மதிப்பு mathippu

worthless *a.* மதிப்பற்ற mathipparra

worthy *a.* தகுதியான thakuthiyaana

would-be *a.* ஒருவரை திருமணம் செய்துகொள்ளப் போகும் நபர் oruvarai thirumanam seythukollap pokum napar

wound *n.* காயம் kaayam

wound *v.t.* காயப்படுத்து kaayppaduththu

wrack *n.* அழிந்த பொருட்கள் azintha porudkal

wraith *n.* பேய் pey

wrangle *v.i.* சண்டை பிடி sandai pidi

wrangle *n.* வாக்கு வாதம் vaakku vaatham

wrap *v.t.* மூடு moodu

wrap *n.* மூடுதல் mooduthal

wrapper *n.* மூடுவதற்குப் பயன்படும் காகிதம் mooduvatharkup payan padum kaakitham

wrath *n.* கோபம் kopam

wreath *n.* மலர் வளையம் malar valaiyam

wreathe *v.t.* பூ வளையம் poo valaiyam

wreck *n.* சேதமான கப்பல் sethamaana kappal

wreck *v.t.* நாசமாக்கு naasamaakku

wreckage *n.* சேதமடைந்த பொருட்கள் sethamadaintha porudkal

wrecker *n.* பிறருக்குத் துன்பம் தருபவர் pirarukkuthunpam tharupavar

wren *n.* சிறு பாடும் பறவை siru paadumparavai

wrench *n.* குறடு kuradu

wrench *v.t.* பற்றியிழு parriyizu

wrest *v.t.* ப றி pari

wrestle *v.i.* சண்டை போடு sandai podu

wrestler *n.* மல்யுத்த வீரர் malyuththa veerar

wretch *n.* துரதிர்ஷ்டசாலி thrathirshdasaali

wretched *a.* துர்ப்பாக்கியமான thurppaakkiyamaana

wrick *n.* சுளுக்கு sulukku

wriggle *v.i.* நெளி neli

wriggle *n.* நெளிதல் nelithal

wring *v.t.* பிழிவது pizivathu

wrinkle *n.* தோல் சுருக்கம் thol surukkam

wrinkle *v.t.* சுருங்கு surungu

wrist *n.* மணிக்கட்டு manikkattu

writ *n.* சாசனம் saasanam

write *v.t.* எழுது ezhuthu

writer *n.* எழுத்தாளர் ezuththaalar

writhe *v.i.* வலியால் துடி valiyaal thudi

wrong *a.* தவறு thavaru

wrong *adv.* தவற்றான thavaraana

wrong *v.t.* தவற்று செய் tharu sey

wrongful *a.* தவறுதலான thavaruthalaana

wry *a.* வெறுப்பு உணர்ச்சி veruppu unarchi

X

xerox *n.* பிரதி pirathi
xerox *v.t.* பிரதியெடு pirathiyedu
Xmas *n.* கிறிஸ்துமஸ் பண்டிகை kiristhumas pandikai
x-ray *n.* எக்ஸ்ரே eksre
x-ray *a.* எக்ஸ்ரே eksre
x-ray *v.t.* எக்ஸ்ரே எடு eksre edu
xylophagous *a.* மரம் தின்னிப் பூச்சி maram thinni poochi
xylophilous *a.*
xylophone *n.* இசைக்கருவி isaik karuvi

Y

yacht *n.* சிறிய படகு siriya padaku
yacht *v.i* படகில் செல் padakil sel
yak *n.* கவரி எருமை kavari erumai
yap *v.i.* குரை kurai
yap n வீண் பேச்சு veen pechu
yard *n.* கஜம் kajam
yarn *n.* நூல் nool
yawn *v.i.* கொட்டாவி விடு kottaavi vidu
yawn *n.* கொட்டாவி kottaavi
year *n.* வருடம் varudam
yearly *a.* வருட்டாந்திரம் varudaanthiram
yearly *adv.* வருட்டாந்திரம் varudaanthiram
yearn *v.i.* ஏங்கு yengu
yearning *n.* ஏங்குதல் yenguthal
yeast *n.* காடி kaadi
yell *v.i.* கத்து kaththu
yell *n.* கத்துதல் kaththuthal
yellow *a.* மஞ்சள் manjal
yellow *n.* மஞ்சள் manjal
yellow *v.t.* மஞ்சளாக்கு manjalaakku
yellowish *a.* மஞ்சளாக manjalaaka
Yen *n.* ஜப்பான் நாட்டு நாணயம் jappaan naattu naanayam
yeoman *n.* விவசாய vivasaaya
yes *adv.* ஆமாம் aamaam
yesterday *n.* நேற்று nerru
yesterday *adv.* நேற்றறைய nerraiya
yet *adv.* அது வரை athu varai
yet *conj.* இது வரையில் ithu varaiyil
yield *v.t.* விட்டுக்கொடு vittukkodu
yield *n.* விளைச்சல் vilaichal
yoke *n.* நுகத்தடி nukaththadi
yoke *v.t.* பூட்டு poottu
yolk *n.* முட்டையின் மஞ்சள் கரு muttaiyin manjsal karu
younder *a.* அங்குள்ள angulla
younder *adv.* அவ்விடத்தில் avvidaththil
young *a.* இளைய ilaiya
young *n.* இள்ளையவர் ilaiyavar
youngster *n.* இள்ள்ளைஞர் ilainjar
youth *n.* இளைஞர் ilainjar
youthful *a.* இளமை ilamai

Z

zany *a.* விதூஷகர் vithooshakar
zeal *n.* ஆர்வம் aarvam
zealot *n.* பித்தன் piththan

zealous *a.* பொறாமை மிக்க poraamai mikka
zebra *n.* வரிக்குதிரை varikkuthirai
zenith *n.* உச்ச கட்டம் ucha kattam
zephyr *n.* தென்றல் காற்று thenral kaarru
zero *n.* பூஜ்யம் poojyam
zest *n.* ஆர்வம் aarvam
zigzag *n.* மாறி மாறி maari maari
zigzag *a.* மாறி மாறி maari maari
zigzag *v.i.* ம்மாறி மாறி செல் maari maari sel
zinc *n.* துத்தநாகம் thuththanaakam
zip *n.* சக்தி sakthi
zip *v.t.* மூடு moodu
zodiac *n.* ராசி மண்டலம் raasi mandalam
zonal *a.* பகுதி சார் pakuthi saar
zone *n.* மண்டலம் mandalam
zoo *n.* மிருக்க்காட்சி சாலை mirukakkaadsi saalai
zoological *a.* விலங்கியல் சார் vilangiyal saar
zoologist *n.* விலங்கியல் விஞ்ஞானி vilangiyal vinjaani
zoology *n.* விலங்கியல் vilangiyal
zoom *n.* ஜூம் சப்தம் zoom saptham
zoom *v.i.* பெரிது படுத்து perithupaduthu

Tamil-English

A

aaanmeeka *a.* ஆன்மீக spiritual
aachariyam *n.* ஆச்சரியம் surprise
aachariyamaana *a.* அச்சரியமான miraculous
aachariyamadai *v.i.* ஆச்சரியமடை marvel
aachariyar *n.* ஆசாரியார் pedagogue
aachchariyam *n.* அச்சரியம் marvel
aachirap-padutthu *v.t.* ஆச்சரியப்படுத்து amaze
aachiriyakaramaaka *a.* ஆச்சரியமரமாக marvellous
aadai *n.* ஆடை apparel
aadai *n.* ஆடை attire
aadai *n.* ஆடை clothing
aadai *n.* ஆடை dress
aadai *n.* ஆடை garb
aadai *n.* ஆடை garment
aadai akarru *v.t.* ஆடை அகற்று denude
aadaikalukku kanji podu *v.t.* ஆடைகளுக்கு கஞ்சி போடு starch
aadai-yali *v.t.* ஆடையணி clothe
aadal *n.* ஆடல் cabaret
aadal *v.t.* ஆடல் dance
aadam-baram *v.i.* ஆடம்பரம் boast
aadamparam *n.* ஆடம்பரம் pageantry
aadara-vali *v.t.* ஆதரவளி corroborate
aadarvali-pavargalin-thogudhi *n.* ஆதரவளிப்பவர்களின் தொகுதி bloc
aadath thuvakka venidya murai *n.* ஆடத் துவக்க வேண்டிய முறை serve
aadhara-matra *a.* ஆதாரமற்ற baseless
aadharavu *n.* ஆதரவு assistance
aadhari-t-thal *v.t.* ஆதரித்தல advocate
aadi aadi nada *v.i.* ஆடி ஆடி நட waddle
aadsi *n.* ஆட்சி governance
aadsi *n.* ஆட்சி regime
aadsi *n.* ஆட்சி reign
aadsi *v.t.* ஆட்சி rein
aadsi *n.* ஆட்சி rule
aadsi *n.* ஆட்சி ruling
aadsi nadaththu *v.t.* ஆட்சி நடத்து govern
aadsi nipunan *n.* ஆட்சி நிபுணன் statesman
aadsi peravai *n.* ஆட்சிப் பேரவை senate
aadsi sey *v.i.* ஆட்சி செய் reign
aadsi sey *n.* ஆட்சி செய் rein
aadsi sey *v.t.* ஆட்சி செய் rule
aadsipparappu *n.* ஆட்சிப்பரப்பு dominion
aadsiyaalar *n.* ஆட்சியாளர் despot
aadsiyaalar *n.* ஆட்சியாளர் ruler
aadu-maadu-parimaaral *v.t.* ஆடமாடுபரிமாறல் agist
aadupol *a.* ஆடுபோல் sheepish
aa-gasthu *n.* ஆகஸ்து August
aagha *conj.* ஆக as
aagha *prep.* ஆக at
aagu *v.i.* ஆகு become

aa-guga *interj.* ஆகுக amen
aaidhal *n.* ஆய்தல் audit
aai-vaalar *n.* ஆய்வாளர் auditor
aa-jar *n.* ஆஜர் attendance
aa-jar-aagu *v.t.* . ஆஜராகு attend
aakaaram *n.* ஆகாரம் sustenance
aa-kaaram *n.* ஆகாரம் aliment
aakaaya sampanthamaana *a.* ஆகாய சம்பந்தமான meteoric
aakaaya vimaanam *n.* ஆகாய விமானம் plane
aakaayam *n.* ஆகாயம் sky
aakaiyaal *conj.* ஆகையால் so
aakaiyaal *adv.* ஆகையால் that
aakaiyaal *conj.* ஆகையால் whereas
aakirami *v.t.* . ஆக்கிரமி infringe
aakiramiththal *n.* ஆக்கிரமித்தல் infringement
aakkam *n.* ஆக்கம் make
aakkapoorvamaayiruththal *adj.* ஆக்கபூர்வமாயிருத்தல் creative
aak-kiramam *n.* ஆக்கிரமம annoyance
aakkiramiththukkolluthal *n.* அக்ரமித்துக் கொள்ளுதல் usurpation
aakramiththukkol *v.t.* . ஆக்ரமித்துக் கொள் usurp
aakvikal *n.* ஆவிகள் manes
aal *n.* ஆள் person
aal edu *v.t.* . ஆள் எடு recruit
aal eduththal *n.* ஆள் எடுத்தல் recruit
aal kuraippu *v.t.* . ஆள் குறைப்பு retrench
aal kuraiththal *n.* ஆள் குற்றைத்தல் retrenchment
aala-maram *n.* ஆலமரம் banyan
aalangatti *n.* ஆலங்கட்டி hail
aali vithai *n.* ஆளி விதை linseed
aalillaa *a.* ஆளில்லத் unmanned
aaliv maram *n.* ஆலிவ் மரம் olive
aalkadaththal *v.t.* . ஆள்கடத்தல் kidnap
aalkonarvu *n.* ஆள்கொணர்வு habeas corpus
aalmaaraattam seythal *n.* ஆள்மாறாட்டம் செய்தல் impersonation
aalosanai *v.t.* ஆலோசனை counsel
aalosanai *v.t.* ஆலோசனை debate
aalosanai kel *v.t.* . ஆலோசனை கேள் refer
aalosanai sabai *n.* ஆலோசனைசபை council
aalosanaikkaaka kondu vai *v.t.* . ஆலோசனைக்காக கொண்டு வை table
aalosi *v.t.* ஆலோசி consider
aalosikka-t-thakka *n.* ஆலோசிக்கத்தக்க advisability
aalosippavar *n.* ஆலோசிப்பவர் counsellor
aalpa-malai *n.* ஆல்பாமலை alp
aalthirattu *v.t.* ஆள்திரட்டு enlist
aalum thiramai *n.* ஆளும் திறமை mastery
aalumai-unarvu *a.* ஆளுமைவுணர்வு aggressive
aalumai-yunarvu *a.* ஆளுமையுணர்வு bellicose

aalunar *n.* அஆளுநர் governor
aamaam *adv.* ஆமாம் yes
aamai *n.* ஆமை tortoise
aamanak-ennai *n.* ஆமணக்கெண்ணெய் castor oil
aan *n.* ஆண் male
aan aadu *n.* ஆண் ஆடு ram
aan inaiperakku uruppu *n.* ஆண் இனைபெரக்கு உறுப்பு penis
aan inaththa serntha *a.* ஆண் இனத்தை சேர்ந்த male
aan pillaikalin vilaiyaattai virumpum pen *n.* ஆண் பிள்ளைகளின் விளையாட்டை விரும்புன் பெண் tomboy
aan vaathu *n.* ஆண் வாத்து gander
aan/ pen pommai *n.* ஆண் / பெண் பொம்மை mannequin
aanaal *pron.* ஆனால் as
aanaiyar *n.* ஆணையர் commissioner
aanal *prep* ஆனால் but
aanal *conj.* ஆனால் but
aanam-adaindha *a.* ஆணவம்படைத்த arrogant
aanantham *n.* ஆனந்தம் bliss
aandhuch-sandhaa *n.* ஆண்டுச்சந்தா annuity
aandhuch-sandhaa(perupavar) *n.* ஆண்டுச்சந்தா(பெறுபவர்) annuitant
aandir-korumurai *a.* ஆண்டுற்கொருமுறை annual
aandu-vizha *n.* ஆண்டுவிழா anniversary
aangila kaasu *v.t.* . ஆங்கில காசு pound
aangila naanayam *n.* ஆங்கில நாணயம் penny
aangilam *n.* ஆங்கிலம் English
aanikal poruththu *v.t.* . ஆணிகள் பொருத்து spike
aaniyadi *v.t.* . ஆணியடி nail
aankuri *a.* ஆண் குறி wily
aanmaa/ udal suththam sey *v.t.* . ஆன்ம்மா/உடல் சுத்தம் செய் purge
aanmaavai suththappaduththum idam *n.* ஆன்மாவை சுத்தப்படுத்தும் இடம் purgatory
aanmai *n.* ஆண்மை virility
aanmaiyinmai *n.* ஆண்மையின்மை impotence
aanmaiyulla *a.* ஆண்மையுள்ள manful
aanmaiyulla *n.* ஆண்மை manliness
aanmaiyulla *a.* ஆண்மையுள்ள virile
aanmeekavaathi *n.* ஆன்மீகவாதி spiritualist
aan-panri *n.* ஆண்பன்றி boar
aanthai *n.* ஆந்தை owl
aanukkuriya *a.* ஆணுக்குரிய masculine
aanvinthuvai urpaththi seyyum peejam *n.* ஆண்பிந்துவை உற்பத்தி செய்யும் பீஜம் testicle
aapaasam *n.* ஆபாசம indecency
aapaasam *n.* ஆபாசம் obscenity
aapaasamaaka *a.* ஆபாசமாக obscene
aapaththaana *a.* ஆபத்தான dangerous
aapaththaana *a.* ஆபத்தான risky
aapaththaana *a.* ஆபத்தான serious
aapaththaana *a.* ஆபத்தான pernicious

aapaththali *v.t.* ஆபத்தளி endanger
aapaththirku ullaakku *v.t.* . ஆபத்திற்கு உள்ளாக்கு jeopardize
aapaththu *n.* ஆபத்து danger
aapaththu *n.* ஆபத்து jeopardy
aapaththu *n.* ஆபத்து risk
aapaththukkullaakku *v.t.* . ஆபத்துக்குள்ளாக்கு imperil
aapdiye *a.* அப்படியே verbatim
aapparai *v.t.* . ஆப்பறை wedge
aappil *n.* ஆப்பிள் apple
aappu *n.* ஆப்பு rivet
aappu *n.* ஆப்பு wedge
aappu adi *v.t.* . ஆப்பு அடி rivet
aaraaidhal *v.t.* . ஆராய்தல் audit
aaraalkap paay *v.i.*. ஆறாகப் பாய் stream
aaraavathu *a.* ஆறாவது sixth
aaraay *v.t.* . ஆராய் survey
aaraaychchi katturai *n.* ஆராய்ச்சி கட்டுரை thesis
aaraaychi *n.* ஆர்ராய்ச்சி research
aaraaychi sey *v.i.*. ஆராய்ச்சி செய் research
aaraaynthu piri *v.t.* . ஆரய்ந்து பிரி sift
aaraaythal *n.* ஆராய்தல் search
aaraayvu *n.* ஆராய்வு deliberation
aaradi alavu aazham *n.* ஆறடி அள்வு ஆழம் fathom
aarai-cchi-yaalar *n.* ஆராய்ச்சியாளர் analyst
aaram *n.* ஆரம் radius
aarambham *n.* ஆரம்பம் beginning
aarambham *v.t.* ஆரம்பம் commence
aarambham *n.* ஆரம்பம் commencement
aarambhi *n.* ஆரம்பி begin
aarampa *a.* ஆர ம்ப elementary
aarampa *a.* ஆரம்ப initial
aarampa idam *n.* ஆரம்ப இடம் source
aarampam *n.* ஆரம்பம் inception
aarampam *v.t.* . ஆரம்பம் originate
aarampam *n.* ஆரம்பம் outset
aarampi *v.t.* . ஆரம்பி initiate
aarampi *v.t.* . ஆரம்பி launch
aarampi *v.t.* . ஆரம்பி sponsor
aaravaaram *n.* ஆர்ரவாரம் rout
aara-vaaram *n.* ஆரவாரம் acclaim
aara-vaaram *v.t.* ஆரவாரம் cheer
aarokkiya sthalam *n.* ஆரோக்கிய ஸ்தலம் sanatorium
aarokkiyam *n.* ஆரோக்கியம் health
aarokkiyam *n.* ஆரோக்கியம் sanity
aarokkiyamaana *a.* ஆ ரோக்கியமான fine
aarokkiyamaana *a.* ஆரொக்கியமான healthy
aarokkiyamaana *a.* ஆரோக்கியமான sanitary
aarokkiyamaana *a.* ஆரோக்கியமான wholesome
aaro-sagam *n.* ஆரோசகம் antipathy
aarppaattam *n.* ஆர்பாட்டம் demonstration
aarral *n.* ஆற்றல் energy
aarral mikka *a.* ஆற்றல் மிக்க dominant

aarral mikka *a.* ஆற்றல் மிக்க energetic
aarral mikka *n.* ஆற்றல் மிக்க efficacy
aarralali *v.t.* ஆற்றல்லளி empower
aarru vellam *n.* ஆற்று வெள்ளம் spate
aaru *n.* ஆறு river
aaru *n., a* ஆறு six
aarudam sol *v.t.* ஆரூடம் சொல் foretell
aarudhal *v.t.* ஆறுதல் comfort
aaruthal *n.* ஆறுதல் solace
aarva eedupaadu *n.* ஆர்வ ஈடுபாடு fad
aarvam *v.t.* ஆர்வம் bias
aarvam *n.* ஆர்வம் curiosity
aarvam *n.* ஆர்வம் keenness
aarvam *n.* ஆர்வம் zeal
aarvam *n.* ஆர்வம் zest
aar-vam *adj.* ஆர்வம் athirst
aarvam konda *a.* ஆர்வம் கொண்ட interested
aarvamaaka *a.* ஆர்வமாக் eager
aarva-mikka *a.* ஆர்வமிக்க ardent
aarvamoottu *v.t.* ஆர்வமூட்டு engage
aarvamudaiya *a.* ஆர்வமுடைய keen
aarvamulla *a.* ஆர்வமுள்ள lusty
aarvamulla *a.* ஆர்வமுள்ள strenuous
aarvam-ulla *adj.* ஆர்வமுள்ள avid
aasaari *n.* ஆசாரி goldsmith
aasai *n.* ஆசை urge
aasaippadu *v.t.* ஆசைப்படு desire
aasaippadu *v.i.* ஆசைப்படு long

aasai-udan *adv.* ஆசையுடன் avidly
aas-bestos *n.* ஆஸ்பெஸ்டாஸ் asbestos
aash-chiriyam *n.* ஆசிரமம் abbey
aasiramam *n.* ஆசிரம்ம் hermitage
aasiriyar *n.* ஆசிரியர் teacher
aassai *v.i..* ஆசை thirst
aas-teroidu *adj.* ஆச்டேராயிடு asteroid
aas-thmaa *n.* ஆஸ்த்மா asthma
aat-che-panai *v.t.* ஆட்சேபனை cavil
aathaaram *n.* ஆதாரம் resource
aathaaram kooru *v.t..* ஆதாரம் கூறு substantiate
aathaaya pechu *v.t..* ஆதாய பேச்சு gainsay
aathaayam *n.* ஆதாயம் gain
aathaayamaana *a.* ஆதாயமான fruitful
aatharavali *v.t.* ஆதரவளி endorse
aathari *v.t..* ஆதரி second
aathari *v.i..* ஆதரி side
aathari *v.t..* ஆதரி patronize
aatharippavar *n.* ஆதரிப்பவர் seconder
aatharippu *n.* ஆதரிப்பு patronage
aathayaththirkakap payanpaduththu *n.* ஆதாயத்திர்காகப் பயன்படுத்து exploit
aathayaththirkakap payanpaduththu *v.t.* ஆதாயத்திர்காகப் பயன்படுத்து exploit
aathikkam seluththal *n.* ஆதிக்கம் செலுத்தல் domination
aathikkam seluththu *v.t.* ஆதிக்கம் செ;லுத்து dominate

aathiram *n.* ஆத்திரம் frenzy
aathirappavar *n.* ஆதரிப்பவர் patron
aathmaa *n.* ஆத்மா soul
aathma-nanbann *n.* ஆத்மநண்பன் confidant
aathmeeka sakthiyil nampikkai *n.* ஆத்மீக சக்தியில் நம்பிக்கை spiritualism
aaththiram *n.* ஆத்திரம் outrage
aathuriyam *n.* சாதுரியம் sleight
aat-koll *v.t.* ஆட்கொள் benight
aat-kolli-gl *n.* ஆட்கொல்லிகள் androphagi
aatsepam *v.t.* ஆட்சேபம் demur
aatsepanai *n.* ஆட்சேபனை demur
aattidaiyan *n.* ஆட்டிடையன் shepherd
aattin-kural *n.* ஆட்டின்குரல் bleat
aattiraichi *n.* ஆட்டிறைச்சி mutton
aattru *v.t.* ஆற்று commit
aattu *v.i..* ஆட்டு wag
aatukadaari *n.* ஆட்டுக்க டாரி ewe
aaval kol *v.i..* ஆவல் கொள் itch
aavalai ezhuppum *a.* ஆவலை எழுப்பும் interesting
aavanam *n.* ஆவணம் document
aavanangkal *n.* ஆவணங்கள் file
aavani *n.* ஆவணி august
aavi *n.* ஆவி spectre
aavi *n.* ஆவி spirit
aavi niraintha *a.* ஆவி நிறைந்த vaporous
aavin kural oli *v.i.* ஆவின் குரல் ஒலி moo
aaviyaakku *v.t..* ஆவியாக்கு vaporize
aaviyaathal *v.i.* ஆவியாதல் evaporate
aaviyil pidi *v.i..* ஆவியில் பிடி steam
aayar *n.* ஆயர் herdsman
aayaththeervai *n.* ஆயத்தீர்வை excise
aayinum conj ஆயினும் however
aa-yinum *conj.* ஃ ஆயினும் albeit
aa-yinum *conj.* ஆயினும் although
aayiram *n.* ஆயிரம் thousand
aayiram *a.* ஆயிரம் thousand
aayiram aandukal *n.* ஆயிரம் ஆண்டுகள் millennium
aayira-maandugal *n.* ஆயிரமாண்டுகள் chiliad
aayudha-kidanghu *n.* ஆயுதக்கிடங்கு arsenal
aayudham *v.t.* . ஆயுதம் arm
aayudha-saalai *n.* ஆயுதச்சாலை armoury
aayuthak kuraippu *n.* ஆயுதக் குறைப்பு disarmament
aayutham *n.* ஆயுதம் tool
aayutham *n.* ஆயுதம் weapon
aayuthangalai akarru *v.t.* ஆயுதங்களை அகற்று disarm
aayvarangku *n.* ஆய்வரங்கு symposium
aayvu *n.* ஆய்வு survey
aayvukkoodam *n.* ஆய்வுக்கூடம் laboratory
aazham *a.* ஆழம் deep
aazham *n.* ஆழம் depth
aazhamaakap pathintha *a.* ஆழமாகப் பதிந்த ingrained
aazhamilaatha *n.* ஆழ்மில்லாத shoal

aazhamillaatha *a.* ஆழமில்லாத shallow
aazhntha *a.* ஆழ்ந்த intense
aazhntha chinthanai *n.* ஆழ்ந்த சிந்தனை preponderance
aazhntha chinthanai *a.* ஆழ்ந்த சிந்தனை profound
aazhntha chinthanai *n.* ஆழ்ந்த சிந்தனை profundity
aazhntha chinthi *v.i..* ஆழ்ந்த சிந்தி preponderate
aazhnthari *v.t. .* ஆழ்ந்தறி fathom
aazhnthu aaraaythal *v.i.* ஆழ்ந்து ஆராய்தல் deliberate
aazhnthu chinthi *v.t. .* ஆழ்ந்து சிந்தி ponder
aazhthadam *n.* ஆழ்தடம் groove
aazntha yosanai *a.* ஆழ்ந்த யோசனை ruminant
aazntha yosanai *n.* ஆழ்ந்த யோசனை ruminant
abaandam *v.t.* அபாண்டம் calumniate
abhatha-maana *a.* அபத்தமான absurd
acchu *n.* அச்சு axle
acchu-koppavar அச்சுக்கோப்பவர் compositor
acchuruththu *v.t.* அச்சுறுத்து daunt
acham *n.* அச்சம் fear
acham tharum *a.* அச்சம்தரும் fearful
achamootukira *a.* அச்சமூட்டுகிற formidable
achchamayaththil *conj.* அச்சமயத்தில் while
achchamoottu *v.t. .* அச்சமூட்டு terrorize
achchu *n.* அச்சு press
achu *n.* அச்சு mould
achu *n.* அச்சு stalk
achu edu *v.t. .* அச்சு எடு print
achu edu *n.* அச்சு எடு print
achu edukkum aayutham *n.* அச்சி எடுக்கும் ஆயுதம் printer
achuk karu *n.* அச்சுக் கரு matrix
achup pizhai *n.* அச்சுப் பிழை misprint
achuruththu *v.t. .* அச்சுறுத்து threaten
achuththaal *n.* அச்சுத்தாள் stencil
achuththam *n.* அசுத்தம் pollution
achuththamaaka aakkuvathu *v.t. .* அசுத்தமாக ஆக்குவது pollute
acre *n.* ஏய்கர் ் acre
adaiayalam *n.* அடையாளம் symbol
adai-dhal *n.* அடைதல் acquirement
adaikaa *v.i..* அடைகா incubate
adai-k-kal *n.* அடைக்கல் anvil
adaikkalam *n.* அடைக்கலம் refuge
adaipodu *v.t. .* எடைபோடு scale
adaippaan *n.* அடைப்பான் cork
adaippu *v.t.* அடைப்பு choke
adaippu *n.* அடைப்பு enclosure
adaiyaalam *n.* அடையாளம் cachet
adaiyaalam *n.* அடையாளம் imprint
adaiyaalam *n.* அடையாளம் signal
adaiyaalam kaan *v.t. .* அடையாளம் காண் recognize
adaiyaalam kaattuthal *n.* அடையாளாம் காட்டுதல் indentification
adaiyaalam kandupidi *v.t. .* அடையாளம் கண்டுபிடி identify

adaiyaalamiduthal *n.* அடையாளமிடுதல் marker

adakka mudiyaatha *a.* அடக்க முடியாத unruly

adakkamaana *a.* அடக்கமான mild

adakkamulla *a.* அடகமுள்ள humble

adakki vai *n.* அடக்கி வை thump

adakku *v.t.* . அடக்கு aggrieve

adakku *v.t.* . அடக்கு contain

adakku *v.t.* . அடக்கு quell

adakku *v.t.* . அடக்கு repress

adakku *v.t.* . அடக்கு stifle

adakku *v.t.* . அடக்கு subdue

adakku *v.t.* . அடக்கு suppress

adakkuthal *n.* அடக்குதல் repression

adakkuthal *n.* அடக்குதல் suppression

adamaanam *n.* அடமானம் mortgage

adamaanam *v.t.* . அடமானம் mortgage

adamaanam pidippavar *n.* அடமானம் பிடிப்பவர் mortagagee

adamaanam vaippavar *n.* அடமானம் வைப்பவர் mortgator

adampidiththal *a.* அடம்பிடித்தல் mulish

adangkaatha *a.* அடங்காத licentious

adangkaatha *a.* அடங்காத turbulent

adarththi *n.* அடர்த்தி density

adarththiyaaka *adv.* அடர்த்தியாக thick

adarththiyaana *a.* அடர்ந்தியான dense

adarththiyillaatha *a.* அடர்த்தியில்லாத sparse

adha-naal *adv.* அதனால் by

adhan-keezh *prep.* அதன்கீழ் beneath

adhanpadiyaaga *adv.* அதன்படியாக accordingly

adhan-piragu *conj.* அதன்பிறகு after

adhi-gaaram-alithal *n.* அதிகாரமளித்தல் appropriation

adhi-gaari *n.* அதிகாரி clerk

adhigamaana *a.* அதிகமான aconsiderable

adhi-gharap-porva-maagha' *v.t.* அதிகாரப்புர்வமாக abrogate

adhi-kaaram *n.* அதிகாரம் authority

adhi-kaara-mulla *a.* அதிகாரமுள்ள authoritative

adhi-kaara-mulla *a.* அதிகாரமுள்ள competent

adhi-kaari *n.* அதிகாரி commander

adhi-nilai *a.* அடிநிலை basic

adhi-thalam *n.* அடித்தளம் basement

adi *n.* அடி beat

adi *n.* அடி blow

adi *v.t.* . அடி contuse

adi *n.* அடி hit

adi *n.* அடி slap

adi *v.t.* . அடி strike

adi *v.t.* . அடி wallop

adi atttai podu *v.t.* . அடி அட்டை போடு sole

adi neerottam *n.* அடி நீரோட்டம் undercurrent

adi nokki *adv.* அடி நோக்கி down

adi pan'-i-dhal *v.i.* அடிபணிதல் abide

adi pan'-i-vu *a.* அடிபணிவு abiding

adichchuvadu *n.* அடிச்சுவடு track

adichchuvadu *n.* அடிச்சுவடு vestige

adigaara-pathiram *n.*
அதிகாரப்பத்திரம் charter
adikkadi *n.* அடிக்கடி frequent
adikkadi *adv.* அடிக்கடி often
adikkodidu *v.t.* . அடிக்கோடிடு
underline
adi-koorai *n.* அடிக்கூரை ceiling
adimai *v.t.* . அடிமை addict
adimai *n.* அடிமை serf
adimai *n.* அடிமை slave
adimai-thanam *n.* அடிமைத்தனம
addiction
adimai-thanam *n.* அடிமைத்தனம்
bondage
adimai-thanam *n.* அடிமைத்தனம்
captivity
adimaiththanam *n.* அடிமைத்தனம்
servility
adimaiththanam *n.* அடிமைத்தனம்
slavery
adimaiththanam *n.* அடிமைத்தனம்
thralldom
adimaiththanamaana *a.*
அடிமைத்தனமான servile
adimaiyaakku *v.t.* . அடிமையாக்கு
enslave
adimaiyaana *n.* அடிமையான thrall
adimaiyai viduthalai seythal *v.t.* .
அடிமையை விடுதலை
செய்தல் manumit
adimaiyai viduthalaiyaakkum seyal *n.*
அடிமையை
விடுதலையாக்கும் செயல்
manumission
adimaram *n.* அடிமரம் trunk
adi-mattam *n.* அடிமட்டம் base

adimuthal mudivarai *prep.* அடிமுதல்
முடிவரை through
adipadaiyaana *a.* அடிபடையான
preliminary
adipadaiyaana *n.* அடிபடையான
preliminary
adippadai *n.* அடிப்படை rudiment
adippadaik kaaranam *n.*
அடிப்படைக் காரணம் rationale
adippadai-saarndha *adj.*
அடிப்படைச்சார்ந்த basal
adippadaiyaana *a.* அடிப்படையான
fundamental
adippadaiyaana *a.*
அடிப்பட்டையான rudimentary
adip-puram *n.* அடிப்புறம் bottom
adi-thalam *a.* அடித்தளம் base
adiththu kol *v.t.* . அடித்து கொல்
lynch
adi-vayaru *n.* அடிவயிறு anticardium
**adivayirrilulla paiyil kuttikalaith
thookkichellum mirukam** *n.*
அடிவயிற்றிலுள்ள பையில்
குட்டிகளைத் தூக்கிச் செல்லும்
மிருகம் marsupial
adiyaal *n.* அடியாள் henchman
adiyil *prep.* அடியில் under
adiyil *adv.* அடியில் underneath
adpadda kalyalth thaangkum thookku
n. அடி பட்ட கையைத் தாங்கும்
தூக்கு sling
adukkaana araikal *n.* அடுக்கான
அறைகள் suite
adukki vai *v.t.* . அடுக்கி வை stow
adukku *n.* அடுக்கு layer
adukku *n.* அடுக்கு stratum

adukku-petti *n.* அடுக்குபெட்டி bureau

adupangkaraiyilulla thattumaadam *n.* அடுப்பாங்கரையிலுள்ள தட்டுமாடம் mantel

aduppangkarai *n.* அடுப்பங்கரை hearth

aduppu *n.* அடுப்பு cooker

aduththa *adv.* அடுத்த next

aduththaduththulla *a.* அடுத்தடுத்துள்ள successive

aduththulla *a.* அடுத்துள்ள next

ae-gaadhi-pathiyam *n.* ஏகாதிபத்தியம் autocracy

ae-gaadhi-pathy *n.* ஏகாதிபதி autocrat

aelam *n.* ஏலம் auction

aelam *v.t.* . ஏலம் bid

aela-vir'-panai *v.t.* . ஏலவிற்பனை auction

ae-maatram *v.t.* ஏமாற்றம் beguile

ae-ppam *n.* ஏப்பம் belch

aera-kuraiya *a.* ஏறக்குறைய approximate

aer-paadu *n.* ஏற்பாடு arrangement

aerppu-saanru *n.* ஏற்புச்சான்று approval

aeru *n.* ஏறு climb1

aeru-dhal *v.i.* ஏறுதல் climb

ae'su *n.* ஏசு abuse

ae'su-dhal *a.* ஏசுதல் abusive

aetru-kol *v.t.* . ஏற்றுக்கொள் approve

agalam *n.* அகலம் breadth

aganda *a.* அகண்ட broad

agandhai *n.* அகந்தை conceit

agara-varisai *n.* அகரவரிசை alphabet

agara-varisai-kuriya *a.* அகரவரிசைக்குரிய alphabetical

ahrinai *n.* அஃறிணை neuter

aimpathu *n.* ஐம்பது fifty

ainthu *n.* ஐந்து five

airlaanthu naattukkaarar *n.* ஐர்லாந்து நாட்டுக்காரர் Irish

airlaanthu naattukkuriya *a.* ஐர்லாந்து நாட்டுக்குரிய Irish

aitheekam *n.* ஐதிகம் tradition

aiyaa *n.* ஐயா sir

aiyavaatham *n.* ஐயவாதம் scepticism

aiyoh *interj.* ஐயோ alas

aiyurukira *a.* ஐயுறுகிற hesitant

ajaakirathaiyaana *a.* அஜாக்கிரதையான slipshod

ajaakkirathaiyaaka *a.* அஜாக்கிரதையாக reckless

ajaakkirathaiyaana *a.* அஜாக்கிரதையான rash

ajeeranam *n.* அஜீரணம் indigestion

akalam *n.* அகலம் width

akalamaaku *v.t.* . அகலமாக்கு widen

akalapapduththu *n.* அகலப்படுத்து ream

akampaavam *n.* அகம்பாவம் swagger

akampaavaththudan nadanthu sel *v.i.*. அகம்பாவத்துடன் நடந்து செல் swagger

akanra *a.* அகன்ற wide

akapadu *v.t.* அகப்படு entangle

akaraathi *n.* அகராதி dictionary

akaraathi thokukkum kalai *n.* அகராதி தொகுக்கும் கலை lexicography

akarru *v.t.* அகற்று dispose

akarru *v.t.* . அகற்று repudiate
akarru *v.t.* . அகற்று whisk
akarruthal *n.* அகற்றுதல் repudiation
akathi *n.* அகதி fugitive
akathi *n.* அகதி refugee
akazhi *n.* அகழி moat
akazhi *n.* அகழி trench
akazhi amai *v.t.* . அகழி அமை trench
akazhiyaal valai *v.t.* . அகழியால் வளை moat
akazhvaayvu *n.* அகழ் வாய்வு excavation
akazhvaayvu sey *v.t.* அகழ்வாய்வு செய் excavate
akdopar *n.* அக்டோபர் October
akkam pakkam *n.* அக்கம் பக்கம் vicinity
akkarai *v.t.* அக்கறை concern
akkarai *n.* அக்கறை solicitude
akkarai kol *v.t.* . அக்கறை கொள் mind
akkaraiyillaatha *a.* அக்கறையில்லாத mindless
akkaraiyulla *a.* அக்கறையுள்ள mindful
akkiramamaaka upayoki *v.t.* . அக்கிரமமாக உபயோகி misappropriate
akrot maram *n.* அக்ரோட் மரம் walnut
akuravamaana *a.* அகௌரவமான ignoble
ala *v.t.* . அள measure
aladchiyapaduthal *n.* அலட்சியப்படுத்தல் disregard
aladchyapaduthu *v.t.* அலட்சியப்படுத்து disregard
aladsiya paarvai *n.* அலட்சிய பார்வை sneer
aladsiyam *n.* அலட்சியம் indifference
aladsiyamaaka pesu *v.i.*. அலட்சியமாக பேசு scoff
aladsiyamulla *a.* அலட்சியமுள்ள indifferent
alagaal kuththu *v.i.*. அழகால் குத்து peck
alagaal kuththuthal *n.* அழகால் குத்துதல் peck
alagu *n.* அலகு beak
alai *v.i.* அலை billow
alai *v.i.*. அ லை roam
alai *n.* அலை wave
alai alaiyaakach sel *v.i.*. அலை அலையாகச் செல் surge
alai ponra asaivu *n.* அலை போன்ற அசைவு undulation
alai varisai *n.* அலை வரிசை frequency
alaichal *n.* அல்லைச்சல் ramble
alainthu thiripavan *n.* அலைந்து திரிபவன் straggler
alai-pesi *adj.* அலைபேசி cellular
alai-varisai *n* அலைவரிசை channel
alakkaththakka *a.* அளக்கத்தக்க measurable
alakkum karuvi *n.* அளக்கும் கருவி micrometer
alamaari *n.* அலமாரி closet
alamaari *n.* அலமாரி cupboard
alamaari *n.* அலமாரி rack

alamaari *n.* அலமாரி wardrobe
alangaaram *n.* அலங்காரம் accessory
alangari *v.t.* . அலங்கரி bedight
alangari *v.t.* . அலங்கரி grace
alangkaaramaaka *a.* அலங்காரமாக ornamental
alangkari *v.t.* அலங்கரி decorate
alangkari *v.t.* . அலங்கரி ornament
alankari-tthal *v.t.* . அல்ங்ாகரித்தல் adorn
alaral *n.* அலறல் howl
alaral *n.* அலறல் low
alaru *v.t.* . அலறு howl
ala-rum *n.* அலாரம் alarm
alasi aaraay *a.* அலசி ஆராய் threadbare
alasu *v.t.* . அலசு rinse
alaththal *n.* அளத்தல் measurement
ala-valaavu *v.t.* . அளவளாவு converse
alaveedukal, kuriyeedukal *n.* அள்வீடுகள் குறியீடுகள் gradation
alavillaamal *a.* அளவில்லாமல் measureless
alavillaatha *a.* அளவில்லாத immeasurable
alavu *n.* அளவு bulk
alavu *n.* அளவு measure
alavu *n.* அளவு size
ali *v.t.* . அளி concede
ali *v.i.* அளி confer
ali *v.t.* . அளி offer
aliththal *n.* அளித்தல் offer
allaa-mal *prep.* அல்லாமல் besides
allathu *a.* அல்லது else
alli *v.t.* முற்றுகையிடு bestow
allippodu *v.t.* . அள்ளிப் போடு shovel
allippoo *n.* அல்லிப் பூ lily
aluminium *n.* அலுமினியம aluminium
aluppadai-dhal *n.* அலுப்படைதல் bore
aluppu thattukira *a.* அலுப்பு தட்டுகின்ற stereotyped
aluvalaka kadamaiyai sey *v.i.*. அலுவலக கடமையை செய் officiate
aluvalakam *n.* அலுவலகம் office
aluvalakam saar *a.* அலுவலகம் சார் official
aluvalar *n.* அலுவலர் official
amaanushya *a.* அமானுஷ்ய susperhuman
amai *v.t.* . அமை orient
amaidhi *v.t.* அமைதி calm
amaidhi-yaana *n.* அமைதியான calm
amaidhiyai-kulai *v.t.* அமைதியைக்குலை commove
amaippu *n.* அமைப்பு context
amaippu *n.* அமைப்பு contour
amaippu *n.* அமைப்பு structure
amaithi *n.* அமைதி quiet
amaithi *n.* அமைதி serenity
amaithi *n.* அமைதி tranquility
amaithi *n.* அமைதி peace
amaithipaduththuthal *n.* அமைதிப்படுத்துதல் mitigation
amaithiyaaka iru *v.t.* . அம்மைதியாக இரு quiet
amaithiyaakku *v.t.* . அமைதியாக்கு tranquillize

amaithiyaana *a.* அமைதியான mum

amaithiyaana *a.* அம்ம்மைதியான quiet

amaithiyaana *adv.* அமைதியான quite

amaithiyaana *a.* அமைதியான serene

amaithiyaana *a.* அமைதியான tranquil

amaithiyaana *a.* அமைதியான peaceable

amaithiyaana *a.* அமைதியான peaceful

amaithiyai kedu *v.t.* . அமைதியை கெடு unsettle

amaithiyali *v.t.* . அமைதியளி solace

amaithiyinmai *n.* அமைதியின்மை disquiet

amaithiyulla *a.* அமைதியுள்ள staid

amali *n.* அமளி clamour

amali *n.* அமளி scuffle

amaliyaana *a.* அமளியான uproarious

amangalamaana *a.* அமங்கலமான inauspicious

amarththu *v.t.* . அமர்த்து deploy

amarththuthal *n.* அமர்த்துதல் installation

ambu *n.* அம்பு arrow

ambu *n.* அம்பு dart

amilam *a.* அமிலம acid

amilam *n.* அமிலம acid

amilam-thavirrka *adj.* அமிலம்தவிர்க்க antacid

amilath'-anmai *n.* அமிலத்தன்மை acidity

amirtham *n.* அமிர்தம் nectar

amizhththu *v.t.* . அமிழ்த்து soak

amma *n.* அம்மா mummy

ammai kuththu *v.t.* . அம்மை குத்து vaccinate

ammai kuththupavar *n.* அம்மை குத்துபவர் vaccinator

ammai kuththuthal *n.* அம்மை குத்துதல் vaccination

ammaip paal *n.* அம்மைப் பால் vaccine

ampu *n.* அம்பு shaft

amsangkal peru *v.t.* . அம்சங்கள் பெறு score

amukku *v.t.* . அமுக்கு immerse

amulil illaatha *a.* அமுலில் இல்லத inoperative

amuthi-vai *v.t.* அமுக்கிவை burden

a-naaga-reegam *n.* அநாகரீகம் barbarian

anaakarika *a.* அநாகரிக vulgar

anaakarikamaana *a.* அநாக்ரிகமான savage

anaakarikan *n.* அநாகரிகன் savage

anaakrikamaana *a.* அநாகரிகமான indecent

anaama-deya *a.* அநாமதேய anonymous

anaama-deya-nilai *n.* அநாமதேயநிலை anonymity

anaathai *n.* அநாதை orphan

anaathai illam *n.* அந்நாதை இல்லம் orphanage

anaathaiyaakku *v.t.* . அநாதையாக்கு orphan

anaavasiyamaayth thalaiyidu *v.i.*. அநாவசியமாய்த் தலையிடு maddle

anachip pazham *n.* அனாசிபழம் pineapple
anai *n.* அணை barrage
anai *v.t.* . அணை extinguish
anai *n.* அணை rservoir
anaikkattu *n.* அணைக்கட்டு dam
anaippu *n.* அணைப்பு embrace
anai'thum *n.* அணைத்தும் competence
anaitthum *adv.* அனைத்தும் altogether
anal *n.* அனல் heat
analil vaattu *v.t.* . அனலில் வாட்டு toast
anbaana *n.* அன்பான amiability
anbalippu *n.* அன்பளிப்பு contribution
anbar *n.* அன்பர் amour
anbu *n.* அன்பு affection
anbudan *a.* அன்புடன் affectionate
anbu-kuriya *a.* அன்புக்குரிய beloved
andai veettaar *n.* அண்டை வீட்டார் neighbour
andangkaakkai *n.* அண்டங்காக்கை raven
aneethi *n.* அநீதி injustice
anegamaaka *adv.* அநேகமாக almost
anekamaaka *a.* அநேகமாக most
angee-gari *v.t.* . அங்கீகரி approbate
angha-maana *adj.* அங்கமான constituent
anghee-garam-ali *v.t.* . அங்கீகாரமளி amend
anghi-kaaram *n.* அங்கிகாரம் acceptance
angi *n.* அங்கி robe
angi ani *v.t.* . அங்கி அணி robe
angkam *n.* அங்கம் limb
angkam neekkal *a.* அங்கம் நீக்கல் mutinous
angkathinar *n.* அங்கத்தினர் councillor
angkavadi *n.* அங்கவடி stirrup
angke *adv.* அங்கே there
angkeekaaram *n.* அங்கீகாரம் recognition
angkirunthu *adv.* அங்கிருந்து thence
angku *adv.* அங்கு thither
angoor-arpanam *v.t.* . அங்குரார்ப்பணம் auspicate
angulam *n.* அங்குலம் inch
angulla *a.* அங்குள்ள younder
angusam *n.* அங்குசம் goad
ani *n.* அணி team
ani' *v.t.* . அணி array
ani seraa *n.* அணி சேரா non-alignment
anichai seyal *n.* அனிச்சை செயல் reflex
anichaiyaaka *a.* அனிச்ச்சையாக reflex
anichaiyaaka *a.* அனிச்ச்சையாக reflexive
anikalan *n.* அணிகலன் ornament
anikalan aniviththal *n.* அணிகலன் அனிவித்தல் ornamentation
anil *n.* அணில் squirrel
aninthukol *v.t.* . அணிந்துகொள் wear
anivakuththuchel *v.i.*. அணிவகுத்துச் செல் file
aniyaayamaana *a.* அநியாயமான unfair
anjal *n.* அஞ்சல் post
anjal *n.* அஞ்சல் postage

anjal anuppu *v.t.* . அஞ்சல் அனுப்பு post

anjal murai *n.* அஞ்சல் முறை relay

anjal sampanthappatta *a.* அஞ்சல் சம்பந்தப்பட்ட postal

anju *v.i.* அஞ்சு fear

anmaiyil *a.* அண்மையில் recent

annai *n.* அன்னை mum

annapparavai *n.* அன்னப்பறவை swan

anniyamaana *a.* அந்நியமான foreign

anniyan *a.* அந்நியன alien

anniyap-paduth-thal *v.t.* . அன்னியப்படுத்தல் alienate

anniyar *n.* அன்னியர் stranger

anpalippu *n.* அன்பளிப்பு present

anpalippu *n.* அன்பளிப்பு presentation

anpalippu ali *v.t.* . அன்பளிப்பு அலி present

anpu *n.* அன்பு love

anpudan *adv.* அன்புடன் kindly

anpukkuriyavar *n.* அன்புக்குரியவர் darling

anpulla *a.* அன்புள்ள loving

anraadam *n.* அன்றாடம் daily

antha dem. *pron.* அந்த that

antharangkamaana *a.* அந்தரங்கமான ulterior

anthasthu *n.* அந்தஸ்து state

anthupoochi *n.* ஆந்துப்பூச்சி moth

anthuppoochi *n.* அந்துப் பூச்சி weevil

anu *a.* அணு nuclear

an'u *n.* அணு atom

an'u *a.* அணு atomic

anu maiyam *n.* அணு மையம் nucleus

anu-bandha-maana *adj.* அநுபந்தமான adscititious

anubhava-matra *adj.* அனுபவமற்ற callow

anu-ghu-dhal *v.t.* . அணுகுதல் accede

anugu-dhal *n.* அணுகுதல் approach

anugu-mrai *v.t.* . அணுகுமுறை approach

anu-kari *v.t.* அனுசரி commemorate

anukkaruch serkkai *n.* அணுக்கருச் சேர்க்கை fusion

anukoolam *n.* அனுகூலம் mileage

anukoolamaana *a.* அனுகூலமான favourable

anumaanam *v.t.* அனுமானம் conjecture

anumaanam *n.* அறுமானம் hypothesis

anumaanam *n.* அனுமானம் presupposition

anu-maanam *v.t.* . அனுமானம் assume

anumaani *v.t.* . அனுமானி infer

anumaaniththal *a.* அனுமானித்தல் hypothetical

anumaaniththal *n.* அனிமானித்தல் inference

anu-maani-tthal *n.* அனுமானித்தல் assumption

anumadhi *v t* அனுமதி admit

anumadhi *v.t.* . அனுமதி allow

anu-madhi *v.t.* . அனுமதி accredit

anumadhi-ka-thakka *a.* அனுமதிக்கத்தக்க admissible

anumadhi-pathiram *n.* அனுமதிபத்திரம் admittance

anu-madhi-thal *n.* அனுமதித்தல் approbation

anumadhi-yali *v.t.* . அனுமதியளி authorize
anumathi *v.t.* . அனுமதி let
anumathi *n.* அனுமதி sanction
anumathi *n.* அனுமதி permission
anumathi *n.* அனுமதி permit
anumathi kodu *v.t.* . அனுமதி கொடு license
anumathi kuduppathu *v.t.* . அனுமதி குடுப்பது permit
anumathi perravar *n.* அனுமதி பெற்றவர் licensee
anumathi seettu *n.* அனுமதிச் சீட்டு ticket
anumathi tharakkoodiya *a.* அனுமதி கொடுக்கக்கூடிய permissible
anumathi vazangu *v.t.* . அனுமதி வழங்கு sanction
anumathikkakkoodaatha *a.* அனுமதிக்கக்கூடாத inadmissible
anupava reethiyil peraatha *a.* அனுபவ றிதியில் பெறாத theoretical
anupavam *n.* அனுபவம் experience
anupavi *v.t.* அனுபவி enjoy
anupavi *v.t.* அனுபவி experience
anupavi *v.t.* . அனுபவி indulge
anupavi *v.t.* . அனுபவி suffer
anupavi *v.t.* . அனுபவி undergo
anupavinmai *n.* அனுபவிமின்மை inexperience
anupaviththal *n.* அனுபவித்தல் indulgence
anu-pilavu *n.* அனுபிளவு accrementition
anuppiramaanamaayulla *a.* அணுப் பிரமாணமாயுள்ள minute
anuppu *v.t.* அனுப்பு communicate
anuppu *v.t.* . அனுப்பு send
anuppu *v.t.* . அனுப்பு transmit
anuppupavar *n.* அனுப்புபவர் transmitter
anupputhal *n.* அனுப்புதல் transmission
anuthaapam *n.* அனுதாபம் sympathy
anuthaapamulla *a.* அனுதாபமுள்ள kind
anvattu *n.* எண்வட்டு dial
apaaramaana *a.* அபாரமான magnificent
apaayakaramaana seyala laakavamaaka thuninthu sey *v.t.* . அபாயகரமான செயலை லாகவமாக துணிந்து செய் skate
apaayakaramaana visha juram *n.* அபாயகரமான விஷ ஜுரம் typhus
apaayam *n.* அபாயம் threat
apakari *v.t.* . அபகரி fleece
apakeerththi *n.* அபகீர்த்தி infamy
apakeerththiyulla *a.* அபகீர்த்தியுள்ள infamous
aparaatham *n.* அபராதம் fine
aparaatham vasooli *v.t.* . அப ராதம் வசூலி fine
apaththam *n.* அபத்தம் nonsense
apaththamaana *a.* அபத்த மான nonsensical
apavaatham sey *v.t.* . அபவாதம் செய் slander
apinayam *n.* அபிநயம் mime

apinayam sey *v.i.* அபிநயம் செய் mime

apini *n.* அபினி opium

apipraayappadu *v.t.* . அபிப்ராயப்படு figure

apoorvamaana *a.* அபூர்வமான scarce

appaa *n.* அப்பா dad, daddy

appaa *n.* அப்பா father

appaal *prep.* அப்பால் beyond

appadippattathu *pron.* அப்படிப்பட்டது such

appadiyaanaal *conj.* அப்படியானால் if

appadiye iru *v.i.*. அப்படியே இரு remain

appappo *n.* அப்பப்போ periodical

appappo *a.* அப்பப்போ periodical

appirikka karuppina aan *n.* ஆபிரிக்க கறுப்பு இன ஆண் negro

appothu *prep.* அப்போது during

appozhuthu *adv.* அப்போழுது then

appuram *a.* அப்புறம் after

appurappaduthu *v.t.* அப்புறப்படுத்து evacuate

aprakam *n.* அப்ரகம் mica

aprikka karuppu manithan *n.* ஆப்ரிக்க கருப்பு மனிதன் nigger

aprikka kurangu *n.* ஆப்ரிக்க குரங்கு gorilla

apurvamaana *a.* அபூர்வமான unique

araa-jagam *n.* அராஜகம் anarchy

araa-jaga-vaadhi *n.* அராஜகவாதி anarchist

arachiyal *a.* அரசியல் politic

arachiyal *a.* அரசியல் political

arachiyal *n.* அரசியல் politics

arachiyalvaathi *n.* அரசியல்வாதி politician

arai *n.* அறை cabin

arai *n.* அறை chamber

arai *n.* அறை cuff

arai *v.i.*. அரை grind

arai *n.* அரை half

arai *n.* அறை room

arai kodu *v.t.* . அறை கொடு slap

arai varusham *n.* அரைவருஷம் semester

araikattu *n.* அறைக்கட்டு flat

araikkolam *n.* அரைக்கோளம் hemisphere

araikkum *a.* அரைக்கும் molar

araikoovu *v.i.* அறைகூவு dare

arai-kurai-yaaga *v.t.* அரைகுறையாக botch

araivaikkal *v.t.* . அரைவைக்கல் mortar

Araiyaatha uzhai *v.t.* . அயராத உழை ply

Araiyaatha uzhaippu *n.* அயாரத உழைப்பு ply

arakaarsattaikal *n.* pl. அரைகாற்சட்டைகள் shorts

arakkan *n.* அரக்கன் demon

arakkan *n.* அரக்கன் monster

arak-kattalai *n.* அறக்கட்டளை benefice

arakkodaiyali *v.t.* அறக்கொடையளி endow

aram *n.* அரம் file

aran kaappamai *v.t.* . அரண்காப்பமை fortify

aranerikal *a.* அற நெறிகள் ethical

aranerikal *n.* அற நெறிகள் ethics
arangam *n.* அரங்கம் arena
arangam *n.* அரங்கம் auditorium
arangkam *n.* அரங்கம் dais
aranmai-kaari-yasthar *n.* அரண்மனைக்காரியஸ்தர் chamberlain
aranmanai *n.* அரண்மனை palace
aranmanai maathiri *a.* அரண்மனை மாதிரி palatial
arann *n.* அரண் bulwark
arasa *a.* அரச royal
arasaangha-vagai *a.* அரசாங்கவகை autocratic
arasaangha-vudhyoghisthan *n.* அரசாங்கவுத்யோகிஸ்தன் civilian
arasaangkam *n.* அரசாங்கம் government
arasan *n.* அரசன் king
arasanai aatharippavar *n.* அரசனை ஆதரிப்பவர் royalist
arasar *n.* அரசர் sovereign
arasinar kadan paththiram *n.* அரசினர் கடன் பத்திரம் stock
arasithazh *n.* அரசிதழ் gazette
arasiyal palaathkaaram *n.* அரசியல்பலாத்காரம் coup
arasu panam *a.* அரசு பணம் fiscal
arasurimai *n.* அரசுரிமை sovereignty
arattai *n.* அரட்டை chat1
arattaiyadippavar *n.* அரட்டையடிப்பவர் jay
aravaani *n.* அரவாணி eunuch
aravaaram *n.* ஆரவாரம் shout

aravai iyanthiram *n.* அரவை இயந்திரம் grinder
aravor *n.* அறவோர் moralist
arikkai *n.* அறிக்கை manifesto
arikkai *n.* அறிக்கை report
arikkai ali *v.t.* அறிக்கை அளி report
arikkai-thaazh *n.* அறிக்கைத்தாள் bulletin
arikuri *n.* அறிகுறி indication
arikuri *n.* அறிகுறி inkling
arikuri *n.* அறிகுறி token
arikuriyaana *a.* அறிகுறியான symbolic
arimugham-aanavar *n.* அறிமுகமானவர் acquaintance
arimughap-paduthal *v.t.* அறிமுகப்படுத்து acquaint
arimukam *n.* அறிமுகம் preamble
arimukanjchey *v.t.* அறிமுகஞ் செய் introduce
arimukanjcheythal *n.* அறிமுகஞ் செய்தல் introduction
arindha *a.* அறிந்த aware
arippu *n.* அரிப்பு erosion
arisi *n.* அரிசி rice
arithaaka *adv.* அரிதாக hardly
arithaaka *adv.* அரிதாக seldom
arithaana *a.* அரிதான rare
arithedu *v.t.* அரித்தெடு erode
ariththal kattai *n.* அரித்தள் கட்டை stubble
ariuvadai sey *v.t.* அறுவடை செய் reap
arivaal *n.* அரிவாள் scythe
arivaal *n.* அரிவாள் sickle

arivaali *n.* அறிவாளி genius
arivaali *n.* அறிவாளி intellectual
arivaalikalin samookam *n.* அறிவாளிகளின் சமூகம் intelligentsia
arivaana *a.* அறிவான wise
arivarra *a.* அறிவற்ற senseless
arivi *v.t.* அறிவி declare
arivillaatha *a.* அறிவில்லாத ignorant
arivinmai *n.* அறிவின்மை ignorance
arivinmai *n.* அறிவின்மை nescience
arivippu *n.* அறிவிப்பு announcement
arivizhanthor *v.t.* . அறிவிழந்தோர் dement
arivoottu *v.t.* . அறிவுட்டு instruct
arivu *n.* அறிவு intellect
arivu *n.* அறிவு scholarship
arivu sampanthamaana *a.* அறிவு சம்பந்தமான intellectual
ari-vurai *n.* அறிவுரை advice
arivurai-koral *n.* அறிவுரைகோரல் consultation
arivuruththukira *a.* அறிவுறுத்துகிற didactic
arivuth thakuthiyarra *a.* அறிவுத் தகுதியற்ற injudicious
arivu-thaakamulla *n.* அறிவுத்தாகமுள்ள bookish
ariya aarvamulla *a.* அறிய ஆர்வமுள்ள inquisitive
ariyaamai *n.* அறியாமை ideocy
ariyaamal *adv.* அறியாமல் unwittingly
ariyaasanaththilamarththu *v.t.* . அரியாசனத்திலமர்த்து throne
ariyaatha *a.* அறியாத unaware
ariyum-thirann *n.* அறியும்திறன் comprehension
arngathinar *n.* அரங்கத்தினர் audience
arpa kurram *n.* அற்ப குற்றம் misdemeanour
arpa mathippulla oru naanayam *n.* அற்ப மதிப்புள்ள ஒரு நாணயம் mite
arpam *n.* அற்பம் modicum
arpam *a.* அற்பம் paltry
arpamaana *a.* அற்பமான insignificant
arpamaana *a.* அற்பமான silly
arpamaana *a.* அற்பமான trivial
arpamaana *a.* அற்பமான vile
arpaporul *n.* அற்ப்ப்பொருள் nonentity
arpapporul *n.* அறபப்பொருள் trifle
arpaththanam *n.* அற்பத்தனம் insignificance
arpaththanam *n.* அற்பத்தனம் meanness
arppani *v.t.* அர்ப்பணி dedicate
arppani *v.t.* அர்ப்பணி devote
arppanippu *n.* அர்ப்பணிப்பு dedication
arputha unarvu *n.* அற்புத உணவு manna
arputhamaana *a* அற்புதமான splendid
arruthal *n.* அகற்றுதல் disposal
artham illaamal pechuvathu *v.i.*. அர்த்தம் இல்லாமல் பேசுவது prattle
artham illaamal pechuvathu *n.* அர்த்தம் இல்லாமல் பேசுவது prattle

arththam *n.* அர்த்தம் meaning

arththam *n.* அர்த்தம் signification

arththam *n.* அர்த்தம் synonym

arththam kol *v.t.* . அர்த்தம் கொள் understand

arththam sol *v.t.* . அர்த்தம் சொல் interpret

arththamarra *a.* அர்தமற்ற meaningless

arththamilaamal pitharru *v.t.* . அச்த்தமில்லாமல் பிதற்று jabber

arththamillaamal pesupavan *n.* அர்த்தமில்லாமல் பேசுபவன் windbag

aru-ghe *v.t.* . அருகே adjoin

arugil *adv.* அருகில் anigh

arugil *a.* அருகில் close

arukaamai *prep.* அரு காமை nigh

aruke *prep.* அருகே near

arukil *a.* அருகில் near

arukil ulla *adv.* அருகில் உள்ள nigh

arulthiru *n.* அருள்திரு deacon

arumbu *v.i.* அரும்பு blossom

arumporudkaadsi *n.* அரும்பொருட்காட்சி museum

arunjol vilakkappattiyal *n.* அருஞ் சொல் விளக்கப் பட்டியல் glossary

arupathaavathu *a.* அறுபதாவது sixtieth

arupathu *n., a.* அறுபது sixty

aruvadai sey *v.t.* . அறுவடை செய் mow

aruvadai sey *v.t.* . அறுவடை செய் scythe

aruvadai seypavar *n.* அறுவடை harvest

aruvadai seypavar *n.* அறுவ்டை செய்பவர் haverster

aruvadai seypavar *n.* அறுவடை செய்பவர் reaper

aruvai maruththuvar *n.* அறுவை மருத்துவர் surgeon

aruvai maruththuvar *n.* அறுவை மருத்துவர் surgery

aruvai sikichai *n.* அறுவை சிகிச்சை operation

aruvaru *v.t.* அருவரு despise

aruvarukkaththakka *a.* அருவருக்கத்தக்க nasty

aruvaruppaana *a.* அருவருப்பான despicable

aru-varuppaana *a.* அருவருப்பான clumsy

aruvi *n.* அருவி brook

aruvi *n.* அருவி waterfall

aruviruththu *v.t.* . அறிவுறுத்து instil

aruvuruthum *adj.* அறிவுறுத்தும் cogent

a-saa-darena *a.* அசாதாரண abnormal

asaathaarana manithar *n.* அசாதாரண மனிதர் superlative

asaathaaranamaana *a.* அசாதரணமான extraordinary

asaatharanamaana saakasach seyal *n.* அசாதரமான சாகசச் செயல் stunt

asai *v.i..* அசை stir

asai *n.* அசை syllable

asaikalukkuriya *n.* அசைகளுக்குரிய syllabic

asaikka mudiyaatha *a.* அசைக்க முடியாத immovable
asainthaadu *v.i..* அசைந்தாடு oscillate
asaivaadik kondiruppathu *v.i.* அசைவாடிக் கொண்டிருப்பது wobble
asaivarra *a.* அசைவற்ற stagnant
asaivarra *n.* அசைவற்ற static
asaivarra *a.* அசைவற்ற still
asai-voottum *n.* அசைவூட்டும் animation
asaivu *n.* அசைவு oscillation
asaivu *n.* அசைவு wag
asaiyum *a.* அசையும் restive
asaiyum porulkal *n.* அசையும் பொருள்கள் movables
asal *a.* அசல் original
asal aangkila naanayam *n.* அசல் ஆங்கில நாணயம் sterling
asal thanmai *n.* அசல் original
asal thanmai *n.* அசல் தன்மை originality
asatai *n.* அசட் டை flippancy
asattai *n.* அசட்டை omission
asattai sey *v.t.* . அசட்டை செய் ignore
asattaiyaaka *v.i.* அசட்டையாக fiddle
asattu thunichal *n.* அசட்டு துனிச்சல் hardihood
asattu-thanam-aana *n.* அசட்டுத்தனமான absurdity
asattuththanamaaka siri *v.i..* அசட்டுத்தனமாக சிரி giggle
asei-azhutham *n.* அைச அழுத்தம் accent
asingha-maana *n.* அசிங்கமான bawd
asingkam *n.* அசிங்கம் squalor
asirvadhi *v.t.* ஆசிர்வதி bless
asthippezhai *n.* அஸ்திப் பேழை urn
asthivaaram *n.* அஸ்திவாரம் foundation
asthi-vaaram *n.* அஸ்திவாரம் basis
asthivaaraththai azhi *v.t.* . அஸ்திவாரத்தை அழி undermine
asukariyamaana *a.* அசௌகரியமான inconvenient
asumpu *n.* அசும்பு welt
asuththam *n.* அசுத்தம் impurity
asuththamaana *a.* அசுத்தமான impure
asuththamaana *a.* அசுத்தமான sordid
asuththamaana *a.* அசுத்தமான squalid
asuththamaana sthree *n.* அசுத்தமான ஸ்த்ரி slut
asuththappaduththu *v.t.* . அசுத்தப்படுத்து infect
atchara-kanidham *n.* அட்சரகணிதம algebra
athan kaaranaamaaka *adv.* அதன் காரணமாக therefore
athan mel *adv.* அதன் மேல் overboard
athan piraku *adv.* அதன் பிறகு since
athan piraku *adv.* அதன் பிறகு thereafter
athan piraku *conj.* அதன் பிறகு whereupon
athanaal *conj.* அதனால் since
athattal *n.* அதட்டல் snub
athe *a.* அதே same
athe neraththil *adv.* அதே நேரத்தில் withal

athe ponra *n.* அதே போன்ற replica

athi irakasiyamaana *a.* அதி இரகசியமான occult

athi naveena *a.* அதிநவீன sophisticated

athi puththisaali *a.* அதி புத்திசாலி resplendent

athika alavil *a.* அதிக அளவில் outsize

athika alavu *n.* அதிக அளவு utmost

athika ennikkai *v.t.* . அதிக எண்ணிக்கை outnumber

athika kattanam *n.* அதிக கட்டணம் overcharge

athika kattanam vasooli *v.t.* . அதிக கட்டணம் வசூலி overcharge

athika kopamoottu *v.t.* . அதிக கோபமூட்டு infuriate

athika marunthu *n.* அதிக மருந்து overdose

athika marunthu kodu *v.t.* . அதிக மருந்து கொடு overdose

athika naal vaaz *v.i.*. அதிக நாள் வாழ் outlive

athika payanpaaddaal theyvurra *a.* அதிக பயன்பாட்டால் தேய்வுற்ற worn

athika sakthi *v.t.* . அதிக சக்தி overpower

athika selavulla *a.* அதிக செலவுள்ள sumptuous

athika soodilaatha *a.* அதிக சூடில்லாத lukewarm

athika sumai *v.t.* . அதிக சுமை overload

athika sumaiyerru *n.* அதிக சும்மையேற்று overload

athika uyaram para *v.i.*. அதிக உயரம் பற soar

athika vaarththaikal *a.* அதிக வார்த்தைகள் wordy

athika vaayppu ulla *a.* அதிக வாய்ப்பு உள்ள prone

athika valarchi *v.t.* . அதிக்க வளர்ச்சி outgrow

athika vari vithi *v.t.* . அதிக வரி விதி surcharge

athika velai *n.* அதிக வேலை overwork

athika velai sey *v.i.*. அதிக வேலை செய் overwork

athika yelam *v.t.* . அதி க ஏலம் outbid

athikaara poorvamaaka vithi *v.t.* . அதிகார பூர்வமாக விதி impose

athikaaram vakikkum kaalam *n.* அதிகாரம் வகிக்கும் காலம் innings

athikaaramali *v.t.* . அதிகாரமளி warrant

athikaarap paththiram *n.* அதிகாரப் பத்திரம் warrant

athikaarapurvamaaka *adv.* அதிக்காரபூர்வமாக officially

athikaaraththai ethirkkira *a.* அதிகாரத்தை எதிர்க்கிற insubordinate

athikaari *n.* அதிகாரி officer

Athikak kavanam *n.* அதிகக் கவனம் prude

Athikak kavanam *n.* அதிகக் கவனம் prudence

Athikak kavanam cheluththu *v.t.* . அதிகக் கவனம் செலுத்து prune

Athikak kavanamudaiya *a.* அதிகக் கவனமுடைய prudent

Athikak kavanamudaiya *a.* அதிகக் கவனமுடைய prudential

athikam *adv.* அதிகம் more

athikam *n.* அதிகம் profusion

athikam edu *v.t.* . அதிகம் எடு overdraw

athikam sey *v.t.* . அதிகம் செய் overdo

athikam un *v.t.* . அதிகம் உண் glut

athikamaaku *v.t.* . அதிகமாகு increase

athikamaana *a.* அதிகமான extra

athikamaana *a.* அதிகமான immense

athikamaana *a.* அதிகமான more

athikamaana *a.* அதிகமான profuse

athikamaka mathippidu *v.t.* . அதிகமாக மதிப்பிடு overrate

athikappaduththu *v.t.* . அதிகப்படுத்து raise

athirachey *v.t.* . அதிரச்செய் rock

athirchi *n.* அதிர்ச்சி shock

athirchi undaakku *v.t.* . அதிர்ச்சி உண்டாக்கு shock

athirshdam *n.* அதிர்ஷ்டம் luck

athirshdamillaatha *a.* அதிர்சஷ்டமில்லாத luckless

athirshdamulla *a.* அதிஷ்டமுள்ள fortunate

athirshdaththai kodukkum porul *n.* அதிர்ஷ்டத்தைக் கொடுக்கும் பொருள் mascot

athirshdavasamaaka *adv.* அதிர்ஷ்டவசமாக luckily

athirshtam *n.* அதிர்ஷ்டம் lot

athirupthipadu *a.* அதிருப்திப்படு malcontent

athirupthipadupavar *n.* அதிருப்திப்படுபவர் malcontent

athirurai *v.t.* . எதிரூர்ரை retort

athirurai *n.* எதிரூர்ரை retort

athisayam *n.* அதிசயம் miracle

athisayam n அதிசயம் wonder

athisayamaana *a.* அதிசயமான singular

athisayamaana *a.* அதிசயமான spectacular

athisayamaana *a.* அதிசயமான strange

athisayamaana *a.* அதிசயம்மான wonderful

athisayi *v.i.*. அதிசயி wonder

athisayikkaththakka *a.* அதிசயிக்கத்தக்க wondrous

athiyaayam *n.* அத்தியாயம் episode

athi-yaayam *n.* அத்தியாயம் chapter

athlka edai *v.t.* . அதிக எடை outweigh

aththaadsi *n.* அத்தாட்சி testimony

aththaan *n.* அத்தான் cousin

aththiyaavasiyamaana *a.* அத்தியாவசியமான indispensable

aththti maram *n.* அத்திமரம் sycamore

aththu meeri nuzhaithal *n.* அத்துமீறி நுழைதல் intrusion

aththu meerip pothal *n.* அத்துமீறிப்போதல் trespass

aththu meeru *v.t.* . அத்துமீறு transgress

aththumeeral *n.* அத்துமீறல் transgression

athu *a.* அது that

athu mattum *conj.* அது மட்டும் only
athu varai *adv.* அது வரை yet
athumattumanri *adv.* அதுமட்டுமின்றி nay
athu-meeral *n.* அத்துமீறல் breach
athumeeri *v.i.* அத்துமீறு encroach
athuveyaana *a.* அதுவேயான identical
athyan peril *conj.* அதன் பேரில் whereat
atta poochi *n.* அட்டை பூச்சி leech
attai *n.* அட்டை card
attai *n.* அட்டை cardboard
attai *v.t.* அட்டை cover
attai *n.* அட்டை pad
attai podu *v.t.* . அட்டை போடு pad
attai poduthal *n.* அட்ட்டை போடுதல் padding
attai-petti *n.* அட்டைப்பெட்டி carton
attavanai polulla *a.* அட்டவணை போலுள்ள tabular
attavanai thayaarippavar *n.* அட்டவணை தயாரிப்பவர் tabulator
attavanai thyaar sey *v.t.* . அட்டவணை தயார் செய் schedule
attavanaippaduththal *n.* அட்டவணைப்படுத்துதல் tabulation
attavanaippaduththu *v.t.* . அட்டவணைப்படுத்து tabulate
ava nampikkai *n.* அவநம்பிக்கை distrust
Avaith thalaivar *n.* அவைத் தலைவர் president
Avaith thalaivaraana *a.* அவைத் தலைவரான presidential
aval *pron.* அவள் her
aval *pron.* அவள் she
avalakshanam *n.* அவலக்ஷணம் ugliness
avalakshanamaakku *v.t.* . அவலக்ஷணமாக்கு uglify
avalakshanamaana *a.* அவலக்ஷணமான ugly
avaludaiya *a.* அவளுடைய her
avamaanam *v.t.* அவமானம் blot
avamaanam *n.* அவமானம் scandal
ava-maana-padu-t-thal *n.* அவமானப்படுத்தல் affront
ava-maana-padu-t-thudhal *v.t.* . அவமானப்படுத்தல் affront
avamaanappaduththu *v.t.* . அவமானப்படுத்து shame
ava-madithal *v.t.* . அவமதித்தல் attaint
avamariyaathai *n.* அவமரியாதை slight
avamathi *v.t.* . அவமதி insult
avamathippu *n.* அவமதிப்பு dishonour
avan *pron.* அவன் he
avan rel. *pron.* அவன் that
avanampikkai *n.* அவநம்பிக்கை misgiving
avanathu *pron.* அவனது his
avanudaiya *pron.* அவனுடைய him
avarai-kai *n.* அவரைக்காய் bean
avarakaludaiyathu *pron.* அவகளுடையது theirs
avarkalai *pron.* அவர்களை them

avarkaludaiya *a.* அவர்களுடைய their

avasara saappaadu *n.* அவசார சாப்பாடு snack

avasara sattam *n.* அவசர சட்டம் ordinance

avasara siththiram *n.* அவசரச் சித்திரம் sketch

avasaram *n.* அவசரம் emergency

avasaram *n.* அவசரம் hurry

avasaram *n.* அவசரம் impetuosity

avasaram *n.* அவசரம் rush

avasaram *n.* அவசரம் rush

avasaram *n.* அவசரம் urgency

avasaram kaatu *v.i.* அவசரம் காட்டு hasten

avasaramaaka sel *v.i.* அவசரமாக செல் scamper

avasaramaana *a.* அவசரமான impetuous

avasaramaana *a.* அவசரமான instant

avasaramaana *a.* அவசரமான urgent

avasaraminri *adv.* அவசரமின்றி leisurely

avasarappaduththu *v.t.* அவசரப்படுத்து hurry

avasaraththil ezhuthiya *n.* அவசரத்தில் எழுதிய scrawl

avasaraththil ezhuthu *v.t.* அவசரத்தில் எழுது scrawl

ava-siyam *n.* அவசியம் certainty

avasiyamaana *adj.* அவசியமான crucial

avasiyamaana *a.* அவசியமான needful

avathaaram *n.* அவதாரம் incarnation

avathaaram *n.* அவதாரம் manifestation

avathaaramaana *a.* அவதரமான incarnate

avathooru *n.* அவதூறு defamation

avathooru *n.* அவதூறு libel

avathooru *n.* அவதூறு slander

avathooru sey *v.t.* அவதூறு செய் scandalize

avathooru sol *v.t.* அவதூறு சொல் libel

avivekam *n.* அவிவேகம் imprudence

avurichedi *n.* அவுரிச் செடி indigo

avvaaraaka *adv.* அவ்வாறாக thereby

avvaare *adv.* அவ்வாறே likewise

avvaaru munaku *v.i.* அவ்வாறு முனகு whimper

avvidaththil *adv.* அவ்விடத்தில் younder

avzh *v.t.* அவிழ் loose

ayaaratha uzhaippu *n.* அயாரத உழைப்பு plight

ayalaana *a.* அயலான external

ayalnaattavar *n.* அயல் நாட்டவர் foreigner

ayalnaattavarukku kudiyurimai vazhanguthal *v.t.* அயல்நாட்டவருக்கு குடியுரிமை வழங்குதல் naturalize

ayarchi *n.* அயர்ச்சி fatigue

ayarchi kodu *v.t.* அயர்ச்சி கொடு fatigue

ayokkiyan *n.* அயோக்கியன் villain

ayokkiyaththanam *n.* அயோக்கியத்தனம் knavery

azaku *n.* அழகு rot
azha-gaakkal *v.t.* அழகாக்கல் beautify
azha-gaana *a.* அழகான beautiful
azha-gaana-penn *n.* அழகானபெண் belle
azha-giyal *n.*pl. அழகியல aesthetics
azhagu *a.* அழகு aesthetic
azhagu *n.* அழகு beauty
azhai *v.t.* அழை call
azhai *v.t.* . அழை invite
azhai *v.t.* . அழை summon
azhaikka-patta *n.* அழைக்கபட்ட appellant
azhaippu *v.t.* . அழைப்பு appeal
azhaippu-vidu *v.t.* . அழைப்புவிடு convoke
azhaiththal *v.* அழைத்தல் invitation
azhaith-thal *v.t.* அழைத்தல் beckon
azhakaana *a.* அழகான handsome
azhakaana *a.* அழகான lovely
azhakaana *a.* அழகான pretty
azhakarra *a.* அழகற்ற grotesque
azhakiya *adv.* அழகிய pretty
azhaku *n.* அழகு prettiness
azhakupaduththal *n.* அழகுபடுத்துதல் decoration
azhi *n.* அழி blight
azhi *v.t.* அழி delete
azhi *v.t.* அழி destroy
azhi *v.t.* அழி eradicate
azhi *v.t.* அழி erase
azhi *v.t.* . அழி subvert
azhikkaththakka *a.* அழிக்கத்தக்க subversive
azhinthu pokuthal *v.i..* அழிந்து போகுதல் perish
azhirnthu pokak koodiya *a.* அழிந்து போகக்கூடிய perishable
azhiththal *n.* அழித்தல் subversion
azhithu-vida *v.t.* . அழித்துவிட annihilate
azhi-tthal *n.* அழித்தல் annihilation
azhivarra *a.* அழிவற்ற immortal
azhivu *v.t.* . அழிவு bale
azhivu *n.* அழிவு destruction
azhiyaatha vadu yrpaduththu *v.t.* . அழியாத வடு ஏற்படுத்து scar
azhu *n.* அழு cry
azhu *v.i..* அழு weep
azhugaamal-kaakkum-marundhu *a.* அழுகாமல் காக்கும் மருந்து antiseptic
azhukaatha *a.* அழுகாத imperishable
azhukai *v.i.* அழுகை cry
azhukai *n.* அழுகை whine
azhukaiyulla *a.* அழுகையுள்ள lachrymose
azhukippona *a.* அழுகிப் போன septic
azhukkaana *a.* அழுக்கான dirty
azhukkaana *a.* அழுக்கான filthy
azhukkaana *a.* அழுக்கான slovenly
azhukku *v.t.* அழுக்கு bemire
azhukku *n.* அழுக்கு defile
azhukku *n.* அழுக்கு dirt
azhukku *n.* அழுக்கு muck
azhukkuth thotti *n.* அழுக்குத் தொட்டி sink
azhukuthal *a.* அழுகுதல் decadent

azhukuthal *n.* அழுகுதல் decomposition

azhuththam *n.* அழுத்தம் stress

azhuththam *n.* அழுத்தம் pressure

azhuththam kuduppathu *v.t.* . அழுத்தம் குடுப்பது pressurize

azhuththamaana viruppam *n.* அழுத்தமான விருப்பம் desire

azhuththamana udsattai *n.* அழுத்தமான உட்சட்டை jersey

azhuththu *v.t.* . அழுத்து stress

azhuththu *v.t.* . அழுத்து press

azhuthu-dhal *n.* அழுத்துதல் click

azi *v.t.* . அழி raze

azi *v.t.* . அழி ruin

azintha porudkal *n.* அழிந்த பொருட்கள் wrack

azippaan *n.* அழிப்பான் rubber

aziththal *n.* அழித்தல் obliteration

aziththuvidu *v.t.* . அழித்து விடு obliterate

azuppu *v.t.* எழுப்பு erect

B

baa-daam *n.* பாதாம almond

baagap pirivinai pannu *n.* பாக்க பிரிவினை பண்ணு partition

baagap pirivinai pannu *v.t.* . பாக்க பிரிவினை பண்ணு partition

baakyam, thalai ezhuththu *n.* பாக்கியம், தலை எழுத்து predestination

baanam *n.* பானம் beverage

badhil *n.* பதில answer

bakthi *n.* பக்தி piety

bakthi udaiya *a.* பக்தியுடைய pious

balavandha-paduthu *v.t.* பலவந்தப்படுத்து compel

balaveenap-paduthu-dhal *v.t.* பலவீனப்படுத்துதல் bully

bathilukku iruppathu *n.* பதிலுக்கு இருப்பது proxy

bayam *a.* பயம் afraid

bayam *n.* பயம் apprehension

bedham *n.* பேதம் contrast

beer *n.* பீர் beer

beethi , thidukiduththal *n.* பீதி, திடுகிடுத்தல் panic

berikkaay *n.* உச்சி pear

biscuit *n.* பிஸ்கட் biscuit

bithaan *n.* பித்தான் button

bodhai *n.* போதை addict

brakket *n.* ப்ராகெட் parenthesis

bram-mikka-vai *v.t.* . பிரமிக்கவை astound

brit-thaniya *adj.* பிரித்தானிய british

buddhi-sol *v.t.* . புத்திசொல் advise

budhi-saali *a.* புத்திசாலி clever

C

Chaandru *n.* ச்ஹான்று proof

Chaandru *a.* ச்ஹான்று proof

chalukai *n.* சலுகை privilege

chamamaana nilaiyil illaathavar *a.* சமமான நிலையில் இல்லாதவர் peerless

chamamaana nilaiyil ullavar *n.* சமமான நிலையில் உள்ளவர் peer
chamanilai *n.* சமநிலை plain
chamanilai *n.* சமநிலை plane
chamanilaip paduththuvathu *v.t.* சமநிலை படுத்துவது plane
chamanilaiyaana *a.* சமநிலையான plain
chamanilaiyaana *a.* சமநிலையான plane
champalam *n.* சம்பளம் pay
champalam *n.* சம்பளம் payment
champalam kudukka koodiya *a.* சம்பளம் குடுக்கக் கூடிய payable
champalam kuduppathu *v.t.* சம்பளம் குடுப்பது pay
chanthosham *n.* சந்தோஷம் pleasure
chanthoshamaana *a.* சந்தோஷமான pleasant
chanthoshap paduththuvathu *v.t.* சந்தோஷம் படுத்துவது please
charchil oru kilai *n.* சர்ச்சில் ஒரு கிளை parish
charisamam *n.* சரிசமம் poise
charisamamaaka iruppathu *v.t.* சரிசமமான இருப்பது poise
chariyaan *n.* சரியான perfection
chariyaana *a.* சரியான perfect
chariyaana *v.t.* சரியான perfect
chariyaana *a.* சரியான proper
chathaveeka *adv.* சாத்வீகம் per cent
chathaveekam *n.* சாத்வீகம் percentage
chatram atra anumathi *n.* சாற்றம் அற்ற அனுமதி paramour

chattam chollikuduppavar *n.* சட்டம் சொல்லிகுடுப்பவர் preceptor
chedi *n.* செடி plant
chedi naduvathu *n.* செடி நடுவது plantation
chedi naduvathu *v.t.* செடி நடுவது plant
chee *interj.* சீ fie
cheenavin paanai pannum oru porul *n.* சீனாவின் பானை பண்ணும் ஒரு பொருள் porcelain
cheettu *n.* சீட்டு chit
chellam kuduppathu *v.t.* செல்லம் குடுப்பது pet
chellamaaka valarum mirukam *n.* செல்லமாக வளரும் மிருகம் pet
cheruki vaippathu *v.t.* செருகி வைப்பது plug
cherukki *n.* செருகுதல் plug
chey *v.t.* சே perform
cheykal *n.* செய்தல் performance
cheyyum nabar *n.* செய்யும் நபர் performer
Chezhippaana *a.* செழிப்பான prosperous
Chezhippu *n.* செழிப்பு prosperity
Chezhippu adaiya *v.i.* செழிப்பு அடைய prosper
chikkanam *n.* சிக்கனம் providence
chikkanammaana *a.* சிக்கனமான providential
chikkanamoottu *a.* க்கனமூடு provident
chiraichaalai *n.* சிறைச்சாலை prison
chiriya *a.* சிறிய petty

chiriya ottai *n.* சிறிய ஓட்டை pore
chirrulaa *n.* சிற்றுலா excursion
chiru choodil varuppathu *v.t.* . சிறிய சூடில் வறுப்பது parch
chiru veli eedu *n.* சிறு வெளி ஈடு pamphlet
chiruththai *n.* சிறுத்தை panther
chok-kilatt *n.* சொக்கிலெட் chocolate
chonthakkaararai kollupavar *n.* சொந்தக்காரரை கொள்ளுபவர் parricide
choozhnilai azhuththam *adv.* சூழ்நிளை அழுத்தம் perforce
choththu *n.* சொத்து property
cigarette *n.* சிகரட் cigarette
cipher *n.* சைபர் aught

D

daampIkan *n.* டாம்பிகன் dandy
daa-yatthu *n.* தாயத்து amulet
dabba *n.* டப்பா box
dandanai *n.* தண்டனை penalty
dandithal *v.t.* . தண்டித்தல் penalize
dath-edu-tthal *n.* தத்தேடு த்தல் adoption
degak-kattu *n.* தேகக்கட்டு constitution
desam *n.* தேசம் country
devaalaya-vaayil-kaappon *n.* தேவாலயவாயில்காப்போன் beadle
deva-daaru *n.* தேவதாரு cedar
devadai *n.* தேவதை angel
deva-loga *adj.* தேவலோக celestial
dhaaniya-kalanjiyam *n.* தானியக்களஞ்சியம் barn
dhaaniyam *a.* தானியம் cereal
dhairiyam *n.* தைரியம் bravery
dharma-sindhai *a.* தருமசிந்தை charitable
dharma-sindhanai *n.* தருமசிந்தனை benevolence
dheera-mikka *a.* தீரமிக்க adventurous
dheera-seyal *n.* தீரச்செயல் adventure
dhigil-adai-indha *a.* திகிலடைந்த aghast
dhooma-kedu *n.* தூமகேது comet
dhoopak-kaal *n.* தூபக்கால் censer
dhoora-mai *adv.* தூரமாய் away
dhukkam-visaari *v.i.* துக்கம்விசாரி condole
dhukkam-visaari-thal *n.* துக்கம்விசாரித்தல் condolence
dhur-laabum *n.* துர்லாபம் adversity
dhvaa-ram *n.* துவாரம் aperture
dhyaanam *n.* த்யானம் premeditation
dibbhaa *n.* டிப்பா canister
disampar maatham *n.* டிசம்பர் மாதம் december
drogam *v.t.* . துரோகம் betray
drogam *n.* துரோகம் blunder
dush-priyogham *v.t.* . துஷபிரியோகம் abuse

E

eccharikkai-yaana *adj.* எச்சரிக்கையான circumspect
eccher-ikkai *v.t.* . எச்சரிக்கை alarm

ecchilaal-azhithal *v.t.* எச்சிலாலழித்தல் beslaver

echchari *v.t.* . எச்சரி warn

echcharikkai seythal *n.* எச்சரிக்கை செய்தல் warning

echil *n.* எச்சில் saliva

echil *n.* எச்சில் spittle

echil umizhum paaththiram *n.* எச்சில் உமிழும் பாத்திரம் spittoon

edaa-vadhu *a.* எதாவது any

edaa-vadhu *adv.* எதாவது any

edai *n.* எடை weight

edai alaku *n.* எடை அலகு gramme

edai alavu *n.* எடை அளவு dram

edai alavu *n.* எடை அளவு weightage

edai alavu *n.* எடை அளவு pound

edaich-chol *pref.* இடைச்சொல் anti

edaipodu *v.t.* . எடை போடு weigh

edai-vaar *n.* இடைவார் belt

edai-veliyinri-pesu *v.i.*. இடைவெளியின்றிப் பேசு babble

edai-yalagu *n.* எடையலகு carat

edai-ye *prep.* இடையே among

edai-yil *prep.* எடையில் amongst

edhir *v.i.* எதிர் complain

edhi-raaga *prep.* எதிராக against

edhir-aaga *prep.* எதிராக athwart

edhiradai-yaaga pref. எதிரிடையாக contra

edhir-chol *n.* எதிர்ச்சொல் antonym

edhir-idai *n.* எதிரிடை antithesis

edhir-maaraana *n.* எதிர்மாறான antipodes

edhirpaar *v.t.* . எதிர்பார anticipate

Edhir-paaramal *a.* எதிர்பாராமல் accidental

edhirpaar-thuk-kondu *n.* எதிர்பார்த்துக்கொண்டு anticipation

edhir-pakkathu *prep.* எதிர்பக்கத்து across

edhirppu *n.* எதிர்ப்பு complaint

edhirr-pinri-aerthl *v.i.*. எதிர்ப்பின்றிஏற்தல் acquiesce

edhirrthal *v.t.* . எதிர்த்தல antagonize

edu *v.t.* . எடு take

edu *v.t.* . எடு pick

edupidi pannum thozhilaalar *n.* எடுபிடி பண்ணும் தொழிலாளர் peon

eduththal *n.* எடுத்தல் pick

eduththezhuthu *v.t.* . எடுத்தெழுது quote

eduththezhuthu *v.t.* . எடுத்தெழுது transcribe

eduththurai *n.* எடுத்துரை narration

eduthurai *v.t.* எடுத்துரை cite

eduthu-sell *v.t.* எடுத்துச்செல் carry

eduthu-sellal *n.* எடுத்துச்செல்ல்ல் conveyance

ee *n.* ஈ fly

eedarra nilai *n.* ஈடற்ற நிலை supremacy

eedu inaiyarravar *n.* ஈடு இணையற்றவர் nonpareil

eedukodu *v.t.* . ஈடுகொடு compensate

eedupaadu *n.* ஈடுபாடு covenant

eedu-padaadhey *v.t.* ஈடுபடாதே boycott

eedu-padu-kollaadhey *n.* ஈடுபாடுகொள்ளாதே boycott

eekaik kunamudaiya *a.* நீகைக் குண(முடைய generous
eekaikkunam *n.* ஈகைக் குணம் generosity
eemachadangu *n.* ஈமச் சடங்கு funeral
eenamaana *a.* ஈனமான shabby
eeram *a.* ஈரம் damp
eeramaakku *v.t.* ஈரமாக்கு moisten
eeramaakku *v.t.* ஈரமாக்கு wet
eeramaana *v.t.* ஈரமான damp
eeramaana *adj.* ஈரமான dank
eeramaana *a.* ஈரமான moist
eeramaana *a.* ஈரமான wet
eeramum veppamumaana *a.* ஈரமும் வெப்பமுமான muggy
eerappatham *n.* ஈரப்பதம் moisture
eerath thudaippam *n.* ஈரத் துடைப்பம் mop
eerathai-izhu *n.* ஈரத்தைஇழு blot
eeraththanami *n.* ஈரத்தன்மை humidity
eeraththanmai *n.* ஈரத்தன்மை wetness
eerezhu-thu *adj.* ஈரெழுத்து biliteral
eerppu *n.* ஈர்ப்பு appeal
eerppu *n.* ஈர்ப்பு attraction
eerppu visai *n.* ஈர்ப்பு விசை gravitation
eerppup peralai *a.* ஈர்ப்புப் பேரலை tidal
eeru *n.* ஈறு gum
eetti *n.* ஈட்டி bayonet
eetti *n.* ஈட்டி spear
eetti munai *n.* ஈட்டிமுனை spearhead

eettiyaal kuththu *v.t.* ஈட்டியால் குத்து lance
eettiyaal kuththu *v.t.* ஈட்டியால் குத்து spear
eevu *n.* ஈவு quotient
eeyam *n.* ஈயம் lead
eeyaththaal adai *v.t.* ஈயத்தால் அடை lead
ehtirpaaraatha *a.* எதிர்பாராத snap
ejamaan *n.* எஜமான் lord
ejamaan *n.* எஜமான் master
ejamaani *n.* எஜமானி mistress
ekkaalamum *n.* எக்காலமும் evergreen
ekku *n.* எஃகு steel
eksre *n.* எக்ஸ்ரே x-ray
eksre *a.* எக்ஸ்ரே x-ray
eksre edu *v.t.* எக்ஸ்ரே எடு x-ray
elai-udhir-kaalam *n.* இலையுதிர்காலம் autumn
elak-kai *n.* ஏலக்காய் cardamom
elatchiyam *n.* இலட்சியம ambition
elatchiya-vaadhi *a.* இலட்சியவாதி ambitious
eli *n.* எலி mouse
eli *n.* எலி rat
eli, anil *n.* எலி, அணில் rodent
elimai *n.* எளிமை ease
elimai *n.* எளிமை naivete
elimai *n.* எளிமை naivety
elimaiyaana nilai *n.* எளிமையான நிலை simplicity
elithaakku *v.t.* எளிதாக்கு facilitate
elithil eriyakkoodiya *a.* எளிதில் எரியக்கூடிய inflammable

elithil kopappadakkoodiya *a.* எளிதில் கோபப்படக்கூடிய irritable

elithil nakarum thanmai *n.* எளிதில் நகரும் தன்மை mobility

Elithil theriyak koodiya *a.* எளிதில் தெரியக் கூடிய prominent

Elithil theriyak koodiyathu *n.* எளிதில் தெரியக் கூடியது prominence

elithil thookki chellathakka *a.* எளிதில் தூக்கி செல்லத்தக்க portable

elithil valainthu kodu *v.t.* . எளிதில் வளைந்து கொடு limber

eliyavarkalaik kaappon *n.* எளிய்வர்களைக் காப்போன் knight

ellai *v.t.* . எல்லை border

ellai *n.* எல்லை frontier

ellai *n.* எல்லை limit

ellai *n.* எல்லை term

ellai kolappatta *a.* எல்லை கோலப்பட்ட limited

ellai meeru *v.i.*. எல்லை மீறு trespass

ellai meeru *v.t.* . எல்லைமீறு violate

ellai meeruthal *n.* எல்லைமீறுதல் violation

ellai oramaaka sel *v.t.* . எல்லை ஓரமாக செல் skirt

ellaikku-ut-paduthu *v.t.* எல்லைக்குட்ப்படுத்து confine

ellaiyarra *a.* எல்லையற்ற infinite

ellaiyilaatha *a.* எல்லையில்லாத limitless

elloraiyum adakkum gunam *n.* எல்லோரையும் அடக்கும் குணம் predominance

elloraiyum adakkum gunam *a.* எல்லோரையும் அடக்கும் குணம் predominant

elloraiyum adakkuvathu *v.i.*. எல்லோரையும் அடக்குவது predominate

ellorudamum uchaththiyaanavar *n.* எல்லோருடமும் உச்சத்தியானவர் pre-eminence

ellorudamum uchaththiyaanavar *a.* எல்லோருடமும் உச்சத்தியானவர் pre-eminent

elumbhu *n.* எலும்பு bone

elumichampazham *n.* எலுமிச்சம்பழம் lemon

elumichchampazha paanam *n.* எலுமிச்சம்பழ பானம் lemonade

elumissam pazaham *n.* எலுமிச்சம் பழம் lime

elumpaaka maarru *v.t.* . எலும்பாக மாற்று ossify

elumpu koodu *n.* எலும்புக் கூடு skeleton

elumpu noy *n.* எலும்பு நோய் rickets

emaathu *n.* ஏமாத்து cheat

emaatri-vidu *n.* ஏமாற்றிவிடு bluff

emaattru *v.t.* ஏமாற்று cheat

en *n.* எண் number

en *a.* எண் numeral

en karamaaka *a.* எண் கரமாக octangular

en saar *a.* எண் சார் numerical

enaindha *n.* இணைந்த associate

enai-pavar *adj.* இணைப்பவர் annectant

Enai'ppu *n.* இணைப்பு accompaniment

enai-ppu *n.* இணைப்பு attachment

enai'-yaalar *v.t.* . இணையாளர் associate

enak-kamaana *adj.* இணக்கமான amicable

enakkam-aana *a.* இணக்கமான amenable

en-enraal *conj.* ஏனென்றால் because

engirunthu *adv.* எங்கிருந்து whence

engkeyaakilum *adv.* எங்கேயாகிலும் wherever

engkeyo *adv.* எங்கேயோ somewhere

engkeyum illai *adv.* எங்கேயும் இல்லை nowhere

engkum ellaa paakaththilum *prep.* எங்கும் எல்லா பாகத்திலும் throughout

engu *conj.* எங்கு? where

engu *adv.* எங்கு? whither

engum irukkum *a.* எங்கும் இருக்கும் omnipresent

engum kaana koodiya *a.* எங்கும் காணக்கூடிய prevalent

engum kaana paduthal *n.* எங்கும் கானபடுத்தல் prevalance

engum kaana paduvathu *v.i.*. எங்கும் காண படுவது prevail

engum niraintha *n.* எங்கும் நிறைந்த omnipresence

enkaram *n.* எண் கரம் octagon

enna *interj.* என்ன? what

ennai *pron.* என்னை me

ennam *n.* எண்ணம் idea

ennam *n.* எண்ணம் intention

ennam *n.* எண்ணம் notion

ennam *n.* எண்ணம் surmise

ennam thonru *v.t.* . எண்ணம் தோன்று suggest

ennamidu *v.t.* . எண்ணமிடு think

ennarra *a.* எண்ணற்ற countless

ennarra *a.* எண்ணற்ற innumerable

ennarra *a.* எண்ணற்ற numerous

ennavenil *adv.* என்னவெனில் namely

ennayk kappal *n.* எண்ணெய்க் கப்பல் tanker

enney *n.* எண்ணெய் oil

enney poduthal *n.* எண்ணெய் போடுதல் lubrication

enneyaaka *a.* எண்ணெய்யாக oily

enneyidu *v.t.* . எண்ணெயிடு oil

ennikkai *n.* எண்ணிக்கை count

ennikkai *n.* எண்ணிக்கை parity

ennikkai *n.* எண்ணிக்கை quantity

ennikkai kuriththa *a.* எண்ணிக்கை குறித்த quantitative

ennikkaiyinmai *n.* எண்ணிக்கையின்மை infinity

ennikkol *v.t.* . எண்ணிக்கொள் suppose

ennillaatha *a.* எண்ணில்லாத numberless

enniranatha *a.* எண்ணிறந்த manifold

ennu *v.t.* . எண்ணு number

ennu *v.t.* . எண்ணு will

ennudaiya *a.* என்னுடைய my

ennudaiyathu *pron.* என்னுடையது mine

ennupavar *n.* எண்ணுபவர் scorer

enpathu *n.* எண்பது eighty

enra payaththaal *conj.* என்ற பயத்தால் lest

enrenrum *a.* என்றென்றும் evergreen

enrenrum *adv.* என்னென்றும் forever

enru *conj.* என்று that

entha *a.* எந்த? which

eppadi *adv.* எப்படி? how

eppadiyaavathu *adv.* எப்படியாவது somehow

eppadi-yavadhu *adv.* எப்படியாவது anyhow

eppothaavathu *adv.* எப்போதாவது occasionally

eppothaavathu *adv.* எப்போதாவது sometime

eppothu *adv.* எப்போது? when

eppothum *adv.* எப்போதும் ever

eppozhuthum illai *adv.* எப்பொழுதும் இல்லை never

era tha l'a *adv.* ஏறத்தாள about

eraalamaan *n.* ஏராளம் plenty

eri *n.* எரி burn

eri neeri *n.* எரிநீறி petroleum

eri nkshaththiram *n.* எரி நக்ஷத்திரம் meteor

erichal *n.* எரிச்சல் irritation

erichaloottum *a.* எரிச்சலூட்டும் irritant

eridhal *v.t.* எறிதல் cast

eri-kaayam *v.t.* எரிகாயம் burn

erimalai *n.* எரிமலை volcano

erimalai sampanthamaana *a.* எரிமலை சம்பந்தமான volcanic

erimalaik kuzhampu *n.* எரிமலைக் குழம்பு lava

erin-dhu-k-khondu *adv.* எரிந்துகொண்டு ablaze

erindhu-kondu *adv.* எறிந்துக்கொண்டு aflame

erinthu vidu *v.t.* . எறிந்து விடு slough

eriporul *n.* எரி பொருள் fuel

eri-sakthi *n.* எரிசக்தி calorie

erithal *n.* எறிதல் shy

Erivathu *a.* எறிவது prostrate

Erivathu *v.t.* . எறிவது prostrate

Erivathu *n.* எறிவது prostration

eriyum ilesaana eetti *n.* எரியும் இலேசான ஈட்டி javelin

eriyuttu *v.t.* எரியூட்டு cremate

er-kanavey *adv.* ஏற்கனவே already

errumbhu *n.* எறும்பு ant

erudhu *n.* எருது bullock

erukkapapdum en *n.* பெருக்கப்படும் எண் multiplicand

erumai *n.* எருமை buffalo

eruthu *n.* எருது ox

etharkaaka *pron.* எதற்காக? what

ethenum onru *pron.* ஏதெனும் ஒன்று something

ethevaathu *a.*, ஏதாவது either

ethi? *adv.* எதில்? wherein

ethir *v.i.*. எதிர் militate

ethir *v.t.* . எதிர் oppose

ethir *v.t.* . எதிர் repel

ethir *v.t.* . எதிர் resist

ethir *v.t.* . எதிர் rival

ethir maari *a.* எதிர் மாறி reciprocal

ethir vilaivu *n.* எதிர் விளைவு reaction

ethiraaka *prep.* எதிராக versus

ethiraali *n.* எதிராளி defence
ethire *a.* எதிரே opposite
ethiri *n.* எதிரி enemy
ethiri *n.* எதிர்ரி opponent
ethiri *n.* எதிரி rival
ethiri *n.* எதிரி prey
ethiridaiyaaka arththam kodukkakkoodiya *a.* இதிரிடையாக அர்த்தம் கொடுக்கக்கூடிய ironical
ethirinai *n.* எதிரிணை counterpart
ethiriyai ethirkkum *v.i..* எதிரியை எதிர்க்கும் prey
ethirkaalam *a.* எதிர்காலம் future
ethirkaalam *n.* எதிர்காலம் future
ethirkattalai *v.t.* எதிர்கட்டளை countermand
ethirkkum *a.* எதிர்க்கும் resistant
ethirkkum thanamai *a.* எதிர்க்கும் தன்மை militant
ethirkkum thanmai *a.* எதிர்க்கும் தன்மை rebellious
ethirkkum thanmaiyullavan *n.* எதிர்க்கும் தன்மையுள்ளவன் militant
ethirkol *n.* எதிர்கொள் encounter
ethirkol *v.t.* எதிர்கொள் face
ethirkol *v.t.* எதிர்கொள் front
ethirmarai *n.* எதிர்மறை negative
ethirnokkum mano nilai *n.* எதிர்நோக்கும் மனோ நிலை suspense
ethiroli *n.* எதிரொலி echo
ethiroli *v.t.* எதிரொலி echo
ethiroli *n.* எதிரொலி resonance
ethiroli sey *v.i..* எதிரொலி செய் resound
ethirolikkum *a.* எதிரொலிக்கும் resonant
ethirpaar *v.t.* எதிர்பார் expect
ethirpaaraamal *adv.* எதிர்பாராமல் suddenly
ethirpaaraatha *adv.* எதிர்பாராத unawares
ethirpaarkka mudiyaatha *a.* எதிர் பார்க்க முடியாத unlikely
ethirpaarppu *n.* எதிர்பார்ப்பு expectation
ethirppattra *a.* எதிர்ப்பு அற்ற passive
ethirppu *n.* எதிர்ப்பு defiance
ethirppu *n.* எதிர்ப்பு onset
ethirppu *n.* எ திர்ப்பு opposition
ethirppu *n.* எதிர்ப்பு protest
ethirppu *n.* எதிர்ப்பு resistance
ethirppu *n.* எதிர்ப்பு protagonist
ethirppu kaattu *v.i..* எதிர்ப்பு கொடு protest
ethirppu kaattuthal *n.* எதிர்ப்பு protestation
ethirththu thaakku *v.i..* எதிர்த்து தாக்கு react
ethirththupporaaduvathu *n.* எதிர்த்துப் போராடுவது rebellion
ethirurai *n.* எதிருரை rejoinder
ethirvithi *n.* எதிர்விதி countercharge
etho silar *pron.* ஏதோ சிலர் some
eththu *n.* எத்து seduction
ethu *pron.* எது? which
ethum seyyaamal kaalththa veen sey *v.i..* ஏதும் செய்யமல் காலத்தை வீண் செய் laze

ettruk- koll *v.* ஏற்றுக்கொள் acknowledge

ettu *n.* எட்டு eight

ettu *n.* எட்டு octave

ettuk-kollu-dhal *n.* எற்று க்கொள்ளுதல் acknowledgement

evan *pron.* எவன்? who

evnradai *v.t.* . வென்றடை gain

evvalavu *a.* எவ்வளவு? what

ezh chey *n.* ஏழ் சே plough

ezh chey *v.i.* ஏழ் சே plough

ezh cheypavar *n.* ஏழ் செய்பவர் ploughman

ezhai *a.* ஏழை poor

ezhaiyin nilai *n.* ஏழையின் நிலை poverty

ezhilaarntha *n.* எழிலார்ந்த elegance

ezhivu-paduthu *v.t.* . இழிவுபடுத்து avale

ezhmai wilaiyiliruppavar *n.* ஏழ்மை நிலையிலிருப்பவர் underdog

ezhu *v.i.*. எழு tower

ezhuatharkuth thevaiyaana porulkal virkum viyaapaari *n.* எழுதுவதற்க்குத் தேவையான பொருள்கள் விற்கும் வியாபாரி stationer

ezhu-cchi *v.t.* . எழுச்சி arouse

ezhuchi *n.* எழுச்சி upheaval

ezhuchi *n.* எழுச்சி uprising

ezhumpu *v.i.*. எழும்பு spring

ezhundhu *adv.* எழுந்து astir

ezhupathaavathu *a.* எழுபதாவது seventieth

ezhupathu *n.*, a எழுபது seventy

ezhutha uthavum saathangkal *n.* எழுத உதவும் சாதனங்கள் stationery

ezhuthap padikkath therintha *a.* எழுதப் படிக்கத் தெரிந்த literate

ezhuth-thar *a.* எழுத்தர் clerical

ezhuththarivilaatha *a.* எழுத்தறிவில்லாத illiterate

ezhuththarivinmai *n.* எழுத்தறிவின்மை illiteracy

ezhuththarivu *n.* எழுத்தறிவு literacy

ezhuththu *n.* எழுத்து letter

ezhuththukal medaaka vaarkkappatta oru thakadu *n.* எழுத்துக்கள் மேடாக வார்க்கப்பட்ட ஒரு தகடு stereotype

ezhuththukkoottu *v.t.* . எழுத்துக்கூட்டு spell

ezhuthu *v.t.* . எழுது inscribe

ezhuthu *v.t.* . எழுது write

ezhuthu kol *n.* எழுத்து கொள் pencil

ezhuvaaykkuriya *a.* எழுவாய்க்குரிய subjective

ezunthiru *v.i.*. எழுந்திரு rouse

ezuththaalar *n.* எழுத்தாளர் writer

G

garppam *n.* கர்ப்பம் pregnancy

garppamaana *a.* கர்ப்பமான pregnant

gauravam *n.* கௌரவம் prestige

gauravamaana *a.* குரவமான prestigious

ghar-vam-aane' *v.t.* . கர்வமான abash

girekiya-pulavar-kuriya *adj.* கிறேகியபுலவற்குரிய aristophanic
grahangal *n.* க்ரகுஅன்கள் planet
grahangalaana *a.* க்ரகுஅங்கலான planetary
grekiya-nagaram *n.* கிறேகியநகரம் Corinth

H

haakki vilaiyaattu *n.* ஹாக்கி விளையாட்டு hockey
haasyam *n.* ஹாஸ்யம் joke
homiyopathi maruththuvar *n.* ஹோமியோபதி மருத்துவர் homoeopath
hottal paniyaal *n.* ஹோட்டல் பணியாள் waiter

I

I dye neekkam *n.* இடைநீக்கம் abeyance
iahappu *n.* இழப்பு forfeit
ichaiyadakkam *a.* இச்சையடக்கம் sensual
ichakam paadip paniyavai *v.t.* இச்சகம் பாடிப் பணியவை wheedle
icham pesum koottaali *n.* இச்சம் பேசும் கூட்டாளி minion
ida varisai *n.* இட வரிசை rank
idai niruththam *n.* இடை நிறுத்தம் halt

idaik kaalaththiya *a.* இடைக் காலத்திய medieval
idaikaala sandai niruththam *n.* இடைக்கால சண்டை நிறுத்தம் truce
idaikkaalam *n.* இடைக்காலம் interim
idaimari *v.t.* இடைமறி intercept
idaimari *v.t.* இடைமறி interrupt
idaimariththal *n.* இடைமறித்தல் interception
idaimariththal *n.* இடைமறித்தல் interruption
idainjal *n.* இடைஞ்சல் hurdle1
idai-thaduppu *n.* இடைத்தடுப்பு blindage
idaith-thaerdhal *n.* இடைத்தேர்தல் by-election
idaivelai *n.* இடைவேளை interval
idaivelai *n.* இட்டைவேளை recess
idaivelai sangeetham *n.* இடைவேளை சங்கீதம் interlude
idaiveli *a.* இடைவெளி distant
idaiveli *n.* இடைவெளி gap
idaiveli *n.* இடைவெளி lacuna
idaiveli *n.* இடைவெளி space
idai-vidaamai *n.* இடைவிடாமை continuity
idaivinaa ezhuppu *n.* இடைவினா எழுப்பு interplay
idai-yaraadha *a.* இடையறாத constant
idaiyaraadhu *adj.* இடையறாது continual
idaiyil *adv.* இடையில் meanwhile
idai-yil *prep.* இடையில் between

idaiyooru *n.* இடையூறு impediment
idaiyooru *n.* இடையூறு, molestation
idaiyooru sey *v.t.* இடையூறு செய் thwart
idam *n.* இடம் circumstance
idam *prep.* இடம் in
idam *n.* இடம் locality
idam *n.* இடம் site
idam *n.* இடம் place
idam maarru *v.t.* இடம் மாற்று displace
idam peyar *v.t.* இடம் பெயர் move
idam peyarthal *n.* இடம் பெயர்தல் migration
idam vidu *v.t.* இடம் விடு space
idamaarram *n.* இடமாற்றம் shuffle
idamirukkum *a.* இடமிருக்கும் roomy
idappakkam *n.* இடப்பக்கம் left
idappuramulla *a.* இடப்புறமுள்ள left
idar vaayppullathu *n.* இடர் வாய்ப்புள்ளது hazard
idari vizhu *v.i.* இடறிவிழு tumble
idari vizhuthal *n.* இடறி விழுதல் stumble
idarivizhu *v.i.* இடறி விழு topple
idarkodu *v.t.* இடர்கொடு disturb
idaththilirunthu *prep.* இடத்திலிருந்து from
idathusaari *n.* இடதுசாரி leftist
idavilaakkiyal *n.* இலவிளக்கியல் topography
idaviLakkiyal nipunar *n.* இடவிளக்கியல் நிபுணர் topographer

idaviLakkiyal sampanthamaana *a.* இடவிளக்கியல் சம்பந்தமான topographical
idhayam-saarndha *adjs.* இதயம் சார்ந்த cardiacal
idhaya-vadivilaana *adj.* இதயவடிவிலான cordate
idi *n.* இடி thunder
idi muzhakkam sey *v.i.* இடி முழக்கம் செய் thunder
idi ponra *a.* இடிபோன்ற thunderous
idi saththam *n.* இடி சத்தம் rumble
idindhu-vizhu *v.i.* இடிந்துவிழு collapse
idi-thal *n.* இடித்தல் bang
idithu *n.* இடித்து bruise
idu *v.t.* இடு lay
idukki *n.* pl. இடுக்கி tongs
Idukku vazhiyaaka paarppathu *v.i.* இடுக்கு வழியாக பார்ப்பது peep
Idukku vazhiyaaka paarppathu *n.* இடுக்கு வழியாக பார்ப்பது peep
iduppu *n.* இடுப்பு hip
iduppu *n.* இடுப்பு waist
iduppu thuni *n.* இடுப்பு துணி loin
iduppu thuni *n.* இடுப்பு துணி waistband
ighazh-chi *n.* இகழ்ச்சி contempt
ikazhchi nilai *n.* இகழ்ச்சி நிலை disrepute
ikkattaana *a.* இக்கட்டான critical
ikkattaana *a.* இக்கட்டான delicate
ikkattu *n.* இக்கட்டு distress
ikkattu *n.* இக்கட்டு fix
ikkiya' *a.* ஐக்கிய associate
ilaakaa *n.* இலாகா portfolio

ilaapakaramaana *a.* இலாபகரமான lucrative
ilaavidil *conj.* இல்லவிடில் unless
ilaayaththil kattu *v.t.* . இலாயத்தில் கட்டு stable
iladsanam *n.* இலட்சணம் symptom
iladsiyavaatham *n.* இலட்சியவாதம் idealism
ilai *n.* இலை leaf
ilai ponra *a.* இலை போன்ற leafy
ilainjar *n.* இள்ளைஞர் youngster
ilainjar *n.* இளைஞர் youth
ilaithokuthi *n.* இலைத் தொகுதி foliage
ilaiththu salaiththuppona kuthiyai *n.* இளைத்து சளைத்துப் போன குதியை jade
ilaiya *a.* இளைய junior
ilaiya *a.* இளைய minor
ilaiya *a.* இளைய young
ilaiyavar *n.* இளையவர் junior
ilaiyavar *n.* இள்ளையவர் young
ilakkaaka *a.* இலக்காக objective
ilakkam *n.* இலக்கம் digit
ilakkanam *n.* இலக்கணம் grammar
ilakkanavathi *n.* இலக்கணவாதி grammarian
ilakkiya sampanthamaana *a.* இலக்கிய சம்பந்தமான literary
ilakkiyam *n.* இலக்கியம் literature
ilakku *n.* இலக்கு target
ilakku-maiyam *n.* இலக்குமையம் bull's eye
Ilam chivappaana *a.* இளம் சிவப்பான pink
Ilam chivappaana *a.* இளம் சிவப்பான pinkish
ilam chivappu *n.* இளம் சிவப்பு pink
ilam saayam *n.* இளம் சாயம் tincture
ilamai *n.* இளமை adolescence
ilamai *a.* இளமை youthful
ilamaip-paruvam *n.* இளமைப்பருவம் boyhood
ilamaiyaakku *v.t.* . இளமையாக்கு rejuvenate
ilamaiyulla *a.* இளமையுள்ள juvenile
ilamoothaa *n.* இளமூதா lilac
ilam-paruvam *a.* இளம்பருவம் adolescent
ilampen *n.* இளம்பெண் girl
ilampen thanmai *a.* இளம்பெண் த்ன்மை girlish
ilandhai-vagai *n.* இலந்தைவகை apricot
ilangkuzhanthaikalukkuriya palli *n.* இளங்குழந்தைகளுக்குரிய பள்ளி kindergarten ;
ilaniram *n.* இளநிறம் tint
ilanj sivappaaka *a.* இளஞ் சிவப்பாக orange
ilanj sivappu *n.* இளஞ் சிவப்பு orange
ilanjsaayam poosu *v.t.* . இளஞ்சாயம் பூசு tint
ilavarasan *n.* இளவரசன் prince
ilavarasanaana *a.* இளவரசன் மாதிரி princely
ilavarasi *n.* இளவரசி princess
ilavasàmaaka *adv.* இலவசமாக gratis
ilesaaka eri *v.t.* . இலேசாக எரி singe

ilesaaka niram kodu *v.t.* . இலேசாக நிறம் கொடு tinge
ilesaaka thaandi kuthi *v.i.*. இலேசாக தாண்டி குதி skip
ilesaana saayam podu *v.t.* . இலேசான சாயம் போடு tincture
ilesaana thookkam *n.* இலேசான தூக்கம் slumber
ilesaanaa thookkam *n.* இலேசான தூக்கம் siesta
illaamai *n.* இல்லாமை want
illaamaliru *v.t.* . இல்லாமலிரு want
illaathathaakku *v.t.* இல்லாததாக்கு deprive
illaathu pona *a.* இல்லாது போன extinct
illaavittaal *conj.* இல்லாவிட்டால் otherwise
illadha' *a.* இல்லாத absent
illai *a.* இல்லை no
illai *n.* இல்லை no
illai *adv.* இல்லை not
illam *n.* இல்லம் home
illamai *n.* இல்லாமை absence
illaththalaivi *n.* இல்லத்தலைவி matron
Illorum pinthodarnthu varakkoodiya nabar *n.* எல்லோரும் பின்தொடர்ந்து வரக்கூடிய நபர் pioneer
Illorum pinthodarnthu varuvathu *v.t.* . எல்லோரும் பின்தொடர்ந்து வருவது pioneer
ina veri *n.* இன வெறி racialism
inaamal *n.* இனாமல் enamel
inai *n.* இணை analogy
inai *v.t.* இணை combine
inai *v.t.* இணை connect
inai *v.t.* இணை co-ordinate
inai *v.t.* . இணை fuse
inai *v.t.* . இணை join
inai *v.t.* . இணை link
inai *v.t.* . இணை mate
inai *v.t.* . இனை seam
inai *v.t.* . இணை tag
inaikkappatta *a.* இணைக்கப்பட்ட incorporate
inai-pidam *n.* இணைப்பிடம் commissure
inaippu *n.* இணைப்பு adjunct
inaippu *adj.* இணைப்பு conjunct
inaippu *n.* இணைப்பு connection
inaippu *n.* இணைப்பு liaison
inaippu *n.* இணைப்பு link
inai-ppu v. இணைப்பு abutted
inaiyaana *a.* இணையான parallel
inaiyaana iruppathu *v.t.* . இணையான இருப்பது parallel
inaiyaana ulla chathuram *n.* இணையான உள்ள சதுரம் parallelogram
inakamaana *a.* இணக்கமான sociable
inakka nilai *n.* இணக்க நிலை harmony
inakkam *n.* இணக்கம் compliance
inakkam *n.* இணக்கம் tune
inakka-virumbhi *n.* இணக்கவிரும்பி complaisance
inam *v.t.* . இனம் breed
inam *n.* இனம் species

inam *n.* இனம் tribe
inam saarntha *a.* இனம் சார்ந்த racial
inamurai maruththuvam *n.* இனமுறை மருத்துவம் homeopathy
inangha *n.* இணங்க accord
inanghu *n.* இணங்கி conformity
inanghu-kira *adj.* இணங்குகிற compliant
inangkaatha *a.* இணங்காத inflexible
inangkaatha *a.* இணங்காத stubborn
inapperukkam *n.* இனப்பெருக்கம் reproduction
inapperukkum thanmai *a.* இனப்பெருக்கும் தன்மை reproductive
inge இங்க் here
ingkalaththal *a.* இனங்கலத்தல் cross
ingke engkaavathu *adv.* இங்கே எங்காவது hereabouts
ingkumangkumaka nikazhkira *a.* இங்குமங்குமாக நிகழ்கிற sporadic
ingumangum *adv.* இங்குமங்கும் hither
ini *adv.* இனி henceforth
Inimel *adv.* இனிமேல் hereafter
inipaakku *v.t.* . இனிப்பாக்கு sweeten
inippaakku *v.t.* . இனிப்பாக்கு sugar
inippaana *a.* இனிப்பான sweet
inippu *n.* இனிப்பு sweetness
inipputh thinpandam *n.* இனிப்புத் தின்பண்டம் sweet
ini-rotti *n.* இனிரொட்டி cake
iniya oyin *n.* இனிய ஒயின் malmsey
iniyavare *a.* இனியவரே darling
inji *n.* இஞ்சி ginger
inmai *n.* இன்மை dearth
inmai *adv.* இன்மை no
inna pira *adv.* இன்ன பிற extra
innapira இன்ன பிற etcetera
innisai *n.* இன்னிசை melody
innoru *a.* இன்னொரு other
innum *adv.* இன்னும் further
innum *adv.* இன்னும் still
innum kuraintha *a.* இன்னும் குறைந்த lesser
innum paddam peraatha kallUri maanavan *n.* இன்னும் பட்டம் பெறாத கல்லூரி மானவன் undergraduate
inpachirrulaa *n.* இன்பச் சிற்றுலா expedition
inpakkilatrchi *n.* இன்பக்கிளர்ச்சி gaiety
inpam *v.t.* இன்பம் delight
inpam *n.* இன்பம் joy
inpamootta *n.* இன்பமூட் டு fancy
inpamoottu *v.t.* இன்பமூட்டு enrapture
inpurra *a.* இன்புற்ற glad
inraikku *adv.* இன்றைக்கு today
inri *con.j* இன்றி nor
inriravu *n.* இன்றிரவு to-night
inriravu *adv.* இன்றிரவு tonight
inriyamaiayamai *n.* இன்றியமையாமை necessity
inru *n.* இன்று today
inthiya thesaththavar *a.* இந்திய தேசத்தவர் Indian
ippothu *adv.* இப்போது now

ippozhuthu varai *adv.* இப்பொழுது வரை hitherto

ippozuthu *conj.* இப்பொழுது now

ira *v.i.* இற die

iraach saappaadu *n.* இராச் சாப்பாடு supper

iraadsasa kazhuku *n.* இராட்சஸ கழுகு dragon

iraa-nuvam *n.* இராணுவம் army

iraanuvap pirivu *n.* இராணுவப் பிரிவு regiment

iraa-sayina-vagai *n.* இரசாயினவகை arsenic

iracchal *v.i.* இரைச்சல் clamour

ira-galang-karam *n.* இறகலங்காரம் aigrette

irai *v.i.* இரை buzz

iraichal *n.* இறைச்சல் din

iraichi *n.* இறைச்சி meat

iraichikkaaka vettu *v.t.* . இறைச்சிக்காக வெட்டு slaughter

iraippai *n.* இரைப்பை stomach

iraithoothar *n.* காப்பாற்றுபவர் messiah

iraivan sampanthappatta *n.* இறைவன் சம்மந்தபட் mystic

iraiyiyal *v.i.* இறையியல் decree

irakkai-konda *adj.* இறக்கைகொண்ட aliferous

irakkakkoodiya *a.* இறக்கக்கூடிய mortal

irakkam *n.* இரக்கம் compassion

irakkam *n.* இறக்கம் descent

irakkam *n.* இறக்கம் wane

irakkam *n.* இறக்கம் pity

irakkam kaattuvathu *v.t.* . இறக்கம் காட்டுவது pity

irakkamarra *a.* இரக்கமற்ற relentless

irakkamarra *a.* இரக்கமற்ற ruthless

irakkamatra *a.* இரக்கமற்ற pitiless

irakkamulla *a.* இரக்கமுள்ள humanitarian

irakkamulla *a.* இரக்கமுள்ள sympathetic

irakkangkol *v.i.*. இரக்கங்கொள் sympathize

irakkumathi sey *v.t.* . இறக்குமதி செய் import

iraku *n.* இறகு feather

iraku uthir *v.i.*. இறகு உதிர் moult

irakukal pathikkappatta oru sakkai *n.* இறகுகள் பதிக்கபட்ட ஒரு தக்கை shuttlecock

irandaam akshamaana *a.* இரண்டாம் பக்ஷமான secondary

irandaam padshamaana *a.* இரண்டாம் பக்ஷமான subsidiary

irandaantharamaana *a.* இரண்டாந்தரமான mediocre

irandaantharaththanmai *n.* இரண்டாநதரத்தன்மை mediocrity

irandaavathaakak koorappatta *a.* இராண்டாவதாகக் கூறப்பட்ட latter

irandaavathu *a.* இரண்டாவது second

irandhu pref இரண்டு bi

irandhu *a.* இரண்டு both

irandirku idaiye vai *v.t.* . இரண்டிற்கு இடையே வை sandwich

irandu *a.* இரண்டு twin

irandu *n.* இரண்டு two

irandu roti thundu *n.* இரண்டு ரொட்டி துண்டு sandwich

irandu vaara kaalam *n.* இரண்டு வார காலம் fort-night

irandum *pron.* இரண்டும் both

irangarpaa *n.* இரங்கற்பா elegy

iranghhu *v.i.*. இறங்கு alight

irangkaththakka *a.* இரங்கத்தக்க deplorable

irangku mukam *adj.* இறங்கு முகம் declivous

iranguthal *n.* இறங்குதல் landing

iranthu po *v.i.*. இறந்து போ succumb

iranthupona *a.* இறந்துபோன dead

irappai thodarpaana *a.* இர்ரைப்பை தொடர்பான gastric

irappar thundu *n.* இரப்பர் துண்டு gasket

irappu veetham *n.* இறப்பு வீதம் mortality

ira-sa-vaadam *n.* இரசவாதம் alchemy

iratha-kuraimai *n.* இரத்தகுறைமை anaemia

iraththak kuzhaay *n.* இரத்தக் குழாய் vein

iraththal *n.* இறத்தல் die

iraththinam *n.* இ ரத்தினம் gem

irattai *n.* இரட்டை twin

irattai vilimpuk kaththi *a.* இரட்டை விளிம்புக் கத்தி lancet

irattaiyaana *a.* இரட்டையான dual

irattippaakku *v.t.* இரட்டிப்பாக்கு double

irattippu *n.* இரட்டிப்பு double

iravaaka *adv.* இரவாக nightly

iraval *v.t.* இரவல் borrow

iraval kodu *v.t.* . இரவல் கொடு lend

iravalar *n.* இரவலர் beggar

iravil nadamaadum *a.* இரவில் நடமாடும் nocturnal

iravil thoongu *v.i.*. இரவில் தூங்கு roost

iravu *n.* இரவு night

iravu muzuvathum *a.* இரவு முழுதும் overnight

iravu udai *n.* இரவு உடை nightie

iravu unavu *n.* இரவு உணவு dinner

irayil enjin *n.* இரயில் என்ஜின் locomotive

irayil thodar *n.* இரயில் தொடர் train

irayil vandi nilaiyam *n.* இரயில் வண்டி நிலையம் station

Irrup' idam *n.* இருப்பிடம் abode

iru *v.t.* . இரு be

iru *pref.* இரு be

iru *v.i.*. இரு wait

iru madangkaaka *adv.* இரு மடங்காக twice

iru madangku *a.* இரு மடங்கு twofold

iru madangu *a.* இரு மடங்கு double

iru-chakkara-vandi *n.* இருசக்கரவண்டி chaise

iruka onru ser *v.t.* . இறுக ஒன்று சேர் weld

irukaal-piraani *n.* இருகால்பிராணி biped

irukka idam kodu *v.t.* . இருக்க இடம் கொடு lodge

irukkai *n.* இருக்கை bench

irukkamaana *a.* இறுக்கமான frigid

irukkamaana *a.* இறுக்கமான rigid

irukkamaana *a.* இறுக்கமான tight

irukkamaana pidippu *n.* இருக்கமான பிடிப்பு grip

iruk-konam *adj.* இருக்கோணம் biangular

irukku *v.t.* இறுக்கு compress

irukku *v.t.* . இறுக்கு tighten

irukkum-idam *n.* இருக்குமிடம் accommodation

iru-koorakku *v.t.* இருகூறாக்கு bisect

irumaappudaiya *a.* இறுமாப்புடைய haughty

irumai-enn *adj.* இருமைஎண் binary

irumal *n.* இருமல் cough

iru-mozhi *a.* இருமொழி bilingual

irumpu *n.* இரும்பு iron

irunda *a.* இருண்ட dark

irunda *a.* இருண்ட sombre

iru-nooraamaandu *adj.* இருநூறமாண்டு bicentenary

iruntha pothilum *conj.* இருந்த போதிலும் nevertheless

irunthaalum *adv.* இருந்தாலும் however

irunthaalum kooda *adv.* இருந்தாலும் கூட though

irunthum *conj.* இருந்தும் though

iru-paalar *n.* இருபாலர் co-education

iru-paalurup-pulla *adj.* இருபாலுறுப்புள்ள bisexual

irupathaavathu *a.* இருபதாவது twentieth

irupathil oru paakam *n.* இருபதில் ஒரு பாகம் twentieth

irupathu *a.* இருபது twenty

irupathu *n.* இருபது twenty

iruppelumpu *n.* இடுப்பெலும்பு rib

iruppidam *n.* இருப்பிடம் location

iruppidam kaan *v.t.* . இருப்பிடம் காண் locate

irusu *n.* இருசு axis

iru-thaaram *n.* இருதாரம் bigamy

iru-thalai-thasai *n.* இருதலைத்தசை biceps

iruthi *n.* இறுதி over

iruthi anjali *n.* இறுதி அஞ்சலி requiem

iruthi nipanthanai *n.* இறுதி நிபந்தனை ultimatum

iruthiyaaka *adv.* இறுதியாக ultimately

iruthiyaaka maathavidaayin niruththam *n.* இறுதியாக மாதவிடாயின் நிறுத்தம் menopause

iruthiyaana *a.* இறுதியான final

iruthiyaana *a.* இறுதியான terminal

iruththal *n.* இருத்தல் presence

iruththal *a.* இருத்தல் present

iruttaakku *v.t.* . இருட்டாக்கு shadow

iruttaana *a.* இருட்டான shadowy

iru-vaara-idazh *adj.* இருவாரயிதழ் bi-weekly

iruvakaiyilum *conj.* இருவகையிலும் whether

iruvar conj இருவர் both

iru-varuda *adj.* இருவருட biennial

iru-ytchu-kal *adj.* இருயச்சுக்கள் biaxial

isai *n.* இசை music

isai petti *n.* இசை பெட்டி gramophone
isaik kaaviyam *a.* இசைக் காவியம் lyric
isaik karuvi *n.* இசைக் கருவி harmonium
isaik karuvi *n.* இசைக் கருவி lute
isaik karuvi *n.* இசைக்கருவி xylophone
isaik karuviyai vikaaramaka meettu *v.t.* இசைக் கருவியை விகாரமாக மீட்டு thump
isaik kuzu saarpaana *a.* இசைக் குழு சார்பான orchestral
isai-karuvi *n.* இசைக்கருவி bagpipe
isai-karuvi *n.* இசைக்கருவி banjo
isaikkalainjar *n.* இசைக்கலைஞர் musician
isaikkaruvi *n.* இசைக் கருவி guitar
isaikkaruvikalai payanpaduththum *a.* இசைக்கருவிகளை பயன்படுத்தும் instrumental
isaikkaruvikalai vaasippavar *n.* இசைக்கருவிகளை வாசிப்பவர் instrumentalist
isaindhu-iruthal *n.* இசைந்திருத்தல் consonance
isaiththoadarpulla *a.* இசைத்தொடர்பான musical
isaivinmai *n.* இசைவின்மை disagreement
isaivu *n.* இசைவு concord
isak kuzu *n.* இசைக் குழு orchestra
isavai *n.* இசவை alignment
iseivu *n.* இசைவு consensus
ishdamilaatha *a.* இஷ்டமில்லாத loath
ishdaththirku vidappatta *a.* இஷ்டத்திற்கு விடப்பட்ட optional
ishtam *n.* இஷ்டம் option
ishtam-illadha *a.* இஷ்டமில்லாத averse
ishtamulla *a.* இஷ்டமுள்ள willing
isthiri podu *v.t.* இஸ்திரி போடு iron
ithan vilaivaaka *adv.* இதன் விளைவாக hence
ithayam *n.* இதயம் heart
ithayaththdippalavi *n.* இதயத்துடிப்பளவி stethoscope
iththaali mozhiyai saarntha *a.* இத்தலிய மொழியை சார்ந்த italic
iththaali naadu saarntha *a.* இத்தாலி நாடு சார்ந்த Italian
iththaaliya naattinar *n.* இத்தாலிய நாட்டினர் Italian
ithu *pron.* இது it
ithu mutharkondu *adv.* இது முதற்கொண்டு henceforward
ithu varaiyil *conj.* இது வரையில் yet
ithuvumathum allaatha *conj.* இதுவுமதுவும் அல்லாத neither
itta aayvu *n.* இட்ட ஆய்வு exploration
itta velai *n.* இட்ட வேலை task
ittuchel *v.t.* இட்டுச் செல் escort
ivvaaraaka *adv.* இவ்வாறாக thus
ivvaaru *adv.* இவ்வாறு so
iyakkam *n.* இயக்கம் functionary
iyakkam nadamaattam *n.* இயக்கம்,நடமாட்டம் movement
iyakkamarra *a.* இயக்கமற்ற motionless

iyakkum sakthi *v.i.*. இயக்கும் சக்தி motor
iyakkunar *n.* இயக்குநர் director
iyakkupavar *n.* இயக்குபவர் operator
iyal kadantha aaraayvu *n.* இயல்கடந்த ஆராய்வு metaphysics
iyal thiran *n.* இயல் திறன் faculty
iyalaamai *n.* இயலாமை incapacity
iyalaatha *a.* இயலாத incapable
iyalaatha *a.* இயலாத unable
iyalaathathu *n.* இயலாதது impossibility
iyalpaaka *adv.* இயல்பாக naturally
iyalpaana mudivai velippauththukira *a.* இயல்பான முடிவை வெளிபடுத்துகிற logical
iyalpiruppu *n.* இயல்பிருப்பு default
iyalpiyal *n.* இயல்பியல் physics
iyalum *v.* இயலும் may
iyandhra-sakkarathin *n.* இயந்திரச்சக்கரத்தின் cog
iyangaththakka *a.* இயங்கத்தக்க dynamic
iyangu *v.i.* இயங்கு function
iyanra alavu *n.* இயன்ற அளவு mite
iyanthira manithan *n.* இயந்திர மனிதன் robot
iyanthira pori *n.* இயந்திரப்பொறி motor
iyanthira saalai *n.* இயந்திரசாலை mill
iyanthira thozhil nipunar *a.* இயந்திர தொழில் நிபுணர் mechanic
iyanthira thozhilnudpam *n.* இயந்திர தொழில்நுட்பம் mechanics
iyanthira vallunar *n.* இயந்திர வல்லுநர் mechanic
iyanthiran ponra *a.* இயந்திரன் போன்ற mechanical
iyanthirappakuthi *n.* இயந்திரப் பகுதி gear
iyanthirath thozhil sampanthamaana *a.* இயந்திரத் தொழில் சம்பந்தமான industrial
iyanthiraththin paakangkal *n.* இயந்திரத்தின் பாகங்கள் spare
iyarakaiyaayamaiyapperra *a.* இயற்கையாயமையப் பெற்ற inherent
iyarbiyal *a.* இயற்பியல் physical
iyarkai *n.* இயற்கை nature
iyarkai kaadsi *n.* இயர்க்கை காட்சி scenery
iyarkai mananilai *a.* இயர்கை மனநிலை temperamental
iyarkai supaavam *n.* இயர்கை சுபாவம் instinct
iyarkai vazhipaadu *n.* இயற்கை வழிபாடு pantheism
iyarkai vazhipaadu *n.* இயற்கை வழிபாடு pantheist
iyarkaiyaana *a.* இயர்கையான instinctive
iyarkaiyaana *a.* இயர்கையான intrinsic
iyarkaiyaana *n.* இயற்கையான native
iyarkaiyaana *a.* இயற்க்கையான natural

iyarkaiyaana inaippu *a.* இயற்கையான இணைப்பு rhythmic
iyarkaiyai parri padiththavar *n.* இயற்க்கையை பற்றி படித்தவா் naturalist
iyarkaiyaik kadantha *n.* இயா்கையைக் கடந்த superman
iyarkaiyakave nikazhum thanamai *n.* இயற்கையாகவே நிகழும் தன்மை spontaneity
iyarkaiyil amaintha *a.* இயற்கையில் அமைந்த inborn
iyarkaiyin seerram *n.* இயா்கையின் சீற்றம் turbulence
iyarkkai champanthamaana *a.* இயற்க்கை சம்பந்தமான philosophical
iyarkkaiyin padippin nipunar *n.* இயற்கையின் படிப்பின் நிபுணா் philosopher
iyarkkaiyin padippu *n.* இயற்கையின் படிப்பு philosophy
iyarru *v.t.* . இயற்று transact
iyattru *v.t.* இயற்று compose
iynagkum *a.* இயங்கும் operative
iynagu visai *n.* இயங்குவிசை momentum
izha *v.t.* . இழ forfeit
izhakkachchei *v.t.* . இழக்கசெய் demonetize
izhivaaka pesu *v.t.* . இழிவாக பேசு scorn
izhivaana *a.* இழிவான slavish
izhivu *n.* இழுவ் abasement
izhivu paduth' al *v.t.* . இழுவுபடுதல் abase
izhivupaduththal *n.* இழிவு படுத்தல் humiliation
izhivupaduththu *v.t.* இழிவுபடுத்து degrade
izhivupaduththu *v.t.* . இழிவுபடுத்து humiliate
izhivupaduthukira *a.* இழிவுபடுத்துகிற slanderous
izhu *v.t.* இழு drag
izhu *v.i.*. இழு gravitate
izhu *a.* இழு hale
izhuppu *n.* இழுப்பு spasm
izhuththal *n.* இழுத்தல் drag
izhuththal *n.* இழுத்தல் tension
izhuththu selluthal *n.* இழுத்துச் செல்லுதல் traction
izhuvai vandi *n.* இழுவை வண்டி trailer
izhuvarai *n.* இழுவறை drawer
izivu sey *v.t.* . இழிவுசெய் mortify
izu *v.t.* . இழு pull

J

izuththal *n.* இழுத்தல் pull
jaadaisol *n.* ஜாடைசொல் cue
jaadi *n.* ஜாடி jar
jaagira-dhai *n.* ஜாக்கிரதை caution
jaagira-dhai-yaana *a.* ஜாக்கிரதையான cautious
jaakkirathaiyaana *a.* ஜாக்கிரதையான vigilant
jaakkiyaal thookku *v.t.* . ஜாக்கியால் தூக்கு jack

jaala viththai seypavar *n.* ஜால வித்தை செய்பவர் juggler

jaapithaa *n.* ஜாபிதா list

jaathi *n.* ஜாதி pedigree

jadamaana *a.* ஜடமான inert

jadaththuvam *n.* ஜடத்துவம் inertia

jakadai *v.t.* . ஜகடை windlass

jalasanthi *n.* ஜலசந்தி strait

jalavaayu *n.* ஜலவாயு hydrogen

jambam *n.* ஜம்பம affectation

jananaayakam *a.* ஜனநாயகம் democratic

janaththogai *n.* ஜனத்தொகை population

janaththogaiyai athika paduththuvathu *v.t.* . ஜனத்தொகையை அதிகா படுத்துவது populate

janaththogaiyai athikamaaka irupathu *a.* ஜனத்தொகை அதிகமாக்க இருப்பது populous

jannal *n.* ஜன்னல் window

jannal kathavu *n.* ஜன்னல் கதவு shutter

jappaan naattu naanayam *n.* ஜப்பான் நாட்டு நாணயம் Yen

jarikai *n.* ஜரிகை lace

jarikai ponra *a.* ஜரிகை போன்ற lacy

jarikai pottu azhakupaduththu *v.t.* . ஜரிகை போட்டு அழகுபடுத்து lace

jathai *a.* ஜதை two

jathai ser *v.i.*. ஜதை சேர் match

jayi *v.t.* . ஜயி whelm

jeb *n.* ஜெப் pocket

jebbil vaikkavum *v.t.* . ஜெபில் வைக்கவும் pocket

jeeranam *n.* ஜீரணம் digest

jeeranam sey *v.t.* ஜீரணம் செய் digest

jeeranikka mudiyaatha *a.* ஜீரணிக்க முடியாத indigestible

jeeraniththal *n.* ஜீரணித்தல் digestion

jeevan-aam-sum *n.* ஜீவனாம்சம் alimony

jeevanaathaaram *n.* ஜிவனாதாரம் livelihood

jeevanam *n.* ஜீவனம் living

jeevathaththuva parinaamam *n.* ஜீவதத்துவ பரிணாமம் metabolism

jepa maalai *n.* ஜெப மாலை rosary

jikinaath thakadu *n.* ஜிகினாத் தகடு tinsel

jkanitham *n.* கணிதம் mathematics

jodhidam *n.* ஜோதிடம் astrology

jodhidar *n.* ஜோதிடர் astrologer

jodi *n.* ஜோடி couple

jodi *n.* ஜோடி couplet

jodi *n.* ஜோடி pair

jodi ser *v.t.* . ஜோடி சேர் pair

jwaalai *n.* ஜ்வாலை blaze

K

ka dath' al *n.* கடத்தல் abduction

ka dath' thu dhal *v.t.* . கடத்துதல் abduct

kaadai *n.* காடை quail

kaadal-saarndha *adj.* காதல்சார்ந்த amatory

kaadhu-kudumi *n.* காதுக்குடுமி cerumen
kaadi *n.* காடி notch
kaadi *n.* காடி yeast
kaadi-vagai *n.* காடிவகை alegar
kaadsi *n.* காட்சி spectacle
kaadsi *n.* காட்சி view
kaadsi villai *n.* காட்சி வில்லை slide
kaadsikkuriya idam *n.* காட்சிக்குரிய இடம் locale
kaadsiyamai *v.t.* காட்சியமை display
kaadsiyamaivu *n.* காட்சியமைவு display
kaadu *n.* காடு forest
kaadu-valar *v.t.* . காடுவளர் afforest
kaaindha-sengal *n.* காய்ந்தசெங்கல் adobe
kaai-vagai *n.* காய்வகை artichoke
kaakam *n.* காகம் rook
kaakithach churul *n.* காகிதச் சுருள் scroll
kaakitham *n.* காகிதம் paper
kaakkai *n.* காக்கை crow
kaakkai-karaivu *n.* காக்கைகரைவு caw
kaal *n.* கால் leg
kaal chattai *n.* கால்சட்டை pantaloon
kaal methai *n.* கால் மேதை pedal
kaal pangu *n.* கால் பங்கு quarter
kaal vilangidu *v.t.* . கால் விலங்கிடு fetter
kaal viral *n.* கால் விரல் toe
kaala alavu *n.* கால அளவு duration
kaala attavanai *n.* கால அட்டவணை schedule
kaala ellai kadappu *n.* கால எல்லை கடப்பு expiry
kaalaal mithi *v.t.* . காலால் மிதி trample
kaalaal mithi *v.t.* . காலால் மிதி tread
kaalaan *n.* காளான் mushroom
kaalaankal *n.* காளான்கள் fungus
kaalaatpadai *n.* காலாட்படை infantry
kaalaavathiyaaku *v.i.*. காலாவதியாகு lapse
kaalaavathiyaana *a.* காலாவதியான outdated
kaalai *n.* காளை bull
kaalai *n.* காலை morning
kaalai-vunavu *n.* காலையுணவு breakfast
kaalai-yil *adv.* காலையில் adays
kaala-kaala-maaga *n.*pl. காலகாலமாக annals
kaalam *n.* காலம் season
kaalani *n.* காலணி slipper
kaalappakuthi *n.* காலப்பகுதி epoch
kaala-thaamadam-aana *adj.* காலதாமதமான belated
kaalathir-kovvaa-mai *n.* காலத்திற்கொவ்வாமை anachronism
kaalaththa veenaakku *v.t.* . காலத்தை வீணாக்கு while
kaalaththai kurikkum vinai *n.* காலத்தை குறிக்கும் வினை tense
kaala-varaipadam *n.* காலவரைபடம் chronograph
kaalera *n.* காலரா cholera
kaali sey *v.t.* . காலி செய் vacate

kaali sey *v.t.* . காலி செய் void
kaalisey *v.* காலிசெய் empty
kaaliyaana *a.* காலியான vacant
kaaliyaana *a.* காலியான void
kaaliyidam *n.* காலியிடம் void
kaal-jodu *n.* கால்ஜோடு boot
kaalkalai akatti vaiththi nada *v.i.*. கால்களை அகட்டி வைத்து நட stride
kaal-nadai *n.* கால்நடை cattle
kaalnadai vaiththiyam sampanthamaana *a.* கால்நடை வைத்தியம் சம்பந்தமான veterinary
kaalnadaitheevanam *n.* கால்நடைத் தீவனம் fodder
kaal-nadaiyil *adv.* கால்நடையில் afoot
kaal-sattai *n.* கால்சட்டை breeches
kaal-vaai *n.* கால்வாய் canal
kaal-vai *n.* கால்வாய் aqueduct
kaama niraintha *a.* காமம் நிறைந்த lascivious
kaamaakni *n.* காமாக்கினி rut
kaamam *n.* காமம் lust
kaamam niraintha *a.* காமம் நிறைந்த lustful
kaana vanthullavar *n.* காண வந்துள்ளவர் visitor
kaanal neer *n.* கானல் நீர் mirage
kaanappadu *v.i.*. காணப்படு seem
kaan-crete *v.t.* கான்கிரிட் concrete
kaandaa mirukam *n.* காண்டா மிருகம் rhinoceros
kaanpi *v.t.* . காண்பி show
kaantha sakthiyulla *a.* காந்த சக்தியுள்ள magnetic
kaanthak kal *n.* காந்தக்கல் magnet
kaanthak kalai *n.* காந்தக் கலை magnetism
kaanthakkal *n.* காந்தக் கல் loadstone
kaappaarru *v.t.* . காப்பபாற்று salvage
kaappaarru *v.t.* . காப்பாற்று save
kaappaarru *v.t.* . காப்பாற்று shelter
kaappaarrupavar *n.* காப்பாற்றுபவர் saviour
kaappaarruvathu *n.* காப்பாற்றுவது salvage
kaapparan *n.* காப்பரண் fortress
kaappeedu *n.* காப்பீடு insurance
kaappiyam *n.* காப்பியம் epic
kaappon *n.* காப்போன் warden
kaappuruthi sey *v.t.* . காப்புறுதி செய் insure
kaarai *v.t.* காரை cement
kaarai *n.* காரை plaster
kaaraip poochu *v.t.* . காரை ப பூசு plaster
kaaram *n.* காரம் alkali
kaara-maana *a.* காரமான barbed
kaaranam *n.* காரணம் cause
kaaranam *n.* காரணம் purpose
kaaranam *v.t.* . க்காரணம் purpose
kaaranam *n.* க்ஆரணம் reason
kaaranam *n.* காரணம் sake
kaaranam sol *v.i.*. க்ஆரணம் சொல் reason
kaaranam solla mudiyaatha *a.* காரணம் சொல்ல முடியாத inexplicable

kaarana-maaga *n.* காரணமாக causality

kaaranamilaatha payam *n.* காரணமில்லாத பயம் scare

kaara-nathil *adj.* காரணத்தில் causal

kaarani *n.* காரணி factor

kaarasaaramaana *a.* காரசாரமான spicy

kaariyakkiramam *n.* காரியக்கிரமம் routine

kaar-pulli *n.* காற்புள்ளி comma

kaarraadi *n.* காற்றாடி kite

kaarraaka *a.* காற்றாக windy

kaarraalai *n.* காற்றாலை windmill

kaarrin veppam *n.* காற்றின் வெப்பம் thaw

kaarroottamilaatha *a.* காற்றோட்டமில்லாத stuffy

kaarrotta jannal *n.* கற்றோட்ட ஜன்னல் ventilator

kaarrotta vasathi sey *v.t.* . கற்றோட்ட வசதி செய் ventilate

kaarrottam *n.* காற்றோட்டம் ventilation

kaarru *n.* காற்று wind

kaarru veesuthal *n.* காற்று வீசுதல் waft

kaasaalar *n.* காசாளர் cashier

kaasam *v.i.* காசம் cough

kaa-solai *v.t.* காசோலை check

kaasu-vagai *n.* காசுவகை coinage

kaathaalaadu *n.* காதலாடு courtship

kaathal , mikuntha aachai *a.* காதல், மிகுந்த ஆசை passionate

kaathal unarvu *n.* காதல் உணர்வு romance

kaathal unarvu mikka *a.* காதல் உணர்வு மிக்க romantic

kaathalan *n.* காதலன் lover

kaathil vizhaatha *a.* காதில் விழாத inaudible

kaathiru *v.t.* . காத்திரு await

kaathiru *v.t.* காத்திரு bide

kaathodu pesu *v.t.* . காதோடு பேசு whisper

kaaththu kidaththal *n.* காத்து கிடத்தல் wait

kaathu *n.* காது ear

kaathukkiniya *a.* காதுக்கினிய melodious

kaatilum *v.t.* . காட்டிலும் accord

kaatru-alavi *n.* காற்றளவி anemometer

kaat-teni *n.* காட்டேணி bison

kaattiyal *n.* காட்டியல் forestry

kaat-trottam-aka *a.* காற்றோட்டமாக airy

kaattru *n.* காற்று air

kaattu *a.* காட்டு wild

kaattum-miraandi *a.* காட்டுமிராண்டி barbarian

kaattup pakuthi *n.* காட்டுப் பகுதி woods

kaattup pakuthi *n.* காட்டுப் பகுதி woodland

kaattuththanmai *n.* காட்டுத்தன்மை wilderness

kaatuchedi *n.* காட்டுச் செடி weed

kaaval *n.* க்காவல் remand

kaaval kaakkumidam *n.* காவல் காக்குமிடம் outpost

kaaval kaaththal *n.* காவல் காத்தல் vigilance
kaaval padai *n.* காவல் படை picket
kaaval podu *v.t.* காவல் போடு picket
kaavalaalar *n.* காவலாளர் police
kaavalaalar *n.* காவலாளர் policeman
kaavalan *n.* காவலன் custodian
kaavalan *n.* காவலன் warder
kaavalar *n.* காவலர் constable
kaavalar *n.* காவலர் sentinel
kaavalar *n.* காவலர் sentry
kaavalil vai *v.t.* காவலில் வை remand
kaavaliru *v.i.* காவலிரு guard
kaavarkaaran *n.* காவற்காரன் keeper
kaavarkaarar *n.* காவற்காரர் tender
kaavi *n.* காவி carrier
kaavi niram *n.* காவி நிறம் saffron
kaavi niramaana *a.* காவி நிறம்மான saffron
kaaviyam *n.* காவியம் masterpiece
kaayadi *v.t.* காயடி geld
kaayak-kattu ~*n.* காயக்கட்டு bandage
kaayam *n.* காயம் hurt
kaayam *n.* காயம் injury
kaayam *n.* காயம் wound
kaaya-maakku *v.t.* காயமாக்கு confirm
kaayappaduththu *v.t.* காயப்படுத்து injure
kaayappaduththu *v.t.* காயப்படுத்து maul
kaayappaduththu *a.* காயப் படுத்து scotch

kaayaththin thazhumpu *n.* காயத்தின் தழும்பு scar
kaayavai *v.i.* காயவை dry
kaaychal *n.* காய்ச்சல் fever
kaaychith thatti inaiththal *n.* காய்ச்சித் தட்டி இணைத்தல் weld
kaaykari sampanthamaana *a.* காய்கறி சம்பந்தமான vegetable
kaaykari vakai *n.* காய்கறி வகை vegetable
kaaykarikalilirunthu thayaariththa *a.* காய்கறிகளிலிருந்து தயாரித்த vegetarian
kaaymapadakkoodiya *a.* காயம்படக்கூடிய vulnerable
kaayppaduththu *v.t.* காயப்படுத்து wound
kaazhppu *n.* காழ்ப்பு grudge
kabada-maana *a.* கபடமான artful
kabada-milladha *a.* கபடமில்லாத candid
kaba-datra *n.* கபடற்ற candour
kaccheri *v.t.* கச்சேரி concert2
kachida-maana *a.* கச்சிதமான compact
kada *v.t.* கட cross
kadai *n.* கடை booth
kadai *n.* கடை shop
kadai *n.* கடை stall
kadai-dhal *v.t. & i.* கடைதல் churn
kadaikaaran *n.* கடைக்காரன் tradesman
kadaikalukkuch chel *v.i.* கடைகளுக்குச் செல் shop
kadaipidi *v.t.* கடை பிடி observe

kadaipidippavar *a.* கடைபிடிப்பவர் observant

kadaipidiththal *n.* கடைபிடித்தல் observance

kadaipidiththal *n.* கடைபிடித்தல் observation

kadai-pol *adj.* காதைப்போல் auriform

kadaippori *n.* கடைப்பொறி lathe

kadaisal pidikkum iyanthiram *n.* கடைசல் பிடிக்கும் இயந்திரம் lathe

kadaisal pidippavar *n.* கடைசல் பிடிப்பவர் turner

kadaisiyaay *adv.* கடைசியாய் lastly

kadaisiyil *adv.* கடைசியில் eventually

kadaivaayppal *n.* கடைவாய்ப் பல் molar

kadaiyil vai *v.t.* கடையில் வை stall

kada-kadap-aana *n.* கதகதப்பான cosier

kada-kadappoli *n. & v.i.* கடகடப்பொலி clack

kadakka mudiyaatha *a.* கடக்க முடியாத impassable

kadal *n.* கடல் sea

kadal aamai *n.* கடல் ஆமை turtle

kadal neer pinnadaivu *n.* கடல் நீர் பின்னடைவு ebb

kadal ponra *a.* கடல் போன்ற oceanic

kadal sampanthamaana *a.* கடல் சம்பந்தமான marine

kadal soozhntha *a.* கடல் சூழ்ந்த insular

kadalin yerramum varruthalum *n.* கடலின் ஏற்றமும் வற்றுதலும் tide

kadalukkarukilulla *a.* கடலுக்கருகிலுள்ள maritime

kadalukkullirukkira *a.* கடலுக்குள்ளிருக்கிற submarine

kadamai *n.* கடமை duty

kadamai *n.* கடமை obligation

kadamaimikka *a.* கடமை மிக்க obligatory

kadamai-paduthu *v.t.* கடமைப்படுத்து accommodate

kadamaippaddulla *a.* கடமைப்பட்டுள்ள liable

kadamaippatta *a.* கடமைப் பட்ட indebted

kadamaiyil payanam cheyvathu *v.i.* கடமையில் பயணம் செய்வது patrol

kadamaiyil payanam cheyvathu *n.* கடமையில் பயணம் செய்வது patrol

kadan *n.* கடன் credit

kadan *n.* கடன் debit

kadan *n.* கடன் debt

kadan *a.* கடன் due

kadan *n.* கடன் due

kadan *n.* கடன் loan

kadan *n.* கடன் overdraft

kadan *a.* கடன் overdue

kadan kodu *v.t.* கடன் கொடு loan

kadanaali *n.* கடனாளி debtor

kadanai theerkka vakaiyarra *a.* கடனை தீர்க்க வகையற்ற insolvent

kadanali *adv.* கடனளி due

kadan-dha *adv.* கடந்த ago
kadankoduththavar *n.* கடன்கொடுத்தவர் creditor
kadanpatti *v.t.* கடன்பட்டி owe
kadantha *a.* கடந்த past
kadantha *a.* கடந்த previous
kadantha kaalam *n.* கடந்த காலம் past
kadanthu chel *v.i..* கடந்த செல் pass
kadar panjaal theyththu suththam sey *v.t.* . கடற் பஞ்சால் தேய்த்துச் சுத்தம் செய் sponge
kadar paravai *n.* கடற் பறவை gull
kadar pirauyaanam sey *v.i..* கடற் பிரயாணம் செய் voyage
kadar pirayaanam *n.* கடற் பிரயாணம் navigation
kadar pirayaanam *n.* கடற் பிரயாணம் voyage
kadar pirayaanam seypavar *n.* கடற் பிரயாணம் செய்பவர் voyager
Kadark koollai *n.* கடற் கொள்ளை piracy
Kadark koollai pannuvathu *v.t.* . கடற் கொள்ளை பண்ணுவது pirate
Kadark koollaiyar *n.* கடற் கொள்ளையர் pirate
kadarkanni *n.* கடற்கன்னி mermaid
kadarkarai *n.* கடற்கரை coast
kadar-karai *n.* கடற்கரை beach
kadarkaraik kaayal *n.* கடற்கரைக் காயல் lagoon
kadarmanithan *n.* கடற்மனிதன் merman
kadar-padai-yadhigaari *n.* கடற்படையதிகாரி admiral
kadarpanju *n.* கடற்பஞ்சு sponge
kadarparappu *n.* கடற்பரப்பு offing
kadasiyaaka *adv.* கடைசியாக last
kadaththallaarar *n.* கடத்தல்காரர் smuggler
kadavul *a.* கடவுள almighty
kadavul *n.* கடவுள் god
kadavul *a.* கடவுள் omniscient
kadavul mithraavaal kodukkappattathu *n.* கடவுள் மித்ராவால் கொடுக்கப்பட்டது mithridate
kadavul nampikkai *n.* கடவுள் நம்பிக்கை theism
kadavul nampikkai kondavar *n.* கடவுள் நம்பிக்கை கொண்டவர் theist
kadavul thanmai *n.* கட்டவுள் தன்மை omniscience
kadavul vazhipaadu sampanthamaana *a.* கடவுள் வழிபாடு சம்பந்தமான liturgical
kadavulaal anuppappattavar *n.* கடவுள்ளால் அனுப்ப்பபட்டவர் godsend
kadavulin aadsi *n.* கடவுளின் ஆட்சி theocracy
kadduthal *n.* கட்டுதல் remittance
kadhaa-siriyar *n.* கதாசிரியர் author
kadi *v.t.* கடி bite
kadi *n.* கடி bite
kadi-kaaram *n.* கடிகாரம் clock
kadinam *a.* கடினம் difficult
kadinam *n.* கடினம் difficulty
kadinam *n.* கடினம் stiff

kadinamaaka uzhaikkum *n.* pl. கடினமாக உழைக்கும் toils

kadinamaakku *v.t.* . கடினமாக்கு harden

kadinamaakku *v.t.* . கடினமாக்கு stiffen

kadinamaakku *v.t.* . கடினமாக்கு toughen

kadinamaana *a.* கடினமான firm

kadinamaana *a.* கடினமான herculean

kadithangal *n.* கடிதங்கள் correspondence

kadiththedukkappatta siru thundu *n.* கடித்தெடுக்கப்பட்ட சிறு துண்டு nibble

kadi-vaalam *n.* கடிவாளம் bridle

kadivvaalam *n.* கடிவாளம் curb

kadmaiyunarvu *a.* கடமையுணர்வு dutiful

kadrkarai *n.* கடற்கரை strand

kaduku *n.* கடுகு mustard

kadum sothanai *n.* கடும் சோதனை ordeal

kadum vatti vaangupavar *n.* கடும் வட்டி வாங்குபவர் usurer

kadum vatti vaanguthal *n.* கடும் வட்டி வாங்குதல் usury

kadum vethanai *n.* கடும் வேதனை throe

kadum vethanai *n.* கடும் வேதனை torment

kadumai *n.* கடும்மை rigour

kadumai mikka *a.* கடுமை மிக்க harsh

kadumaiyaaka *a.* கடுமையாக stern

kadumaiyaakk kandanam sey *v.t.* . கடுமையாகக் கண்டனம் செய் lambaste

kadumaiyaana *a.* கடுமையான drastic

kadumaiyaana *a.* கடுமையான strict

kadumaiyaana *a.* கடுமையான trying

kadumaiyaana merpaarvai *n.* கடுமையான மேற்பார்வை surveillance

kadummaiyaana *a.* கடுமையான rigorous

kadummuyarchi *n.* கடும் முயற்சி endeavour

kadumpuyal *n.* கடும்புயல் tempest

kadumpuyal *n.* கடும்புயல் typhoon

kadungkaara uppittu pakkuvappaduththu *v.t.* . கடுங்கர உப்பிட்டு பக்குவப்படுத்து mercerise

kadungkopam *n.* கடுங் கோபம் fury

kae-du *n.* கேடு bale

kaeli-sithiram *n.* கேலிச்சித்திரம் caricature

kai *n.* கை arm

kai *n.* கை hand

kai marunthu *n.* கை மருந்து nostrum

kai rekai jothidar *n.* கை ரேகை ஜோதிடர் palmist

Kai rekai saasthram *n.* கை ரேகை ஜோதிடம் palmistry

kai therntha *a.* கை தேர்ந்த masterly

kai vittu vidhu *v.t.* கைவிட்டு விடு abnegate

kai vittu vidhu dhal *n.* கைவிட்டு விடுதல் abnegation

kai we do *v.t.* . கைவிடு abandon

kaidhi *n.* கைதி captive

kaidhu *n.* கைது arrest

kai-ezhuthu *n.* கையெழுத்து calligraphy

kaikalappu *n.* கைகலப்பு fight

kaikalappu *v.t.* . கைகலப்பு ruffle

kaikalappu *n.* கைகலப்பு skirmish

kaikalulla melangi *n.* கைகளுள்ள மேலங்கி jerkin

kaikkadikaaram *n.* கைக் கடிகாரம் watch

kaikkodaari *n.* கைக்கோடாரி hatchet

kaikkuttai *n.* கைக்குட்டை handkerchief

kaikkuttai *n.* கைக்குட்டை kerchief

kaimutti *n.* கைமுட்டி fist

kainiraiya *n.* கைநிறைய handful

kaipatru *v.t.* . காப்பாற்றஹு procure

kaipatruthal *n.* காப்பாற்றுதல் procurement

kai-pattru *n.* கைப்பற்று catch

kai-pattru-dhal *n.* கைப்பற்றுதல் capture

kaipparru *v.t.* . கைப்பற்று seize

kaippatru *v.t.* . காப்பாத்து possess

kaippatruthal *n.* காப்பாத்துதல் possession

kaippidi *n.* கைப்பிடி handle

kaippu-kidamaana *a.* கைப்புக்கிடமான comical

kai-thaer-ndha *a.* கைதேர்ந்த antiquarian

kai-thaer-ndha *n.* கைதேர்ந்த antiquarian

kai-thattu *v.t.* . கைதட்டு applaud

kai-thattu *v.i.* கைத்தட்டு clap

kaithi *n.* கைதி prisoner

kaiththiram *n.* கைத்திறம் craft

kaiththozhil *n.* கைதொழில் industry

kaithuppaakki *n.* கைதுப்பாக்கி musket

kaivarapperra *a.* கைவரப் பெற்ற gifted

kaivelaipaadu *n.* கைவேலைப்பாடு handiwork

kaividu *v.t.* . கைவிடு forsake

kaivilangidu *v.t.* . கைவிலங்கிடு handcuff

kaivilangku *v.t.* கைவிலங்கு cuff

kaivilangu *n.* கைவிலங்கு handcuff

kaivinai *n.* கைவினை handicraft

kaivinaignan *n.* கைவினைஞன் craftsman

kaiviral naka opanaikkalai *n.* கைவிரல் நக ஒப்பனைக்கலை manicure

kai-yaabaranam *a.* கையாபரணம் armlet

kaiyaal saikai sey *v.t.* . கையால் சைகை செய் wave

kaiyaal unarak koodiya *a.* கையால் உணரக் கூடிய palpable

kaiyaalu *v.t.* . கைய்யாளு handle

kaiyaalvatharkerra *a.* கைய்ய்யாள்வதற்கேற்ற handy

kaiyai oonrith thaandu *v.i..* கையை ஊன்றித் தாண்டு vault

kaiyedu *n.* கையேடு handbook

kaiyezhuththu *n.* கையெழுத்து script

kaiyezhuththup pirathi *n.* கையெழுத்துப் பிரதி manuscript

kaiyilaatha arai angi *n.* கையில்லாத அரை அங்கி vest

kaiyillaatha araichattai *n.* கையில்லாத அரைச்சட்டை waistcoat

kaiyinaal seyyappatta *a.* கையினால் செய்யப்பட்ட manual

kaiyioppamidu *v.t.* . கையொப்பமிடு sign

kai-yoppam-attra *n.* கையொப்பமற்ற anonymity

kaiyoppamitttavar *n.* கையொப்பமிட்டவர் signatory

kaiyoppamittu *v.t.* கையொப்பமிட்டு countersign

kai-yoppa-yaedu *n.* கையொப்பஏடு autograph

kaiyurai *n.* கையுறை glove

kaiyurai *n.* கையுறை mitten

kajaanaa *n.* கஜானா treasury

kajam *n.* கஜம் yard

kal *n.* கல் stone

kal kattadam *n.* கல் கட்டடம் masonry

kal kuviyal *n.* கல் குவியல் rubble

kal nenjulla *adj.* கல் நெஞ்சுள்ள merciless

kal ponra *a.* கல் போன்ற stony

kal udaikkum idam *n.* கல் உடைக்கும் இடம் quarry

kala *v.t.* . கல mingle

kala *v.i.* கல mix

kala' *n.* கல concoction

ka-la' vaadal *n.* களவாடல் abstraction

kalaachchaaram *n.* கலாச்சாரம் culture

kalai *n.* கலை art

kalai *v.t.* . களை weed

kalai' ppu *v.i.* களைப்பு abort

kalaichchirkal *n.* கலைச்சொற்கள் terminology

kalaichchorkal sampanthamaana *a.* கலைச்சொற்கள் சம்பந்தமான terminological

kalaik kuzhu *n.* கலைக் குழு troupe

kalaikalanjchiyam *n.* கலைக்களஞ்சியம் encyclopaedia

kalaimaan *n.* கலைமான் stag

kalainyan *n.* கலைஞன் artist

kalaippadai *v.t.* . களைப்படை tire

kalaippadai *v.t.* . & i களைப்படை weary

kalaippadaiyachey *v.t.* களைப்படையச் செய் exhaust

kalaippadaiyachey *a.* களைப்படையச் செய் weary

kalaippu *n.* கலைப்பு liquidation

kalaippu undaakkukira *a.* களைப்பு உண்டாக்குகிற humdrum

kalaippurrulla *a.* களைப்புற்றுள்ள haggard

kalaith-thal *v.i.* கனைத்தல் bray

kalai-yattra *a.* கலையற்ற artless

kalai-yunar'-vudan *a.* கலையுணர்வுடன் artistic

kalakakkaarar koottam *n.* கலகக்காரர் கூட்டம் mob

kalakalappinmai *n.* கலகலப்பின்மை reticence

kalakam *n.* கலகம் tumult

kalakam seykira *a.* கலகம் செய்கிற insurgent

kalakappu *n.* கலகலப்பு sociability
kalakkam *v.t.* கலக்கம் clutter
kalakku *v.t.* கலக்கு bewilder
kalakku *v.i..* கலக்கு shuffle
kalalrai *n.* கல்லறை sepulchre
kalalrai vaasakam *n.* கல்லறை வாசகம் epitaph
kalangap-paduthu-dhal *v.t.* . கலங்◌கப்படுத்◌துதல் adulterate
kalangkam *n.* களங்கம் slur
kalangkam *n.* களங்கம் stigma
kalangkam *n.* களங்கம் taint
kalangkam undaakku *v.t.* . களங்கம் உண்டாக்கு tarnish
kalangkamarra *a.* களங்கமற்ற spotless
kalappadam *n.* கலப்படம் adulteration
kalappinaththil pirantha oru vilangu *a.* கலப்பினத்தில் பிறந்த ஒரு விலங்கு mongrel
kalappu *n.* கலப்பு blend
kalappu inam *n.* கலப்பு இனம் hybrid
kalappu-vuram *n.* கலப்புவுரம் compost
kalath-thil *adv.* களத்தில் afield
kalavai *v.t.* கலவை blend
kalavai *n.* கலவை mixture
kalavaram *n.* கலவரம் chaos
kalavaram *n.* கலவரம் riot
kalavaram sey *v.t.* . கலவர்ம் செய் riot
kaleparam *n.* களேபரம் pandemonium
kalimann *n.* களிமண் clay
kali-mann'u *n.* களிமண்ணு argil
kalimannum sunnaampum kalantha man *n.* களிமண்ணும் சுண்ணாம்பும் கலந்த மண் marl
kalimpu *n.* களிம்பு ointment
kalinadam *n.* கலிநடம் acrobat
kalippu *n.* களிப்பு jollity
kalippu *n.* களிப்பு merriment
kalippu nirantha *a.* களிப்பு நிறைந்த merry
kalippunarvü mikuntha *a.* களிப்புணர்வு மிகுந்த gay
kaliyaattam *n.* களியாட்டம் revelry
kali-yaattam *n.* களியாட்டம் carnival
kallaaladi *v.t.* . கல்லாலடி stone
kallakkadaththal *v.t.* . கள்ளக்கடத்தல் smuggle
kallarai *n.* கல்லறை grave
kallarai *n.* கல்லறை tomb
kallaraik kattadam *n.* கல்லறைக் கட்டடம் mausoleum
kalleeral *n.* கல்லிரல் liver
kalli *n.* கள்ளி cactus
kalloori *n.* கல்லூரி college
kalloori allathu palkalaikazhakaththil serath thakuthiyaakki kolluthal *n.* கல்லூரியில் அல்லது பல்கலைக் கழகத்தில் சேரத் தகுதியாக்கி கொள்ளுதல் matriculation
kallooriyil serath thakuthi peru *v.t.* . கல்லூரியில் சேரத் தகுதி பெறு matriculate
kalppu inaththachernthа *a.* கலப்பு இனத்தைச் சேர்ந்த hybrid

kalvaiyin oru pakuthi *n.* கலவையின் ஒரு பகுதி ingredient

kalvettu *n.* கல்வெட்டு inscription

kalvi *n.* கல்வி education

kalvi *n.* கல்வி study

kalvi arivu *n.* கல்வி அறிவு learning

kalvi-maan *a.* கல்விமான் academic

kalyaanap-penn *n.* கல்யாணப்பெண் bride

kalyaanaththukku munthina *a.* கல்யாணத்துக்கு முந்தின premarital

kambali-puzhu *n.* கம்பளிப்புழு caterpillar

kambam *n.* கம்பம் pole

kambam *n.* கம்பம் post

Kamban sambanthapattathu *n.* கம்பம் சம்பந்தப்பட்டது polar

kambhi *n.* கம்பி cable

kambhu *n.* கம்பு bar

kammiya kural *a.* கம்மிய குரல் hoarse

kampali *n.* கம்பளி fleece

kampali *n.* கம்பளி wool

kampali aadai *n.* கம்பளி ஆடை woollen

kampali nool *n.* கம்பளி நூல் worsted

kampaliyaalaana *a.* கம்பளியாலான woollen

kampeeram *n.* கம்பீரம் majesty

kampeeramaana *a.* கம்பீரமான imposing

kampeeramaana *a.* கம்பீரமான stately

kampeeramaana thorram ali *a.* கம்பிராமான தோற்றம் அளி smug

kamperaamaana *a.* கம்பீரமான majestic

kampi perunthu *n.* கம்பிப் பேருந்து tram

kampi surru *n.* கம்பி சுற்று reel

kampiyaal inai *v.t.* . கம்பிய்யால் இணை wire

kampiyillaatha *a.* கம்பியில்லாத wireless

kampu *n.* க்கம்பு rye

kan *n.* கண் eye

kan katti *n.* கண் கட்டி stye

kan maruththuvar *n.* கன் மருத்துவர் oculist

kan maruththuvar *n.* கண் மருத்துவர் optician

kan simittal *n.* கண் சிமிட்டல் wink

kan simittu *v.i.* . கண் சிமிட்டு wink

kan vizhippu *n.* கண் விழிப்பு wake

kana nerakkaadsi *n.* கணா நேரக் காட்சி glimpse

kana parimaanam *n.* கன பரிமாணம் volume

kana parimaanamulla *a.* அதிக பரிமாணமுள்ள voluminous

kanaadiththakadu *n.* கண்ணாடித் தக்டு glaze

kanaikkaal *n.* கணைக்கால் shin

kanakaaivaalar *n.* கணக்காய்வாளர் accountant

kana'kidu *v.t.* . கணக்கிடு compute

kanak-idu *v.t.* கணக்கிடு calculate

kanakkar *n.* கணக்கர் book-keeper
kanakkeedu *n.* கணக்கீடு score
kanakkida mudiyaatha *a.* கணக்கிட முடியாத incalculable
kanakkiduthal *n.* கணக்கிடுதல் tally
kanakkiladangaa ennikkai *a.* கண்ணக்கிலடங்கா எண்ணிக்கை myriad
kanakku *v.t.* . கணக்கு account
kanakku-iyar-kuriya *a.* கணக்கியர்சார்ந்த arithmetical
kanam kurai *v.i.*. கனம் குறை slim
kanamaana *a.* கனமான weighty
kanamilaatha *a.* கனமில்லாத light
kananerame ulla *a.* கணநேரமே உள்ள momentary
kanani *n.* கணணி computation
kanasathuram *n.* கனசதுரம் cube
kanaththa kampalich sattai *n.* கனத்த கம்பளிச் சட்டை sweater
kanaththa mazhai *n.* கனத்த மழை downpour
kanavaan *n.* கனவான் gentleman
kanavaay *n.* கணவாய் ravine
kanavaay *n.* கனவாய் pass
kanavan *n.* கணவன் husband
kanavu *n.* கனவு dream
kanavu kaan *v.i.* கனவு காண் dream
kandanam *n.* கண்டனம் censure
kandanam *n.* கண்டனம் stricture
kandanam sey *n.* கண்டனம் செய் denunciation
kandanam therivi *v.t.* கண்டனம் தெரிவி disapprove
kandanam-sei *v.t.* கண்டனம்செய் condemn
kandi *v.t.* . கண்டி snub
kandi *v.t.* . கண்டி upbraid
kandi, saapam idu *v.t.* கண்டி,(சாபம்) இடு damn
kandippaana *a.* கண்டிப்பான imperative
kandip-paana *a.* கண்டிப்பான austere
kandipppaana *a.* கண்டிப்பான stringent
kandippu *n.* கண்டிப்பு stringency
kandiththal *v.t.* கண்டித்தல் criticize
kandukol *v.t.* . கண்டுக்கொள் know
kandukol *v.t.* . கண்டுக்கொள் see
kandupidi *v.t.* கண்டுபிடி detect
kandupidi *v.t.* கண்டுபிடி determine
kandupidi *v.t.* கண்டுபிடி discover
kandupidi *v.t.* . கண்டுபிடி find
kandupidikkak koodiya *a.* கண்டுபிடிக்கக் கூடிய traceable
kandupidippaalar *n.* கண்டுபிடிப்பாளர் inventor
kandupidippu *n.* கண்டுபிடிப்பு discovery
kaneer *n.* கண்ணீர் tear
kaneer nirantha *a.* கண்ணீர் நிறைந்த tearful
kaneer oli *n.* கணீர் ஒலி sonority
kanini kattamaippu *n.* கணினி கட்டமைப்பு network
kanintha *a.* கனிந்த ripe
kanippaan *n.* கணிப்பான் calculator
kanippeedu *v.t.* கணிப்பீடு count

kanip-porull *n.* கனிப்பொருள் cinnabar

kanippu *n.* கணிப்பு calculation

kanisamaaka *adv.* கணிசமாக substantially

kanisamaana *a.* கனிசமான sizable

kanisamaana *a.* கணிசமான substantial

kanitha vallunar *n.* கணித வல்லுநர் mathematician

kanithath thodarpulla *a.* கணிதத் தொடர்புள்ள mathematical

kaniyavai *v.i..* கனியவை ripen

kanjan *a.* கஞ்சன் niggardly

kan-jhi *n.* கஞ்சி broth

kankaadsi *n.* கண்காட்சி show

kankaani *v.t. .* கண்காணி superintend

kankaani *v.t. .* கண்காணி supervise

kankaanipaalar *n.* கண்காணிப்பாளர் superintendent

kankaanippu *n.* கண்காணிப்பு superintendence

kankaanippu *n.* கண்காணிப்பு supervision

kankattu viththai sey *v.t. .* கண்கட்டுவித்தை செய் juggle

kankkidum karuvi *n.* கணக்கிடும் கருவி gauge

kankoosum pirakaasam *n.* கண்கூசும் பிரகாசம் refulgence

kanmaviyal *n.* கனிஜவியல் mineralogy

kannaadi *n.* கண்ணாடி glass

kannaadi paalam *n.* கண்ணாடி பாலம் pane

kannaadi poruththum paniyaalar *n.* கண்ணாடிப் பொருத்தும் பணியாளர் glazier

kannaadi villai *n.* கண்ணாடி வில்லை lens

kannaadikal *n.* கண்ணாடிகள் cullet

kannaadi-kuvalai *n.* கண்ணாடிக்குவளை beaker

kannaan *n.* கன்னான் smith

kannakiyal *n.* கணக்கியல் accountancy

kannaku-iyal *n.* கணக்கியல் arithmetic

kannam *n.* கன்னம் cheek

kann-danam *n.* கண்டனம் condemnation

kannda-thir-kuriya *a.* கண்டத்திற்குரிய continental

kannduru-dhal *v.t.* கண்டுறல் control

kanni *n.* கன்னி maid

kanni madam *n.* கன்னி மடம் nunnery

kannikai *n.* கன்னிகை virgin

kannimaadath thalaivi *v.t. .* கன்னிமாடத் தலைவி mother

kanni-madam *n.* கன்னிமடம் cloister

kanni-madam *n.* கன்னிமடம் convent

kannimai *n.* கண்ணிமை eyelash

kannimaiyin-utpaagam *n.* கண்ணிமையின்வுட்பாகம் conjunctiva

kanniththanami *n.* கன்னித்தன்மை virginity

kanniyaa raasi *n.* கன்னியா ராசி virgin

kanniyam *n.* கண்ணியம் decorum

kanniya-maaga *adj.* கண்ணியமாக complaisant
kanniyamaana *a.* கண்ணியமான mannerly
kanniyappaduththu *v.t.* கண்ணியப்படுத்து ennoble
kannkaasthree *n.* கன்னிகாஸ்த்ரீ nun
kann-moodapatta *v.t.* கண்மூடப்பட்ட blindfold
kannoi vakai *n.* கண்ணோய் வகை glaucoma
kannottam *n.* கண்ணோட்டம் glance
kannuk-kaal *n.* கணுக்கால் ankle
kannukkul pulappadum *a.* கண்ணுக்குள் புலப்படும் visible
kanpaavai mikachurukkam *n.* கண்பாவை மிகச்சுருக்கம் myosis
kanru *n.* கன்று calf
kanthai *n.* கந்தை rag
kanthakam *n.* கந்தகம் sulphur
kanthakamaana *a.* கந்தகமான sulphuric
kanthal *n.* கந்தல் tear
kanthudaippu *n.* கண்துடைப்பு eyewash
kanu *n.* கணு node
kanvizhi *n.* கண்விழி eyeball
kanvizhippu *n.* கண்விழிப்பு vigil
kap' palil *adv.* கப்பலில் aboard
kapada naadakam *n.* கபட நாடகம் hypocrisy
kapadam *n.* கபடம் cunning
kapadamarra *a.* கபடமற்ற frank
kapadamarra *a.* கபடமற்ற naive
kapadamulla *a.* கபடமுள்ள sly
kapaleru *v.t.* கப்பலேறு embark
kapatam *n.* கபடம் insincerity
kapatamaana *a.* கபடமான insincere
kapatamaana *a.* கபடமான sinister
kapdamaaka nadippavar *n.* கபடமாக நடிப்பவர் hypocrite
kapila niram *n., a.* கபில நிறம் tan
kapilam *n.* கபிலம் brown
kappal *v.i..* கப்பல் cruise
kappal *n.* கப்பல் ship
kappal paaymaram *n.* கப்பல் பாய்மரம் mast
kappal padai *n.* கப்பல்படை navy
kappal pokkuvaraththirku payanpadum *a.* கப்பல் போக்குவரத்திற்கு பயன்படும் navigable
kappal thurai *n.* கப்பல் துறை dock
kappal thurai saarntha *a.* கப்பல் துறை சார்ந்த nautic(al)
kappalai allathu vimaanaththai seluththu *v.i..* கப்பலை அல்லது விமானத்தை செலுத்து navigate
kappalai nangooram ittu pinaiththal *n.* கப்பலை நங்கூரம் இட்டு பிணைத்தல் moorings
kappalai thakarkka uthavum oru kadarkanni *n.* கப்பலை தகர்க்க உதவும் ஒரு கடற்கண்ணி torpedo
kappalathikaarikalil oruvar *n.* கப்பலதிகாரிகளில் ஒருவர் mate
kappalil sarakku yerru *v.t..* கப்பலில் சரக்கு ஏற்று lade

kappalil sarakkukalai yerruthal *n.* கப்பலில் சரக்குகளை ஏற்றுதல் shipment

kappalil sel *v.i..* கப்பலில் செல் sail

kappalin melthalam *n.* கப்பலின் மேல்தளம் deck

kappalin melthattu *v.t.* கப்பலின் மேல்தட்டு deck

kappalin paay *n.* கப்பலின் பாய் sail

kappalkal thokuthi *n.* கப்பல்கள் தொகுதி fleet

kappar-padai *n.* கப்பற்படை armada

kapparpadaikkuriya *a.* கப்பற்படை குறிய naval

kapparthalaivan *n.* கப்பற்தலைவன் skipper

kapparthuraik kattanam *n.* கப்பற்துறைக் கட்டணம் wharfage

kaptamaka nadiththal *a.* கபடமாக நடித்தல் hypocritical

karadi *n.* கரடி bear

karadu muradaana *a.* க்அரடு முரடான rough

kara-gosham *n.* கரகோஷம் applause

karai *v.t. .* கரை bank

karai *n.* கறை blemish

karai *v.t. .* கரை dissolve

karai *n.* கரை shore

karai *n.* கறை smear

karai oram *a.* கரை ஓரம் littoral

karai ser *v.i..* கரை சேர் land

karaikka mudiyaatha *n.* கரைக்க முடியாத insolvency

karaikkum sakthiyulla *a.* கரைக்கும் சக்தியுள்ள solvent

karaippaan *n.* கரைப்பான் solvent

karaippaduththu *v.t. .* கறைப்படுத்து soil

karaippaduththu *v.t. .* கறைப்படுத்து stain

karaippaduththu *v.t. .* கறய்ப்படுத்து taint

karaisal *n.* கரைசல் solution

karaithal *v.i.* கரைதல் crow

karaithattu *v.i..* கரைதட்டு strand

karai-valaivu *n.* கரைவளைவு bight

karaivu *v.i.* கரைவு caw

karai-yoram *adv.* கரையோரம் ashore

karaiyoram odungkuthal *a.* கரையோரம் ஒடுங்குதல் maroon

karaiyum thanamai *n.* கரையும் தன்மை solvency

karaiyunthanmai *n.* கரையுந்தன்மை solubility

karanai *n.* கரணை trowel

karandi *n.* கரண்டி spoon

karandiyaal edu *v.t. .* கடண்டியால் எடு spoon

karandiyaal eduththu parimaaru *v.t. .* கரண்டியால் எடுத்து பரிமாறு ladle

karaniyalavu *n.* கரண்டியளவு spoonful

karappaan-poochi *n.* கரப்பான்பூச்சி cockroach

karayakkoodiya *a.* கரையக்க கூடிய soluble

kari *n.* கரி carbon

kariya thaathupporul *n.* கரிய தாதுப் பொருள் manganese
kariyagai *n.* கரியகை carbide
karnakadooramaayulla *a.* கர்ணகடூரமாயுள்ள strident
karpalakai *n.* கற்பலகை slab
karpanaa sakthiyulla *a.* கற்பனா சக்தியுள்ள imaginative
karpanai *n.* கற்பனை imagination
karpanai appaarpatta *n.* கற்பனைக்கு அப்பாற்பட்ட pedantic
karpanai appaarpattavar *n.* கற்பனைக்கு அப்பாற்பட்டவர் pedantry
karpanai appaarpatthavar *n.* கற்பனைக்கு அப்பாற்பட்டவர் pedant
karpanai serivaarntha *a.* கற்பனை செறிவார்ந்த figurative
karpanai seythukol *v.t.* . கற்பனை செய்துகொள் visualize
karpanai uyarnilai aakku *v.t.* . கற்பனை உயர்நிலை ஆக்கு idealize
karpanaiyaana *a.* கற்பனையான imaginary
karpanaiyaana *a.* கற்பனையான mythical
karpanaiyaana *a.* கற்பனையான visionary
karpanaiyulla *a.* கற்பனையுள்ள inventive
karpazi *v.t.* . கற்பழி rape
karpazippu *n.* கற்பழிப்பு rape
karpikkira *a.* கற்பிக்கிற informative
karpippavar *n.* கற்பிப்பவர் instructor
karpiththal *n.* கற்பித்தல் instruction
karpooravalli *n.* கர்ப்பூரவள்ளி lavender
karpullah *a.* கற்புள்ள chaste
karra *a.* கற்ற learned
karr-kandu *n.* கற்கண்டு candy
karrkari *v.t.* கற்கரி coke
karruk koduththal *n.* கற்றுக் கொடுத்தல் tuition
karruk kolpavar *n.* கற்றுக் கொள்பவர் scholar
karrukkol *v.i..* கற்றுக்கொள் learn
karrukkollum napar *n.* கற்றுக் கொள்ளும் நபர் learner
karrukodu *v.t.* கற்றுக்கொடு educate
karrukol *v.i..* கற்றுக்கொள் study
karu *n.* கரு embryo
karu kalai' ppu *n.* கருகளைப்பு abortion
karuchithaivu *n.* கருச்சிதைவு miscarriage
karudhu *v.t.* கருது conceive
karu-maar *n.* கருமார் blacksmith
karumaiyaana *n.* கருமையான dark
karumi *n.* கருமி miser
karumi *n.* கருமி niggard
karumiththanam mikuntha *a.* கருமித்தனம் மிகுந்த miserly
karunai *n.* கருணை charity
karunai *n.* கருணை mercy
karunai paarvai *n.* கருணை பார்வை ogle
karunaiyudan paar *v.t.* . கருணையுடன் பார் ogle

karunaiyulla *a.* கருணையுள்ள lenient
karungaali maram *n.* கருங்காலி மரம் ebony
karungkaali ponra maram *n.* கருங்காலி போன்ற மரம் mahogany
karuppai *n.* கருப்பை ovary
karuppai *n.* கருப்பை uterus
karuppai *n.* கருப்பை womb
karupparukkum vellaiyarukkum piranthavar *n.* கறுப்பருக்கும் வெள்ளையருக்கும் பிறந்தவர் mulatto
karuppu *a.* கருப்பு black
karuppu-aakku *v.t.* கறுப்பாக்கு blacken
karuppu-maan *n.* கருப்புமான் antelope
karuthaatha *a.* கருதாத irrespective
karuthadai *n.* கருத்தடை contraception
karutharithal *n.* கருத்தரித்தல் conception
karuthiyalaana *a.* கருத்தியலான notional
karuthodu *a.* கருத்தோடு captive
karuthoonriya *a.* கருத்தூன்றிய earnest
karuththa *a.* கருத்த swarthy
karuththaadal *n.* கருத்தாடல் discourse
karuththai therivi *v.t.* கருத்தை தெரிவி express
karuththarangku *n.* கருத்தரங்கு seminar

karuththinmai *n.* கருத்தின்மை, negligence
karuththoondripadi *v.t.* கருத்தூன்றி படி peruse
karuththoondripadithal *n.* கருத்தூன்றி படித்தல் perusal
karuththu *n.* கருத்து proposal
karuththu niraintha *a.* கருத்து நிறைந்த meaningful
karuththu therivi *v.t.* கருத்து தெரிவி opine
karuththu therivi *v.t.* கருத்து தெரிவி propose
karuththu verupaadu oottum kurram *n.* கருத்து say
karuthu *v.i.* கருத்து comment
karuthu *n.* கருத்து import
karuthu *v.t.* கருது mean
karuthu *v.t.* கருது regard
karu-thu' *a.* கருது abstract
karuthu maiyam *n.* கருத்து மையம் focus
karuvaali maram *n.* கருவாலி மரம் oak
karuvi *n.* கருவி device
karuvi *n.* கருவி equipment
karuvi *n.* கருவி implement
karuvikal petti *n.* கருவிகள் பெட்டி kit
karuvundaakkum aan thathu *n.* கருவுண்டாக்கும் ஆண் தாது sperm
karvam *n.* கர்வம் ego
karvam *n.* கர்வம் insolence
karvam *n.* கர்வம் vanity

karvam mikka *n.* கா்வம் மிக்க egotism

karvam niraintha *n.* கா்வம் நிறைந்த insoluble

karvamulla *a.* கா்வமுள்ள contemptuous

karvamulla *a.* கா்வமுள்ள lordly

karvaththudan nada *v.i..* கா்வத்துடன் நட strut

kasaappu-kaarar *n.* கசாப்புக்காரா் butcher

kasaiyadi *a.* கசையடி corporal

kasakku *v.t. .* கசக்கு crimple

kasakku *v.t.* கசக்கு crush

kasandu *n.* கசண்டு sediment

kasappaana *a.* கசப்பான poignant

kasappu *a.* கசப்பு bitter

kasappunarchi kollachey *v.t.* கசப்புணா்ச்சி கொள்ளச்செய் embitter

kashdappattu moochu viduvathu *a.* கஷ்டப்பட்டு மூச்சு விடுவது laboured

kashdappattu velai sey *v.i..* கஷ்டப்பட்டு வேலை செய் labour

kashdappattu velai sey *v.i..* கஷ்டப்பட்டு வேலை செய் slave

kash-kottai *n.* கஷ்கொட்டை chestnut

kashtam *n.* கஷ்டம் lurch

kashtam *n.* கஷ்டம் trouble

kashtap-pattu-eru *v.i.* கஷ்டப்பட்டுஏறு clamber

kasi *v.i..* கசி ooze

kasi *v.i..* கசி seep

kasthoori *n.* கஸ்தூாி musk

katchi, virunthu *n.* கட்சி, விருந்து party

kathaanaayakan *n.* க தாநாயகன் hero

kathaanaayaki *n.* க தாநாயகி heroine

kathai *a.* க narrative

kathai *n.* கதை tale

kathai solpavar *n.* கதை சொல்பவா் narrator

kathai solvathu *n.* கதை சொல்வது narrative

kathakathappaana *a.* கதகதப்பான cosy

kathakathappaana *n.* கதகதப்பான snug

kathampam *n.* கதம்பம் hotchpotch

kathavu *n.* கதவு door

kathavu *n.* கதவு gate

kathiradikkum karuvi *n.* கதிரடிக்கும் கருவி thresher

kathiri-kai *n.* கொண்டு வா brinjal

kaththari *v.t. .* கத்தாி shear

kaththarikai *n.* pl. கத்தாிகை shears

kaththarikkol *n.* கத்தாிக்கோள் scissors

kaththi *n.* கத்தி knife

kaththimunai *adj.* கத்திமுனை cultrate

kaththiyaal kuthu *v.t. .* கத்தியால் குத்து jab

kath-tholic *a.* கத்தோலிக்க catholic

kaththu *n.* கத்து croak

kaththu *v.i..* கத்து low

kaththu *v.i..* கத்து yell

kaththuthal *n.* கத்துதல் yell

kattaayam *n.* கட்டாயம் bound

kattaaya-maaga *a.* கட்டாயமாக compulsory

kattaayamaana *a.* கட்டாயமான necessary

kattadam *n.* கட்டடம் construction

kattai viral *n.* கட்டை விரல் thumb

kattalai *n.* கட்டளை command

kattalai *n.* கட்டளை injunction

kattalai *n.* கட்டளை order

kattalai ponra *a.* கட்டளை போன்ற mandatory

kattalai sattam *n.* கட்டளை சட்டம் norm

kattalai vithi *n.* கட்டளை விதி formula

kattalaiyidu *v.t.* . கள்ளையிடு order

kattamaippu *a.* கட்டமைப்பு binding

kattamai-ppu *n.* கட்டமைப்பு architecture

kattamappuch saarntha *a.* கட்டமைப்புச் சார்ந்த structural

kattanam *n.* கட்டண,ம் fare

kattanam *n.* கட்டண,ம் fee

kattayaamaaka v. கட்டாயமாக must

katti *n.* கட்டி boil

katti *n.* கட்டி lump

katti *n.* கட்டி tumour

kattida-kalaignar *n.* கட்டிடக்கலைஞர் architcct

katti-dam *n.* கட்டிடம் building

kattidavakai *n.* கட்டடவகை cyclostyle

kattidavakai *v.t.* கட்டடவகை cyclostyle

kattil *n.* கட்டில் bed

kattil *n.* கட்டில் cot

kattippidi *v.t.* கட்டிப் பிடி embrace

katti-thattu *n.* கட்டிதட்டு clot

kattiyaakku *v.t.* . கட்டியாக்கு lump

kattru-kutti *n.* கற்றுக்குட்டி apprentice

kattu *v.t.* . கட்டு bind

kattu *a.* கட்டு blind

kattu *v.t.* கட்டு build

kattu *v.t.* கட்டு construct

kattu *v.t.* கட்டு delegate

kattu *v.t.* . கட்டு rear

kattu *v.t.* . கட்டு remit

kattu *v.t.* . கட்டு rope

kattu *n.* கட்டு sheaf

kattu *v.t.* . கட்டு tie

kattu kathai *n.* கட்டு கதை figment

kattu-dhal *v.t.* . கட்டுதல் bandage

kattukkathai *n.* கட்டுக்கதை hoax

kattukkathai *n.* கட்டுக்கதை story

kattup-paadu *n.* கட்டுப்பாடு control

kattuppaadu neekku *v.t.* . கட்டுப்பாடு நீக்கு decontrol

kattuppadu *v.t.* . கட்டுப்படு oblige

kattuppaduththu *v.t.* . கட்டுப்படுத்து restrain

katturai *n.* கட்டுரை article

katturai *n.* கட்டுரை essay

katturaiyaalar *n.* கட்டுரையாளர் essayist

katturuthiyudaiya *a.* கட்டுறுதியுடைய hefty

kattuthal *n.* கட்டுதல் pack

kattuthal *n.* கட்டுதல் packing

kauravam *n.* கௌரவம் dignity

kauravamaana nadaththai *v.t.* . கௌரவமான நடத்தை dignify

kauravaththirku *a.* கௌரவத்திற்கு honorary

kaurththu *n.* கருத்து opinion

kavalai *a.* கவலை apprehensive

kavalai *n.* கவலை worry

kavalai *a.* கவலை anxious

kavalaippadu *v.i.*. கவல்லைப்படு worry

kavalai-udan *a.* கவலையுடன் anxiety

kavalaiyudan *n.* கவலையுடன் woeful

kavalaiyudan thonruvathu *a.* கவலையுடன் தோன்றுவது woebegone

kavalam *n.* கவளம் swallow

kavanakkuraivaana *n.* கவனக்குறைவான sloth

kavanakkuraivu *a.* கவனக் குறைவு negligent

kavana-kuraivu *a.* கவனக்குறைவு careless

kavanam *n.* கவனம் cognizance

kavanam-aaga *a.* கவனமாக attentive

kavanamaaka *a.* கவனமாக receptive

kavanamaakappaar *v.t.* . கவனமாகப் பார் watch

kavanamaana *a.* கவனமான rapt

kavanamaana *a.* கவனமான watchful

kavanamakak kel *v.i.*. கவனமாகக் கேள் listen

kavanamilaatha *a.* கவனமில்லாத inattentive

kavanam-illadha *v.t.* . கவனமில்லாத abstract

kavanamulla *a.* கவனமுள்ள thoughtful

kavanamulla *a.* கவனமுள்ள wary

kavanathai-kavarkira *a.* கவனத்தைக்கவர்கிற conspicuous

kavanaththilkol *n.* கவனத்தில் கொள் heed

kavani *v.i.* கவனி care

kavani *v.t.* . கவனி notice

kavani *v.t.* . கவனி nurse

kavani *v.i.*. கவனி tend

kavanikkaathe *v.t.* . கவனிக்காதெ overlook

kavanippaararra *a.* கவனிப்பாரற்ற forlorn

kavanippu *n.* கவனிப்பு care

kava-nippu *n.* கவனிப்பு attention

kavaniththal *a.* கவனித்தல் notice

kavaniththu kedpavar *n.* மவனித்து கேட்பவர் listener

kavanm seluthu *v.t.* . கவனம் செலுத்து focus

kavar *v.t.* . கவர் attract

kava-raayam *n.* கவராயம் compass

kavarappaduthal *n.* கவரப்படுதல் fascination

kavar-cchi *v.t.* . கவர்ச்சி affix

kavarchi *n.* கவர்ச்சி glamour

kavar-chi *v.t.* கவர்ச்சி charm2

kavarchi kaattum *n.* கவர்ச்சி காட்டும் sexy

kavarchikaramaana *a.* கவர்ச்சிகரமான winsome

kavarchiyaana *a.* கவர்ச்சியான enviable
kavar-chiyaana *a.* கவர்ச்சியான attractive
kavar-dhal *v.t.* கவர்தல் capture
kavari erumai *n.* கவரி எருமை yak
kavarnthizhu *v.t.* கவர்ந்திழு fascinate
kavarssikaramaana siriya vaakkiyam *n.* கவர்ச்சிகரமான சிறிய வாக்கியம் slogan
kava-rudhal *v.t.* கவருதல் arrest
kavasam *n.* கவசம் armour
kavasam *n.* கவசம் mail
kavinjar *n.* கவிஞர் rhymester
kavithai *n.* கவிதை epigram
kavithai *n.* கவிதை poem
kavithai *n.* கவிதை poetry
kavithai *n.* கவிதை rhyme
kavithai nadaiyil koorappadum sorkal *n.* கவிதை நடையில் கூறப்படும் சொற்கள் pun
kavithai sol *v.i.* கவித்தை சொல் rhyme
kavizh *v.t.* கவிழ் invert
kavizh *v.t.* கவிழ் tip
kavizh *v.t.* கவிழ் torpedo
kavizhan *n.* கவிஞன் bard
kavrnthiru *v.t.* கவர்ந்திரு mesmerize
kavuntar *n.* கவுண்டர் counter
kavvi *n.* கவ்வி clamp
kayirrraal kattu *v.t.* கயிற்றால் கட்டு tether
kayirru valaiyam *n.* கயிற்று வளையம் loop

kayiru *n.* கயிறு cord
kayiru *n.* கயிறு rope
kayiru *n.* கயிறு string
kazhagam *n.* கழகம் company
kazha-gam *n.* கழகம் association
kazhagham *n.* கழகம் academy
kazhi *v.t.* கழி deduct
kazhi *v.t.* கழி subtract
kazhineer *n.* கழிநீர் sewage
kazhinthu po *v.t.* கழிந்து போ elapse
kazhippidam *n.* கழிப்பிடம் latrine
kazhippidam *n.* கழிப்பிடம் lavatory
kazhiththal *n.* கழித்தல் subtraction
kazhiththal kuri *n.* கழித்தற்குறி minus
kazhiththal kuriyulla *a.* கழித்தற் குறியுள்ள minus
kazhivarai *n.* கழிவறை toilet
kazhi-virakkam *n.* கழிவிரக்கம் compunction
kazhivukal poka meethiyulla *a.* கழிவுகள் போக மீதியுள்ள net
kazhivupporul *n.* கழிவுப்பொருள் filth
kazhivupporul *n.* கழிவுப் பொருள் waste
kazhu-dai *n.* கழுதை ass
kazhudai-kalaith-thal *n.* கழுதைகனைத்தல் bray
kazhuku *n.* கழுகு eagle
kazhuku *n.* கழுகு vulture
kazhuthai *n.* கழுதை donkey
kazhuthai puli *n.* கழுதை புலி hyaena, hyena
kazhuththani *n.* கழுத்தணி tie

kazhuththu nerippu *n.* கழுத்து நெறிப்பு strangulation

kazhuththuk kuttai *n.* கழுத்துக் குட்டை scarf

kazhuththumaalai *n.* கழுத்மாலை necklace

kazhuththumaalai *n.* கழுத்து மாலை necklet

kazhuththup porvai *n.* கழுத்துப் போர்வை muffler

kazhuthu *n.* கழுத்து neck

kazhuthu-pattai *n.* கழுத்துப்பட்டை collar

kazhuvu *v.t.* . கழுவு wash

kazhuvuthal *n.* கழுவுதல் wash

kedaatha *a.* கெடாத intact

kedayam *n.* கேடயம் shield

kedu *v.t.* கெடு corrupt

kedu *v.t.* . கெடு mar

kedu *v.t.* . கெடு spoil

kedungkuri kaattum *a.* கெடுங்குறி காட்டும் ominous

keduthalaaka *adv.* கெடுதலாக ill

keduthalaana *a.* கெ டுதலான noxious

keduthi *n.* கெடுதி ill

keduthi undaakkum *a.* கெடுதி உண்டாக்கும் injurious

keduthu-vidu *v.t.* . கெடுத்துவிடு contaminate

keechena sapthamidu *v.i.*. கீச்சென சப்திமிடு scream

keechennru oothu *v.i.*. கீச்சென்று ஊது whistle

keechenra kural *n.* கீச்சென்ற குரல் squeak

keechidu *v.i.*. கீச்சிடு chirp

keechidu *n.* கீச்சிடு chirp

keehppadiyaamai *n.* கீழ்ப்படியாமை insubordination

keehsel *v.i.* கீழ்செல் descend

keel-vaadham *n.* கீல்வாதம் arthritis

keeral *n.* கீறல் scratch

keerippillai *n.* கீரிப்பிள்ளை mongoose

keerru *n.* கீற்று thatch

keerru koorai sey *v.t.* . கீற்று கூரை செய் thatch

keeru *v.t.* . கீறு scratch

keezh prep கீழ் below

keezh nokkip paaythal *n.* கிழ் நோக்கிப் பாய்தல் swoop

keezh padi *v.t.* . கீழ் படி obey

keezhaaka *adv.* கீழாக under

keezhe *prep.* கீழே down

keezhe *adv.* கிழே low

keezhe *prep.* கீழே underneath

keezhe thallu *v.t.* கீழே தள்ளு down

keezhe vizhumun panthai adiththal *v.t.* . கீழே விழுமுன் பந்தை அடித்தல் volley

keezhe vizhuthal *n.* கீழே விழுதல் downfall

keezhey *adv.* கீழே below

keezhey *adv.* கீழே beneath

keezhnokki *a.* கீழ்நோக்கி downward

keezhnokki *adv.* கீழ்நோக்கி downward

keezhnokki *adv.* கீழ்நோக்கி downwards

keezhpadintha *a.* கீழ்ப்படிந்த tributary

keezhpadithal *n.* கீழ்படிதல் obedience

keezhpadiyum *a.* கீழ்படியும் obedient
keezhpaduththu *v.t.* கீழ்படுத்து depress
keezhpatta *a.* கீழ்ப்பட்ட under
keezhppadiyach chey *v.t.* . கீழ்ப்படியச் செய் subordinate
keezhthisai *adv.* கீழ்திசை east
keezhthisai saarntha *a.* கீழ்திசை சார்ந்த eastern
kel *v.t.* . கேள் hear
kel *v.t.* . கேள் query
keli *a.* கேலி comic
keli *n.* கேலி gibe
keli *n.* கேலி jest
keli *n.* கேலி ridicule
keli pesu *v.i.*. கேலி பேசு gibe
keli sey *v.i.*. கேலி செய் jeer
keli sey *v.t.* . கேலி செய் ridicule
keli vaarththai *n.* கேலி வார்த்தை sarcasm
kelikkai *n.* கேளிக்கை fun
kelikkai *n.* கேளிக்கை spree
kelikkooththu *n.* கேலிக்கூத்து farce
keli-padam *n.* கேலிப்படம் cartoon
kelippechchu *n.* கேலிப்பேச்சு satire
keliviththaal *n.* கேள்வித்தாள் questionnaire
keliyaana *a.* கேலியான mimic
keliyaana *a.* கேலியான sarcastic
kelu *v.t.* . கேளு ask
kelvi *n.* கேள்வி interrogation
kelvi *n.* கேள்வி query
kelvi *n.* கேள்வி question
kelvi kel *v.t.* . கேள்வி கேள் question
kelvi maathiri *n.* கேள்வி மாதிரி prerogative
kelvi roopamaana *a.* கேள்வி ரூபமான interrogative
kelvikal kel *v.t.* . கேள்விகள் கேள் interrogate
kelvikkuriya *a.* கேள்விக்குரிய questionable
kempu *n.* கெம்பு ruby
kendi *n.* கெண்டி can
kendi *n.* கெண்டி kettle
kenjchu *v.i.* கெஞ்சு cringe
kenjikel *v.t.* கெஞ்சிக்கேள் entreat
kenju *v.t.* கெஞ்சு beg
kenju *v.t.* . கெஞ்சு implore
kenju *v.i.*. கெஞ்சு plead
kenjum nabar *n.* கெஞ்சும் நபர் pleader
kenjuvathu *n.* கெஞ்சுவது plea
kerekka ezuththu *n.* கிரேக்க எழுத்து omega
ketckum-thanmai *adj.* கேட்கும்தன்மை auditive
ketkum-alavu *a.* கேட்குமளவு audible
ketta ennam *n.* கெட்ட எண்ணம் malignity
ketta nadaththai *n.* கெட்ட நடத்தை malpractice
ketta nokkamulla *adv.* கெத்த நோக்கமுள்ள malafide
ketta nokkudan *a.* கெட்ட நோக்குடன் malafide
ketta peyar *a.* கெட்ட பெயர் notorious
kette nadaththai *n.* கெட்ட நடத்தை misconduct

kette nadaththaiyulla *a.* கெட்ட நடத்தையுள்ள lewd
kettiyaana *a.* கெட்டியான hard
kettiyaana *a.* கெட்டியான solid
kettiyaana vasthu *n.* கெட்டியான வஸ்து solid
kevalaamaaka udai uduththiya pen *n.* கேவலமாக உடை உடுத்திய பெண் slattern
kevalamaana udai *a.* கேவலமான உடை slatternly
khol *v.t.* . கோல் bar
kida *v.i.*. கிட lie
kidai *n.* கிடை case
kidai *n.* கிடை crate
kidangku *n.* கிடங்கு depot
kidangu *n.* கிடங்கு godown
kidaththu *v.i.*. கிடத்து repose
kilai *n.* கிளை bough
kilaikalai vettu *v.t.* . கிளைகளை வெட்டு lop
kilaimozhi *n.* கிளைமொழி dialect
kilarchi *n.* கிளர்ச்சி commotion
kilarchi sey *v.i.* கிளர்ச்சி செய் mutiny
kilarchikkaarar *n.* கிளர்ச்சிக்காரர் insurgent
kilarchiyarravar, sorvurrriru *v.i.*. கிளர்ச்சியற்றவர், சோர்வுற்றிரு mope
kilarichiyuttum *a.* கிளர்ச்சியூட்டும் erotic
kilarith thedu *v.i.*. கிளறித் தேடு rummage
kilaru-dhal *n.* கிளறுதல் agitation
kili *n.* கிலி fright
kili *n.* கிளி parrot
kiliyoottu *v.t.* . கிலியூட்டு horrify
kiliyoottu *n.* கிலியூட்டு horror
kiliyundaakku *v.t.* . கிலியுண்டாக்கு frighten
killu *v.t.* . கிள்ளு nip
killu *v.t.* . கிள்ளு pinch
killuthal v. கிள்ளுதல் pinch
kinnam *n.* கிண்ணம் bowl
kinnam *n.* கிண்ணம் cup
kiraakki *v.t.* கிராக்கி demand
kiraamam *n.* கிராமம் village
kiraamappura *a.* கிராமப்புற rural
kiraamavaasi *n.* கிராமவாசி villager
kirakanam *n.* கிரகணம் eclipse
kiramam *n.* கிரமம் sequence
kirantham *n.* கிரந்தம் treatise
kireechena sapthamidu *v.i.*. கிரீச்சென சப்தமிடு shriek
kireechidu *v.i.*. கிறீச்சிடு squeak
kirekka *n.* கிரேக்க Greek
kirekka isai kadavul *n.* கிரேக்க இசைகடவுள் muse
kirekkam *a.* கிரேக்கம் Greek
kirikket maithaanaththil oru idam *n.* கிரிக்கெட் மைதானத்தில் ஓர் இடம் mid-off
kirikket maithaanaththil oru idam *n.* கிரிக்கெட் மைதானத்தில் ஓர் இடம் mid-on
kiristhumas pandikai *n.* கிறிஸ்துமஸ் பண்டிகை Xmas
kirithuva-reedhi *n.* கிறித்துவரீதி ark
kirukku *v.t.* . கிறுக்கு scribble
kirumi *n.* கிருமி germ

kirumi azhiththal *n.* கிருமி அழித்தல் sterilization
kirumikalai pokku *v.t.* . கிருமிகளை போக்கு sterilize
kiruminaasini *n.* மிருமி நாசினி germicide
kittappaarvai *n.* கிட்டப்பார்வை myopia
kittathatta *adv.* கிட்டதட்ட nearly
kittaththatta *adv.* கிட்டத்தட்ட thereabouts
kittu-kinra *a.* கிட்டுகின்ற available
kizakku *n.* கிழக்கு orient
kizakku saar *a.* கிழக்கு சார் oriental
kizakku saarntha *n.* கிழக்கு ச்சார்ந்த oriental
kizhakku *n.* கிழக்கு east
kizhakku *a.* கிழக்கு east
kizhanghu *n.* கிழங்கு beet
kizhi *v.t.* . கிழி sunder
kizhi *v.t.* . கிழி tatter
kizhi *v.t.* . கிழி tear
kizhisal *n.* கிழிசல் tatter
kizhiththup punpaduththu *v.t.* . கிழித்துப் புண்படுத்து lacerate
kizhuththa *a.* கொழுத்த fat
koaavesamaana *a.* கோபாவேசமான fierce
kobak-kaarar *n.* கோபக்காரர் belligerent
kobam *n.* கோபம் auger
kobam-adai *a.* கோபமடை angry
kobhi *v.t.* கோபி chide
kochaiyaana pechu *n.* கொச்சையான பேச்சு slang

kodaari *n.* கோடாரி axe
kodaikaalam *n.* கோடைகாலம் summer
kodai-kaalathai-pol *adj.* கோடைக்காலத்தைபோல் aestival
kodaiththanmai *n.* கொடைத்தன்மை largesse
kodaiyaali *n.* கொடையாளி donor
kodeesvaran *n.* கோடீஸ்வரன் millionaire
kodhi-kalan *n.* கொதிகலன் boiler
kodhi-thal *v.i.*. கொதித்தல் boil
kodi *n.* கொடி creeper
kodi *n.* கொடி flag
kodip-pandhal *n.* கொடிப்பந்தல் bower
kodiya *a.* கொடிய atrocious
kodiya *a.* கொடிய heinous
kodiyerru *v.t.* . கொடியேற்று hoist
kodooramaana paarvai *n.* கொடூரமான பார்வை scowl
kodpaadu *n.* கோட்பாடு creed
kodu *v.t.* . கொடு adhibit
kodu *n.* கொடு award
kodu *v.t.* கொடு bequeath
kodu *v.t.* . கொடு give
kodu *v.t.* . கொடு grant
kodu *v.t.* . கொடு hand
kodu *v.t.* . கொடு render
kodu *n.* கோடு stripe
kodu *v.t.* . கொடு tender
kodu podu *v.t.* . கோடு போடு stripe
kodukal varai *v.t.* . கோடுகள் வரை line

kodukkaamal vaiththukkolvathu *v.t.* . கொடுக்காமல் வைத்துக்கொள்வது withhold
kodukkal vaangkal *n.* கொடுக்கல் வாங்கல் dealing
kodukkinaal kottu *v.t.* . கொடுக்கினால் கொட்டு sting
kodukku *n.* கொடுக்கு sting
kodum nikazhvu *n.* கொடும் நிகழ்வு doom
kodumai *n.* கொடுமை atrocity
kodumaikkaarar *n.* கொடுமைக்காரர் fiend
kodumai-paduthu-dhal *n.* கொடுமைப்படுத்துதல் bully
kodumaiyaana *a.* கொடுமையான deadly
kodumai-yaana *a.* கொடுமையான brutal
kodumaiyaana seyal *n.* கொடுமையான செயல் mal-treatment
kodumpaavi *n.* கொடும்பாவி edifice
kodungkol aadsi *n.* கொடுங்கோல் ஆட்சி misrule
kodungkolan *n.* கொடுங்கோலன் tyrant
kodunjseyal *n.* கொடுஞ்செய;ல் sadism
kodunjseyal seypavan *n.* கொடுஞ்செயல் செய்பவன் sadist
kodup-pinai *n.* கொடுப்பினை benison
koduram *n.* கொடூரம் cruelty
koduramaana *a.* கொடூரமான cruel
koduththathu *n.* கொடுத்த்து offering
kohbam *n.* கோபம் anger
koh-nal *n.* கோணல் angle
koh-nam *n.* கோணம் angle
kok-kharippu *v.i.* கொக்கரிப்பு cackle
kokki *n.* கொக்கி clasp
kokki *n.* கொக்கி crotchet
kokku *n.* கொக்கு crane
kol *v.t.* . கொல் kill
kol *v.t.* . கொல் slay
kol *n.* கோல் staff
kola vadiva *a.* கோள வடிவ spherical
kolai *n.* கொலை bloodshed
kolai *n.* கொலை murder
kolai sey *v.t.* . கொலைசெய் murder
kolai vaiththu ezhuthu *v.t.* . கொலை வைத்து எழுத்து pencil
kolaiyaali *n.* கொலையாளி murderer
kolam *n.* கோளம் orb
kolam *n.* கோளம் sphere
kolf vilaiyaattu *n.* கோல்ஃப் விளையாட்டு golf
kolkai *n.* கொள்கை creed
kolkai *n.* கொள்கை doctrine
kolkai *n.* கொள்கை tenet
kolkai *n.* கொள்கை policy
kolkai *n.* கொள்கை principle
kolkai pidippu *n.* கொள்கை பிடிப்பு obsession
kolkaipparrulla *a.* கொள்கைப்பற்றுள்ள dogmatic
koll' i kaaran *n.* கொள்ளைக்காரன abactor
koll' ai *n.* கொள்ளை abaction
kollai *n.* கொள்ளை loot
kollai *n.* கொள்ள்ள்ளை robbery

kollai adippathu *v.t.* . கொள்ளை அடிப்பது plunder

kollai adippavar *n.* கொள்ளை அடிப்பவர் plunder

kollai kol *n.* கொள்ளை கொள் toll

kollaikaaran *n.* கொள்ளைக்காரன் dacoit

kollai-kaaran *n.* கொள்ளைக்காரன் bandit

kollaikkaaran *n.* கொள்ளைக்காரன் marauder

kollaikkaaran *n.* கொள்ள்ளைக்காரன் robber

kollainoy *n.* கொள்ளைநோய் epidemic

kollaiyadi *v.i.*. கொள்ளையடி loot

kollaiydai *v.t.* . கொள்ளையடி rob

kollai-yudamai *n.* கொள்ளையுடமை booty

kollakkodiya *a.* கொல்லக்கூடிய murderous

koll-alavu *n.* கொள்ளளவு capacity

kolluthal *n.* கொல்லுதல் kill

kolusu *n.* கொலுசு anklet

koluththu *v.t.* . கொளுத்து inflame

komaali *n.* கோமாளி buffoon

komaali *n.* கோமாளி joker

komaatti *n* கோமாட்டி countess

komakan pattam *n.* ஒளருமகன் பட்டம் lordship

komali-thanam *n.* கோமாளித்தனம் antic

komethakam *n.* கோமேதகம் topaz

konar *v.t.* . கொண ர் fetch

kondaaddam *n.* கொண்டாட்டம் festival

kondaadu *v.t.* & i. கொண்டாடு celebrate

kondaaduthal *v.t.* . கொண்டாடுதல் pamper

kondaatta naal *n.* கொண்டட்ட நாள் jubilee

kondaattam *n.* கொண்டாட்டம் celebration

kondai *n.* கொண்டை crest

kondu-vaa *v.t.* கொண்டுவா bring

konja kaalam *n.* கொஞ்ச காலம் transitory

konjsam *adv.* கொஞ்சம் something

konthali *v.i.*. கொந்தளி simmer

konthalippu *n.* கொந்தளிப்பு ferment

konthalippu *v.i.*. கொந்தளிப்பு moil

konthalippu *n.* கொந்தளிப்பு unrest

koo ruttu th' anmai *n.* குருட்டுத்தன்மை ablepsy

koochalai *n.* கூச்சலை silencer

koochalai adakku *v.i.* கூச்சலை அடக்கு hush

koochalidu *v.i.*. கூச்சலிடு shout

koochal-idu *v.i.* கூச்சலிடு bellow

kooda *adv.* கூட too

koodaa ozhukkam *n.* கூடா ஒழுக்கம் debauchcc

koodaaram *v.i.* கூடாரம் camp

koodaaram *n.* கூடாரம் tent

koodai *n.* கூடை basket

koodam *n.* கூடம் hall

koo-dam *adj.* குதம் anal

koodavey *prep.* கூடவே along

koodham *n.* கூதம் anus

koodip pazhaku *v.t.* . கூடிப் பழகு intermingle

koodi-seyal-padu *v.i.* கூடிசெயல்படு collaborate
koodi-seyal-paudhal *n.* கூடிசெயல்படுதல் collaboration
koodi-vaazhthal *n.* கூடிவாழ்தல் (திருமணமின்றி) concubinage
koodi-vaazhum-penn *n.* கூடிவாழும்பெண்(திருமணமின்றி) concubine
koodu *v.i.* கூ டு flock
koodu *v.t.* . கூடு muster
koodu *n.* கூடு nest
koodu *n.* கூடு socket
koodu *v.i.* கூடு troop
koodu vittu koodu paaythal *n.* கூடு விட்டு கூடி பாய்தல் transmigration
koodudhal *a.* கூடுதல additional
koodukatti vaazh *v.i.*. கூடுகட்டி வாழ் nestle
koodukattu *v.t.* . கூடுகட்டு nest
koodum *v.t.* கூடும் can
kooduthal *n.* கூடுதல் muster
kooduthalaana alavu *n.* கூடுதலான அளவு surplus
kooduthalaana vari *n.* கூடுதலான வரி surcharge
kooi-vaazh *v.t.* கூடிவாழ் cohabit
koojaa *n.* கூஜா jug
kookkural *n.* கூக்குரல் uproar
kooli *n.* கூலி porter
koolikku velai seykira *a.* கூலிக்கு வேலை செய்கிற mercenary
kooliyaal *n.* கூலியாள் hireling
kooli-yaal *n.* கூலியாள் coolie
koon *n.* கூன் hunch
koon *n.* கூன் stoop
koondu *n.* கூண்டு cage
koopidaamal vaa *v.t.* . கூப்பிடாமல் வா intrude
koopidu *n.* கூப்பிடு call
koopidu-pavar *n.* கூப்பிடுபவர் caller
koor unarvudaiya *a.* கூர் உணர்வுடைய sensitive
kooraaka aakku *v.i.*. கூராக ஆக்கு taper
kooraana *a.* கூரான sharp
kooraana kopuram *n.* கூரான கோபுரம் steeple
kooraana moolai *n.* கூரான மூளை stake
koorai *n.* கூரை roof
koorai amai *v.t.* . கூர்ரை அமை roof
kooriyamunai *n.* கூரிய முனை tip
koormaiyaana *a.* கூர்மையான acute
koormaiyaana porulai vaiththu kuththu *v.t.* . கூர்மையான பொருளை வைத்து குத்து pierce
koor-nagap-paadam *n.* கூர்நகப்பாதம் claw
koornthu nokku *v.t.* . கூர்ந்து நோக்கு gaze
koorupaduthal *n.* கூறுபடுத்தல் dissection
koorupaduthu *v.t.* கூறுபடுத்து dissect
koor-vurulai *n.* கூர்வுருளை cone
kootani *n.* கூட்டணி coalition
koottaali *v.t.* . கூட்டாளி ally
Koottal adaiyaalam *n.* கூட்டல் அடையாளம் plus

Koottal adaiyaalamaaka *a.* கூட்டல் அடையாளமாக plus
koottam *n.* கூட்டம் batch
koottam *n.* கூட்டம் cluster
koottam *n.* கூட்டம் crew
koottam *n.* கூட்டம் crowd
koottam *n.* கூட்டம் flock
koottam podu *v.t.* கூட்டம் போடு throng
koottarasamaippu *a.* கூட்டரசமைப்பு federal
koottarasu *n.* கூட்டரசு federation
koottath thoadar *n.* கூட்டத் தொடர் session
koottu *v.t.* கூட்டு add
koottu *n.* கூட்டு amalgam
koottu *v.t.* கூட்டு sum
koottu moththam kaan *v.t.* கூட்டு மொத்தம் காண் total
koottuchaarpu *n.* கூட்டுச்சார்பு interdependence
koottu-dhal *n.* கூட்டுதல் addition
koottu-dhal *v.t.* கூட்டுதல் amalgamate
koottu-maaru *n.* கூட்டுமாறு broom
koottu-muyarchhi *n.* கூட்டுமுயர்ச்சி amalgamation
koottunar *n.* கூட்டுநர் convener
kootturaavu *n.* கூட்டுறவு league
kooturavu *a.* கூட்டுறவு co-operative
kootu-sathi *n.* கூட்டுச்சதி collusion
kootu-vaippu *a.* கூட்டுவைப்பு collective
koovu *n.i.* கூவு bawl
kooz ponra *a.* கூழ் போன்ற pulpy

koozaakku *v.t.* கூழாக்கு pulp
koozh *n.* கூழ் mash
koozhaakku *v.t.* கூழாக்கு mash
koozhu, kanjee *n.* கூழு, காஞ்சி porridge
kopam *n.* கோபம் rage
kopam *n.* கோபம் rebuke
kopam *n.* கோபம் wrath
kopam kol *v.t.* கோபம் கொள் outrage
kopam kol *v.t.* கோபம் கொள் rebuke
kopam kol *v.i.* கோபம் கொள் storm
kopamoottakoodiya *n.* கோபமூட்டக்கூடிய irritant
kopamoottu *v.t.* கோபமூட்டு incense
kopamoottu *v.t.* கோபமூட்டு irritate
kopamulla *a.* கோபமுள்ள irate
kopamum veruppum *a.* கோபமும் வெறுப்பும் indignant
kopangkol *v.i.* கோபங்கொள் rage
koppai *n.* கோப்பை goblet
koppai vaikkum thattu *n.* கோப்பை வைக்கும் தட்டு saucer
koppali *n.* கொப்பளி blister
koppappadu *v.t.* கோப்ப்படு reprimand
kopparai *n.* கொப்பரை basin
koppil vai *v.t.* கோப்பில் வை file
koppuli *v.i.* கொப்பளி gargle
kopu *n.* கோப்பு file
kopuram *n.* கோபுரம் pagoda
kopuram *n.* கோபுரம் tower
koramaana *a.* கோரமான ghastly
koramaana *a.* கோரமான hideous
koramana *a.* கோரமான horrible

korikkai *n.* கோரிக்கை request
koru-piri *v.t.* . கூறுபிரி assort
kosu *n.* கொசு mosquito
kothi *v.i.*. கொதி seethe
koththan *n.* கொத்தன் mason
kothu *n.* கொத்து bunch
kothumai *n.* கோதுமை wheat
kothu-malli *n.* கொத்துமல்லி coriander
kotpaadu *n.* கோட்பாடு dogma
kottaavi *n.* கொட்டாவி yawn
kottaavi vidu *v.i.*. கொட்டாவி விடு yawn
kottai *n.* கோட்டை castle
kottai *n.* கோட்டை citadel
kottai *n.* கோட்டை fort
kottam *n.* கோட்டம் complex
kottuthal *v.i.*. கொட்டுதல் pour
kovaeru kazhuthai *n.* கோவேறு கழுதை mule
kovai *n.* கோவை set
kovaiyaakach sey *v.t.* . கோவையாகச் செய் string
kovil amai *v.t.* கோவில் அமை enshrine
koyil *n.* கோயில் chapel
koyil *n.* கோயில் temple
koyil-mutram *n.* கோயில்முற்றம் churchyard
koyirr-paadagar *n.* கோயிற்பாடகர் chorus
koyyaa *n.* கொய்யா guava
kozhai *n.* கோழை coward
kozhaiththanam *n.* கோழைத்தனம் cowardice
kozhaiththanam *n.* கோழைத்தனம் timidity
kozhaiyaana *a.* கோழையான timid
kozhakozhappaana *a.* கொழகொழப்பான slimy
kozhankal *n.* கூழாங்கல் pebble
kozhi *n.* கோழி fowl
kozhikalai paraamarikkum idam *n.* கோழிகளை பராமரிக்கும் இடம் poultry
kozhi-kunju *n.* கோழிக்குஞ்சு chicken
kozhundh-eriyum *v.i.* கொழுந்தெரியும் blaze
kreechcholi *v.i.* கிரீச்சொலி creak
kreechenra *a.* கிறிச்சென்ற shrill
kreedam *n.* கிரீடம் crown
kristhu *n.* கிறிஸ்து Christ
kristhuva-kovil *n.* கிறிஸ்தவகோயில் church
krithuva *n.* கிறித்தவ Christian
krithuvam *n.* கிறிஸ்தவம் Christianity
krithuva-naadugal *n.* கிறித்தவநாடுகள் Christendom
kshanam *n.* க்ஷணம் instant
kuchchi mittaaya *n.* குச்சி மிட்டாய் lollipop
kuchi *n.* குச்சி twig
kudai *n.* குடை umbrella
kudai-milagaai *n.* குடமிளகாய் capsicum
kudainthedu *v.t.* . குடைந்தெடு hollow
kudaiththal *n.* குடித்தல் probe
kudaiththu paar *v.t.* . குடித்து பார் probe

kudal *n.* குடல் colon
kudal *n.* குடல் intestine
kudalin kadisi paakam *n.* குடலின் கடைசி பாகம் rectum
kudalkal *n.* குடல்கள் entrails
kudal-sammanda-patta *adj.* குடல்சம்மந்தப்பட்ட alvine
kudal-valari *n.* குடல்வளரி appendix
kudalvalari-neekkam *n.* குடல்வளரி நீக்கம் appendicitis
kudam *n.* குடம் nave
kudan sampanthamaana *a.* குடல் சம்பந்தமான intestinal
kudarkaaychal *n.* குடற்காய்ச்சல் typhoid
kudhirai-padai *n.* குதிரைப்படை cavalry
kudhiraip-paaichal *n.* குதிரைப்பாய்ச்சல் canter
kudhirai-veeran *n.* குதிரைவீரன் chevalier
kudhirai-viyaapaari *n.* குதிரைவியாபாரி coper
kudi *v.t.* குடி drink
kudikaaran *n.* குடிகாரன் drunkard
kudikkum paaththiram *n.* குடிக்கும் பாத்திரம் tumbler
kudimayakkam *n.* குடிமயக்கம் intoxication
kudi-pazhakkam *n.* குடிபழக்கம் bibber
kudipukuthal *n.* குடிபுகுதல் immigration
kudisai *n.* குடிசை cottage
kudisai *n.* குடிசை hut
kudisai *n.* குடிசை shed

kudiththal *n.* குடித்தல் drink
kudiyamarththu *v.t.* குடியமர்த்து habituate
kudiyarasu *n.* குடியரசு republic
kudiyarasu thanmai *a.* குடியரசு தன்மை republican
kudiyarasu-naadu *n.* குடியரசுநாடு commonwealth
kudiyarasuvaathi *n.* குடியரசு வாதி republican
kudiyerupavar *n.* குடியேறுபவர் settler
kudi-yetra-naadu *n.* குடியேற்றநாடு colony
kudiyetra-naadu-daiya *a.* குடியேற்றநாடுடைய colonial
kudiyiruppu *n.* குடியிருப்பு habitation
kudi-yiyal *n.* குடியியல் civics
kudi-yurimai *n.* குடியுரிமை citizenship
kudumpam *n.* குடும்பம் family
kudumpap peyar *n.* குடும்பப் பெயர் surname
kudumpath thalaivi *n..* குடும்பத் தலைவி missis, missus
kuduthal neram *adv.* கூடுதல் நேரம் overtime
kuduthal neram *n.* கூடுதல் நேரம் overtime
kuduththal *v.t.* . கூடுதல் propound
kuduvai *n.* குடுவை flask
kugai *n.* குகை cave
kukai *n.* குகை lair
kukkiraamam *n.* குக்கிராமம் hamlet
kukkural *a.* கூக்குரல் outcry
kulai *v.i.* குலை cluster

kulai *n.* குல்லாய் coif

kulaiththuvidu *v.t.* குலைத்துவிடு damage

kulam *n.* குலம் strain

kulam *n.* குளம் pond

kulam-bhi *n.* குளம்பி coffee

kulampu *n.* குளம்பு hoof

kulavi *n.* குளவி wasp

kuli *v.t.* குளி bathe

kulir *n.* குளிர் cold

kulir *a.* குளிர் cool

kulir kaalaththai pokku *v.i.* குளிர் க்காலத்தை போக்கு winter

kulirchi-yaana *a.* குளிர்ச்சியான cold

kulirjuram *n.* குளிர்ஜுரம் malaria

kulir-kaaidhal *v.i..* குளிர்காய்தல் bask

kulirkaalam *n.* குளிர் காலம் winter

kulir-kapajuram *n.* குளிர்-கபசுரம் influenza

kulir-kay-chal *n.* குளிர்க்காய்ச்சல் ague

kulirsaathanapetti *n.* குளிர்சாதனப் பெட்டி fridge

kulirsaathanappetti *n.* குளிர்சாதனப்பெட்டி refrigerator

kulirvikkum-karuvi *n.* குளிர்விக்கும்கருவி cooler

kulla manithan *n.* க்குள்ள மனிதன் pygmy

kulla nari *n.* குள்ள நரி jackal

kullaay *n.* குல்லாய் foolscap

kullai *n.* குல்லாய் bonnet

kullai *n.* குல்லாய் cap

kuloreen *n.* குளோரின் chlorine

kulukkal *n.* குலுக்கல் jolt

kulukku *v.t. .* குலுக்கு jolt

kulumaippaduththuthal *v.t. .* குளுமைப்படுத்து refrigerate

kulumaippaduththuthal *n.* குளும்மைப்படுத்துதல் refrigeration

kulungu *v.i..* குலுங்கு quake

kumattal *n.* குமட்டல் nausea

kumbha-raasi *n.* கும்பராசி aquarius

kumburutham கும்புறுத்தம் completion

kumizhi *n.* குமிழி bulb

kummaalamadi *n.* கும்மாளமடி romp

kumpal *n.* கும்பல் swarm

kumpalaaka koodu *v.t. .* கும்பலாக கூடு mob

kunagam *n.* குணகம் coefficient

kunam *n.* குணம் character

kunam *n.* குணம் cure

kunam *n.* குணம் forte

kunamaakku *v.t. .* குணம்மாக்கு remedy

kunamaakum thanmai *a.* குணமாக்கும் தன்மை remedial

kunamadaiyakkoodiya *a.* குணமடையக்கூடிய curable

kunamulla *a.* குணமுள்ள symptomatic

kunappaduththu *v.i..* குணப்படுத்து heal

kundhuru *n.* குந்துறு content

kundinaal-thaakku *v.t.* குண்டினால்தாக்கு bombard

kundinaal-thaakku-dhal *n.* குண்டினால்தாக்குதல் bombardment
Kundoochi *n.* குண்டூசி pin
kundoochi vaiththu kuththu *v.t.* குண்டூசி வைத்து குத்து pin
kundu *v.t.* குண்டு bomb
kundu *n.* குண்டு bullet
kundu vedippu *n.* குண்டு வெடிப்பு explosion
kunduveecchu-vimaanam *n.* குண்டுவீச்சு-விமானம் bomber
kuni *v.i.* குனி crouch
kuni *v.i.* குனி duck
kuni *v.i.* குனி stoop
kunju *n.* குஞ்சு brood
kunru *n.* குன்று hill
kunru, malai *n.* குன்று,மலை mount
kuppai *n.* குப்பை garbage
kuppai *n.* குப்பை litter
kuppai *n.* குப்பை trash
kuppai *n.* குப்பை rubbish
kuppai podu *v.t.* குப்பை போடு litter
kuppi *n.* குப்பி vial
kuradu *n.* குறடு wrench
kurai *v.t.* குறை abate
kurai *v.t.* குறை curtail
kurai *v.t.* குறை decrease
kurai *n.* குறை defect
kurai *n.* குறை demerit
kurai *v.t.* குறை lessen
kurai *v.t.* குறை reduce
kurai *n.* குறை shortcoming
kurai *v.i.* குரை yap
kurai-dhal *n.* குறைதல் abatement
kurai-kooru *n.* குறைகூறு blame
kuraikurupavar *n.* குறைகூறுபவர் cynic
kuraindha *n.* குறைந்த conservative
kuraintha *a.* குறைந்த less
kuraintha *n.* குறைந்த less
kuraintha alavil *adv.* குறைந்த ஆலவில் less
kurainthapadsam alavu *n.* குறைந்தபட்சம் அளவு minimum
kurainthapadsamaaka *adv.* குறைந்தபட்சமாக least
kuraipaadulla *a.* குறைபாடுள்ள imperfect
kuraippaadu *n.* குறைப்பாடு pitfall
kuraippuvikitham *n.* குறைப்புவிகிதம் decrement
kurai-thal *n.* குரைத்தல் bark
kuraiththal *n.* குற்றைத்தல் reduction
kuraivaana *prep.* குறைவான less
kuraivaana *a.* குறைவான meagre
kuraivaana *a.* குறைவான scant
kuraivaana ennikkai *n.* குறைவான எண்ணிக்கை paucity
kuraivu *n.* குறைவு shortage
kuraivurra nilai *n.* குறையுற்ற நிலை imperfection
kuraiya *prep.* குறைய minus
kuraiyachey *v.t.* குறையச் செய் diminish
kural *v.i.* குரல் bleat
kural *n.* குரல் voice
kural kammiya *a.* குரல் கம்மிய husky
kural perukku *n.* குரல் பெருக்கு megaphone

kural smapanthamaana *a.* குரல் சம்பந்தமான vocal

Kuralin valumai *n.* குரலின் வலுமை pitch

Kuralin valumaiyaaka iruppathu *v.t.* . குரல் வலுமையாக இருப்பது pitch

kuralvalaiyai nasukkuik kol *v.t.* . குரல்வளையை நசுக்கிக் கொல் strangle

kurangai-pol *adj.* குரங்கைப்போல் anthropoid

kuranghu *n.* மனிதகுரங்கு ape

kurangu *n.* குரங்கு monkey

kurangu vakai *n.* குரங்கு வகை guerilla

kurattai vidu *v.i.*. குறட்டைவிடு snore

kuratttai *n.* குறட்டை snore

kuri *n.* குறி aim

kuri *n.* குறி mark

kuri paarththu sudu *v.t.* . குறி பார்த்துச் சுடு shoot

kuri solluthal *a.* குரி சொல்லுதல் oracular

kuri thavaraathu sudupavan *n.* குறி தவராது சுடுபவன் marksman

kurikaatti *n.* குறிகாட்டி indicator

kuri-kaattu *v.t.* . குரிகாட்டு ascribe

kurikkeedu *v.i.*. குறிக்கிடு tamper

kurikkol *v.i.*. குறிக்கொள aim

kurikkol *n.* குறிக்கோள் goal

kurikkol *n.* குறிக்கோள் mission

kurikkol *n.* குறிக்கோள் objective

kurikkolinrichurri alai *v.i.*. குறிகோளின்றிச் சுற்றி அலை meander

kurikkolinrichurru *v.t.* . குறிகோளின்றிச் சுற்று maunder

kuri-kol *n.* குறிக்கோள் aspiration

kuripittathu *n.* குறிபிட்டது precise

kuripittathu *n.* குறிபிட்டது precision

kurippaaka illaatha *a.* குறிப்பாக இல்லாத vague

kurippaana *a.* குறிப்பான particular

kurippaana *a.* குறிப்பான specific

kurippaana oridam *n.* குறிப்பான ஓரிடம் spot

kurippedu *v.t.* . குறிப்பெடு note

kurippidal *a.* குறிப்பிடல் allusive

kurippidappatta idam *adv.* குறிப்பிடப்பட்ட இடம் where

kurippidaththakka *n.* குறிப்பிட்த்தக்க notability

kurippidaththakka *a.* குறிப்பிட்த்தக்க notable

kurippidaththakka *a.* க்உறிப்பிட்த்தக்க remarkable

kurippidaththakkavar *n.* குறிப்பிட்ட்த்தக்கவர் notary

kurippidu *v.t.* . குறிப்பிடு specify

kurippidu *v.t.* . குறிப்பிடு point

kurippidumpadiyaana *a.* குறிப்பிட்டும்படியான noteworthy

kurippiduthal *n.* குறிப்பிடுதல் specification

kurippiduvathu *n.* குறிப்பிடுவது reference

kurippitta alavu *n.* குறிப்பிட்ட அளவு ration

kurippitta thethikku piraku *v.t.* . குறிப்பிட்ட தேதிக்கு பிறகு post-date

kurippitta vakaiyil paadupadu *v.i.*. குறிப்பிட்ட வகையில் பாடுபடு specialize

kurippu *n.* குறிப்பு mention

kurippu *n.* குறிப்பு notation

kurippu *n.* குறிப்பு note

kurippu *n.* க்குறிப்பு remark

kurippu *n.* குறிப்பு scribble

kurippu *n.* குறிப்பு particular

kuritha *v.t.* . குறித்த aspire

kuritha-nokkam-udaiyavar *n.* குறித்தநோக்கமுடையவர் aspirant

kuriththukkol *v.t.* . குறித்துக்கொள் jot

kuri-yeedu *n.* குறியீடு code

kuriyeettaakkam *n.* குறியீட்டாக்கம் cryptography

kuriyidu *v.t.* . குறியிடு mark

kuro-dham *n.* குரோதம் animus

kurooramaana *a.* குரூரமான inhuman

kuroo-ra-maana *a.* குரூரமான bloody

kurra unarvu *n.* குற்ற உணர்வு remorse

kurrachchaattu *n.* குற்றச்சாட்டு criticism

kurrak kuzhu uruppinar *n.* குற்றக் குழு உறுப்பினர் gangster

kurram *n.* குற்றம் crime

kurram *n.* குற்றம் schism

kurram saattu *v.t.* குற்றம் சாட்டு defame

kurram seythavar *a.* குற்றம் செய்தவர் guilty

kurramsaattu *n.* குற்றம் சாட்டு reproof

kurramudaiya *a.* குற்றமுடைய culpable

kurranchaattu *v.t.* . குற்றஞ்சாட்டு impeach

kurrangkooru *v.i.*. குற்றங்கூறு grumble

kurranjchaattuthal *n.* குற்றஞ் சாட்டுதல் impeachment

kurranjsaattu *v.t.* . குற்றஞ் சாட்டு indict

kurransaattuthal *n.* குற்றஞ்சாட்டுதல் indictment

kurravaali *n.* குற்றவாளி criminal

kurravaali *n.* குற்றவாளி culprit

kurravel *n.* குற்றவேல் errand

kurravunarvu *n.* குற்றவுணர்வு guilt

kurrosai *n.* குற்றோசை exclamation

kurrosai ezhuppu *v.i.*. குற்றோசை எழுப்பு grunt

kuru naaval *n.* குறு நாவல் novelette

kurudhi-naadi *n.* குருதினாடி artery

kurukalaana *a.* குறுகலான narrow

kurukiya athivekamaana ottam *n.* குறுகிய அதிவேகமான ஓட்டம் sprint

kurukiya mettuppakuthi *n.* குறுகிய மேட்டுப்பகுதி ridge

kurukiya neram *n.* குறுகிய நேரம் spell

kurukke vettal *n.* குறுக்கே வெட்டல் intersection

kurukke vettu *v.t.* குறுக்கே வெட்டு intersect
kurukkeedu *v.i.* குறுக்கிடு intervene
kurukkidukinra *a.* குறுக்கிடுகின்ற officious
kurukkiduthal *n.* குறுக்கிடுதல் intervention
kurukku *v.t.* குறுக்கு narrow
kurumara varisai *n.* குறுமர வரிசை hedge
kurumbu *n.* குறும்பு prank
kurumputhanamaana *a.* குறும்புதனமான naughty
kurunthuni *n.* குறுந்துணி napkin
kurup-pidu *v.i.* குறிப்பிடு allude
kururam *n.* குரூரம் tyranny
kuruthi wanjadaithal *n.* குருதிநஞ்சடைதல் sepsis
kuruttuppaadam *n.* குருட்டுப்பாடம் rote
kuruttu-thanmai *n.* குருட்டுத்தன்மை blindness
kushdamulla *a.* குஷ்டமுள்ள leprous
kushtam *n.* குஷ்டம் leprosy
kushtaroki *n.* குஷ்டரோகி leper
kutharkkam *n.* குதர்க்கம் sophism
kutharkkavaathi *n.* குதர்க்கவாதி sophist
kuthi *v.i.* குதி dive
kuthi *v.i.* குதி hop
kuthi *v.i.* குதி jump
kuthi *v.i.* குதி leap
kuthikaal *n.* குதிகால் heel
kuthippaathu *v.i.* குதிப்பாது pop
kuthippathu *n.* குதிப்பாது pop
kuthippu *n.* குதிப்பு skip
kuthirai *n.* குதிரை horse
kuthirai *n.* குதிரை steed
kuthirai paraamarippavar *n.* குதிரை பராமரிப்பவர் groom
kuthirai pol kanai *v.i.* குதிரைபோல் கனை neigh
kuthiraip padai veeran *n.* குதிரைப் படை வீரன் trooper
kuthiraippadaiveeran *n.* குதிரைப்படைவீரன் lancer
kuthiraiyin kanaippu *n.* குதிரையின் கனைப்பு neigh
kuthithal *n.* குதித்தல் dive
kuthiththal *n.* குதித்தல் hop
kuthookalamaaka *n.* குதூகலமாக frolic
kuthookalamaaka nadanthukol *v.i.* குதூகலமாக நடந்துகொள் frolic
kuththakai *n.* குத்தகை lease
kuththakaikku vidu *v.t.* குத்தகைக்கு விடு lease
kuththakaithaarar *n.* குத்தகைதாரர் lessee
kuththakaithaarar *n.* குத்தகைதாரர் tenant
kuththu *v.t.* குத்து stab
kuththu *n.* குத்து prick
kuththu *v.t.* குத்து prick
kuththukkaayam *n.* குத்துக்காயம் stab
kuththunarvu *v.i.* குத்துணர்வு perjure
kuththuvaal *n.* குத்துவாள் dagger
kuthu *n.* குத்து punch
kuthu *v.t.* குத்து punch

kuthu-sandai *n.* குத்துச்சண்டை boxing
kutram *v.t.* குற்றம் absolve
kutra-mannippu *n.* குற்றமன்னிப்பு condonation
kutram-kaanu-kira *adj.* குற்றம்காணுகிற censorious
kutra-vaali *ns.* குற்றவாளி barrator
kutrra-chattu *n.* குற்றச்சாட்டு allegation
kuttai *n.* குட்டை dwarf
kuttai *n.* குட்டை puddle
kuttaiyaana *a.* குட்டையான low
kuttaiyaana *a.* குட்டையான short
kuttaiyaanavarkal *n.* குட்டையானவர்கள் pigmy
kutti pottu paaloottum piraani *n.* குட்டிபோட்டுப் பாலூட்டும் பிராணி mammal
kuttik karanam *n.* குட்டிக் கரணம் somersault
kuttikal eenu *v.i..* குட்டிகல் ஈனு teem
kuttikkaranam podu *v.i..* குட்டிக்கரணம் போடு somersault
kuttra-chaattu *v.t.* குற்றச்சாட்டு censure
kuttra-chha-ttu *n.* குற்றச்சாட்டு accusation
kuttram-chhatta *v.t..* குற்றம்சாட்ட accuse
kuttra-vaalli *n.* குற்றவாளி accused
kuttu kollai *n.* கூட்டுக் கொள்ளை dacoity
kuvalai *n.* குவளை mug
kuvalaiyil mukku *n.* குவளையில் மூக்கு spout
kuvi *v.t..* குவி accumulate
kuvi *n.* குவி concrescence
kuvi *v.t..* குவி heap
kuvi *n.* குவி pile
kuvi *v.t..* குவி pile
kuvithal *n.* குவித்தல் concentration
kuviyal *adv.* குவியல் aheap
kuviyal *n.* குவியல் heap
kuyavan *n.* குயவன் potter
kuyavanin kalai *n.* குயவனின் கலை pottery
kuyil *n.* குயில் cuckoo
kuzal vaasi *v.i.* குழல் வாசி flute
kuzappam niraintha *n.* குழப்பம் நிறைந்த quandary
kuzappu *v.i.* குழப்பு mess
kuzappu *v.t..* குழப்பு puddle
kuzhaay *n.* குழாய் hose
kuzhaay *n.* குழாய் tap
kuzhaay *n.* குழாய் tube
kuzhaay *n.* குழு pipe
kuzhaay pannuvathu *v.i.* குழு பண்ணுவது pipe
kuzhal uruva *a.* குழல் உருவ tubular
kuzhalaikkatti *n.* குழலைக்கட்டி wen
kuzhampu *n.* குழம்பு sauce
kuzhampu *n.* குழம்பு soup
kuzhandai-paruvam *n.* குழந்தைப்பருவம் childhood
kuzhandhai *n.* குழந்தை bantling
kuzhandhai *n.* குழந்தை child
kuzhan-dhai *n.* குழந்தை babe
kuzhan-dhai *n.* குழந்தை baby

kuzhandhai-ponra *a.* குழந்தைபோன்ற childish
kuzhanthai *n.* குழந்தை kid
kuzhanthai kavanippaalar *n.* குழந்தை கவனிப்பாளர் governess
kuzhanthaikal sampanthamaana *a.* குழந்தைகள் சம்பந்தமான infantile
kuzhanthaikalin thalluvandi *n.* குழந்தைகளின் தள்ளுவண்டி perambulator
kuzhappam *n.* குழப்பம் anarchism
kuzhappam *v.i.* குழப்பம் conflict
kuzhappam *n.* குழப்பம் confusion
kuzhappam *n.* குழப்பம் dilemma
kuzhappam *n.* குழப்பம் jumble
kuzhappam *n.* குழப்பம் predicament
kuzhappam *n.* குழப்பம் turmoil
kuzhappam *n.* குழப்பம் welter
kuzhappam *n.* குழப்பம் perplexity
kuzhappam, ozhungeenam *n.* குழப்பம்,ஒழுங்கீனம் muddle
kuzhappamaaka iruppathu *v.t.* குழப்பமாக இருப்பது perturb
kuzhappamaaka sandaiyidu *v.i.* குழப்பமாக சண்டையிடு scuffle
kuzhappa-maana *adv.* குழப்பமான chaotic
kuzhappamaana *adv.* குழப்பமான pell-mell
kuzhappam-aana-voli *n.* குழப்பமானவொளி babel
kuzhappam-adai *adj.* குழப்பமடை addle
kuzhappathil aazhthu *v.t.* குழப்பத்தில் ஆழ்த்து floor
kuzhappu *v.t.* குழப்பு baffle
kuzhappu *v.t.* குழப்பு jumble
kuzhappu *v.t.* குழப்பு perplex
kuzhappu, aalosi *v.t.* குழப்பு,ஆலோசி mull
kuzhi *adj.* குழி carious
kuzhi *n.* குழி cavity
kuzhimuyalkal valarkkumidam *n.* குழிமுயல்கள் வளர்க்குமிடம் warren
kuzhivaana-acchu *n.* குழிவானஅச்சு conge
kuzhivu *n.* குழிவு chill
kuzhu *n.* குழு gang
kuzhu *n.* குழு group
kuzhu *n.* குழு squad
kuzhu *n.* குழு panel
kuzhu *n.* குழு platoon
kuzhu amai *v.t.* குழு அமை group
kuzhu maathiri *a.* குழு மாதிரி platonic
kuzhuvaaka inaiththal *n.* குழுவாக இணைத்தல் incorporation
kuzhuvai koottavaiththal *v.t.* குழுவின் கூட்டம் போடவைத்தல் panel

L

laaba-karamaana *a.* இலாபகரமான beneficial
laabam pannuvathu *v.t.* லாபம் பண்ணுவது profit
laadam *n.* லாடம் shoe
laadam kattu *v.t.* லாடம் கட்டு shoe

laapam *n.* லாபம் return

laapam *n.* லாபம் profit

laapam pannupavar *n.* லாபம் பண்ணுபவர் profiteer

laapam pannupavar *v.i..* லாபம் பண்ணுபவர் profiteer

laapamaana *a.* லாபம் ஆனா profitable

ladsam *n.* லட்சம் lac, lakh

ladsiyangkalaip pinparrum *a.* லட்சியங்களைப் பின்பற்றும் idealistic

lanjam *n.* லஞ்சம் bribe

lanjaththirku idangkodaatha *a.* லஞ்சத்திற்கு இடங்கொடாத incorruptible

lanjha-panam *n.* லஞ்சப்பணம் backhand

laukeeka *a.* லௌகிக temporal

lavangham *n.* லவங்கம் clove

lavangha-pattai *n.* இலவங்கப்பட்டை cinnamon

leliqpon moolam pesu *v.t.* . டெலி::போன் மூலம் பேசு telephone

lesaaka *adv.* லேசாக lightly

lidiyaa arasan *n.* லிடியாஅரசன் croesus

littar *n.* லிட்டர் litre

M

maadam *n.* மாடம் niche

maadapuraa *n.* மாடப்புறா pigeon

maadhathil-irumurai *adj.* மாதத்திலிருமுறை bimonthly

maadha-vilakin-mai *n.* மாதவிலக்கின்மை amenorrhoea

maadi irukkaippakuthi *n.* மாடி இருக்கைப் பகுதி gallery

maadi-mugappu *n.* மாடிமுகப்பு balcony

maadu *v.t.* மாடு cow

maahtiri *n.* மாதிரி specimen

maakaanam *n.* மாகாணம் shire

maalai *n.* மாலை dusk

maalai *n.* மாலை evening

maalai *n.* மாலை garland

maalaiyidu *v.t.* . மாலையிடு garland

maalikai *n.* மாளிகை mansion

maalumi *n.* மாலுமி navigator

maalumi *n.* மாலுமி sailor

maalumi *n.* மலுமி tar

maalumu *n.* மலுமி mariner

maamisam kalantha oru thayaarippu *n.* மாமிசம் கலந்த ஒரு தயாரிப்பு stew

maan *n.* மான் deer

maa-naadu *n.* மாநாடு convention

maanadu *n.* மாநாடு conference

maanakkedaana *a.* மானக்கேடான shameful

maanapangakppaduththu *v.t.* . மானபங்கப்படுத்து molest

maanavan *n.* மாணவன் pupil

maanavan *n.* மாணவன் student

maangkaay n மாங்காய் mango

maanida *a.* மானிட human

maanilam *n.* மாநிலம் canton

maanilam *n.* மாநிலம் province
maanilam *n.* மாநிலம் provincialism
maaniyam *n.* மானியம் grant
maan-kombhu *n.* மான் கொம்பு antler
maaperum *a.* மாபெரும் mammoth
maaperum *a.* மாபெரும் massive
maaperum verri *n.* மாபெரும் வெற்றி triumph
maaperum yaanai *n.* மாபெரும் யானை mammoth
maaraaka *adv.* மாறாக vice-versa
maaraamal ore maathiriyaaka aakku *v.t.* . மாறாமல் ஒருமாதிரியாக ஆக்கு stereotype
maaraana *a.* மாறான contrary
maaraar ulam arium sirappaarral *n.* மாற்றார் உளம் அறியும் சிறப்பாற்றல் telepathy
maaraatha nilai *n.* மாறாத நிலை steadiness
maa-ra-na' *adj.* மாறான absonant
maarbagan-gal *n.* மார்பகங்கள், breast
maarbu *n.* மார்பு chest
maarbu-vali *n.* மார்புவலி angina
maari maari *n.* மாறி மாறி zigzag
maari maari *a.* மாறி மாறி zigzag
maari maari ezhumbi adangku *v.i.*. மாறிமாறி எழும்பி அடங்கு undulate
maari maari sel *v.i.*. ம்மாறி மாறி செல் zigzag
maariya *a.* மாறிய reverse
maar-kkam *n.* மார்க்கம் avenue
maarrakkoodiya *a.* மாற்றக்கூடிய reversible
maarrakkoodiya *a.* மாற்றக்கூடிய revocable
maarrakkoodiya *a.* மாற்றக்கூடிய transferable
maarram *n.* மாற்றம் revocation
maarram *n.* மாற்றம் transformation
maarram thiruththam *n.* மாற்றம், திருத்தம் modification
maarramadai *v.t.* . மாற்றமடை ferment
maarramillaa kural *n.* மாற்றமில்லா குரல் monotony
maarriyamai *v.t.* . மாற்றியமை reverse
maarru *v.* மாற்று interchange
maarru *v.t.* . மாற்று revoke
maarruppanikku anuppu *n.* மாற்றுப்பணிக்கு அனுப்பு deputation
maaru *v.t.* . மாறு vary
maarudhal *n.*pl. மாறுதல் amends
maarudhal v. மாறுதல் assibilate
maarudhal *v.t.* மாறுதல் change
maarukira *a.* ம்மாறுகிற mutative
maarum thanmaiyulla *a.* மாறும் தன்மையுள்ள variable
maarumai *n.* மாறுமை modality
maarupaadu *n.* மாறுபாடு variation
maarupadu *v.i.* மாறுபடு differ
maarupadukira *a.* மாறுபடுகிற hysterical
maarupatta *n.* மாறுபட்ட reversal
maaru-patta *a.* மாறுபட்ட alternative
maaru-patta *adj.* மாறுபட்ட bizarre

maaruthal *n.* மாறுதல் metamorphosis
maaruthal *n.* மாறுதல் mutation
maaruthal *n.* மாறுதல் reverse
maaruthal *n.* மாறுதல் transition
maaruvedam *n.* மாறுவேடம் masquerade
maasu *n.* மாசு smog
maathaanthira *adv.* மாதாந்திர monthly
maathaanthira paththirikkai *n.* மாதாந்திர பத்திரிக்கை monthly
maatham *n.* மாதம் month
maathanthorum *a.* மாதந்தோரும் monthly
maathavilakku *n.* மாதவிலக்கு menstruation
maathavilakkukkuriya *a.* மாதவிலக்குக்குரிய menstrual
maathirai *adj.* மாத்திரை capsular
maathiri *n.* மாதிரி model
maathiri *n.* மாதிரி sample
maathiri *n.* மாதிரி type
maathiri kodu *v.t.* மாதிரி கொடு sample
maathiriyaaka iru *v.t.* மாதிரியாக இரு type
maathiriyaaka seyya mudiyaatha *a.* மாதிரியாகச் செய்ய முடியாத inimitable
maaththirai *n.* மாத்திரை tablet
maaththirai *n.* மாத்திரை pill
maath-thiram *adv.* மாத்திரம் barely
maatram *n.* மாற்றம் amendment
maatram *n.* மாற்றம் casting
maatram *n.* மாற்றம் change
maatram *n.* மாற்றம் conversion

maat-ram *v.* மாற்றம் acetify
maatriyamai *v.t.* மாற்றியமை adapt
maatriyamai-thal *n.* மாற்றியமைத்தல் adaptation
maatru *n.* மாற்று convert
maatten *a.* மாட்டேன் wont
maatten *n.* மாட்டேன் wont
maattru-peyar *adv.* மாற்றுபெயர் alias
maattu-kalanjiyam *n.* மாட்டுக்களஞ்சியம் byre
maattu-kari *n.* மாட்டுக்கறி beef
maavattam *n.* மாவட்டம் county
maavattam *n.* மாவட்டம் district
maa-veeran *n.* மாவீரன் ace
maavu *n.* மாவு dough
maavu *n.* மாவு flour
maavu padintha *a.* மாவு படிந்த mealy
maavup pandam *n.* மாவுப் பண்டம் starch
maayaa jaalam ponra *a.* மாயா ஜாலம் போன்ற magical
maayai *n.* மாயை illusion
maaya-kudhirai *n.* மாயக்குதிரை bayard
maayamoottu *v.t.* மாயமூட்டு tantalize
macham *n.* மச்சம் mole
machchu *n.* மச்சு terrace
madaalayam *n.* மடாலயம் monastery
madai *n.* மடை sluice
madakkai *n.* மடக்கை logarithim
madakkena vizhungu *n.* மடக்கென விழுங்கு gobble

madakupporul *n.* மசகுப்பொருள் grease
madal *n.* மடல் lobe
madam saarntha *n.* மடம் சார்ந்த monasticism
madan-gaaga *n.* & adj மடங்காக centuple
madaththanamaaka *a.* மடத்தனமாக frivolous
maddhi-yil *prep.* மத்தியில் amid
maddiya-sthar *n.* மத்தியஸ்தர் arbitrator
madhi-peedu *n.* மதிப்பீடு conspectus
madhippu-eedu *n.* மதிப்பீடு assessment
madhippu-idu *v.t.* . மதிப்பிடு assess
madhiri *v.t.* . மாதிரி ape
madhoo *n.* மது alcohol
madhu *n.* மது brandy
madi *n.* மடி crease
madi *v.t.* . மடி fold
madi *n.* மடி lap
madikka-thakka *a.* மதிக்கத்தக்க appreciable
madip-eedu *v.t.* . மதிப்பீடு appraise
madippai piri *v.t.* . மடிப்பைப் பிரி unfold
madippu *n.* மடிப்பு fold
madpaaththiram *n.* மட்பாத்திரம் crevet
mael *v.t.* மேல் better
maelaadai *n.* மேலாடை cloak
mael-izhai *n.* மேலிழை chord
mael-pocchu *n.* மேல்பூச்சு coating
mael-sattai *n.* மேல்சட்டை coat
mael-udhado *n.* மேலுதடு cleft
mael-uduppu *n.* மேலுடுப்பு cape
magizhchi-yaana *adj.* மகிழ்ச்சியான convivial
mahir-suvar *a.* மதிற்சுவர் compound
mai *n.* மை ink
mailkal *n.* மைல் கல் milestone
maiyam *n.* மையம் hub
maiyam *n.* மையம் middle
maiya-maana *a.* மையமான central
mai-yattra *adj.* மையற்ற acentric
maiyurai *n.* கையுறை gauntlet
maiyyam *n.* மையம் center
maiyyam *n.* மையம் centre
maiyya-vilakku-visai *adj.* மையவிலக்குவிசை centrifugal
makal *n.* மகள் daughter
makalir aadai *n.* மகளிர் ஆடை frock
makalir animanikal *n.* மகளிர் அணிமணிகள் millinery
makalir thoppi muthaliyana seypavar *n.* மகளிர் தொப்பி முதலியன செய்பவர் milliner
makan *n.* மகன் son
makavu *n.* மகவு offspring
makiz *v.i.*. மகிழ் rejoice
makiz *v.i.*. மகிழ் revel
makizchi *n.* மகிழ்ச்சி revel
makizhchchi *n.* மகிழ்ச்சி delight
makizhchci *n.* மகிழ்ச்சி happiness
makizhchi *n.* மகிழ்ச்சி glee
makizhchi *n.* மகிழ்ச்சி joviality
makizhchi *n.* மகிழ்ச்சி mirth
makizhchi *n.* மகிழ்ச்சி pleasantry
makizhchi mikka *n.* மகிழ்ச்சி மிக்க joyful, joyous

makizhchi mikuntha *a.* மகிழ்ச்சி மிகுந்த mirthful

makizhchi nirampiya *a.* மகிழ்ச்சி நிரம்பிய festive

makizhchiyali *v.t.* . மகிழ்ச்சியளி gladden

makizhvi *v.t.* மகிழ்வி entertain

makizhvu *a.* மகிழ்வு happy

makizhvunarvu *n.* மகிழ்வுணர்வு enjoyment

makizpavar *n.* மகிழ்பவர் reveller

makkal *n.* மக்கள் people

makkal *v.t.* . மக்கள் people

makkal koottam *n.* மக்கள் கூட்டம் throng

makkalaatchi *n.* மக்களாட்சி democracy

makkalin apipraayam *n.* மக்களின் அபிப்ராயம் plebiscite

Makkalin nalvaazhvu *a.* மக்களின் நல்வாழ்வு philanthropic

Makkalin nalvaazhvukkaana padippin nipunar *n.* மக்களின் நல்வாழ்வுக்காக பாடுபடும் நிபுணர் philanthropist

Makkalin nalvaazhvukkaana padippu *n.* மக்களின் நல்வாழ்வுக்கான படிப்பு philanthropy

makku *n.* மக்கு dunce

makzssi kol *v.t.* . மகிழ்ச்சி கொள் overwhelm

mal thuni *n.* மல் துணி mull

malacchikkal *n.* மலச்சிக்கல் constipation

maladaana *a.* மலடான sterile

maladu *n.* மலடு sterility

malai *n.* மலை mountain

malai erupavar *n.* மலை ஏறுபவர் mountaineer

malai uchchi, chikaram *n.* உச்சி peak

malai-aruvi *n.* மலையருவி beck

malai-eru-pavar *n.* மலையேறுபவர் alpinist

malaipakuthi *n.* மலைப்பகுதி dale

malaippaampu *n.* மலைப்பாம்பு python

malaippaangkaana *a.* மலைப்பாங்கான mountainous

mala-kudal *n.* மலக்குடல் bowel

malar valaiyam *n.* மலர் வளையம் wreath

malaraal seytha *a.* மல்ரால் செய்த flowery

malar-kothu *n.* மலர்க்கொத்து bouquet

malivaakku *v.t.* மலிவாக்கு cheapen

malivaana *a.* மலிவான inexpensive

mali-vaana *a.* மலிவான cheap

malivu *n.* மலிவு clearance

mallikai *n.* மல்லிகை jasmine, jessamine

malyuththa veerar *n.* மல்யுத்த வீரர் wrestler

man *n.* மண் soil

mana amaithi kulai *v.t.* . மன அமைதி குலை frustrate

mana amaithik kulaivu *n.* மனஅமைதிக் குலைவு frustration

mana ezhuchiyoottu *v.t.* மன எழுச்சியூட்டு excite

mana nilaimai *n.* மனநிலமை mood

mana niraivaana *a.* மன நிறைவான satisfactory
mana niraivali *v.t.* . மனநிறைவளி fulfil
mana niraivu *n.* மன நிறைவு fulfilment
mana noy *a.* மனநோய் psychic
mana noy *n.* மனநோய் psychosis
Mana noy maruththuvar *n.* மனநோய் மருத்துவர் psychiatrist
Mana noy patrina padippu *n.* மனநோய் பற்றி படிப்பு psychiatry
mana noyaali *n.* மனநோயாளி psychopath
mana varuththam *n.* மன வருத்தம் displeasure
mana verrumai *n.* மன வேற்றுமை misunderstanding
mana-amaidhi *n.* மனஅமைதி composure
manachcorvudaiya *a.* மன்ச்சோர்வுடைய melancholic
manachorvu *n.* மனச்சோர்வு gloom
manaivi sol thattaatha *a.* மன்னைவி சொல் தட்டாத henpecked
manaiviyai izhanthu maruthaaram *n.* மனைவியை இழந்து மறுதாரம் கொள்ளாதவர் widower
manakilarchchi *n.* மனக்கிளர்ச்சி temperament
manakkottai *n.* மனக்கோட்டை reverie
manakkottai kattupavar *n.* மனக்கோட்டை கட்டுபவர் visionary
manakkurai *n.* மனக்குறை grievance
manakkuzhappam *n.* மனக்குழப்பம் daze
manal *n.* மணல் sand
manal padiya sey *v.t.* . மணல் படியச் செய் silt
manalaaka *a.* மணல்லாக sandy
manam *n.* மனம் mind
manam *n.* மணம் scent
manam pona pokku *n.* மனம்போன போக்கு vagary
manam thalar *v.i.* மனம் தளர் despair
manam thalarntha *a.* மனம் தளர்ந்த gloomy
manam thirunthu *v.i.*. மனம் திருந்து repent
manam thirunthuthal *n.* மனம் திருந்துதல் repentance
manam varuntha sey *v.t.* மனம்வருந்த செய் displease
manam-aagaada-var *n.* மணமாகாதவர் bachelor
manamaakaatha pen *n.* மணமாகாத பெண் miss
manamaakaathaval *n.* மணமாகாதவள் maiden
mana-magan *n.* மணமகன் bridegroom
manamidintha *a.* மனமிடிந்த fraught
manampuri *v.t.* . மணம்புரி wed
manamum rusiyum mikuntha *a.* மணமும் ருசியும் மிகுந்த luscious
manamuninakkam *n.* மண்முன் இணக்கம் nuptials
mananilai kulaintha *adj.* மனநிலை குலைந்த daft

mananoyaali *n.* மன நோயாளி psyche
mananthu kol *v.t.* மணந்துகொள் marry
mana-paanghu *n.* மனப்பாங்கு attitude
manapapruvam *a.* மணப்பருவம் nubile
manappokku *n.* மனப் போக்கு mentality
manap-poorva-maana *n.* மனப்பூர்வமான acquiescence
manapukaichalukku ullaaku *v.t.* மன்ப்புகைச்சலுக்கு உள்ளாகு fret
mana-saatchi *n.* மனச்சாட்சி conscience
manathaara *adv.* மனதார heartily
manathaara vendik kolluthal *n.* மனதார வேண்டிக் கொள்ளுதல் solicitation
manathakkolai *n.* மனிதக் கொலை homicide
manaththai kavarum porul *n.* மனத்தை மவரும் பொருள் lure
manaththil pathiyaththakka *a.* மனத்தில் பதியத்தக்க impressive
manaththil pathiyavai *v.t.* மனத்தில் பதியவை inculcate
manaththirkuriya *a.* மனத்திற்குரிய mental
manathukku pidiththamaana *n.* மனதுக்கு பிடித்தமான proclivity
manaveruppukkaatu *v.t.* மனவெறுப்புக் காட்டு grudge
manavi *n.* மனைவி wife

mana-vurudhi-yattra *n.* மனவுறுதியற்ற anaclisis
manavuruthi *n.* மன உறுதி morale
manavuruthi *a.* மன உறுதி resolute
manavuruthi *n.* மனவுறுதி will
mandai *n.* மண்டை scalp
mandai odu *n.* மண்டை ஓடு skull
mandalam *n.* மண்டலம் zone
mandapam *n.* மண்டபம் arcade
mandhaara-maana *a.* மந்தாரமான cloudy
mandha-marudham *n.* மந்தமாருதம் breeze
mandhiri-sabai *n.* மந்திரிசபை cabinet
mandiram *n.* மந்திரம் allurement
mandiyittuppani *v.i.* மண்டியிட்டுப் பணி kneel
mangachey *v.t.* மங்கச் செய் dim
mangal *v.t.* மங்கல் blear
mangalaaka *a.* மங்கலாக dim
mangalaaka *a.* மங்கலாக obscure
mangal-aakku *n.* மங்கலாக்கு blur
mangalaana *a.* மங்கலான hazy
mangalaana *a.* மங்கலான lacklustre
mangaschey *v.i.* மங்கச் செய் fade
mangiya paarvai *n.* மங்கிய பார்வை purblind
mangkalaaka sey *v.t.* மங்கலாகச் செய் shade
mangkalaana *a.* மங்கலான misty
mani *n.* மணி bell
mani pol oli *v.t.* மணி போல் ஒலி toll

manidha-kuranghu *a.* மனிதகுரங்குபோல் apish
manidha-kuranghu *n.* மனிதக்குரங்கு chimpanzee
mani-kattu *adj.* மணிக்கட்டு carpal
manikkattu *n.* மணிக்கட்டு wrist
manimudi *v.t.* மணிமுடி crown
manitha palam yerpaduththu *v.t.* மனித பலம் ஏற்படுத்து man
manitha samookam *n.* மனித சமூகம் mankind
manitha samuthaayam *n.* மனித சமுதாயம் humanity
manitha udalin uyaram *n.* மனித உடலின் உயரம் stature
manithan *n.* மனிதன் man
manithan *n.* மனிதன் mortal
manithanin uruvam *n.* மனிதனின் உருவம் personality
manithanin uruvam uruvaakku *v.t.* மனிதனின் உருவம் உருவாக்கு personify
manithanin uruvam uruvaakkuvathu *n.* மனிதனின் உருவம் உருவாக்குவது personification
manithar irangi velai seyyum vazhi *n.* மனிதர் இறங்கி வேலை செய்யும் வழி manhole
manithath thanmaiyulla *a.* மனிதத் தன்மையுள்ள humane
maniththaththanmai undaakku *v.t.* மனிதத்தன்மை உண்டாக்கு humanize
maniyadiththal *n.* மணியடித்தல் rung
manjal *n.* மஞ்சல் turmeric
manjal *a.* மஞ்சள் yellow
manjal *n.* மஞ்சள் yellow
manjal kaamaalai noi *n.* மஞ்சள்காமாலை நோய் jaundice
manjalaaka *a.* மஞ்சளாக yellowish
manjalaakku *v.t.* மஞ்சளாக்கு yellow
manjam *n.* மஞ்சம் couch
manmathan *n.* மன்மதன் Cupid
manmedu, siru kunru *n.* மண்மேடு,சிறுகுன்று mound
mannan-katti *n.* மண்ணாங்கட்டி clod
manneeral *n.* மண்ணீரல் spleen
mannenney *n.* மண்ணெண்ணெய் kerosene
mannikka koodiya *a.* மன்னிக்கக் கூடிய pardonable
mannikkakkoodiya *a.* மன்னிக்கக்கூடிய venial
mannil uzhal *v.i.* மண்ணில் உழல் wallow
mannippu *n.* மன்னிப்பு apology
mannippu *n.* மன்னிப்பு pardon
mannippu-kettal *v.i.* மன்னிப்பு கேட்டல் கதை apologize
manniththu vidu *v.t.* மன்னித்து விடு pardon
manniththuvidu *v.t.* மன்னித்துவிடு forgive
mannraadi-kael *v.i.* மன்றாடிக்கேள் conjure
manoraajyam *n.* மனோராஜ்யம் utopia

manoraajyavaathi *a.* மனோராஜ்யவாதி utopian
manothidam *n.* மனோதிடம் mettle
manothidamulla *a.* மனோதிடமுள்ள mettlesome
manovali *v.i.* மனோவலி smart
manram *n.* மன்றம் forum
manthai *n.* மந்தை herd
mantham *n.* மந்தம் lull
mantham *a.* மந்தம் prosaic
manthamaana *a.* மந்தமான dull
manthamaana *a.* மந்தமான inactive
manthamaana *a.* மந்தமான numb
manthamaana *a.* மந்தமான slack
manthappaduththu *v.t.* மந்தப்படுத்து dull
manthira viththai *n.* மந்திர வித்தை sorcery
manthiravaatha seyal *n.* மந்திரவ்வாத செயல் witchery
manthiravaatham *n.* மந்திரவாதம் witchcraft
manthiravaathi *n.* மந்திரவாதி magician
manthiravaathi *n.* மந்திரவாதி necromancer
manthiravaathi *n.* மந்திரவாதி sorcerer
manthiravaathi *n.* மந்திரவ்வ்வாதி wizard
manthiri *n.* மந்திரி minister
manthiri sapai *n.* மந்திரி சபை ministry
manthiriyaaka panipuri *a.* மந்திரியாக பணி புறி ministrant
manu *n.* மனு petition
manu kuduppathu *v.t.* . மனு குடுப்பது petition
manu kuduppavar *n.* மனு குடுப்பவர் petitioner
manvetti *n.* மண் வெட்டி shovel
manvetti *n.* மண்வெட்டி spade
manvuruthiya sothi *v.t.* . மனவுறுதியை சோதி tempt
mara *v.t.* . மற forget
mara saamaankal *n.* மரச் சாமான்கள் furniture
marabhu-kala'i *n.* மரபுகளை annulet
marach sammatti *n.* மரச் சம்மட்டி maul
marai *v.t.* மறை bemask
marai *v.t.* மறை conceal
marai *v.t.* . மறை obscure
marai *v.t.* . மறை screen
marai kurippu *n.* மறை குறிப்பு hint
maraikalaith thirukum or aayutham *n.* மறைகளைத் திருகும் ஓர் ஆயுதம் spanner
maraikkumpadiyaaka *a.* மறைக்கும்படியாக overcast
maraimukamaakachol *v.t.* . மறைமுகமாகச் சொல் insinuate
maraimukamaana *a.* ।மறைமுகமான indirect
maraimukamaana *a.* மறைமுகமான tacit
marainjaanam *n.* மறைஞானம் mysticism
marainthulla *a.* மறைந்துள்ள latent
marainthulla vipathukal *n.* மறைந்துள்ள விபத்துக்கள் shoal

marainthuvidu *v.i.* மறைந்துவிடு disappear
marainthuviduthal *n.* மறைந்துவிடுதல் disappearance
maraiththuvai *v.t.* மறைத்துவை disguise
maraividam *n.* மறைவிடம் hide
maraivup pirathesam *n.* மறைவுப் பிரதேசம் lee
maraiwthiruwthu thaakku *v.t.* . மறைந்திருந்து தாக்கு waylay
marak kanru *n.* மரக் கண்று sapling
marakatham *n.* மரகதம் emerald
marakkattai *n.* மரக் கட்டை timber
marak-kilai *n.* மரக்கிளை branch
maram *n.* மரம் tree
maram *n.* மரம் wood
maram thinni poochi *a.* மரம் தின்னிப் பூச்சி xylophagous
marana aapaththulla *a.* மரண ஆபத்துள்ள fatal
marana thandanaiyai niraiverrupavar *n.* மரண தண்டனையை நிறைவேற்றுபவர் executioner
maranaththirkupin *a.* மரணத்திற்குபின் posthumous
marangkal adarntha *a.* மரங்கள் அடர்ந்த sylvan
mara-pattai *v.t.* . மரப்பட்டை bark
marapuch chelvam *n.* மரபுச் செல்வம் heritage
mara-purimai-yaalanri *n.* மரபுரிமையாலன்றி acquest
marapuvazhi muraiyaaka vazhakkaththil ulla *a.* மரபுவழி முறையாக வழக்கத்தில் உள்ள traditional
marapuvazhith thodarkira *n.* மரபுவழித் தொடர்கிற hereditary
marathi *n.* மறதி oblivion
marathiyaaka *a.* மறதியாக oblivious
marathiyudaiya *a.* மறதியுடைய forgetful
maraththalaana *a.* மரத்தாலான wooden
maravattai *n.* மரவட்டை multiped
maravattai *n.* மரவட்டை millipede
mari-yaadai *a.* மரியாதை considerate
mari-yaadai *n.* மரியாதை consideration
mariyaathai *n.* மரியாதை homage
mariyaathai *n.* மரியாதை honour
mariyaathai *n.* மரியாதை regard
mariyaathai *n.* மரியாதை veneration
mariyaathai *n.* மரிய்யாதை respect
mariyaathai mikka *a.* மரிய்ய்யாதை மிக்க respectful
mariyaathai seluththu *v.t.* . மரியாதை செலுத்து venerate
mariyaathaikkuriya *a.* மரியாத்தைக்குரிய reverential
mariyaathaikkuriya *a.* மரியாதைக்குரிய venerable
mariyaathaiyarra *a.* மரியாதையற்ற discourteous
mariyaathaiyarra *a.* மரியா தையற்ற rude
mariyaathaiyarra *a.* மரியாதயற்ற unmannerly

mariyaathaiyinmai *n.* மரியாதையின்மை impropriety
marmamaana *a.* மர்மமான secret
marrapadi *pron.* மற்ற other
marrapadi *adv.* மற்றபடி otherwise
marrum pira *adv.* மற்றும் பிற forth
maru *v.t.* மறு decline
maru *v.t.* மறு deny
maru *v.i.* மறு disagree
maru *v.t.* . மறு negative
maru *v.t.* . மறு object
maru *v.t.* . மறு refuse
maru aarampam *n.* மறு ஆரம்பம் resumption
maru vaazvu *n.* மறு வ்வாழ்வு rehabilitation
maru vaazvu kodu *v.t.* . மறு வாழ்வு கொடு rehabilitate
marukka mudiyaatha *a.* மறுக்க முடியாத indisputable
marukka mudiyaatha *a.* மறுக்க முடியாத irrefutable
marukkinra *a.* மறுக்கின்ற negative
marukkum urimai *n.* மறுக்கும் உரிமை veto
marumai *adv.* மறுமை beyond
marumalarchi *n.* மறுமலர்ச்சி renaissance
marunaal *n.* மறுநாள் morrow
marundhagam *n.* மருந்தகம் clinic
marundhi *n.* மருந்து antiseptic
marundhu-kalappavar *n.* மருந்துகலப்பவர் compounder
marundhu-kalimbhu *n.* மருந்துக்களிம்பு balsam

marundhu-vagai *n.* மருந்துவகை cocaine
marunthaal ninaivizhappu *n.* மருந்தால் நினைவிழப்பு narcosis
marunthai cheettil ezhuthu *v.t.* . மருந்துவை சீட்டில் எழுது prescribe
marunthakam *n.* மருந்தகம் pharmacy
marunthin kunangkaludaiya *a.* மருந்தின் குணங்களுடைய medicinal
marunthitta thiravam *n.* மருந்திட்ட திரவம் lotion
marunthu *n.* மருந்து dose
marunthu *n.* மருந்து medicament
marunthu ezhuthum kaakitham *n.* மருந்து எழுதும் காகிதம் prescription
marunthu thayaarikka uthavum porul *n.* மருந்து தயாரிக்க உதவும் பொருள் quinine
marunthu virpannar *n.* மருந்து விற்பன்னர் druggist
marupadi *adv.* மறுபடி afresh
marupadi amai *v.t.* . மறு படி அமை relay
marupadi moodu *v.t.* . மறுபடி மூடு recover
marupadi neridu *v.i..* மறுபடி நேரிடு recur
marupadi njaapakam kol *v.t.* . மறுபடி ஞாபகம் கொள் recollect
marupadi sey *v.t.* . மறுபடி செய் repeat
marupadiyum *adv.* மறுபடியும் again

maruppirkuriya *a.* மறுப்பிற்குரிய objectionable
maruppu *n.* மறுப்பு denial
maruppu *n.* மறுப்பு objection
maruppu *n.* மறுப்பு refusal
maruthal *n.* மறுத்தல் contradiction
maruthalaana erpaadu *n.* மாறுதலான ஏற்பாடு permutation
maruththal *n.* மறு decline
maruththal *n.* மறுத்தல் negation
maruththal *n.* மறுத்தல் refuse
maruththuppesu *n.* மறுத்துப்பேசுவது refutation
maruththuppesu *v.t.* . மறுத்துப்பேசு refute
maruththuva maanavar *n.* மருத்துவ மாணவர் medico
maruththuva saasthiram *n.* மருத்துவ சாஸ்திரம் medicine
maruththuva sampanthamaana *a.* மருத்துவ சம்பந்தமான medical
maruththuvamanai *n.* மருத்துவமனை dispensary
maruththuvamanai *n.* மருத்துவமனை hospital
maruththuvar *n.* மருத்துவர் physician
maruththuvar *n.* மருத்துவர் practitioner
maruththuvhi *n.* மருத்தவச்சி midwife
maruthuvar *n.* மருத்துவர் doctor
masakenney poosu *v.t.* . மசகெண்ணெய் பூசு grease
masoothiyin sthoopi *n.* மசூதியின் ஸ்தூபி minaret
matha guru *n.* மத குரு prelate
matha pothanai sey *v.i.*. மத போதனை செய் sermonize
matha saasthira sampanthamaana *a.* மதசாஸ்திர சம்பந்தமான theological
matha saasthira virapannar *n.* மதசாஸ்திர விற்பன்னர் theologian
matha saasthiram *n.* மத சாஸ்திரம் theology
matha vizaa *n.* மத விழா sacrament
mathak kattuppaaddai kadaipidippavar *a.* மதக் கட்டுப்பாட்டை கடைபிடிப்பவர் puritanical
matham *n.* மதம் must
matham *n.* மதம் religion
matham saarntha *a.* மதம் சார்ந்த religious
mathap pirasaarar *n.* மதப் பிரசாரர் missionary
mathasaarparravar *n.* மதசார்ப்பற்றவர் deist
mathi *v.t.* மதி esteem
mathi mayakkangkol *v.t.* . மதி மயக்கங்கொள் intoxicate
mathi mayakku *v.t.* . மதி மயக்கு stupefy
mathimaarram *n.* மதிமாற்றம் craze
mathippai kuraiththal *v.t.* . மதிப்பை குறைத்தல் depredate
mathippakkuriya vaakkuruthi pannuthal *v.t.* . மதிப்புக்குரிய வாக்குறுதி பண்ணுதல் parole
mathippali *v.t.* . மதிப்பளி respect
mathipparra *a.* மதிப்பற்ற worthless

mathippeedu *n.* மதிப்பீடு estimate
mathippidu *v.t.* மதிப்பிடு estimate
mathippidu *v.t.* மதிப்பிடு evaluate
mathippidu *v.t.* . மதிப்பிடு rate
mathippidu *v.t.* . மதிப்பிடு value
mathippiduthal *n.* மதிப்பிடுதல் valuation
mathippieedu *n.* மதிப்பீடு estimation
mathippillaatha porul *n.* மதிப்பில்லாத பொருள் junk
mathippu *n.* மதிப்பு reputation
mathippu *n.* மதிப்பு worth
mathippu *a.* மதிப்பு worth
mathippu kedu *v.t.* மதிப்பு கெடு dishonour
mathippudaimai *n.* மதிப்புடைமை validity
mathippukkuriya *a.* மதிபுக்குரிய honourable
mathippukkuriya vaakkurithi *n.* மதிப்புக்குரிய வாக்குறுதி parole
mathippumikka *a.* மதிப்புமிக்க invaluable
mathiyam *n.* ம தியம் noon
maththiya *a.* மத்திய middle
maththiya pirathesam *n.* மத்தியப் பிரதேசம் midland
maththiyastham sey *v.i.*. மத்தியஸ்தம் செய் mediate
maththiyastham seythal *n.* மத்தியஸ்தம் செய்தல் mediation
maththiyasthar *n.* மத்தியஸ்தர் mediator
maththiyilamaintha *a.* மத்தியிலமைந்த median
maththiyilulla *a.* மத்தியிலுள்ள intermediate
mathu *n.* மத்து churn
mathu *n.* மது rum
mathumayakkamulla *a.* மதுமயக்கமுள்ள tipsy
mathuvai arave vilakkiyavar *n.* மதுவை அறவே விலக்கியவர் teetotaller
mathuvilakkai aatharikkira *a.* மதுவிலக்கை ஆதரிக்கிற teetotal
matru-marundhu *n.* மாற்றுமருந்து antidote
mattai *n.* மட்டை bat
mattai-veechaalar *n.* மட்டைவீச்சாளர் batsman
mattakkuthirai *n.* மட்டக்குதிரை nag
mattamaakku *v.t.* . மட்டமாக்கு level
mattamaana *a.* மட்டமான inferior
matta-thanamaaga *v.i.* மடத்தனமான blunder
matt-paanadam *n.* மட்பாண்டம் ceramics
mattridu *v.t.* . மாற்றீடு alternate
mattronru *a.* மற்றொன்று another
mattru *v.t.* . மாற்று alter
mattru-dhal *n.* மாற்றுதல் alteration
mattrum *conj.* மற்றும் and
matttam kuranthu po *v.i.*. மட்டம் குறைந்து போ subside
mattu meeraiya selavu *a.* மட்டு மீறிய செலவு extravagant
mattum *a.* மட்டும் only
maunamaana *a.* மௌனமான reticent
maunamaana *a.* மௌனமான taciturn

mayaanam *n.* மயானம் cemetery
mayakkam *a.* மயக்கம் faint
mayakka-marundhu *n.* மயக்கமருந்து chloroform
mayakka-marundu *n.* மயக்கமருந்து anaesthetic
mayakkangkonda *a.* மயக்கங்க்கொண்ட giddy
mayakku *v.t.* . மயக்கு bewitch
mayakku *n.*t. மயக்கு delude
mayakku *v.t.* . மயக்கு infatuate
mayangu *v.i.* மயங்கு faint
mayil *n.* மயில் peacock
mayir kunjam *n.* மயிர் குஞ்சம் lock
may-ladai *n.* மேலாடை apron
mazai *n.* மழை rain
mazai pey *v.i.*. மழ்ழை பெய் rain
mazaikaalam, paruvakaalam *n.* மழைகாலம்,பருவகாலம் monsoon
mazaiyaaka *a.* ம ழையாக rainy
mazhalai paruvam *n.* மழலை பருவம் infancy
mazhalai pechu *n.* மழலை பேச்சு lisp
mazhalai pechu pesu *v.t.* . மழலை பேச்சு பேசு lisp
mazhamazhappaakku *v.t.* . மழமழப்பாக்கு file
mazhun-giya *a.* மழுங்கிய blunt
mazhuppalaka kooru *v.t.* . மழுப்பலாக கூறு hedge
mazungiya *a.* மழுங்கிய obtuse
me maatham *n.* மே மாதம் May
mecchi-koll *v.i.* மெச்சிக்கொள் brag
mechaththakka *a.* மெச்சத்தக்க sterling
mechchaththakka *a.* மெச்சத்தக்க meritorious
medai *a.* மேடை pulpit
medai *n.* மேடை rostrum
medai *n.* மேடை stage
medai *n.* மேடை platform
medhu-vaagha-kavar -mai *v.t.* மேதுவாககவர்மை ablactate
medu-vaagha- kavardhal *n.* மேதுவாககவர்தல் ablactation
medu-vaana *v.i.* மெதுவான bog
meeddedu *v.t.* . மீட்டெடு redeem
meeddeduththal *n.* மீட்டெடுத்தல் redemption
meedkum vilai *n.* மீட்கும் விலை ransom
meel *v.t.* . மீள் rescue
meela urimai *n.* மீள் உரிமை lien
meelavum ezu *v.i.*. மீளவும் எழு rebound
meen *n.* மீன் fish
meen muttaikal *n.* மீன் முட்டைகள் roe
meen pidikkum siru padaku *n.* மீன் பிடிக்கும் சிறு படகு smack
meen thinni vilangu *n.* மீன் தின்னி விலங்கு otter
meen vakai *n.* மீன் வகை herring
meenavan *n.* மீனவன் fisherman
meendu vaa *v.t.* . மீண்டு வா overcome
meendum aadkol *v.t.* . மீண்டும் ஆட்கொள் retrieve
meendum aarampi *v.t.* . மீண்டும் ஆரம்பி resume

meendum achidu *v.t.* . மீண்டும் அச்சிடு reprint
meendum achiduthal *n.* மீண்டும் அச்சிடுதல் reprint
meendum ezhuthuvathu *n.* மீண்டும் எழுதுவத் resurgence
meendum ezhuthuvathu *a.* மீண்டும் எழுதுவது resurgent
meendum ilamaiyakkal *n.* மீண்டும் இளமையாக்கல் rejuvenation
meendum meendum nikazthal *a.* மீண்டும் மீண்டும் நிகழ்தல் recurrent
meendum nada *v.t.* . மீண்டும் நட retread
meendum nadaththal *n.* மீண்டும் நடத்தல் retread
meendum nikazthal *n.* மீண்டும் நிகழ்தல் recurrence
meendum ninaiththup paarppathu *n.* மீண்டும் நினைத்துப் பார்ப்பது recollection
meendum paniyil amarththal *n.* மீண்டும் பணியில் அமர்த்தல் reinstatement
meendum paniyil amarththu *v.t.* . மீண்டும் பணியில் அமர்த்து reinstate
meendum saripaduththal *n.* மீண்டும் சரிபடுத்தல் redress
meendum saripaduththu *v.t.* . மீண்டும் சரிபடுத்து redress
meendum senru meelum *n.* மீண்டும் சென்று மீளும் shuttle
meendum ser *v.t.* . மீண்டும் சேர் rejoin
meendum thayaari *v.t.* . மீண்டும் தயாரி reproduce
meendum uruthi sey *v.t.* . மீண்டும் உறுதி செய் reassure
meenin thuduppu *n.* மீனின் துடுப்பு fin
meen-kaatchi-yagam *n.* மீன்காட்சியகம் aquarium
meen-vagai *n.* மீன்வகை bass
meera mudiyaatha *a.* மீற முடியாத sacrosanct
meerakkoodaatha *a.* மீறக்கூடாத inviolable
meerippo *v.t.* . மீறிப்போ transcend
meer-kamaaga *adv.* மீர்கமாக amuck
meeru vedam *n.* மாறுவேடம் disguise
meesai *n.* மீசை moustache
meesai *n.* மீசை mustache
meesai *n.* மீசை whisker
meetar *n.* மீட்டர் metre
meetham *n.* மீதம் remainder
meetham *n.* மீதம் reminder
meetham *a.* மீதம் residual
meethu *prep.* மீது up
meettal *n.* மீட்டல் rescue
meettar alavu ulla *a.* மீட்டர் அளவு உள்ள metric
megham *n.* மேகம் cloud
mei-ezhuthu *n.* மெய்யெழுத்து consonant
meik-kaapaa-lar *n.* மெய்க்பாப்பாளர் bodyguard
mejai *n.* மேஜை table

mekampol kaanappadum natsaththiram *n.* மேகம்போல் காணப்படும் நட்சத்திரம் nebula
mel *v.t.* மெல் chew
mel *prep.* மேல் upon
me'l *adv.* மேல் above
mel angki *n.* மேல் அங்கி toga
mel angki thariththukkol *v.t.* . மேல் அங்கி தரித்துக்கொள் mantle
mel maadi *n.* மேல் மாடி storey
mel minukku *n.* மேல் மினுக்கு gloss
mel nokki *adv.* மேல் நோக்கி upwards
mel thaadai elumpu *n.* மெல் தாடை எலும்பு maxilla
mel vizhunthu thallu *v.t.* . மேல் விழுந்து தள்ளு jostle
melaaka maaththiram ulla *a.* மேலாக மாத்திரம் உள்ள superficial
melaana *a.* மேலான better
melangi *n.* மேலங்கி overcoat
melannam *n.* மேலேன்னம் palate
melanuppu *v.t.* . மேலனுப்பு forward
mele *prep.* மேலே on
mele' *prep.* மேலே above
mele attai *adv.* மேலே (அட்டை) overleaf
mele erithal *n.* மேலே எறிதல் toss
meleedaana thanmai *n.* மேலிடான தன்மை superficiality
melintha *a.* மெலிந்த slight
melinthu po *v.t.* . மெலிந்து போ thin
me-lirundhu *a.* மேலிருந்து aerial
melliya *n.* மெல்லிய slender
melliya *a.* மெல்லிய slim
melliya kaakitha surul *n.* மெல்லிய காகித சுருள் spill
melliya karpalakai *n.* மெல்லிய கற்பலகை slate
melliya maraththundu *n.* மெல்லிய மரத்துண்டு lath
melliya meththai *n.* மெல்லிய மெத்தை quilt
melliya paurthththithuni *n.* மெல்லிய பருத்திதுணி muslin
melliya thakadukalaakal pilanthu piri *v.t.* . மெல்லிய தகடுகளாகப் பிளந்து பிரி laminate
melliya valaiyakkoodiya milaaru *n.* மெல்லிய வளையக்கூடிய மிலாறு wicker
melliyathaayum uyaramaanathumaana *a.* மெல்லியதாயும், உயரமானதுமான lank
melmoodaakku *n.* மேல் மூடாக்கு hood
melnokki *adv.* மேல் நோக்கி up
melodu *n.* மேல்ஓடு crust
melum *adv.* மேலும் moreover
melum *adv.* மேலும் on
meluruthal *v.t.* . மேலேறுதல் mount
mempaadu *v.t.* . மேம்பாடு depauperate
mempadukira *a.* மேம்படுகிற transcendent
mempaduththal *v.t.* . மேம்படுத்து reform
mempaduththal *n.* மேம்படுத்தல் reform
mempaduththal *n.* மேம்படுத்தல் reformation
mempaduthu *v.t.* மேம்படுத்து enrich

mempatta nilai *a.* மேம்பட்ட நிலை superior
menkozhuppu *a.* மென் கொழுப்பு flabby
menmai *a.* மென்மை gentle
menmai *n.* மேன்மை sublimity
menmaipaduththu *v.t.* . மேன்மைபடுத்து retouch
menmaiyaana *n.* மென்மையான soft
menmaiyaana *a.* மென்மையான tender
menmakkal *n.* மேன்மக்கள் gentry
menmayirthol *n.* மென்மயிர்த்தோல் fur
mennaiyai pidi *v.t.* . மென்னியைப் பிடி throttle
menn-maiyaaka *adv.* மென்மையாக benignly
menn-maiyaana *adj.* மென்மையான benign
menru thin *v.t.* . மென்று தின் masticate
menthuyilparappu *n.* மென்துய்பரப்பு nap
merkaththiya *a.* மேற்கத்திய western
merkilirunthu veesum *a.* மேற்கிலிருந்து வீசும் westerly
merkilulla *adv.* மேற்கிலுள்ள westerly
merkku *n.* மெழுகு polish
merkku paduththuvathu *v.t.* . மெருகு படுத்துவது polish
merkol *n.* மேற்கோள் quotation
merkol *v.i.*. மேற்கோள் resort
merkol *v.t.* . மேற்கொள் undertake
merkol vaasakam *n.* மேற்கோள்வாசகம் motto
merku *n.* மேற்கு west
merku nokki *adv.* மேற்கு நோக்கி west
merku thikkukkuriya *a.* மேற்கு திக்குக்குரிய west
merpaakam *n.* மேற்பாகம் surface
merpaarvaiayaalar *n.* மேற்ப்பார்வையாளர் overseer
merpaarvaiyaalar *n.* மேற்பார்வையாளர் invigilator
merpaarvaiyaalar *n.* மேற்பார்வையாளர் steward
merpaarvaiyaalar *n.* மேற்பார்வையாளர் supervisor
merpaarvaiyaalar *n.* மேற்பார்வையாளர் tender
merpaarvaiyidu *v.t.* . மேற்பார்வையிடு oversee
merpaarvaiyiduthal *n.* மேற்பார்வையிடுதல் invigilation
merpadi *n.* மேற்படி ditto
merparvaiyidu *v.t.* . மேற்பார்வையிடு invigilate
merr-paarvai-yaalar *n.* மேற்பார்வையாளர் bailiff
mersenru *a.* மேற்சென்று further
merthol *n.* மேற்தோல் cutis
merukenney *n.* மெருகெண்ணெய் varnish
merukenney poosu *v.t.* . மெருகெண்ணெய் பூசு varnish
merukidu *v.t.* . மெருகிடு glaze
mesai *n.* மேசை desk
mesa-raasi *n.* மேசராசி aries
mesthiri *n.* மேஸ்திரி foreman

methakaimai *n.* மேதகைமை excellency
meththai *n.* மெத்தை cushion
meththai *n.* மெத்தை mattress
meththenra *a.* மெத்தென்ற velvety
methuvaaka *adv.* மெதுவாக slowly
methuvaaka thattuthal *n.* மெதுவாகத் தட்டுதல் tick
methuvaaka vekavai *v.t.* மெதுவாக வேகவை stew
methuvaakaththattu *v.t.* மெதுவாகத்தட்டு tap
methuvaana *a.* மெதுவான slow
methuvaana ottam *n.* மெதுவான ஓட்டம் trot
methuvottam *v.t.* மெதுவோட்டம் jog
metric ton (1000 ki.ki0 *n.* மெட்ரிக் டன் (1000 கி.கி.) tonne
mettu nilam *n.* மெட்டு நிலம் plateau
meychil nilam *n.* மெய்சில் நிலம் pasture
meykkaappaalar *n.* மெய்க்காப்பாளர் retinue
meykkaaval *n.* மெய்க்காவல் escort
meyyaana *a.* மெய்யான genuine
meyyena chey *v.t.* மெய்யென செய் prove
mezhugaal-moodapatta *adj.* மேழுகால்மூடபட்ட cerated
mezhugu *n.* மெழுகு paraffin
mezhugu-varrthi *n.* மெழுகுவர்த்தி candle
mezhuku *n.* மெழுகு wax
mezhuku thiri *n.* மெழுகு திரி taper
micham *n.* மிச்சம் remains
micham *prep.* மிச்சம் pending
micham *a.* மிச்சம் pending
midappu-thanmai *n.* மிதப்புத்தன்மை buoyancy
midavai *n.* மிதவை buoy
midhi-thal *v.t.* மிதித்தல் conculcate
midhi-vandi *n.* மிதிவண்டி bicycle
midiththal *v.t.* மிதித்தல் pedal
migai-paduthu *v.t.* மிகைபடுயத்து aggravate
migandhiru *n.* மிகுந்திரு cote
migath-thudhi *n.* மிகத்துதி adulation
migha-kuraivu *v.t.* மிககுறைவு bargain
migha-sariyaana *a.* மிகச்சரியான apt
mika adarththiyaana *n.* மிக அடர்த்தியான thick
mika akkaraiyulla *a.* மிக அக்கறையுள்ள solicitious
mika athikamaana *a.* மிக அதிகமான utmost
mika koochamulla *a.* மிகக் கூச்சமுள்ள ticklish
mika miruthuvaana *a.* மிக மிருதுவான superfine
mika mosamaana *n.* மிக மோசமான worst
mika mosamaana *a.* மிக மோசமான worst
mika pazhamaiyaana *a.* மிக பழமையான primeval
mika siriya *a.* மிக சிறிய negligible
mika siriya *a.* மிகச் சிறிய tiny
mika uyarntha *n.* மிக உயர்ந்த superiority

mika uyarntha thanmai *a.* மிக உயர்ந்த தன்மை superlative

mika viraivaaka *adv.* மிக விரைவாக speedily

mika yeraalam *n.* மிக எராளம் superabundance

mika yeraalamaana *a.* மிக ஏராளமான superabundant

mikach sikkanamaana *a.* மிகச் சிக்கனமான stingy

mikachchiriya *a.* மிகச் சிறிய minuscule

mikachiriya alavilulla *a.* மிகச் சிறிய அளவிலுள்ள miniature

mikachiru *a.* மிகச்சிறு minimal

mikai valam *n.* மிகை வளம் glut

mikaipadu *v.t.* . மி கை படு exceed

mikaipaduthal *n.* மி க்கைப்படுத்தல் exaggeration

mikaipaduthu *v.t.* மி கைப்படுத்து exaggerate

mikaivarumaana melvari *n.* மிகைவருமான மேல்வரி supertax

mikaiyalavaana *n.* மி கையளவான excess

mikaiyalavu *a.* மி கையளவு excess

mikak kuraintha *a.* மிகக் குறைந்த least

mikakulirntha *a.* மிகக் குளிர்ந்த icy

mikamathippukuriya *a.* மிகமதிப்புக்குரிய precious

mikap periya *n.* மிகப் பெரிய giant

mikap periya *a.* மிகப் பெரிய tremendous

mikap periya *a.* மிகப் பெரிய vast

mikapazhamaiyaana *a.* மிக பழமையான primitive

mikaperiya *a.* மிகப் பெரிய enormous

mikappala *n.* மிகப்பல myriad

mikavum ullaana *a.* மிகவும் உள்ளான inmost

mikavum ullaana *a.* மிகவும் உள்ளான innermost

mikiuthiyaana *a.* மிகுதியான much

mikka makizhchi *a.* மிக்க மகிழ்ச்சி overjoyed

mikka mathippudan *adv.* மிக்க மதிப்புடன் highly

mikkona uruvamudaiya *a.* முக்கோண உருவமுடைய triangular

miku vilaiyulla *a.* மிகு விலையுள்ள expensive

mikuthi *n.* மிகுதி increase

mikuthiyaaka *adv.* மிகுதியாக much

milagai *n.* மிளகாய் chilli

milaku *n.* மிளகு pepper

milaku *v.t.* . மிளகு pepper

min aakki *n.* மின் ஆக்கி generator

min sakthi alakkum alavu *n.* மின் சக்தி அளக்கும் அளவு watt

min vali *n.* மின்வலி volt

mln vlslrl *n.* மின் விசிறி fan

minji pirakaasi *v.t.* . மிஞ்சி பிரகாசி outshine

minjiya siru thundu *n.* மிஞ்சிய சிறு துண்டு stub

minju *v.t.* . மிஞ்சு outdo

minju *v.t.* . மிஞ்சு outfit

minkaappiduthal *n.* மின்காப்பிடுதல் insulation
minkaappu eriyizhai *n.* மின்காப்பு எரியிழை fuse
minkala-adukku *n.* மின்கலஅடுக்கு battery
minnal *n.* மின்னல் lightening
minnal *n.* மின்னல் sparkle
minn-alavu *n.* மின்னளவு ampere
minn-sellu *v.t.* . மின்செல்லு antecede
minnu *v.i.*. மின்னு scintillate
minnu *v.i.*. மின்னு twinkle
minsaara inaippukal *n.* மின்சார இணைப்புகள் wiring
minsaara kampi *n.* மின்சார கம்பி wire
minsaara oli perukki *n.* மின்சார ஒலி பெருக்கி microphone
minsaaram *a.* மின் சாரம் electric
minsaaram *n.* மின் சாரம் electricity
minsaaram uruvaakkum saathanam *n.* மின்சாரம் உருவாக்கும் சாதனம் dynamo
minsaaramali *v.t.* மின்ச்சாரமளி electrify
minsakthi *n.* மின்சக்தி current
minthirai *n.* மின்திரை monitor
minukkam *n.* மினுக்கம் twinkle
minukku *v.i.*. மினுக்கு glitter
minvali alavu *n.* மின்வலி அளவு voltage
miralu *v.i.*. மிரளு shy
mirattu *n.* மிரட்டு blackmail
mirithuvaakku *v.t.* . மிருதுவாக்கு soften
miruga-kaatchi *n.* மிருகக்காட்சி circus
mirugam *n.* மிருகம் animal
mirugam *n.* மிருகம் beast
mirugam *n.* மிருகம் brute
mirugangalin kuttikal *n.* மிருகங்களின் குட்டிகள் progeny
mirugangalin paatham *n.* மிருகங்களின் பாதம் paw
mirugath-thanam *n.* மிருகத்தனம் barbarity
mirugath-thanamaaka *a.* மிருகத்தனமாக beastly
mirukak kozhampu *n.* மிருகக் கொழம்பு tallow
mirukakkaadsi saalai *n.* மிருக்க்காட்சி சாலை zoo
mirukangkalin madi *n.* மிருகங்களின் மடி udder
mirukaththinudaiya neenda mooku *n.* மிருகத்தினுடைய நீண்ட மூக்கு snout
miruthusedi *n.* மிருதுச்செடி myrrh
miruthuvaaka sey *v.t.* . மிருதுவாக செய் temper
miruthuvaakavum palapalappaakavum vazhavazhappaakavum ulla *a.* மிருதுவாகவும் பளபளப்பாவாகவும் வழவழப்பாகவும் உள்ள sleek
misiraana *n.* மிசிரமான compound
mithakkum *a.* மிதக்கும் natant
mithamaakkuthal *n.* மிதமாக்குதல் moderation
mithamaana *a.* மிதமான moderate
mithamaana *a.* மிதமான spare

mithamaana *a.* மிதமான temperate
mithaminji mathu arunthappadum oru vizhaa *n.* மிதமிஞ்சி மது அருந்தப்படும் ஒரு விழா wassail
mithanthu sel *v.i.* மிதந்து செல் float
mithivandi *n.* மிதிவண்டி cycle
mittaay *n.* மிட்டாய் sweetmeat
mittaay *n.* மிட்டாய் toffee
mittai *v.t.* மிட்டாய் candy
mittai-kadai *n.* மிட்டாய்கடை confectionery
mittai-seipavar *n.* மிட்டாய்செய்பவர் confectioner
mkam saarntha *a.* முக்கம் சார்ந்த facial
modhal *n.* மொதல் altercation
modhal *n.* மோதல் clash
modhal *v.t.* மோதல் clash
modhal *n.* மோதல் collision
modhu *v.i.* மோது collide
moh-nai *n.* மோனை alliteration
monaippu *v.* மோனைப்பு alliterate
moocchu *n.* மூச்சு breath
moochadai-kka-sei *v.t.* மூச்சடைக்கச்செய் burk
moochchuth thinaradi *v.t.* . முச்சுத் திணறடி suffocate
moocheri *v.i.*. மூச்செறி snort
moochiraippu *n.* மூச்சிறைப்பு gasp
moochu vaangu *v.i.* மூச்சு வாங்கு gasp
moochu vaanguthal *v.i.*. மூச்சு வாங்குதல் pant
moochuth thinaral *n.* முச்சுத் திணறல் suffocation
moochuththinarach chey *v.t.* . மூச்சுத்திணரச் செய் smother
mooda nampikkai *a.* மூட நம்பிக்கை supersonic
mooda nampikkaiyudaiya *n.* மூடநம்பிக்கையுடைய superstition
mooda nampikkaiyudaiya *a.* மூடநம்பிக்கையுடைய superstitious
moo-daa-daiyar *n.* மூதாதையர் ancestor
moo-daa-daiyarudaiya *a.* மூதாதையருடைய ancestral
moodaamal-mmoda *adv.* மூடாமல்மூட ajar
moodacheyal *n.* மூடச் செயல் folly
moodan *n.* மூடன் blockhead
moodan *n.* மூடன் gull
moodan *n.* மூடன் moron
mooda-padaadha *a.* மூடப்படாத bare
moodappatta aasanam *n.* மூடப்பட்ட ஆசனம் sedan
moodi *n.* மூடி cover
moodi *n.* மூடி lid
moodi marai *v.t.* . மூடி மறை shroud
moodi vandi *n.* மூடி வண்டி van
moodimarai *v.t.* மூடி மறை envelop
moodiya chutruvattaram *n.* மூடிய சுற்றுவட்டாரம் periphery
moodiya paathram *n.* மூடின பாத்திரம் phial
moodu *v.t.* மூடு encase
moodu *v.t.* . மூடு purse
moodu *v.t.* . மூடு shut
moodu *v.t.* . மூடு wrap

moodu *v.t.* . மூடு zip

moodupani *n.* மூடுபனி mist

mooduthal *n.* மூடுதல் wrap

mooduvatharkup payan padum kaakitham *n.* மூடுவதற்குப் பயன்படும் காகிதம் wrapper

moody *v.t.* மூடி cap

mookai nuzai *v.t.* . மூக்க்கை நுழை nose

mookkai nuzhaiththu *v.t.* . மூக்கை நுழைத்து poke

mookkai nuzhaiththuthal *n.* மூக்கை நுழைத்துதல் poke

mookkinaal they v. மூக்க்கினால் தேய் nuzzle

mookkirkuriya *n.* மூக்கிற்குறிய nasal

mookku kannaadi *n.* மூக்குக் கண்ணாடி goggles

mookkuppodi *n.* மூக்குப்பொடி snuff

mooku sampanthamaana *a.* மூக்கு சம்பந்தமான nasal

moolai *n.* மூளை brain

moolai *n.* மூலை corner

moolai noy *n.* மூளை நோய் epilepsy

moolai, thanduvadam muthaliyavarraip paathikkira oru kodiya viyaathi *n.* மூளை, தண்டுவடம் முதலியவற்றைப் பாதிக்கிற ஒரு கொடிய வியாதி meningitis

moolai-kuriya *adj.* மூளைக்குரிய cerebral

moolakkooru *a.* மூலக்கூறு molecular

moolakkooru *n.* மூலக்கூறு molecule

moola-kooru *v.t.* . மூலக்கூறு base

moolamm *n.* மூலம் piles

moolathanam *n.* மூலதனம் investment

moolikai *n.* மூலிகை herb

moon-ghil *n.* மூங்கில் bamboo

moonraavathaaka *adv.* முன்றாவதாக thirdly

moonraavathu *a.* மூன்றாவது third

moonrilonru *n.* மூன்றிலொன்று third

moonru *n.* மூன்று three

moonru *a.* மூன்று three

moonru konda *a.* மூன்று கொண்ட tripartite

moonru maatha kaalam *v.t.* . மூன்று மாத காலம் quarter

moonru maatha kaalam *a.* மூன்று மாத காலம் quarterly

moonru pirathikalaana *a.* முன்று பிரதிகளான triplicate

moonru pirathikalil *n.* முன்று பிரதிகளில் triplicate

moonru sakkara vandi *n.* மூன்று சக்கர வண்டி tricycle

moonru serntha *a.* மூன்று சேர்ந்த triple

moorchai *n.* மூர்ச்சை swoon

moorchai noy *n.* மூர்ச்சை நோய் hysteria

moorchchaiyadai *v.i.* மூர்ச்சையடை swoon

moorkkaththanam *n.* மூர்க்கத்தனம் savagery

moorkkaththanamaana *a.* மூர்க்கத்தனமான flagrant

moothavar *a.* மூத்தவர் elder

moothavar *n.* மூத்தவர் elder

mooththa *a.* மூத்த senior

mooththa nilai *n.* மூத்த நிலை seniority

mooththavar *n.* மூத்தவர் senior

moottai *n.* மூட்டை bundle

moottai *n.* மூட்டை sack

moottai mudichukal *n.* மூட்டை முடிச்சுக்கள் luggage

moottai-mudichu-gal *n.* மூட்டைமுடிச்சுக்கள் baggage

moottu *n.* மூட்டு joint

moottu noy *n.* மூட்டு நோய் gout

moovar *n.* மூவர் trio

moovarana *a.* மூவர்ண tricolour

moovarnak kodi *n.* மூவர்ணக் கொடி tricolour

moozhkadiththal *n.* மூழ்கடித்தல் immersion

moozhku *v.i.* மூழ்கு drown

moppam pidi *v.i.*. மோப்பன் பிடி sniff

moppam pidi *v.t.* . மோப்பம் பிடி wind

moppam pidiththal *n.* மோப்பம் பிடித்தல் sniff

moppaththaal ari *v.t.* . மோப்பத்தால் அறி smell

more *n.* மோர் buttermilk

mosadi *n.* மோசடி fraud

mosadi vakai *n.* மோசடி வகை jobbery

mosadiyaana *a.* மோசடியான fraudulent

mosakaaaran *n.* மோசக்காரன் trickster

mosakkaaran *n.* மோசக்காரன் sharper

mosam sey *v.t.* . மோசம் செய் rook

mosa-maaga *adv.* மோசமாக badly

mosamaakku *v.t.* . மோசமாக்கு worsen

mosam-aakku-dhal *n.* மோசமாக்குதல் aggravation

mosamaana *a.* மோசமான dire

mosamaana *a.* மோசமான grave

mosamaana nirvaakam *n.* மோசமான நிர்வாகம் mismanagement

mosamaanavan *n.* மோசமானவன் rascal

mothal *n.* மோதல் impact

mothi sitharum alaikala *n.* மோதி சிதறும் அலைகள் surf

mothiram *n.* மோதிரம் ring

moththa viyaapaara vilai *a.* மொத்த வியாபார விலை wholesale

moththa viyaapaaram *n.* மொத்த வியாபாரம் wholesale

moththa viyaapaari *n.* மொத்த வியாபாரி wholesaler

moththai *n.* மொத்தை mass

moththam *n.* மொத்தம் gross

moththam *n.* மொத்தம் totality

moththam *n.* மொத்தம் whole

moththamaaka *adv.* மொத்தமாக summarily

moththamaaka *adv.* மொத்தமாக wholesale

moththamaana *a.* மொத்தமான total

moththmaaka *n.* மொத்தமாக overall

moththmaay *adv.* மொத்தமாய் wholly
mothu *n.* மோது crash
mothu *n.* மோது dash
mothu *v.t.* . மோது ram
mottaar saikkil *n.* மோட்டார் ஸைகிள் scooter
mottu *n.* மொட்டு bud
movaaik-kattai *n.* மோவாய்க்கட்டை chin
moyththukkol *v.i.*. மொய்ந்துக்கொள் swarm
mozhi *n.* மொழி language
mozhi marapu *n.* மொழி மரபு idiom
mozhi nadai sampanthamaana *a.* மொழி நடை சம்பந்தமான idiomatic
mozhi peyar *v.t.* . மொழிபெயர் translate
mozhi peyarppaalar *n.* மொழிபெயர்ப்பாளர் interpreter
mozhi peyarppu *n.* மொழி பெயர்ப்பு translation
mozhi pirazhaamal *adv.* மொழி பிறழாமல் verbatim
mozhi sampanthamaana *a.* மொழி சம்பந்தமான lingual
mozhikkerrravaraana *a.* மொழிக்கேற்றவாறான linguistic
mozhiyiyal *n.* மொழியியல் linguistics
mudai naarram vaayntha *a.* முடை நாற்றம் வாய்ந்த foul
mudakkam *n.* முடக்கம் deadlock
mudakkiya, pakka vaathamaana *a.* முடங்கிய, பக்கவாதமான paralytic
mudakkuvathu *v.t.* . முடங்குவது paralyse
mudaku *v.t.* முடக்கு disrupt
mudaleedu-vandi *n.* முதலுதவி வண்டி ambulance
mudamaakku *v.t.* . ம்முடமாக்கு mutilate
mudamaakkuthal *n.* முடமாக்குதல் mutilation
mudha-k-kira *adv.* முதக்கிற afloat
mudhal *n.* முதல் alpha
mudha-laali *n.* முதலாளி boss
mudha-leedu *a.* முதலீடு capital
mudharr-devadai *n.* முதற்தேவதை archangel
mudhirndhapin-nyanas-thaanam *n.* முதிர்ந்தபின் ஞானஸ்நானம் anabaptism
mudhu-gelumbhu *n.* முதுகெலும்பு backbone
mudhu-gu *n.* முதுகு back
mudi *v.t.* முடி end
mudi *v.t.* . முடி finish
mudi *n.* முடி hair
mudi thiruththakam *n.* முடி திருத்தகம் saloon
mudi vaangkum sadangku *n.* முடி வாங்கும் சடங்கு tonsure
mudichu *n.* முடிச்சு knot
mudichupodu *v.t.* . முடிச்சு போடு knot
mudintha alavu *a.* முடிந்த அளவு minimum
mudithal *adv.* மு டி தல் over
mudivaana *a.* முடிவான conclusive
mudivaana *a.* முடிவான ultimate

mudivarra *a.* முடிவற்ற interminable
mudivarra vaazhvu *n.* முடிவற்ற வாழ்வு immortality
mudi-vettubavar *n.* முடிவெட்டுபவர் barber
mudividam *n.* முடிவிடம் terminus
mudivu *n.* முடிவு decision
mudivu *n.* முடிவு end
mudivu *n.* முடிவு finish
mudivu *n.* முடிவு last
mudivu *prep.* முடிவு over
mudivu *v.i..* முடிவு result
mudivu *n.* முடிவு result
mudivu *n.* முடிவு stop
mudivu *n.* முடிவு termination
mudivu kattu *v.t. .* முடிவு கட்டு liquidate
mudivu kattu *v.t. .* முடிவு கட்டு terminate
mudivu-kattudhal *n.* முடிவுகட்டுதல் closure
mudivuru *v.i..* முடிவுறு expire
mudiyaadsi *n* முடியாட்சி monarchy
mudiyaamal *conj.* முடியாமல் notwithstanding
mudiyum *v.* முடியும் can
mudiyum idam *n.* முடியும் இடம் terminal
mudkal nirantha *a.* முட்கள் நிறைந்த thorny
mudsedi *n.* முட்செடி hawthorn
muga jaadaiyai vivariththal *n.* முக ஜாடையை விவரித்தல் pantomime
mugaam *n.* முகாம் camp
muga-chivappu *n.* முகச்சிவப்பு blush
mugha-niram *n.* முகநிறம் complexion
muka paavanai *n.* முகம் பாவனை physiognomy
mukachchulippu *n.* முகச்சுளிப்பு frown
mukam *n.* முகம் countenance
mukam *n.* மு கம் face
mukam *n.* முகம் visage
mukam paarkkum kannaadi *n.* முகம் பார்க்கும் கண்ணாடி mirror
mukaman kooru *v.t. .* முகமன் கூறு greet
mukamoodi *n.* முகமூடி mask
mukamoodi ani *v.t. .* முகமூடி அணி veil
mukanjchuli *v.i.* முகஞ் சுளி frown
mukapparu *n.* முகப்பரு pimple
mukappu *n.* மு கப்பு facade
mukappukazhchi *n.* முகப்புகழ்ச்சி flattery
mukapukazhchi sey *v.t. .* முப்புகழ்ச்சி செய் flatter
mukasthuthi *n.* முகத்துதி sycophancy
mukasthuthi seypavar *n.* முகத்துதி செய்பவர் sycophant
mukasthuthisey *v.i..* முகஸ்துதிசெய் cower
mukaththai marai *v.t. .* முகத்தை மறை mask
mukatthai suli *v.i..* முகத்தை சுளி scowl
mukavaattamudaiya *a.* முகவாட்டமுடைய morose
mukavurai *n.* முகவுரை foreword

mukavuraiyaana *a.* முகவுரையான introductory

mukiyathuvamaliththal *v.t.* முக்கியத்துவமளித்தல் emphasize

mukkaadu *n.* முக்காடு veil

mukkaadu *n.* முக்காடு wimple

mukkaali *a.* முக்காலி neap

mukkaali *n.* முக்காலி tripod

mukkaal-pulli *n.* முக்கால்புள்ளி colon

mukkiya aathaaram *n.* முக்கிய ஆதாரம் mainstay

mukkiyam *n.* முக்கியம் primer

mukkiyam *n.* முக்கியம் prime

mukkiyamaaka *adv.* முக்கியமாக mainly

mukkiyamaaka *adv.* முக்கியமாக primarily

mukkiyamaaka *a.* முக்கியமாக prime

mukkiyam-aakka *v.t.* . முக்கியமாக்க accent

mukkiyamaana *a.* முக்கியமான essential

mukkiyamaana *a.* முக்கியமான important

mukkiyamaana *a.* முக்கியமான main

mukkiyamaana *v.i.*. முக்கியகாமு matter

mukkiyamaana *a.* முக்கியமான salient

mukkiyamaana *a.* முக்கியமான staple

mukkiya-maana *v.t.* . முக்கியமான arch

mukkiya-maana *a.* முக்கியமான cardinal

mukkiya-maana *n.* முக்கியமான cardinal

mukkiyamaana *a.* முக்கியமான principal

mukkiyas-than *n.* முக்கியஸ்தன் celebrity

mukkiyaththuvam *n.* முக்கியத்துவம் importance

mukkiyaththuvam *n.* முக்கியத்துவம் magnitude

mukkiyathuvamalikkum *a.* முக்கியத்துவமளிக்கும் emphatic

mukkiyathuvamaliththal *n.* முக்கியத்துவமளித்தல் emphasis

mukkiyathvam *n.* முக்கியத்வம் priority

muk-kona *a.* முக்கோண angular

mukkonam *n.* முக்கோணம் triangle

mukku *n.* மூக்கு nose

mul *n.* முள் thorn

mulaam poosu *v.t.* . முலாம் பூசு gild

mulaampazham *n.* முலாம்பழம் melon

mulai *n.* முலை bosom

mulai *n.* முளை shoot

mulai *n.* முளை sprout

mulaikaampu *n.* முலைக்காம்பு nipple

mulaikka aaraampi *v.i.*. முளைக்க ஆரம்பி sprout

mulaikkaamppu *n.* முலைக்காம்பு teat

mulaippaal sarkkarai *n.* முலைப்பால் சர்க்கரை lactose

mulaividu *v.i.*. முளைவிடு germinate

mulaividuthal *n.* முள்ளைவிடுதல் germination
mulaiyin *a.* முலையின் mammary
mulapporul *n.* மூலப்பொருள் ore
muleem arinjar *n.* முஸ்லீம் அறிஞர் mullah
mullangi *n.* முள்ளங்கி radish
mummadangkaakku *v.t.* ., மும்மடங்காக்கு triple
mummadangkaakku *v.t.* . மும்மடங்காக்கு triplicate
mummadangkaakkuthal *n.* மும்மடங்காக்குதல் triplication
mummai *n.* மும்மை trinity
mummdangku *adv.* மும்மடங்கு thrice
mun erpaadu *a.* முன் ஏற்பாடு provisional
mun erpaadu *n.* முன் ஏற்பாடு proviso
mun nikazh v. முன் நிகழ் precede
mun nikazh *n.* முன் நிகழ் precedence
mun nikazh *n.* முன் நிகழ் precedent
munaippukkooru *n.* முனைப்புக்கூறு motif
munakal *n.* முனகல் purr
munaku *v.i.*. முனகு groan
munaku *v.i.*. முனகு purr
munaku *v.i.*. முனகு whine
munakuthal *n.* முனகுதல் groan
mun-baaga *adv.* முன்பாக ahead
munecherikkai *n.* முன் எச்சரிக்கை precaution
munecherikkaiyaana *a.* முன் எச்சரிக்கையான precautionary
munkai *n.* முன்கை forearm
munmaathiri *n.* முன்மாதிரி embodiment
munmaathiri *v.t.* முன்மாதிரி embody
munmozipavar *n.* முன்மொழிபவர் mover
munn conj முன் before
munnaal arivi *v.t.* . முன் னால் அறிவி forecast
munnaal iruppavar *n.* முன்னாள் இருப்பவர் precursor
munnaal kuruthal *n.* முன்னால் கூறுதல் prediction
munnaal mudivu eduppathu *v.t.* . முன்னாள் முடிவு எடுப்பது predetermine
munnaal raajyaththil iruppavar *n.* முன்னாள் ராஜ்யத்தில் இருப்பவர் predecessor
munnaal thoadarpu *v.t.* முன்னாள் தொஅடர்பு excommunicate
munnaalil *adv.* முன்ன்னாளில் formerly
munnagkaal *n.* முன்ன்ங்கால் foreleg
munnal kooru *v.t.* . முன்னால் கூறு predict
munnaniyilirunthu thaakkuthal *v.t.* . முன்னணியிலிருந்து தாக்குதல் spearhead
munnar' prep முன்னா் before
munnari thiran *n.* முன்னறி திறன் foresight
munnarivi *n.* முன்னறிவி herald
munnarivi *v.t.* . முன்னறிவி herald
munnarivi *v.t.* . முன்னறிவி portend
munnarivippu *n.* முன்னறிவிப்பு forecast

munnathaaka *a.* முன்னதாக early
munn-bu *adv.* முன்பு before
munndiya *n.* முந்திய antecedent
munne *a.* முன்னே onward
munnecharikkai *n.* முன்னெச்சரிக்கை premonition
munn-echarikkai *v.t.* முனெச்சரிக்கை caution
munnerpaadu *n.* முன்னேற்பாடு forethought
munnerpaadu *v.i..* முன் ஏற்பாடு provide
munneru *adv.* முன்னேறு better
munneru *v.t..* முன்னேறு forge
Munneru *v.i..* முன்னேறு proceed
munneru *v.i..* முன்னேறு thrive
munn-eru *v.t..* முன்னேறு advance
Munneruthal *n.* முன்னேறுதல் proceeding
Munneruthal *n.* முன்னேறுதல் proceeds
munnessarikkai ali *v.t..* முன்னெச்சரிக்கை அளி forewarn
Munnetram *n.* முன்னேற்றம் promotion
munnetram *n.* முன்னேற்றம் progress
munnetram chey *v.i..* முன்னேற்றம் சே progress
Munnetram chey *v.t..* முன்னேற்றம் சே promote
munnetramaana *a.* முன்னேற்றமான progressive
munn-ettram *n.* முன்னேற்றம advancement
munnidaichol *n.* முன்னிடைச்சொல் preposition
Munn-koottiye *adv.* முன்கூட்டியே beforehand
munnodi *n.* முன்னோடி forefather
munnodi *n.* முன்னோடி forerunner
munnokki *adv.* முன்னொக்கி forward
munnokki *adv.* முன்னோக்கி onwards
munnokkiya sarivu *n.* முன்னோக்கிய சரிவு tilt
munn-selluginra *a.* முன்செல்லுகின்ற antecedent
munn-thedhi *n.* முன்தேதி antedate
munnuchi mudi *n.* முன்னுச்சி முடி forelock
munnunar *v.t..* முன்னுணர் foresee
munnurai *n.* முன்னுரை preface
munnurai kooru *v.t..* முன்னுர்ரை கூறு preface
munpakal *n.* முன்பகல் forenoon
munpakuthi *n.* முன்பகுதி front
munpathivu *n.* முன்பதிவு reservation
munpathivu sey *v.t..* முன்பதிவு செய் reserve
munpe unarum arivu *n.* முன்பே உணரும் அறிவு foreknowledge
munpin theriyaatha oruvar *n.* முன்பின் தெரியாத ஒருவர் somebody
munpuramaana *a.* முன்புறமான front
mun-sonna *prep.* முன்சொன்ன afore
munthaiya *a.* முந்தைய former
munthina *a.* முந்தின prior

munthinathu *n.* முந்தினது prior
munthiya *a.* முந்திய last1
munumunuppu *v.i..* முணுமுணுப்பு mumble
munumunuppu *n.* முனுமுனுப்பு murmur
munumunuththal *v.i..* முனுமுனுத்தல் mutter
munvarukira *a.* முன் வருகிற forthcoming
munyosanaiyilaatha *a.* முன்யோசனையில்லாத indiscreet
muppadai-maanavan *n.* முப்படைமாணவன் cadet
muppathaavathaana *a.* முப்பதாவதான thirtieth
muppathaavathu *n.* முப்பதாவது thirtieth
muppathu *n.* முப்பது thirty
muppathu *a.* முப்பது thirty
muradaana *a.* முரடான coarse
muradan *n.* முரட்டன் ruffian
muradduthanamaka nadaththu *d.* முரட்டுதனமாக நடத்து mistreat
murai *n.* முறை bout
murai *n.* முறை shift
murai *n.* முறை procedure
murai *n.* முறை process
muraikedu *n.* முறைகேடு irregularity
muraisaarntha *a.* முறை சார்ந்த formal
muraiyaana *a.* முறையான systematic
muraiyarra nadaththai *v.t.* முறையற்ற நடத்தை demoralize
muraiyarra nirvaakam *n.* முறையற்ற நிர்வாகம் mal administration
muraiye *a.* முறையே respective
murai-yeedu *v.* முறையீடு arraign
muraiyilla aankal punarchi *n.* முறையில்லா ஆண்கள் புணர்ச்சி sodomy
muran *n.* முரண் anomaly
muranatra *a.* முரணற்ற consistent
muranpaadaana *a.* முரண்பாடான illogical
muran'-paadu *n.* முரண்பாடு conflict
muran-paadu *n.* முரண்பாடு antinomy
muran-paadu *v.t.* முரண்பாடு contradict
murasai isai *v.i..* முர சை இசை drum
murasu *n.* முரசு drum
muratan *n.* முரடன் thug
murattu *a.* முரட்டு crude
murattuthanamaana *a.* முரட்டுத்தனமான ferocious
murattu-thanamaana *v.t.* முரட்டுத்தனமான bluff
murattuththanam *n.* முரட்டுத்தனம் impertinence
murattuththanamaaka aaduvathu *v.i..* முரட்டுத்தனமாக ஆடுவது romp
murattuththanamaaka nadaththu *v.t.* . முரட்டுதனமாக நடத்து manhandle
murattuththanamaana *a.* முரட்டுத்தனமான impertinent
murattuththanamaana *a.* முரட்டுத்தனம்மான rugged

murattuththanamaana *a.* முரட்டுதனமான violent
muri *v.t.* முறி break
muri *v.t.* . மு றி fracture
murivu *n.* முறிவு breakdown
murivu *n.* மு றிவு fracture
muriyadi *v.t.* . முறியடி rout
murpokkaana *a.* முற்போக்கான forward
murram *v.t.* முற்றம் court
murram *n.* முற்றம் courtyard
murrilum *adv.* முற்றிலும் throughout
murrilum pazuthu paar *v.t.* . முற்றிலும் பழுது பார் overhaul
murrilum pazuthu paarththal *n.* முற் றிலும் பழுது பார்த்தல் overhaul
murr-panam *n.* முற்ப்பணம் advance
murrukai *n.* முற்றுகை siege
murukku *v.t.* . முறுக்கு twist
murukkuthal *n.* முறுக்குதல் twist
musalakam *n.* முசலகம் piston
musukkottai maram *n.* முசுக்கொட்டை மரம் mulberry
mutaal *n.* முட்டாள் fool
mutaalathanamaana *a.* முட்டாள் தனமான foolish
muthaduppu nadavadikkai edu *v.t.* . முந்தடுப்பு நடவடிக்கை எடு forestall
muthal *n.* முதல் first
muthal amaichar *n.* முதல் அமைச்சர் மாதிரி premiere
muthal irandu maadikalukku idaiyilaana kooduthal pakuthi *n.* முதல் இரண்டு மாடிகளுக்கு இடையிலான கூடுதல் பகுதி mezzanine
muthal muthal nikazkira *a.* முதல் முதல் நிகழ்கிற maiden
muthal paadal nool *n.* முதல் பாடல் நூல் pretext
muthal paarvaiyil *adv.* முதல் பார்வையில் prima facie
muthalaali *n.* மு தலாளி employer
muthalaamavar *pron.* முதலாமவர் former
muthalaavana *a.* முதல்வான premier
muthalaavathu *a.* முதலாவது first
muthalaavathu *n.* முதலாவது premium
muthalaavathu *n.* முதலாவது premier
muthalai *n.* முதலை crocodile
muthalai vakai *n.* முதலை வகை reptile
muthaleedu sey *v.t.* . முதலீடு செய் invest
muthaleettuppangku *n.* முதலீட்டுப் பங்கு share
muthalmaiyaana *a.* முதல்மையான primary
muthanmai *adv.* முதன்மை first
muthanmaiyaana *a.* முதன்மையான foremost
mutharchchi adaiyavathurkku munthina *a.* முதர்ச்சி அடையவதுர்க்கு முந்தின premature

muthiraatha *a.* முதிராத immature
muthiraatha nilai *n.* முதிராத நிலை immaturity
muthirai *n.* முத்திரை signature
muthirchchi *n.* முதிர்ச்சி maturity
muthirkanni *n.* முதிர்கன்னி spinster
muthirntha aan poonai *n.* முதிர்ந்த ஆண் பூனை tomcat
muthiya *a.* முதிய elderly
muthiya pen *n.* முதிய பெண் dame
muththam *n.* முத்தம் kiss
muththamidu *v.t.* முத்தமிடு kiss
muththirai *n.* முத்திரை impression
muththirai *n.* முத்திரை seal
muththirai *n.* முத்திரை stamp
muththiraiyidu *v.t.* முத்திரையிடு seal
muththiraiyidu *v.i.* முத்திரையிடு stamp
muththu *n.* முத்து pearl
muthukelumpu *n.* முதுகெலும்பு spine
muthukelumpu sampanthamaana *a.* முதுகெலும்பு சம்பந்தமான spinal
muthumai muzhukkam *n.* முதுமை முழுக்கம் senility
mutputharkkaadu *n.* முட்புதர்க்காடு moor
muttaal *n.* முட்டாள் idiot
muttaal *n.* முட்டாள் loggerhead
muttaaltham *n.* முட்டாள்தனம் stupidity
muttaalthanamaaka *a.* முட்டாள்தனமாக witless
muttaalthanamaana *a.* முட்டாள்தனமான idiotic
muttaalthanamaana *a.* முட்டாள்தனமான ridiculous
muttai *n.* முட்டை egg
muttai kattu *v.t.* மூட்டை கட்டு pack
muttai palakaaram *n.* முட்டை பலகாரம் omelette
muttai-khose *n.* முட்டைக்கோஸ், cabbage
muttai-yin *n.* முட்டையின் albumen
muttaiyin manjsal karu *n.* முட்டையின் மஞ்சள் கரு yolk
muttal-thana-maagha' *adj.* முட்டாள்தனமாக asinine
mutt-rugai *n.* முற்றுகை blockade
muttrugai-idu *v.t.* முற்றுகையிடு besiege
muttu *v.i.* முட்டு dash
muttu santhu *n.* முட்டுச் சந்து impasse
muttu-kattai *n.* முட்டுக்கட்டை block
muttukkattai *n.* முட்டுக்கட்டை hitch
muuzhuki pokuthal *n.* முழுங்கி போகுதல் plunge
muwthiri thiraadsai vakai *a.* முந்திரி திராட்சை வகை occidental
muyal *n.* முயல் hare
muyal *n.* முயல் rabbit
muyal-valai *n.* முயல்வளை burrow
muyarchi *v.t.* முயற்ச்சி attempt
muyarchi *n.* முயற்ச்சி attempt
muyarchi *n.* முயற்சி effort

muyarchi *n.* முயர்சி trial

muyarchi cheythal *n.* முயற்சி செய்தல் probation

muyarchi sey *v.i..* முயற்சி செய் try

muyarchisey *v.i.* முயற்சி செய் endeavour

muzangkaiyaal muttuthal *v.t.* . முழங்கையால் முட்டுதல் nudge

muzhakkam *v.t.* முழக்கம் blare

muzhakkam *n.* முழக்கம் clap

muzhangkaal *n.* முழங்கால் knee

muzhangkai *n.* முழங்கை elbow

muzhangku *v.i..* முழங்கு sink

muzhu *v.t.* முழு complete

muzhu *a.* முழு entire

muzhu *a.* முழு full

muzhu *a.* முழு whole

muzhu manathudan *a.* முழு மனத்துடன் whole-hearted

muzhu moththam *a.* முழு மொத்தம் gross

muzhu palam upayoki *v.t.* . முழு பலம் உபயோகி strain

muzhu8vathum urinjuthal *n.* முழுவதும் உறிஞ்சுதல் saturation

muzhu-enn *n.* முழுஎண் aliquot

muzhuki pokuthal *v.t.* . முழுங்கி போகுதல் plunge

muzhukkaarsattai *n.* pl முழுக்காற்சட்டை trousers

muzhumai *adv.* முழுமை entirely

muzhumai *n.* முழும்மை fullness

muzhu-mai-aagha *adv.* முழுமையாக absolutely

muzhu-mai-yaaga *n.* முழுமையாக all

muzhumaiyaana *adv.* முழுமையான downright

muzhumaiyaana *adv.* முழுமையான full

muzhumaiyaana *adv.* முழும்மையான fully

muzhumai-yaana *n.* முழுமையான arrant

muzhu-mai-yana *a.* முழுமையான absolute

muzhumaiyatra *a.* முழுமை அற்ற partial

muzhunijaar, kaal chattai *n.* முழுநிக்கர், கால்சட்டை pant

muzumaiyaaka *a.* முழுமையாக overall

N

naadaa *n* நாடா ribbon

naadaa *n.* நாடா strap

naadaa *n.* நாடா tape

naadaka aasiriyar *n.* நாடக ஆசிரியர் dramatist

naadaka arangku *n.* நாடக அரங்கு theatre

naadakam *n.* நாடகம் drama

naadakam paaniyaana *a.* நாடகம் பாணியான scenic

naadakam, vilaiyaattu *n.* நாடகம், விளையாட்டு play

Naadakamudaiya charitram *n.* நாடகாத்தில் உள்ள சரித்ரம் personage

naadakasaalai sampanthamaana *a.* நாடகசாலை சம்பந்தமான theatrical

naadakath thanamai mikka *a.* நாடகத்தன்மை மிக்க dramatic

naada-thir-kuriya *a.* நாதத்திற்குரிய acoustic

naadkurippu *n.* நாட்குறிப்பு diary

naadodi *n.* நாடோடி vagabond

naadodi ponra *a.* நாடோடி போன்ற nomadic

naadu inam *n.* நாடு,இனம் nation

naadu kadanthu kudiyrupavar *n.* நாடு கடந்து குடியேறுபவர் migrant

naadu kadaththappadupavar *n.* நாடு கட்த்தப்படுபவர் exile

naadu kadaththu *v.t.* நாடு கட்த்து ostracize

naadu kadathu *v.t.* நாடு கட்ட்த்து exile

naadu-kadathal *n.* நாடுகடத்தல் banishment

naadukadaththu *v.t.* நாடுகடத்து deport

naaduvathu *a.* நாடுவது wistful

naagam *n.* நாகம் cobra

naagareegam *n.* நாகரீகம் civilization

naagareega-maana *v.t.* நாகரிகமான civilize

naaga-reega-matra *n.* நாகரிகமற்ற barbarism

naaga-reega-matra *a.* நாகரிகமற்ற barbarous

naai-vagai *n.* நாய்வகை bulldog

naakareekam *n.* நாகரிகம் urbanity

naakareekamaana *a.* நாகரிகமான urbane

naakarikamarra seyal *n.* நாகரிகமற்ற செயல் vulgarity

naakku *n.* நாக்கு tongue

naal, kizhamai, pakal *n.* நாள், கிழமை, பகல் day

naalai *n.* நாளை tomorrow

naalaikku *adv.* நாளைக்கு tomorrow

naal-kaatti *n.* நாள்காட்டி calendar

naanamarra *a.* நாணமற்ற shameless

naanamilaamai *n.* நாணமில்லாமை immodesty

naanamillaatha *a.* நாணமில்லாத immodest

naanaya saalai *n.* நாணய சாலை mint

naanayam *n.* நாணயம் currency

naa'nayam *n.* நாணயம் coin

naanayam achidu *v.t.* நாணயம் அச்சிடு mint

naane *pron.* நானே myself

naanku *n.* நான்கு four

naanku kaalkalulla *n.* ந்நான்கு கால்களுள்ள quadruped

naanku madangkaakku *a.* நான்கு மடங்கு quadruple

naanku madangkaakku *v.t.* நான்கு மடங்காக்கு quadruple

naanku madangkaakku *v.t.* ந்நான்கு மடங்காக்கு redouble

naanku pakkam konda *a.* ந்நான்கு பக்கம் கொண்ட quadrangular

naanku pakkam konda *a. & n.* ந்நான்கு பக்கம் கொண்ட quadrilateral

naanu-kira *a.* நாணுகிற bashful

naar *n.* நார் coir

naarai *n.* நாறை stork

naariyar porul *n.* நாரியற் பொருள் fibre

naar-kaali *n.* நாற்காலி chair

naarkaram *n.* நாற்கரம் quadrangle

naarpathu *n.* நாற்பது forty

naarram *n.* நாற்றம் odour

naarram mikka *a.* நாற்றம் மிக்க odorous

naarru pidungki nadu *v.t.* . நாற்றுப் பிடுங்கி நடு transplant

naasam *n.* நாசம் holocaust

naasamaakku *v.t.* . நாசமாக்கு wreck

naasith thuvaaram *n.* நாசித் துவாரம் nostril

naatham *n.* நாதம் tone

naa-thigan *n.* நாத்திகம் atheism

naa-thigar *n.* நாத்திகர் atheist

naathigun *n.* நாத்திகன் antitheist

naath-thai *n.* நடத்தை behaviour

naattil urpaththiyaana *a.* நாட்டில் உற்பத்தியான indigenous

naattiya-vagai s*n.* நாட்டியவகை ballet

naattu maalikai *n.* நாட்டு மாளிகை villa

naattu vaiththiyam *n.* நாட்டு வைத்தியம் quackery

naattup pattru *n.* நாட்டு பற்று patriot

naattup pattru ulla *a.* நாட்டு பற்று உள்ள patriotic

naattup pattru ulla *n.* நாட்டு பற்று உள்ள partiotism

naattu-paadal *n.* நாட்டுப்பாடல் ballad

naattuppurappen *n.* நாட்டுப்புறப் பெண் wench

naattuppuravaasi *n.* நாடப்புரவாசி peasant

naattuppuravaasi *n.* நாடப்புரவாச்சியாக peasantry

naattu-purathaan *n.* நாட்டுப்புறத்தான் churl

naattupuraththaan *a.* நாட்டுப்புறத்தான் rustic

naattupuraththaan *n.* நாட்டுப்புறத்தான் rustic

naatturimai *n.* நாட்டுரிமை nationality

naattuththoothuvar *n.* நாட்டுத்தூதுவர் diplomat

naay *n.* நாய் dog

naay kutti *n.* நாய் குட்டி puppy

naay vakai *n.* நாய் வகை greyhound

naayk kadiyaal varum viyaathi *n.* நாய்க் கடியால் வரும் வியாதி rabies

naaykkutti *n.* நாய்க்குட்டி whelp

naaypatti *n.* நாய்ப்பட்டி kennel

nacchariрpu *n.* நச்சரிப்பு botheration

nada *v.i.* நட march

nada *v.i.*. நட pace

nada *v.i.*. நட step

nada *v.i.*. நட walk

nadai *n.* நடை march

nadai *n.* நடை tread

nadai *n.* நடை walk

nadaimurai *n.* நடைமுறை phenomenon

nadaimuraiyaana *a.* நடைமுறையான phenomenal

nadaip paathai *n.* நடை பாதை pavement

nadaip paathaiyai moodum oru porul *v.t.* . நடை பாதையை மூடும் ஒரு பொருள் pave

nadaippaani *n.* நடைப்பாணி gait

nadamaadum *a.* நடமாடும் mobile

nadandhu-koll *v.i.* நடந்துகொள் behave

nadanmaadu *n.* நடனமாடு dance

nadathai *n.* நடத்தை bearing

nadathai *n.* நடத்தை conduct

nadathai niyathikal *n.* நடத்தை நியதிகள் etiquette

nadath-thai *n.* நடத்தை acrimony

nadaththai kettavar *n.* நடத்தை கெட்டவர் stray

nadaththai visesham *n.* நடத்தை விசேஷம் mannerism

nadaththu *v.t.* . நடத்து steer

nadaththu *v.t.* . நடத்து treat

nadaththu *v.t.* . நடத்து wage

nadaththum murai *n.* நடத்தும் முறை treatment

nadathunar *n.* நடத்துநர் conductor

nadhu-thara-maana *a.* நடுத்தரமான average

nadi *v.i.*. ◌ நடி act

nadi *v.t.* நடி enact

nadi *v.i.*. நடி sham

nadigai *n.* நடிகை actress

nadigan *n.* நடிகன actor

nadippu *n.* நடிப்பு action

nadippu *n.* நடிப்பு pose

nadithal *n.* நடித்தல் acting

nadiththu kaami *v.i.*. நடித்து காமி pose

nadiththukkaattu *v.t.* . நடித்துக் காட்டு stage

nadodi *n.* நாடோடி nomad

nadsaththiram ponra *a.* நட்சத்திரம் போன்ற starry

nadu *a.* நடு mid

nadu nilai *n.* நடு நிலை mean

nadu nilaiyaana *a.* நடு நிலையான reasonable

nadu nisi *n.* நடுநிசி midnight

nadukkam *a.* நடுக்கம் chilly

nadukkam *n.* நடுக்கம் quake

nadukkam *n.* நடுக்கம் quiver

nadukkam *n.* நடுக்கம் shake

nadukkam *n.* நடுக்கம் shudder

nadukkam *n.* நடுக்கம் tremor

nadungku *v.i.*. நடுங்கு shiver

nadungku *v.i.*. நடுங்கு shudder

nadungku *v.i.*. நடுங்கு tremble

nadungu *v.i.*. நடுங்கு quiver

nadungum kural *n.* நடுங்கும் குரல் warble

nadungum kuralodu paadu *v.i.*. நடுங்கும குரலோடு பாடு warble

nadunilai *a.* நடு நிலை neutral

nadunilaiyudaiya *a.* நடு நிலை உடைய equitable

naduppakal *n.* நடுப்பகல் midday

naduppakal sampanthamaana *a.* நடுப்பகல் சம்பந்தமான meridian

naduththara vayathudaiya nilai *n.* நடுத்தர வயதுடைய நிலை manhood
naduththaramaana *a.* நடுத்தரமான medium
naduvar *n.* நடுவர் arbiter
naduvar *n.* நடுவர் intermediary
naduvar *n.* நடுவர் referee
naduvar *n.* நடுவர் umpire
naduvar kuzhu *n.* நடுவர் குழு jury
naduvar kuzhu uruppinar *n.* நடுவர் குழு உறுப்பினர் juryman
naduvenil *n.* நடுவேனில் midsummer
naduvil நடுவில் midst
naduvunilaimai *n.* நடுவுநிலைமை impartiality
naeradi-modhal *n.* நேரடிமோதல் confrontation
nagai-suvai *n.* நகைச்சுவை comedy
nagal *v.t.* நகல் copy
nagaram *n.* நகரம் city
nagara-sabai *n.* நகரசபை corporation
nagara-sammandha-maana *a.* நகரசம்பந்தமான civic
nagara-vaasi *n.* நகரவாசி citizen
nagar-gira *adj.* நகர்கிற ambulant
nagar-thudhal *v.i.* & *n* நகர்த்துதல் budge
naidrajan *n.* நைட்ரஜன் nitrogen
nakachuvai mikkavar *n.* நகைச்சுவை மிக்கவர் humorist
nakai *n.* நகை jewel
nakai sey *v.t.* நகை செய் jewel
nakai vakaikal *n.* நகை வகைகள் jewellery
nakai vakaikalsiriya manikal osai *n.* சிறிய மணிகள் ஓசை jingle
nakai viyaapaari *n.* நகை வியாபாரி jeweller
nakaichuvai *n.* நகைச்சுவை funny
nakaichuvai *n.* நகைச்சுவை humour
nakaiyaattam *n.* நகையாட்டம் hilarity
nakal *n.* நகல் duplicate
nakal *n.* நகல் imitation
nakal seypavar *n.* நகல் செய்பவர் imitator
nakaledukkappadum thanmai *v.t.* நகலெடு duplicate
nakaledukkappadum thanmai *n.* நகலெடுக்கப்படும் தன்மை duplicity
nakam, aani *n.* நகம், ஆணி nail
nakar *n.* நகர் move
nakara mudiyaatha nilai *n.* நகர முடியாத நிலை stalemate
nakaraadchi kazhakath thalaiavar *n.* நகராட்சிக் கழகத் தலைவா mayor
nakaraadsi *a.* நகராட்சி municipal
nakarasapai *n.* நகரசபை municipality
nakariyam *a.* நகரியம் township
nakarthakkoodiya *a.* நகர்த்தக்கூடிய movable
nakarthal *v.t.* நகர்தல் dandle
nakarthal, salanam *n.* நகர்தல், சலனம் motion
nakarththu *v.t.* நகர்த்து shift
nakkuthal *v.t.* நக்கு lick
nakkuthal *n.* நக்குதல் lick
nakledu *a.* நகலெடு duplicate

nakrvu *v.i.* நகர்வு creep

nal uravu *n.* நல் உறவு rapport

nalam kunriya *n.* நலம் குன்றிய morbidity

nalina-a'-paavanai-yudaiya *n.* நளினபாவனையுடைய aristocrat

nalinam *n.* நளினம் aristocracy

nalla *a.* நல்ல good

nalla athirshdamulla *a.* நல்ல அதிர்ஷ்டமுள்ள lucky

nalla manathodu varaverkappatta *a.* நல்ல மனத்தோடு வரவேற்கப்பட்ட welcome

nalla nilaiyil *a.* நல்ல நிலையில் well

nalla-dhil-aadha *a.* நல்லதல்லாத bad

nalvaazhthu interj. நல்வாழ்த்து farewell

nalvaazhvu *n.* நல்வாழ்வு weal

nalvaravu *n.* நல்வரவு welcome

namabamudiyaatha *a.* நம்ப முடியாத unreliable

namai theemaikalai saarntha *a.* நன்மை,தீமைகளை சார்ந்த moral

namaithal *n.* நமைத்தல் calling

namapakamaana *n.* நம்பகமான trusty

namathu *pron.* நமது our

nambaga-thanmai *a.* நம்பகத்தன்மை confidential

namba-sei *v.t.* நம்பசெய் convince

nambikkai *n.* நம்பிக்கை belief

nambikkai *n.* நம்பிக்கை confidence

nambikkai atra *a.* நம்பிக்கை அற்ற profane

nambikkai atra ulla nabar *v.t.* . நம்பிக்கை அற்றுள்ள நபர் profane

nambikkai illathathu *n.* நம்பிக்கை இல்லாதது perfidy

nambikkai-drogam *n.* நம்பிக்கைத்துரோகம் betrayal

nambu *v.t.* நம்பு believe

nampa mudiyaatha *a.* நம்ப முடியாத incredible

nampaathe *v.t.* நம்பாதே distrust

nampakamaana aalosakar *n.* நம்பகமான ஆலோசகர் mentor

nampaththakuntha *a.* நம்பத்தகுந்த creditable

nampaththakuntha *a.* ந்அம்பத்தகுந்த reliable

nampaththakuntha *a.* நம்பத்தகுந்த trustworthy

nampaththauntha *a.* நம்பத்தகுந்த credible

nampikkai *n.* நம்பிக்கை optimism

nampikkai *n.* நம்பிக்கை reliance

nampikkai *n.* நம்பிக்கை trust

nampikkai tharum *n.* நம்பிக்கை hope

nampikkai tharum *a.* நம்பிக்க்கை தரும் hopeful

nampikkai throki *n.* நம்பிக்கைத் துரோகி traitor

nampikkai vaikkum *a.* நம்பிக்கை வைக்கும் trustful

nampikkaivaathi *n.* நம்பிக்க்கைவாதி optimist

nampikkaiyaana *n.* நம்பிக்கை faith

nampikkaiyaana *a.* நம்பிக்கையான faithful

nampikkaiyarra nilai *n.* நம்பிக்கையற்ற நிலை despair

nampikkaiyarravar *n.* நம்பிக்க்கையற்றவர் pessimist

nampikkaiyinmai *n.* நம்பிக்கையின்மை mistrust

nampikkaiyinmai *n.* நம்பிக்கையின்மை nihilism

nampikkaiyinmai *n.* நம்பிக்கையின்மை pessimism

nampikkaiyinmai *a.* நம்பிக்கையின்மை pessimistic

nampikkaiyoottaatha *a.* நம்பிக்க்க்கையூட்டாத hopeless

nampikkaiyudan *a.* நம்பிக்க்க்கையுடன் optimistic

nampiyiru *v.t.* . நம்பியிரு trust

nampu *v.t.* . நம்பு hope

nampu *v.t.* . நம்பு reckon

nampum thanmai *adj.* நம்பும்தன்மை credulity

nan cheyalkal *v.t.* . நன் செயல் prorogue

nan nadaththai *n.* நன் நடத்தை pliteness

nanadaththai *n.* நன்னடத்தை morality

nanai *v.t.* நனை drench

nanaiththal *n.* நனைத்தல் soak

nandu *n.* நண்டு crab

nan-gooram *n.* நங்கூரம் anchor

nanju paduththuvathu *v.t.* . நஞ்சு படுத்தவது poison

nanjuththanmaiyaana *a.* நஞ்சுத்தன்மையான poisonous

nankodai *n.* நன்கொடை honorarium

nanku valarntha *a.* நன்கு வளர்ந்த mature

nanku visaari *v.t.* . நன்கு விசாரி investigate

nanmai *n.* நன்மை good

nanmai *n.* நன்மை welfare

nanmat6hipputh thokai *n.* நன்மதிப்புத் தொகை gratuity

nanmathippu *n.* நன் மதிப்பு esteem

nanmuraiyil *adv.* நன்முறையில் fairly

nannadaththai udaiya *a.* நன் நடத்தையுடைய polite

nann-mai *v.t.* . நண்மை advantage

nanpan *n.* நண்பன் pal

nanpar *n.* நண்பர் friend

nanraak padiththa *a.* நன்றாக படித்த well-read

nanraaka aalosanai sey *v.i.*. நன்றாக ஆலோசனை செய் speculate

nanri *n.* நன்றி gratitude

nanri *n.* நன்றி thanks

nanri kooru *v.t.* . நன்ரி கூறு thank

nanriketta thanmai *n.* நன்றிகெட்ட தன்மை ingratitude

nanrimikka *a.* நன்றிமிக்க thankful

nanriyoottaatha *a.* நன்றியூட்டாத thankless

nanriyunarvu *a.* நன்றியுணர்வு grateful

nanriyunarvu *n.* நன்றியுணர்வு gratification

narakam *a.* நரகம் hell

narambu isaik karuvi *n.* நரம்பு இசைக் கருவி lyre

narampiyal *n.* நரம்பியல் neurology

narampiyal maruththuvar *n.* நரம்பியல் மருத்துவர் neurologist

narampu *n.* நரம்பு Nerve

nari *n.* நரி fox

nari *n.* நரி wolf

narkunam *n.* நற்குணம் merit

narmpukalilaatha *a.* நரம்புகளில்லாத nerveless

narpanpu *n.* நற்பண்பு goodwill

narpanpukalulla *a.* நற்பண்புகளுள்ள virtuous

narsaanrothazh *n.* நற்சான்றிதழ் testimonial

nar-sagunam *a.* நற்சகுனம் auspicious

narthanmai *n.* நற்தன்மை goodness

narukku *v.t.* . நறுக்கு slice

narumanam *n.* நறுமணம் fragrance

narumanam *n.* நறுமணம் perfume

narumanam kuduppathu *v.t.* . நறுமணம் குடுப்பது perfume

narumanamulla *a.* நறுமணமுள்ள fragrant

narumana-porul *n.* நறுமணப்பொருள் balm

nashaththirak kuryeedu *v.t.* . நக்ஷத்திரக் குறியிடு star

nashaththiram *n.* நக்ஷத்திரம் star

nashaththirangkal niraintha *a.* நக்ஷத்திரங்கள் நிறைந்த stellar

nashda eedu *n.* நஷ்ட ஈடு indemnity

nashtam *n.* நஷ்டம் forfeiture

nashtam *n.* நஷ்டம் loss

nashtam-adaidhal *n.* நஷ்டமடைதல் bereavement

nashtapayaminmai *n.* நஷ்டபயமின்மை impunity

nashtap-paduthu *v.t.* நஷ்டப்படுத்து bereave

nasukku *v.t.* . நசுக்கு oppress

nasukku *v.t.* . நசுக்கு squash

nasukkum *a.* நசுக்கும் oppressive

nasukkupavar *n.* நசுக்குபவர் oppressor

nasukkuthal *n.* நசுக்குதல் oppression

natchathira-koottam *n.* நட்சத்திரக்கூட்டம் constellation

nathaar *n.* நத்தார் Christmas

nathai *v.i.* நத்தை cockle

nathikkilai *n.* நதிக்கிளை creek

naththai *n.* நத்தை snail

natpu *n.* நட்பு amity

natpu-kollu *v.t.* நட்புக்கொள்ளு befriend

nava naakarikamaana *a.* நவ நாகரிகமான fashionable

nava-dhaaniyam *n.* நவதானியம் cereal

nava-dhaniyam *n.* நவதானியம் corn

navampar *n.* நவம்பர் november

naveena *a.* நவீன modern

naveena *a.* நவீன up-to-datc

naveenam *n.* நவீனம் style

nayamaana pechudaiya *a.* நயமான பேச்சுடைய slick

nayaththakka iyalpu *n.* நயதக்க இயல்பு decency

nazhupupavan *n.* நழுபுவன் sneak

nazhuvu *v.t.* நழுவு elude

nazhuvu *v.i.*. நழுவு slip

nazhuvum *a.* நழுவும் elusive
nazhuvuthal *n.* நழு வுதல் elusion
nazhuvuthal *n.* நழுவுதல் slip
nedi *n.* நெடி pungency
nedi *a.* நெடி pungent
nediyurai *n.* நெடியுரை monologue
neduka' *adv.* நெடுக along
nedunjsaalai *n.* நெடுஞ் சாலை highway
nee rattoo dhal *n.* நீராட்டுதல் ablution
neechal *n.* நீச்சல் swim
needhi-mozhi *n.* நீதிமொழி aphorism
needitha *a.* நீடித்த chronic
needithirukkakkoodiya *a.* நீடித்திருக்கக்கூடிய durable
neediththiru *v.i..* நீடித்திரு last
neekkam *n.* நீக்கம் cancellation
neekkam *n.* நீக்கம் elimination
neekkam *n.* நிக்கம் removal
neekkaththakka *a.* நீக்கத்தக்க removable
neekku *v.t. .* நீக்கு alleviate
neekku *v.t.* நீக்கு eliminate
neekku *v.t. .* நீக்கு remove
neekku *v.t. .* நீக்கு repeal
neekku *a.* நீக்கு supernatural
neekku-dhal *n.* நீக்குதல் alleviation
neekkuthal *n.* நீக்குதல் repeal
neekro inaththavar *n.* நீக்ரோ இனத்தவள் negress
neel vattam *n.* நீள் வட்டம் oblong
neel vattamaaka *a.* நீள் வட்டமாக oblong
neel vattamaaka *a.* நீள் வட்டமாக oval
neelakkal *n.* நீலக்கல் sapphire
neelakkari *n.* நிலக்கரி coal
neelam *n.* நீலம் blue
neelam *n.* நீளம் length
Neelamaakkap paduththal *n.* நீளமாக்க படுத்தல் prologue
Neelamaakkap paduththal *n.* நீளமாக்க படுத்தல் prolongation
Neelamaakkap paduththuvathu *v.t. .* நீளமாக்க படுத்துவது prolong
neelamaana *a.* நீளமான lengthy
neelamaana *a.* நீளமான long
neelavaattil vettu *v.t. .* நீளவாட்டில் வெட்டு slit
neeluruli *n.* நீளுருளி cylinder
neelvattam *n.* நீள் வட்டம் oval
neenai-vizhat-thal *n.* நீனைவிழத்தல் amnesia
neenda aayul *n.* நீண்டு ஆயுள் longevity
neenda anupavamulla *a.* நீண்ட அனுபவமுள்ள veteran
neenda anupavasaali *n.* நீண்ட அனுபவசாலி veteran
neenda eetti *n.* நீண்ட ஈட்டி lance
neenda kadum vettu *v.t. .* நீண்ட கடும் வெட்டு slash
neenda kurukiya oru kodi *n.* நீண்ட குறுகிய ஒரு கொடி streamer
neenda kurukiya thuvaaram *n.* நீண்ட குறுகிய துவாரம் slit
neenda nadai *n.* நீண்ட நடை stride
neenda thalaikkayiru *n.* நீண்ட தலைக்கயிறு lunge

neenda thoora ottappanthayam *n.* நீண்டு தூர ஒட்டப் பந்தயம் marathon

neenda thoorap pirayaanam *n.* நீண்டதூரப் பிரயாணம் trek

neendu kurukiya thundu *n.* நீண்டு குறுகிய துண்டு strip

neengu *v.t.* நீங்கு desert

neenthu *v.i..* நீந்து swim

neenthumpothu kaiyin asaivu *n.* நிந்தும்போது கையின் அசைவு stroke

neenthumpothu kaiyin asaivu *v.i..* நிந்தும்போது கையின் அசைவு stroll

neenthupavar *n.* நீந்துபவர் swimmer

neer naay *n.* நீர் நாய் seal

neer naay *n.* நீர் நாய் walrus

neer ozhukaatha *a.* நீர் ஒழுகாத watertight

neer paaychu *v.t. .* நீர் பாய்ச்சு irrigate

neer paaychu *v.t. .* நீர் பாய்ச்சு water

neer padiyaatha *a.* நீர் படியாத waterproof

neer ponra *a.* நீர் போன்ற watery

neer puka mudiyaatha thuni *n.* நீர் புக முடியாத துணி waterproof

neer puka mudiyaathapadi sey *v.t. .* நீர் புக முடியாதபடி செய் waterproof

neeraal nirappu *v.t. .* நீரால் நிரப்பு flood

neeraal veliyerru *v.i.* நீ ரால் வெளியேற்று flush

neeraavi *n.* நீராவி steam

neeraavi *n.* நீராவி vapour

neeraavik kappal *n.* நீராவிக் கப்பல் steamer

neerchuzhi *n.* நீர்ச்சுழி whirlpool

neer-eli *n.* நீரெலி beaver

neeril mithakkachey *v.t. .* நீரில் மிதக்கச் செய் waft

neeril moozhkadi *v.i..* நீரில் மூழ்கடி submerge

neerizhivu *n.* நீரிழிவு diabetes

neerk kaalvaay *n.* நீர்க் கால்வாய் gutter

neer-kaakkai *n.* நீர்க்காக்கை cormorant

neerkoozhkik kappal *n.* நீர்முழ்கிக் கப்பல் submarine

neer-kumizhi *n.* நீர்க்குமிழி bleb

neer-kumizhi *n.* நீர்க்குமிழி bubble

neeroorru *n.* நீரூற்று fountain

neerottam *a.* நீரோட்டம் current

neerppaasanam *n.* நீர்ப்பாசனம் irrigation

neerththaarai *n.* நீர்த்தாரை stream

neerththuppokachey *v.t.* நீர்த்துப்போகச் செய் dilute

neerththuppothal *a.* நீர்த்துப்போதல் dilute

neervadikaala *n.* நீர்வடிகால் ditch

neer-veezh-cchi *n.* நீர்வீழ்ச்சி cataract

neesa sthaanam *n.* நீச ஸ்தானம் nadir

neesamaana *a.* நீசமான mean

neethi *n.* நீதி moral

neethi neri aayvu sey *v.t. .* நீதிநெறி ஆய்வு செய் moralize

neethi niyamangalilaatha *a.* நீதி நியமங்களில்லாத lawless

neethi pothanai *n.* நீதி போதனை sermon
neethik kathai *n.* நீதி கதை parable
neethikkathai *n.* நீதிக்கதை fable
neethimanraa vazhakku *n.* நீதிமன்ற வழக்கு suit
neethimanram *n.* நீதிமன்றம் court
neethimanram *n.* நீதிமன்றம் judicature
neethimanraththil aajaraakumpadiyaana athikaarapoorvamaana uththaravu *n.* நீதிமன்றத்தில் ஆஜாராகும்படியான அதிகார பூர்வமான உத்தரவு summons
neethimanraththil vissaranaiyil ulla *a.* நீதிமன்றத்தில் விசாரணையில் உள்ள subjudice
neethipathi *n.* நீதிபதி judge
neethipathi *n.* நீதிபதி magistrate
neethipathi sampanthamaana *a.* நீதிபதி சம்பந்தமான magisterial
neethipathikal *n.* நீதிபதிகள் judiciary
neethipathiyin aluvalakam *n.* நீதிபதியின் அலுவலகம் magistracy
neethipathiyin theerppu *n.* நீதிபதியின் தீர்ப்பு judgement
neeththaar seythi *a.* நீத்தார் செய்தி obituary
neettu *v.t.* நீட்டு lengthen
neettu *v.t.* நீட்டு stretch
nekizhvaana *a.* நெகிழ்வான flexible
nel *n.* நெல் paddy
neli *v.i.* நெளி wriggle
nelinthu nelinthu sel *v.i.* நெளிந்து நெளிந்து செல் snake
nelinthu nelinthu sel *v.t.* நெளிந்து நெளிந்து செல் snap
nelithal *n.* நெளிதல் wriggle
neliyundaaku *n.* நெளியுண்டாக்கு crimp
nellikkaay *n.* நெல்லிக்காய் gooseberry
nempukol *n.* நெம்புகோல் lever
nempukolin velai *n.* நெம்புகோலின் வேலை leverage
nenjuram *n.* நெஞ்சுரம் gallantry
neptyoon kirakam *n.* நெப்டியூன் கிரகம் Neptune
Ner konam *n.* நேர்கோணம் perpendicular
Ner konamaaka *a.* நேர்கோணமாக perpendicular
neraaka *adv.* நேராக straight
neraakku *v.t.* நேராக்கு straighten
neraana *a.* நேரான straight
neradiyaana *a.* நேரடியான direct
nerakkoodiya *a.* நேரக்கூடிய likely
neram *n.* நேரம் time
neram senru *adv.* நேரம் சென்று late
neram thavaraamai *a.* நேரம் தவறாமை punctual
neram thavaraamai *n.* நேரம் தவறாமை punctuality
nera-minmai *a.* நேரமின்மை busy
neri thavarachey *n.* நெறி தவரச்செய் seduce
nermai *n.* நேர்மை honesty
nermai *n.* நேர்மை integrity

nermai *n.* நேர்மை sincerity
nermai mikkavan *n.* நேர்மை மிக்கவன் sportsman
nermaiyaaka *adv.* நேர்மையாக justly
nermaiyaana *a.* நேர்மையான honest
nermaiyaana *a.* நேர்மையான straightforward
nermaiyarra *a.* நேர்மையற்ற dishonest
nermaiyarra thanmai *n.* நேர்மையற்ற தன்மை dishonesty
nermaiyarramanaiviyudaiya *n.* நேர்மையற்றமனைவியுடைய cuckold
nerraiya *adv.* நேற்றறைய yesterday
nerri *n.* நெற்றி forehead
nerru *n.* நேற்று yesterday
nerthiyaana *adj.* நேர்த்தியான elegant
nerththi *n.* நேர்த்தி tidiness
nerththiyaana *a.* நேர்த்தியான neat
nerththiyaana *a.* நேர்த்தியான trim
nerukkadi *n.* நெருக்கடி crisis
nerukka-maana *n.* நெருக்கமான compact
nerukkith thallal *n.* நெருக்கித் தள்ளல் stampede
nerukkiyadiththu vaa *v.i.* நெருக்கியடித்து வா stampede
nerukku *v.t.* . நெருக்கு jam
nerukku ner *n.* நேருக்குநேர் tete-a-tete
nerunghu *v.t.* நெருங்கு close
nerungiya *a.* நெருங்கிய intimate
nerungiya nadpu *n.* நெருங்கிய நட்பு intimacy
nerungiya ulla *a.* நெருங்கிய உள்ள proximate
nerungiyathu *n.* நெருங்கியமான proximity
nerungkivaa *v.i.*. நெருங்கிவா near
nerungkiya *adv.* நெருங்கிய near
neruppu kozhi *n.* நெருப்பு கோழி ostrich
neruppu vai *v.t.* . நெருப்பு வை kindle
neruppup pori *n.* நெருப்புப் பொறி spark
nesa-nadugal *n.* நேசநாடுகள் ally
nesavaalar *n.* நெசவாளர் weaver
nesavin thanmai *n.* நெசவின் தன்மை texture
nesavuththari *n.* நெசவுத்தறி loom
nesikkakoodiya *a.* நேசிக்கக்கூடிய lovable
nesikka-petra *n.* நேசிக்கப்பெற்ற beloved
neytha thuni *n.* நெய்த துணி textile
neyyappatta *a.* நெய்யப்பட்ட textile
neyyappattta thuni *n.* நெய்யப்பட்ட துணி tissue
nibandhanai *a.* நிபந்தனை conditional
nibunar *n.* நிபுணர் agent
nibunar *n.* நிபுணர் artisan
nicchayam *n.* நிச்சயம் assurance
niccha-yithal *v.t.* நிச்சயித்தல betroth
nicchiya-maaga *a.* நிச்சயமாக certain
nicchiya-maana *adv.* நிச்சயமான certainly
nichayam *n.* நிச்சயம் surety
nichayamaaka *a.* நிச்சயமாக downright
nichayamaaka *adv.* நிச்சயமாக surely

nichayamaana *a.* நிச்சயமான infallible

nichayamaana *a.* நிச்சயமான sure

nichayamarra *a.* நிச்சயமற்ற indefinite

nichayamilaatha *a.* நிச்சயமில்லாத uncertain

nichaya-paduthu *v.t.* . நிச்சயப்படுத்து assure

nichchayamaaka *a.* நிச்சயமாக positive

nichchayamaana *a.* நிச்சயமான definite

nichhaya-minmai *n.* நிச்சயமின்மை contingency

nichiya-dhaartham *n.* நிச்சயதார்த்தம் betrothal

nigazh-vu *v.t.* நிகழ்வு befall

nijamaaka *adv.* நிஜமாக indeed

nijamaana *a.* ந்இஜமன real

nijamaana *a.* நிஜமான veritable

nijamaana *a.* நிஜமான very

nikararra *a.* நிகரற்ற incomparable

nikazchi tharunaththil *a.* நிகழ்ச்சி தருணத்தில் occasional

nikazh *v.i.*. நிகழ் occur

nikazha koodiya *adv.* நிகழக் கூடிய probably

nikazhak koodiya *a.* நிகழக்கூடிய possible

nikazhak koodiya *a.* நிகழக் கூடிய probable

nikazhak koodiyathu *n.* நிகழக்கூடியது possibility

nikazhak koodiyathu *n.* நிகழக் கூடியது probability

nikazhakoodiya *adv.* நிகழகூடிய presently

nikazhchi *n.* நிகழ்ச்சி event

Nikazhchi *n.* நிகழ்ச்சி programme

Nikazhchi chey *v.t.* . நிகழ்ச்சி சே programme

nikazhththu *v.t.* . நிகழ்த்து occasion

nikazhvidam *n.* நிகழ்விடம் venue

nikazhvu *n.* நிகழ்வு occurrence

nikazhvuru *v.t.* . நிகழ்வுறு happen

nikzhchi *n.* நிகழ்ச்சி occasion

nil *v.i.*. நில் stand

nila nadukkodu *n.* நில நடுக் கோடு equator

nila nerkkodu *n.* நில நேர்க்கோடு latitude

nilai *n.* நிலை situation

nilai *n.* நிலை standing

nilai niruththa mudiyaatha *a.* நிலை நிறுத்த முடியாத insupportable

nilai perudaiya *a.* நிலை பேறுடைய everlasting

nilai veraakku *v.t.* . நிலை வேறக்கு upset

nilai-mai *n.* நிலைமை condition

nilainaattu *v.i.*. நிலைநாட்டு deem

nilainiruththu *v.t.* . நிலைநிருத்து stabilize

nilaiperudaimai *n.* நிலைபேறுடமை nuance

nilaippaduththu *v.t.* . நிலைப்படுத்து ratify

nilaithiru *v.i.*. நிலைத்திரு persist

nilaiththu iruppathu *n.* நிலைத்திருப்பது persistence

nilaiththu iruppathu *a.* நிலைத்திருப்பது persistent
nilaiyaana *a.* நிலையான sedentary
nilaiyaana *a.* நிலையான set
nilaiyaana *n.* நிலையான permanence
nilaiyaana *a.* நிலையான permanent
nilaiyam *n.* நிலையம் parlour
nilaiyarra *a.* நிலையற்ற shaky
nilai-yattra *adj.* நிலையற்ற astatic
nilaiyiyal *n.* நிலையியல் statics
nilaiyuruthi mikka *adj.* நிலையுருதி மிக்க hardy
nilaiyuruthiyarra *a.* நிலையுருதியற்ற fluid
nilakkari *n.* நிலக்கரி lignite
nilam *n.* நிலம் field
nilam *n.* திட்டம் plot
nilam saarntha *a.* நிலம் சார்ந்த earthen
nilamai *n.* நிலைமை phase
nilamai *n.* நிலைமை position
nilap pirapuththuva murai *a.* நிலப் பிரபுத்துவ முறை feudal
nila-parappu *n.* நிலப்பரப்பு acreage
nilappakuthi *n.* நிலப்பகுதி tract
nilapparappu *n.* நிலப்பரப்பு estate
nilapparappu *n.* நிலப்பரப்பு tract
nilaththalam *n.* நிலத்தளம் ground
nilaththil mey *v.t.* . நிலத்தில் மெய் pasture
nilaththorram *n.* நிலத்தோற்றம் landscape
nilavarai *n.* நிலவறை vault
nila-varai *n.* நிலவறை cellar
nilavu-thogai *n.*pl. நிலவுத்தொகை arrears
nimirnthu *a.* நிமிர்ந்து erect
nimirvurral *n.* நிமிர்வுற்றல் erection
ninai *v.t.* . நினை presume
ninaippu *n.* நினைப்பு presumption
ninaiththukkol *v.t.* . நினைத்துக்கொள் imagine
ninai-vanjili *n.* நினைவஞ்சலி commemoration
ninaivu *n.* நினைவு reminiscence
ninaivuchinnam *n.* நினைவுச்சின்னம் monument
ninaivukkaadsi *n.* நினைவுக்காட்சி imagery
ninaivukkettaatha *a.* நினைவுக்கெட்டாத immemorial
ninai-vukku-varudhal *n.* நினைவிற்குவருதல் anamnesis
ninthai *n.* நிந்தை insult
ninthai *n.* நிந்தை mockery
ninthanai *n.* நிந்தனை taunt
ninthi *v.t.* . நிந்தி vilify
ninthippavar *n.* நிந்திப்பவர் satirist
nipanthanaikal kooru *v.t.* . நிபந்தனைகள் கூறு stipulate
nipunar *a.* நிபுணர் expert
nipunar *n.* நிபுணர் exponent
nipunar *n.* நிபுணர் specialist
nipunaththuvam *n.* நிபுணத்துவம் expert
niraakari *v.t.* . நிராகரி reject
niraakari *v.t.* . நிராகரி veto
niraakarikkappatta *a.* நிர்ராகரிக்கப்பட்ட outcast
niraakarippu *n.* நிராகரிப்பு rejection

niraakariththal *n.* நிராகரித்தல் refund
niraintha *a.* நிறைந்த replete
niraivaana *a.* நிறைவான complete
niraiverru *v.t.* . நிறைவேற்று implement
nirai-vetru *v.t.* . நிறைவேற்று attain
niraivu (vundaagughira) *a.* நிறைவு (உண்டாக்குகிற) complementary
niraivukkedu *n.* நிறைவுக்கேடு fiasco
niraivuru *a.* நிறைவுறு satiable
niram *n.* நிறம் colour
niramarra thiravam *n.* நிறமற்ற திரவம் glycerine
niramikalai kalakka upayoga paduththum oru melliya attai *n.* நிறமிகளை கலக்க உபயோக படுத்தும் ஒரு மெல்லிய அட்டை palette
nirantharamaana *a.* நிரந்தரமான lasting
nirappu *v.t.* . நிரப்பு fill
nirappu *v.t.* . நிரப்பு occupy
nirappu, adai 2 *v.t.* . நிரப்பு, அடை stuff
nirkaamal poyk kondirukkira *a.* நிற்காமல் போய்க் கொண்டிருக்கிற through
nirkum nilai *n.* நிற்கும் நிலை stand
nirmaani *v.t.* . நிர்மாணி make
nir-n'ayam *v.t.* . நிர்ணயம் arbitrate
nir-na'-yithal *n.* நிர்ணயித்தல் arbitration
niroopikkakkoodiya *a.* நீருபிக்கக்கூடிய tenable
niroopiththal *n.* ந்ரூபித்தல் substantiation
niroopiththal *n.* நிரூபித்தல் vindication
nirral *n.* நிற்றல் stoppage
nirr-vakam *n.* நிற்வாகம் agency
niruhththarkurikal *n.* நிறுத்தற்குறிகள் punctuation
niruthak-kuri *n.* நிறுத்தக்குறி apostrophe
niruththakoodiya *a.* நிறுத்தக்கூடிய terminable
niruththam *n.* நிறுத்தம் pause
niruththarkurikal podu *v.t.* . நிறுத்தற்குறிகள் போடு punctuate
niruththivai *v.t.* நிறுத்திவை detain
niruththu *v.t.* நிறுத்து halt
niruththu *v.i.*. நிறுத்து stay
niruththu *v.t.* . நிருத்து stop
niruththu *v.i.*. நிறுத்து pause
niruththuvathu *v.t.* . நிறுத்துவது position
niruthu *v.t.* நிறுத்தி brake
niruthu *v.i.* நிறுத்து cease
niruthu-karuvi *n.* நிறுத்தக்கருவி brake
niruvanam *n.* நிறுவனம் organization
niruvanar *n.* நிறுவனர் founder
niruvu *v.t.* . நிறுவு found
nirvaaga-kattupaadu-kal *n.* நிர்வாகக்கட்டுப்பாடுகள் Bureacuracy
nir-vaagham *n.* நிர்வாகம் administration
nir-vaagha-seya-laalar *n.* நிர்வகாச்ூசேயலார administrator

nir-vaagha-thurkuriya *a.* நிர்வகாதிற்குரிய administrative
nirvaakam serntha *a.* நிர்வாகம் சார்ந்த managerial
nirvaaki *n.* நிர்வாகி manager
nir-vaaki *n.* நிர்வாகி bureaucrat
nirvaanam *n.* நிர்வாணம் nudity
nirvaanamaana *a.* நிர்வாணமான naked
nirvaanamaana *n.* நிர் வாணமான nude`
nirvaanamaka *a.* நிர்வாணமாக nude
nirvaghi *v.t.* . நிர்வகி administer
nirvakiththal *n.* நிர்வகித்தல் management
nisaptham *n.* நிசப்தம் hush
nisaptham *n.* நிசப்தம் silence
nisapthamaana *a.* நிசப்தமான silent
nishpalamaakku *v.t.* . நிஷ்பலமாக்கு counteract
nithaanam *n.* நிதானம் nonchalance
nithaanam *n.* நிதானம் sobriety
nithaanamaaka mel *v.t.* . நிதானமாக மெல் munch
nithaanamaaka nikazhkira *a.* நிதானமாக நிகழ்கிற gradual
nithaanamaana *a.* நிதானமான leisurely
nithaanamaana *a.* நிதானமான sedate
nithaanamaana *a.* நிதானமான sober
nithaanamana *a.* நி தானமான nonchalant
nithaanamarra salanam *n.* நிதானமற்ற சலனம் stagger
nithi *n.* நிதி finance
nithi *n.* நிதி fund

nithi saarntha *a.* நிதி சார்ந்த financial
nivaaranam *n.* நிவாரணம் relief
nivaaranam *n.* நிவாரணம் remedy
nivaa-ranam *v.t.* . நிவாரணம் assuage
niyaamaana *a.* நியாயமான fair
niyaamaana *n.* நியாயமான fair
niyaamaana *a.* நியாயமான rational
niyaamaana *a.* நியாயமான sensible
niyaamaana *a.* நியாயமான legitimate
niyaamena niroopi *v.t.* . நியாயமென நிரூபி justify
niyaappadi vilakkam sey *v.t.* . நிய்யாயப்படி விளக்கம் செய் rationalize
niyaasthalam *n.* நியாஸ்தலம் tribunal
niyaaya aathikkam *n.* நியாய ஆதிக்கம் jurisdiction
niyaayam *n.* நியாயம் justice
niyaayam *n.* நியாயம் logic
niyaayamaana *a.* நியாயமான just
niyaayamarra *a.* நியாயமற்ற unjust
niyaayamenpathu niroopi *v.t.* . நியாயமென்பது நிரூபி vindicate
niyamam *n.* நியமம் standard
niyamamillaatha *a.* நியமமில்லாத unprincipled
niyamanam *n.* நியமனம் appointment
niyami *v.t.* . நியமி appoint
niyutraan *n.* நியூட்ரான் neutron
nizalaaka sey *v.t.* . நிழலாக செய் overshadow
nizhal *n.* நிழல் shade
nizharpadam *n.* நிழற்படம் silhouette
njaanam *n.* ஞானம் lore

njaanam *n.* ஞானம் wisdom

njaanappal *n.* ஞ்ஞானப்பல் wisdom-tooth

njaapakaarththamaana *a.* ஞாபகார்த்தமான monumental

njaapakaarththap porul *n.* ஞாபகார்த்தப் பொருள் memento

njaapakachinnam *n.* ஞாபகச் சின்னம் memorial

njaapakak kuripporul *n.* ஞாபகக் குறிப்பொருள் keepsake

njaapakam *n.* ஞாபகம் memory

njaapakam *n.* ஞ்ஞாபகம் remembrance

njaapakam kol *v.t.* . ஞாபகம் கொள் remember

njaapakappaduththu *v.t.* . ஞ்ஞ்ஞாபகப்படுத்து remind

njaapakappaduththum *a.* ஞாபகப்படுத்தும் reminiscent

njaapakaththil vaikka vendiya *a.* ஞாபகத்தில் வைக்க வேண்டிய memorable

njaapkaarththa malar *n.* ஞாபகார்த்த மலர் souvenir

njaayirruk kizhamai *n.* ஞாயிற்றுக்கிழமை Sunday

noi *n.* நோய ailment

noi *n.* நோய் sickness

noi-pattu *v.t.* . நோய்ப்பட்டு ail

nokkam *n.* நோக்கம் intent

nokkam *n.* நோக்கம் scope

nokkangkonda *a.* நோக்கங் கொண்ட intent

nokki *prep.* நோக்கி towards

nokku *v.i.* நோக்கு look

nokku nilai *n.* நோக்கு நிலை standpoint

nondi *n.* நொண்டி cripple

nondi *v.t.* . நொண்டி lame

nondiyaana *a.* நொண்டியான lame

nool *n.* நூல் thread

nool *n.* நூல் yarn

nool kothidu *v.t.* . நூல் கோத்திடு thread

nool noorpavar *n.* நூல் நூற்பவர் spinner

nool surrum kathir *n.* நூல் சுற்றும் கதிர் spindle

noolaala iyakkappadum pommai *n.* நூலால இயக்கப்படும் பொம்மை puppet

noolakam *n.* நூலகம் library

noolka aluvalar *n.* நூலக அலுவலர் librarian

nool-kandu *n.* நூல்கண்டு clew

nooravadhu-aandu-vizha *n.* நூறாவதாண்டு விழா centenary

noorkandu *n.* நூற்கண்டு skein

noor-rogai +*n.* நூற்றொகை bibliography

nooru *n.* நூறு cent

nooru *n.* நூறு hundred

nooru-kodi *n.* நூறுகோடி billion

nooru-vayadhir-kadhigamaana *n.* நூறுவயதிற்குமதிகமான centenarian

noothanamaakak kandupidi *v.t.* . நூதனமாகக் கண்டுபிடி invent

nootraandu *n.* நூற்றாண்டு century

nootraandu-niraivu *adj.* நூற்றாண்டு நிறைவு centennial

norukku *v.i.* நொறுக்கு crash
norukku *v.t.* . நோறுக்கு shatter
norukku *v.t.* . நொறுக்கு smash
nosivizai *n.* நொசிவிழை nylon
nottam *a.* நோட்டம் look
noy *n.* நோய் disease
noyaali *n.* நோயாளி invalid
noyaali *n.* நோயாளி patient
noyaalikalai thookkich selvatharakaana oru saathanam *n.* நோயாளிகளை தூக்கிச் செல்வதற்க்கனா ஒரு சாதனம் stretcher
noyari *v.t.* நோயறி diagnose
noyarithal *n.* நோயறிதல் diagnosis
noyinaal varunthu *n.* நோயினால் வருந்து smart
noyth theeviram *n.* நோய்க் தீவிரம் malignancy
noyurra *a.* நோயுற்ற ill
noyurra *a.* நோயுற்ற morbid
nudpam *n.* நுட்பம் mechanism
nudpamaaka aaraay *v.t.* . நுட்பமாக அராய் scan
nudpamaana aaraaychi *n.* நுட்பமான ஆராய்ச்சி scrutiny
nukaththadi *n.* நுகத்தடி yoke
numoniyaa kaaychchal ந்யுமோனியா காய்ச்சல் pneumonia
nun manal *n.* நுண் மணல் ooze
nuni *n.* நுனி tip
nunkathir alai *n.* நுண்கதிர் அலை microwave
nunmai *n.* நுண்மை sensibility
nunnarivu *n.* நுண்ணறிவு insight
nunniya *n.* நுண்ணிய subtle
nunnuyirkkaaychchal *n.* நுண்ணியிர் காய்ச்சல் dengue
nunn-vuyari *n.* நுண்வுயரி bacteria
nunpadalam *n.* நுண்படலம் microfilm
nunporul aayvuk kotpaattil saarntha *a.* நுண்பொருள் ஆய்வுக் கோட்ப்பாட்டில் சார்ந்த metaphysical
nunukkam *n.* நுணுக்கம் subtlety
nunukkamaana velaippaadu *n.* நுணுக்கமான வேலைப்பாடு workmanship
nuraikkachey *v.t.* . நு ரைக்கச் செய் foam
nuraimethai *n.* நுரை மெத்தை foam
nu-yeizh-vai *n.* நுை◌ழவை admission
nuzhai *v.t.* நுழை enter
nuzhaivaayil *n.* நுழைவாயில் entrance
nyana-snaanam *n.* ஞானஸ்நானம் baptism
nyana-snaanam-sei *+v.t.* . ஞானஸ்நானம்செய் baptize

O

odaamal iru *v.i.* ஓ! ாமல் இரு stagnate
odam *n.* ஓடம் boat
od-e-marai *v.i.* ஓடிமறை abscond
odhukki *n.* ஒதுக்கி aside
odipothal *v.i.* ஓடிப்போதல் elope
ods thaaniyam *n.* ஓட்ஸ் தானியம் oat

odu *v.i.* ஓடு race

odu *v.i..* ஓடு run

odukalaal koorai sey *n.* ஓடு tile

odukalaal koorai sey *v.t. .* ஓடுகளால் கூரை செய் tile

odukku *v.t. .* ஒடுக்கு constrict

odupavar *n.* ஓடுபவர் runner

oili-pezhai *n.* ஒலிப்பேழை cassette

olai ezhuthapavar *n.* சிறு வெளி ஈடு உபயோக படுத்தபவர் pamphleteer

oli *n.* ஒலி clink

oli *n.* ஒலி creak

oli *n.* ஒளி lustre

oli *n.* ஒளி radiance

oli *n.* ஒளி shine

oli n ஒலி sound

oli champanthappatta *a.* ஒழி சம்பந்தப்பட்ட phonetic

oli champanthappatta padippu *n.* ஒழி சம்பந்தப்பட்ட படிப்பு phonetics

oli kathirkal *n.* ஒளி கதிர்கள் radiation

oli mangkiya *a.* ஒளி மங்கிய grey

oli paaychu *v.i..* ஒளி பாய்ச்சு irradiate

oli pukaatha *n.* ஒளி புகாத opacity

oli pukaatha *a.* ஒளி புகாத opaque

oli saarntha *a.* ஒளி சார்ந்த optic

oli saarntha *a.* ஒலிசார்ந்த sonic

oli sey *v.i..* ஒலி செய் sound

oli tharukira *a.* ஒளி தருகிற refulgent

olik kathirkalai veliyiduvathu *a.* ஒளிக் கதிர்களை வெளியிடுவது radiant

olik kathirkalai veliyiduvathu *v.t. .* ஒளிக் கதிர்களை வெளியிடுவது radiate

olikkathir *n.* ஒளிக்கதிர் ray

olimayamaana *a.* ஒளிமயமான lustrous

olimikai *v.t. .* ஒலிமிகை supersede

olimpik vilaiyaattu *n.* ஒலிம்பிக் விளையாட்டு olympiad

olinthiru *v.i..* ஒளிந்திரு lurk

oliparappu *v.t. .* ஒலிபரப்பு radio

oliparappu *v.t. .* ஒலிபரப்பு televise

oli-parappu *n.* ஒலிபரப்பு broadcast

oliparappu, pliparappu *n.* ஒலிபரப்பு, ஒளிபரப்பு telecast

oliparappum arai *n.* ஒலிபரப்பும் அறை studio

oliparapputhal *v.t. .* ஒளிபரப்புதல் telecast

oliparppu karuvi *n.* ஒலிபரப்பு கருவி wireless

olippaan *n.* ஒலிப்பான் horn

olir *v.i..* ஒளிர் glow

oliriyam *n.* ஒளிரியம் neon

olirthal *n.* ஒளிர்தல் glow

olirvu *adv.* ஒளிர்வு aglow

oliththu vai *v.t. .* ஒளித்து வை hide

oliyai kurai *n.* ஒலியை குறை mute

oliyezuppu *v.i..* ஒலியெழுப்பு rumble

oliyiyal *n.* ஒலியியல் acoustics

oli-yulla *a.* ஒளியுள்ள brilliant

olli-parppu *v.t* ஒளிபரப்பு broadcast

olliyaana *a.* ஒல்லியான thin

on' dru ஒன்று *a.*

ondrukku el iruppathu *n.* ஒன்றுக்கு மேல் இருப்பது plurality

ondrukku mel iruppathu *a.* ஒன்றுக்கு மேல் இருப்பது plural

ondrukku mel kalyaanam pannupavar *a.* ஒன்றுக்கு மேல் கல்யாணம் பண்ணுபவர் polygamous

ondrukku mel kalyaanam pannupavar *n.* ஒன்றுக்கு மேல் கல்யாணம் பண்ணுபவர் polygamy

onghal *n.* ஓங்கல் cliff

onpathaavathu *a.* ஒன்பத்தாவது ninth

onpathu *n.* ஒன்பது nine

onraaga *n.* ஒன்றாக assimilation

onraaka *adv.* ஒன்றாக jointly

onraaka *n.* ஒன்றாக oneness

onraakku-dhal v. ஒன்றாக்குதல் assimilate

onrai arikuriyaakaka karuthum pazhakkam *n.* ஒன்றை அறிகுறியாகக் கருதும் பழக்கம் symbolism

onraikkaondiraatha *a.* ஒன்றைக் கொண்டிராத devoid

onraiyum paathikaatha *a.* ஒன்றையும் பாதிக்காத immaterial

onranpaal *a.* ஒன்றன்பால் neuter

onrin mel onraaka *v.t.* . ஒன்றின் மேல் ஒன்றாக overlap

onrin mel onraaka vai *n.* ஒன்ரின் மேல் ஒன்றாக வை overlap

onru *a.* ஒன்று one

onru *art.* ஒன்று an

onru koodu *v.t.* . ஒன்று கூடு rally

onru ser *v.t.* . ஒன்று சேர் fasten

onru ser *v.i.* ஒன்று சேர் mass

onru ser *v.t.* . ஒன்று சேர் merge

onru serththal *n.* ஒன்று சேர்த்தல் merger

onrukkonru saarpulla *a.* ஒன்றுக்கொன்று சார்புள்ள interdependent

onrum illai *adv.* ஒன்றும் இல்லை none

onrumillai *n.* ஒன்றும்மில்லை nothing

onrumillai *adv.* ஒன்றுமில்லை nothing

onrupaduththal *n.* ஒன்றுப்அடுத்தல் unification

onru-paduthu *v.t.* ஒன்றுபடுத்து consolidate

onru-patta *adj.* ஒன்றுபட்ட corporate

onrupol illaamai *a.* ஒன்றுபோல் இல்லாமை dissimilar

oodaravu *v.t.* . ஊடரவு penetrate

oodaravuthal *n.* ஊடரவுதல் penetration

oodha *a.* ஊதா blue

oodu izai *n.* ஊடு இழை woof

ookam *n.* ஊகம் guess

ookam *n.* ஊகம் speculation

ookam sey *v.i.* ஊகம் செய் guess

ookam sey *v.t.* . ஊகம் செய் hazard

ooki *v.t.* . ஊகி surmise

Ookka vaippathu *n.* ஊக்க வைத்தல் provocation

Ookka vaiththal *v.t.* . ஊக்க வைத்தல் provoke

ookkam *a.* ஊக்கம் diligent

ookkam *n.* ஊக்கம் motivation

ookkam *a.* ஊக்கம் provocative

ookkamali *v.t. .* ஊக்கமளி foster

ookkamali *v.t. .* ஊக்கமளி inspire

ookkamalikkum unavu *n.* ஊக்கமளிக்கும் உணவு stimulant

ookkamillaatha *a.* ஊக்கமில்லாத listless

ookkamoottu *v.t.* ஊக்கமூட்டு encounter

ookkamoottu *v.t.* ஊக்கமூட்டு encourage

ookkamoottu *v.t. .* உக்கமூட்டு spur

ookkamoottu *v.t. .* ஊக்கமூட்டு stimulate

ookkamudaiya *n.* ஊக்கமுடைய diligence

ookkangkedu *v.t.* ஊக்கங்கெடு discourage

ookki *n.* ஊக்கி stimulus

oomaikkadsi nadikar *n.* ஊமைக்காட்சி நடிகர் mummer

oomaiyaana *a.* ஊமையான dumb

oonam *n.* ஊனம் handicap

oonama *n.* ஊனம் disability

oonamaana *a.* ஊனமான disabled

oonamurravar *v.t. .* ஊனமுற்றவர் handicap

oonappaduththu *v.t.* ஊனப்படுத்து disable

oonjsal *n.* ஊஞ்சல் swing

oonrip paar *v.t. .* ஊன்றிப் பார் scrutinize

oookkuviththal v. ஊக்குவித்தல் motivate

oora vai *v.t. .* ஊற வை leach

oora vai *v.t. .* ஊற வை saturate

oorral *n.* ஊற்றல் infusion

oorredu *v.i..* ஊற்றெடு well

oorru *v.i..* ஊற்று spill

oorthal *v.t.* ஊர்தல் crawl

oo-ru-dhal *adj.* ஊறுதல் adnascent

oorukkaay *n.* ஊறுகாய் pickle

oorukkaay pannuvathu *v.t. .* ஊறுகாய் பண்ணுதல் pickle

oorvalam *n.* ஊர்வலம் rally

oorvalam *n.* ஊர்வலம் parade

oorvalam *n.* ஊர்வலம் procession

oorvalam povathu *v.t. .* ஊர்வலம் போவது parade

oosalaadal *n.* ஊசலாடல் sway

oosalaadu *v.t.* ஊசலாடு commute

oosalaadu *v.i..* ஊசலாடு sway

oosalaadu *v.i..* ஊசலாடு swing

oosi *n.* ஊசி needle

oosi moolam udampil marunthu yerruthal *n.* ஊசி மூலம் உடம்பில் மருந்து ஏற்றுதல் injection

oosiyilai maram *n.* ஊசியிலை மரம் fir

oothaa niram *n.* ஊத நிறம் violet

oothaari *n.* ஊதாரி spendthrift

oothaariththanam *n.* ஊதாரித்தனம் prodigality

oothaariththanamaaka *a.* ஊதாரித்தனமாக prodigal

oothaariththanamaana chelavu *n.* ஊதாரிதன்மான செலவு profligacy

oothaariththanamaana chelavu *a.* ஊதாரிதன்மான செலவு profligate

oothariththanam *n.* ஊதாரித்தன,ம் extravagance

oothiyam *n.* ஊதியம் emolument

oothiyam *n.* ஊதியம் remuneration

oothiyam kodu *v.t.* . ஊதியம் கொடு remunerate

oothoiyam kidaikkum *a.* ஊதியம் கிடைக்கும் remunerative

oothu *v.t.* . ஊது wind

oothuvathu *v.t.* . ஊதுவது winnow

ootta saththu *n.* ஊட்ட சத்து nutrition

ootta saththu mikka *a.* ஊட்ட சத்து மிக்க nutritive

ootta vidu *v.t.* . ஊட்ட விடு suckle

oottak kuraivu *n.* ஊட்டக் குறைவு malnutrition

oottam *n.* ஊட்டம் nourishment

oottamali *v.t.* . ஊட்டமளி nourish

oottamikka *a.* ஊட்டமிக்க nutritious

oottu *v.t.* . ஊட்டு feed

oottu *v.t.* . ஊட்டு infuse

oo-vappu *n.* உவப்பு acclamation

oozhiyam sey *v.i.*. ஊழியம் செய் minister

oozhiyan *n.* ஊழியன் menial

oppaavanam *n.* ஒப்பாவணம் deed

oppaayvu *n.* ஒப்பாய்வு verification

oppadai *v.t.* ஒப்படை charge

oppadai *v.t.* . ஒப்படை consign

oppadai *v.t.* ஒப்படை deliver

oppadai *v.t.* ஒப்படை deposit

oppadai-thal *n.* ஒப்படைத்தல் consignment

oppanai *a.* ஒப்பனை cosmetic

oppandam *n.* ஒப்பந்தம் agreement

oppandham *a.* ஒப்பந்தம் affirmative

oppandham *n.* ஒப்பந்தம் contract

oppantham *n.* ஒப்பந்தம் entreaty

oppantham *n.* ஒப்பந்தம் pact

oppanthappaththiram n ஒப்பந்தப் பத்திரம் memorandum

oppidu *v.t.* . ஒப்பிடு liken

oppidu *v.t.* . ஒப்பிடு tally

oppidu-dhal *n.* ஒப்பிடுதல் comparison

oppidum-thanmai *a.* ஒப்பிடும்தன்மை comparative

oppiththal *n.* ஒப்பித்தல் recital

opp-padai-ppu *v.t.* , ஒப்படைப்பு abdicate

opp-padai-th-thal *n.* ஒப்படைத்தல் abdication

oppu-dhal & ஒப்புதல் accept

oppu-dhal *n.* ஒப்புதல் assent

oppu-koll *v.t.* . ஒப்புக்கொள் avow

oppu-koll *v.t.* ஒப்புக்கொள் confess

oppu-kolla-thakka-dhu *a.* ஒப்புகொள்ளதக்கது acceptable

oppu-kolludhal *n.* ஒப்புக்கொள்ளுதல் confession

oppu-mai *a.* ஒப்புமை analogous

oppuvi *v.t.* . ஒப்புவி recite

oppuvi *v.t.* . ஒப்பவி submit

oppuviththal *n.* ஒப்புவித்தல் recitation

or alakkum karuvi *n.* ஓர் அளக்கும் கருவி meter

orakkan paarvai *n.* ஓரக்கண் பார்வை squint
orakkanaal paar *v.i.*. ஓரக்கண்ணால் பார் squint
oram *n.* ஓரம் border
oram *n.* ஓரம் brink
oram *n.* ஓரம் margin
oram kattappattiru *v.t.* . ஓரம் கட்டப்பட்டிரு fringe
orasai konda *a.* ஓரச்சை கொண்ட monosyllabic
orasaichol *n.* ஓரசைச் சொல் monosyllable
ore ennaththudan iru *v.t.* . ஒரே எண்ணத்துடன் இரு obsess
ore maathiriyaaka amaiththal *n.* ஒரே மாதிரியாக அமைத்தல் standardization
ore maathiriyaana *n.* ஒரே மாதிரியான prototype
ore nilai *a.* ஒரே நிலை equilateral
ore nilai *a.* ஒரே நிலை equivocal
ore oru *a.* ஒரே ஒரு single
ore peyarulla marroruvar *n.* ஒரே பெயருள்ள மற்றொருவர் namesake
ore porulaidaiya *a.* ஒரே பொருளுடைய synonymous
ore samayam nikazhkira *a.* சம்மாக நிகழ்கிற simultaneous
ore thadavaiyil pla kuttikal eenum *a.* ஒரே தடவையில் பல குட்டிகள் ஈனும் multiparous
ore thanmai *n.* ஒரே தன்மை identity
ore-mikka-valarcchi *v.t.* . ஓர்மிக்கவளர்ச்சி accrete
orey-madhiri *a.* ஒரேமாதிரி alike
orey-vagai-yaana *adj.* ஒரேவகையான cognate
oridaththil vai *v.t.* . ஓரிடத்தில் வை station
oridaththileye irukkachey *v.t.* . ஓரிடத்திலேயே இருக்கச்செய் localize
o-rina-paduthal *n.* ஓரினப்படுத்தல் co-ordination
orrai *a.* ஒற்றை odd
orraik kan kannaadi *n.* ஒற்றைக் கண் கண்ணாடி monocle
orraikkal sirpam *n.* ஒற்றைக்கல் சிற்பம் monolith
orraiththalaivali *n.* ஒற்றைத் தலைவலி migraine
orrumai *n.* ஒற்றுமை likeness
orrumai *n.* ஒற்றுமை resemblance
orrumai *n.* ஒற்றுமை similarity
orrumai *n.* ஒற்றுமை solidarity
orrumai *n.* ஒற்றுமை union
orrumai *n.* ஒற்றுமை unison
orrumai *n.* ஒற்றுமை unity
orrumai ulla *v.t.* . ஒற்றும்மை உள்ள resemble
orruthal *n.* ஓட்டுதல் ride
oru *pron.* ஒரு one
oru dajan *n.* ஒரு டஜன் twelve
oru kaaladi *n.* ஒருகால் அடி step
oru kadavul vazipaadu *n.* ஒரு கடவுள் வழிபாடு monotheist

oru kanipporul *n.* ஒரு கனிப்பொருள் serpentine
oru kappar padai *n.* ஒரு கப்பற் படை squadron
oru kurippitta muraiyil *a.* ஒரு குறிப்பிட்ட முறையில் methodical
oru maakaanaththirkuriya *a.* ஒரு மாகாணத்திற்குரிய territorial
oru mani neram *n.* ஒரு மணி நேரம் hour
oru maram *n.* ஒரு மரம் pine
oru moolai *n.* ஒரு மூலை nook
oru murai *adv.* ஒரு முறை once
oru murai *adv.* ஒரு முறை only
oru muzhu pirivu *n.* ஒரு முழு பிரிவு unit
oru n irami *a.* ஒருநிறமி monochromatic
oru naaliravu *adv.* ஒரு நாளிரவு overnight
oru nimisham *n.* ஒரு நிமிஷம் minute
oru pakkamaaka thallu *v.t.* ஒரு பக்காமாக தள்ளு shunt
oru pallam *n.* ஒரு பள்ளம் scotch
oru porulai adaiya paadupaduvathu *v.t.* ஒரு பொருளை அடைய பாடுபடுவது woo
oru saan *n.* ஒரு சாண் span
oru siriya odai *n.* ஒரு சிறிய ஓடை streamlet
oru siriya theeppun *n.* ஒரு சிறிய தீப்புண் singe
oru tan edai *n.* ஒரு டன் எடை ton
oru thallu *n.* ஒரு தள்ளு jostle
oru thesaththil pesappadum mozhi *n.* ஒரு தேசத்தில் பேசப்படும் மொழி vernacular
oru thravam *n.* ஒரு தரவம் phosphate
oru thravam *n.* ஒரு தரவம் phosphorus
oru uruppinaraaka irukkum nilai *n.* ஒரு உறுப்பினராக இருக்கும் நிலை membership
oru vaakyaththin oru paakam *n.* ஒரு வாக்யத்தின் ஒரு பாகம் predicate
oru vaaram *n.* ஒரு வாரம் week
oru vakai (sarj) thuni *n.* ஒருவகைத் ("சர்ஜ்") துணி serge
oru vakai ezhuththu *n.* ஒரு வகை எழுத்து postscript
oru vakai kaalaan *n.* ஒரு வகை காளான் mildew
oru vakai kaalai *a.* ஒரு வகை காளை matchless
oru vakai kadar paravai *n.* ஒருவகை கடற் பறவை mew
oru vakai kappal *n.* ஒரு வகை கப்பல் pinnacle
oru vakai manvetti *n.* ஒருவகை மண்வெட்டி mattock
oru vakai meen *n.* ஒரு வகை மீன் whiff
oru vakai paravai *n.* ஒரு வகை பறவை magpie
oru vakai poo *n.* ஒரு வகை பூ daisy
oru vakai poo *n.* ஒரு வகை பூ dandelion

oru vakai por vimaanam *n.* ஒருவகை போர் விமானம் jet

oru vakai thuni *n.* ஒரு வகை துணி poplin

oru vakai uruvani *n.* ஒருவகை உருவணி metaphor

oru vakai vilaiyaattu *n.* ஒரு வகை விளையாட்டு polo

oru vakaiyaana kuthirai *n.* ஒரு வகையான குதிரை pony

oru varissai *n.* ஒரு வரிசை tier

orumaippaadu *n.* ஒருமைப் பாடு unanimity

orumanappatta *a.* ஒருமனப்பட்ட unanimous

orumikka *adv.* ஒருமிக்க together

orumunai-paduthu *v.t.* ஒருமுனைப்படுத்து concentrate

orunginai-thal *a.* ஒருங்கிணைத்தல் co-ordinate

orupaal punarchi aadavar *n.* ஒருபல் புணர்ச்சி ஆடவர் sodomite

orupadiththaana *a.* ஒருபடித்தான homogeneous

orusaarpaana *n.* ஒரு சார்ப்பான partiality

oruthaara manam *n.* ஒருதார மணம் monogamy

oruvakai kadarparavai *n.* ஒருவகைக் கடற்பறவை stern

oruvakai kozhi *n.* ஒருவகை கோழி leghorn

oruvakai mutsedi *n.* ஒருவகை முட்செடி thistle

oruvakai ottunnichedi *n.* ஒருவகை ஒட்டுண்ணிச் செடி mistletoe

oruvakai paadal *n.* ஒருவகை பாடல் lyric

oruvakai saaraayam *n.* ஒருவகை சாராயம் whisky

oruvakai sivantha pazaham *n.* ஒருவகை சிவந்த பழம் strawberry

oruvakai ullaadai *n.* ஒருவகை உள்ளாடை smock

oruvakai vettai naay *n.* ஒருவகை வேட்டை நாய் spaniel

oruvar solla pirar ezhuthuthal *n.* ஒருவர் சொல்ல பிறர் எழுதுதல் dictation

oruvar udaarum peedam *n.* ஒருவர் உட்காரும் பீடம் stool

oruvarai thirumanam seythukollap pokum napar *a.* ஒருவரை திருமணம் செய்துகொள்ளப் போகும் நபர் would-be

oruvaraippol nadi *v.t.* . ஒருவரைப் போல் நடி impersonate

oruvaraiyum suttik kurikkaatha *a.* ஒருவரையும் சுட்டிக் குறிக்காத impersonal

oruvarathu surukkamaana vaazhkkai varalaaru *n.* ஒருவரது சுருக்கமான வாழ்க்கைச் வரலாறு memoir

oruvarin *a.* ஒருவரின் solo

oruvarin nirkkum vitham *n.* ஒருவரின் நிற்கும் விதம் posture

oruvarukkethiraaka oruvar *n.* ஒருவருக்கெதிராக ஒருவர் single

oruvarukku serum pangku *n.* ஒருவருக்குச் சேரும் பங்கு share

oruvarum illai *pron.* ஒருவரும் இல்லை nobody

oruvarum illai *pron.* ஒருவரும் இல்லை none

oruvaziyaaka *adv.* ஒருவழியாக nonetheless

oruvelai *adv.* ஒருவேளை perhaps

oruvithak kuzhampu *n.* ஒருவிதக் குழம்பு ketchup

osaiyarra *a.* ஓசையற்ற mute

osaiyudan muththamidu *v.t.* . ஓசையுடன் முத்தமிடு smack

osaiyunadaakku *v.i.*. ஓசையுண்டாக்கு jingle

otha' *a.* ஒத்த coherent

otha-zhai *n.* ஒத்துழை concert

othidu *v.t.* ஒத்திடு compare

othiru *v.i.* ஒத்திரு coincide

othi-vai *v.t.* . ஒத்திவை adjourn

othivei-dhal *n.* ஒதத்திவைத்தல் adjournment

oththa parimaanamulla *a.* ஒத்த பரிமாணமுள்ள symmetrical

oththa thanmai *n.* ஒத்த தன்மை symmetry

oththaasai *n.* ஒத்தாசை succour

oththikai *n.* ஒத்திகை rehearsal

oththikai paar *v.t.* . ஒத்திகை பார் rehearse

oththisaivudaiya *a.* ஒத்திசைவுடைய harmonious

oththuk kolvathu *v.t.* . ஒத்து கொள்வது profess

oththumaiyaaka iruppathu *n.* ஒத்துமையாக இருப்பது parallelism

othukki vai *v.t.* ஒதுக்கி வை exclude

othukki vai *v.t.* . ஒதுக்கி வை rusticate

othukki vaiththal *n.* ஒதுக்கி வ்வைத்தல் rustication

othukkivaiththal *n.* ஒதுக்குவைத்தல் rusticity

othukkollamudiyaatha *a.* ஒத்துக்கொள்ளமுடியாத disagreeable

othungkiya *a.* ஒதுங்கிய secluded

othunguthal *n.* ஒதுங்குதல் evasion

othu-zhai *v.i.* ஒத்துழை co-operate

othu-zhaippu *n.* ஒத்துழைப்பு co-operation

ottagam *n.* ஒட்டகம் camel

ottai *n.* ஓட்டை leak

ottai poduvathu *v.t.* . ஓட்டை போடுவது perforate

ottakachivingi *n.* ஒட்டகச் சிவிங்கி giraffe

ottal *n.* ஓட்டல் hotel

ottam *n.* ஓட்டம் flow

ottam *n.* ஓட்டம் run

ottap-patta *v.t.* . ஒட்டப்பட்ட conglutinat

ottii-ulla *a.* ஒட்டி யுள்ள adjacent

ottinai'-vaana *adj.* ஒட்டிணைவான cohesive

ottiyaanam *n.* ஒட்டியாணம் girdle

ottrumai *n.* ஒற்றுமை conformity

ottu *v.t.* . ஓட்டு ride

ottu *v.t.* . ஒட்டு stick

ottu *v.t.* . ஒட்டு paste
ottu kel *v.t.* . ஒட்டு கேள் overhear
ottu pakuthi *n.* ஒட்டு பகுதி patch
ottu podu *v.t.* . ஒட்டு போடு graft
ottu podu *v.t.* . ஒட்டு போடு patch
ottukkol *n.* ஒட்டிக்கொள் adherence
ottunar *n.* ஓட்டுனர் coachman
ottunar *n.* ஓட்டுநர் cyclist
ottunar *n.* ஓட்டுநர் driver
ottunni *n.* ஒட்டுண்ணீ parasite
ottunthanmai *n.* ஒட்டுந்தன்மை sticky
ottupavar *n.* ஓட்டுபவர் rider
ottupavar *n.* ஒட்டுபவர் sticker
ottuthal *n.* ஓட்டுதல் drive
oviyam *n.* ஓவியம் painting
oviyar *n.* ஓவியர் creator
ovvaaatha peyar *n.* ஒவ்வத பெயர் misnomer
ovvaamai *n.* ஒவ்வாமை allergy
ovvaamai *n.* ஒவ்வாமை variance
ovvaatha *a.* ஒவ்வாத inapplicable
ovvoru *a.* ஒவ்வொரு each
ovvoru *pron.* ஒவ்வொரு each
ovvoru *a.* ஒவ்வொரு every
ovvoru *prep.* ஒவ்வொரு per
oyaadha *~a.* ஓயாத ceaseless
oyvedu *v.i.*. ஓய்வெடு rest
oyvu *a.* ஓய்வு leisure
oyvu *n.* ஓய்வு relaxation
oyvu *n.* ஓய்வு repose
oyvu *n.* ஓய்வு rest
oyvu neram *n.* ஓய்வு நேரம் leisure
Oyvu oothiyam *n.* ஒய்வு ஊதியம் pension
Oyvu oothiyam vaangak koodiya *a.* ஒய்வு ஊதியம் வாங்கக்கூடிய pensive
Oyvu oothiyam vaangum nabar *n.* ஒய்வு ஊதியம் வாங்கும் நபர் pensioner
Oyvu oothiyam vazhanguthal *v.t.* . ஒய்வு ஊதியம் வழங்குதல் pension
oyvu peru *v.i.*. ஓய்வு பெறு retire
oyvu peruthal *n.* ஓய்வு பெறுதல் retirement
ozhi *v.t.* . ஒழி abolish
ozhi th' al v. ஒழித்தல் abolition
ozhukal *n.* ஒழுகல் leakage
ozhukka gunam *n.* ஒழுக்க குணம் propriety
ozhukkak katuuppaadu illaathavar *n.* ஒழுக்கக் கட்டுப்படு இல்லாதவர் libertine
ozhukkam *v.t.* ஒழுக்கம் conduct
ozhukkam *n.* ஒழுக்கம் discipline
ozhuk-kam *a.* ஒழுக்கம் amoral
ozhukkam atra iruppathu *v.t.* . இழக்கம் அற்ற இருப்பது paw
ozhukkaminam *n.* ஒழுக்கமின்மை immorality
ozhukkangketta *a.* ஒழுக்கங்கெட்ட immoral
ozhuku *v.i.*. ஒழுகு leak
ozhuku *v.i.*. ஒழுகு trickle
ozhukuthal *n.* ஒழுகுதல் drip
ozhungamaivu *n.* ஒழுங்கமைவு format
ozhungarra *a.* ஒழுங்கற்ற irregular
ozhun-gatrra *a.* ஒழுங்கற்ற anomalous

ozhungeenamundaakku *v.t.* . ஒழுங்கீனமுண்டாக்கு muddle
ozhunginmai *n.* ஒழுங்கின்மை indiscipline
ozhungkaaka kaththari *v.t.* . ஒழுங்காக கத்தரி trim
ozhungkaaka varisaippaduththu *v.t.* ஒழுங்காக வரிசைப்படுத்து marshal
ozhungkamaivu sey *v.t.* . ஒழுங்கமைவு செய் formulate
ozhungkarra *n.* ஒழுங்கற்ற disorder
ozhungkarra *a.* ஒழுங்கற்ற spasmodic
ozhungku *n.* ஒழுங்கு system
ozhungkupaduththu *v.t.* . ஒழுங்குபடுத்து systematize
ozhungkupaduththu *v.t.* . ஒழுங்குப்படுத்து tidy
ozhungu *n.* ஒழுங்கு prefect
ozhungu muraikalai yerpaduththupavar *n.* ஒழுங்கு முறைகளை ஏற்படுத்துபவர் martinet
ozukkam *v.t.* ஒழுக்கம் debauch
ozungkaaka *a.* ஒழுங்காக orderly
ozungkupaduththuthal *n.* ஒழுங்குப்படுத்துதல் regulation
ozungupaduththu *v.t.* . ஒழுங்குபடுத்து range
ozungupaduththu *v.t.* . ஒழுங்குப்படுத்து regulate
ozungupaduththupavar *n.* ஒழுங்குபடுத்துபவர் regulator

P

paachum-idam *n.* பாச்சுமிடம் anchorage
paadagar-kuzhu *n.* பாடகர்குழு choir
paadakar *n.* பாடகர் songster
paadakkoppu *n.* பாடக்கோப்பு course
paadalaasiriyar *n.* பாடலாசிரியர் lyricist
paadalkal *n.* பாடல்கள் poetics
paadal-vagai *n.* பாடல்வகை antiphony
paadam *n.* பாடம் lesson
paadam patri katru kudukkum murai *n.* பாதம் பற்றி கற்றுகுடுக்கும் முறை pedagogy
paadam, chattam *n.* பாடம், சட்டம் precept
paadar-thoguppu *n.* பாடற்தொகுப்பு anthology
paadath thakuntha *a.* பாடத் தகுந்த lyrical
paadath thittam *n.* பாடத் திட்டம் syllabus
paadathittam *n.* பாடதிட்டம் curriculum
paa-dhaa-lam *n.* பாதாளம் abyss
paa-dhi-t-thal *v.t.* . பாதித்தல் affect
paadi-piyaar *n.* பாதிபியார் bishop
paadu *n.* பாடு chant
paadum oru kuruvi *n.* பாடும் ஒரு குருவி nightingale
paadupadu *v.i.*. பாடுபடு strive
paadupadu *v.i.*. பாடுபடு toil
paadupavar *n.* பாடுபவர் singer
paadupavar *n.* பாடுபவர் warbler
paagu-paduthu *v.t.* பாகுபடுத்து classify

paakam *n.* பாகம் part

paakangkalaaka velivarum *a.* பாகங்களாக வெளிவரும் serial

paakku *n.* பாக்கு areca

paal *n.* பால் milk

paal *n.* பால் sex

paal kara *v.t.* . பால் கற milk

paal kodukkira *a.* பால் கொடுக்கிற milch

paal ponra *a.* பால் போன்ற milky

paal sampanthamaana *a.* பால் சம்பந்தமான sexual

paal suraththal *v.i.*. பால் சுரத்தல் lactate

paalaadai-katti *n.* பாலாடைக்கட்டி cheese

paalaivana solai *n.* பாலைவன சோலை oasis

paalaivanam *n.* பாலைவனம் desert

paalạm *n.* பாலம் bridge

paalam *adj.* பாளம் crump

paaledu *n.* பாலேடு cream

paalin suththath thanmaiyai ariyun karuvi *n.* பாலின் சுத்தத் தன்மையை அறியும் கருவி lactometer

paalinam *n.* பாலினம் gender

paalinpa aarvam *n.* பாலின்ப ஆர்வம் sexuality

paaliya-laagadha *n.* பாலியலாகாத celibacy

paa-liya-laana *a.* பாலியலான amorous

paalmandalam *n.* பால்மண்டலம் galaxy

paalpannai *n.* பால் பண்ணை dairy

paalunarchchi *n.* பாலுணர்ச்சி perversion

paalunarchchi *n.* பாலுணர்ச்சி perversity

paalunarchchi athikamaaka iruppathu *v.t.* . பாலுணர்ச்சி அதிகமாக இருப்பது pervert

paalunni *n.* பாலுண்ணி wart

paamara *a.* பாமர lay

paamaran *n.* பாமரன் layman

paampu *n.* பாம்பு serpent

paampu *n.* பாம்பு snake

paampu uriththa thol *n.* பாம்பு உரித்த தோல் slough

paanai *n.* பானை pot

paanai *v.t.* . பானை pot

paanam *n.* பாணம் custard

paangu *n.* பாங்கு vogue

paanjuthal *n.* பாஞ்சுதல் pounce

paapi *n.* பாபி sinner

paar *v.t.* பார் behold

paaraattu *v.t.* . பாராட்டு felicitate

paaraattu *v.t.* . பாராட்டு hail

paaraattu *n.* பார்ராட்டு ovation

paaraattuthal *n.* பாராட்டுதல் panegyric

paarai *n.* பாறை rock

paaraikal ariviyai *a.* பாறைகள் அறிவியல் geological

paarakkal *n.* பாரக்கல் megalith

paarakkal saarntha *a.* பாரக்கல் சார்ந்த megalithic

paaralu mandram *n.* நாடாளுமன்றம் parliament

paaram kurai *v.i..* பாரம் குறை lighten

paaram thookkum iyanthiram *n.* பாரம் தூக்கும் இயந்திரம் tackle

paaramaana *a.* பாரமான leaden

paara-maana *a.* பாரமான burdensome

paara-maani *n.* பாரமானி barometer

paaramparivam *n.* பாரம்பரியம் heredity

paarapadsam kaattuthal *n.* பாரபட்சம் காட்டுதல் discrimination

paarapadsamarra *a.* பாரபட்ச்மற்ற impartial

paarattal *n.* பாராட்டல் appreciation

paarattu *v.t. .* பாராட்டு acclaim

paarattu *v.t. .* பாராட்டு admire

paarattu *v.t. .* பாராட்டு appreciate

paarattu *v.t.* பாராட்டு congratulate

paarattu-dhal *n.* பாராட்டுதல் admiration

paaravandi *n.* பாரவண்டி wain

Paarithiyaar *n.* பாரிதியார் prophet

Paarithiyaar aakum vishesham *n.* பாரிதியார் ஆகும் விசேஷம் prophecy

Paarithiyaar aakum vishesham *v.t. .* பாரிதியார் ஆகும் விசேஷம் prophesy

paarithiyaaraana *a.* பாரித்யாரான prophetic

paarkka inimaiyaana *v.t. .* பார் sight

paarkka inimaiyaana *a.* பார்க்க இனிமையான sightly

paarkka sakikaatha *a.* பார்க்கச் சகிக்காத ungainly

paarkkakoodiya nilai *n.* பார்க்கக்கூடிய நிலை visibility

paarkkiravar *n.* பார்க்கிரவர் spectator

paarnthookkum iyanthiram *n.* பாரந்தூக்கும இயந்திரம் jack

paarppathu *n.* பார்ப்பது perspective

paarththezhuthal *n.* பார்த்தெழுதுதல் transcription

paarvai *n.* பார்வை outlook

paarvai *n.* பார்வை sight

paarvai *n.* பார்வை vision

paarvai *n.* பார்வை panorama

paarvaiyaalar *n.* பார்வையாளர் on-looker

paarvaiyai seluththu *v.i..* பார்வையை செலுத்து glance

paarvaiyidu *v.t. .* பார்வையிடு inspect

paasaangu *v.t. .* பாசாங்கு feign

paasaangu pannu *v.t. .* பாசாங்கு prtend

paasaangu pannuthal *a.* பாசாங்கு பண்ணுதல் pretentious

paasaangu pannuthal *n.* பாசாங்கு பண்ணுதல் pretence

paasaangu pannuthal *n.* பாசாங்கு பண்ணுதல் pretension

paasarai-sammandha-patta *adj.* பாசறைசம்மந்தப்பட்ட castral

paasi *n.* பாசி moss

paathachaari *n.* பாதச்சாரி pedestrian

paathai *n.* பாதை route

paathakan *n.* பாதகன் malefactor

paatham *n.* பாதம் foot

paatharasam *n.* பாதரசம் quicksilver

paatharassam *n.* பாதரசம் mercury

paathi *a.* பாதி half
paathiperpaduthu *v.t.* பாதிப்பேற்படுத்து effect
paathiram *v.i.* பாத்திரம் bowl
paathirangal-vaikkumidam *n.* பாத்திரங்கள்வைக்குமிடம் cist
paathiri *n.* பாதிரி parson
paathiriyaana *a.* பாதிரியான pastoral
paathiriyaar *n.* பாதிரியார் vicar
paathiriyaar thoppi *n.* பாதிரியார் தொப்பி mitre
paathiyaakap piri *v.t.* . பாதியாகப் பிரி halve
paaththiram *n.* பாத்திரம் utensil
paaththiram *n.* பாத்திரம் vessel
paathukaakkappatta *a.* பாதுகக்கப்பட்ட immune
paathukaappaalar *n.* பாதுக்காப்பாளர் guardian
paathukaappaana *a.* பாதுகாப்பான safe
paathukaappaana idam *n.* பாதுகாப்பான இடம் stronghold
paathukaappaana vangki alamaari *n.* பாதுகாப்பான வங்கி அலமாரி locker
paathukaappana *a.* பாதுகாப்பான protective
paathukaappathu *n.* ப்ப்பாதுகாப்பது safeguard
paathukaappil vai *v.t.* . பாதுகாப்பில் வை intern
paathukaappinmai *n.* பாதுகாப்பின்மை insecurity
paathukaappu v. பாதுகாப்பு custody
paathukaappu *n.* பாதுகாப்பு preservation
paathukaappu *n.* பாதுகாப்பு preserve
paathukaappu *n.* பாதுகாப்பு protection
paathukaappu *n.* ப்பாதுகாப்பு safe
paathukaappu *n.* பாதுக்காப்பு safety
paathukaappu *n.* பாதுகாப்பு security
paathukaappu *v.t.* . பாதுகப்பு shield
paathukaappu *n.* பாதுகாப்பு wardship
paathukaappu ali *v.t.* . பாதுகாப்பு அலி protect
paathukaappu ali *v.t.* . பாதுகாப்பு preserve
paathukaappu alippavar *n.* பாதுகாப்பு அளிப்பவர் protector
paathukaappu suvar *n.* பாதுகாப்பு சுவர் rampart
paathukaappukkaaka upayoga paduththum porul *n.* பாதுகாப்புக்காக உபயோகபடுத்தும் பொருள் preservative
paathukaappukkaaka upayoga paduththum porul *a.* பாதுகாப்புக்காக உபயோகபடுத்தும் பொருள் preservative
paattu *n.* பாட்டு lay
paattu *n.* பாட்டு song
paavaadai *n.* பாவாடை skirt
paavam *n.* பாவம் sin
paavam mikuntha *a.* பாவம் மிகுந்த sinful
paavam sey *v.i..* பாவம் செய் sin
paavanai *n.* பாவனை supposition

paavanai sey *v.t.* . பாவனை செய் mimic

paava-seyal *v.i.*. பாவசெயல் backslide

paavathilirunthu viduthalai *n.* பாவத்திலிருந்து விடுதலை salvation

paay *n.* பாய் mat

paayaasam *n.* பாயாசம் pudding

paaychal *n.* பாய்ச்சல் gallop

paaychal *n.* பாய்ச்சல் leap

paaynthodu *v.t.* . பாய்ந்தோடு gallop

paaythal *n.* பாய்தல் spurt

paayvathu *v.i.*. பாய்வது pounce

paazadaintha *n.* பாழடைந்த ruin

paazhaakku *v.t.* . பாழாக்கு undo

pacchai-poo-kosu *n.* பச்சைப்பூக்கோசு broccoli

pachadi *n.* பச்சடி jelly

pachadi *n.* பச்சடி salad

pachai *n.* பச்சை green

pachai *n.* பசை paste

pachai kuthu *v.i.*. பச்சை குத்து tattoo

pachai kuthu *v.t.* . பச்சை குத்து taunt

pachaik kuri *n.* பச்சைக்குறி tattoo

padaarenra saththam *n.* படாரென்று சத்தம் slam

padagu *v.i.* படகு boat

padai *v.t.* படை create

padai *n.* படை ringworm

padai *n.* படை troop

padai ser *v.t.* . படை சேர் regiment

padaikkalangkal *n.* படைக்கலங்கள் munitions

padai-pagudhi-thalaivar *n.* படைப்பகுதித்தலைவர் brigadier

padaith thalaivanukku aduththapadiyaaka pathavi vakippavar *n.* படைத் தலைவனும்மு அடித்தபடியாக பதவி வகிப்பவர் lieutenant

padai-thalaivar *n.* படைத்தலைவர் colonel

padai-thalaivar *n.* படைத்தலைவர் commandant

padai-vaguppu *n.* படைவகுப்பு brigade

padai-veedu *n.* படைவீடு barrack

padaiveerar kalakam *n.* படைவீரர் கலகம் mutiny

padaiyaadu *v.i.* பகட்டையாடு dice

padakai nilaththil kattivaiththal *v.t.* . படகை நிலத்தில் கட்டிவைத்தல் moor

padakil sel *v.i.* படகில் செல் yacht

padakkaadsi *a.* படக்காட்சி visual

padak-kaatchi *n.* படக்காட்சி bioscope

padaku *n.* படகு launch

padaku vakai *n.* படகு வகை ferry

padam *n.* படம் figure

padam *n.* படம் picture

padam *n.* புகைப்படம் photo

padam edu *v.t.* . படம் எடு film

padam karpi *v.t.* . பாடம் கற்பி teach

padam maathiri *a.* படம் மாதிரி pictorical

padam maathiri *a.* படம் மாதிரி picturesque

padam pannuvathu *v.t.* . படம் பண்ணுவது picture

padam varai *v.t.* . படம் வரை map

padangkal thodarpaana *a.* படங்கள் தொடர்பான graphic

padapadakkum *v.i..* படபடக்கும் palpitate

padapadavenra oli *v.t.* . படபடவென்றஒலி crackle

padappadappu *n.* படபடப்பு palpitation

padarum kodi *n.* படரும் கொடி vine

padasattam *n.* படச்சட்டம் mount

padaththalavar *n.* படைத்தலைவர் major

padavilakkam *n.* பட விளக்கம் fig

paddarenra osaiyudan moodu *v.t.* . படாரென்று ஓசையுடன் மூடு slam

padhi-laaga' *n.* பதிலாக alternative

padhi-leedu *a.* பதிலீடு alternate

Padhi-vetral' *n.* பதிவேற்றல் accession

padhivu *v.t.* பதிவு book

padhu-kaaka-patta *v.t.* . பாதுகாக்கப்பட்ட condite

padi *v.t.* . படி read

padi *n.* படி stair

padikkaththakka *a.* படிக்கத்தக்க legible

padinilai amaippu *n.* படிநிலை அமைப்பு hierarchy

padippil aarvamulla *a.* படிப்பில் ஆர்வமுள்ள studious

padivam *n.* படிவம் pattern

padivu *n.* படிவு residue

padsamulla *a.* பட்சமுள்ள neighbourly

padu *v.t.* . படு incur

padu-kaavalar *n.* பாதுகாவலர் bouncer

padukkai *n.* படுக்கை bedding

padukkai *n.* படுக்கை(குழந்தையின்) crib

padukkai-il *adv.* படுக்கையில் abed

padukkaiyaana palakai *n.* படுக்கையான பலகை lintel

padukkaiyurippu *n.* படுக்கையுரிப்பு coverlet

padukolai *n.* படுகொலை carnage

padukolai *n.* படுகொலை massacre

padukolai *n.* படுகொலை slaughter

padu-kolai *v.t.* . படுகொலை assassinate

padu-kolai *v.t.* படுகொலை butcher

padukolai sey *v.t.* . படுகொலை செய் massacre

padu-kolai-yaali *n.* படுகொலையாளி assassination

paer-aasai *n.* பேராசை avarice

paer-accham *n.* பேரச்சம் agoraphobia

paer-avaa *adv.* பேரவா avidity

pae-roli *v.t.* . பேரொலி bang

paer-oondhu *n.* பேருந்து bus

pagai *n.* பகை antagonism

pagaivan *n.* பகைவன் antagonist

pagaivar *n.* பகைவர் belligerency

pagal-velai பகல்வேளை am

pagattaana *a.* பகட்டான pompous

pagattu *n.* பகட்டு pomposity

pagir-dhal *v.i.* பகிர்தல் confide

pagudhi *n.* பகுதி constituent

paguppu *n.* பகுப்பு analysis

pagutharivu *n.* பகுத்தறிவு acumen

paguthu-aaivu *a.* பகுத்தாய்வு analytical
pagu-t-thaai *v.t.* பகுத்தாய analyse
pai *n.* பை bag
pai *n.* பை packet
pai *n.* பை satchel
pai *n.* பை pouch
pai-kkul *v.i.* பைக்குள் bag
paiththiyam *n.* பைத்தியம் insanity
paiththiyam *n.* பைத்தியம் lunacy
paiththiyam pidiththavar *n.* பைத்தியம் பிடித்தவர் lunatic
paiththiyamaana *a.* பைத்தியமான insane
paiyan *n.* பையன் boy
paiyar-adai *n.* பையரடை adjective
pakadai *n.* பகடை dice
pakaimai *n.* பகைமை enmity
pakaimai *n.* பக்கைமை rivalry
pakaimai pokkudaiya *a.* பகைமைப் போக்குடைய hostile
pakaivan *n.* பகைவன் foe
pakaiyaana *a.* பகையான inimical
pakaiyundaakkukira *a.* பகையுண்டாக்குகிற inflammatory
pakal aattam *n.* பகல் ஆட்டம் matinee
pakalurakkam *n.* பகலுறக்கம் nap
pakattaana nadai *n.* பகட்டான நடை strut
pakattu *n.* பகட்டு dazzle
pakattu *n.* பகட்டு pomp
pakirnathaliththal *n.* பகிர்ந்தளித்தல் distribution
pakirnthali *v.t.* பகிர்ந்தளி distribute
pakirnthu kodu *v.t.* பகிர்ந்து கொடு impart
pakka en idu *v.t.* பக்க எண் இடு page
pakka vilakku idaththil amainthulla *a.* பக்கவிலக்கு இடத்தில் அமைந்துள்ள marginal
pakkam *n.* பக்கம் page
pakkam *n.* பக்கம் side
pakkam-pakkam-agha *adv.* பக்கம் பக்கம் ஆக abreast
pakkathill *prep.* பக்கத்தில் beside
pakkavaatham *n.* பக்கவாதம் paralysis
pakkavaathaththin mun nilamai *n.* பக்கவாதத்தின் முதல் நிலைமை palsy
pakkuvamaana *a.* பக்குவமான mellow
pakthan *n.* பக்தன் votary
pakthar *n.* பக்தர் devotee
pakthi *n.* பக்தி devotion
pakthi mikka *a.* பக்தி மிக்க reverent
pakukka mudiyaatha *a.* பகுக்க முடியாத indivisible
pakuthi *n.* பகுதி fraction
pakuthi *n.* பகுதி lot
pakuthi *n* பகுதி numerator
pakuthi *a.* பகுதி realm
pakuthi *n.* பகுதி region
pakuthi *n.* பகுதி section
pakuthi *n.* பகுதி portion
pakuthi *v.t.* பகுதி portion
pakuthi saar *a.* பகுதி சார் zonal

pakuththarivilaatha *a.* பகுத்தறிவில்லாத irrational
pakuththarivuppadi *n.* பகுத்தறிவுப்படி rationality
pakuththariyaatha *a.* பகுத்தறியாத indiscriminate
pal *n.* பல் tooth
pal noi *n.* பல் நோய் pyorrhoea
pala *a.* பல many
pala *a.* பல several
pala baashaikal *n.* பல பாஷய்கள் polyglot1
pala baashaikalai therinjukollum padippu *n.* பல பாஷைகளை தெரிஞ்சுகொள்ளும் படிப்பு philology
pala baashaikalai theriyakkoodiya *a.* பல பாஷைகளை தெரியக்கூடிய philological
pala baashaikalai theriyakkoodiya nipunar *n.* பல பாஷைகளை தெரியக்கூடிய நிபுணர் philologist
pala baashaikalin *a.* பல பாஷய்களின் polyglot2
pala kaakithangkalai inaiththulla kampi *n.* பல காகிதங்களை இணைத்துள்ள கம்பி staple
Pala kadavulkalai namparavar *n.* பல கடவுள்களை நம்பறவர் polytheist
Pala kadavulkalai nampuvathu *n.* பல கடவுள்களை நம்புவது polytheism
Pala kadavulkalin nambikkai *a.* பல கடவுள்களின் நம்பிக்கை polytheistic
pala kalaikalil vallamaiyulla *a.* பல கலைகளில் வல்லமையுள்ள versatile
pala madangkaana *a.* பலமடங்கான multiple
pala noolaasiriyar *n.* பல நூலாசியியர் litterateur
pala thanmaikal niraintha *a.* பல தன்மைகள் நிறைந்த motley
pala thisaikalil anuppu *v.t.* பல திசைகளில் அனுப்பு disperse
pala thozhilkal *n.* பல தொழில்கள் polytechnic
pala thozhilkal sampanthamaana *a.* பல தொழில்கள் சம்பந்தமான polytechnic
pala vadivam *n.* ப ல வடிவம் multiform
pala vakaiyaana *a.* பலவகையான diverse
palaarenru arai *v.t.* . பளாரென்று அறை whack
palaathkaaram *n.* பலாத்காரம் violence
Palach charakku *n.* பலசரக்குகள் provision
pala-kai *n.* பலகை board
palakai *n.* பலகை plank
palakai pannu *v.t.* . பலகை பண்ணு plank
palakalaik kazhakam *n.* பல்கலைக் கழகம் university
palam *v.t.* பலம் cocker
palam *n.* பலம் strength
palam kurai *v.t.* . & i பலம் குறை weaken

palamaaka adi *v.t.* . பலமாக அடி thrash

palamaaka adi *v.t.* . பலமாக அடி thresh

palamaana izhuppu *v.t.* . பலமான இழுப்பு tug

palamarra *a.* பலமற்ற weak

palamulla *a.* பலமுள்ள stalwart

palamurai *adv.* பலமுறை oft

palan *n.* பலன் consequence

palanaaga *a.* பலனாக consequent

palanarra *a.* பலனற்ற ineffective

palapadthu-dhal *n.* பலப்படுத்துதல் consolidation

palapalappaana *a.* பளபளப்பான glossy

palapalappaana *a.* பளபளப்பான shiny

palapalppu *v.t.* பளபளப்பு dazzle

palapalppu *n.* பளபளப்பு glitter

palappaduththu *v.t.* . பலப்படுத்து reinforce

palappaduththu *v.t.* . பலப்படுத்து strengthen

palappaduththuthal *n.* பலப்படுத்துதல் reinforcement

palar santhikkum idam *n.* பலர் சந்திக்கும் இடம் tryst

palar santhikkumidam *n.* பலர் சந்திக்குமிடம் rendezvous

pala-saali *n.* பலசாலி athletc

pala-saali *a.* பலசாலி athletic

palasarakku vanikar *n.* பலசரக்கு வணிகர் grocer

palasarakkup porulkal *n.* பலசரக்குப் பொருள்கள் grocery

palathiraikal konda arangu *a.* பலதிரைகள் கொண்ட அரங்கு multiplex

palavakai *n.* ப ல வகை multiplicity

palavakai thunukkukal thokuppu *n.* பலவகைத் துணுக்குகள் தொகுப்பு miscellany

palavakaippatta *a.* பலவகைப்பட்ட miscellaneous

palavakaiyaana *a.* பலவகையான varied

pala-vandham *n.* பலவந்தம் compulsion

palaveenam *n.* பலவீனம் inability

palaveenam *n.* பலவீனம் infirmity

palaveenam *n.* பலவீனம் weakness

palaveenamaana *a.* பலவீனமான feeble

palaveenamaana *a.* பலவீனமான infirm

palaveenamaanavar *n.* பலவீனமானவர் weakling

palaveenapapduththu *v.t.* பலவீனப்படுத்து enfeeble

pali *n.* பலி oblation

pali aadu *n.* பலி ஆடு scapegoat

palichidu *v.t.* . பளிச்சிடு flash

palingku *n.* பளிங்கு crystal

palkalaikkazhaka pattam *n.* பல்கலைக்கழக பட்டம் degree

pallaakku *n.* பல்லாக்கு palanquin

pallai kaatti urumu *v.i.*. பல்லை காட்டி உறுமு snarl

pallam *v.t.* . பள்ளம் groove

pallam *n.* பள்ளம் pit

pallam pannuvathu *v.t.* . பள்ளம் பண்ணுவது pit

pallam sey *v.t.* . பள்ளம் செய் spade

pallaththaakku *n.* பள்ளத்தாக்கு vale

pallaththaakku *n.* பள்ளத்தாக்கு valley

pallavi *n.* பல்லவி prelude

pallavi paadu *v.t.* . பல்லவி பாடு prelude

palli *n.* பல்லி lizard

palli *n.* பள்ளி school

palli ozungkai kavanippavar *n.* பள்ளி ஒழுங்கை கவனிப்பவர் proctor

pallikkooda sampanthamaana *a.* பள்ளிக்கூட சம்பந்தமான scholastic

pall-irukku *n.* பல்இறுக்கி brace

pallivaasal *n.* பள்ளிவாசல் mosque

palmaruththuvar *n.* பல்மருத்துவர் dentist

palmizhantha *a.* பலமிழந்த invalid

palmulai *v.i.*. பல்முளை teethe

paluvaana *a.* பளுவான massy

palvakai *n.* பல்வகை variety

palvali *n.* பல்வலி toothache

palvannakkal *n.* பல்வண்ணக் கல் mosaic

palveru *a.* பல்வேறு various

palveru vakaippatta *a.* பல்வேறு வகைப்பட்ட multifarious

pamparam *n.* பம்பரம் top

panakaara *a.* பணக்கார opulent

panakkaara *a.* பணக்கார rich

panakkaarar *n.* பணக்காரர் pelf

panam *n.* பணம் cash

panam *n.* பணம் dollar

panam *n.* பணம் lucre

panam *n.* பணம் money

panam illaatha iruppathu *a.* பணம் இல்லாத இருப்பது penniless

panam kodu *v.t.* . பணம் கொடு finance

panam perupavar *n.* பணம் பெறுபவர் payee

panam saarntha *a.* பணம் சார்ந்த monetary

panam tharupavar *n.* பணம் தருபவர் financier

panappai *n.* பணப் பை purse

panappai *n.* பணப்பை wallet

panappetti *n. conj.* பணப்பெட்டி till

panappuzhakkam *n.* பணப்புழக்கம் inflation

panaththaasai *n.* பணத்தாசை venality

panaththaasai pidiththa *a.* பணத்தாசை பிடித்த venal

panaththin alavu *a.* பணத்தின் அளவு pecuniary

panavaattam *n.* பணவாட்டம் deflation

pan'a-viyaabaari *n.* பணவியாபாரி banker

pana-yam *n.* பணயம் bet

panbu *n.* பண்பு attribute

pancha konam *n.* பஞ்சகோணம் pentagon

panchangam *n.* பஞ்சாங்கம் almanac

pan-dagam *n.* பண்டகம் basial

pan-daiyah *a.* பண்டைய ancient

pandaka saalai *n.* பண்டகசாலை store
pandaka saalai *v.t.* . பண்டக சாலை warehouse
pandam *n.* பண்டம் stuff
pandhai-yam *v.i.* பந்தயம் bet
pandham *n.* பந்தம் bond
pandhu *n.* பந்து ball
pandikai *n.* பண்டிகை easter
pandri *n.* பன்றி pig
pandriyin maamisam *n.* பன்றியின் மாமிசம் pork
pangaali *n.* பங்காளி partner
pangaalithaarar *n.* பங்காளிதாரர் partnership
pang-eedu *v.t.* . பங்கீடு apportion
panghali *v.t.* பங்களி contribute
panghu-daarar *n.* பங்குதாரர் co-partner
pangittu eduthukoluthal *v.i.*. பங்கிட்டு எடுத்து கொள்ளுதல் partake
pangkidu *v.t.* . பங்கிடு share
pangu *n.* பங்கு quantum
pangu *n.* பங்கு quota
pangu *n.* பங்கு role
pangupperum nabar *n.* பங்கு பெரும் நபர் participant
pangupperupavar *v.i.*. பங்கு பெறுபவர் participate
pangupperuvathu *n.* பங்கு பெருபவது participation
pani *n.* பனி dew
pani *n.* பனி fog
pani neekkam *n.* பணி நீக்கம் dismissal
pani neeku *v.t.* பணி நீக்கு dismiss
panikattippaalam *n.* பனிக்கட்டிப்பாளம் glacier
panikkatti *n.* பனிக்கட்டி ice
panikkattip paarai *n.* பனிக்கட்டிப் பாறை iceberg
panikkattiththundu *n.* பனிக்கட்டித் துண்டு icicle
panimurai mudangkal *n.* பணிமுறை முடங்கல் missive
panineekku *v.t.* பணிநீக்கு deject
panineekku *v.t.* பணிநீக்கு dethrone
pani-puyal *n.* பனிப்புயல் blizzard
panithal *n.* பணிதல் submission
pani-thurai *n.* பணித்துறை career
panivaayppu *n.* பணிவாய்ப்பு employment
panivu *n.* பணிபு humility
panivulla *a.* பணிவுள்ள submissive
paniyaal *n.* பணியாள் servant
paniyaalar *n.* பணியாளர் employee
paniyaalar *n.* பணியாளர் worker
paniyaathe *v.t.* பணியாதே disobey
paniyavai *v.t.* பணியவை coax
paniyil amarththu *v.t.* . பணியில் அமர்த்து post
paniyilamarththu *v.t.* பண்ணியிலமர்த்து employ
panjaayaththu sapaiyin angaththinar *n.* பஞ்சாயத்து சபையின் அங்கத்தினர் juror
panjam *n.* பஞ் சம் famine
panmozhi pulavar *n.* பன்மொழி புலவர் linguist
panmuka *a.* பன்முக multilateral

pannai *n.* பண்ணை farm

pannai-yaalar *n.* பண்ணையாளர் boor

pannirendaavathu *a.* பன்னிரெண்டாவது twelfth

pannirendil orup aakam *n.* பன்னிரெண்டில் ஒரு பாகம் twelfth

pannirendu *n.* பன்னிரண்டு dozen

pannirendu *n.* பன்னிரெண்டு twelve

pannivulla adakkamulla *a.* பணிவுள்ள, அடக்கமுள்ள modest

pannri-eraichi *n.* பன்றிஎரைச்சி bacon

panpaana *a.* பண்பான decent

panpaattu *a.* பண்பாட்டு cultural

panpadaatha *adj.* பண்படாத crass

panpaduththu *v.t.* . பண்படுத்து refine

panpaduththuthal *n.* பண்படுத்துதல் refinement

panpinimai *a.* பண்பினிமை gracious

panpu *n.* பண்பு debauch

panpu *n.* பண்பு feature

panri *n.* பன்றி swine

panri adaikkum patti *n.* பன்றி அடைக்கும் பட்டி sty

panrikkozhuppu *n.* பன்றிக்கொழுப்பு lard

panthadikkum mattai *n.* பந்தடிக்கும் மட்டை racket

panthadikkum mattai *n.* பந்தடிக்கும் மட்டை rocket

panthayam *n.* பந்தயம் race

panthayam *n.* பந்தயம் wager

panthayam kattu *v.t.* . பந்தயம் கட்டு stake

panthayam kattu *v.i.*. பந்தயம் கட்டு wager

panthayap pottikkalam *n.* பந்தயப் போட்டிக்களம் lists

para *v.i.* பற fly

paraalu mandram uruppinar *n.* நாடாளுமற்றம் உறுப்பினர் parliamentarian

paraamari *v.t.* பராமரி conserve

paraamari *v.t.* . பராமரி nurture

paraa-mari *v.i.*. பராமரி beware

paraamariththal *n.* பராமரித்தல் maintenance

paraangal *n.* பாறாங்கல் boulder

paralu mandram sambandhamaana *a.* நாடாளுமற்றம் சம்பந்தமான parliamentary

paramari *v.t.* . பராமரி maintain

paramariththal *n.* பர்ராமரித்தல் nurture

paramparai *n.* பரம்பரை ancestry

paramparai soththui *n.* பரம்பரைச் சொத்து legacy

paran *n.* பரண் loft

paran *n.* பரண் shelf

parandhallu *adv.* பறந்தள்ளு aside

parantha *a.* பரந்த huge

paraparappaaka seyyappadukira *a.* பரபரப்பாக செய்யப்படுகிற hasty

paraparappaana *a.* பரபரப்பான sensational

paraparappaana naadakam ponra *a.* பரபரப்பான நாடகம் போன்ற melodramatic

paraparappu *n.* பரபரப்பு haste

para-parap-pu *adj.* பரபரப்பு agog

para-patcham *n.* பாரபட்சம் bias

parapmparai soththu *n.* பரம்பரைச் சொத்து inheritance

parappellai *n.* பரப்பெல்லை extent

parappu *n.* பரப்பு canvas

parappu *n.* பரப்பு range

parappu *v.i.*. பரப்பு spread

parappu *n.* பரப்பு stretch

parappu-alavu *n.* பரப்பளவு area

paraspara *a.* பரஸ்பர mutual

paraspara marram *n.* பரஸ்பர மாற்றம் interchange

paravai *n.* பறவை bird

paravai-kaatchi-saalai *n.* பறவைகாட்சிசாலை aviary

Paravaikalin ilaippaaruthal pannum idam *n.* பறவைகளின் இளைப்பாறுதல் பண்ணும் இடம் perch

Paravaikalin ilaippaaruthal pannuthal *v.i.*. பறவைகளின் இளைப்பாறுதல் பண்ணுதல் perch

paravaikalin kilukiluppu saththam *n.* பறவைகளின் கிளுகிளுப்புச் சப்தம் twitter

paravai-kunju-keechudhal *v.i.* பறவைக்குஞ்சுகீச்சிதல் cheep

paravai-yinam *n.* பறவையினம் coot

paravai-yoli *n.* பறவையொலி coo

parava-laaga *adj.* பரவலாக conversant

paravalaana, valarntha *a.* பரவலான, வளர்ந்த prolific

paravarthu *v.t.* . பரவர்து pervade

paravasam *n.* பரவசம் rapture

paravasam *n.* பரவசம் trance

para-veli-yaalar *n.* பரவேளியாளர் astronaut

paravu, valaru *v.i.*. பரவு, வளரு proliferate

paravuthal *n.* பரவுதல் spread

paravuthal, valaruthal *n.* பரவுதல், வளருதல் proliferation

pari *v.t.* . பறி grab

pari *v.t.* . ப றி wrest

pari-daabam *n.* பரிதாபம் apathy

pari-dhabha' mana *a.* பரிதாபமான abject

parihaasam pannum *a.* பரிஹாசம் பண்ணும் satirical

parihaasam sey *v.t.* . பரிஹாசம் செய் satirize

pari-kaaram *n.* பரிகாரம் atonement

parikaasam sey *v.i.* பரிகாசம் செய் sneer

parimaanam *n.* பரிமாணம் dimension

parimaarram *n.* பரிமாற்றம் exchange

parimaarram sey *v.t.* பரி மாற்றம் செய் exchange

pari-maaru *v.i.* பரிமாறு cater

pari-mudhal *n.* பறிமுதல் confiscation

parimudhal-sei *v.t.* பறிமுதல்செய் confiscate

parinaama valarchi *n.* பரிணாம வளர்ச்சி evolution

parinaama valarchiyuru *v.t.* . பரிணாம வளர்ச்சியுறு evolve
paripaalanam *n.* பரிபாலனம் upkeep
paripaashai *n.* பரிபாஷை technicality
parisal *n.* பரிசல் barge
parisothanai *n.* பரிசோதனை inspection
parisothi *v.t.* பரிசோதி examine
parisothiththuppaar *v.t.* . பரிசோதித்துப்பார் test
parisu *n.* பரிசு gift
parisu *n.* பரிசு prize
parisu kudu *v.t.* . பரிசு குடு prize
parisuchcheettu *n.* பரிசுச் சீட்டு lottery
parisuththaththai pothippavar *n.* பரிசுத்த்த்தை போதிப்பவர் puritan
parithaapakaramaana *a.* பரிதாப கரமான miserable
parithaapakaramaana *a.* பரிதாபகரமான unfortunate
parithaapam erpaduththum oru gunam *n.* பரிதாபம் படும் ஒரு குணம் pathos
parithaapamaana *a.* பரிதாபமான pitiful
parithaapamaana *a.* பரிதாபமான pathetic
parithaapamaana *a.* பரிதாபமான piteous
parithaapamaana *a.* பரிதாபமான pitiable
parosothanai *n.* பரிசோதனை test
parpala *a.* பற்பல sundary
parra vai *v.t.* . பற்ற வை light
parraakkurai *n.* பற்றாக்குறை deficit
parraarvam *v.t.* . பற்றார்வம் engross
parravai *v.t.* . பற்றவை fire
parravaikkum karuvi *n.* பற்ற வைக்கும் கருவி lighter
parrikkol *n.* பற்றிக்கொள் hold
parrikkol *v.t.* . பற்றிக்கொள் hold
parrip pidiththal *n.* பற்றிப் பிடித்தல் grasp
parrip pidiththup poraadu *v.i.*. பற்றிப் பிடித்துப் போராடு grapple
parrippidi *v.t.* . பற்றிப்பிடி grasp
parrippidiththupporaaduthal *n.* பற்றிப் பிடித்துப் போராடுதல் grapple
parriyizu *v.t.* . பற்றியிழு wrench
parru *v.t.* பற்று debit
parru, pidi *v.t.* . பற்று,பிடி nab
paru *n.* பரு acne
paruman *n.* பருமன் fat
parumanaana *a.* பருமனான thick
parumanaana puththakam *n.* பருமனான புத்தகம் tome
parundhai-pol *adj.* பருந்தைபோல் accipitral
parunthu *n.* பருந்து hawk
parupiravi *n.* மறு பிறவி rebirth
paruppu *n.* ப ருப்பு nut
parutha *a.* பருத்த bulky
paruthi *n.* பருத்தி cotton
paruththa *a.* பருத்த stout
paruva-nilai *n.* பருவநிலை climate
paruvaththukkerrapadi maarum *a.* பருவத்துக்கேற்றபடி மாறும் seasonal
pasai *n.* பசை glue

pasai *n.* பசை mucilage

pasai podu *v.t.* . பசைபோடு lubricate

pasaidhal *n.* பசைதல் adhesion

pasai-mai *n.* பசமை adhesive

pasaimai-yulla *a.* பசமையுள்ள adhesive

pasai-yulla *n.* பசையுள்ள birdlime

pasalai keerai *n.* பசலைகீரை spinach

pasi *n.* பசி appetite

pasi *n.* பசி hunger

pasipik *a.* பசிபிக் pacific

pasithal *n.* புசித்தல் consumption

pasi-yoottu *n.* பசியூட்டு appetizer

pasiyulla *a.* பசியுள்ள hungry

pasu *n.* பசு cow

pasumai veli *n.* பசுமை வெளி greenery

pasumaiyaana *a.* பசுமையான green

pasumaiyaana *a.* பசுமையான verdant

pasungkodi *n.* பசுங்கொடி ivy

patcham *n.* பட்சம் behalf

pathakkam *n.* பதக்கம் medal

pathakkam perupavar *n.* பதக்கம் பெறுபவர் medallist

pathanidappadaatha *a.* பதனிடப்படாத raw

pathanidappatta thol *n.* பதனிடப்பட்ட தோல் leather

pathappaduththa *v.i.*. பதப்படுத்த tan

pathappaduththappatta udal *n.* பதப்படுத்தப்பட்ட உடல் mummy

patharram *a.* பதற்றம் nervous

pathavikkaalam *n.* பதவிக்காலம் tenure

pathaviyai kaattum uduppu *n.* பதவியை காட்டும் உடுப்பு vestment

pathaviyil amarvi *v.t.* . பதவியில் அமர்வி induct

pathaviyilamarththu *v.t.* பதவியிலமர்த்து enthrone

pathi *n.* பத்தி column

pathil *n.* பதில் reply

pathil *n.* பதில் response

pathil kooru *v.i.*. பதில் கூறு respond

pathil pechu *n.* பதில்பேச்சு repartee

pathil sol *v.i.*. பதில் சொல் reply

pathil sol *v.i.*. பதில் சொல் revert

pathilaaka *n.* பதிலாக lieu

pathilaaka anuppu *v.t.* பதிலாக அனுப்பு depute

pathilaaka vaippathu *n.* பதிலாக வைப்பது replacement

pathiladi *v.i.*. பதிலடி retaliate

pathiladi koduppathu *n.* பதிலடி கொடுப்பது retaliation

pathilalippavar *n.* பதிலளிப்பவர் respondent

pathili *n.* பதிலி substitute

pathillukku sey *v.t.* . பதிலுக்கு செய் reciprocate

pathillukku vai *v.t.* . பதிலுக்கு வை substitute

pathimoonru *n.* பதிமூன்று thirteen

pathimoonru *a.* பதிமூன்று thirteen

pathinaanku *n.* பதினான்கு fourteen

pathinaaraavathu *a.* பதினாறாவது sixteenth

pathinaaru *n.*, *a.* பதினாறு sixteen

pathinainthu *n.* பதினைந்து fifteen
pathinettu *a.* பதினெட்டு eighteen
pathinezhu *n.*, *a* பதினேழு seventeen
pathinmam *a.* பதின்மம் decimal
pathinmavayathinar *n.* பதின்மவயதினர் teenager
pathinmoonraavathu *a.* பதிமூன்றாவது thirteenth
pathinonru *n.* பதினொன்று eleven
pathipaalar *n.* பதிப்பாளர் publisher
pathipaasiriyar *n.* பதிப்பாசிரியர் editor
pathipi *v.t.* பதிப்பி edit
pathipu *n.* பதிப்பு edition
pathiram *a.* பத்திரம் careful
pathivaalar *n.* பதிவாளர் registrar
pathivedu *n.* பதிவேடு register
pathivu *n.* பதிவு record
pathivu *n.* பதிவு registration
pathivu sey *v.t.* பதிவு செய் record
pathivu sey *v.t.* பதிவு செய் register
pathivu seyyum karuvi *n.* பதிவு செய்யும் கருவி recorder
pathivuththurai *n.* பதிவுத் துறை registry
pathiya vai *v.t.* பதிய வை impress
pathiya vai *v.t.* பதிய வை imprint
pathnezhaavathu *a.* பதினேழாவது seventeenth
paththaandu *n.* பத்தாண்டு decade
paththaandukal *n.* பத்தாண்டுகள் decennary
paththi *n.* பத்தி paragraph
paththiloru pangku *n.* பத்திலொரு பங்கு tithe

paththiramaana *a.* பத்திரமான secure
paththiramaana *a.* பத்திரமான sound
paththirapapduththu *v.t.* பத்திரப்படுத்து secure
paththirikkai nirupar *n.* பத்திரிகை நிருபர் journalist
paththirikkaith thozhil *n.* பத்திரிகைத் தொழில் journalism
paththonpathaavathu *a.* பத்தொன்பத்தாவது nineteenth
paththonpathu *n.* பத்தொன்பது nineteen
paththu *n.*, *a* பத்து ten
paththu ladsam *n.* பத்து லட்சம் million
pathukaaval பாதுகாவல் guard
pathungku *v.i.* பதுங்கு sneak
patiiyal thayaar sey *v.t.* பட்டி தயார் செய் list
patri *prep* பற்றி about
pattaakkaththi *n.* பட்டாக் கத்தி sabre
pattaalaakiya *a.* பட்டாலாகிய silken
pattaalam *n.* பட்டாளம் battalion
pattaalam *n.* பட்டாளம் corps
pattaani *n.* பட்டாணி pea
pattaasu *n.* பட்டாசு cracker
pattabhishekam *n.* பட்டாபிஷேகம் coronation
pattai *n.* பட்டை facet
pattaipasai sey *v.t.* பட்டைப்பசை செய் lime
pattam peru *v.i.* பட்டம் பெறு graduate
pattam sampanthamaana *a.* பட்டம் சம்பந்தமான titular

patta-malippu *n.* பட்டமளிப்பு convocation
pattanaththu *a.* பட்டணத்து urban
pattathaari *n.* பட்டதாரி graduate
pattini *n.* பட்டினி starvation
pattiniyiru *v.i.*. பட்டினியிரு starve
pattiyal *n.* பட்டியல் catalogue
pattri-yiru *v.i.* பற்றியிரு cling
pattu *n.* பட்டு silk
pattupponra *a.* பட்டுப் போன்ற silky
pattu-thuni *n.* பட்டுத்துணி brocade
pavala-theevu *n.* பவளத்தீவு atoll
pavani *n.* பவனி march
pavazham *n.* பவழம் coral
pavithramaana *a.* பவித்திரமான solemn
pavithramaana nilai *n.* பவித்திரமான நிலை solemnity
pavuththiram *n.* பவுத்திரம் fistula
pavyamaana *a.* பவ்யமான lowly
paya-bakthi *n.* பயபக்தி awe
payam-muruthi *v.t.* . பயமுறுத்தி blackmail
payamoottum *a.* பயமூட்டும் terrific
payamuruththal *n.* பயமுறுத்துதல் intimidation
payamuruththal *n.* பயமுறுத்தல் menace
payamuruththi sammathikkachey *v.t.* . பயமுறுத்திச் சம்மதிக்கச் செய் intimidate
payamuruththu *v.t.* . பயமுறுத்து menace
payamuruththu *v.t.* . பயமுறுத்து terrify
payan *n.* பயன் benefit
payan *n.* பயன் output
payan *n.* பயன் upshot
payan at' ra *adv.* பயனற்ற abortive
payana ilakku *n.* பயண இலக்கு destination
payanam sey *v.t.* . பயணம் செய் ferry
payana-peroondhu *n.* பயணப்பேருந்து coach
payanarra *a.* பயனற்ற futile
payanarra *a.* பயனற்ற idle
payanarra *a.* பயனற்ற vain
payanee *n.* பயணி passenger
payangaramaana *a.* பயங்கரமான, monstrous
payang-kara *a.* பயங்கர awful
payangkarakanavu *n.* பயங்கரகனவு nightmare
payangkaramaana *a.* பயங்கரமான terrible
payangkaravaatha iyakkam *n.* பயங்கரவாத இயக்கம் terrarism
payangkaravaatham *a.* பயங்கரவாதம் criminal
payangkaravaathi *n.* பயங்கரவாதி terrorist
payaninmai *n.* பயனின்மை futility
payanizakka sey *v.t.* . பயனிழக்க செய் nullify
payanpaduththal *n.* பயன்படுத்தல் reclamation
payappadu *v.t.* . பயப்படு dread
payappaduthal *a.* பயப்படுதல் dread
payilidam *n.* பயிலிடம் haunt
payilum-kalaignar *n.* பயிலும்கலைஞர் amateur
payir *n.* பயிர் crop

payir vakaikal *n.* பயிர் வகைகள் pulse

payirchi *n.* பயிர்சி training

payirchi *n.* பயிற்சி tutorial

payirchi ali *v.t.* . பயிற்சி அளி orientate

payirchi perupavar *n.* பயிர்சி பெறுபவர் trainee

payiridu *v.t.* பயிரிடு cultivate

payirru *v.t.* . பயிற்று train

payirsey *v.t.* . பயிர்செய் till

payirsichey *v.t.* பயிற்சி செய் exercise

pazakippona *a.* பழகிப்போன wonted

pazam njaapakam *n.* பழம் ஞாபகம் nostalgia

pazamaivaathi *a.* பழமைவாதி quaint

pazamporul *n.* பழம் பொருள் relic

pazangaaala ekipthu kallarai *n.* பழங்கால எகிப்து கல்லறை pyramid

pazangkaalaththiya *a.* பழங்காலத்திய outmoded

pazaththin sakkai *n.* பழத்தின் சக்கை pulp

pazaththottam *n.* பழத்தோட்டம் orchard

pazha murappaa *n.* பழ முரப்பா jam

pazha murappaa *n.* பழ முரப்பா marmalade

pazhaghu *v.t.* . பழகு accustom

pazhaich chaatru *v.t.* . பறைய சாற்று proclaim

pazhaich chaatruthal *n.* பறைய சாற்றுதல் proclamation

pazhaiya n பழைய classic

pazhaiya *a.* பழைய old

pazhaiya *a.* பழைய stale

pazhakkam *n.* பழக்கம் habit

pazhakkam *n.* பழக்கம் practice

pazhakkam pannu *v.t.* . பழக்கம் பண்ணு practise

pazhakka-mulla *a.* பழக்கமுள்ள conversant

pazhakka'-patta *a.* பழக்கப்பட்ட accustomed

pazhakkaththilulla *a.* பழக்கத்திலுள்ள practicable

pazhakkaththilulla *a.* பழக்கத்திலுள்ள practical

pazhakkaththilullathu *n.* பழக்கத்திலுள்ளது practicability

pazhakku *v.t.* . பழக்கு season

pazhakku *v.t.* . பழக்கு tame

pazham *n.* பழம் fruit

pazhamai ezhai *n.* பழமை ஏழை pauper

pazhamai-vaadhi *a.* பழமைவாதி conservative

pazhamozhi *n.* பழமொழி maxim

pazhamozhi *n.* பழமொழி proverb

pazha-mozhi *n.* பழமொழி adage

pazha-mozhi *n.* பழமொழி byword

pazhamozhiyaana *a.* பழமொழியான proverbial

pazhangkudi inaththai serntha *a.* பழங்குடி இனத்தைச் சேர்ந்த tribal

pazhan-kaalam *n.* பழங்காலம் antiquity

pazhan-kaala-thanmai *a.* பழன்காலதன்மை antiquated

pazhan-kaala-thiya *a.* பழங்காலத்திய antique

pazhan-kudi-makkal *n.* pl பழங்குடிமக்கள் aborigines

pazharasa paanam *n.* பழரச பானம் squash

pazha-vagai *n.* பழவகை acorn

pazhi-sumathu *v.t.* பழிசுமத்து blame

pazhi--t-thal *v.t.* . பழித்தல் allege

pazhi-vaangudhal *v.t.* . பழிவாங்குதல் avenge

pazhu-kaadha *adj.* பழுக்காத acarpous

pazhuppu-niram *a.* பழுப்பு நிறம் brown

pazhuthu *n.* பழுது flaw

pazhuthu paar *v.t.* . பழுது பார் service

paziththal *v.t.* பழித்தல் denounce

pazivaangu *v.t.* . பழிவாங்கு revenge

pazivaangum *a.* பழிவ்வ்வாங்கும் revengeful

pazivaanguthal *n.* பழிவ்வாங்குதல் revenge

pazuthu paar *v.t.* . பழுது பார் repair

pazuthu paarththal *n.* பழுது பார்த்தல் repair

pearvai angkaththinar *n.* பேரவை அங்கத்தினர் senator

pechaarral *n.* பேச்சாற்றல் eloquence

pechaarral *a.* பேச்சாற்றல் eloquent

pechchaalar *n.* பேச்சாளர் orator

pechu *n.* பேச்சு locution

pechu *n.* பேச்சு talk

pechu *n.* பேச்சு utterance

pechu moolamaana *a.* பேச்சு மூலமான verbal

pechum muzhai *n.* பேசும் முறை parlance

pechuvaarthai nadaththupavar *n.* பேசுவார்த்தை நடத்துபவர் negotiator

pechuvaarththai *n.* பேசுவார்த்தை nagotiation

peech pazham *n.* பீச் பழம் peach

peechchaangkuzhal *n.* பீச்சாங்குழல் syringe

peechchaangkuzhalaal irai *v.t.* . பீச்சாங்குழலால் இறை syringe

peechidu *v.i.*. பீச்சிடு spout

peenghaan *n.* பீங்கான் china

peepaai *n.* பீப்பாய் cask

pee-pai *n.* பீப்பாய் barrel

peeranghi-padai *n.* பீரங்கிப்படை artillery

pen *a.* பெண் female

pen *n.* பெண் female

pen *n.* பெண் lass

pen *n.* பேன் louse

pen *n.* பெண் woman

pen kuthirai *n.* பெண் குதிரை mare

pen manthiravaathi *n.* பெண் மந்திரவாதி witch

pen nari *n.* பெண் நரி vixen

pen panri *n.* பெண் பன்றி sow

pen puli *n.* பெண் புலி tigress

pen singkam *n.* பெண் சிங்கம் lioness

pen thanmai *n.* பெண் தன்மை womanish

penaa *n.* பேனா pen

penaavai vaiththu ezhuthu *v.t.* . பேனா வைத்து எழுத்து pen

penaavin kooriya nuni *n.* பேனாவின் கூரிய நுனி nib

pendeer animani sseythozhil *n.* பெண்டிர் அணிமணிச் செய்தொழில் milliner
penkadavul *n.* பெண் கடவுள் goddess
penkal meethu ichai kolvathu *v.t.* . பெண்கள் மீது இச்சை கொள்வது womanise
penkal udai *n.* பெண்கள் உடை gown
penkalin maathavidaay *n.* ஸ்டிரீகளின் மாதவிடாய் menses
penmaan *n.* பெண்மான் doe
penmai *a.* பெண்மை feminine
penmai *n.* பெண்மை womanhood
penmani *n.* பெண்மணி lady
penmayil *n.* பெண் மயில் peahen
penngalin-vullaadai *n.* பெண்களின்வுள்ளாடை chemise
penn-naai *n.* பெண்நாய் bitch
penn-patta-daari *n.* பெண்பட்டதாரி alumna
penthanamai *a.* பெண்தன்மை effeminate
peraachiyar *n.* பேராசரியர் professor
peraasaippadu *v.t.* . பேராசைப்படு covet
peraaval *n.* பேராவல் cupidity
pe-raayar *n.* பேராயர் archbishop
peracham *n.* பேரச்சம் dread
perakkudiya *a.* பெறக்கூடிய obtainable
peralai *n.* பேரலை surge
per-alai *n.* பேரலை billow
peralavil *adv.* பேரளவில் galore
peram *n.* பேரம் bargain
peram *v.i.* பேரம் deal
peram pesu *v.i.*. பேரம் பேசு haggle
peram pesu *v.t.* . பேரம் பேசு negotiate
peravai smapanthamaana *a.* பேரவை சம்பந்தமான senatorial
peravai smapanthamaana *a.* பேரவை சம்பந்தமான senatorial
perazhivu *v.t.* . பேரழிவு decimate
perazhivu *n.* பேரழிவு disaster
perazhivu *n.* பேரழிவு havoc
peredu *n.* பெய்ரேடு ledger
perezhil vaayntha *a.* பேரெழில் வாய்ந்த gorgeous
perithaakku *v.t.* பெரிதாக்கு enlarge
perithaakku *v.t.* . பெரிதாக்கு magnify
perithaayirukkum thanmai *n.* பெரிதாயிருக்கும் தன்மை immensity
perithupaduthu *v.i.*. பெரிது படுத்து zoom
periya *a.* பெரிய big
periya *n.* பெரிய bumper
periya *a.* பெரிய large
periya aani *n.* பெரிய ஆணி spike
periya karandi *n.* பெரிய கரண்டி ladle
periya katti *n.* பெரிய கட்டி nugget
periya kulavi *n.* பெரிய குளவி hornet
periya maathaa kovil *n.* பெரிய மாதா கோயில் minster
periya manithar *n.* பெரிய மனிதர் magnate
periya manitharkalai pol nadippavan *n.* பெரிய மனிதர்களை போல் நடிப்பவன் snob

periya thalaiyulla aani *n.* பெரிய தலையுள்ள ஆணி stud
periya thattaiyaana oru meen *n.* பெரிய தட்டையான ஒரு மீன் skate
periya veliyeedu *n.* பெரிய வெளியீடு poster
periyammai *n.* பெரியம்மை smallpox
periyor *n.* பெரியோர் adult
peru *n.* பேறு attainment
peru *v.t.* . பெறு obtain
perughi *v.i.*. பெருகி abound
perukkal *n.* பெருக்கல் multiplication
perukkam *n.* பெருக்கம் increment
perukkam *n.* பெருக்கம் multiple
perukku *v.t.* . பெருக்கு multiply
perukkupavar *n.* பெருக்குபவர் sweeper
perukkuthal *n.* பெருக்குதல் sweep
perum aapaththu *n.* பெரும் ஆபத்து peril
perum aapaththu *a.* பெரும் ஆபத்து perilous
perum aapaththuvai samaalippathu *v.t.* . பெரும் ஆபத்தை சமாளிப்புதல் peril
perum alavu *n.* பெரும் அளவு most
perum kaappiyam *n.* பெரும் காப்பியம் parody
perum kaappiyam ezhuthu *v.t.* . பெரும் காப்பியம் எழுதுதல் parody
perum mukkiyaththuvam vaayntha *a.* பெரும் முக்கியதுவம் வாய்ந்த momentous

perum paara vandi *n.* பெரும் பார வண்டி wagon
perum pukazh *n.* பெரும் புகழ் limelight
perum rakasiyam *n.* பெரும் இரகசியம் mystery
perum senai *n.* பெரும் சேனை legion
perum sumai *v.t.* . பெரும் சுமை overburden
perumai mikka *n.* பெருமை மிக்க eminance
perumai mikka *a.* பெருமை மிக்க eminent
perumaiyadai *v.i.* பெருமையடை exult
perumitham adaiyachchey *v.t.* பெருமிதம் அடையச் செய் honour
perumithaththanmai *n.* பெருமிதத்தன்மை stateliness
perumoochu *n.* பெருமூச்சு sigh
perumoochu vidu *v.i.*. பெருமூச்சு விடு sigh
perumpaalaaka *adv.* பெரும்பாலாக most
perumpaanmaiyor *n.* பெரும்பான்மையோர் majority
peru-mudalai *n.* பெருமுதலை alligator
perundippiriya *a.* பேருண்டிப்பிரிய voracious
perungaatru *v.i.* பெருங்காற்று blast
perungaayam *n.* பெருங்காயம் asafoetida
perungavalai *n.* பெருங்கவலை mournful
perung-gugai *n.* பெருங்குகை cavern

perungkoottam *n.* பெருங்கூட்ட,ம் horde

perungkoottam *n.* பெருங்கூட்டம் multitude

peru-nila-pagudhi *n.* பெருநிலப்பகுதி continent

perun-kuranghu-vagai *n.* பெருங்குரங்குவகை baboon

perunthanamai *n.* பெருந்தன்மை nobility

perunthanmai *n.* பெருந்தன்மை liberalism

perunthanmai *n.* பெருந்தன்மை noble

perunthanmaiyaaka *a.* பெருந்தன்மையாக noble

peruntheeni thinpathu *n.* பெருந்தினி தின்பது gluttony

peruntheeniyar *n.* பெருந்தீனியர் glutton

perun-thiramai *n.* பெருந்திறமை brilliance

perunthottam *n.* பெருந் தோட்டம் manor

perun-thunbam *n.* பெருந்துன்பம் affliction

perunthunpam *v.t.* . பெருந்துன்பம் overawe

perupavar *n.* பெறுபவர் recipient

peruruvam padaiththa *a.* பேருருவம் படைத்த gigantic

peru-vazhi *n.* பெருவழி access

peruvedikkaiyaana *a.* பெருவேடிக்கையான hilarious

peru-virundhu *v.t.* . பெருவிருந்து banquet

pes *v.i.*. பேசு talk

pesu *v.i.*. பேசு speak

pesum allathu vivaathikkum sangkathi *n.* பேசும் அல்லது விவாதிக்கும் சங்கதி theme

pesum thiramai *n.* பேசும் திறமை speech

pesun thiramaiyulla *a.* பேசுந் திறமையுள்ள silver

pesupavar *n.* பேசுபவர் speaker

pesuthal *v.t.* . பேசுதல் mouth

pethi marunthu *n.* பேதி மருந்து laxative

pethi undaakkakkoodiya *a.* பேதி உண்டாக்கக்கூடிய laxative

petrol *n.* பெட்ரோல் petrol

petroliyaththilirunthu seyyappadum oru kalimpu *n.* பெட்ரொலியத்திலிருந்து செய்யப்படும் ஒரு களிம்பு vaseline

petror *n.* பெற்றோர் parent

petror vazhi *n.* பெற்றோர் வழி parentage

petrorin *a.* பெற்றோரின் parental

pettaik kozhi *n.* பெட்டைக் கோழி hen

petti *n.* பேட்டி interview

petti kaan *v.t.* . பேட்டி காண் interview

pettru *adj.* பெற்று borne

pey *n.* பேய் ghost

pey *n.* பேய் wraith

peyar *n.* பெயர் name

peyar sol *n.* பெயர் சொல் noun

peyaralavilulla *a.* பெயரளவிலுள்ள nominal

peyaridu *v.t.* . பெயரிடு term

peyarin thalaiyezhuththukal *n.* பெயரின் தலைப்பெழுத்துக்கள் initial

peyarkodu *v.t.* . பெயர்கொடு name

peyththanamaana *a.* பேய்த்தனமான infernal

piadhush-tei-sei *v.t.* . பிரதுழ்டைசெய் anoint

picchai *n.* பிச்சை alms

picchai *v.i.* பிச்சை cadge

pichai *n.* பிச்சை pittance

pidari *n.* பிடரி nape

pidari mayir *n.* பிடரி மயிர் mane

pidhat-tru *v.t.* & i பிதற்று blab

pidi *v.t.* பிடி catch

pidi *v.t.* . பிடி snare

pidil *n.* பிடில் violin

pidil vaasippavar *n.* பிடில் வாசிப்பவர் violinist

pidimurandaana *a.* பிடிமுரண்டான headstrong

pidippatharkkaaka porul *n.* பிடிப்பதற்க்காக பொருள் peg

pidippatharkkaaka porul *v.t.* . பிடிப்பதற்க்காக பொருள் peg

pidippu *n.* பிடிப்பு clutch

pidivaadam *n.* பிடிவாதம் adamant

pidivaadamaana' *a.* பிடிவாதமான adamant

pidivaatham *n.* பிடிவாதம் godhead

pidivaatham *n.* பிடிவாதம் tenacity

pidivaatham pidi *a.* பிடிவாதம் பிடி obstinate

pidivaathamaana *a.* பிடிவாதமான inexorable

pidivaathamaana *a.* பிடிவாதமான tenacious

pikuvaakku *v.t.* . பிகுவாக்கு straiten

pila *v.i.*. பிள split

pilaverpaduththu *v.t.* . பிளவேற்படுத்து rupture

pilavu *n.* பிளவு cut

pilavu *n.* பிளவு fissure

pilavu *n.* பிளவு rift

pilavu *n.* பிளவு rupture

pilavu *n.* பிளவு split

pimpam *n.* பிம்பம் reflection

pimpam *n.* பிம்பம் shadow

pin nokkam *n.* பின் நோக்கம் retrospect

pin nokkum *a.* பின் நோக்கும் retrospective

pin nokkuthal *n.* பின் நோக்குதல் retrospection

pin thaakkuthal *n.* பின் தாக்குதல் rebound

pin thangkukira *n.* பின் தங்குகிற laggard

pin thangu *v.i.*. பின் தங்கு lag

pinaakkam *a.* பிணக்கம் factious

pinaal *v.i.*. பின்னால் dawdle

pinaal ser *v.t.* . பின்னால் சேர் suffix

pinai *n.* பிணை deligate1

pinai *v.t.* . பிணை interlock

pinai *v.t.* . பிணை unite

pinaik kaithi *n.* பிணைக் கைதி hostage

pinaikkum kayiru *n.* பிணைக்கும் கயிறு tag

pinaippu *n.* பிணைப்பு combination

pinai-vida-koodiya *a.* பிணைவிடக்கூடிய bailable

pinam aruppathu *a.* தபால் அலுவலகம் அத்தின் post-mortem

pinam aruppathu *n.* தபால் அலுவலகம் அத்தின் post-mortem

pinam kaappaan *v.t.* பிணம் காப்பான் embalm

pinavarai *n.* பிணவறை morgue

pinineekkumpaangkudaiya *a.* பிணிநீக்கும்பாங்குடைய curative

pinn *prep.* பின் behind

pinnaal izhuththu sel *v.t.* . பின்னால் இழுத்துச் செல் trail

pinnaa-ley *adv.* பின்னாலே back

pinnadaivu *n.* பின்னடைவு drawback

pinnal thatti *n.* பின்னல் தட்டி lattice

pinnal varakkoodiya *adv.* பின்னல் வரக்கூடிய post

pinnalaadai *n.* பின்னலாடை hosiery

pinne' *prep.* பின்னே after

pinnidal *adv.* பின்னிடல் recoil

pinnidu *v.i..* பின்னிடு recoil

pinn-inappu *n.* பின்னிணைப்பு appendix

pinn-nokki *a.* பின்னோக்கி backward

pinn-nokki *adv.* பின்னோக்கி backward

pinn-pulam *n.* பின்புலம் background

pinn-purathil *adv.* பின்புறத்தில் behind

pinn-thodar *v.t.* . பின்தொடர் append

pinn-thodarum *n.* பின்தொடரும் appendage

pinnu *v.t.* . பின்னு knit

pinnu *v.t.* . பின்னு weave

pinnurai *n.* பின்னுரை epilogue

pinpakuthi *n.* பின்பகுதி rear

pinparrip pidi *v.t.* . பின்பற்றிப் பிடி track

pinparru *v.t.* பின்பற்று emulate

pinparru *v.t.* . பின்பற்று toe

pin-pattru *v.t.* . பின்பற்று adopt

pinsel *v.i.* பின்செல் ebb

pinthodar *v.t.* பின் தொடர் dog

pinthodar *v.t.* . பின் தொடர் follow

pinvaangu *n.* பின்வாங்கு relapse

pinvaangu *v.i..* பின்வ்வ்வாங்கு retreat

pinvaangu *v.t.* . பின் வாங்கு withdraw

pinvaanguthal *n.* பின்வாங்குதல் withdrawal

pinvaiththa kaalai munvaiththal *v.t.* . பின்வ்வைத்த காலை முன்வைத்தல் retrace

pipravari maatham *n.* பிப்ரவரி மாதம் February

pir serkkai *n.* பிற் சேர்க்கை suffix

pira *adv.* பிற else

pira naattil kudiyeriyavar *n.* பிறநாட்டில் குடியேறியவர் immigrant

pira naattil kudiyeru *v.i..* பிற நாட்டில் குடியேறு immigrate

pira piraanikalaip pol kaththuthal *n.* பிற பிராணிகளைப் போல் கத்துதல் mimesis

piraana vaayu *n.* பி ராண வாயு oxygen
piraani *n.* பிராணி creature
piraarththanai *n.* பிரார்த்தனை invocation
piraarththi *v.t.* பிரார்த்தி invoke
pira-gaaga *adv.* பிறகாக afterwards
piragu *adv.* பிறகு after
pirajai *n.* பிரஜை subject
pirakaasamaana *a.* பிரகாசமான lucent
pirakaasi *v.i.* பிரகாசி shine
pirakaasi *v.i.* பிரகாசி sparkle
pirakaasikkum *a.* பிரகாசிக்கும் luminous
pirakaassamana *a.* பிரகாசமான sunny
piraku *prep.* பிறகு since
piraku *a.* பிறகு then
piramaanam *n.* பிரமாணம் criterion
piramaanam *n.* பிரமாணம் vow
piramaanamaana *a.* பிரமாணமான standard
piramaandamaana *a.* பிரமாண்டமான titanic
piram-bhaal *v.t.* பிரம்பால் cane
pirambhu *n.* பிரம்பு cane
piramikka sey *v.t.* பிரமிக்கச் செய் stun
piramikkaththakka *a.* பிரமிக்கத்தக்க stupendous
pirammaandamaakak kaanappadu *v.i.* பிரம்மண்டமாகக் காணப்படு loom
pirandha *v.* பிறந்த born
piranthathum *a.* பிறந்ததும் nascent

pirapanja sampanthamaana *a.* பிரபஞ்ச சம்பந்தமான universal
pirappidam *a.* பிறப்பிடம் native
pirappirku-mundhiya *adj.* பிறப்பிற்கு முந்திய antenatal
pirappu *n.* பிறப்பு birth
pirappu *n.* பிறப்பு nativity
pirappu undaakku *v.i.* பிறப்பு உண்டாக்கு spawn
pirapu *n.* பிரபு nobleman
pirar saarpaaka pesupavar *n.* பிறர் சார்பாக பேசுபவர் spokesman
piraraich saarnthulla *a.* பிரபிறரைச் சார்ந்துள்ள subject
piraraipponru nadi *v.t.* பிறரைப் போன்று நடி imitate
pirarukkuthunpam tharupavar *n.* பிறருக்குத் துன்பம் தருபவர் wrecker
pirasangkam *n.* பிரசங்கம் lecture
pirasangkam sey *v.* பிரசங்கம் செய் lecture
pira-sannam *n.* பிரசன்னம் appearance
pirasava sampanthamaana *a.* பிரசவ சம்பந்தமான natal
pirasiththamaana *a.* பிரசித்தமான well-known
pirasiththi perra *a.* பிரசித்தி பெற்ற laureate
pirasiththi perravar *n.* பிரசித்தி பெற்றவர் laureate
pirasiththi perravar *n.* பிரசித்தி பெற்றவர் luminary
pirasthaapam *n.* பிரஸ்தாபம் overture
pirasuram *n.* பிரசுரம் publication

pirasuri *v.t.* . பிரசுரி publish

pirathaana nakarukkuriya *a.* பிரதான நகருக்குரிய metropolitan

piratheka kunam *n.* பிரத்தியேக் குணம் individuality

pirathi *n.* பிரதி like

pirathi *n.* பிரதி xerox

pirathi sey *v.t.* . பிரதி செய் recompense

pirathinithi *n.* பிரதிநிதி representative

pirathinithithuvam *n.* பிரதிநிதித்துவம் representation

pirathinithithuvam *a.* பிரதிநிதித்துவம் representative

pirathinithiyaaka *n.* பிரதிநிதியாக deputy

pirathinithiyaaku *v.t.* . பிரதிநிதியாகு represent

pirathinithiyaayirukkira *a.* பிரதிநிதியாயிருக்கிற vicarious

pirathipali *v.t.* . பிரதிபலி mirror

pirathipali *v.t.* . பிரதிபலி reach

pirathipali *v.t.* . பிரதிபலி reflect

pirathipalikkum parappu *n.* பிரதிபலிக்கும்பரப்பு reflector

pirathipalikkum thanmai *a.* பிரதிபலிக்கும் தன்மை reflective

pirathishtai sey *v.t.* . பிரதிஷ்ட்டை செய் sanctify

pirathishtai seythal *n.* பிரதிஷ்டை செய்தல் sanctification

pirathivaathi *n.* பிரதிவாதி defendant

pirathivaathiyinri *adv.* பிரதிவாதியின்றி ex-parte

pirathiyanupputhal *n.* பிரதியனுப்புதல் fac-simile

pirathi-yatchamaana *a.* பிரத்தியட்சமான apparent

pirathiyedu *v.t.* . பிரதியெடு xerox

pirathiyidal *n.* பிரதியிடல் substitution

pirathiyupakaaram *n.* பிரதியுபகாரம் recompense

pirathyeka urimaikkaarar *n.* பிரத்யெக உரிமைக்கார்ர் monopolist

pirayaanaam *n.* பிரயாணம் trip

pirayaanam *n.* பிரயாணம் journey

pirayaanam sey *v.i..* பிரயாணம் செய் journey

pirayaanam sey *v.i..* பிரயாணம் செய் trek

pirayaani *n.* பிரயாணி traveller

pirayaanikal viduthi *n.* பிராஅணிகள் விடுதி inn

piraya-sithal *v.i..* பிராயச்சித்தல் atone

pirayathanam *n.* பிரயத்தனம் try

pirayoki *v.t.* . பிரயோகி wield

pirazh *v.i.* பிறழ் deviate

pirenchu *a.* பிரெஞ்சு தொடர்பான French

pirenchu *n.* பிரெஞ்சு மொழி French

piri *v.t.* . பிரி segment

pirikka mudiyaatha *a.* பிரிக்க முடியாத inseparable

pirikkakoodiya *a.* பிரிக்கக்கூடிய separable

pirikkapatta baagam *a.* பிரிக்கப்பட்ட பாகம் partisan

pirikkapatta bagam *n.* பிரிக்கப்பட்ட பாகம் partisan

pirindhu *adv.* பிறிந்து apart
pirippathu *v.t.* . பிரிப்பது part
pirithal *v.i.* பிரிதல் depart
pirithal *v.t.* . பிரி separate
pirithal *n.* பிரிதல் separation
pirithedu *v.t.* பிரித்தெடு divide
piriththedu *v.t.* பிரித்தெடு detach
piriththu vaiththal *n.* பிரித்து வைத்தல் segregation
piriththuth thaniyaaka vai *v.t.* . பிரித்துத் தனியாக வை isolate
pirivu undaakkum napar *n.* பிரிவு உண்டாக்கும் நபர் secessionist
pirivukkuriya *a.* பிரிவுக்குரிய sectarian
piriyam *n.* பிரியம் adoration
piriyam *n.* பிரியம் endearment
piriyam kaattu *v.t.* . பிரியம் காட்டு love
piriyamaana *a.* பிரியமான dear
piriya-maana' *a.* பிரியமான adorable
piriyamaanavaraakku *v.t.* . பிரியமானவராக்கு endear
piriyaminmai *n.* பிரியமின்மை reluctance
piriyap-patta' *v.t.* . பிரியப்பட adore
piri-yojanam *v.t.* . பிரயோஜனம் avail
pirpatta *a.* பிறபட்ட subsequent
pirpokkaana *a.* பிற்போக்கான reactinary
pirr-serkap-patta *adj.* பிற்சேர்க்கப்பட்ட adscript
pirserkkai *n.* பிற்சேர்க்கை supplement
pisaasu *n.* பிசாசு devil
pisukkulla *a.* பிசுக்குள்ள greasy
pithalai *n.* பித்தளை brass
pitham *n.* பித்தம் bile
pitharru *v.i..* பிதற்று gabble
pitharru *v.i..* பிதற்று rave
piththan *n.* பித்தன் crack
piththan *n.* பித்தன் zealot
piththu *n.* பித்து mania
piththup pidiththavan *n.* பித்துப் பிடித்தவன் maniac
pithukkam *n.* பிதுக்கம் hernia
piuthuppaabi *n.* புதுப்பாணி fashion
piyaano vaachikkum nipunar *n.* பியானோ வாசிக்கும் நிபுணர் pianist
piyaano vaaththiyam *n.* பியானோ வாத்தியம் piano
pizhai *v.t.* பிழை bungle
pizhai *n.* பிழை bungle
pizhai *n.* பிழை mistake
pizhaippu *n.* பிழைப்பு subsistence
pizhi *v.t.* . பிழி squeeze
pizivathu *v.t.* . பிழிவது wring
pkoppapaduthal *n.* கோப்பபடுதல் reprimand
plam endru oru pazham *n.* பலம் என்று ஒரு பழம் plum
plek noy *a.* ப்ளேக் நோய் plague
plek noyai parappuvathu *v.t.* . ப்ளேக் நோயை பரப்புவது plague
po *v.i..* போ go
podhumaana-dhaaka *n.* போதுமானதாக adequacy
podhu-vudaimai *n.* பொதுவுடைமை communism
podi-vagai *n.* பொடிவகை amberite

podiyaakku *v.t.* பொடியாக்கு crumble
podiyaaku *v.t.* பொடியாக்கு mill
podiyan *n.* பொடியன் midget
podu *v.t.* போடு put
poduku *n.* பொடுகு dandruff
podumaana *a.* போதுமான ample
podu-mannippu *n.* பொதுமன்னிப்பு amnesty
poeridaraana *a.* பேரிடரான disastrous
poi kaal *n.* பொய் கால் stilt
poi kaiyezhuththu *n.* பொய் கையெழுத்து forgery
poikaadchi *n.* பொய்காட்சி delusion
poik-kadhai *n.* பொய்க்கதை canard
poi-mai *n.* பொய்மை aberrance
Poi-varugiren *n.* போய்வருகிறேன் adieu
poi-varugi-ren *interj.* போய்வருகிறேன் bye-bye
poi-yaana *a.* பொய்யான bogus
pokkiri *n.* போக்கிரி cad
pokkiri *n.* பொக்கிரி hooligan
pokkisham *n.* பொக்கிஷம் treasure
pokku *n.* போக்கு trend
pokku varavu saathanam *n.* போக்கு வரவு சாதனம் transport
pola *prep.* போல like
poli *n.* போலி sham
poli oyyaaramaana *v.* போலி ஒய்யாரமான snobbish
poli uyarvuppakattu *n.* போலி உயர்வுப்பகட்டு snobbery
polipporul *a.* போலிப்பொருள் counterfeit
polis athikaari *n.* போலிஸ் அதிகாரி inspector
poliyaaka nadippavar *n.* போலியாக நடிப்பவர் impostor
poliyaana *a.* போலியான sham
poliyaana *a.* போலியான spurious
poll *adv.* போல் as
pommai *n.* பொம்மை doll
pommai *n.* பொம்மை toy
pommalaatta pommai *n.* பொம்மலாட்ட பொம்மை marionette
ponnaavarai *n.* பொன்னவரை occident
ponnukku veengi *n.* பொன்னுக்கு வீங்கி mumps
ponra *a.* போன்ற like
ponra *a.* போன்ற similar
ponrillaatha *prep.* போன்றில்லாத unlike
ponru *adv.* போன்று alike
poo *n.* பூ bloom
poo *n.* பூ flower
poo valaiyam *v.t.* பூ வளையம் wreathe
poo-cchi *n.* பூச்சி bug
poocchiyin-adivayiru *n.* பூச்சியினடிவயிறு cornicle
poocha-maram *n.* பூச்சமரம் birch
poochchi kolli *n.* பூச்சி கொல்லி pesticide
poochendu *n.* பூச்செண்டு nosegay
poochi *n.* பூச்சி insect
poochi naasini *n.* பூச்சி நாசினி insecticide
poochiyiyal *n.* பூச்சியியல் entomology

poochuppoosu *v.t.* பூச்சுப் பூசு galvanize
poojai-maadam *n.* பூஜைமாடம் altar
poojiththal *n.* பூஜித்தல் reverence
poojyam *n.* பூஜ்யம் zero
pookampam *n.* பூகம்பம் earthquake
pookkadaikkaarar *n.* பூக்கடைக்காரர் florist
pook-kovaa *n.* பூக்கோவா cauliflower
poomi *n.* பூமி earth
poomi *n.* பூமி land
poomi saarnatha *a.* பூமி சார்ந்த geographical
poomi smpanthamaana *a.* பூமி சம்பந்தமான seismic
poompoottu *n.* பூம்பட்டு velvet
poonai *n.* பூனை cat
poonai pol kaththu *v.i.* பூனை போல் கத்து mew
poonaikkanjori sedi vakai *n.* பூனைக்காஞ்சொறிச் செடி வகை nettle
poonaikkutti *n.* பூனைக்குட்டி kitten
poondu *n.* பூண்டு garlic
poondu vakai *n.* பூண்டு வகை leek
poongaa *n.* பூங்கா park
poonjanam *n.* பூஞ்சனம் mould
poo-pandhaattam *n* பூப்பந்தாட்டம் badminton
pooraan *n.* பூரான் centipede
poorana *a.* பூரண integral
poorana *adv.* பூரண stark
poorana valarchi adai *v.i.* பூரண வளர்ச்சி அடை mature
pooranamaaka *adv.* பூரணமாக utterly

poorthi *n.* பூர்த்தி achievement
poorthi(seivadhu) *n.* பூர்த்தி (செய்வது) complement
poorththiyaakaatha *a.* பூர்த்தியாகாத incomplete
poorththiyaakaatha *a.* பூர்த்தியாகாத sketchy
poorththiyaana *a.* பூர்த்தியான thorough
poorththiyaana *a.* பூர்த்தியான utter
poosal *v.t.* பூசல் brangle
poosal *n.* பூசல் melee
poosanikkaay *n.* பூசணிக்காய் pumpkin
poosu *n.* பூசு daub
poosu *v.t.* பூசு daub
poosu *v.t.* பூசு smear
poothak kannaadi *n.* பூதக்கண்ணாடி microscope
poothal *v.i.* பூத்தல் bloom
pooththaiyal *n.* பூத்தையல் embroidery
pootti vai *v.t.* பூட்டி வை lock
poottu *n.* பூட்டு lock
poottu *v.t.* பூட்டு yoke
pop aandavar *n.* போப் ஆண்டவர் pope
pop aandavarin arasaangam *n.* போப் ஆண்டவரின் அரசாங்கம் papacy
pop aandavarin sambandham *a.* போப் ஆண்டவரின் சம்பந்தம் papal
por *v.t.* போர் contest
por veerar *n.* போர் வீரர் warrior
poraadu *v.i.* போராடு struggle
poraamai *v.* பொறாமை envy

poraamai *n.* பொறாமை greed

poraamai *n.* பொறாமை jealousy

poraamai mikka *a.* பொறாமை மிக்க zealous

poraamaippadu *v.t.* பொறா மை ப்படு envy

poraamaippadukira *a.* பொறாமைப்படுகிற envious

poraamaiyulla *a.* பொறமையுள்ள jealous

poraattam *n.* போராட்டம் combat1

poraattam *n.* போராட்டம் struggle

pori *v.t.* பொறி chisel

pori *n.* போறி scintillation

poriththa *v.t.* . பொரி fry

poriththa *n.* பொரித்த fry

porivai *v.t.* பொறிவை entrap

poriyaalar *n.* பொறியாளர் engineer

porru *v.i.* போற்று hail

porththikkol *v.t.* . போர்த்திக்கோள் muffle

poru *v.t.* . பொறு weather

porudkaadsi *n.* பொருட் காட்சி exhibition

porukka-koll *v.t.* பொறுக்கக்கொள் choose

porukki-eduthu *n.* பொறுக்கியெடுத்து choice

porul *n.* பொருள் material

porul *n.* பொருள் object

porul *n.* பொருள் substance

porul *n.* பொருள் thing

porulaathaaram *n.* பொருளாதாரம் economics

porulaathaaram *n.* பொருளாதாரம் economy

porulaathaarar *n.* பொருளாதாரர் treasurer

porulkal urpaththi seythal *n.* பொருள்கள் உற்பத்தி செய்தல் manufacture

porulpadu *v.t.* . பொருள்படு imply

porumai izha *n.* பொறுமை இழ fray

porumai ulla *n.* பொறுமை உள்ள patience

porumaiyaana *a.* பொறுமையான patient

porumaiyillaatha *a.* பொறுமையில்லாத impatient

porumaiyinmai *n.* பொறுமையின்மை impatience

porumaiyulla *n.* பொறுமை tolerance

porumaiyulla *a.* பொறுமையுள்ள tolerant

porundhu *v.i.* பொருந்து correspond

porunthaatha *a.* பொருந்தாத improper

porunthiru *v.t.* . பொருந்திரு suit

poruperpavar *n.* பொறுப்பேற்பவர் sponsor

poru-poruppu *n.* பொருபொருப்பு check

poruppaakku *v.t.* பொறுப்பாக்கு entrust

porup-paali *a.* பொறுப்பாளி answerable

poruppaana *a.* பொறுப்பான responsible

porupparra *a.* பொறுப்பற்ற irresponsible

porupperka maruppavar *n.* பொறுப்பேற்க மறுப்பவர் shirker

poruppu *n.* பொறுப்பு liability

poruppu *n.* பொறுப்பு onus
poruppu *n.* பொறுப்பு responsibility
porutham *n.* பொருத்தம் fit
poruthamaana *v.t.* . பொருத்தமான fit
poruthamaana *a.* பொருத்தமான fitful
porutha-maana *adv.* பொருத்தமான appositely
porutha-maana *v.t.* . பொருத்தமான appropriate
porutham-aana *a.* பொருத்தமான becoming
poruththal *n.* பொறுத்தல் toleration
poruththam *n.* பொருத்தம் suitability
poruththam illaamai *v.t.* . பொருத்தம் இல்லமை mismatch
poruththam illaatha uravu *n.* பொருத்தம் இல்லாத உறவு misalliance
poruththamaana *adv.* பொருத்தமான defensive
poruththamaana *a.* பொருத்தமான seasonable
poruth-thamaana *a.* பொருத்தமான applicable
poruththupavar *n.* பொருத்துபவர் fitter
poruthu *v.t.* . பொருத்து fix
poruttu *prep.* பொரு ட்டு for
porvai *n.* போர்வை blanket
porvai *n.* போர்வை rug
potaasiyam peyarulla oru thravyam *n.* potash
potaasiyam peyarulla oru thravyam *n.* பொட்டாசியம் பெயருள்ள ஒரு த்ரவ்யம் potassium

pothaatha *adj.* போதாத deficient
pothaatha *a.* போதாத insufficient
pothai marunthu *n.* போதை மருந்து drug
pothai marunthu *n.* போதைமருந்து narcotic
pothai mikka *a.* போதை மிக்க rum
pothaiyoottum porul *n.* போதையூட்டும் பொருள் intoxicant
pothippathu *n.* போதிப்பது purport
poththaan podu *v.t.* . பொத்தான் போடு stud
poththal *n.* பொத்தல் puncture
pothu makkal *a.* பொத்துமக்கள் public
pothu mozhi *n.* பொது மொழி lingua franca
pothu nokkak kazhakam *n.* பொதுநோக்க்க் கழகம் guild
pothu sthaapanam *n.* பொது ஸ்தாபனம் institute
pothujana vaakkeduppu murai *n.* பொதுஜன வாக்கெடுப்பு முறை referendum
pothukkaadsi *n.* பொதுக் காட்சி pageant
pothum *a.* போதும் enough
pothum pothaathaaka *adv.* போதும் போதாததாக scarcely
pothumaana *adv.* போது மான enough
pothumaana *a.* போதுமான sufficient
pothumaanathaayiru *v.i.* . போதுமானதாயிரு suffice
pothumaanathu *n.* போதுமானது sufficiency

pothumakkal *n.* பொதுமக்கள் public

pothuvaaka *adv.* பொதுவ்வாக generally

pothuvaana *a.* பொதுவான general

pothuvaana marunthu *n.* பொதுவான மருந்து panacea

pothuvazhi saalai *n.* பொதுவழிச் சாலை thoroughfare

pothuvudaimaith thaththuvam *n.* பொதுவுடைமைத் தத்துவம் socialism

pothuvudaimaivaathi *n,a* பொதுவுடைமைவாதி socialist

potta-gangal *n.*pl. பொட்டகங்கள் archives

pottalam *n.* பொட்டலம் package

pottalam *n.* பொட்டலம் parcel

pottalam pannu *v.t.* . பொட்டலம் பண்ணு parcel

potti *n.* பொட்டி attache

potti *n.* போட்டி competition

potti *n.* போட்டி contest

potti-migu *a.* போட்டிமிகு competitive

pottiyidu *v.i.* போட்டியிடு contend

pottiyidu *v.i.*. போட்டியிடு vie

potti-yidu *v.i.* போட்டியிடு compete

potti-yidu-pavar *n.* போட்டியிடுபவர் agonist

pottuvei *v.t.* போட்டுவை consign

poy *n.* பொய் lie

poy mayir *n.* பொய் மயிர் wig

poy pesiu *v.i.* பொய் பேசு lie

poyp paarththal *n.* போய்ப் பார்த்தல் visit

poyppaar *v.t.* . போய்ப் பார் visit

poyyaana *a.* பொய் யான false

poyyaana *a.* பொய்யான mendacious

Poyyaana peyar *n.* பொய்யான பெயர் pseudonym

poyyar *n.* பொய்யர் liar

pozhi *v.t.* . பொழி shower

pozhivu *n.* பொழிவு shower

pozhudhupokku *n.* பொழுதுபோக்கு amusement

pozhuthellaam *adv.* conj பொழுதெல்லாம் whenever

pozhuthu *conj.* பொழுது when

pozhuthu pokkaana nadai *v.t.* . பொழுது போக்கன நடை saunter

pozhuthu pokkaana vilaiyaattu *n.* பொழுது போக்கான விளையாட்டு sport

pozhuthup pokku *n.* பொழுது போக்கு pastime

pozhuthupokku *n.* பொழுதுபோக்கு entertainment

pozhuthupokku *n.* பொழுதுபொக்கு hobby

ppar *v.t.* . பார் view

ppukazh *v.t.* புகழ் exalt

praamaiyudaiya *a.* பொறாமையுடைய greedy

praarththanai *n.* பிரார்த்தனை prayer

praarththanai pannuvathu *v.i.*. பிரார்த்தனை பண்ணுதல் pray

prachaaram *v.t.* பிரசாரம் canvass

prachaaram *n.* பிரசாரம் propaganda

Prachaaram pannuppavar *n.* பிரசாரம் பண்ணுபவர் propagandist

Prachaaram pannuthal *v.t.* . பிரசாரம் பண்ணுதல் propagate

Prachaaram pannuthal *n.* பிரசாரம் பண்ணுதல் propagation
prachchanaiyaana *a.* ப்ரசனைஆந problematic
prachnai *n.* பிரச்சனை problem
pradhi *n.* பிரதி copy
pra-kaasi *v.t.* பிரகாசி brighten
praka-tanam *v.t.* பிரகடனம் bicker
Prapalam *n.* பிரபலம் populace
Prapalam *n.* பிரபலம் popularity
prapalam paduththuvathu *v.t.* . பிரபலம் படுத்துவது popularize
prapalamaana *a.* பிரபலமான popular
prapalamaanavar *n.* பிரபலமானவர் poplar
prapan-jham *adj.* பிரபஞ்சம் cosmic
prarthani-puthagam *n.* பிரார்த்தனைபுத்தகம் breviary
prasavam *n.* பிரசவம் confinement
pravai kunju *n.* பறவை குஞ்சு nestling
pravaikal vasippidam *n.* பறவைகள் வசிப்பிடம் roost
prayaa-nigal *n.* பிரயாணிகள் caravan
prisuththamaanavar *n.* பரிசுத்தமானவர் purist
prothamaana பொருத்தமான fit
prunthunpam *n.* பெருந் துன்பம் tribulation
pthenettu vayathukku merpatta *a.* பதிக்கு மேற்பட்ட major
puchi *n.* பூச்சி pest
pudai-ezhuth-thukkal *n.* புடைஎழுத்துக்கள் braille
puddi *n.* புட்டி bottle
puddi-yil *n.* புட்டியில் bottler
pudhai *v.t.* புதை bury
pudhai-thal *n.* புதைத்தல் burial
pudhar *n.* புதர் bush
pudhi-daai *adv.* புதிதாய் anew
pudhir *n.* புதிர் conundrum
pudu-kagam *n.* பதுக்ககம் cache
pudungoo *v.t.* . புடுங்கு pluck
pudunguvathu *n.* புடுங்குவது pluck
pugaip padam eduppathu *v.t.* . புகைப்படம் எடுப்பது photograph
pugaip padam eduppathu *n.* புகைப்படம் எடுப்பது photograph
pugaip padam eduppavar *n.* புகைப்படம் எடுப்பவர் photographer
pugaip padamaana *a.* புகைப்படமான photographic
pugaipada-karuvi *n.* புகைப்படக்கருவி camera
pugai-pokki *n.* புகைப்போக்கி chimney
pugaippadam edukkum murai *n.* புகைப்படம் எடுக்கும் முறை photography
puga-lidam *n.* புகலிடம் asylum
pugazhum-padiyaana *a.* புகழும்படியான commendable
pugha-murai *v.t.* புகழுரை compliment
pughazh *v.t.* புகழ் commend
pughazh-chiyaana *n.* புகழ்ச்சியான commendation
pujyam *n.* பூஜ்யம் cypher
pujyam *n.* பூஜ்யம் nil
pujyam *n.* பூஜ்யம் nought
pukai *n.* புகை smoke
pukai podu *v.i..* புகை போடு smoke

pukai veliyidukira *a.* புகை வெளியிடுகிற smoky

pukaik kari *n.* புகைக் கரி soot

pukaik kariyaal moodu *v.t.* . புகைக் கரியால் மூடு soot

pukaippadam *n.* புகைபடம் snap

pukaivandi saar *n.* புகைவண்டி சார் railway

pukaiyilai *n.* புகையிலை tobacco

pukaiyilai nchu *n.* புகையிலை நச்சு nicotine

pukalidam *n.* புகலிடம் haven

pukalidam *n.* புகலிடம் shelter

pukalidamali *v.t.* . புகலிடமளி harbour

pukaz *v.t.* . புகழ் repute

pukaz *n.* புகழ் repute

pukaz parappu *n.* புகழ் பரப்பு publicity

pukaz perra *n.* புகழ் பெற்ற renown

pukaz perra *a.* புகழ் பெற்ற renowned

pukazh *v.t.* புகழ் extol

pukazh *n.* புகழ் fame

pukazh *n.* புகழ் glory

pukazh *v.t.* . புகழ் laud

pukazh *n.* புகழ் prejudice

pukazh petra oru nabar maathiri *n.* புகழ் பெற்ற ஒரு நபர் மாதிரி paragon

pukazhaththakka *a.* புகழத்தக்க laudable

pukazhchchi *n.* புகழ்ச்சி praise

pukazhchchi pannu *v.t.* . புகழ்ச்சி பண்ணு praise

pukazhchchikkuriya *a.* புகழ்ச்சிக்குரிய praiseworthy

pukazhchi *n.* புகழ்ச்சி laud

pukazhpaadu *v.t.* . புகழ்பாடு glorify

pukazhperra *a.* புகழ் பெற்ற famous

pukazinmai *n.* புகழின்மை notoriety

pukaznthu pesuvathu *a.* புகழ்ந்து பேசுவது salutary

pukkum thaavangkal *n.* பூக்கும் தாவரங்கள daffodil

pukuthal *n.* புகுதல் entry

pul maithaanam *n.* புல் மைதானம் lawn

pul vakai *n.* புல் வகை lucerne

pulamai *n.* புலமை knowledge

pulamai saanra *a.* புலமை சான்ற scholarly

pulambhu *v.t.* புலம்பு bewail

pulampal *n.* புலம்பல் lament

pulampal *n.* புலம்பல் lamentation

pulampal *n.* புலம்பல் moan

pulampal *n.* புலம்பல் wail

pulampu *v.i.*. புலம்பு moan

pulampu *v.i.*. புலம்பு wail

pulan visaaranai *n.* புலன் விசாரணை investigation

pulanaayvu *n.* புலனாய்வு inquisition

pulappadaatha *a.* புலப்படாத invisible

pulavar *n.* புலவர் poetess

pulavar *n.* புலவர் poet

pulavaraana *n.* புலவரான poignacy

pulavaraana *a.* புலவரான poetic

puli *n.* புளி tamarind

puli *n.* புலி tiger

pulippaana *a.* புளிப்பான sour

puliththa saaraayam *n.* புளித்த சாராயம் vinegar
puliththa vaasanai *a.* புளித்த வாசனை musty
pullaangkuzhal *n.* புல்லாங்குழல் flute
pulli *n.* புள்ளி dot
pulli *n.* புள்ளி jot
pulli *n.* புள்ளி speck
pulli *n.* புள்ளி point
pulli vivara nipunar *n.* புள்ளி விவர நிபுணர் statistician
pulli vivarangkalai aathaaramaak konda *a.* புள்ளி விவரங்களை ஆதாரமாகக் கொண்ட statistical
pulliyidu *v.t.* புள்ளியிடு dot
pullli vivaram *n.* புள்ளி விவரம் statistics
pulmey *v.i.*. புல்மேய் graze
pultharai *n.* புல்தரை sod
pultharai *n.* புல்தரை turf
pulveli *n.* புல்வெளி grass
pulveli *n.* புல்வெளி lea
pulveli *n.* புல்வெளி mead
pulveli *n.* புல்வெளி meadow
pumi urundai *n.* பூமி உருண்டை globe
pun *n.* புண sore
pun ponra *a.* புண் போன்ற ulcerous
punai kathai *n.* புனை கதை fiction
punai-peyar *n.* புனைபெயர் alias
punar *v.t.* . புணர் mate
punaramai *v.t.* . புனரமைமை restore
punaramaippu *n.* புனரமைப்பு restoration
punarchi *n.* புணர்ச்சி intercourse
punarpuzhai *n.* புணர்புழை vagina
punaruththaaranam sey *v.t.* . புனருத்தாரணம் செய் regenerate
pungha-maram *n.* புங்கமரம் beech
punidha-geetham *n.* புனிதகீதம் anthem
punidha-maakku *v.t.* . புனிதமாக்கு consecrate
punitha naal *n.* புனித நாள் sabbath
punithamaakku *v.t.* . புனிதமாக்கு solemnize
punithamaana *a.* புனிதமான holy
punithamaana *a.* புனிதமான sacred
punithamaana idam *n.* புனிதமான இடம் shrine
punnakai *n.* புன்னகை smile
punnakai purithal *v.i.*. புன்னகை புரிதல் smile
punpadukira *a.* புண்படுத்துகிற maleficent
pura nakar pakuthi *n.*pl. புற நகர் பகுதி outskirts
puraa *n.* புறா dove
puraa-dhana' *a.* புராதன archaic
puraana ilakkiyam *a.* புராணஇலக்கியம் mythological
puraanakkathai *n.* புராணக்கதை myth
puradsi *n.* புரட்சி insurrection
puradsi *n.* புரட்சி revolt
puradsi *n.* புரட்சி revolution
puradsi sey *v.i.*. புரட்சி செய் rebel
puradsi sey *v.i.*. புரட்சி செய் revolt
puradsikaram *n.* புரட்சிகரம் revolutionary

puradsikaramaana *a.* புரட்சிகரமான radical
puradsikaramaana *a.* புரட்சிக்கரமான revolutionary
puradsikkaarar *n.* புரட்சிக்காரர் rebel
purakkani *v.t.* . புறக்கணி neglect
purakkani *v.t.* . புறக்கணி rebuff
purakkani *v.t.* . புறக்கணி rid
purakkaniththal *n.* புறக்கணித்தல் neglect
purakkaniththal *n.* புறக்கணித்தல் rebuff
purakkodi *a.* புறக்க்கோடி extreme
purakkodidu *v.t.* . புறக்கோடிடு outline
purakkodu *n.* புறக்கோடு outline
puram nokki *adv.* புறம் நோக்கி outwards
purana *adv.* பூரண outright
puranakar *n.* புறநகர் suburb
puranamaaka *a.* பூரணமாக outright
puranthallu *v.t.* புறந்தள்ளு expel
purappaadu *n.* புறப்பாடு departure
puratchi-sei *v.t.* . புரட்சிசெய் agitate
puratham *n.* புரதம் protein
pura-vazhi *n.* புறவழி bypass
purindhu-kolludhal *v.t.* . புரிந்துக்கொள்ளுதல் apprehend
puriyaatha *a.* புரியாத mystic
puriyaatha *a.* புரியாத uncanny
puriyaatha pechu *n.* புரியாத பேச்சு jargon
puriyaatha thanmai *n.* புரியாத தன்மை obscurity
puriyakkoodiya *a.* புரியக்கூடிய intelligible
purushan (a) manaivi *n.* புருஷன் (அ) மனைவி spouse
puruvam *n.* புருவம் brow
pushpam *n.* புஷ்பம் blossom
puthaga-kuri *n.* புத்தகக்குறி book-mark
puthagam *n.* புத்தகம் book
puthaga-poochi *n.* புத்தகப்பூச்சி book-worm
puthaga-viyaapari *n.* புத்தகவியாபாரி book-seller
puthai manal *n.* புதை மணல் quicksand
puthaiththal *n.* புதைத்தல் sepulture
puthaivadivam *n.* புதைவடிவம் fossil
puthan kizhamai *n.* புதன்கிழமை Wednesday
puthar *n.* புதர் wormwood
puthar *n.* புதர் paradox
putharchchedi *n.* புதர்ச்செடி shrub
puthinaa keerai *n.* பொதினா கீரை mint
puthinam *n.* புதினம் novel
puthinam ezhuthupavar *n.* புதினம் எழுதுபவர் novelist
puthir *n.* புதிர் enigma
puthir *n.* புதிர் puzzle
puthir *n.* புதிர் quiz
puthir *n.* புதிர் riddle
puthir podu *v.t.* . புதிர் போடு puzzle
puthir sol *v.i.*. புதிர் சொல் riddle
puthiya *a.* புதிய fresh
puthiya *a.* புதிய new
puthiya kandupidi *n.* புதிய கண்டுபிடிப்பு invention

puthiya karkaalam *a.* புதிய கற்காலம் neolithic

puthiya porulkalai undaakku *v.t.* . புதிய பொருள்களை உண்டாக்கு innovate

puthiyauththi kandupidi *v.t.* புதியஉத்தி கண்டுபிடி devise

puthiyavar *n.* புதியவர் novice

puththakaththin moolappakuthi *n.* புத்தகத்தின் மூலப்பகுதி text

puththi koormai *n.* புத்தி கூர்மை sagacity

puththi koormaimikka *a.* புத்தி கூர்மைமிக்க sagacious

puththi koormaimikka *a.* புத்தி கூர்மைமிக்க sage

puththi nudpam *n.* புத்தி நுட்பம் intelligence

puththi nudpam *n.* புத்தி நுட்பம் tact

puththi solpavar *a.* புத்தி சொல்பவர் monitory

puththi suvaatheenamarravarkal sampanthamaana *a.* புத்திசுவாதீனமற்றவர்கள் சம்பந்தமான lunatic

puththimathi *n.* புத்திமதி counsel

puththisaaliyaana *a.* புத்திசாலியான intelligent

puththiyeenam *n.* புத்தியீனம் indiscretion

puththiyil minju *v.t.* . புத்தியில் மிஞ்சு outwit

puththiyillaatha *a.* புத்தியிலாத stupid

puththunarchi *n.* புத்துணர்ச்சி refreshment

puththunarvu kol *v.t.* . புத்துணர்வு கொள் refresh

puththuyir *n.* புத்துயிர் revival

puththuyir ali *v.i..* புத்துயிர் அளி revive

puthu saaraayam *n.* புது சாராயம் must

puthumai *n.* புதுமை innovation

puthumai *n.* புதுமை modernity

puthumai *a.* புதுமை novel

puthumai *n.* புதுமை novelty

puthumai seypavar *n.* புதுமை செய்பவர் innovator

puthumaiyaana *a.* புதுமையான curious

puthuppi *v.t.* . புதுப்பி renew

puthuppi *v.t.* . புதுப்பி renovate

puthuppi *v.t.* . புதுப்பி replenish

puthuppiththal *n.* புதுப்பித்தல் renewal

puthuppiththal *n.* புதுப்பித்தல் renovation

puttru-noi *n.* புற்றுநோய் cancer

puvin thul *n.* பூவின் தூள் pollen

puvithaz *n.* பூவிதழ் petal

puviyamaippiyal aayvaalar *n.* புயமைப்பியல் ஆய்வாளர் geologist

puviyeerppu visai *n.* புவியீர்ப்பு விசை gravity

puviyiyal *n.* புவியியல் geography

puviyiyal maanavar *n.* புவியியல் மாணவர் geographer

puyal kaarru *n.* புயல் காற்று gust

puyal kaarru *n.* புயல் காற்று storm

puyal niraintha *a.* புயல் நிறைந்த stormy
puyal ponra *a.* புயல் போன்ற tempestuous
puyalkaarru *n.* புயல்காற்று cyclone
puzhakkaththil viduthal *n.* புழக்கத்தில் விடுதல் issue
puzu *n.* புழு worm
pviyamaippiyal *n.* புயம்மைப்பியல் geology

R

raaja kolai *n.* ராஜ கொலை regicide
raaja thanthiramaana *a.* இராஜ தந்திரமான diplomatic
raaja throkamaana *a.* ராஜ துரோகமான seditious
raajaanga *a.* ராஜாங்க imperial
raajaanga *a.* ராஜாங்க regal
raajappirathinithi *n.* ராஜப்பிரதிநிதி viceroy
raajasapaiyilullavar *n.* ராஜசபையிலுள்ளவர் courtier
raajath throkach cheyal *n.* ராஜத் துரோகச் செயல் sedition
raajinaamaa *v.t.* . ராஜினாமா செய் resign
raajinaamaa *n.* ராஜின்னாமா resignation
raajyam *n.* ராஜ்யம் kingdom
raani *n.* ராணி queen

raanuva veeran *n.* ராணுவ வீரன் soldier
raanuva-mugaam *n.* இராணுவ முகாம் cantonment
raanuvath thalaivan *n.* ராணுவத் தலைவன் sergeant
raasi mandalam *n.* ராசி மண்டலம் zodiac
radham *n.* ரதம் chariot
raga-siyamaana *adj.* இரகசிமான clandestine
raji-sei *n.* ராஜிசெய் compromise
rakachiyam *n.* ரகசியம் privacy
rakachiyamaakkapatta *n.* ரகசியமாக்கபட்ட privation
rakachiyamaana *a.* ரகசியமான private
rakasiyam *n.* ரகசியம் secrecy
rakasiyam *n.* ரகசியம் secret
rakasiyamaana *a.* ரகசியமான underhand
rakasiyangkal vaiththulla *a.* ரகசியங்கள் வைத்துள்ள secretive
rakshi *v.t.* . ரக்ஷி ward
rampai *n.* ரம்பை damsel
rampam *n.* ரம்பம் saw
rampaththaal aru *v.t.* . ரம்பத்தால் அறு saw
ranam *n.* ரணம் ulcer
ranga raattinam *n.* ரங்கராட்டினம் whirligig
rasaa-yinam *a.* இரசாயனம் chemical
rasaayina-saasthiram *n.* ரசாயனசாஸ்திரம் chemistry
rasam *n.* ரசம் bisque

rasa-vaadhi *n.* ரசவாதி chemist
raseethu *n.* ரசீது receipt
rathak-kasivu *v.i.* இரத்தக்கசிவு bleed
ratham *n.* இரத்தம் blood
raththinakkal *n.* ரத்தினக் கல் opal
rathu *v.t.* இரத்து cancel
ratthu-sei *v.t.* . இரத்துசெய் annul
ravikkai *n.* ரவிக்கை blouse
ravudi *a.* ரவுடி roguish
rediyam *n.* ரேடியம் radium
reengkaaram *n.* ரீங்காரம் hum
reengkaaram sey *v.i.* ரீங்காரம் செய் hum
rikshaa vaakanam *n.* ரிக்ஷா வாகனம் rickshaw
rojaa malar *n.* ரோஜா மலர் rose
rojaa niram konda *a.* ரோஜ்ஜா நிறம் கொண்ட roseate
rojaa ponra *a.* ரோஜ்ஜ்ஜா போன்ற rosy
rokkam *v.t.* ரொக்கம் cash
roopaay *n.* ரூபாய் rupee
roopaththai maarru *v.* ரூபத்தை மாற்று transform
roti-saeidu-virpavar *n.* ரொட்டிசெய்துவிற்பவர் baker
rotti *n.* ரொட்டி bread
rottithundu *n.* ரொட்டித் துண்டு loaf
rotti-yaal *v.t.* & i ரொட்டியால் breaden
rshya naattu naanayam *n.* ரஷ்ய நாட்டு நாணயம் rouble
ruchiyaaka *a.* சாப்பிட ருசியாக palatal
ruchiyaana *a.* சாப்பிட ருசியாக palatable
rusi *n.* ருசி savour
rusi *n.* ருசி smack
rusi kaanappadu *v.i.*. ருசி காணப்படு smack
rusi paar *v.t.* . ருசி பார் taste
rusiyaana *n.* ருசியான dainty
rusiyarra *a.* ருசியற்ற insipid
rusiyulla *a.* ருசியுள்ள tasty
rusu-padutthu *v.t.* . ருசுப்படுத்து adduce

S

saaanam *n.* சாணம் dung
saabathu-kuriyavar *a.* சாபத்துகுரியவர accursed
saadagam *n.* சாதகம் advantage
saadaga-maana *a.* சாதகமான advantageous
saadanam *n.* சாதனம் appliance
saadarana *a.* சாதாரண commonplace
saadarana-maana *a.* சாதாரணமான banal
saadarana-pradhi *n.* சாதாரணபிரதி commoner
saadhanai *n.* சாதனை accomplishment
saadhanai *v.t.* . சாதனை achieve
saadhanai-yaalar *a.* சாதனையாளர் accomplished
saadha-rana-maana *v.t.* . சாதாரணமான average
saadhi *n.* சாதி caste
saadhi-thal *v.t.* . சாதித்தல் accomplish

saadsi *n.* சாட்சி evidence
saadsi *n.* சாட்சி witness
saadsi sol *v.i..* சாட்சி சொல் vouch
saadsiyaaka iru *v.i..* சாட்சியாக இரு witness
saagu-padi-kerpa' *adj.* சாகுபடிக்கேற்ப arable
saakadai-kuzhi *n.* சாக்கடைக்குழி cesspool
saakadikkinra *a.* சாகடிக்கின்ற lethal
saakasam *n.* சாகசம் venture
saakkadai *n.* சாக்கடை sewer
saakkadai amaippu *n.* சாக்கடை அமைப்பு sewerage
saakkuppokku *n.* சாக்குப்போக்கு excuse
saakshi sol *v.i..* சாக்ஷி சொல் testify
saalai *n.* சாலை road
saalai marangal *n.* சாலை மரங்கள் vista
saalai pokkuvaraththu *n.* சாலைப் போக்குவரத்து traffic
saalvai *n.* சால்வை shawl
saam puthakam *n.* சாம் புத்தகம் psalm
saamaankal amai *v.t..* சாமான்கள் அமை furnish
saamaankal yerris sellum thirantha *n.* சாமன்கள் ஏற்றிச் செல்லும் திறந்த வண்டி lorry
saamar-thiyam *adj.* சாமர்த்தியம் argute
saamarththiyam *n.* சாமர்த்தியம் felicity
saamarththiyamaaka *a.* சாமர்த்தியமாக tactful

saamarththiyamaana pechu *n.* ச்சாமர்த்தியமான பேச்சு witticism
saamarththiyamaana pechu *a.* ச்சாமர்த்தியமான பேச்சு witty
saambhal *n.* சாம்பல் ash
saamraajyam *n.* சாம்ராஜ்யம் empire
saan pottu ala *v.t..* சாண் போட்டு அள span
saandha-maana *v.i.* சாந்தமான cool
saanraavanam *n.* சான்றாவணம் exhibit
saanrali *v.t.* சான்றளி depose
saan-rali *v.t.* சான்றளி certify
saan-ral'i *v.t..* சான்றளி attest
saanri-dhazh *n.* சான்றிதழ் certificate
saanrithazh *n.* சான்றிதழ் diploma
saanruraippavar *n.* சான்றுரைப்பவர் deponent
saantham *n.* சாந்தம் stillness
saantha-maagu *n.* சாந்தமாகு calm
saanthamaana *a.* சாந்தமான placid
saantha-maana *adj.* சாந்தமான bland
saanthappaduththu *v.t..* சாந்தப்படுத்து lull
saanthappaduththu *v.t..* சாந்தப்படுத்து still
saanthappaduththum marunthu *v.t..* சாந்தப்படுத்து sedate
saanthappaduththum marunthu *a.* சாந்தப்படுத்தும் மருந்து sedative
saapam *n.* சாபம் curse
saapam *n.* சாபம் malediction
saapamidu *v.t.* சாபமிடு curse
saapidakoodiya *n.* சாப்பிடக்கூடிய eatable

saapidakoodiya *a.* சாப்பிடக்கூடிய eatable
saapidu *v.t.* சாப்பிடு eat
saappaadu *n.* சாப்பாடு lunch
saappaadu *n.* சாப்பாடு meal
saaraamsam *n.* சாராம்சம் essence
saaraamsam *n.* சாராம்சம் gist
saaraayak kadai *n.* சாராயக் கடை tavern
saaraayam *n.* சாராயம் liquor
saa-raa-yam *n.* சாராயம ale
saaram *n.* சாரம் abstract
saaram *n.* சாரம் scaffold
saaramillaamai *n.* சாரமில்லாமை insipidity
saarbu *v.i..* சார்பு adhere
saarbu *n.* சார்பு auspice
saarnthavar *a.* சார்ந்தவர் dependent
saarnthiru *v.i.* சார்ந்திரு depend
saarnthiru *v.i..* சார்ந்திரு rely
saarnthullavar *n.* சார்ந்துள்ளவர் dependant
saarpullamai *n.* சார்புள்ளமை dependence
saarruthal *n.* சாற்றுதல் declaration
saaru *n.* சாறு juice
saaru *n.* சாறு sap
saaru niraintha *a.* சாறு நிறைந்த juicy
saasanam *n.* சாசனம் writ
saasuvathamaan *a.* சாசுவதமான eternal
saatchi *n.* சாட்சி alibi
saathaarana *a.* சாதாரன middling
saathaarana *a.* சாதாரண simple
saathaarana *a.* சாதாரண stock
saathaaranam *n.* சாத்தாரணம் normalcy
saathaaranam *a.* சா தாரணம் ordinary
saathaaranamaaka *adv.* சாதாரணமாக ordinarily
saathakamarra onru *n.* சாதகமற்ற ஒன்று disadvantage
saathanai *n.* ச்சாதனை feat
saathanam *n.* சாதனம் medium
saatharanamaana *a.* சாதரணமான normal
saathiyamaakku *v.t.* சாத்தியம்மாக்கு enable
saathiyamaana *a.* சாத்தியமான earthly
saathiyamaana *a.* சாத்தியமான feasible
saaththaan *n.* சத்தான் satan
saaththiyam *n.* சாத்தியம் likelihood
saaththiyam *n.* சாத்தியம் verisimilitude
saaththiyamaana *a.* சாதியமான viable
saathu *n.* சாத்து close
saathuriyam *n.* சாதுரியம் diplomacy
saathuriyamaana *a.* சாதுரியமான judicious
saathuvaana *a.* சாதுவான meek
saathuvaana *a.* சாதுவான tame
saattai *n.* சாட்டை lash
saattu *v.t. .* சாட்டு impute
saavi *n.* சாவி key
saa-virrku *adj.* சாவிற்கு alamort
saavu *n.* சாவு death
saavu *v.i.* சாவு decease

saay *v.i.*. சாய் incline
saayam *n.* சாயம் dye
saayam *n.* சாயம் paint
saayam *n.* சாயம் stain
saayam pusu *v.t.* . ச்சாயம் பூசு paint
saayamidu *v.t.* சாயமிடு dye
saayntha ezhuththukkalaaka achchadi *n.* சாய்ந்த எழுத்துக்களாக அச்சடி italics
saaynthiru *v.i.*. சாய்ந்திரு lean
saaynthu paduththiru *v.i.*. சாய்ந்து படுத்திரு lounge
saaynthu po *v.i.*. சாய்ந்து போ tilt
saaynthukol *v.i.*. சாய்ந்துக்கொள் loll
saayvaakavai *v.t.* . சாய்வாகவை slant
saayvaana *a.* சாய்வான oblique
saayvu *n.* சாய்வு inclination
saayvu *n.* சாய்வு lean
saayvu *n.* சாய்வு slope
sabai *n.* சபை assembly
sabalam *n.* சபலம் appetence
sabala-naadi *adj.* சபலநாடி appetent
sabithal *n.* சபித்தல் adjuration
sacharavu *n.* ச்சரவு strife
sach-charavu *n.* ச்சரவு controversy
sadam-alavai *a.* சதமவளவை centigrade
sadanghu *a.* சடங்கு eremonial
sadanghu-niraindha *a.* சடங்குநிறைந்த ceremonious
sadangu *n.* சடங்கு rite
sadangu *n.* சடங்கு ritual
sadappu-nilam *n.* சதுப்புநிலம் bog
saddaththil kaanappadum kurai *n.* சட்டத்தில் காணப்படும் குறை loop-hole
sadhi *n.* சதி conspiracy
sadhi-seipavan *n.* சதிசெய்பவன் conspirator
sadhi-thitta-ittu *v.i.* சதித்திட்டமிடு conspire
sadu-rangam *n.* சதுரங்கம் chess
saerdal *v.t.* . சேர்தல annex
saerkkai *n.* சேர்க்கை conjuncture
saermam *n.* சேர்மம் compound
saermam *v.i.* சேர்மம் compound
saerthu-vaithal *v.t.* . சேர்த்துவைத்தல் amass
sagam *a.* சகம் common
saga-paniyaalar *n.* சகபணியாளர் colleague
sagavaasi *n.* சகவாசி consort
saga-vaazhvu *v.i.* சகவாழ்வு co-exist
saga-vaazhvu *n.* சகவாழ்வு co-existence
saghaya-maana *a.* சகாயமான auxiliary
sago-dharan *n.* சகோதரன் brother
sago-dhara-thuvam *n.* சகோதரத்துவம் brotherhood
saikai *n.* ச்சைகை gesture
saikai *n.* சைகை sign
saikai moolam unarththal *v.i.*. சைகை மூலம் உணர்த்தல் motion
saikai sey *v.t.* . சைகை செய் signal
sainiyathai serntha *a.* சைனியத்தைச் சேர்ந்த military
saivar *n.* சைவர் vegetarian
sakathi *n.* சகதி mire

sakathi *n.* சகதி slime

sakathi *n.* சகதி

sakathiyulla *a.* சகதியுள்ள slushy

sakikka mudiyaatha *a.* சகிக்க முடியாத intolerable

sakikkum thanmai *n.* சகிக்கும் தன்மை stamina

sakippuththanamai *n.* சகிப்புத்தன்மை fortitude

sakippuththanmai inmai *n.* சகிப்புத்தன்மை இன்மை intolerance

sakippuththanmaiyarra *a.* சகிப்புத்தன்மையற்ற intolerant

sakiththukkol *v.t.* . சகித்துக்கொள் stomach

sakiththukkol *v.t.* . சகித்துக்கொள் tolerate

sakkaram ulla *a.* சக்கரம் உள்ள wheel

sakkarath thadai *n.* சக்கரத் தடை skid

sakkaraththin arakkaal pazhu *n.* சக்கரத்தின் ஆரைக்கால் பழு spoke

sakkaravarthini *n.* சக்கர்வத்தினி empress

sakkaravarththi *n.* சக்கரவர்த்தி monarch

sakkravarthi *n.* சக்கரவர்த்தி emperor

sakothararai kolluthal *n.* சகோதர்ரை கொல்லுதல் fratricide

sakotharaththuvam *n.* சகோதரத்துவம் sisterhood

sakotharathuvam *n.* சகோதரத்துவம் fraternity

sakothari *n.* சகோதரி sister

sakothari ponra *a.* சகோதரி போன்ற sisterly

sakthi *n.* சக்தி ability

sakthi *n.* சக்தி zip

sakthiyarra *a.* சக்தியற்ற impotent

sakthiyulla *a.* சக்தியுள்ள resourceful

sakunam *n.* சகுனம் omen

salaikka seyyum *a.* சளைக்கச் செய்யும் tiresome

salana-budhi *n.* சலனபுத்தி caprice

salana-budhiyulla *a.* சலனபுத்தியுள்ள capricious

salanam *n.* சலனம் anguish

salanamarra *a.* சலனமற்ற stationary

sala-salappu *n.* சலசலப்பு buzz

sala-sala-ppu *v.t.* சலசலப்பு brustle

salasalppu sey *v.i..* சலசலப்பு செய் twitter

salavai sey *v.t.* . சலவை செய் launder

salavaik kal *n.* சலவைக் கல் marble

salavei *v.t.* சலவை bleach

salavei-sei *v.t.* & i சலவைச்செய் blanch

salgai *n.* சலுகை concession

Sali *n.* சளி mucus

saliyaamal uzhaikkira *a.* சலியாமல் உழைக்கிற laborious

saliyaipponra *a.* சளியைப்போன்ற mucous

salladai *n.* சல்லடை sieve

salladaiyaala Sali *v.t.* . சல்லடையால் சலி sieve

salopoottukira *a.* சலிப்பூட்டுகிற monotonous

salsalapperpaduththu *v.t.* . சலசப்பேற்படுத்து ripple

salugai *n.* சலுகை allowance

salugai *n.* சலுகை appurtenance

salugai *v.t.* சலுகை benefit

salvaichaalai *n.* சலவைச்சலை laundry

sama azhuththakkodu *n.* சம அழுத்தக்கோடு isobar

sama nilai *n.* ச ம நிலை equality

samaali *v.i.* சமாளி cope

samaali *v.t.* . சமாளி manage

samaali *v.t.* . சமாளி tackle

samaalikkakoodiya *a.* சமாளிக்கக்கூடிய manageable

samaasaaram *n.* pl. சமாசாரம் tidings

samaathaanam kol *v.t.* . சம்மாதானம் கொள் reconcile

samaathaanam solla mudiyaatha *a.* சமாதானம் சொல்ல முடியாத indefensible

samaathaanappaduththa mudiyaatha *a.* சமாதானப்படுத்த முடியாத irreconcilable

samaathaanappaduththu *v.t.* . சமாதானப்படுத்து pacify

samadhana-paduthu *v.t.* . சமாதானப்படுத்து conciliate

samaikkum-murai *v.t.* . சமைக்குமுறை bake

samai-thal *n.* சமைத்தல் cook

samaiyal murai *n.* சமையல் முறை recipe

samaiyalarai *n.* சமையலறை kitchen

samaiyalvakai *n.* சமையல்வகை cuisine

samaiyar-kaarar *v.t.* சமையற்காரர் cook

sama-k-aalam *n.* சமுக்காளம் carpet

sama-kaalathavar *a.* சமகாலத்தவர் contemporary

samam *n.* சம ம் equal

samam-aaka *v.i.* சமமாக amount

samamaakak karuthu *v.t.* ச ம மா க க் கருது equate

samamaana *a.* ச ம மான equal

samamaana *a.* சமமான level

samamaanavan *n.* சமமானவன் match

saman sey *v.t.* சம ன் செய் equal

saman sey *v.t.* ச ம ன் செய் equalize

sama-natra *adj.* சமனற்ற bumpy

sama-nilai *n.* சமநிலை balance

sama-nilai *v.t.* . சமநிலை balance

samanilai *n.* சமநிலை par

samanpaadu *n.* ச ம ன் பாடு equation

samapduthu *v.t.* சம ப்படுத்து even

samasthaanam *n.* சமஸ்தானம் territory

samastham *n.* சமஸ்தம் universality

samathalamaana *a.* சமதளமான flat

samaveli *n.* சமவெளி steppe

Samaya chozhpozhivaatru *v.i.*. சமய சொழ்போழிபாற்று preach

Samaya chozhpozhivaatru pannupavar *n.* சமய சொழ்போழிபாற்று பண்ணுபவர் preacher

samayaguru *n.* சமயகுரு priestess

samayaguru *n.* சமயகுரு priest

samayaguru aakum padippu *n.* சமயகுரு ஆகும் படிப்பு priesthood

samayak-kurumaar *n.* சமயக்குருமார் clergy

samayam *n.* சமயம் period

samayamarapu *n.* சமயமரபு cult

sambaa-dhithal *n.* சம்பாதித்தல் acquisition

sambandham *v.t.* . சம்பந்தம் correlate

sambandham-ollah *a.* சம்பந்தமுள்ள akin

sambandha-paduthal *n.* சம்பந்தப்படுத்தல் correlation

sambanthamaana *v.i.*. சம்பந்தமான pertain

sambanthamaana *a.* சம்பந்தமான pertinent

sambhaa-shanai *n.* சம்பாஷணை conversation

sameepa kaalaththil சமீபகாலத்தில் lately

sameepaththil *adv.* சமீபத்தில் recently

sammaana *a.* சமமான tantamount

sammadham *v.i.* சம்மதம் consent

sammadhi *v.i.* சம்மதி comply

sammadhi *n.* சம்மதி consent

samm-adhi *v.i.*. சம்மதி agree

samm adhi kka-tthaka *a.* சம்மதிக்கத்தக்க agreeable

sammandha-patta *v.i.*. சம்பந்தப்பட்டு assent

sammathaanam *n.* சமாதானம் reconciliation

sammatham *n.* சம்மதம் suffrage

sammathathaith theriviththal *n.* சம்மதத்தைத் தெரிவித்தல் vote

sammattiyaala adi *v.t.* . சம்மட்டியால் அடி hammer

samoogam *n.* சமூகம் community

samoogam-alithal *n.* சமுகமளித்தல் being

samooga-vuriyai *a.* சமூகவுறிமை civil

samooghathirkuriya *a.* சமூகத்துக்குரிய communal

samooka anthasthu *n.* சமூக் அந்தஸ்து status

samooka sampanthamaana *n.* சமூக சம்பந்தமான social

samookam *n.* சமூகம் society

samookaviyal *n.* சமூகவியல் sociology

sampaathi *v.t.* சம்பாதி earn

sampalam *n.* சம்பளம் salary

sampalam *n.* சம்பளம் wage

sampanthamilaatha *a.* சம்பந்தமில்லாத incoherent

sampanthamillaatha *a.* சம்பந்தமில்லாத irrelevant

sampanthappaduththu *v.t.* . சம்பந்தப்படுத்து implicate

sampanthappaduththuthal *n.* சம்பந்தப்படுத்துதல் implication

sampanthi *n.* சம்பந்தி in-laws

sampavam *n.* சம்பவம் incident

sampavam nikazhumidam *n.* சம்பவம் நிகழுமிடம் scene

sampavi *v.i.* சம்பவி ensue

sampirathaaya *a.* சம்பிரதாய orthodox

sampirathaayamaana *n.* சம்பிரதாயமான orthodoxy

sampirathaayamaana *a.* சம்பிரதாயமான ritual
sampirathaayappadi illaatha *a.* சம்பிரதாயப்படி இல்லாத informal
samthalamaana *a.* சம தளமான even
samuththiram *n.* சமுத்திரம் ocean
samyositha *a.* சமயோசித opportune
sanal naar *n.* சணல் நார் jute
sanal naarththuni *n.* சணல் நார்த்துணி linen
sanal vakai *n.* சணல் வகை hemp
sandai *v.i.* சண்டை battle
sandai *v.i. & n* சண்டை brawl
sandai *v.t.* சண்டை combat
sandai *n.* சண்டை duel
sandai *n.* சண்டை quarrel
sandai *n.* சண்டை tussle
sandai pidi *v.i..* சண்டை பிடி wrangle
sandai pidippavar *a.* சண்டை பிடிப்பவர் quarrelsome
sandai podu *v.i.* சண்டை போடு duel
sandai podu *v.i..* சண்டை போடு quarrel
sandai podu *v.i..* சண்ட்டை போடு wrestle
sandai sey *v.t. .* சண்டை செய் fight
sandaikkaaari *n.* சண்டைக்காரி shrew
sandai-seipavar *a.* சண்டைசெய்பவர் belligerent
sandaiyidu *v.i..* சண்டையிடு tussle
sandai-yidupavar *n.* சண்டையிடுபவர் combatant1
sandai-yidupavar *a.* சண்டையிடுபவர் combatant

sande-gham *n.* சந்தேகம ambiguity
sande-ghathir-kuriya *a.* சந்தேகத்திற்குரிய ambiguous
sandhadi *v.t.* சந்தடி bustle
sandhai-kozhi *n.* சண்டைக்கோழி bantam
sandhegak-kurippu *n.* சந்தேகக்குறிப்பு allusion
Sandhi *adv.* சந்தி across
sandhosham *n.* சந்தோஷம் cheer
sandhosha-maana *a.* சந்தோஷமான cheerful
sandhu *n.* சந்து alley
sangadamaana *n.* சங்கடமான discomfort
sangada-padutha-pattu *v.i.* சங்கடப்படுத்தபட்டு blush
sangam *n.* சங்கம் club
sangamam *n.* சங்கமம் confluence
sangamithal *adj.* சங்கமித்தல் confluent
sanghu *n.* சங்கு conch
sangkadappaduththu *v.t.* சங்கடப் படுத்து trouble
sangkadappaduthu *v.t.* சங்கடப்படுத்து embarrass
sangkeetha naadakam *n.* சங்கீத நாடகம் opera
sangkethak kurikalaal therivi *v.t. .* சங்கேதக் குறிகளால் தெரிவி symbolize
sangklethachol *n.* சங்கேதச் சொல் watchword
sangku *n.* சங்கு siren
sanik kizhamai *n.* சனிக் கிழமை Saturday

sanjalamaana *a.* சஞ்சலமான uneasy
sanjalaththirkullaana *a.* சஞ்சலத்திற்குள்ளான frantic
sanmaanam ali *v.t.* . சன்மானம் அளி reward
santhaa *n.* சந்தா subscription
santhaa seluththu *v.t.* . சந்தா செலுத்து subscribe
santhadi *n.* சந்தடி hubbub
santhadi mikka *a.* சந்தடி மிக்க tumultuous
santhadiyinri pin thodar *v.i.* . சந்தடியின்றிப் பின் தொடர் stalk
santhai *n.* சந்தை market
santhai *n.* சந்தை mart
santhanam *n.* சந்தனம் sandal
santhanamaram *n.* சந்தனமரம் sandalwood
santharppam *n.* சந்தர்ப்பம் juncture
santharppam *n.* சந்தர்ப்பம் opportunity
santharppaththirku ovvaatha *a.* சந்தர்ப்பத்திற்கு ஒவ்வாத inopportune
santharppavaatham *n.* சந்தர்ப்பவாதம் opportunism
santhathi *n.* சந்ததி descendant
santhathi *n.* சந்ததி spawn
santhekam *n.* சந்தேகம் doubt
santhekam *n.* சந்தேகம் suspicion
santhekam kol *v.t.* . சந்தேகம் கொள் misgive
santhekam niraintha *a.* சந்தேகம் நிறைந்த suspicious
santhekamulla *a.* சந்தேகமுள்ள sceptical
santhekappadu *v.i.* சந்தேகப்படு doubt
santhekappatta oru napar *n.* சந்தேகப்பட்ட ஒரு நபர் suspect
santhekaththukku idamaana *a.* சந்தேகத்துக்கு இடமான queer
santheki *v.t.* . சந்தேகி mistrust
santheki *v.t.* . சந்தேகி suspect
santhi *v.t.* . சந்தி meet
santhi velicham *n.* சந்தி வெளிச்சம் twilight
santhikkumidam *n.* சந்திக்குமிடம் junction
santhippu *n.* சந்திப்பு crossing
santhippu *v.t.* சந்திப்பு date
santhippu *n.* சந்திப்பு meet
santhiran *n.* சந்திரன் moon
santhiran sampanthamaana *a.* சந்திரன் சம்பந்தமான lunar
santhiththal *n.* சந்தித்தல் meeting
santhosham *n.* சந்தோஷம் jubilation
santhoshamaana *a.* சந்தோஷமான jolly
santhoshamaana *a.* சந்தோஷமான jubilant
santhoshamaana yerrukkol *v.t.* . சந்தோஷமாக ஏற்றுக்கொள் welcome
santhoshamarra *a.* சந்தோஷமற்ற unhappy
santhoshamulla *a.* சந்தோஷமுள்ள jovial
santhu *n.* சந்து lane
sanyaasi *n.* சன்யாசி ascetic
sapalam *n.* சபலம் temptation

sapidakoodiya *a.* சாப்பிடக்கூடிய edible

sappash interj. சபாஷ் ! hurrah

saptham *n.* சப்தம் noise

sap-tham *n.* சப்தம் bam

saptham sey *v.i..* சப்தம் செய் rattle

saptham seythal *n.* சப்தம் செய்தல் rattle

sapthamaana *a.* சப்த மான noisy

sapthathudan nadanthu po *v.t.* . சப்தத்துடன் நடந்து போ stump

sar enra pattamali *v.t.* . 'ஸ்ர்' என்ற பட்டமளி knight

saraa-sari *n.* சராசரி average

saraaya vadisaalai *n.* சாராய வடிசாலை distillery

saraayam *v.i.* சாராயம் booze

saradu *n.* சரடு withe

sarakku *n.* சரக்கு cargo

sarakku *n.* சரக்கு commodity

sarakku *n.* சரக்கு merchandise

sarakku-arai *n.* சரக்கறை ambry

sarakkukal *n.* சரக்குகள் ware

sarakkup pokkuvaraththu *n.* சரக்குப் போக்குவரத்து freight

saralamaana *a.* சரளமான fluent

saram *n.* சரம் anadem

saramaari *n.* சரமாரி volley

saran adai *v.t.* . சரண் அடை surrender

saran pukuthal *n.* சரண் புகுதல் surrender

saranaalayam *n.* சரணாலயம் sanctuary

saran-adai *v.t.* சரணடை capitulate

sarasa-maadu *v.i.* சரசமாடு coo

sari sey *v.t.* . சரி செய் mend

sari sey *v.i..* சரி செய் rectify

sari sey *v.t.* . சரி செய் right

sari seyyappadakkoodiya *a.* சரி செய்யப்படக்கூடிய raparable

sarikattividu *v.t.* . சரிகட்டிவிடு neutralize

sarikattu *v.t.* . சரிகட்டு offset

sarikattuthal *n.* சரிகட்டுதல் offset

sarimattam *n.* சரிமட்டம் level

sarimattamaana *adv.* சரி மட்டமான even

sarisamamaana *a.* சரி ச ம மா ன equivalent

saritham *n.* சரித்திம் biography

sarithira-aasiriyar *n.* சரித்திராசிரியர் annalist

sariththira sirappudaiya a . சரித்திர சிறப்புடைய historic

sarivaakku *v.i..* சரிவாக்கு slope

sarivu *n.* சரிவு slant

sariyaaka *adv.* சரியாக just

sariyaana *adv.* சரியான aright

sariyaana *a.* சரியான correct

sariyaana *adv.* சரியான duly

sariyaana *n.* சர்ரியான optimum

sariyaana *a.* சர்ரியான optimum

sariyaana *a.* சரிய்யான righteous

sariyaana kaalaththil nikazhum *a.* சரியான காலத்தில் நிகழும் timely

sariyaana neraththil nikazkira *a.* சரியான நேரத்தில் நிகழ்கிற well-timed

sariyaanathu *a.* சரியானது right

sariyaanathu enru kattakkoodiya *a.* சரியானது என்று கட்டக்கூடிய justifiable
sariyarra *a.* சரியற்ற erroneous
sariyilaatha *a.* சரியில்லாத inexact
sarkkarai *n.* சர்க்கரை sugar
sarkkarai ponra *a.* சர்க்கரை போன்ற saccharine
sarkkarai ponrathu *n.* சர்க்கரை போன்றது saccharin
sarkkarai vakai *n.* சர்க்கரை வகை glucose
sarkkaraippaaku *n.* சர்க்கரைப்பாகு molasses
sarkkaraith thenpaaku *n.* சர்க்கரைத் தேன்பாகு syrup
sarru *adv.* சற்று somewhat
sarru eeramaana *a.* சற்று ஈரமான humid
sarukku *v.i..* சறுக்கு slide
sarva sakthi *n.* சர்வ சக்தி omnipotence
sarva sakthiyulla *a.* சர்வ சக்தியுள்ள omnipotent
sarva suthanthiramulla *a.* சர்வ சுதந்திரமுள்ள sovereign
sarvaathikaari *n.* சர்வாதிகாரி dictator
sarvathesa *a.* சர்வதேச international
sathekaththukkuriya *a.* சந்தேகத்திற்கூரிய suspect
sathi *n.* சதி treason
sathi sey *v.t. .* சதி செய் intrigue
sathi seyal *n.* சதி செயல் wile
sathipathi *v.t.* சதிபதி couple
sathiyaalosanai *n.* சதியாலோசனை intrigue
saththamillaamal pesuthal *v.t. .* சத்தமில்லமல் பேசுதல் murmur
saththiyam *n.* சத்தியம் veracity
saththu marunthu *n.* சத்து மருந்து tonic
sathu maarram *n.* சத்து மாற்றம் fermentation
sathuppaana *a.* சதுப்பான marshy
sathuppu nilam *n.* சதுப்பு நிலம் marsh
sathuram *n.* சதுரம் square
sathuramaaka *a.* சதுரமாக cubical
sathuramaaka *adj.* சதுரமாக cubiform
sathuramaakku *v.t. .* சதுரமாக்கு square
sathuramaana *a.* சதுரமான square
sathuvaana *a.* சாதுவான docile
satta aalosakar *n.* சட்ட ஆலோசகர் solicitor
satta nipunar *n.* சட்ட நிபுணர் jurist
satta nipunar *n.* சட்ட நிபுணர் lawyer
satta poorvamaana *a.* சட்ட பூர்வமான statutory
satta reethiyaana *a.* சட்ட ரீதியான lawful
satta saasthiram *n.* சட்ட சாஸ்திரம் jurisprudence
satta sampanthamaana *a.* சட்ட சம்பந்தமான judicial
satta sapai *n.* சட்டசபை legislature
satta sapai angkaththinar *n.* சட்டசபை அங்கத்தினர் legislator
satta virothamaaka kaiyaadal *n.* சட்ட விரோதமாக கையாடல் misappropriation

satta virothamaana *a.* சட்ட விரோதமான illegal

satta virothamaana *a.* சட்ட விரோதமான illicit

sattai *n.* சட்டை shirt

sattaikkai *n.* சட்டைக்கை sleeve

sattam *n.* சட்டம் canon

sattam *n.* சட்டம் frame

sattam *n.* சட்டம் law

sattam *n.* சட்டம் legislation

sattam *n.* சட்டம் ordnance

sattam *n.* சட்டம் statute

sattam meeru *v.t.* . சட்டம் மீறு outlaw

sattam meeruthal *n.* சட்டம் மீறுதல் outlaw

sattam meeruthal *v.t.* . சட்டம் மீறுதல் overrule

sattamidu *v.t.* . சட்டமிடு frame

sattamiyarru *v.i.*. சட்டமியற்று legislate

sattamiyarrum thakuthiyudaiya *a.* சட்டமியற்றும் தகுதியுடைய legislative

satta-munvaravu *n.* சட்டமுன்வரவு bill

sattapoorvam *n.* சட்டபூர்வம் legitimacy

sattapoorvamaaku *v.t.* . சட்ட பூர்வமாக்கு legalize

sattapoorvamaana *a.* சட்ட பூர்வமான legal

sattappadi sariyaana *a.* சட்டப்படி சரியான valid

sattappadi ulla nilai *n.* சட்டப்படி உள்ள நிலை legality

sattaththirku muranaana *a.* சட்டதிற்கு முரணான illegitimate

savaal *n.* சவால் challenge

savaa-lidu *v.t.* சவாலிடு challenge

savach cheelai *n.* சவச் சீலை shroud

savakkidangu *n.* சவக்கிடங்கு mortuary

savam *n.* சவம் corpse

savapetti-niruttham *n.* சவபெட்டிநிறுத்தம் bier

savap-petti *n.* சவப்பெட்டி coffin

savarakkaththi *n.* சவரக்கத்தி razor

savaram *n.* சவரம் shave

savarkkaaram *n.* சவர்க்காரம் soap

savarm sey *v.t.* . சவரம் செய் shave

savukaaladi *v.t.* . சவுக்காலடி flog

savukkaal adi *a.* சவுக்கால் அடி lash

savukkaal adi *v.t.* . சவுக்கால் அடி whip

savukkadi *n.* சவுக்கடி slash

savukkadi osai *n.* சவுக்கடி ஓசை smack

savukku kayiru *n.* சவுக்கு கயிறு whipcord

savuku *n.* சவுக்கு whip

savvu *n.* சவ்வு membrane

sayam pusupavar *n.* ச்சாயம் பூசுபவர் painter

sayanamani *n.* சயனமணி curfew

sedi *n.* செடி willow

sedikal valarkkumidam *n.* செடிகள் வளர்க்குமிடம் nursery

sedivakai *n.* செடிவகை curcuma

sedukku *v.t.* செதுக்கு carve

seedar *n.* சீடர் disciple

seek0kiramai *adv.* சீக்கிரமாய் apace
seekkiram *adv.* சீக்கிரம் early
seekkirame *adv.* சீக்கிரமே shortly
seekulai *v.t.* . சீகுலை vitiate
seeppu *n.* சீப்பு comb
seer thiruththal *n.* சீா் திருத்தல் regeneration
seeraaka amaintha *a.* சீராக அமைந்த shapely
seeraakachel *v.i.* சீராகச் செல் flow
see-raakku *v.t.* . சீராக்கு arrange
seeraana *a.* சீரான tidy
seerana *n.* சீரான consistence,-cy
seeriya *a.* சீரிய ideal
seerkeda-sei *v.t.* . சீா்கெடச்செய் contrapose
seer-kedu *v.t.* சீா்கேடு bribe
seermai *n.* சீா்மை nicety
seerrakkural *n.* சீற்றக்குரல் hiss
seerram *n.* சீற்றம் eruption
seerramoottu *v.t.* சீற்றமூட்டு enrage
seerrangkonda *a.* சீற்றங்கொண்ட furious
seerraththudan nokku *v.i.* சீற்றத்துடன் நோக்கு glare
seer-thirutham *n.* சீா்திருத்தம் amelioration
seerthiruththam *a.* ச்சீா்திருத்தம் reformatory
seerthiruththappalli *n.* ச்ஈா்திருத்தப்பள்ளி reformatory
seerthiruththavaathi *n.* சீா்திருத்தவாதி reformer
seer-thiruthu *v.t.* . சீா்திருத்து ameliorate
seeru *v.i.* சீ று erupt
seeru *v.i.* சீறு hiss
seerukkuriya *a.* சீருக்குரிய metrical
seerunthuk kottil *n.* சீருந்துக் கொட்டில் garage
seethapethi *n.* சீதபேதி dysentery
seethoshna saasthiram *n.* சீதோஷண சாஸ்திரம் meteorology
seettaatam *n.* சீட்டாட்டம் rummy
seettu *n.* சீட்டு coupon
seettu oottu *v.t.* . சீட்டு ஒட்டு label
seez *n.* சீழ் pus
seezhkkai oli *n.* சீழ்க்கை ஒலி whistle
segaram *n.* சேகரம் accumulation
segari *v.t.* சேகரி collect
segarith-thal *v.t.* . சேகரித்தல் assemble
seidhi-parappu *n.* செய்திபரப்பு bruit
sei-kai-sei *v.t.* . சைகைசெய் beckon
sekari *v.t.* . சேகரி gather
sekari *v.t.* . சேகரி store
sekarippu nilaiyam *n.* சேகரிப்பு நிலையம் repository
selavidu *v.t.* செலவிடு expend
selavinam *n.* செலவினம் expense
selavu *n.* செலவு cost
selavu *n.* செலவு expenditure
selavu sey *v.t.* . செலவு செய் spend
selavukku kodukkappadum panam *n.* செலவுக்குக் கொடுக்கப்படும் பணம் stipend
selavu-thittam *n.* செலவுத்திட்டம் budget
sellaamal sey *n.* செல்லாமல் செய்தல் nullification
sellaatha *a.* செல்லாத invalid

sellaatha *a.* செல் லாத null

sellapeyar *v.t.* . செல்லப்பெயர் nickname

sellappaeyar *n.* செல்லப்பெயர் nickname

sellath thakaathathaakku *v.t.* . செல்லத் தகாததாக்கு invalidate

selluthal *n.* செல்லுதல் transit

selut-thal v. செலுத்தல் amount

selva mikuthi *n.* செல்வ மிகுதி opulence

selva sezippu *a.* செல்வ செழிப்பு richness

selva valam *n.* செல்வ வளம் fortune

selvaakku *n.* செல்வாக்கு influence

selvaakku seluththu *v.t.* . செல்வாக்கு செலுத்து influence

selvaakkulla *a.* செல்வக்குள்ள influential

selvam *n.* செல்வம் mammon

selvam *n.* செல்வம் riches

selvam *n.* செல்வம் wealth

selvam niraintha *a.* செல்வம் நிறைந்த wealthy

sembu *n.* செம்பு copper

semiththu vaiththal *n.* சேமித்து வைத்தல் storage

semithu vai *v.t.* . சேமித்து வை stock

semmaappu *n.* செம்மாப்பு flush

semmaar *n.* செம்மார் cobbler

semmaiyaakku *v.t.* . செம்மையாக்கு improve

semmaiyaakku *v.t.* . செம்மையாக்கு meliorate

semmari aattukkutti *n.* செம்மறி ஆட்டுக்குட்டி lamb

semmariyaadu *n.* செம்மறியாடு goat

semmariyaadu *n.* செம்மறியாடு sheep

senai *n.* சேனை military

senai *n.* சேனை militia

senaiyai serntha oruvar *n.* சேனையை சேர்ந்த ஒருவர் legionary

senaiyil sevai sey *v.i.*. சேனையில் சேவை செய் soldier

senam *n.* சேணம் barouche

senam *n.* சேணம் carriage

senam *n.* சேணம் harness

senam *v.t.* . சேணம் saddle

senam pootu *v.t.* . சேணம் பூட்டு harness

sengal *n.* செங்கல் brick

sengkol *n.* செங்கோல் sceptre

sengkuththaana *a.* செங்குத்தான steep

senguththaana *a.* செங்குத்தான upright

senguththaana *a.* செங்குத்தான vertical

sepdampar *n.* செப்டம்பர் September

ser *v.t.* . சேர் attach

ser *v.t.* சேர் encompass

serhthtukkol *v.t.* . சேர்த்துக்கொள் supplement

serhthukkol *v.t.* . சேர்த்துக்கொள் include

seri *n.* சேரி slum

serithuyil *n.* செறிதுயில் hibernation

serkkai *n.* சேர்க்கை synthesis

serraal moodu *v.t.* . சேற்றால் மூடு mire

serru *n.* சேற்று swamp
serru nilam *n.* சேற்று நிலம் slough
serththal *n.* சேர்த்தல் inclusion
serth-thal *n.* சேர்த்தல் annexation
seru *n.* சேறு mud
setham *n.* சேதம் rampage
setham *a.* சேதம் rampant
setham *n.* சேதம் smash
sethamaana kappal *n.* சேதமான கப்பல் wreck
sethamadaintha porudkal *n.* சேதமடைந்த பொருட்கள் wreckage
sethappaduththu *n.* சேதப் படுத்து damage
sethappaduththu *v.i..* சேதப்படுத்து rampage
sethappaduththu *v.t.* . சேதப்படுத்து ravage
sethappaduththu *v.t.* . சேதப்படுத்து sabotage
sethappaduththuthal *n.* சேதப்படுத்துதல் ravage
seththuth thai *v.t.* . சேர்த்துத் தை key
sethukku *v.t.* செதுக்கு engrave
sethukku kurai *v.t.* . செதுக்கு குறை whittle
sevaay kirakam *n.* செவ்வாய் கிரஹம் Mars
sevai *v.t.* சேவை counter
sevakar *n.* சேவகர் orderly
seval *n.* சேவல் cock
sevi saay *v.t.* . செவிசாய் heed
sevidu *a.* செவிடு deaf
sevivazhich seythi *n.* செவிவழிச் செய்தி hearsay
sevvakam *n.* செவ்வகம் rectangle
sevvakamaana *a.* செவ்வகம்மான rectangular
sevvinthiya kudisai *n.* செவ்விந்திய குடிசை wigwam
sey *v.t.* செய் do
seyal *n.* செயல act
seyal thiran *n.* செயல் திறன் efficiency
seyal thiran mikka *a.* செயல் திறன் மிக்க efficient
seyal thodarpu *n.* செயல் தொடர்பு deal
seyalaakka koodiyavai *a.* செயலாக்க கூடியவை workable
seyalaalar *n.* செயலாளர் secretary
seyalaalarudaiya aluvalakam *n.* செயலாளருடைய அலுவலகம் secretariat (e)
seyalinmai *n.* செயலின்மை coma
seyalinmai *n.* செயலின்மை inaction
seyalpada-thoondum *n.* செயல்படத்தூண்டும் conation
seyalpaduththu *v.t.* . செயல்படுத்து operate
seyal-thittam *n.* செயல்திட்டம் agenda
seyalvannam *n.* செயல்வண்ணம் grace
seyappaduporul knraavinai *n.* செயப்படுபொருள் குன்றாவினை transitive
seyappaduporul kunriya *a.* (verb) செய்ப்படுபொருள் குன்றிய intransitive
seyarbadu *v.t.* . செயற்படு activate

seyarkai izhai *a.* செயர்கையான synthetic

seyarkai izhai *n.* செயர்கை இழை synthetic

seyarkai thenkoodu *n.* செயற்கை தேன்கூடு hive

seyarkaikkol *n.* செயர்கைக்கோள் satellite

seyarkaiyaaka nadi *v.t.* . செயற்கையாக நடி overact

seyar-kai-yaana *a.* செயற்கையான artificial

seyarkalam *n.* செயற்களம் domain

seyarrkuzhu *n.* செயற்குழு committee

seymurai *v.t.* செய்முறை demonstrate

seythi *n.* செய்தி message

seythi sekarippavar *n.* செய்தி சேகரிப்பவர் reporter

seythikal *n.* செய்திகள் news

seythu mudi *v.t.* செய்து முடி execute

seythu mudithal *n.* செய்து முடித்தல் execution

seyya mudiyaatha *a.* செய்ய முடியாத impossible

seyya mudiyaatha *a.* செய்ய முடியாத impracticable

seyyaathirukkachol *v.t.* செய்யாதிருக்கச் சொல் dissuade

seyyath thoonduthal *n.* செய்யத் தூண்டுதல் instigation

seyymudiyaatha nilai *n.* செய்ய முடியாத நிலை impracticability

seyyul *n.* செய்யுள் ode

seyyul *n.* செய்யுள் verse

seyyul iyarruthal *n.* செய்யுள் இயற்றுதல் versification

seyyulaakku *v.t.* . செய்யுளாக்கு versify

seyyulin pakuthi *n.* செய்யுளின் பகுதி stanza

seyyum karuvi *n.* செய்யும் கருவி maker

sezhippadai *v.i.* செழிப்படை flourish

sezhipparra *a.* செழிப்பற்ற waste

sezhiuppu *n.* செழிப்பு fertility

sezhumaiyaana *a.* செழுமையான well-to-do

sezippu *n.* செழிப்பு luxuriance

sezippulla *a.* செழிபுள்ள luxuriant

shakthiyaana porul *n.* சக்தியான பொருள் prop

shakthiyaana porulaal thaanku *v.t.* . சக்தியான பொருளால் தாங்கு prop

shayarokam *n.* க்ஷயரோகம் tuberculosis

shilling *n.* ஷில்லிங் shilling

sidharu *v.t.* சிதறு bestrew

sidukkaakku *v.t.* . சிடுக்காக்கு tangle

sigaiyalan-gaaram *n.* சிகையலங்காரம் cosmetic

sikaram *n.* சிகரம் summit

sikichchai *n.* சிகிச்சை therapy

sikkal *n.* சிக்கல் complication

sikkal *n.* சிக்கல் tangle

sikkalaana *v.t.* சிக்கலான complicate

sikkalaana *a.* சிக்கலான intricate

sikkalaana vazhi *n.* சிக்கலான வழி labyrinth

sikkanam *a.* சிக்கனம் economic

sikkanam *n.* சிக்கனம் thrift
sikkanam sey *v.t.* சிக்கனம் செய் spare
sikkanamaana *a.* சிக்கனமான economical
sikkanamaana *a.* சிக்கனமான frugal
sikkanamaana *a.* சிக்கனமான thrifty
sila *a.* சில few
sila *a.* சில some
sila samayangkalil *adv.* சில சமயங்களில் sometimes
silai *n.* சிலை statue
silai vadivam *n.* சிலை வடிவம் idol
silandhi-valai *n.* சிலந்திவலை cobweb
silanthi *n.* சிலந்தி spider
silanthi valai *n.* சிலந்தி வலை web
siledaich siththiram *n.* சிலேடைச் சித்திரம் skit
siledaiyaakap pesu *v.i..* சிலேடையாகப் பேசு pun
silirppu *n.* சிலிர்ப்பு thrill
sillarai maravelai seypavar *n.* சில்லறை மர வேலை செய்பவர் joiner
sillarai viyaapaaram *v.t.* சில்லறை வியாபாரம் retail
sillarai viyaapaaram *n.* சில்லறை வியாபாரம் retail
sillarai viyaapaaram *adv.* சில்லறை வியாபாரம் retail
sillarai viyaapaaram *a.* சில்லறை வியாபாரம் retail
sillarai viyaapaari *n.* சில்லற்றை வியாபாரி retailer

silloraadchi *n.* சில்லோராட்சி oligarchy
siluvai *n.* சிலுவை cross
siluvai *n.* சிலுவை rood
silvaippor *n.* சிலுவைப்போர் crusade
silvandu *n.* சிள்வண்டு cricket
simetti *n.* சிமிட்டி cement
simittal *v.t.* & i சிமிட்டல் blink
simizh *n.* சிமிழ் casket
simma raasi *n.* சிம்ம ராசி Leo
simmaasanam *n.* சிம்மாசனம் throne
simmam ponra *a.* சிம்மம் போன்ற leonine
sinam *n.* சினம் ire
sinamkolkira *a.* சினம்கொள்கிற fiery
sindhadaivu *v.t.* சிந்தடைவு commune
sindhaiyil-vai *v.t.* சிந்தையில்வை cherish
sindhanai *n.* சிந்தனை contemplation
sindhithal *v.t.* சந்தித்தல் contact
singka eraa *n.* சிங்க எரா lobster
singkakkutti *n.* சிங்கக்குட்டி cub
singkam *n.* சிங்கம் lion
sinnam *n.* சின்னம் badge
sinnam *n.* சின்னம் emblem
sinthanai sey *v.i..* சிந்தனை செய் muse
sinthanai sey *v.i..* சிந்தனை செய் ruminate
sinthanai seythal *n.* சிந்தன்னை செய்தல் rumination
sinthanaiyaalar *n.* சிந்தனையாளர் thinker

sinthoora niramulla *a.* சிந்தூர நிறமுள்ள vermillion

sinthooram *n.* சிந்தூரம் vermillion

sinukkamulla *a.* சிணுக்கமுள்ள touchy

sipaarisu *n.* சிப்பாரிசு recommendation

sippaarisu sey *v.t.* . சிபாரிசு செய் recommend

sippanthikal amarththu *v.t.* . சிப்பந்திகள் அமர்த்து staff

sippanthikalin udai *n.* சிப்பந்திகளின் உடை livery

sippi *n.* சிப்பி oyster

sippi *n.* சிப்பி shell

siraaykalaala udai *v.t.* . சிராய்களாக உடை splinter

sirai *n.* சிறை jail

sirai athikaari *n.* சிறை அதிகாரி jailer

sirai-ppathiram *n.* சிறைப்பத்திரம் bail

siraiyidu *v.t.* . சிறையிடு imprison

sirakadi *v.t.* . சிறகடி flutter

sirakadippu *n.* சிறகடிப்பு flutter

siraku *n.* சிறகு wing

sirandha *a.* சிறந்த classical

sirangu *n.* சிரங்கு scabies

siranjeeviyaakku *v.t.* . சிரஞ்சீவியாக்கு immortalize

sirantha *a.* சிறந்த great

sirantha *a.* சிறந்த outstanding

sirappaakachey *v.i.* சிறப்பாகச் செய் excel

sirappaana *a.* சிறப்பான superb

sirappaana amsam *n.* சிறப்பான அம்சம் trait

sirapperruthal *n.* சிறப்பேற்றுதல் glorification

sirappiyalpu *n.* சிறப்பியல்பு hallmark

sirappu *n.* சிறப்பு splendour

sirappup padappirivu *n.* சிறப்புப் படைப்பிரிவு detachment

siri *v.i.* சிரி laugh

sirippoottakkoodiya *a.* சிரிப்பூட்டக்கூடிய laughable

sirippu *v.i.* சிரிப்பு chuckle

sirippu *n.* சிரிப்பு laugh

sirippu *n.* சிரிப்பு laughter

siri-sedham *v.t.* சிரச்சேதம் behead

sirithaaku *v.t.* சிறிதாகு dwindle

sirithalavu *n.* சிறிதளவு little

sirithalavumattil *adv.* சிறிதளவுமட்டில் little

sirithu *adv.* சிறிது rather

sirithu kaalam vaasam sey *v.i.*. சிறிது காலம் வாசம் செய் sojourn

sirithu sirithaaka urinjchu *v.i.*. சிறிது சிறிதாக உறிஞ்சு sup

sirithu thooram athivekamaaka odu *v.i.*. சிறிது தூரம் அதிவேகமாக ஓடு sprint

siriya *a.* சிறிய little

siriya *a.* சிறிய puny

siriya *n.* சிறிய small

siriya aattukkutti *n.* சிறிய அட்டுக்குட்டி lambkin

siriya alavaakakkurai *n.* சிறிய அளவாகக் குறை miniature

siriya arai *n.* சிறிய அறை den

siriya kol *n.* சிறிய கோல் wand

siriya padaku *n.* சிறிய படகு yacht

siriya pattanam *n.* சிறிய பட்டணம் town

siriya-kireedam *n.* சிறியகிரீடம் coronet

siriyathaakku *v.t.* . சிறியதாக்கு minimize

sirpa sampanthamaana *a.* சிற்ப சம்பந்தமான sculptural

sirpam *n.* சிற்பம் sculpture

sirpi *n.* சிற்பி sculptor

sirraanai *n.* சிற்றாணை weir

sirralai *n.* சிற்றலை ripple

sirrinpakaramaana *a.* சிற்றின்பகரமான voluptuous

sirrinpam *n.* சிற்றின்பம் debauchery

sirrinpam *n.* சிற்றின்பம் sensuality

sirrinpam naadupavar *n.* சிற்றின்பம் நாடுபவர் sensualist

sirru valaiyam *n.* சிற்று வளையம் ringlet

sirrulaa *n.* சிற்றுலா outing

sirrundi arunthu *v.i.*. சிற்றுண்டி அருந்து lunch

sirrundi saalai *n.* சிற்றுண்டி சாலை restaurant

siru aaru *n.* சிறு ஆறு rivulet

siru alavu *n.* சிறு அளவு spark

siru kaadu *n.* சிறு காடு thicket

siru kaal urai *n.* சிறு கால் உறை sock

siru kavalam *n.* சிறு கவளம் morsel

siru kilai *n.* சிறு கிளை sprig

siru kilaikal *n.* சிறு கிளைகள் lop

siru kudisai *a.* சிறு குடிசை shanty

siru paadumparavai *n.* சிறு பாடும் பறவை wren

siru pezhai *n.* சிறு பேழை locket

siru pillaiththanamaana *a.* சிறு பிள்ளைத்தனமான puerile

siru poridu *v.t.* . சிறு போரிடு skirmish

siru puththakam *n.* சிறு புத்தகம் manual

siru thoosu, thukal *n.* சிறு தூசு , துகள் mote

siru thundu *n.* சிறு துண்டு splinter

siru thuvaaram *n.* சிறு துவாரம் eyelet

siru thuvaaram *n.* சிறு துவாரம் vent

siru veedu *n.* சிறு வீடு outhouse

sirukuzhaai *n.* சிறுகுழாய் cuvette

sirumai *adv.* சிறுமை smallness

sirumaippaduththu *v.t.* .i. சிறுமைப்படுத்து depreciate

siru-mani *n.* சிறுமணி bead

sirumedu *n.* சிறு மேடு hillock

siru-natchathiram *n.* சிறுனட்சத்திரம் asterisk

siruneer *n.* சிறுநீர் urine

siruneer kazhi *v.i.*. சிறுநீர் கழி urinate

siruneer kazhikkumidam *n.* சிறுநீர் கழிக்குமிடம urinal

siruneer kazhippu *n.* சிறுநீற் கழிப்பு urination

siruneer sampanthamaana *a.* சிறுநீர் சம்பந்தமான urinary

siruneerakam *n.* சிறு நீரகம் kidney

siru-neer-pai *n.* சிறுநீர்ப்பை bladder

siru-nerathukku *adv.* சிறுநேரத்துக்கு awhile

siru-nool *n.* சிறுநூல் booklet

sirupaalam *n.* சிறுபாலம் culvert

sirupaanmai samuthaayam *n.* சிறுபான்மை சமுதாயம் minority

siru-putha-gam *n.* சிறுபுத்தகம் brochure

sirushdiththal *n.* சிருஷ்டித்தல் creation

siruththai *n.* சிறுத்தை leopard

siruthundu *n.* சிறுதுண்டு crumb

siruthuyil *n.* சிறுதுயில் doze

siruvan *n.* சிறுவன் lad

sisu *n.* சிசு infant

sisuvathai *n.* சிசுவதை infanticide

sithai *v.t.* சிதை distort

sithai thee *n.* சிதை தீ pyre

sithainthu po *v.i.*. சிதைந்து போ miscarry

sithaivu சிதைவு decay

sitharach chey *v.t.* . சிதறச் செய் scatter

sitharich sel *v.i.*. சிதறிச் செல் straggle

sithira-vadai *v.t.* . சித்தரவதை afflict

siththapiramai *n.* சித்தபிரமை infatuation

siththari *v.t.* சித்தரி depict

siththirath thongkalaadai *n.* சித்திரத் தொங்கலாடை tapestry

siththiravathai *n.* சித்திரவதை torture

siththiravathai sey *v.t.* . சித்திரவதை செய் rack

siththiravathai sey *v.t.* . சித்திரவதை செய் torment

siththiravathai sey *v.t.* . சித்திரவதை செய் torture

sitric *adj.* சிட்ரிக் citric

sitroodhu-kombhu *n.* சிற்றூதுகொம்பு cornet

sitt-rundi *n.* சிற்றுண்டி canteen

sittukkuruvi *n.* சிட்டுக் குருவி sparrow

sivappaaka *a.* சிவப்பாக red

sivappaaka *a.* சிவப்பாக reddish

sivappaakku *v.t.* . சிவப்பாக்கு redden

sivappaana *n.* சிவப்பான crimson

sivappu *n.* சிவப்பு red

sivappu mullangki *n.* சிவப்பு முள்ளங்கி turnip

sivappum oothaavum kalantha niram *adj./n.* சிவப்பும் ஊதாவும் கலந்த நிறம் purple

sivappu-mullanghi *n.* சிவப்பு முள்ளங்கி carrot

sizh-piditha'-katti *n.* சீழ் பிடித்த கட்டி abscess

skaatlaanthu thesaththavar *n.* ஸ்கட்லாந்து தேசத்தவர் Scot

skala kalaa vallamai *n.* சகல கலா வல்லமை versatility

smajam *n.* சமாஜம் congress

smanapduththum marunthu *n.* சமன்ப்படுத்தும் மருந்து sedative

smapavam *n.* சம்பவம் happening

snaa-nam *n.* ஸ்நானம் bath

sndha *v.t.* சிந்த contemplate

snegidhan *n.* சிநேகிதன் chum

snthekap pirakiruthi *n.* சந்தேகப் பிரகிருதி sceptic

soka naadaka nadikan *n.* சோக நாடக நடிகன் tragedian

soka naadakam *n.* சோக நாடகம் tragedy

sokam kodu *v.t.* சோகம் கொடு doom

sokusaana *a.* சொகுசான nice

sol *n.* சொல் dictum

sol *v.t.* . சொல் mention

sol *v.t.* . சொல் say

sol *v.t.* . சொல் tell

sol *v.t.* . சொல் utter

sol *v.t.* . சொல் word

sol akaraathi *n.* சொல் அகராதி lexicon

solam *n.* சோளம் maize

solkam *n.* சோளம் millet

sollappadukira *a.* சொல்லப்படுகிற express

sollukkuchchol uriya *a.* சொல்லுக்குச் சொல் உரிய literal

sombhu *n.* சோம்பு aniseed

sompalaana *a.* சோம்பலான lethargic

sompalaana *n.* சோம்பலான slothful

sompalulla *a.* சோமபலுள்ள indolent

somperi *n.* சோம்பெறி idler

somperi *n.* சோம்பேறி sluggard

somperi nilai *n.* சோம்பெறி நிலை idleness

somperiththanam *n.* சோம்பேறித்தனம் laziness

somperiththanam *n.* சோம்பேறித்தனம் lethargy

somperiyaana *n.* சோம்பேறியான lazy

somperiyaana *a.* சோம்பேறியான sluggish

sompiththiri *v.i.*. சோம்பித் திரி loiter

sondha-maana *v.i.* சொந்தமான belong

sontham kol *v.t.* . சொந்தம் கொள் own

sonthamaana *a.* சொந்தமான own

sonthamaana *a.* சொந்தமான personal

sonthanamaana *n.* சொந்தமான personnel

soodam *n.* சூடம் camphor

soodupaduththu *v.t.* . சூடுபடுத்து heat

soolai *n.* சூளை kiln

sooniyakkaari *n.* சூனியக்காரி hag

sooraavali *n.* சூறாவளி gale

sooraavali *n.* சூறாவளி tornado

sooraiyaadu *v.i.*. சூறையாடு maraud

sooraiyaadu *v.t.* . சூறையாடு ransack

sooriya *a.* சூரிய solar

sooriyan *n.* சூரியன் sun

soosakam *n.* சூசகம் index

soosakamaaka therivi *v.i.* சூசகமாக தெரிவி hint

soosanaiyaaka *a.* சூசனையாக suggestive

soothaadi *n.* சூ தாடி gambler

soothaadu *v.i.*. சூதாடு gamble

soothaattam *n.* சூ தாட்டம் gamble

sootham-pattai *n.* சூத்தாம்பட்டை buttock

soothiram *n.* சூத்திரம் theorem

soottaduppu *n.* சூட்டடுப்பு stove

soozhchi sey *v.t.* . சூழ்ச்சி செய் hoax

soozhchithiran *n.* சூழ்ச்சித்திறன் guile

soozhndhu *prep.* சூழ்ந்து around

soozhnilai *n.* சூழ்நிலை environment

soozh-nilai-kinanka *v.t.* . சூழ்நிலைக்கிணங்க acclimatise

soozhnthukol *v.t.* . சூழ்ந்துகொள் engulf

soppu nurai *n.* சோப்பு நுரை lather

soppu podu *v.t.* . சோப்பு போடு soap

sor[pozivu *n.* சொற்பொழிவு oration

sori *a.* சொறி caustic

sori *n.* சொறி itch

sorkal mikuntha *a.* சொற்கள் மிகுந்த verbose

sorkal niraintha *n.* சொற்கள் நிறைந்த verbosity

sorkalin akaraathi *n.* சொற்களின் அகராதி vocabulary

sorkelaatha *a.* சொற்கேளாத wayward

sorkkam *n.* சொர்க்கம் heaven

sorntha *a.* சோர்ந்த weary

sorpa inaam *n.* சொற்ப இனாம் tip

sorpamaana *a.* சொற்பமான scanty

sorpirappiyal *n.* சொற் பிறப்பியல் etymology

sor-pozhi-vatrall *v.t.* . சொர்போழிவாற்றல் address

sorpozivu thodarpaana *a.* சொற்பொழிவு தொடர்பான oratorical

sorvaaana *a.* சோர்வான sleepy

sorvaana *adj.* சோர்வான melancholy

sorvoottukira *a.* சோர்வூட்டுகிற tedious

sorvu *n.* சோர்வு damp

sorvu *n.* சோர்வு tedium

sostham *n.* சொஸ்தம் recovery

sosthappaduththa mudiyaatha *a.* சொஸ்தப்படுத்த முடியாத incurable

sosthsm *v.t.* சொஸ்தம் cure

sothaa *n.* சோதா loafer

sothanai *n.* சோதனை experiment

sothanai *n.* ச்சோதனை woe

sothu *n.* சொத்து asset

sotu *v.i.* சொட்டு drip

sotu *v.i.* சொட்டு drop

spain naattuth thodarpulla *a.* ஸ்பெயின் நாட்டுத் தொடர்புள்ள Spanish

spain thesa makkal *n.* ஸ்பெயின் தேச மக்கள் Spanish

spain thesaththavar *n.* ஸ்பெயின் தேசத்தவர் Spaniard

srippoottukira *a.* சிரிப்பூட்டுகிற humorous

srrinpap piriyar *n.* சிற்றின்பப் பிரியர் voluptuary

sserppiramaanam *b.* சீர்ப்பிரமாணம் rhythm

ssozhnilaiyum surruppuramum *n.* சூழ்நிலையும் சுற்றுப்புறமும் milieu

ssriya panpu *n.* சீரிய பண்பு virtue

sthaanam *n.* ஸ்தானம் locus

sthaapanam *n.* ஸ்தாபனம் institution

sthaapi *v.t.* . ஸ்தாபி set

sthalaththil amarththu *v.t.* . ஸ்தனத்தில் அமர்த்து install

sthampitham *n.* ஸ்தம்பிதம் standstill

sthira nilaikku kondu varuthal *n.* ஸ்திர நிலைக்கு கொண்டு வருதல் stabilization
sthiramaana *a.* ஸ்திரமான stable
sthiramarra *a.* ஸ்திரமற்ற insecure
sthirathvam *n.* ஸ்திரத்வம் stability
sthoola-maana *n.* ஸ்தூலமான concrete
such-charavu *n.* சச்சரவு affray
suda vai *v.t.* சுட வை warm
sudaathu po *v.i.* சுடாது போ misfire
sudaroli *n.* சுடரொளி flame
sudaroli *v.i.* சுடரொளி வீசு flare
sudu *n.* சுடு rifle
suerukkezhuththu kalai *n.* சுருக்கெழுத்துக் கலை stenography
suka pokangkalodu *a.* சுகபோகங்களோடு கூடிய luxurious
suka thukkangkal *n.* சுக துக்கங்கள் vicissitude
suka vaazvu *n.* சுக வாழ்வு luxury
sukaathaara sampanthamaana *a.* சுகாதார சம்பந்தமான hygienic
sukaathaaram *n.* சுகாதாரம் hygiene
sukamaana *adv.* சுகமான well
sukamaana *n.* சுகமான well
sukamillaatha *a.* சுகமில்லாத unwell
sukaveenam *n.* சுகவீனம் illness
sukkaan pidi *n.* சுக்கான்பிடி helm
sulai *n.* சூளை oven
sulamamaakku *v.t.* சுலபமாக்கு simplify
sulapamaakku *v.t.* சுலபமாக்கு ease
sulapamaana *a.* சுலபமான easy

sulli *n.* சுள்ளி switch
sulmekam *n.* சூல்மேகம் nimbus
sulpamaakkuthal *n.* சுலபமாக்குதல் simplification
sulukkikkol *v.t.* சுளுக்கிக் கொள் sprain
sulukku *n.* சுளுக்கு rick
sulukku *n.* சுளுக்கு sprain
sulukku *n.* சுளுக்கு wrick
sumaar 8lirunthu 14vathu noorraandukalai serntha *a.* சுமார் 8 ல் இருந்து 14 வது நூற்றண்டுகளைச் சேர்ந்த medieval
sumaaraaka enge? *adv.* சுமாராக எங்கே? whereabout
sumaaraaka venmaiyaana *a.* சுமாராக வெண்மையான whitish
sumai *n.* சுமை burden
sumai *n.* சுமை load
sumai yerru *v.t.* சுமை ஏற்று load
sumai yerrum vandi *n.* சுமை ஏற்றும் வண்டி truck
sumaiyai irakku *v.t.* சுமையை இறக்கு unburden
sumaththappatta *a.* சுமத்தப்பட்ட incumbent
sumaththu *v.t.* சுமத்து inflict
sumathu *v.t.* சுமத்து convey
sunaampu poosu *v.t.* சுண்ணாம்பு பூசு whitewash
sundu *v.t.* சுண்டு toss
sunga vari *n.* சுங்க வரி octroi
sungkam *n.* சுங்கம் toll
sunnaampu *n.* சுண்ணாம்பு lime

sunnaampuk kraisal *n.* சுண்ணாம்புக் கரய்சல் whitewash
sunnam *n.* சுண்ணம் calcium
supaavam *n.* சுபாவம் temper
supaavam *n.* சுபாவம் tendency
supamaaka mudiyum naadakam *n.* சுபமாக முடியும் நாடகம் melodrama
suraameen *n.* சுறாமீன் shark
suraikaai *n.* சுரைக்காய் gourd
surakkach chey *v.t.* . சுரக்கச் செய் secrete
surangka vazhi *n.* சுரங்க வழி tunnel
surangka vazhi sey *v.i.*. சுரங்க வழி செய் tunnel
surangkam *n.* சுரங்கம் mine
surangkapporul *n.* சுரங்கப் பொருள் mineral
surangkapporul saarntha *a.* சுரங்கப் பொருள் சார்ந்த mineral
surangkaththil velai seypavar *n.* சுரங்கத்தில் வேலை செய்பவர் miner
surangkaththilirunthu vettiyedu *v.i.*. சுரங்கத்திலிருந்து வெட்டியெடு quarry
surappi *n.* சுரப்பி gland
surri *n.* சுற்றி winder
surri kattu *v.t.* . சுற்றி கட்டு gird
surri paar *v.t.* சுற்றி பார் expedite
surri vaa *v.i.*. சுற்றி வா tour
surri valai *v.t.* . சுற்றி வளை girdle
surri valai *v.t.* . சுற்றி வளை ring
surrikkol *v.t.* . சுற்றிக்கொள் surround
surrippaar *v.t.* . சுற்றிப்[பார் explore
surrith thiri *v.i.*. சுற்றித் திரி loaf
surriththiri *v.t.* . சுற்றித் திரி ramble
surrivalai *v.t.* சுற்றி வளை encircle
surrivalaiththa *a.* சுற்றிவளைத்த tortuous
surru *v.i.*. சுற்று spin
surru *v.i.*. சுற்று wander
surrukal ulla *a.* சுற்றுகள் உள்ள sinuous
surrukkal *n.* சுருக்கல் abridgement
surrulaa *n.* சுற்றுலா tourism
surrulaa payani *n.* சுற்றுலா பயணி tourist
surrulaa sthalam *n.* சுற்றுலா ஸ்தலம் resort
surruppaathai *n.* சுற்றுப் பாதை orbit
surruppura *a.* சுற்றுப்புற suburban
surruppuram *n.* சுற்றுப்புறம் neighbourhood
surruppuram *n.* சுற்றுபுறம் surroundings
su-ru-kkal *v.t.* . சுருக்கல் abbreviate
surukkam *n.* சுருக்கம் brevity
surukkam *v.t.* . சுருக்கம் crankle
surukkam *n.* சுருக்கம் precis
surukkam *n.* சுருக்கம் shrinkage
surukkam *n.* சுருக்கம் summary
su-ru-kkam *n.* சுருக்கம் abbreviation
surukkamaaka vilakkakkoodiya *a.* சுருக்கமாக விளக்கக்கூடிய laconic
surukkamaana *a.* சுருக்கமான curt
surukkamaana *a.* சுருக்கமான summary
surukkamaana *a.* சுருக்கமான terse

surukka-maana *a.* சுருக்கமான concise
surukkezhuththaalar *n.* சுருக்கெழுத்தாளர் stenographer
surukkikkooru *v.t.* . சுருக்கிக் கூறு summarize
surukku *v.t.* . சுருக்கு abridge
surukku *v.t.* சுருக்கு condense
surukku *v.t.* சுருக்கு contract
surukku *n.* சுருக்கு decrease
surukku *v.t.* . சுருக்கு noose
surukku *v.t.* . சுருக்கு shorten
surukkuthal *n.* சுருக்குதல் noose
suruku kaiyezhuththidu *v.t.* . சுருக்குக் கையெழுத்திடு initial
surul ponra *a.* சுருள் போன்ற spiral
surul vil *n.* சுருள் வில் spiral
surungki neelakkoodiya pinniya ullaadai *n.* சுருங்கி நீளக்கூடிய பின்னிய உள்ளாடை stocking
surungku *v.i.* சுருங்கு shrink
surungu *v.t.* . சுருங்கு wrinkle
surusruppu *n.* சுறுசுறுப்பு limber
surusuruppaana *a.* சுறுசுறுப்பான crisp
surusuruppaana *a.* சுறுசுறுப்பான lively
surusuruppaana *a.* சுறுசுறுப்பான vigorous
suru-surup-paana *a.* சுறுசுறுப்பான agile
suru-surup-paana *adj.* சுறுசுறுப்பான brisk
surusuruppu *n.* சுறுசுறுப்பு verve
suru-surup-pu *n.* சுறுசுறுப்பு agility
surusuruppulla *a.* சுறுசுறுப்புள்ள industrious
suruthi isaivu *n.* சுருதி இசைவு symphony
suruthi koottu *v.t.* . சுருதி கூட்டு tune
suruthi yerpaduththu *v.t.* . சுருதி ஏற்படுத்து tone
suruttu *n.* சுருட்டு cheroot
suruttu *n.* சுருட்டு cigar
suruttu *n.* சுருட்டு curl
suthanthiram *n.* சுதந்திரம் freedom
suthanthiram *n.* சுதந்திரம் independence
suthanthiram *n.* சுதந்திரம் liberty
suthanthiramaana *a.* சுதந்திரமான free
suthap-paduthu *v.t.* சுத்தப்படுத்து clean
suththam *n.* சுத்தம் purity
suththam sey *n.* சுத்தம் செய் purgation
suththam sey *v.t.* . சுத்தம் செய் purify
suththam seythal *n.* சுத்தம் செய்தல் purgative
suththam seythal *a.* சுத்தம் செய்தல் purgative
suththam seythal *n.* சுத்தம் செய்தல் purification
suththamaana a சுத்தமான pure
suththappaduththuthal *n.* சுத்தப்படுத்துதல் sanctity
suththikarippu saalai *n.* சுத்திகரிப்பு சாலை refinery
suththiyal *n.* சுத்தியல் hammer
sutranuppu *v.i.* சுற்றனுப்பு circulate
sutri-t-thiri *v.t.* . சுற்றித்திரி ambulate

sutrottam *n.* சுற்றோட்டம் circulation
suttha-paduthum-karuvi *n.* சுத்தப்படுத்தும்கருவி aurilave
suttik kaattu *v.t.* . சுட்டிக் காட்டு indicate
suttik kaattu *v.t.* . சுட்டிக் காட்டு single
suttik kaattu *v.t.* . சுட்டிக் காட்டு spot
suttikkaattu *v.i.* சுட்டிக்காட்டு denote
suttikkaattu *v.t.* சுட்டிக்காட்டு direct
suttikkaattukira *a.* சுட்டிக்காட்டுகிற indicative
suttr-alavu *n.* சுற்றளவு circumference
suttrarikkai *a.* சுற்றறிக்கை circular
sut-tri *adv.* சுற்றி around
suttri-valaitha *adj.* சுற்றிவளைந்த anfractuous
suttru *n.* சுற்று circuit
suttru-puram *adj.* சுற்றுப்புறம ambient
suttu peyar *n.* சுட்டு பெயர் pronoun
suutu viral *n.* சுட்டு விரல் forefinger
suuzh-dhal *v.t.* . சூழுதல் begird
suvaasam *n.* சுவ்வாசம் respiration
suvaasappai *n.* சுவாசப்பை lung
suvaasa-ppai *n.* சுவாசப்பை bellows
suvaasi *v.i.*. சுவ்வ்வாசி respire
suvadu *n.* சுவடு trace
suvai *v.t.* . சுவை delibate
suvai *n.* சுவை flavour
suvai *v.t.* . சுவை relish
suvai *n.* சுவை relish
suvai *n.* சுவை taste
suvai anupavi *v.t.* . சுவை அனுபவி savour
suvaiyaana *a.* சுவையான dainty
suvaiyaana *a.* சுவையான delicious
suvaiyarrathaakku *v.t.* . சுவைற்றதாக்கு stale
suvaiyatra-ilakkiyam *n.* சுவையற்றயிலக்கியம் coprology
suvaiyulla *a.* சுவையுள்ள tasteful
suvaiyulla *a.* சுவையுள்ள toothsome
suvar oviyam *n.* சுவர் ஓவியம் mural
suvar vaiththu adai *v.t.* . சுவர் வைத்து அடை wall
suvar-otti *n.* சுவரொட்டி banner
suvarrinudaiya *a.* சுவர்றினுடைய mural
suvar-thaangki *n.* சுவர்தாங்கி ancon
suvasa-minmai *n.* சுவாசமின்மை apnoea
suvat *n.* சுவர் wall
suya inpam kaiyaalu *v.i.*. சுய இன்பம் கையாளு masturbate
suya vivara aavanam *n.* சுய விவர ஆவணம் resume
suya walam *a.* சுயநலம் selfish
suya-sarithiram *n.* சுயசரித்திரம் autobiography
suyechaiyaana *a.* சுயேச்சையான independent
suyechaiyaana *a.* சுயேச்சையான spontaneous
suzal *v.i.*. சுழல் revolve
suzarchi *n.* சுழற்சி rotation
suzarchi murai *a.* சுழற்சி முறை rotary
suzarru *v.i.*. சுழற்று rotate

suzhal kaarru *n.* சுழல் காற்று hurricane
suzhalachu *n.* சுழலச்சு pivot
suzhalachu amai *v.t.* சுழலச்சு அமை pivot
suzhali *n.* சுழலி turbine
suzhalu *v.i.* சுழலு turn
suzhar kaarru *n.* சுழற் காற்று whirlwind
suzharchi *a.* சுழர்ச்சி cyclic
suzharchi *n.* சுழற்சி spin
suzhi *n.* சுழி cipher, cipher
svicharlaanthil seyyappatta *a.* ஸ்விட்சர்லாந்தில் செய்யப்பட்ட swiss
svicharlaanthu thesaththavar *n.* ஸ்விட்சர்லாந்து தேசத்தவர் swiss
swaasi *v.i.* சுவாசி breathe

T

tennis vilaiyaattu *n.* டென்னிஸ் விளையாட்டு tennis
teri *n.* ஏரி lake
thaadai elumpu *n.* தாடை எலும்பு jaw
thaadi *n.* தாடி beard
thaadsanyam *n.* தாட்சண்யம் lenience, leniency
thaakam *n.* தாகம் thirst
thaakamerpaduththal *a.* தாக்கமேற்படுத்தல் effective
thaakamulla *a.* தாகமுள்ள thirsty

thaakaththai theer *v.t.* தாகத்தை தீர் quench
thaakkamerpaduththu *v.t.* தாக்கமேற்படுத்து evoke
thaakku *n.* தாக்கு assault
thaakku *v.t.* தாக்கு assault
thaakku *v.t.* த்தாக்கு hack
thaakku *v.t.* தாக்கு hit
thaakku *v.t.* தாக்கு invade
thaakku *n.* தாக்கு thrust
thaa-kku *n.* தாக்கு attack
thaa-kku *v.t.* தாக்கு attack
thaakku ezhuthu *v.t.* தாக்கு எழுது lampoon
thaakku vasaippaattu *n.* தாக்கு வசைப்பட்டு lampoon
thaakku-dhal *v.* தாக்குதல் assail
thaa-kku-dhal *n.* தாக்குதல aggression
thaakku-pavan *n.* தாக்குபவன் assassin
thaa-kku-pavar *n.* தாக்குபவர aggressor
thaakkupidi *v.t.* தாக்குப்பிடி endure
thaakkupidikkum *a.* தாக்குப்பிடிக்கும் endurable
thaakkupidiththal *n.* தாக்குப்பிடித்தல் endurance
thaakkuthal *n.* தாக்குதல் invasion
thaakkuthal *n.* தாக்குதல் onrush
thaakkuthal *n.* தாக்குதல் onslaught
thaal *n.* தாள் bolt
thaalaalar *n.* தாளாளர் correspondent
thaalamaattaamal *prep.* தாளமாட்டாமல் notwithstanding
thaalamaattaatha *adv.* தாளம்மாட்டாத notwithstanding

thaal-pall *v.t.* தாழ்ப்பாள் bolt
thaamarai *n.* தாமரை lotus
thaamathakkattanam *n.* தாமதக்கட்டணம் demurrage
thaamatham *v.t.* & *i.* தாமதம் delay
thaamathamaana *a.* தாமதமான late
thaamathappaduththu *v.i.* தாமதப்படுத்து linger
thaamathiththal *n.* தாமதித்தல் suspension
thaam-padhiya *a.* தாம்பத்திய conjugal
thaan *n.* தான் self
thaanaaka velaiyai merkolpavar *n.* தானக வேலையை மேற்கொள்பவர் volunteer
thaanam *n.* தானம் donation
thaanamali *v.t.* தானமளி donate
thaandi eri *v.t.* தாண்டி எறி overthrow
thaandi odu *v.t.* தாண்டி ஓடு overrun
thaandi sel *v.t.* தாண்டி செல் outrun
thaandu *v.t.* தாண்டு hurdle2
thaandu *v.t.* தாண்டு surmount
thaanghi *n.* தாங்கி corbel
thaanghu *v.t.* தாங்கு afford
thaanghu *v.t.* தாங்கு bear
thaangikkolluthal *v.t.* தாங்கிக்கொள்ளுதல் withstand
thaangkakkoodiya *a.* தாங்கக் கூடிய tolerable
thaangku *v.t.* தாங்கு shoulder
thaangku *v.t.* தாங்கு sustain
thaangu *v.t.* தாங்கு uphold
thaaniyam *n.* த்தானியம் grain

thaaniyangkalai araipavar *n.* தானியங்களை அரைப்பவர் miller
thaaniyan-koorthi *n.* தானியங்கூர்தி automobile
thaar poosu *v.t.* தார் பூசு tar
thaaraala kunamulla *a.* தாராள குணமுள்ள munificent
thaaraalaaththanam *n.* தாராளத்தனம் magnanimity
thaaraalam *n.* தாராளம் bounty
thaaraa-la-maaka *a.* தாராளமாக bountiful
thaaraalamaaka ali *v.t.* தாராளமாக அளி lavish
thaaraalamaana *a.* தாராளமான magnanimous
thaaraalamaana *a.* தாராளமான spacious
thaarai *n.* தாரை clarion
thaarai *n.* தாரை torrent
thaarai *n.* தாரை trumpet
thaarala-maana *a.* தாராளமான capacious
thaarkkuchchi *n.* தார்க்குச்சி spur
thaar-migha-mudaiya *n.* தார்மீகமுடைய apologue
thaarumaaraana *a.* தாறுமாறான haphazard
thaathi *n.* தாதி nurse
thaathu kaatta *a.* தாதுகட்ட seminal
thaathupporulkal vinjaani *n.* தாதுப் பொருள் விஞ்ஞானி mineralogist
thaaval *n.* தாவல் jump
thaaval *n.* தாவல் spring

thaavara ottu sinai *n.* தாவர ஒட்டு சினை graft
thaavara vakai *n.* தாவர வகை vegetation
thaavarangkal thokuthi *n.* தாவரங்கள் தொகுதி flora
thaavaraththin mikachchiriya alavu *n.* தாவரத்தின் மிகச் சிறிய அளவு minim
thaavara-viyal *n.* தாவரவியல் botany
thaay *n.* தாய் mamma
thaay ponra *a.* தாய் போன்ற motherlike
thaay vazhiyilaana *a.* தாய் வழியிலான maternal
thaay, annai *n.* தாய் , அன்னை mother
thaay, thakappanin sakotharan *n.* தாய், தகப்பனின் சகோதரன் uncle
thaayaththu *n.* தாயத்து talisman
thaaymai *n.* தாய்மை maternity
thaaymai *n.* தாய்மை motherhood
thaaymaikkunamudaiya *a.* தாய்மைக்குணமுடைய motherly
thaaynaattaicherntha *a.* தாய்நாட்டைச் சேர்ந்த vernacular
thaayppaal arunthuvathai marakkadi *v.t.* . தாய்ப்பால் அருந்துவதை மறக்கடி wean
thaazhntha *a.* தாழ்ந்த menial
thaazhntha *a.* தாழ்ந்த nether
thaazhntha *a.* தாழ்ந்த subordinate
thaazhntha nilai *n.* தாழ்ந்த நிலை subordination
thaazhntha pathaviyiliruppavar *n.* தாழ்ந்த பதவியிலிருப்பவர் subordinate
thaazhppaal *n.* தாழ்ப்பாள் latch
thaazhththu *v.t.* . தாழ்த்து lower
thaazhvaaram *n.* தாழ்வாரம் lobby
thaazhvaaram *n.* தாழ்வாரம் verendah
thaazh-vaaram *n.* தாழ்வாரம் corridor
thaazhvu *n.* தாழ்வு inferiority
thacchu-kalai *n.* தச்சுக்கலை carpentry
thach-char *n.* தச்சர் carpenter
thadai *n.* தடை barricade
thadai *v.t.* தடை curb
thadai *n.* தடை hindrance
thadai *v.t.* . தடை prevent
thadai *a.* தடை preventive
thadai *n.* தடை restriction
thadai *n.* தடை snag
thadai *n.* தடை taboo
thadai illaatha paathai *a.* தடை இல்லாத பாதை patent
thadai illaatha paathai *n.* தடை இல்லாத பாதை patent
thadai illaatha paathai *v.t.* . தடை இல்லாத பாதை patent
thadai mikka *a.* தடை மிக்க restrictive
thadai sey *v.t.* தடை செய் encumber
thadai sey *v.t.* . தடை செய் impede
thadai sey *n.* தடை சே prevention
thadai sey *v.t.* . தடை செய் taboo
thadai seyyappatta *a.* தடை செய்யப்பட்ட taboo

thadaip porul *n.* தடைப் பொருள் insulator

thadaipodu *n.* தடை obstacle

thadaipodu *v.t.* . த டை போடு obstruct

thadai-sei *n.* தடைசெய் ban

thadai-sei *n.* தடைசெய் ban

thadai-sei *v.t.* தடைசெய் censor

thadaisey *v.t.* . தடைசெய் forbid

thadaiyoosi podu *v.t.* . தடையூசி போடு inoculate

thadaiyuththaravu *n.* தடையுத்தரவு inhibition

thadam *n.* தடம் band

thadangal *n.* தடங்கல் obstruction

thadangkal sey *v.t.* தடங்கல் செய் debar

thadavik kodu *v.t.* . தடவிக் கொடு stroke

thadavikkodu *v.t.* . தடவிக்கொடு fondle

thadi *n.* த டி rod

thadi *n.* தடி stick

thadippaakku *v.i.*. தடிப்பாக்கு thicken

thadip-paana *a.* தடிப்பான callous

thaditha-thol *n.* தடித்ததோல் buff

thadu *v.t.* . தடு hinder

thadu *v.t.* . தடு inhibit

thadu *v.t.* . தடு restrict

thadu *v.t.* . தடு retard

thadu *v.i.*. தடு stem

thadukka-patta-yidam *n.* தடுக்கப்பட்டஇடம் compartment

thadukki vizhuthal *n.* தடுக்கி விழுதல் tumble

thadukkum vithamaaka *a.* தடுக்கும் விதமாக obstructive

thadu-maaru *v.t.* தடுமாறு bemuse

thaduppu *n.* தடுப்பு barrier

thaduppu *v.i.* துடுப்பு bat

thaduppu oosi poduthal *n.* தடுப்பு ஊசி போடுதல் inoculation

thaduppuththanmai *n.* தடுப்புத்தன்மை immunity

thaduthal *v.t.* . தடுத்தல் block

thaer-dhal *n.* தேர்தல் affiliation

thaerndhu-edu *v.t.* தேர்ந்தெடு constitute

thagaadha-kurippu *n.* தகாதகுறிபபு barb

thagadu *n.* தகடு blade

thagadu *n.* தகடு chart

thagarthal *v.t.* . தகர்த்தல் allay

thagudhi-yaana *adv.* தகுதியான aright

thagundha *a.* தகுந்த adequate

thagundha *a.* தகுந்த advisable

thagundha *adj.* தகுந்த apposite

thagundha *a.* தகுந்த appropriate

tha-gut-elumbu *n.* தகட்டெலும்பு baleen

thai *v.t.* . தை sew

thai *v.t.* . தை stitch

thaichirappu *n.* தனிச் சிறப்பு excellence

thairiyam *n.* தைரியம் courage

thairiyamaana *a.* தைரியமான courageous

thairiyamaana *n.* தைரியமான daring

thairiyamaana *a.* தைரியமான dauntless

thairiyamaana *a.* தைரியமான manlike

thairiyamaana *a.* தைரியமான valiant

thairiyamarra *a.* தைரியமற்ற timorous

thairiyamoottu *v.t.* தைரியமூட்டு embolden

thairiyamulla *a.* தைரியமுள்ள interpid

thaiththa aasanam *n.* தைத்த ஆசனம் sofa

thaiyal *n.* தையல் stitch

thaiyal thazhumpukal ulla *a.* தையல் தழும்புகள் உள்ள seamy

thaiyal velai sey *v.t.* . தையல் வேலை செய் tailor

thakaatha *a.* தகாத undue

thakaatha vazhiyil upayoki *v.t.* . தகாத வழியில் உபயோகி misuse

thakadaaka adikkakkoodiya *a.* தகடாக அடிக்கக்கூடிய malleable

thakadu *n.* தகடு sheet

thakanam *n.* தகனம் cremation

thakar *v.t.* தகர் demolish

thakara velaikaaran *n.* தகர வேலைக்காரன் tinker

thakaram *n.* தகரம் tin

thakaval *n.* தகவல் information

thakaval *n.* தகவல் intimation

thakaval *n.* தகவல் prospsectus

thakaval kodu *v.t.* . தகவல் கொடு tip

thakka vaiththukkolvathu *a.* தக்க வைத்துக்கொள்வது retentive

thakkaali *n.* தக்காளி tomato

thakkathaaka iru *v.t.* தக்கதாக இரு deserve

thakuntha kaaranam tharuthal *n.* தகுந்த காரணம் தருதல் justification

thakuthi *n.* தகுதி qualification

thakuthi peru *v.i..* தகுதி பெறு qualify

thakuthiyaaku *v.t.* . தகுதியாகு merit

thakuthiyaana *a.* தகுதியான worthy

thakuthiyarra *a.* தகுதியற்ற incompetent

thakuthiyillaathavar *n.* தகுதியில்லாவர் misfit

thakuthiyizhakkachey *v.t.* தகுதியிழக்கச் செய் disqualify

thakuthiyudaiya *a.* தகுதியுடைய eligible

thakuthiyulla *a.* தகுதியுள்ள suitable

thalaattup paattu *n.* தாலாட்டுப் பாட்டு lullaby

thalai *n.* தலை head

thalai ani *n.* தலையணை pillow

thalaikayiru *n.* தலைகயிறு tether

thalaikeezhaaka *adv.* தலைகீழாக headlong

thalaikeezhaaka *a.* தலைகீழாக topsy turvy

thalaikeezhaana *adv.* தலைகீழான topsy turvy

thalaikkaanee pannuvathu *v.t.* . தலையணை பண்ணுவது pillow

thalaikkavasam *n.* தலைக்கவசம் helmet

thalaikkayiru kattu *v.i.* தலைக்கயிறு கட்டு lunge

thalaimai *n.* தலைமை captaincy

thalaimai aachariyar *n.* தலைமை ஆசாரியார் principal

thalaimai thaangu *v.t.* . தல்லைமை தாங்கு head

thalai-mai-adhigaari *n.* தலைமையதிகாரி chancellor

thalaimaip pathavi *n.* தலைமைப் பதவி leadership

thalaimaiyaana *a.* தலைமையான focal

thalaimaiyaana *a.* தலைமையான supreme

thalaimayirai suththam seyya uthavum porul *n.* தலைமயிரைச் சுத்தம் செய்ய உதவும் பொருள் shampoo

thalaimayirai suththnjsey *v.t.* . தலைமயிரை சுத்தஞ்செய் shampoo

thalaimurai *n.* தலைமுறை generation

thalai-nagaram *n.* தலைநகரம் capital

thalainakar *n.* தலைநகர் metropolis

thalainakaril vasippavar *n.* தலைநகரில் வசிப்பவர் metropolitan

thalaipaakai *n.* தலைப்பாகை turban

thalaippaakai *n.* தலைப்பாகை tiara

thalaippezuththu *n.* தலைப்பெழுத்து monogram

thalaippu *n.* தலைப்பு caption

thalaippu *n.* தலைப்பு heading

thalaippu *n.* தலைப்பு title

thalaippu vishayam smapanthamaana *a.* தலைப்பு விஷயம் சம்பந்தமான thematic

thalai-tharikkum *n.* தலைதரிக்கும் breakneck

thalaivali *n.* தல்லைவலி headache

thalaivan *a.* தலைவன் chief

thalaivan *n.* தலைவன் chieftain

thalai-vanaghu *v.t.* தலைவணங்கு bow

thalaivar *n.* தலைவர் captain

thalaivar *n.* தலைவர் chairman

thalaivar *n.* தலைவர் leader

thalaiyaattu *v.i.*. தலையாட்டு nod

thalaiyanai *v.t.* தலையணை cushion

thalaiyangam *a.* தலையங்க,ம் editorial

thalaiyangam *n.* தலையங்க,ம் editorial

thalai-yattra *adj.* தலையற்ற acephalous

thalai-yattra-karu *n.* தலையற்றகரு acephalus

thalaiyeedu *n.* தலையீடு interference

thalaiyidu *v.i.*. தலையிடு interfere

thalaiyiduthal *a.* தல்லையிடுதல் nosey

thalaiyiduthal *a.* தல்லையிடுதல் nosy

thalam *n.* தளம் floor

thalam podu *v.i.* தளம் போடு surface

thalamai thaangu *v.i.*. தலைமை தாங்கு preside

thalapathi n தளபதி marshal

thalapparappu sampanthamaana *a.* தலப்பரப்பு சம்பந்தமான spatial

thalaraatha *a.* தளராத steadfast

thalarchchi *n.* தளர்ச்சி debility

thalarchi *n.* தளர்ச்சி laxity

thalarchiyaana *a.* தளர்ச்சியான lax
thalarchiyaana *a.* தளர்ச்சியான loose
thalarchiyadai *v.t.* . தளர்ச்சியடை weary
thalarntha *a.* தளர்ந்த rickety
thalarntha mel angki *n.* தளர்ந்த மேல் அங்கி mantle
thalarnthiru *v.i..* தள்ர்ந்திரு relent
thalarththiu *v.t.* . தளர்த்து relax
thalarththu *v.t.* . தளர்த்து loosen
thalarththu *v.t.* . தளர்த்து slacken
thalarvaaka *v.t.* தளர்வாக dangle
thala-vaadam *n.* தளவாடம் armament
thallaadu *v.i..* தள்ளாடு lurch
thallaadu *v.i..* தள்ள்ளாடு reel
thallaadu *v.i..* தள்ளாடு stagger
thallaadu *v.i..* தள்ளாடு stumble
thalli podu *v.t.* . தள்ளி போடு postpone
thalli podu *v.i..* தள்ளி போடு procrastinate
thalli poduthal *n.* தள்ளி போடுதல் procrastination
thalli poduvathu *n.* தள்ளி போடுதல் postponement
thallivaikkappatta *n.* தள்ளிவைக்கப்பட்ட outcast
thallividu *v.t.* . தள்ளிவிட் forswear
thallu *v.t.* . தள்ளு push
thallupadi *n.* தள்ளுபடி discount
thallupadi *n.* தள்ளுபடி rabate
thalluthal *n.* தள்ளுதல் push
thalluthal *n.* தள்ளுதல் shove
than kaalil nil *v.t.* . தன் காலில் நில் fend
than seyalarra *a.* தன்செயலற்ற helpless
than thaayai kollum seyal *n.* தன் தாயை கொல்லும் செயல் matricide
than thaayai kolpavar *a.* தன் தாயை கொல்பவர் matricidal
than thanthaiyai kollupavar *n.* தன தந்தையை கொள்ளுபவர் patricide
than viruppurimai *n.* தன் விருப்புரிமை discretion
thanadanai vithikkapperaatha *a.* தண்டனை விதிக்கப்பெறாத scot-free
thanakkuthaane pesikkolluthal *n.* தனக்குத்தானே பேசிக் கொள்ளுதல் soliloquy
thanathu seyalukkaaka varunthum *a.* தனது செயலுக்காக வருந்தும் repentant
thandam *n.* தண்டம் baton
thandanai *n.* தண்டனை damnation
thandanai *n.* தண்டன்னை punishment
thandanai *n.* தண்டனை scourge
thandanai *a.* தண்டனை penal
thandanai kodu *v.t.* . தண்டனை கொடு punish
thandanai koduppathu *a.* தண்ட னை கொடுப்பது punitive
thandanaik kuraivu *n.* தணடனைக் குறைவு remission
thandavaalam *n.* தண்டவாளம் rail
thandi sel *v.t.* . தாண்டி செல் overtake
thandu *n.* தண்டு stalk

thandu *n.* தண்டு stem
thaneer *n.* தண்ணீர் water
thaneer kuzhaay *n.* தண்ணீற் குழாய் main
thangak niram pookal sedi *n.* தங்க நிறம் பூக்கள் செடி marigold
thangam *n.* தங்கம் gold
thangamaana *a.* தங்கம்மான golden
thangamulaam *a.* தங்க முலாம் gilt
thangkumidam *n.* தங்குமிடம் stay
thani *v.t..* தணி moderate
thani *v.t..* தணி slake
thani *n.* தனி solo
thani aavarthanam seypavar *n.* தனி ஆவர்தனம் செய்பவர் soloist
thani oruvar *a.* தனி ஒருவர் nonpareil
thanichirappu *n.* தனிச்சிறப்பு distinction
thanikkai-murai *n.* தணிக்கைமுறை censorship
thanikkai-yaalar *n.* தணிக்கையாளர் censor
thanikkai-yaalar *n.* தணிக்கையாளர் controller
thanimai *n.* தனிமை isolation
thanimai *n.* தனிமை loneliness
thanimai *n.* தனிமை seclusion
thanimai *n.* தனிமை solitude
thanimaippaduththikkolluthal *n.* தனிமைப்படுத்திக்கொள்ளுதல் recluse
thanimaiyaana *a.* தனிமையான lone
thanimam *n.* தனிமம் element
thanimuraiyilaana *a.* தனிமுறையிலான especial

thanipatta muraiyil *adv.* தனிப்பட்ட முறையில் singularly
thanippaduththu *v.t..* தனிப்படுத்து insulate
thanippatta *a.* தனிப்பட்ட sole
thanippayirichi kalluri *a.* தனிபயிற்சிக் கல்லூரி tutorial
thaniththa *a.* தனித்த individual
thaniththa idaththil vittu vaa *v.t..* தனித்த இடத்தில் விட்டுவா maroon
thaniththanmai *n.* தனித்தன்மை individualism
thaniththanmai *n.* தனித்தன்மை insularity
thaniththu iru *v.t..* தனித்து இரு seclude
thaniththu po *v.t..* தனித்து போ sequester
thaniththu seyyappatta *adv.* தனித்து செய்யப்பட்ட solo
thanithuvam udaiyathu *n.* தனித்துவம் உடையது entity
thani-veedu *n.* தனி வீடு bungalow
thanivi *v.t..* தணிவி soothe
thanivu *v.t..* தணிவு appease
thaniyaaga *a.* தனியாக alone
thaniyaaka *a.* தனியாக lonesome
thaniyaaka paadam karpiththavar *n.* தனியாக பாடம் கற்பிப்பவர் tutor
thaniyaakku *v.t..* தனியாக்கு segregate
thaniyamaiyaakkappatta oruvan *n.* தனிமையாக்கப்பட்ட ஒருவன் maroon

thaniyiraivaatham *n.* தனியிறைவாதம் monotheism
thaniysaaka *a.* தனியாக solitary
thaniyurimai *n.* தனியுரிமை, monopoly
thanjam *n.* தஞ்சம் recourse
thann-aatchi *a.* தன்னாட்சி autonomous
thannadakkam *n.* தன்னடக்கம் modesty
thannadakkam *n.* தன்னடக்கம் temperance
thannalamarra *a.* தன்னலமற்ற selfless
thannampikkai konda *a.* தன் நம்ப்பிகை கொண்ட sanguine
thanneer iraikkappayanpadum karuvi *n.* தண்ணீர் இறைக்கப் பயன்படும் கருவி pulley
thanneer iraikkum iyanthiram *n.* தண்ணீர் இறைக்கும் இயந்திரம் pump
thanneer iraikkum iyanthiram *v.t.* தண்ணீர் இ றை pump
thanneer jaadi *n.* தண்ணீர் ஜாடி pitcher
thanneer kuzhaaykalai chari cheypavar *n.* தண்ணீர் குழாய்களை சரி செய்பவர் plumber
thanneer ponra *a.* தண்ணீர் போன்ற liquid
thanneeraala nirappu *v.t.* தண்ணீரால் நிரப்பு swamp
thanneerai nadanthu kada *v.i.* தண்ணீரை நடந்து கட wade
thanneerai pizhi *v.t.* தண்ணீரை பிழி mangle

thann-icchai-yaana *a.* தன்னிச்சையான arbitrary
thannichaiyaaka *adv.* தன்னிச்சையாக voluntarily
thannichaiyaaka oozhiyam sey *v.t.* தன்னிச்சையாக ஊழியம் செய் volunteer
thanni-yanghi *a.* தன்னியங்கி automatic
thann-nambikkai *a.* தன்னம்பிக்கை confident
thanthai vazhiyaaka varum choththu *n.* தந்தை வழியாக வரும் சொத்து patrimony
thanthaik kuriya *a.* தந்தைக் குரிய paternal
thanthi anuppupavar *n.* தந்தி அனுப்புபவர் telegraphist
thanthi seythi *n.* தந்தி செய்தி telegram
thanthi smpanthamaana *a.* தந்தி சம்பந்தமான telegraphic
thanthira vallunar *n.* தந்திர வல்லுநர் strategist
thanthiram *a.* தந்திரம் cunning
thanthiram *n.* தந்திரம் ruse
thanthiram *n.* தந்திரம் strategem
thanthiram *n.* தந்திரம் strategy
thanthiramaana *a.* தந்திரமான tricky
thanthiramulla *a.* தந்திரமுள்ள crafty
thanthiramulla *a.* தந்திரமுள்ள shifty
thanthirappadi mukkiyamaana *a.* தந்திரப்படி முக்கியமான strategic
thanthirasaali *n.* தந்திரசாலி tactician

thanthith thurai *n.* தந்தித்துறை telegraphy

thanthiyadi *v.t.* . தந்தியடி telegraph

thanvasamakkikkol *v.t.* . தன்வசமாக்கிக்கொள் monopolize

thapaal *n.* தபால் mail

thapaal aluvalagam *n.* தபால் அலுவலகம் அத்தின் post-office

thapaal aluvalakamaththin thalaivar *n.* தபால் அலுவலகமத்தின் தலைவர் postmaster

thapaal muoolam anuppu *v.t.* . தபால் மூலம் அனுப்பு mail

thapaalk kaarar *n.* தபால்காரர் postman

thappaana *a.* தப்பான incorrect

thapparththam sey *v.t.* . தப்பர்த்தம் செய் misunderstand

thappichchelpavar *a.* தப்பிச் செல்பவர் fugitive

thappichel *v.t.* தப்பிச்செல் evade

thappip pizhai *v.i.*. தப்பிப் பிழை survive

thappiyodu *v.i.* தப்பியோடு flee

tharaana peyarai uchari *v.t.* . தவறான பெயரை உச்சரி miscall

tha-raasu *n.* தராசு bakery

tharaasuth thattu *n.* தராசுத் தட்டு scale

tharagu *n.* தரகு commission

tharaikku keezhulla *a.* தரைக்குக் கீழுள்ள subterranean

tharakan *n.* தரகன் broker

tharakar *n.* தரகர் middleman

tharam *n.* தரம் norm

tharam *n.* தரம் quality

tharam kuriththa *a.* தரம் குறித்த qualitative

tharamaana *a.* தரமான classic

tharanilai *n.* தரநிலை grade

tharanthaazhnthu *v.t.* தரந்தாழ்த்து debase

tharavaraisaipaduththu *v.t.* . த்ரவரிசைப்படுத்து grade

tharisu *n.* தரிசு fallow

tharisu-nilam *n.* தரிசுநிலம் barren

thariththiramaakku *v.t.* . தரித்திரமாக்கு impoverish

tharkaala muraikkerpa puthuppi *v.t.* . தற்கால முறைக்கேற்ப புதுப்பி modernize

tharkaalamaaka *a.* தற்காலமாக provincial

tharkaalamaaka irukkum napar *n.* தற்காலமாக இருக்கும் நபர் probationer

tharkaalika vaasam *n.* தற்காலிக வாசம் sojourn

tharkaalikamaana *a.* தற்காலிகமான temporary

tharkaalikamaana *a.* தற்காலிகமான tentative

thar'-kaappir-kuriya *n.* தற்காப்பிற்குரிய armature

thar-kaappu-suvar *n.* தற்காப்புச்சுவர் bawn

tharkaarsattai *n.* தளற்காற்சட்டை slacks

tharkaathal *n.* தற்காதல் narcissism

tharkaaththal *v.t.* தற்காத்தல் defend

tharkka saasthiri *n.* தர்க்க சாஸ்திரி logician

tharkolai *n.* தற்கொலை suicide
tharkolaiyaana *a.* தற்கொலையான suicidal
tharmakarththaa *n.* தர்மகர்த்தா trustee
tharperumaai *a.* தற்பெருமை proud
tharperumai *n.* தற்பெருமை pride
tharperumai pannu *v.t.* . தற்பெருமை பண்ணு pride
tharpoosani *n.* தர்ப்பூசனி water-melon
tharpothanai *n.* தற்சோதனை introspection
tharr-pugazhchi *n.* தற்புகழ்ச்சி boast
tharr-pugazhchi *n.* தற்புகழ்ச்சி brag
tharseyalaana *a.* தற்செயலான incidental
thar-seyal-aana *a.* தற்செயலான casual
tharsothanai sey *v.i..* தற்சோதனை செய் introspect
tharu sey *v.t.* . தவற்று செய் wrong
tharu-mum *n.* தருமம் benefaction
tharunam *n.* தருணம் moment
tharuvi *v.t.* தருவி derive
thasai *n.* தசை flesh
thasai sampanthamaana *a.* தசை சம்பந்தமான muscular
thasainaar *n.* தசைநார் muscle
thasaivali *n.* தசைவலி myalgia
thatampural *v.t.* தடம்புரள் derail
thaththi nada *v.t.* தத்தி நட trip
thaththuvam *n.* தத்துவம் theory
thaththuvangkalai aaraychchi sey *v.i..* தத்துவங்களை ஆராய்ச்சி செய் theorize

thattai *n.* தட்டை retardation
thattaip paruppu *n.* தட்டைப் பருப்பு lentil
thattammai *n.* தட்டம்மை measles
thatti kodu *adv.* தட்டி கொடு pat
thattik kodu *v.t.* . தட்டி கொடு pat
thattik koduththal *n.* தட்டி கொடுத்தல் pat
thatti-kazhith-thal *n.* தட்டிக்கழித்தல் avoidance
thattikkazhi *v.t.* தட்டிக்கழி dodge
thattikkazhiththal *n.* தட்டிக்கழித்தல் dodge
thattiththadavu *v.i..* தட்டித் தடவு fumble
thatttezhuththar *n.* தட்டெழுத்தர் typist
thattu *n.* தட்டு dish
thattu *v.t.* தட்டு knock
thattu *n.* தட்டு tray
thattu *n.* தட்டு plate
thattu pannuvathu *v.t.* . தட்டு பண்ணுவது plate
thavalai *n.* தவளை frog
thavanai *n.* தவணை instalment
thavaraaka *n.* தவறாக offensive
thavaraaka achadi *v.t.* . தவறாக அச்சடி misprint
thavaraaka arivi *v.t.* . தவறாக அறிவி misrepresent
thavaraaka ennu *v.t.* . தவறாக எண்ணு misapprehend
thavaraaka ennu *v.t.* . தவறாக எண்ணு misconstrue

thavaraaka ennu *v.t.* . தவறாக எண்ணு mistake

thavaraaka mudivu kattu *v.t.* . தவராக முடிவு கட்டு misjudge

thavaraaka nada *v.i.*. தவராக நட misbehave

thavaraakak kanakeedu *v.t.* . தவறாகக் கணக்கீடு miscalculate

thavaraana *a.* த வ றான faulty

thavaraana *a.* தவறான inaccurate

thavaraana *a.* தவறான offensive

thavaraana *adv.* தவற்றான wrong

thavaraana apipraayam *n.* தவரான அபிப்பிராயம் misconception

thavaraana apipraayam kol *v.t.* . தவறான அபிப்பரியாங் கொள் misconceive

thavaraana ennam *n.* தவறான எண்ணம் misapprehension

thavaraana ennam *n.* தவறான எண்ணம் misbelief

thavaraana idaththl vai *v.t.* . தவறான இடத்தில் வை misplace

thavaraana inakkam *n.* தவறான இணக்கம் mal adjustment

thavaraana kanakkeedu *n.* தவறான கணக்கீடு miscalculation

thavaraana muraiyil seluththu *v.t.* . தவறான முறையில் செலுத்து misguide

thavaraana nadaththai *n.* தவறான நடத்தை misbehaviour

thavaraana paathai *n.* தவறான பாதை misdirection

thavaraana paathaiyil seluththu *v.t.* . தவறான பாதையில் செலுத்து misdirect

thavaraana seyal *n.* தவறான செயல் misdeed

thavaraana upayokam *n.* தவறான உபயோகம் misapplication

thavaraana vazhi kaattu *v.t.* . தவறான வழி காட்டு mislead

thavarai suttikkaattu *v.t.* . தவறை சுட்டிக் காட்டு reproach

thavaravidu *v.t.* . தவற விடு miss

thavar-raaga *adv.* தவறாக amiss

thavarrai suttikkaattuthal *n.* தவற்றை சுட்டிக்காட்டுதல் reproach

thavaru *v.i.* தவறு err

thavaru *n.* தவறு error

thavaru *v.i.* தவறு falter

thavaru *n.* தவறு fault

thavaru *n.* தவறு lapse

thavaru *n.* தவறு offence

thavaru *a.* தவறு wrong

thavaru enru niroopi *v.t.* தவறு என்று நிரூபி disprove

thavaru sey *v.i.*. தவறு செய் stray

thavaru seythavar *n.* தவறு செய்தவர் offender

thavaruthalaana *a.* தவறுதலான wrongful

thavazhnthu *n.* தவழ்ந்து crawl

thavir *v.t.* . தவிர் avoid

thavir *v.i.*. தவிர் dehort

thavir *v.t.* . தவிர் omit

thavir *v.t.* . தவிர் shirk

thavir *v.t.* . தவிர் shun
thavira *adv.* தவிர also
thavira *adv.* தவிர besides
thavira *v.t.* தவிர except
thavira prep தவிர save
thavirkka mudiyaatha *a.* தவிர்க்க முடியாத inevitable
thavirkka mudiyaatha *n.* தவிர்க்க முடியாத necessary
thavirthu *prep.* தவிர்த்து except
thayaar *a.* தய்யார் ready
thayaar chey *v.t.* . தயார் ச்சே prepare
thayaar nilai *n.* தய்யார் நிலை readiness
thayaar sey *v.t.* தயார் செய் equip
thayaar sey *v.t.* . தயார் செய் forearm
thayaaraaka *adv.* தயாராக readily
thayaaraana *a.* தயாரான preparatory
thayaarippu *n.* தயாரிப்பு preparation
thayaiyulla *a.* தயையுள்ள indulgent
thayaiyulla *a.* தயையுள்ள merciful
thayakkam *n.* தயக்கம் hesitation
thayakkam *n.* தயக்கம் indecision
thayangku *v.i.*. தயங்கு shilly-shally
thayangu *v.i.*. தயங்கு hesitate
thayangu *v.i.*. தயங்கு vacillate
thayangu *v.i.*. தயங்கு waver
thayangu *v.i.*. தயங்கு wince
thayir *n.* தயிர் curd
thayrkaarar *n.* தையற்காரர் tailor
thazhntha kural *n.* தாழ்ந்த குரல் undertone
thazhntha kural *n.* தாழ்ந்த குரல் whisper
thazhuvu *v.t.* தழுவு caress
thdeer ezuchi *n.* திடீர் எழுச்சி outbreak
thdeer sothanai *n.* திடீர் சோதனை raid
thedichel *v.t.* . தேடிச்செல் quest
thedu *v.i.* தேடு fish
thedu *v.t.* . தேடு search
thedu *v.t.* . தேடு seek
theduthal *n.* தேடுதல் quest
theduthal *n.* தேடுதல் rummage
thee *n.* தீ fire
theechudar *n.* தீச்சுடர் flare
thee-kala-varam *n.* தீகலவரம் arson
theekkuchi *n.* தீக்குச்சி match
theemai payakkum *a.* தீமை பயக்கும் malign
theengarra *a.* தீங்கற்ற innocent
theenghaana *a.* தீங்கான baleful
theenghaana *n.* தீன்கான bogle
theengkinmai *n.* தீங்கின்மை innocence
theengku sey *v.t.* . தீங்கு செய் harm
theengu *n.* தீங்கு evil
theengu *n.* தீங்கு harm
theengu sey *v.t.* . தீங்கு செய் hurt
theenith thotti *n.* தீனித் தொட்டி manger
theepalangkaaram *n.* தீபலங்காரம் illumination
thee-por-savam *n.* தீபோற்சவம் bonfire
theeppori para *v.i.*. தீப்பொறி பற spark
theera-maana *a.* தீரமான chivalrous
theera-seyal *n.* தீரச்செயல் chivalry

theerkka rekai *n.* தீர்க்கரேகை longitude
theermaanam *n.* தீர்மானம் conclusion
theermaanam *n.* தீர்ம்மானம் determination
theermaanam *n.* தீர்மானம் settlement
theermaanaminmai *n.* தீர்மானமின்மை shilly-shally
theermaani *v.t.* தீர்மானி conclude
theermaani *v.t.* தீர்மானி convict
theermaani *v.t.* தீர்மானி decide
theermaani *v.i.*. தீர்மானி settle
theermaani *v.t.* ., தீர்மானி umpire
theermaanikkum aarral *a.* தீர்மானிக்கும் ஆற்றல் decisive
theermaanjsey *v.i.*. தீர்மானஞ்செய் judge
theer-mmani *v.t.* . தீர்மானி adjudge
theerppaanai *n.* தீர்ப்பானை decree
theerp-pali *v.t.* . தீர்ப்பளி award
theerppu *n.* தீர்ப்பு convict
theerppu *n.* தீர்ப்பு verdict
theerppu kooru *v.t.* . தீர்ப்புக் கூறு sentence
theeseyal seypavan *n.* தீசெயல் செய்பவன் roguery
theeththaangki *n.* தீத்தாங்கி grate
theettu *v.t.* . தீட்டு sharpen
theevanam *n.* தீவனம் feed
theevatti *n.* தீவட்டி torch
theevira *a.* தீவிர staunch
theeviram *n.* தீவிரம் ardour
theeviram *n.* தீவிரம் severity
theeviramaakku *v.t.* . தீவிரமாக்கு intensify
theeviramaana *a.* தீவிரமான intensive
theeviramaana *a.* திவீரமான vehement
theevira-maana' *a.* தீவிரமான arduous
theevirathathin mel alavu *n.* தீவிரத்தின் மேல் அளவு intensity
theeviravaathi *n.* தீவிரவாதி extreme
theevu *n.* தீவு island
theevu *n.* தீவு isle
theeya *a.* தீய evil
theeya ozhukkam *n.* தீய ஒழுக்கம் vice
theeya vazikalil sel *v.i.*. தீய வழிகளில் செல் relapse
theeyai kavaniththuk kolpavar *n.* தீயை கவனித்துக்கொள்பவர் stoker
theeyaik kavaniththukkol *v.t.* . தீயை கவனித்துக்கொள் stoke
theeyavan *n.* தீயவன் rogue
theeyavan *a.* தீயவன் rowdy
their-vithal *v.t.* . தெரிவித்தல் apprise
theka asaukariyam *n.* தேக் அசௌக்கியம் malaise
thekaththaip pidiththu viduthal *n.* தேகத்தைப் பிடித்து விடுதல் massage
thekkam *n.* தேக்கம் stagnation
thekku maram *n.* தேக்கு மரம் teak
thel *n.* தேள் scorpion
theli *v.t.* தெளி sprinkle
theli-thall *v.* தெளித்தல் asperse
thelivaaga *adv.* தெளிவாக clearly
thelivaaka *adv.* தெளிவாக legibly

thelivaakkam *n.* தெளிவாக்கம் clarification
thelivaakku *v.t.* தெளிவாக்கு clarify
thelivaakku *v.t.* . தெளிவாக்கு manifest
thelivaana *v.t.* தெளிவான define
thelivaana *a.* தெளிவான distinct
thelivaana *a.* தெளிவான evident
thelivaana *a.* தெளிவான lucid
thelivaana *a.* தெளிவான sane
thelivaana *adv.* தெளிவான sharp
thelivaana *a.* தெளிவான transparent
thelivaana *a.* தெளிவான vivid
thelivarra *a.* தெளிவற்ற illegible
thelivarra *a.* தெளிவற்ற indistinct
thelivarra nilai *n.* தெளிவற்ற நிலை vagueness
theli-vatra-pecchu *n.* தெளிவற்றபேச்சு babble
thelivilaatha *n.* தெளிவில்லாத haze
thelivillaatha *v.i.*. தெளிவில்லாத darkle
thelivinmai *v.t.* தெளிவின்மை daze
thelivinmai *n.* தெளிரின்மை illegibility
thelivu *n.* தெளிவு clarity
thelivu *a.* தெளிவு clear
thelivu *n.* தெளிவு lucidity
thelivupaduththu *v.t.* தெளிவுபடுத்து enlighten
thelivupaduthu *v.t.* தெளிவுபடுத்து elucidate
thempu *v.i.*. தேம்பு sob
then *n.* தேன் honey
theneer-saalai *n.* தேநீர்ச்சாலை cafe
thenee-segarith-thal *n.* தேனீசேகரிதல் apiculture
thenee-valarpidam *n.* தேனீவளற்பிடம் apiary
thengaai *n.* தேங்காய் coconut
thengkaayk kopparai *n.* தேங்காய்க் கொப்பரை kernel
theni *n.* தேனீ bee
thenilavu *n.* தேனிலவு honeymoon
thenkoodu *n.* தேன்கூடு honeycomb
then-koodu *n.* தேன்கூடு alveary
then-kudu *n.* தேன்கூடு beehive
thenral kaarru *n.* தென்றல் காற்று zephyr
thenthuruvu *a.* தென்துருவ antarctic
therai *n.* தேரை toad
therchiyadai *v.t.* . தேர்ச்சியடை master
therintha *a.* தெரிந்த familiar
theripaali *n.* தெறிப்பொளி flash
therivi *v.t.* தெரிவி disclose
therivi *v.t.* . தெரிவி inform
therivi *v.t.* . தெரிவி intimate
therivi *v.t.* . தெரிவி notify
therivi *v.t.* . தெரிவி signify
therivithal *n.* தெரிவித்தல் communiqué
theriviththal *n.* தெரிவித்தல் notification
therkaaka *adv.* தெற்காக south
therku *n.* தெற்கு south
therku nokki *n.* தெற்கு நோக்கி south
thernthedu *v.t.* தேர்ந்தெடு elect
thernthedu *v.t.* . தேர்ந்தெடு nominate
thernthedu *a.* தேர்ந்தெடு select

thernthedukkappattavar *n.* தேர்ந்தெடுக்கப்பட்டவர் nominee
thernthedukkinra *a.* தேர்ந்தெடுக்கின்ற selective
therntheduththal *n.* தேர்ந்தெடுத்தல் nomination
therntheduththal *v.t.* . தேர்ந்து எடுத்தல் prefer
therntheduththal *n.* தேர்ந்து எடுத்தல் preference
thernthu edukkakoodiya *a.* தேர்ந்து எடுக்ககூடிய preferential
therrip pesu *v.i.*. தெற்றிப் பேசு stammer
therriya pechu *n.* தெற்றிய பேச்சு stammer
therthal *n.* தேர்தல் election
therthal *n.* தேர்தல் poll
therthal *v.t.* . தேர்தல் poll
therudhal *n.* தேறுதல் consolation
theruvi *v.t.* . தெருவி announce
thervaalar *n.* தேர் வாளர் examiner
thervezhuthupavar *n.* தேர்வெழுதுபவர் examinee
thervu *n.* தேர்வு examination
thervu *n.* தேர்வு selection
thervu sey *v.i.*. தேர்வு செய் opt
thervu sey *v.t.* . தேர்வு செய் select
thesam muzhumaikkum uriya *a.* தேசம் முழுமைக்கும் உரிய national
thesappadam *n.* தேசப் படம் map
thesiya mayamaakku *v.t.* . தேசீய மயமாக்கு nationalize
thesiyamayamaakkuthal *n.* தேசீய மயமாக்குதல் nationalization
thesiyavaatham *n.* தேசியவாதம் nationalism
thesiyavaathi *n.* தேசியவாதி nationalist
thethi *n.* தேதி date
thetru *v.t.* தேற்று console
theva vaakku *n.* தேவ வாக்கு oracle
thevaalayam *n.* தேவாலயம் temple
thevai *n.* தேவை demand
thevai *n.* தேவை lack
thevai *n.* தேவை need
thevai *v.t.* . தேவ்வை require
thevai *n.* தேவ்வ்வை requirement
thevai *n.* தேவை scarcity
thevai *a.* தேவை prerequisite
thevai nirappupavar *n.* தேவை நிருப்புபவர் supplier
thevaikal *adv.* தேவைகள் needs
thevaikkerpa *a.* தேவைக் கேற்ப negotiable
thevaikku merpatta *a.* தேவைக்கு மேற்பட்ட superfluous
thevaikku merpattathu *n.* தேவைக்கு மேற்பட்டது superfluity
thevaippadu *v.t.* . தேவைப்படு lack
thevaippadum *a.* தேவைப்படும் requisite
thevaippaduthal *n.* தேவைப்படுதல் requiste
thevaiyaana gunam *n.* தேவையான குணம் prerequisite
thevaiyaayiru *v.t.* . தேவையாயிரு necessitate
thevaiyai nirapputhal *n.* தேவையை நிரப்புதல் supply

thevaiyai poorththi sey *v.t.* . தேவையை பூர்த்தி செய் supply

thevaiyarra *a.* தேவையற்ற needless

thevaiyarra *n.* தேவையற்ற redundance

thevaiyarra *a.* தேவையற்ற redundant

thevaiyillaamal unarchivasamulla *a.* தேவையில்லமல் உணர்ச்சிவசமுள்ள mawkish

thevathai *n.* தேவதை elf

thevathai *n.* தேவதை fairy

thevathai *n.* தேவதை sylph

theviravaathi *n.* தீவிரவாதி extremist

they *v.t.* . தேய் massage

they *v.t.* . தேய் rub

theyilai chedi *n.* தேயிலை செடி tea

theyntha vazhi *n.* தேய்ந்த வழி trail

theythal *v.i.* தேய்தல் decay

theyththal *n.* தேய்த்தல் rub

theyva ninthanai *n.* தெய்வ நிந்தனை sacrilege

theyvam *n.* தெய்வம் deity

theyvathanmai *n.* தெய்வத்தன்மை divinity

theyvathanmai mikka *a.* தெய்வத்தன்மை மிக்க divine

theyvaththanmai *a.* தெய்வத்தஎைமை godly

theyveeka thanmai *n.* தெய்வீக தம்னை spirituality

theyvu adai *v.i.*. தேய்வு அடை wane

thhool *n.* தூள் powder

thiayal thazhumpu *n.* தையல் தழும்பு seam

thidal-thada *n.* திடல்தட athletics

thidamaana *a.* திடமான strong

thidamanam illaatha *a.* திடமனம் இல்லாத moody

thida-nambikkai *n.* திடநம்பிகை conviction

thideer *n.* திடீர் sudden

thideer asaivu *n.* திடீர் அசைவு flicker

thideer maraithal *v.i.* திடீர் மறைதல் decamp

thideer sothanai sey *v.t.* . திடீர் சோதன்னை செய் raid

thideer thaakalaal kobam paduppathu *v.t.* . திடீர் தாகளால் கோபம் படுவது persecute

thideer thaakalaal varum kobam *n.* திடீர் தாகளால் வரும் கோபம் persecution

thideer thaakkuthal *n.* திடீர் தாக்குதல் sally

thideer vedippu *n.* திடீர் வெடிப்பு outburst

thideer viruppam *n.* திடீர் விருப்பம் whim

thideerena *adv.* தீடிரென short

thideerena marainthu po *v.i.*. திடீரென மறைந்து போ vanish

thideerena munnukku vanthavar *n.* திடீரென முன்னுக்கு வந்தவர் upstart

thideerena payamoottu *v.t.* . திடீரென பயமூட்டு scare

thideerena utharu *v.t.* . திதிரென உதறு switch

thideerenath thaakku *v.i.*. திடீரெனத் தாக்கு sally

thi-dee-rendru *a.* திடீரென்று abrupt
thideerenru-ularu *v.t.* திடீரெனருளறு blurt
thideer-thaakkal *n.* திடீர்தாக்கல் ambush
thidukkidazh zhey *v.t.* . திடுக்கிடச் செய் surprise
thidukkidu *v.t.* . திடுக்கிடு startle
thidum piravesam *n.* திடும் பிரவேசம் irruption
thigaikka-vei *v.t.* திகைக்கவை confuse
thiiviramaana *a.* தீவிரமான severe
thikaikkavai *v.t.* . திகைக்க வை nonplus
thikaippu *n.* திகைப்பு maze
thikappoottu *v.t.* . திகைப்பூட்டு mystify
thikattachchey *v.t.* . திகட்டச் செய் satiate
thikattippona nilai *n.* திகட்டிப்போன நிலை satiety
thikil *n.* திகில் terror
thimingalam *n.* திமிங்கிலம் whale
thimir *n.* திமிர் arrogance
thinamum *a.* தினமும் daily
thinanthorum *adv.* தினந்தோறும் daily
thinasari varavu selavu puththakam *n.* தினசரி வரவு செலவு புத்தகம் journal
thingkal kizamai *n.* திங்கட்கிழமை Monday
thingkavidu *v.t.* . தொங்கவிடு suspend
thini *v.t.* திணி cram
thinnu *v.t.* தின்னு consume
thinpandangkalin vilaippatti *n.* தின்பண்டங்களின் விலைப்பட்டி menu
thin-panndam *n.* தின்பண்டம் comfit
thipeth thesaththin pauththa mathath thalaivar *n.* திபெட் தேசத்தின் பௌத்த மதத் தலைவர் lama
thira *v.t.* . திற open
thiraadsai kani *n.* திராட்சை கனி grape
thiraadsai saaru *n.* திராட்சை சாறு wine
thiraakshai aruvadai *n.* திராக்ஷை அறுவடை vintage
thiraatsaivaththal *n.* திராட்சைவத்தல் currant
thirai *n.* திரை curtain
thirai *n.* திரை screen
thirai-arangu *n.* திரையரங்கு amphitheatre
thirai-padam *n.* திரைப்படம் cinema
thiraippadam *n.* திரைப்படம் film
thiral *v.t.* . திரள் aggregate
thiramai *n.* திறமை aptitude
thiramai *n.* திறமை potency
thiramai *n.* திறமை potential
thiramai *n.* திறமை pontentiality
thiramai *n.* திறமை skill
thiramai *n.* திறமை talent
thiramai *n.* திறமை proficiency
thiramai *n.* திறமை prowess
thiramai perra *a.* திறமை பெற்ற versed
thiramaisaali *n.* திறமைசாலி adept

thiramaisaali-yaana *a.* திறமைசாலியான adept

thiramaiyaaka kaiyaalu *v.t.* . திறமையாக கையாளு manipulate

thiramaiyaaka kaiyaaluthal *n.* திறமையாக கையாளுதல் manipulation

thiramaiyaana *a.* திறமையான potent

thiramaiyaana *a.* திறமையான potential

thiramaiyaana *a.* திறமையான proficient

thiramaiyaana nirvaakam *n.* திறமையான நிர்வாகம் manoeuvre

thira-mai-yana *a.* திறமையான able

thiramai-yulla *a.* திறமையுள்ள capable

thirampada nadaththu *v.i..* திறம்பட நடத்து manoeuvre

thiranmika *a.* திறன்மிக்க forceful

thirantha *a.* திறந்த open

thirantha thotti *n.* திறந்த தொட்டி tub

thiranthukaatu *v.t.* திறந்துகாட்டு exhibit

thiranudai *adj.* திறனுடை deft

thirappadangal *n.* திரைப்படங்கள் movies

thirappu *n.* திறப்பு opening

thirathirshdam *n.* துர்திர்ஷ்டம் mischancc

thirathirshdam *n.* துரதிர்ஷ்டம் misfortune

thirattith thyaar sey *v.t.* . திரட்டித் தயார் செய் mobilize

thirattu *v.t.* திரட்டு convene

thiravam *n.* திரவம் fluid

thiravam *n.* திரவம் liquid

thiravamaakku *v.t.* . திரவமாக்கு liquefy

thiri *v.i..* திரி rove

thirikira *a.* திரிகிற vagabond

thiripavan *n.* திரிபவன் rover

thiripukkooru *n.* திரிபுக் கூறு form

thirith-thal *v.t.* திரித்தல் bend

thir-kamaana *a.* தீர்கமான articulate

thirmai vaauntha *a.* திறமை வாய்ந்த skilful

Thirthalap payanam *n.* திர்தலபயணம் pilgrimage

Thirthalap payani *n.* திர்தலபயணி pilgrim

thirudan *n.* திருடன் burglar

thirudan *n.* திருடன் thief

thirudu *v.i..* திருடு steal

thirugu *v.t.* . திருகு convolve

thirukaani *n.* திருகாணி screw

thiruku *v.t.* . திருகு screw

thirumana oppantham *n.* திருமண ஒப்பந்தம் engagement

thirumanam *n.* திருமணம் marriage

thirumanam *n.* திருமணம் matrimony

thirumanam *n.* திரு।ஂணம் spousal

thirumanam *n.* திருமணம் wedding

thirumanam *n.* திருமணம் wedlock

thirumanam korupavan *n.* திருமணம் கோருபவன் suitor

thirumanam sampanthamaana *a.* திருமணம் சம்பந்தமான matrimonial

thirumanam seyyath thakuthiyulla *a.* திருமணம் செய்யத் தகுதியுள்ள marriageable

thirumanam thodarpaana *a.* திருமணம் தொடர்பான nuptial

thirumanathirku-munbu *adj.* திருமணத்திற்கு முன்பு antenuptial

thiru-mana-virodhar *n.* திருமனவிரோதர் agamist

thirumma azai *v.t.* . திரும்ப அழை recall

thirumpa azaiththal *n.* திரும்ப அழ்ழைத்தல் recall

thirumpa ennu *v.t.* . திரும்ப எண்ணு recount

thirumpa padi *v.t.* . திரும்ப படி revise

thirumpa seythal *n.* திரும்ப செய்தல் revision

thirumpa sol *v.t.* . திரும்பச் சொல் reiterate

thirumpa solvathu *n.* திரும்பச் சொல்வது reiteration

thirumpak kodu *v.t.* . திரும்பக் கொடு reimburse

thirumpath thirumpa *n.* திரும்பத் திரும்ப repetition

thirumpavum vaippathu *v.t.* . திரும்பவும் வைப்பது replace

thirumpi sel *v.i.*. திரும்பிச் செல் recede

thirumpip pera mudiyaatha *a.* திரும்பி பெற முடியாத irrecoverable

thirumpip peru *v.t.* . திரும்பிப் பெறு recoup

thirumpu *v.i.*. திரும்பு return

thirunalledu *n.* திருநல்லேடு gospel

thiruppi seluththu *v.t.* . திருப்பிச் செலுத்து repay

thiruppi seluththuthal *n.* திருப்பிச் செலுத்துதல் repayment

thiruppik kettal *v.t.* . திருப்பிக் கேட்டல் reclaim

thiruppiththaruthal *v.t.* . திருப்பித் தருதல் refund

thiruppiyanuppappattavar *v.t.* . திருப்பியனுப்ப்பபட்டவர் repatriate

thiruppiyanuppu *n.* திருப்பியனுப்பு repatriate

thiruppiyanupputhal *n.* திருப்பியனுப்புதல் repatriation

thiruppu *v.t.* திருப்பு convert

thirupthi *n.* திருப்தி satisfaction

thirupthi ali *v.t.* . திருப்தி அளி satisfy

thirupthi seyya mudiyaatha *a.* திருப்தி செய்ய முடியாத insatiable

thirupthiyarra *n.* திருப்தியற்ற discontent

thirupthiyarup pokachey *v.t.* திருப்தியற்றுப் போகச் செய் dissatisfy

thirupthiyinmai *n.* திருப்தியின்மை dissatisfaction

thirutham *n.* திருத்தம் correction

thiruththa mudiyaatha *a.* திருத்த முடியாத incorrigible

thiruththalangkalil thooymaiyai kedukkum *a.* திருத்தலங்களின் தூய்மையை கெடுக்கும் sacrilegious

thiruththikkolvathu *n.* திருத்திக்கொள்வது rectification
thiruththu *v.t.* . திருத்து modify
thiruthu *v.t.* திருத்து correct
thiruttu *n.* திருட்டு burglary
thiruttu *n.* திருட்டு theft
thirututh thanamaaka *adv.* திருட்டுத் தனமாக stealthily
thiruvaalar *n.* திருவாளர் mister
thiruvaalarkal *n.* திருவாளர்கள் Messrs
thisai *n.* திசை direction
thisai thiruppu *v.t.* திசைதிருப்பு divert
thisaivekam *n.* திசைவேகம் velocity
thittam *n.* திட்டம் campaign
thittam *n.* திட்டம் scheme
thittam *n.* திட்டம் plan
thittam *n.* திட்டம் project
thittam *n.* திட்டம் proposition
thittam idu *v.t.* . திட்டம் இடு plan
thittam idu *v.t.* . திட்டம் இடு plot
thittam idupavar *n.* திட்டம் எடுப்பவர் projector
thitta-midu *v.t.* திட்டமிடு concoct
thitti vaayil *n.* திட்டி வாயில் wicket
thittik kooraakku *v.t.* . தீட்டிக் கூராக்கு whet
thittu *v.t.* . திட்டு scold
thiurmpa koduththal *v.t.* . திரும்ப கொடுத்தல் requite
thi-vaalagi *n.* திவாலாகி bankrupt
thiyaaka manappaanmai *a.* தி ய்யாக மனப்பான்மை sacrificial
thiyaakam *n.* தியாகம் martyrdom
thiyaakam sey *n.* தியாகம் sacrifice
thiyaakam sey *v.t.* . தி யாகம் செய் sacrifice
thiyaaki *n.* தியாகி martyr
thiyaanam *n.* தியானம் mediation
thiyaanaththil eedupattirukkum *a.* தியானத்தில் ஈடுபட்டிருக்கும் meditative
thiyaani *v.t.* . தியானி meditate
thizhilnudpam *n.* தொழில்நுட்பம் technology
thmaash sey *v.i.*. தமாஷ் செய் joke
thnthi iyal *n.* தந்தி இயல் telegraph
thodai *n.* தொடை thigh
thodakka *a.* தொடக்க inaugural
thodakkam *n.* தொடக்கம் inauguration
thodakkam *n.* தொடக்கம் initiative
thodakkam *n.* தொடக்கம் origin
thodangi vaippu *n.* தொடங்கி வைப்பு induction
thodangkiyavar *n.* தொடங்கியவர் originator
thodangu *v.t.* . தொடங்கு form
thodar *v.i.* தொடர் continue
thodaraamai *v.t.* தொடராமை discontinue
tho-dar-bhu *n.* தொடர்பு affair
thodarcchi *n.* தொடர்ச்சி continuation
thodarchi-yaana *a.* தொடர்ச்சியான continuous
thodarchiyarra *a.* தொடர்ச்சியற்ற random
thodarkathai *n.* தொடர்கதை serial
thodarnthu chey *v.t.* . தொடர்ந்து சே perpetuate

thodarnthu ulla cheyal *a.* தொடர்ந்து உள்ள செயல் perpetual
thodarpaana *a.* தொடர்பான supplementary
thodarparu *v.t.* தொடர்பறு disconnect
thodar-paruthal *n.* தொடர்பறுத்தல் breakage
thodarpiu *n.* தொடர்பு relevance
thodarpu *n.* தொடர்பு communication
thodarpudaiya *n.* தொடர்புடைய relative
thodarpudaiya *a.* தொடர்புடைய relevant
thodarpupaduththu *v.t.* தொடர்புபடுத்து relate
thodarthal *n.* தொடர்தல் pursuit
thodarthal *n.* தொடர்தல் succession
thodarvathu *v.t.* தொடர்வது pursue
thodar-vurumaatram *adj.* தொடர் உருமாற்றம் anamorphous
thodu *v.t.* தொடு finger
thodu *v.t.* தொடு touch
thodudhal *n.* தொடுதல் contact
thodukodu *n.* தொடுகோடு tangent
thoduthal *n.* தொடுதல் touch
thoduvaanam *n.* தொடுவானம் horizon
thogai *n.* தொகை amount
thogai-kanakku *n.* தொகைக்கணக்கு census
thogup-paalar *n.* தொகுப்பாளர் bibliographer
thogupp-aedu *n.* தொகுப்பேடு album
thoguppi *v.t.* தொகுப்பி compile
thoguthal *n.* தொகுத்தல் composition
thokai *n.* தொகை sum
thokai *n.* தொகை total
thokai perru viduvi *v.t.* தொகை பெற்று விடுவி ransom
thol *n.* தோள் shoulder
thol *n.* தோல் skin
thol *n.* தோல் peel
thol pathaniduvon *n.* தோல் பதனிடுவோன் tanner
thol pathnidum thozhirsaalai *n.* தோல் பதனிடும் தொழிற்சாலை tannery
thol surukkam *n.* தோல் சுருக்கம் wrinkle
tholai nokku *n.* தொலை நோக்கு oversight
tholai nokku *n.* தொலைநோக்கு purview
tholai pechi *n.* தொலைபேசி phone
tholai thodarpu *n.* தொலை தொடர்பு telecommunications
tholai thoora *a.* தொலை தூர remote
tholai uri *v.t.* தோலை உரி skin
tholai uri *v.t.* தொலை உரி peel
tholaikkaadsi *n.* தொலைகாட்சி television
tholainokki *a.* தொலைநோக்கி telescopic
tholai-nokki *n.* தொலைநோக்கி binocular
tholaipesi *n.* தொலைப்பேசி telephone
tholaivaana *a.* தொலைவான far
tholaivil *adv.* தொலைவில் afar
tholaivilunarthal *a.* தொலைவிலுணர்தல் telepathic
tholaivu *adv.* தொலைவு far

tholivyurachey *v.t.* . தோவியுறச் செய் foil

tholkalaik kulukkal *n.* தோள்களைக் குலுக்கல் shrug

thollai *n.* தொல்லை harassment

thollai *n.* தொல்லை nuisance

thollai kodu *v.t.* . த்தொல்லை கொடு harass

thollai kudukkum *n.* தொல்லை குடுக்கும் pestilence

thollai kudukkum gunam *n.* தொல்லை குடுக்கும் குணம் petulance

thollai kudukkum gunamaana *a.* தொல்லை குடுக்கும் குணமான petulant

thollaikkodu *v.t.* . தொல்லைக்கொடு nag

tholuraayvuk kaayam *n.* தோலுராய்வுக் காயம் graze

tholvi *n.* தோல்வி defeat

tholvi *n.* தோல் வி failure

tholviyadai *v.i.* தோல்வியடை fail

thondai *n.* தொண்டை throat

thondai *a.* தொண்டை throaty

thondai parriya *a.* தொண்டை பற்றிய guttural

thondaiyin irupurangkalllum ulla naalamillaa surappi *n.* தொண்டை throttle

thondaiyin irupurangkalilum ulla naalamillaa surappi *n.* தொண்டையின் இருபுறங்களிலும் உள்ள நாளமில்லாச் சுரப்பிகள் tonsil

thondar *n.* தொண்டர் follower

thondaravu *v.t.* . தொந்தரவு annoy

thondhiravu *v.t.* தொந்தரவு bother

thondi edu *v.t.* . தோண்டி எடு unearth

thondu *v.t.* . தோண்டு dig

thoṇdu sey *v.t.* . தொண்டு செய் serve

thonduthal *n.* தோண்டுதல் dig

thongavidu *v.t.* . தொங்கவிடு hang

thongiya matrum aadakkodiya oru porul *n.* தொங்கிய மற்றும் ஆடக்கொடிய பொருள் pendulum

thonmai-yaana *n.* தொன்மையான albion

thon-mai-yaana *n.* தொன்மையான antiquary

thonmaviyal *n.* தொன்மவியல் mythology

thonnooraavathu *a.* தொண்ணூறாவது ninetieth

thonnooru *n.* தொண்ணூறு ninety

thonru *v.i.*. தோன்று appear

thonru *v.i.* தோன்று emerge

thontharavaana *a.* தொந்தரவான irksome

thontharavaana *a.* தொந்தரவான troublesome

thontharavu sey *v.t.* . தொந்தரவு செய் rag

thontharavu sey *v.t.* . தொந்டரவு செய் tease

thontharavu sey *v.i.* தொந்தரவு செய் trifle

thoo-dhar *n.* தூதர ambassador

thooimai *n.* தூய்மை cleanliness

thooi-mai *n.* தூய்மை chastity

thooimai-paduthu *v.t.* தூய்மைப்படுத்து cleanse

thooimai-yaana தூய்மையான clean

thookkam illaatha *a.* தூக்கம் இல்லத wakeful

thookkanaangkuruvi inaththach serntha oru paravai *n.* தூக்கணாங்குருவி இனத்தைச் சேர்ந்த ஒரு பறவை marten

thookkaththil nadappavar *n.* தூக்கத்தில் நடப்பவர் somnambulist

thookkaththil nadaththal *n.* தூக்கத்தில் நடத்தல் somnambulism

thookkiyeri *v.t.* தூக்கியெறி discard

thookku maram *n.* . தூக்கு மரம் gallows

thooku *v.t.* . தூக்கு lift

thool *a.* தூள் particle

thool pannuthal *v.t.* . தூள் பண்ணுதல் powder

thoolam *v.i.* தூலம் beam

thoolam *n.* தூலம் girder

thoon *n.* தூண் pillar

thoondhu *v.t.* . தூண்டு awake

thoondil mul *n.* தூண்டில்முள் hook

thoondividu *v.t.* . தூண்டி விடு foment

thoondividu *v.t.* . தூண்டிவிடு instigate

thoondu *v.t.* தூண்டு entice

thoondu *v.t.* . தூண்டு goad

thoondu *v.t.* . தூண்டு incite

thoondu *v.t.* . தூண்டு induce

thoondu *v.t.* . தூண்டு urge

thoonduthal *n.* தூண்டுதல் incentive

thoonduthal *n.* தூண்டுதல் inducement

thoonduthalillaatha *a.* தூண்டுதலில்லாத voluntary

thoongaathiruththal *n.* தூங்காதிருத்தல் wake

thoonghi-kondu *adv.* தூங்கிக்கொண்டு asleep

thoonghum-idam *n.* தூங்குமிடம் berth

thoongku *v.i.*. தூங்கு slumber

thoongkupavar *n.* தூங்குபவர் sleeper

thoongu *v.i.* தூங்கு doze

thoongu *v.i.*. தூங்கு nap

thoopam *n.* தூபம் incense

thoora alavu *n.* தூர அளவு furlong

thooral *n.* தூறல் drizzle

thooral *n.* தூறல் spray

thooral podu *v.i.* தூறல் போடு drizzle

thooram *n.* தூரம் distance

thooram *n.* தூரம் far

thooratharisini *n.* தூரதரிசினி telescope

thoorigai *n.* தூரிகை brush

thooryam *n.* துர்யம alacrity

thoorya-thiran *adj.* துர்யத்திரன் alacrious

thoosakarru *v.t.* . தூசகற்று dust

thooshi *v.t.* . தூஷி malign

thoosu *n.* தூசு dust

thoothan *n.* தூதன் messenger

thoothar *n.* தூதர் emissary

thootharakam *n.* தூதரகம் embassy

thoothukkuzhu *n.* தூதுக்குழு delegation

thoothuvar *n.* தூதுவர் courier

thoovaanam *n.* தூவானம் spray

thoovu *v.t.* . தூவு spray
thoovu *v.t.* . தூவு strew
thooya *a.* தூய stainless
thooymaiyaakku *v.t.* . தூய்மையாக்கு sublimate
thop ena mothu *v.i.*. 'தொப்' என மோது thud
thoppai *n.* தொப்பை belly
thoppenra saptham *n.* 'தொப்பென்ற' சப்தம் thud
thoppi *n.* தொப்பி hat
thoppu *n.* தோப்பு coppice
thoranam *n.* தோரணம் festoon
thorkadi *v.t.* தோற்கடி conquer
thorkadi *v.t.* . தோற்கடி subjugate
thorkadiththal *n.* தோற்கடித்தல் subjugation
thorraththin orrumai *n.* தோற்றத்தின் ஒற்றுமை similitude
thorriparavakkoodiya *a.* தொற்றிப் பரவக்கூடிய infectious
thorriyeruthal *n.* தொற்றியேறுதல் scramble
thorrrap polivu *n.* தோற்றப் பொலிவு grandeur
thorrraththil siriya *a.* தோற்றத்தில் சிறிய small
thorrup po *v.t.* . தோற்றுப் போ lose
thorruthal *n.* தொற்றுதல் infection
thotram *n.* தோற்றம் aspect
thotram *n.* தோற்றம் physique
Thotram *n.* தோற்றம் prospect
thotram *n.* தோற்றம் physic
thotram alippathu *v.t.* . தோற்றம் அழிப்பது physic
thotramaana *a.* தோற்றமான prospective
thotta veedu *a.* தோட்ட வீடு manorial
thotta velaanmaiyiyal *n.* தோட்ட வெளாண்மையியல் horticulture
thottaa *n.* தோட்டா cartridge
thottakkaarar *n.* தோட்டக்காரர் gardener
thottam *n.* தோட்டம் garden
thotti *n.* தொட்டி bunker
thotti *n.* தோட்டி scavenger
thotti *n.* தொட்டி tank
thottil *n.* தொட்டில் cradle
thottram *a.* தொற்றும் contagious
thottu koochamumndakku *v.t.* . தொட்டுக் கூச்சமுண்டாக்கு tickle
thottu unara mudiyaatha *a.* தொட்டு உணர முடியாத intangible
thottu unarakkoodiya *a.* தொட்டு உணரக்கூடிய tactile
thottu unarakkoodiya *a.* தொட்டு உணரக்கூடிய tangible
thoviyadaiyachchey *v.t.* தோல்வியடையச்செய் defeat
thoy *v.t.* . தோய் steep
thozhamai-kooturavu *n.* தோழமைக்கூட்டுறவு confraternity
thozhan *n.* தோழன் companion
thozhan *n.* தோழன் comrade
thozhan *n.* தோழன் mate
thozhil *n.* தொழில் business

thozhil *n.* தொழில் trade
thozhil *n.* தொழில் vocation
thozhil amaipu *n.* தொழில் அமைப்பு firm
thozhil nudpa mozhi *n.* தொழில் நுட்ப மொழி lingo
thozhil nunukkam *n.* தொழில் நுணுக்கம் technique
thozhil reethiyaaka *a.* தொழில்ரீதியாக professional
thozhilaali *n.* தொழிலாளி labourer
thozhi-laalikall *n.* தொழிலாளிகள் contractor
thozhil-adhipar *n.* தொழிலதிபர் capitalist
thozhilnudpa vallunar *n.* தொழில்நுட்ப வல்லுநர் technician
thozhilnudpam saarntha *a.* தொழில்நுட்பம் சார்ந்த technological
thozhilnudpar *n.* தொழில் நுட்பர் technologist
thozhirsaalai *n.* தொழிற்சாலை factory
thozhuvam *n.* தொழுவம் stable
thozil sangka uruppinar *n.* தொழில் சங்க உறுப்பினர் unionist
thozirsaalai *n.* தொழிற்சாலை workshop
thpithal *n.* தப்பித்தல் escape
thpithukol *v.i.* தப்பித்துக்கொள் escape
thrathirshdasaali *n.* துரதிர்ஷ்டசாலி wretch
thrkilulla *a.* தெற்கிலுள்ள southern
thrku *a.* தெற்கு southerly

throkamaana *a.* துரோகமான treacherous
thrupthi *n.* திருப்தி contentment
thrupti-pannu *v.t.* திருப்திபண்ணு content
thrupti-yadaindha *a.* திருப்தியடைந்த content
thskuthiyizhappu *n.* தகுதியிழப்பு disqualification
thudai *v.t.* . துடை wipe
thudai, suththam sey *v.t.* . துடை, சுத்தம் செய் mop
thudaikka *v.t.* துடைக்க clear
thudaippaan *n.* துடைப்பான் duster
thudaippam *n.* துடைப்பம் whisk
thudaithazhi *v.t.* து டைத்தழி efface
thudaiththal *n.* துடைத்தல் wipe
thudi *v.i.* . துடி pulsate
thudi *v.i.* . துடி pulse
thudi *v.i.* . துடி throb
thudi *v.i.* . துடி vibrate
thudippu *n.* துடிப்பு pulse
thudippu *n.* துடிப்பு throb
thudippu *n.* துடிப்பு vibration
thudippu *n.* துடிப்பு pang
thudiththal *n.* துடித்தல் pulsation
thudiyulla *a.* துடிபுள்ள mercurial
thudukku *a.* துடுக்கு insolent
thuduppu *n.* துடுப்பு oar
thuduppu *n.* துடுப்பு paddle
thuduppu poduthal *v.i.* . துடுப்பு போடுதல் paddle
thukkakaramaana *a.* துக்ககரமான lamentable
thukkam *n.* துக்கம் melancholy

thukkam *n.* துக்கம் mourning

thukkam anusariththal *v.i.*. துக்கம் அனுசரித்தல் mourn

thukkamaana *a.* துக்கமான sad

thukkappadu *v.i.*. துக்கப்படு sorrow

thukkappaduththu *v.t.* . துக்கபடுத்து sadden

thukkiravan *n.* துக்கிக்கிறவன் mourner

thulai *v.t.* துளை bore

thulai *n.* துளை hole

thulaiyidu *v.t.* துள்ளையிடு drill

thulaiyidu *v.t.* . துள்ளையிடு hole

thulaiyidum karuvi *n.* துளையிடும் கருவி drill

thulasi-chedi *n.* துளசிச்செடி basil

thuli *n.* து ளி drop

thuliththuliyaaka *v.t.* . துளித்துளியாக உறிஞ்சு sip

thullal *v.i.*. துள்ளல் dap

thullidha-maana *a.* துல்லிதமான accurate

thulliyam *n.* துல்லியம் accuracy

thulliyamaaka *adv.* துல்லியமாக minutely

thulliyamaana *a.* துல்லியமான exact

thulukka arasan *n.* துலுக்க அரசன் nabob

thummal *n.* தும்மல் sneeze

thumpu thoosikalai neekku *v.i.*. தும்பு தூசிகளை Wஇக்கு sweep

thumu *v.i.*. தும்மு sneeze

thunai *n.* துணை aid

thunai-yaana *n.* துணையான auxiliary

thunaiyilaatha *a.* துணையில்லாத lonely

thun-bap-pattu *v.t.* . துன்பப்பட்டு agonize

thuṇdaal thuvattikkol *v.t.* . துண்டால் துவட்டிக்கொள் towel

thundam *n.* துண்டம் piece

thundi *v.t.* தண்டி castigate

thundi *v.t.* துண்டி chop

thundi *v.t.* . துண்டி sever

thundippathu *v.t.* . துண்டிப்பது piece

thundu *n.* துண்டு bit

thundu *n.* துண்டு scrap

thundu pirasuram *n.* துண்டு பிரசுரம் handbill

thundu pirasuram *n.* துண்டு பிரசுரம் leaflet

thundu thundaaka vettu *v.t.* . துண்டு துண்டாக வெட்டு mince

thuni *n.* துணி cloth

thuni *n.* துணி fabric

thuni vakai *n.* துணி வகை flannel

thuni viyaapaari *n.* துனி வியாபாரி draper

thunicchalmikka *a.* "துணிச்சல்மிக்க " daring

thunichal *n.* துணிச்சல் gallant

thunichal mikka *a.* துணிச்சல் மிக்க gallant

thunichal mikka *a.* துணிச்சல் மிக்க venturous

thunichal ullavar *n.* துணிச்சல் உள்ளவர் stalwart

thuninthu sey *v.t.* . துணிந்து செய் risk

thuninthu sey *v.t.* . துணிந்து செய் venture
thuni-vagai *n.* துணிவகை camlet
thunivu *a.* துணிவு brave
thunivu *n.* துணிவு intrepidity
thuni-vudan *n.* துணிவுடன் boldness
thunivulla *a.* துணிவுள்ள manly
thunivulla *a.* துணிவுள்ள venturesome
thuni-vulla *a.* துணிவுள்ள bold
thunpakaramaana *a.* துன்பகரமான onerous
thunpam *n.* துன்பம் misery
thunpaththai kurai *v.t.* . துன்பத்தை குறை mitigate
thunpuruththu *v.t.* . துன்புறுத்து scourge
thun-puruthu *n.* துன்புறுத்து banter
thunukku *n.* துணுக்கு fragment
thunukku *n.* துணுக்கு snatch
thuppaakki *n.* துப்பாக்கி gun
thuppaakki *n.* துப்பாக்கி revolver
thuppaakki *v.t.* . துப்பாக்கி rifle
thuppaakki vedi *n.* துப்பாக்கி வெடி shot
thuppaakki veeran *n.* துப்பாக்கி வீரன் musketeer
thuppaakki-thaakku *n.* v. & t துப்பாக்கிதாக்கு cannonade
thuppaakkiyil ulla kuthirai *n.* துப்பக்கியில் உள்ள குதிரை trigger
thuppapatta echchil *n.* துப்பப்பட்ட எச்சில் sputum
thupparipavar *n.* துப்பறிபவர் detective
thuppariya *v.t.* . துப்பறி trace
thuppariyum thanmai *a.* துப்பறியும் தன்மை detective
thuppiya umizh neer *n.* துப்பிய உமிழ் நீர் spit
thuppu *n.* துப்பு clue
thuppu *v.i.* துப்பு spit
thupthi-yadain-dhulla *adj.* திருப்தியடைந்துள்ள complacent
thura *v.t.* . துற forgo
thura *v.t.* . துற renounce
thura erithal *n.* தூர எறிதல் overthrow
thuraathmaa *n.* துராத்மா misanthrope
thurai *n.* துறை department
thuraimukam *n.* துறைமுகம் harbour
thuraimukam *n.* துறைமுகம் port
thuraippaar *v.i.*. துரைப்பார் pry
thuraippeyarththokuthi *n.* துறைப்பெயர்த்தொகுதி nomenclature
thuraiththalaivar *n.* துறைத்தலைவர் dean
thurakka nilai *n.* துறக்க நிலை eternity
thurathirshdamaana *a.* துரதிர்ஷ்டமான untoward
thurathu *n.* துரத்து chase2
thuravaram poonda *a.* துறவறம் பூண்ட saintly
thuravi *a.* துறவி ascetic
thuravi *n.* துறவி hermit
thuravi *n.* துறவி monk
thuravi *n.* துறவி sage
thuravi *n.* துறவி saint
thurithamaaka anuppu *v.t.* . துரிதமாக அனுப்பு shuttle

thurithamaaka irangku *v.i.* துரிதமாக இறங்கு swoop
thurithamaaka nata *v.i.* துரிதமாக நட trot
thurithamaana *a.* துரிதமான cursory
thurithamaana *a.* திரிதமான swift
thurithamaana ottam *n.* துரிதமான ஓட்டம் scamper
thurkki thesaththavar *n.* துருக்கி தேசத்தவர் ottoman
thurkunam padaiththa *a.* துர்குணம் படைத்த waspish
thurnaarraam veesu *v.i.* துர்நாற்றம் வீசு stink
thurnaarram *n.* துர்நாற்றம் stench
thurnaarram *n.* துர்நாற்றம் stink
thurnadaththaikkuth thoondupavan *n.* துர்நடத்தைக்குத் தூண்டுபவன் tempter
thurppaakkiyamaana *a.* துர்ப்பாக்கியமான wretched
thuru *n.* துரு rust
thuruppaala vettu *v.t.* துருப்பால் வெட்டு trump
thuruppidi *v.i.* துருப்பிடி rust
thuruppidiththa *a.* துருப்பிடித்த rusty
thuruppu *n.* துருப்பு trump
thuruppu-adaiyum *adj.* துருப்படையும் corrosive
thuruththoo *v.t.* துருத்து project
Thuruththoovaaka *n.* துருத்துவாக projectile
Thuruththoovaaka *a.* துருத்துவாக projectile
Thuruththoovaaka *n.* துருத்துவாக projection

thuruva-voli *n.* துருவவொளி aurora
thuruvu *v.t.* துருவு grate
thushpirayokam *n.* துஷ்பிரயோகம் misuse
thushta *a.* துஷ்ட vicious
thushta *a.* துஷ்ட wicked
thushtan *n.* துஷ்டன் scoundrel
thuthi sey *v.i.* துதி செய் sing
thuthippaattu *n.* துதிப் பாட்டு hymn
thuththanaakam *n.* துத்தநாகம் zinc
thuvaalai *n.* துவாலை towel
thuvaaram *n.* துவாரம் nozzle
thuvaaram sey *v.t.* துவாரம் செய் puncture
thuvaiththu suththam seyyakkoodiya *a.* துவைத்து சுத்தம் செய்யக்கூடிய washable
thuvakkam *n.* துவக்கம் start
thuvangku *v.t.* துவங்கு start
thuyaram *n.* துயரம் grief
thuyaramaana *a.* துயரமான grievous
thuyara-mutra *a.* துயரமுற்ற cheerless
thuyarappadu *v.t.* துயரப்படு grieve
thuyilidam *n.* துயிலிடம் bunk
thuzhaavith thedu *v.t.* துழாவித் தேடு grope
thyaanam pannuvathu *v.t.* த்யானம் பண்ணுவது premeditate
tik tik enra oli *v.i.* 'டிக்' 'டிக்' கென்று ஒலி tick
Transliteration Noun, Verb etc. Tamil words English words

U

uapayokiththal *n.* உபயோகித்தல் utilization

ucha *a.* உச்ச maximum

ucha kattam *n.* உச்ச கட்டம் zenith

ucha nilai pattam *n.* உச்ச நிலை பட்டம் doctorate

ucha nilaikku kondu po *v.t.* . உச்ச நிலைக்கு கொண்டுபோ maximize

ucham *n.* உச்சம் maximum

uchari *v.t.* . உச்சரி pronounce

ucharippu *n.* உச்சரிப்பு diction

ucharippu *n.* உச்சரிப்பு pronunciation

uchchanilai *v.i.*. உச்சநிலை culminate

uchchi *n.* உச்சி top

uch-chi *n.* உச்சி apex

uchhiyilulla *v.t.* . உச்சியிலுள்ள top

udai *n.* உடை costume

udai *n.* உடை outfit

udaivaal *n.* உடைவாள் sword

udaiyaatha *a.* உடையாத tough

udaiyani *v.t.* உடையணி dress

udaiyanithal *n.* உடையணிதல் dressing

udal aarokkiyamilaatha *a.* உடல் ஆரோக்கியமில்லாத indisposed

udal nalamarra *a.* உடல் நலமற்ற sickly

udal nalivudaiya *a.* உடல் நலிவுடைய frail

udal paruman *n.* உடல் பருமன் obesity

udal sampanthamaana *a.* உடல் சம்பந்தமான material

udala ithamaaka pidiththu vidupavar *n.* உடலை இதமாக பிடித்து விடுபவர் masseur

udal-amaippu *n.* உடலமைப்பு build

udalin merpakuthiyai maraikkapppayanpadum thuni *n.* உடலின் மேல்பகுதியை மறைக்கப் பயன்படுத்தும் துணி pullover

udam piranthavarin makan *n.* உடன்பிறந்தவரின் மகன் nephew

udan *prep.* உடன் with

udan piranthavar ponra *a.* உடன் பிறந்தவர் போன்ற fraternal

udanadiyaaka *adv.* உடனடியாக forthwith

udanadiyaaka nikazhakkoodiya *a.* உடனிடியாக நிகழக்கூடிய imminent

udanadiyaana *a.* உடனடியான immediate

udanadiyaana *a.* உடனடியான instantaneous

udane *adv.* உடனே instantly

udane *adv.* உடனே straightway

udanilaiyaana *n.* உடனிலையான fellow

Udaniyaaka *a.* உடனடியாக prompt

Udaniyaaka chey *v.t.* . உடனடியாக சே prompt

Udaniyaaka cheyyum nabar *n.* உடனடியாக செய்யும் நபர் prompter

udanpaadinmai *n.* உடன்படாமை discord

udanpaadinmai *n.* உடன்பாடின்மை dispute
udanpadikkai *n.* உடன்படிக்கை stipulation
udanpadikkai *n.* உடன்படிக்கை treaty
udanpirantha *a.* உடன்பிறந்த innate
udanpiranthavarin makal *n.* உடன்பிறந்தவரின் மகள் niece
udan-pirikkai *n.* உடன்பிரிக்கை avulsion
udantha thundukal *n.* உடைந்த துண்டுகள் debris
udanthaiyaakku *v.t.* . உடந்தையாக்கு incriminate
udarpayirchi *n.* உடற்பயிற்சி exercise
udarpayirchi *a.* உடற்பயிற்சி gymnastic
udarpayirchi seypavar *n.* உடற்பயிற்சி செய்பவர் gymnast
udarpayirchi vilaiyaattu *n.* உடற்பயிற்சி விளையாட்டு gymnasium
udarpayirchikal *n.* உடற்பயிற்சிகள் gymnastics
udkaar *v.i.*. உட்கார் squat
udkaarachchey *v.t.* . உட்காரச்செய் seat
udkaaru *v.i.*. உட்காரு sit
udkaarumidam *n.* உட்காருமிடம் seat
udkonda *a.* உட்கொண்ட inclusive
udpadai *n.* உட்படை lining
udpaduthal *n.* உட்படுத்தல் subjection
udpaduththu *v.t.* . உட்படுத்து involve
udpaduththu *v.t.* . உட்படுத்து subject
udpirivu *n.* உட்பிரிவு faction
udpukuthal *n.* உட்புகுதல் influx
udpukuththu *v.t.* . உட்புகுத்து insert
udpuram *n.* உட்புறம் inside
udpuram *n.* உட்புறம் interior
udpuramaaka *adv.* உட்புறமாக inwards
udpuramaana *a.* உட்புறமான inward
udpuraththil *adv.* உட்புறத்தில் inside
udsella mudiyaatha *a.* உட்செல்ல முடியாத impenetrable
udseluththu *v.t.* . உட்செலுத்து inject
udsuvaasi *v.i.*. உட்சுவாசி inhale
uduppu *n.* உடுப்பு trim
uduththu *v.t.* . உடுத்து garb
uduththu *v.t.* . உடுத்து vest
ugginrana arai *n.* அகன்றான அறை pantry
ukkiram *n.* உக்கிரம் virulence
ukkiramaana *a.* உக்கிரமான virulent
ul aadai *n.* உள் ஆடை underwear
ul aarralizhappu noy *n.* உள் ஆற்றலிழப்பு நோய் melancholia
ul vaadakaikku vidu *v.t.* . உள் வாடகைக்கு விடு sublet
ulaaval *n.* உலாவல் stroll
ulachsorvu *n.* உளச்சோர்வு dejection
ulachsorvu *n.* உளசோர்வு depression
ulaikkalam *n.* உலைக்களம் forge
ulaikkalam *n.* உலைக்களம் furnace
ulaka ichai *n.* உலக இச்சை worldling
ulakaayutha bvaatham *n.* உலகாயுத வாதம் materialism
ulakalaaviya *a.* உலகளாவிய global
ulakam *n.* உலகம் universe

ulakam *n.* உலகம் world
ulakam saarntha *a.* உலகம்சார்ந்த mundane
ulakam saarntha *a.* உலகம் சார்ந்த worldly
ulakaththin ethirppuram *n.* உலகத்தின் எதிர்ப்புறம் underworld
ulakkanippu thozhilaali *n.* உளக்கணிப்பு தொழிலாளி telepathist
ulakkolaaru *n.* உளக்கோளாறு neurosis
ulaokaththanamaana *a.* உலோகத்தாலான metallic
ularntha thiraadsai *n.* உலர்ந்த திராட்சை raisin
ularnthu po *v.i.* உலர்ந்து போ wither
ulavari *v.i.* உளவறி spy
ulaviyal *n.* உளவியல் psychology
Ulaviyal chikichai *n.* உளவியல் சிகிச்சை psychotherapy
Ulaviyal nipunar *n.* உளவியல் நிபுணர் psychologist
Ulaviyal sampandhappatta *a.* உளவியல் சம்பந்தப்பட்ட psychological
ulavu therivippavar *n.* உளவு தெரிவிப்பவர் informer
ullaana *a.* உள்ளான implicit
ullaana *a.* உள்ளான inside
ullaana *a.* உள்ளான internal
ullaarvam *n.* உள்ளார்வம் fervour
ullaasa payanam *n.* உல்லாச பயணம் picnic
ullaasa payanam chel *v.i.* உல்லாச பயணம் செல் picnic
ullaasa pirayaanam *n.* உல்லாச பிரயாணம் tour
ullaasa seyal *n.* உல்லாச செயல் recreation
ullaasam *n.* உல்லாசம் vivacity
ullaasamaana *a.* உல்லசமான jocular
ullaasamaana *a.* உல்லாசமான sportive
ullaasamaana *a.* உல்லாசமான sprightly
ullaasamaana *a.* உல்லாசமான wanton
ullaavam mikka *a.* உள்ளார்வம் மிக்க fervent
ulladai *v.t.* உள்ளடை enclose
ulladangkiya *a.* உள்ளடங்கிய inner
ulladangkiya *a.* உள்ளடங்கிய interior
ullangkaal *n.* உள்ளங்கால் sole
ullankkai *n.* உள்ளங்கை palm
ullankkai *v.t.* உள்ளங்கை palm
ullankkai *n.* உள்ளங்கை palm
ulle *prep.* உள்ளே within
ulle pottu vai *v.t.* உள்ளே போட்டு வை shelve
ulle seluththu *v.t.* உள்ளே செலுத்து thrust
ulle thallu *v.t.* உள்ளே தள்ளு shove
ulle vaikkappaduvathu *n.* உள்ளெ வைக்கப்படுவது input
ulle vaikkappaduvathu *prep.* உள்ளே into
ulleedarra *v.t.* உள்ளீடற்ற hallow
ulleedarra *a.* உள்ளிடற்ற hollow

ulleedarra *n.* உள்ளீடற்ற hollow

ulloora eri *v.i..* உள்ளூர எரி smoulder

ullooraicherntha *a.* உள்ளூரைச் சேர்ந்த local

ullttu amai *v.t. .* உள்ளிட்டு அமை incorporate

ullukkul kopamaana *a.* உள்ளுக்குள் கோபமான sullen

ullunarvu *n.* உள்ளுணர்வு intuition

ullunarvu konda *a.* உள்ளுணர்வு கொண்ட intuitive

ulnaattil *adv.* உள்நாட்டில் inland

ulnaattu *a.* உள்நாட்டு inland

ulnaatu *a.* உள்நாட்டு domestic

ulnokkam *n.* உள்நோக்கம் motive

uloka vattu *n.* உலோக வட்டு gong

ulokam *n.* உலோகம் metal

ulokangkalai parra vai *v.t. .* உலோகங்களை பற்ற வை solder

ulokangkalai parra vaikka uthavum or kalavai *n.* உலோகங்களை பற்ற வைக்க உதவும் ஓர் கலவை solder

ulokaviyal *n.* உலோகவியல் metallurgy

ulpaavaadai *n.* உள்பாவாடை petticoat

ulukku *v.i..* உலுக்கு shake

umi *n.* உமி husk

unar *v.t. .* உணர் feel

unar *v.t. .* உணர் sense

unarakkoodiya *a.* உணரக்கூடிய perceptive

unarakkoodiya *a.* உணரக்கூடிய sentient

unarchchi , aachai *n.* உணர்ச்சி, ஆசை passion

unarchi *n.* உணர்ச்சி emotion

unarchi *n.* உணர்ச்சி sensation

unarchi *n.* உணர்ச்சி sentiment

unarchi meethurap pesu *v.i.* உணர்ச்சி மீதுரப் பேசு exclaim

unarchi mikka *a.* உணர்ச்சி மிக்க emotional

unarchi sampanthamaana *a.* உணர்ச்சி சம்பந்தமான sensuous

unarchi velippaadaana *a.* உணர்ச்சி வெளிப்பாடான expressive

unarchivasamulla *a.* உணர்ச்சிவசமுள்ள maudlin

unarchivasapadu *v.i.* உணர்ச்சிவசப்படு fuss

unarchiyai ezhuppukira *a.* உணர்ச்சியை எழுப்புகிற sentimental

unarchiyinmai *n.* உணர்ச்சியின்மை insensibility

unarnthavar *n.* உணர்ந்தவர் realist

unarvillaatha *a.* உணர்வில்லாத insensible

unarvu *n.* உணர்வு feeling

unarvu *n.* உணர்வு sense

unarvu *n.* உணர்வு perception

unarvuk koodiya *adj.* உ௬௦௦ிரக்கூடிய perceptible

unavarunthu *v.t.* உணவருந்து dine

unavu *n.* உணவு diet

unavu *n.* உ ணவு food

unavu *n.* உணவு mess

unavu parimaarum pen *n.* உணவு பரிமாறும் பெண் waitress

unavukalankal *n.* உணவுகலன்கள் crockery
unavukku vaasanai oottum thiraviyam *n.* உணவுக்கு வாசனை ஊட்டும் திரவியம் spice
unavup porulkal *n.* pl உணவுப் பொருகள் victuals
undaakku *v.t.* உண்டாக்கு beget
undaakku *v.t.* . உண்டாக்கு manufacture
undial *n.* உண்டியல் cheque
unmai *n.* உண்மை fact
unmai *n.* உண்ணமை reality
unmai *n.* உண்மை truth
unmai kaan *v.t.* . உண்மை காண் verify
unmai nirampiya *a.* உண்மை நிரம்பிய truthful
unmai unar *v.t.* . உண்ம்மை உணர் realize
unmai unarthal *n.* உண்ம்மை உணர்தல் realization
unmai-aana *a.* வுண்மையான authentic
unmaiththanmai *n.* உண்மைத்தனமை realism
unmaiyaaka *adv.* உண்மைய்யாக really
unmaiyaana *a.* உண்மையான pragmatic
unmaiyaana *a.* உண்மையான sincere
unmaiyaana *a.* உண்மையான true
unmaiyaana *a.* உண்மையான virtual
unmaiyaana maathiri *n.* உண்மையான மாதிரி pragmatism
unmaiyaanavai *a.* உண்மையானவை realistic
unmaiyai thiri *v.t.* . உண்மையை திரி sophisticate
unmaiyillaatha *a.* உணமையல்லாத fictitious
unmaiyillaatha *adj.* உண்மையில்லாத mock
unnathamaana *a.* உன்னதமான fabulous
unnathamaana *a.* உன்னதமான glorious
unni *n.* உண்ணி flea
unni *n.* உண்ணி gadfly
unthum *a.* உந்தும் impulsive
unthusavvu *n.* உந்து சவ்வு midriff
unthuviduthi *n.* உந்துவிடுதி motel
upakaaram sey *v.t.* . உபகாரம் செய் succour
upakaranam *n.* உபகரணம் instrument
upanathi *n.* உபநதி tributary
upari vari *n.* உபரி வரி surtax
upari vishayangal *n.* pl உபரி விஷயங்கள் paraphernalia
upasaaram *n.* உபசாரம் courtesy
upasarikkira *a.* உபசரிக்கிற courteous
upathesam sey *v.t.* . உபதேசம் செய் purport
upayoka sampanthamaana *a.* உபயோக சம்பந்தமான utilitarian
upayokam *n.* உபயோகம் use
upayokam *n.* உபயோகம் utility
upayokamaana *a.* உபயோகமான serviceable

upayokamulla *a.* உப்யோகமுள்ள useful
upayoki *v.t.* . உப்யோகி use
upayoki *v.t.* . உபயோகி utilize
uppaana *a.* உப்பான saline
uppaana *a.* உப்பான salty
uppu *n.* உப்பு salt
uppu ser *v.t.* . உப்பு சேர் salt
uppuththanmai *n.* உப்புத்தன்மை salinity
uraayvu *n.* உ ராய்வு friction
urai *n.* உ றை envelope
urai *v.i.*. உறை freeze
urainadai *n.* உரை நடை prose
uraipani *n.* உறைபனி snow
uraipani nilai *n.* உ றைபனி நிலை frost
uraipani peyvu *v.i.*. உறைபனி பெய்வு snow
uraipaniyaal moodappatta *a.* உறைபனியால் மூடப்பட்ட snowy
uraisaar *n.* உரைசார் textual
uraiyaadal *n.* உர்ரையாடல் dialogue
uraiyaadal *n.* உரையாடல் parley
uraiyaadal *v.i.* உரையாடல் parley
urakka mayakkam *n.* உறக்க மயக்கம் somnolence
urakkam *n.* உறக்கம் sleep
urakkamulla *n.* உறக்கமுள்ள somnolent
uram *n.* உரம் fertilizer
uram *n.* உரம் manure
uramidu *v.t.* . உரமிடு fertilize
uramidu *v.t.* . உரமிட்ய் manure
urangku *v.i.*. உறங்கு sleep
urappuk kaarsattai *n.* உரப்புக் காற்சட்டை jean
uraththa oli ezhuppu *v.i.* உரத்த ஒலி எழுப்பு hoot
uraththa sapthamulla *a.* உரத்த சப்தமுள்ள loud
uraththuk kooru *v.i.*. உரத்திக் கூறு trumpet
uraththukkooru *v.t.* உரத்துக்கூறு dictate
uravinar *n.* உறவினர் kin
uravinar *n.* உறவினர் kith
uravinar *a.* உறவினர் relative
uravinarkalukkalikkum thanichalukai *n.* உறவினர்க்களிக்கும் தனிச்சலுகை nepotism
uravu *n.* உறவு kinship
uravu *n.* உறவு relation
urchaakam *n.* உற்சாகம் enthusiasm
urchaakam kundra cheythal *n.* உற்சாகம் குன்ற செய்தல் prosody
urchaakamaana *a.* உற்சாகமான enthusiastic
urchaakamulla *a.* உற்சாகமுள்ள spirited
urchaakappaduththu *v.t.* உற்ச்சாகப்படுத்து enliven
urimai *n.* உரிமை ownership
urimai maarram *n.* உரிமை மாற்றம் transfer
urimai muraiyaal adai *v.t.* . உரிமை முறையால் அடை inherit
urimaippangu *n.* உரிமைப்பங்கு royalty

urimaiyaalar *n.* உரிமையாளர் owner
urimaiyaalar *n.* உரிமையாளர் proprietor
urimaiyaalaraana *a.* உரிமையாளரான proprietary
urimaiyali *n.* உரிமையளி emancipation
urimaiyali *v.t.* உரிமையளி entitle
urinjchu *v.t..* உறிஞ்சு suck
urinjchuthal *n.* உறிஞ்சுதல் suck
urinjhu *v.t..* உறிஞ்சு absorb
urinjsuthal *n.* உறிஞ்சுதல் sip
urithiyaakappidi *v.t..* உறுதியாகப்பிடி grip
uriththedu *v.t..* உரித்தெடு rip
uriththuvidu *v.t..* உரித்து விடு strip
uriya kaalaththil sey *v.t..* உரிய காலத்தில் செய் time
uriya nilaiyil niruththu *v.t..* உரிய நிலையில் நிருத்து standardize
urpaththi *n.* உற்பத்தி produce
urpaththi *n.* உற்பத்தி production
urpaththi *n.* உற்பத்தி productivity
urpaththi pannuvathu *v.t..* உற்பத்தி பண்ணுவது produce
urpaththi sey *v.t..* உற்பத்தி செய் generate
urpaththiyaalar *n.* உற்பத்தியாளர் manufacturer
urpaththiyaana porul *n.* உற்பத்தியான பொருள் product
urpaththiyaana porul *a.* உற்பத்தியான பொருள் productive
urru nokku *v.i..* உற்று நோக்கு gape
urru nokkuthal *n.* உற்று நோக்குதல் gaze
ursaakamarra *a.* உற்சாகமற்ற wintry
urssaakamulla *a.* உற்சாகமுள்ள vivacious
uru ali *v.t..* உரு அளி incarnate
uru amai *v.t..* உரு அமை shape
urukiya *a.* உருகிய, molten
urukku *v.t..* உருக்கு smelt
urukkulai *v.t..* உருக்குலை decompose
uruku *v.i..* உருகு melt
uruku *v.i..* உருகு thaw
urulai *n.* உருளை roller
urulaik kizhanku *n.* உருளை கிழங்கு potato
urumaarram *n.* உருமாற்றம் transfiguration
urumal *n.* உறுமல் growl
urumal *n.* உறுமல் snarl
urumal *n.* உறுமல் snort
urumu *v.i..* உறுமு growl
urumu *n.* உறுமல் grunt
urumu *v.i..* உறுமு roar
urumuthal *n.* உறுமுதல் roar
urundaiyaana vithaanam *n.* உருண்டையான விதானம் dome
uruppinar *n.* உறுப்பினர் member
uruppinaraaku *v.t.* உறுப்பினராகு enrol
uruppu *n.* உறுப்பு organ
uruthi *v.t..* உறுதி steady
uruthi kol *v.t.* உறுதி கொள் resolve
uruthi mozhhi *n.* உறுதிமொழி pledge

uruthi mozhi chey *v.t.* . உறுதிமொழி சே pledge
uruthi mozhiyai udaithal *n.* உறுதிமொழியை உடைத்தல் perjury
uruthi sey *v.t.* . உறுதி செய் vouchsafe
uruthichcheettu *n.* உறுதிச்சீட்டு voucher
uruthimikka *a.* உறுதிமிக்க robust
uruthimozhi *n.* உறுதிமொழி oath
uruthimozhi kooru *v.t.* . உறுதிமொழி கூறு swear
uruthippaadu *n.* உறுதிப்பாடு resolution
uruthisey *v.t.* உறுதிசெய் ensure
uruthiyaakku *v.t.* . உறுதியாக்கு validate
uruthiyaana *a.* உறுதியான steady
uruthiyaana *a.* உறுதியான sturdy
uruthiyarra *a.* உறுதியற்ற fickle
uruthiyinmai *n.* உறுதியின்மை instability
uruttu *v.i.* . உருட்டு roll
uruttuthal *n.* உருட்டுதல் roll
uruvaakkam *n.* உரு வாக்கம் establishment
uruvaakkam *n.* உரு வாக்கம் fabrication
uruvaakku *v.t.* . உருவாக்கு fabricate
uruvaakku *v.t.* . உருவாக்கு model
uruvaakkuthal *n.* உருவாக்குதல் formation
uruvaaklku *v.t.* உருவாக்கு establish
uruvaaku *v.t.* . உருவாகு materialize
uruvachilai *n.* உருவச்சிலை effigy
uruvam *n.* உருவம் image
uruvam *n.* உருவம் shape
uruvani *n.* உருவணி onomatopoeia
uruvapadam *n.* உருவப்படம் portrait
uruvapadam *n.* உருவப்படம் portrayal
uruvapadam varai *v.t.* . உருவப்படம் வரை portray
uruvaththai maarru *v.t.* . உருவத்தை மாற்று transfigure
us enra oli ezhuppu *v.i..* 'உஸ்' என்ற ஒலி எழுப்பு whiz
us enra saththam *n.* 'உஸ்' என்ற சப்தம் sizzle
us enru saptham sey *v.i..* 'உஸ்' என்று சப்தம் செய் sizzle
ushna nilai *n.* உஷ்ண நிலை temperature
ushna sampanthamaana *a.* உஷ்ண சம்பந்தமான thermal
ushnamaana *a.* உஷ்ணமான hot
usiyilaimaram ஊசியிலைமரம் cypress
uthaaramaana *a.* உதாரமான liberal
uthaaranam *n.* உதாரணம் example
uthaaranam *n.* உதாரணம் instance
uthaaranamaaka iru *v.t.* . உதாரணமாக இரு typify
uthaaranamaana *a.* உதாரணமான typical
uthaaranathanmai *n.* உதாரத்தன்மை liberality
uthaaseenam sey *v.t.* . உதாசீனம் செய் slight
uthadu *n.* உதடு lip

uthadukal sampanthamaana *a.* உதடுகள் சம்பந்தமான labial
uthai *v.t.* . உதை kick
uthaikaal *n.* உதைகால் crutch
uthaiththal *n.* உதைத்தல் kick
utharal *n.* உதறல் jerk
utharalaana *a.* உதறலான jerky
uthavi *n.* உதவி favour1
uthavi *n.* உதவி help
uthavi *n.* உதவி subservience
uthavi *n.* உதவி support
uthavi nithi *n.* உதவி நிதி subsidy
uthavi nithiyali *v.t.* . உதவி நிதியளி subsidize
uthavi sey *v.t.* . உதவி செய் favour
uthavi sey *v.t.* . உதவி செய் help
uthavi sey *v.t.* . உதவி செய் support
uthavikaramaana *a.* உதவிகரமான helpful
uthaviseypavar *n.* உதவிசெய்பவர் helpmate
uthaviyaayulla *a.* உதவியாயுள்ள subservient
uthi *v.* உதி rise
uthir *v.t.* . உதிர் shed
uthiththal *n.* உதித்தல் rise
uththaravaatham *n.* உத்தரவாதம் warranty
uththaravaatham perupavar *n.* உத்தரவாதம் பெறுபவர் warrantee
uththaravaathamalippavar *n.* உத்தரவாதமளிப்பவர் warrantor
uththaravu *n.* உத்தரவு licence
uththaravu *n.* உத்தரவு mandate
uththesi *v.t.* . உத்தேசி intend

uththiravaathamali *n.* உத்திரவாசம் guarantee
uththiravaathamali *v.t.* . உத்திரவ்வாதமளி guarantee
uththiyokam *n.* உத்தியோகம் occupation
uththiyokam *n.* உத்தியோகம் service
uththiyokaththai suyanalaththirkaakap payanpaduththikokolpavar *n.* உத்தியோகத்தை சுயநலத்திற்ககப் பயன்படுத்திக்கொள்பவர் jobber
uththiyokaththil iruppavar *n.* உத்தியோகத்தில் இருப்பவர் incumbent
uthvekam *n.* உத்வேகம் impulse
uthvekam *n.* உத்வேகம் inspiration
uthvekam *n.* உத்வேகம் vehemence
uthvekamali *v.t.* . உத்வேகமளி thrill
utpukuththal *n.* உட்புகுத்தல் insertion
utpuram *n.* உட்புறம் within
utpuramaaka *adv.* உட்புறமாக within
utpuraththil *prep.* உட்புறத்தில் inside
uvamaanam *n.* உவமானம் simile
uyar *n.* உயர் sublime
uyar ladsiyam *n.* உயர் இலட்சியம் ideal
uyaram *n.* உயரம் height
uyaramaana *a.* உயரமான lofty
uyaramaana *a.* உயரமான tall
uyaramaana idam *n.* உயரமான இடம் pedestal
uyaraththil thingka vidu *v.t.* . உயரத்தில் தொங்க விடு sky

uyariya maadsi mikka *a.* உயரிய மாட்சி மிக்க grand
uyariya panpudaiyavar *n.* உயரிய பண்புடையவர் idealist
uyarkudi peyar *n.* உயர்குடி பெயர் Highness
uyarkudimakan *n.* உயர்குடிமகன் duke
uyarnilaiyil *a.* உயர்நிலையில் high
uyarntha *a.* உயர்ந்த sublime
uyarntha pathaviyil iruppavar *n.* உயர்ந்த பதவியில் இருப்பவர் paramount
uyarntha seykai tharam *n.* உயர்ந்த செயர்கைத் தரன் sophistication
uyartharamaana *a.* உயர்தரமான excellent
uyartharamaana *a.* உயர்தரமான fantastic
uyarththu *v.i..* உயர்த்து heave
uyarththu *v.t. .* உயர்த்து heighten
uyarththu *v.t. .* உயர்த்து lever
uyarththu *v.t. .* உயர்த்து uplift
uyarvaaka mathiththu kaappaarru *v.t. .* உயர்வாக மதித்து காப்பாற்று treasure
uyarvu *n.* உயர்வு lift
uyarvu *n.* உயர்வு uplift
uyarvu navirchi *n.* உயர்வு நவிற்சி hyperbole
uyavupporul *n.* உயவுப் பொருள் lubricant
uyil *n.* உயில் testament
uyir ezhuththu *n.* உயிர் எழுத்து vowel
uyir kodu *v.t. .* உயிர் கொடு vitalize
uyir pizhaippu *n.* உயிர் பிழைப்பு survival
uyir pol mukkiyamaana *a.* உயிர் போல் முக்கியமான vital
uyir saar *a.* உயிர் சார் organic
uyir saththu *n.* உயிர்ச் சத்து vitamin
uyir vaazh *v.i..* உயிர் வாழ் live
uyiri *n.* உயிரி organism
uyirillaatha *a.* உயிரில்லாத inanimate
uyirillaatha *a.* உயிரில்லாத lifeless
uyirinam *n.* உயிரினம் wight
uyiriyal paadaththil oru pakuthi *n.* உயிரியல் பாடத்தில் ஒரு பகுதி micrology
uyirppu *n.* உயிர்ப்பு vitality
uyirukku aapaththaana *a.* உயிருக்கு ஆபத்தான malignant
uyirulla *a.* உயிருள்ள live
uyirulla *a.* உயிருள்ள living
uyir-undaakka' *a.* உயிருண்டாக்க animate
uyirvaazh *v.i..* உயிர் வாழ் subsist
uzhai *v.i..* உழை plod
uzhaippu *n.* உழைப்பு labour
uzhaippu *n.* உழைப்பு toil
uzhavusaal *n.* உழவுச்சால் furrow
uzhum iyanthiram *n.* உழும் இயந்திரம் tractor

V

vaa *v.i.* வா come
vaadakai *n.* வாடகை rent

vaadakai vandi *n.* வாடகை வண்டி taxi
vaadakai vandiyil sel *v.i..* வாடகை வண்டியில் செல் taxi
vaadakaikku edu *v.t. .* வாடகைக்கு எடு hire
vaadakaikku eduththal *n.* வாடகைக்கு எடுத்தல் hire
vaadakaikku iruththal *n.* வாடகைக்கு இருத்தல் tenancy
vaadakaikku vidappadum araikal *n.* வாடகைக்கு விடப்படும் அறைகள் lodging
vaadakaikku vidu *v.t. .* வ்வாடகைக்கு விடு rent
vaadam *n.* வாதம் contention
vaadikkai *n.* வாடிக்கை custom
vaadikkai-yaalar *n..* வாடிக்கையாளர் client
vaadu *v.i..* வாடு languish
vaaganam *n.* வாகனம் car
vaagana-sarathy *n.* வாகனச்சாரதி chauffeur
vaaikkai-kaarar *n.* வாடிக்கைக்காரர் constituency
vaakana ottunar *n.* வாகன ஓட்டுனர் motorist
vaakanam *n.* வாகனம் vehicle
vaakanangkal sampanthamaana *a.* வாகனங்கள் சம்பந்தமான vehicular
vaakkaalar *n.* வாக்காளர் voter
vaakkaalarkal *n.* வாக்காளர்கள் electorate
vaakkali *v.i..* வாக்களி vote
vaakkiyam *n.* வக்கியம் sentence
vaakku kodu *v.t. .* வாக்கு கொடு vow
vaakku vaatham *n.* வாக்கு வாதம் wrangle
vaakku vanamai *n.* வாக்கு வன்மை oratory
vaakku vanmai *n.* வாக்கு வன்மை rhetoric
vaakku vanmai mikka *a.* வாக்கு வன்ம்மை மிக்க rhetorical
vaakkumoolam *n.* வாக்குமூலம் statement
vaakku-padhivu *n.* வாக்குபதிவு ballot
vaakku-padhivu *v.i..* வாக்குபதிவு ballot
vaakkurimai kodu *v.t. .* வாக்குரிமை கொடு enfranchise
vaal *n.* வ்வாள் rapier
vaal *n.* வால் tail
vaal urai *n.* வாள் உறை scabbard
vaalai *n.* வாலை still
vaalai uruvu *v.t. .* வாளை உருவு unsheathe
vaali *n.* வாளி bucket
vaali *n.* வ்வாளி pail
vaalilaaak kurangu *n.* வாலில்லாக் குரங்கு gibbon
vaalvu *n.* வால்வு valve
vaan kozhi *n.* வான்கோழி turkey
vaana oorthi *n.* வான ஊர்தி glider
vaana oorthiyil pra *v.t. .* வான ஊர்தியில் பற glide
vaanaayvakam *n.* வனாய்வகம் observatory
vaanampaadi *n.* வானம்பாடி lark
vaan-ghoo *v.t. .* வாங்கு acquire

vaanghu *v.t.* வாங்கு buy

vaanghu-pavar *n.* வாங்குபவர் buyer

vaangkikkol *v.t.* . வாங்கிக் கொள் receive

vaangu *v.t.* . வாங்கு get

vaangu *v.t.* . வ்வாங்கு purchase

vaangupavar *n.* வாங்குபவர் receiver

vaanguthal *n.* வாங்குதல் purchase

vaanilai *n.* வானிலை weather

vaanilai aaraaychi nipunar *n.* வாலிலை ஆராய்ச்சி நிபுணர் meteorologist

vaankudai *n.* வான்குடை parachute

vaankudaiyil parappavar *n.* வான்குடையில் பறப்பவர் parachutist

vaanoli *n.* வானொலி radio

vaanthi *n.* வாந்தி vomit

vaanthiyedu *v.t.* . வாந்தியெடு vomit

vaara ithazh *n.* வார இதழ் weekly

vaaraal kattu *v.t.* . வாரால் கட்டு strap

vaaraal kttu *v.t.* . வாரால் கட்டு tape

vaaram oru murai nikazhkira *a.* வாரம் ஒரு முறை நிகழ்கிற weekly

vaaramoru thadavai *adv.* வாரமொரு தடவை weekly

vaarisu *n.* வாரிசு heir

vaarisu *n.* வாரிசு successor

vaarisudaiya *a.* வாரிசுடைய heritable

vaariyadi *v.i.*. வாரியடி splash

vaariyadikkappatta karai *n.* வாரியடிக்கப்பட்ட கறை splash

vaariyam *v.t.* வாரியம் board

vaarkkakkoodiya *a.* வார்க்க்க்கூடிய mouldy

vaar-pirumbhu *n.* வார்ப்பிரும்பு cast-iron

vaar-poottu *n.* வார்ப்பூட்டு buckle

vaarppadam *n.* வார்ப்படம் mould

vaarppakam *n.* வார்ப்பகம் foundry

vaarppu *n.* வார்ப்பு cast

vaarthaiyin artham *n.* வார்த்தைகளின் அர்த்தம் paraphrase

vaarthaiyin artham *v.t.* . வார்த்தைகளின் அர்த்தம் paraphrase

vaarththa kalai pechum patri padippu *n.* வார்த்தைகளை பேசும் பற்றின படிப்பு phraseology

vaarththai *n.* வார்த்தை word

vaarththaikalai pesum murai *n.* வார்த்தைகளை பேசும் முறை phrase

vaarththaiulla muthal aksharangal *n.* வார்த்தயுள்ள முதல் அக்ஷரங்கள் prefix

vaarththaiulla muthal aksharangal *v.t.* . வார்த்தயுள்ள முதல் அக்ஷரங்கள் prefix

vaarththakalai pechuvathu *v.t.* . வார்த்தைகளை பேசுவது phrase

vaasakar *n.* வாசகர் reader

vaasam sey *v.t.* . வாசம் செய் inhabit

vaasam seyya mudiyaatha *a.* வாசம் செய்ய முடியாத inhabitable

vaasanai *n.* வாசனை smell

vaasanaiyaal ari *v.t.* . வாசனையால் அறி scent

vaasanaiyoottu *v.t.* . வாசனையூட்டு spice
vaatham sey *v.i.*. வாதம் செய் rot
vaatham thoadarpaana *a.* வாதம் தொடர்பான rheumatic
vaatham thodarpaana *n.* வாதம் தொடர்பான rheumatism
vaathi *n.* வாதி plaintiff
vaathiyinri *a.* வாதியின்றி ex-parte
vaaththu *n.* வ்வாத்து goose
vaaththu kaththuthal *n.* வாத்து கத்துதல் quack
vaaththu pola sapthamidu *v.i.*. வ்வாத்து போல் சப்தமிடு quack
vaathu *n.* வாத்து duck
vaathu-vagai *n.* வாத்துவகை barnacles
vaatikkaiyaalar *n.* வாடிக்கையாளர் customer
vaattina rotti thundu *n.* வாட்டின ரொட்டித் துண்டு toast
vaattu *v.t.* . வாட்டு scorch
vaay *n.* வாய் mouth
vaay mozi *a.* வாய் மொழி oral
vaay moziyaaka *adv.* வாய் மொழியாக orally
vaay niraiya *n.* வாய் நிறைய mouthful
vaay visheshamaay *adv.* வாய்விசேஷமாய் verbally
vaayaadiyaana *a.* வாயாடியான talkative
vaayaal pesappadum *a.* வாயால் பேசப்படும் viva-voce
vaayadaippu *n.* வாயடைப்பு gag
vaaydai *v.t.* . வாயடை silence
vaaydaippuchchey *v.t.* . வாயடைப்புச் செய் gag
vaayil *n.* வாயில் threshold
vaayi-pilat-thal *adv.* வாய்பிளத்தல் agape
vaaymozhip pareechai *n.* வாய்மொழிப் பரீட்சை viva-voce
vaaymozhiyaaka *adv.* வாய்மொழியாக viva-voce
vaaypoottu *v.t.* . வாய்ப்பூட்டு muzzle
vaayppaattukkaarar *n.* வாய்ப்பட்டுக்காரர் vocalist
vaayppu *n.* வாய்ப்பு chance
vaayu *n.* வாயு gas
vaayu sampanthamaana *a.* வ்வாயு சம்பந்தமான gassy
vaayu-thanmai *adj.* வாயுதன்மை aeriform
vaazhai-pazham *n.* வாழைப்பழம் banana
vaazhkkai *n.* வாழ்க்கை life
vaazhkkaimurai *n.* வாழ் க் கை மு றை existence
vaazhkkaip pirachanai *n.* வாழ்க்கைப் பிரச்சனை hardship
vaazhnaal muzhuvathum neediththulla *a.* வாழ்நாள் முழுவுதம் நீடித்துள்ள lifelong
vaazhnthiru *v.i.* வாழ்ந்திரு exist
vaazhthu *n.* வாழ்த்து compliment
vaazhvidam *n.* வாழ்விடம் domicile
vaazthu *n.* வாழ்த்து congratulation
vada thisai *a.* வட திசை north
vada thisaiyil *a.* வட திசையில் northerly

vada thuruvaththil vaazhum oru piraani *n.* வட துருவத்தில் வாழும் ஒரு பிராணி mink

vadakkaaka *adv.* வடக்காக north

vadakku *n.* வடக்கு north

vadakku pakkamaaka *a.* வடக்கு பக்கமாக northern

vadam *v.t.* வடம் cable

vada-thuravu *n.* வடதுருவ Arctic

vadi *v.t.* வடி brew

vadikaalamaippu *n.* வடிகாலமைப்பு drainage

vadikattappatta *n.* வடிகட்டப்பட்ட சிறந்த quintessence

vadikatti *n.* வடிகட்டி filter

vadikattu *v.t.* . வடிகட்டு filter

vadinilam *n.* வடிநிலம் delta

vadip-pagam *n.* வடிப்பகம் brewery

vadivamaippu *n.* வடிவமைப்பு design

vadivamaiththal *v.t.* . வடிவமைத்தல் mould

vadivangkal vettu *v.i.*. வடிவங்கள் வெட்டு stencil

vadiviyal kanitham *n.* வடிவியர் கணிதம் geometry

vadiviyal kanitham saarntha *a.* வடிவியற் கணிதம் சார்ந்த geometrical

vadkku pakkam *adv.* வடக்க்கு பக்கம் northerly

vaduppaduththu *n.* வடுப்படுத்து nick

vagai *n.* வகை breed

vagai *n.* வகை category

vagai-padudhal *n.* வகைபடுதல் classification

vagai-yaana *a.* வகையான categorical

vaguppu *n.* வகுப்பு class

vai *v.t.* . வை place

vaikkol *n.* வைக்கோல் hay

vaikkol *n.* வைக்கோல் straw

vaikkol kattu *n.* வைக்கோல் கட்டு wisp

vaipputhokai *n.* வைப்புத்தொகை deposit

vairaagiyam *n.* வைராக்கியம் bigotry

vairaagiyam-udaiyavar *n.* வைராக்கியமுடையவன் bigot

vairam *n.* வைரம் diamond

vaiththiru *v.t.* . வைத்திரு have

vaiththukkol *v.t.* . வைத்துக்கொள் retain

vaiththukkolvathu *n.* வைத்துக்கொள்வது retention

vaiththukkondiru *v.t.* . வைத்துக் கொண்டிரு keep

vakai *n.* வகை kind

vakai *n.* வகை manner

vakai *n.* வகை method

vakai *n.* வகை sort

vakaipapduththu *v.t.* . வகைப்படுத்து sort

vakairai *v.i.* வைகறை dawn

vakkaa-lathu *a.* வக்காலத்து brief

vakkil *n.* வக்கீல advocate

Vakkuruthi *n.* வாக்குறுதி promise

Vakkuruthi chey *v.t.* . வாக்குறுதி சே promise

Vakkuruthiyaana *a.* வாக்குறுதியான promising

Vakkuruthiyaana *a.* வாக்குறுதியான promissory

vakumathiyalai *v.t.* . வெகுமதியளி tip
vakuppu *n.* வகுப்பு sect
vakuthal *n.* வகுத்தல் division
valaagam *a.* வளாகம் complex
valai *v.t.* வளை curve
valai *n.* வலை net
valai *n.* வலை snare
valai *n.* வலை trap
valai podu *v.t.* . வலை போடு net
valai ponra *a.* வலை போன்ற webby
valai veesippidi *v.t.* . வலை வீசிப்பிடி net
valaikudaa *n.* வளைகுடா gulf
valai-kudaa *n.* வளைகுடா bay
valaindha *n.* வளைந்த bent
valaithadi *n.* வளைதடி cudgel
valaiththuvaaram *n.* வலைத்துவாரம் mesh
valaivu *n.* வளைவு arch
valaivu *a.* வளைவு arch
valaivu *n.* வளைவு bend
valaivu *a.* வளைவு crook
valaivu *n.* வளைவு curve
valaivu *n.* வளைவு turn
valaivu mandapam *n.* வளைவு மண்டபம் vault
valaiyaatha *n.* வளையாத stark
valaiyakkoodiya *a.* வளையக்கூடிய supple
valaiyal *n.* வளையல் bracelet
valai-yal *n.* இடித்தல் bangle
valaiyil pidi *v.t.* . வலையில் பிடி mesh
valaiyil podu *v.t.* . வலையில் போடு trap
valam mikkathum puthithaayum saaru niranthathaayumulla *a.* வளம் மிக்கதும் புதிதாயும் சாறு நிறைந்ததயுமுள்ள lush
valamaana *a.* வளமான fertile
valamai kuraivu *n.* வளமை குறைவு recession
valappakkam *n.* வலப்பக்கம் right
valar *v.i..* வளர் accrue
valar *v.t.* வளர் develop
valar *v.t.* . வளர் wax
valarchi *n.* வளர்ச்சி development
valarchi *v.t.* . வளர் grow
valarchi *n.* வளர்ச்சி growth
valarchi *n.* வளர்ச்சி improvement
valarchi thoondu *v.t.* . வளர்ச்சி தூண்டு further
valarchiyaith thadu *v.t.* . வளர்ச்சியைத் தடு stunt
valarppavar *n.* வளர்ப்பவர் grower
valath-thudan-pirandha *adj.* வளத்துடன்பிறந்த born rich
valathu *adv.* வலது right
vali *n.* வலி ache
vali *n.* வலி pain
vali mikka *a.* வலி மிக்க painstaking
vali nivaarani *n.* வலி நிவாரனி morphia
val'-i-mandalam *n.* வளிமண்டலம் atmosphere
vali-neekku-kira *adj.* வலிநீக்குகிற calmative
valinthu seyyapadukira *a.* வலிந்து செய்யப்படுகிற forcible

valippadaiyaana *a.* வெளிப்படையான obvious

valippuththaakkam *n.* வலிப்புத்தாக்கம் seizure

valitharum *a.* வலிதரும் painful

valiyaal thudi *v.i.*. வலியால் துடி writhe

valiyai unar *a.* வலியை உணர் smart

valiyundaakkum *a.* வலியுண்டாக்கும் sore

vali-yuruthal *v.t.* . வலியுறுத்து ◌ affirm

valiyuruththu *v.t.* வலியுறுத்து enforce

vali-yuruthu *v.t.* . வலியுறுத்து confute

vali-yuru-t-thudhal *n.* வலியுறுத்துதல் affirmation

vallaiyadi *v.t.* . வெள்ளையடி whiten

vall'am *n.* வளம் abundance

vallamai *n.* வல்லமை capability

vallamai *n.* வல்லமை might

vallamaiyulla *adj.* வல்லமையுள்ள mighty

vall'amana *a.* வளமான abundant

vallathikaaram *n.* வல்லதிகாரம் imperialism

vallooru *n.* வல்லூறு falcon

valumai *n.* வலுமை power

valumai ulla *a.* வலுமையுள்ள powerful

valu-paduthal *n.* வலுப்படுத்தல் confirmation

valuvaana *a.* வலுவான tonic

valuvarra *a.* வலுவற்ற fragile

valuvillaatha *a.* வலுவில்லாத flimsy

vamathippu *n.* அவமதிப்பு disrespect

vambu *v.t.* . வம்பு backbite

vambu *v.i.* வம்பு chat2

vampu pesu *n.* வம்புப் பேச்சு gossip

vamsam *n.* வம்சம் dynasty

vamsam *n.* வம்சம் lineage

vamsath thalaivi *n.* வம்சத் தலைவி matriarch

vana athikaari *n.* வன அதிகாரி forester

vanagu *v.t.* . வணங்கு revere

vanakkam *n.* வணக்கம் obeisance

vanakkam *n.* வணக்கம் salute

vanakkam *n.* வணக்கம் salutation

vanakkam sol *v.t.* . வணக்கம் சொல் salute

vanakkaththirkuriya *a.* வணக்கத்திற்குரிய reverend

vanam *n.* வனம் jungle

vanam *n.* வனம் nymph

vanaviyal athikaari *n.* வ்அனவியல் அதிகாரி ranger

vandal *n.* வண்டல் silt

vandhu-adai-dhal *v.i.*. வந்தடைதல் arrive

vandi *n.* வண்டி cab

vandi *n.* வண்டி cart

vandi skkaraththin kattu *n.* வண்டி சக்கரத்தின் கட்டு tyre

vandikalai niruththum idam *v.t.* . வண்டிகளை நிருத்தும்தல் park

vandi-kooli *n.* வண்டிக்கூலி cartage

vandilaasu *n.* வண்டிலாசு winch

vandiyil yerrichel *v.t.* . வண்டியில் ஏற்றிச் செல் wheel

vandu *n.* வண்டு beetle
vandu-vagai *n.* வண்டுவகை agnus
vanghi *n.* வங்கி bank
vanghi-muridhal *n.* வங்கி முறிதல் bankruptcy
vanghi-seettu *n.* வங்கிசீட்டு account
vangkip panam poruppaalar *n.* வங்கிப் பணம் பொறுப்பாளர் teller
vanika urimai *n.* வணிக உரிமை frachise
vanikar *n.* வணிகர், monger
vanikaththozhil *n.* வணிகத்தொழில் enterprise
vanjakam *n.* வஞ்சகம் imposture
vanjakam *n.* வஞ்சகம் insinuation
vanjakan *n.* வஞ்சகன் knave
vanjam *n.* வஞ்சம் vengeance
vanjanai *v.t.* வஞ்சனை bilk
vanjchanai *n.* வஞ்சனை deceit
vanji *v.t.* . வஞ்சி trick
vanji *v.t.* . வஞ்சி victimize
vanjikkappattavar *n.* வஞ்சிக்கப்பட்டவர் victim
vanjiththal *n.* வஞ்சித்தல் trickery
vanmam *n.* வன் ம்ம் hostility
vanman *n.* வன்மன் malice
vannaar *n.* வண்ணார் washer
vannaaththi *n.* வண்ணாத்தி laundress
vannam *n.* வண்ணம் chrome
vannam *v.t.* வண்ணம் colour
vannam-attra *adj.* வண்ணமற்ற achromatic
vannathu-poocchi *n.* வண்ணத்துப்பூச்சி butterfly
vanvelli *n.* வன்வெள்ளி nickel
va-raa-dha *v.t.* . வராத absent
varadsi *n.* வறட்சி draught
varadsi *n.* வறட்சி drought
varai *v.t.* . வரை draw
varai *prep.* வரை until
varai padam *n.* வரை படம் graph
varaikkum *conj.* வரைக்கும் until
varaipadam *v.t.* வரைபடம் உருவாக்கு design
varaipadam *n.* வரைபடம் diagram
varaipadam *n.* வரைபடம் drawing
varaithal *n.* வரைதல் draw
varaivezhuthal *n.* வ ரைவெழுதல் draft
varaivezhuthu *v.t.* வ ரைவெழுது draft
varaiyapatta oru kodu *n.* வரயப்பட்ட ஒரு கோடு stroke
varaiyarai *n.* வரையறை definition
varaiyarai *n.* வரையறை demarcation
varaiyarai *n.* வரையறை limitation
varaiyarai yerpaduththu *v.t.* . வரையறை ஏற்படுத்து limit
varaiyil *prep.* வரையில் till
varalaarruth thurai nipunar *n.* வரலாற்ருத் துறை நிபுணர் historian
varalaaru *n.* வரலாறு chronicle
varalaaru *n.* வர லாறு history
varalaaru *a.* வரலாறு prehistoric
varalaa-traa-siriyar *n.* வரலாற்றாசிரியர் biographer
varalarruth thodarpaana *a.* வரல்லாற்றுத் தொடர்பான historical
varam *n.* வரம் boon

varampukdpatta *a.* வரம்புக்குட்பட்ட finite

varanda *a.* வறண்ட dry

varanda *a.* வறண்ட torrid

varanda-nila-seidhi-vaariyam *adj.* வறண்டநிலச்செய்திவாரியம் alin

varappu *n.* வரப்பு embankment

varathadsanai *n.* வரதட்சணை dowry

varauththamurra *v.t.* வருத்தமுற்ற dishearten

varaverpu *n.* வரவேற்பு reception

vari *n.* வரி levy

vari *n.* வரி tax

vari vithi *v.t.* . வரி விதி levy

vari vithi *v.t.* . வரி விதி tax

vari vithikkakkoodiya *a.* வரி விதிக்கக்கூடிய taxable

vari vithiththal *n.* வரி விதித்தல் taxation

varikkuthirai *n.* வரிக்குதிரை zebra

varisai *n.* வரிசை array

varisai *n.* வரிசை chain

varisai *n.* வரிசை line

varisai *n.* வரிசை queue

varisai *n.* வரிசை row

varisai *n.* வரிசை row

varisai *n.* வரிசை row

varisai *n.* வரிசை series

vari-sai-paduthu *v.t.* . வரிசைபடுத்து align

varisaippadi *a.* வரிசைப்படி rank

varisaippaduththu *v.t.* . வரிசைப்படுத்து rank

varisaip-pattiyal *n.* வரிசைப்பட்டியல் chronology

varisaiyaaka amai *v.t.* . வரிசையாக அமை row

varisei-yaaga *adv.* வரிசையாக consecutively

varisei-yaa-yulla *adj.* வரிசையாயுள்ள consecutive

varisiayaaka kooru *v.t.* வரிசையாக கூறு enumerate

varna enney *n.* வர்ண எண்ணை turpentine

varnam *n.* வர்ணம் tinge

varpuruththal *n.* வற்புறுத்தல் insistence

varpuruththi namba vai *v.t.* . வற்புறுத்தி நம்பவை persuade

varpuruththi namba vai *n.* வற்புறுத்தி நம்பவை persuasion

varpuruththu *v.t.* . வற்புறுத்து force

varpuruththu *v.t.* . வற்புறுத்து insist

varpuruththu *v.t.* . வற்புறுத்து propel

varpuruththum *a.* வற்புறுத்தும் insistent

varripothal *n.* வற்றிப்போதல் drain

varrippokachey *v.t.* வற்றிப்போகச் செய் drain

varr-kodumai *n.* வாற்கோதுமை barley

varrthagam *n.* வர்த்தகம் commerce

varrthagam *a.* வர்த்தகம் commercial

varsaippaduththu *v.t.* . வரிசைப்படுத்து line

varthaga-kuri *n.* வர்த்தககுறி brand

varthagam *n.* வர்த்தகம் barter2

varththaka sampanthamaana *a.* வர்த்தக சம்பந்தமான mercantile

varththakam nadaththu *v.i.* வர்த்தகம் நடத்து trade

varudaanthiram *a.* வருட்டாந்திரம் yearly

varudaanthiram *adv.* வருட்டாந்திரம் yearly

varudam *n.* வருடம் year

Varudam muzhukka kaana padakkoodiya *a.* வருடம் முழுக்க காணக்கூடிய perennial

Varudam muzhukka kaana padakkoodiya *n.* வருடம் முழுக்க காணக்கூடிய perennial

varugai *n.* வருகை advent

varugai *n.* வருகை arrival

varukai pathivu *n.* வருகை பதிவு roll-call

varumaanam *n.* வருமானம் revenue

varumaiyaana *a.* வறுமையான needy

varumpadi *n.* வரும்படி means

varungkaalam *n.* வருங்காலம் posterity

varunthaththakka *a.* வருந்தத்தக்க tragic

varunthikarpavar *v.t.* . வருந்திக்கற்பவர் sap

varunthu *v.i.*. வருந்து lament

varunthu *v.i.*. வருந்து regret

varunthu *v.t.* . வருந்து rue

varunthukira *a.* வருந்துகிற sorry

varuppathu *a.* வறுப்பது roast

varuththal *n.* வறுத்தல் roast

varuththam *n.* வருத்தம் regret

varuththam *n.* வருத்தம் sorrow

varuth-tham (theruvi) *v.t.* வருத்தம் (தெரிவி) commiserate

varuththam mikka *a.* வருத்தம் மிக்க rueful

varuththamootu *v.t.* . வருத்தமூட்டு haunt

varuththedu *v.t.* . வறுத்தெடு roast

varuththu *v.t.* . வருத்து offend

varuvaay *n.* வருவாய் income

varuvadhu *v.i.*. வருவது arise

varuvathai unarthal *n.* வருவதை உணர்தல் prescience

varuvathu unarvor *n.* வருவது உணர்வோர் seer

varverparai *n.* வரவேற்பறை drawing-room

vasadhi *n.* வசதி affluence

vasadhi *n.* வசதி comfort1

vasadhi *n.* வசதி convenience

vasadhi-yaana *a.* வசதியான comfortable

vasadhi-yaana *a.* வசதியான convenient

vasadhi-yullavar *a.* வசதியுள்ளவர் affluent

vasai maari *n.* வசை மாரி tirade

vasaimaari *n.* வசைமாரி invective

vasanthakaalaththirkuriya *a.* வசந்தகலத்திற்குரிய vernal

vasap-paduthum *n.* வசப்படுத்தும் bait

vasathi *n.* வசதி facility

vasathiyaana வசதியான cozy

vaseegaram *v.t.* . வசீகரம் allure

vaseegaram *n.* வசீகரம் charm1

vasee-gari *v.t.* . வசீகரி bait

vasee-gari *v.t.* வசீகரி bedevil

vaseekara saasthiram *n.* வசீகர சாஸ்திரம் hypnotism

vaseekaranam *n.* வசீகரணம் mesmerism

vaseekari *v.t.* மகிழ்வி enamour

vaseekari *v.t.* . வசீகரி lure

vaseekarikkum *a.* வசிகரிக்கும் seductive

vasei-mozhi-dhal *v.t.* வசைமொழிதல் belch

vasi *v.i.* வசி dwell

vasi *v.i.*. வசி reside

vasikka idam kodu *v.t.* . வசிக்கி இடம் கொடு house

vasikkaththakka *a.* வசிக்கத் தக்க habitable

vasikkum *a.* வசிக்கும் resident

vasikkum kaalam *n.* வசிக்கும் காலம் occupancy

vasippavar *n.* வசிப்பவர் inhabitant

vasippavar *n.* வசிப்பவர் occupant

vasippavar *n.* வசிப்பவர் occupier

vasippavar *n.* வசிப்பவர் resident

vasippavarkalil oruvar *n.* வசிப்பவர்களில் ஒருவர் inmate

vasippidam *n.* வசிப்பிடம் dwelling

vasippidam *n.* வசிப்பிடம habitat

vasippidam *n.* வசிப்பிடம் residence

vasippidaththai maarru *v.i.*. வசிப்பிடத்தை மாற்று migrate

vasiya sakthi *n.* வசிய சக்தி spell

vasiyam *v.t.* வசியம் enchant

vasool *n.* வசூல் collection

vasoolipavar *n.* வசூலிப்பவர் collector

vasthu *n.* வஸ்து matter

vathanthi *n.* வதந்தி rumour

vathanthi parappu *v.t.* . வதந்தி பரப்பு rumour

vati katu *v.t.* வட்டிகட்டு distil

vattaara *a.* வட்டார regional

vattaara-vazhi *n.* வட்டாரவழி circumfluence

vattakkona pakuthi *n.* வட்டக்கோண பகுதி sector

vattam *n.* வட்டம் circle

vattam *a.* வ்அட்டம் round

vattam *n.* வ்அட்ட்ட் round

vattamaaka *adv.* வ்அட்டம்மாக round

vattamidu *v.t.* . வட்டமிடு round

vattap pakuthi *n.* வட்டப் பகுதி segment

vatta-vadiva *n.* வட்டவடிவ circular

vatti *n.* வட்டி interest

vattu *n.* வட்டு disc

vaya-dhadai-ndhor *a.* வயதடைந்தோர் adult

vaya-dhana-var *a.* வயதானவர aged

vayadu *n.* வயது age

vayadu *v.t.* வாயாடி chatter

vayalin *n.* வயலின் fiddle

vayap-paduthu *v.t.* வயப்படுத்து captivate

vayathai adaiththal *n.* வயதை அடைதல் puberty

vayathu muthirntha *a.* வயது முதிர்ந்த senile

vayiraara *n.* வய்றார surfeit

vayirruppokku *n.* வயிற்றுப்போக்கு diarrhoea
vayiru *n.* வயிறு abdomen
vayiru *n.* வயிறு craw
vazakkaadal *n.* வழக்காடல் litigation
vazakkam *n.* வழக்கம் regularity
vazakkamaaka *a.* வழக்கமாக regular
vazakkamaaka *a.* வழக்கமாக routine
vazakkamaana *a.* வழக்கமான customary
vazakkilillaatha *a.* வழக்கிலில்லாத obsolete
vazakku thodar *v.t.* . வழக்கு தொடர் litigate
vazamaiyaakku *v.t.* . வழமையாக்கு normalize
vazhaippazham *n.* வாழைபழம் plantain
vazhak-aridhal *n.* வழக்கரிதல advocacy
vazhakkam *n.* வழக்கம் usage
vazhakkamaaka *adv.* வழக்கமாக usually
vazhakkamaana *a.* வழக்கமான usual
vazhakkil eedupattiruppavar *n.* வழக்கில் ஈடுபட்டிருப்பவர் litigant
vazhakku thodu *v.t.* . வழக்கு தோடு prosecute
vazhakku thoduppavar *n.* வழக்கு தொடுப்பவர் prosecutor
vazhakku thoduthal *n.* வழக்கு தொடுத்தல் prosecution
vazhakku-arignar *n.* வழக்கறிஞர் attorney
vazhak-kurainjar *n.* வழக்குரைஞர் barrister
vazhakkuth thodar *v.t.* . வழக்குத் தொடர் sue
vazhangu *v.t.* . வழங்கு mete
vazhavazhappaakku *v.t.* . வழவழப்பாக்கு smooth
vazhavazhappaana *a.* வழவழப்பான soapy
vazhavzhappaana *a.* வழவழப்பான smooth
vazhi *n.* வழி lead
vazhi *n.* வழி way
vazhi *n.* வழி passagc
vazhi *n.* வழி path
vazhi thavari vantha *a.* வழி தவறி வந்த stray
vazhi vazhippakai *n.* வழி வழிப்பகை feud
vazhikaattal *n.* வழிகாட்டல் guidance
vazhikaatti *n.* வழிகாட்டி usher
vazhikaattu *v.t.* . வழிக்காட்டு guide
vazhikaattu *v.t.* . வழி காட்டு usher
vazhippokkan *n.* வழிப்போக்கன் wayfarer
vazhi-thavari *adv.*, வழிதவறி astray
vazhiyaaka *adv.* வழியாக through
vazhiyaaka *prep.* வழியாக via
vazhukkai-yaana *a.* வழுக்கையான bald
vazhukki saay *v.i.*. வழுக்கி சாய் skid
vazhukkukira *a.* வழுக்குகிற slippery
vazi kaattum nadsaththiram *n.* வழி காட்டும் நட்சத்திரம் loadstar
vazikaatti *n.* வழிக்காட்டி guide
vazipaadu *n.* வழிபாடு worship
vazipadu *v.t.* . வழிபடு worship

vazipadupavar *n.* வழிபடுபவர் worshipper
ve ru' ppu *n.* வெறுப்பு abhorrence
ve ru' thal *v.t.* . வெறுத்தல் abhor
vedaagam *n.* வேதாகம் bible
veda-karar *a.* வேதக்கரர் Christian
vedam *n.* வேடம் guise
veda-nai *n.* வேதனை agony
vedhanai *v.i.*. வேதனை ache
vedhi-porull *n.* வேதிப்பொருள் chemical
vedi kundukal pottuth thaakku *v.t.* . வெடி குண்டுகள் போட்டுத் தாக்கு shell
vedichchirippu *n.* வெடிச்சிரிப்பு hoot
vedi-gundu *n.* வெடிகுண்டு bomb
vedikkachey *v.t.* வெடிக்கச் செய் explode
vedik-kai *v.t.* . வேடிக்கை amuse
vedikkai-pecchu *v.t.* . வேடிக்கைப்பேச்சு banter
vedikundu *n.* வெடிகுண்டு grenade
vediporul *n.* வெடிபொருள் dynamite
vediporul *n.* வெடி பொருள் explosive
vediporul *a.* வெடி பொருள் explosive
vedi-porull *n.* வெடிபொருள் ammunition
vedippu *n.* வெடிப்பு burst
vedippu *v.i.* வெடிப்பு crack
vedithal *n.* வெடித்தல் blast
vedith-thal *v.i.* வெடித்தல் burst
vedkam *n.* வெட்கம் shame
vedukkenap pidungku *v.t.* . வெடுக்கெனப் பிடுங்கு snatch
veduvan *n.* வேடுவன் huntsman
veechu *n.* வீச்சு throw
veedu *n.* வீடு apartment
veedu *n.* வீடு house
veekitham *n.* வீகிதம் proportion
veekitham pannuvathu *v.t.* . வீகிதம் பண்ணுவது proportion
veekkam *n.* வீக்கம் inflammation
veek-kam *n.* வீக்கம் blain
veen aarppaattam *n.* வீண் ஆர்ப்பாட்டம் fuss
veen karvam *n.* வீன் கர்வம் vainglory
veen karvamulla *a.* வீன் கர்வமுள்ள vainglorious
veen pattaayulla *a.* வீண் பகட்டாயுள்ள gaudy
veen pechu *n.* வீண் பேச்சு yap
veen pidivaatham *n.* வீண் பிடிவாதம் obstinacy
vee-naaka *n.* வீணாக ado
veenaakachelavu seykira *a.* வீணாகச் செலவு செய்கிற lavish
veenaakkiya alavu *n.* வீணாக்கிய அளவு wastage
veenaakku *v.t.* . வீணாக்கு waste
veenaana *a.* வீணான wastef
veenaay *adv.* வீணாய் vainly
veengku *v.i.*. வீங்கு swell
veeram *n.* வீரம் heroism
veeram *n.* வீரம் valour
veeramikka *a.* வீரமிக்க heroic
veeranin paniyaal *n.* வீரனின் பணியாள் squire
veeridum saptham *n.* வீரிடும் சப்தம் scream

veeridum saptham *n.* வீறிடும் சப்தம் shriek
veesiyeri *v.t.* . வீசியெறி fling
veesiyeri *v.t.* . வீசியெரி hurl
veesu *v.t.* . வீசு throw
veethi *n.* வீதி street
veethi viyaapaari *n.* வீதி வியாபாரி hawker
Veethikamaana *a.* வீகிதமான proportional
Veethikamaana *a.* வீகிதமான proportionate
veettirkul *adv.* வீட்டிற்குள் indoors
veettirkul seyyakkoodiya *a.* வீட்டிற்குள் செய்யக்கூடிய indoor
veetu *n.* வீட்டு domestic
veezh *v.t.* வீழ் dip
veezhchi *n.* வீழ்ச்சி dip
veezhthu *v.t.* . வீழ்த்து fell
veezh-thu *v.i.* வீழ்த்து capsize
vega-maana' *a.* வேகமான active
vegha-moottu *v.t.* . வேகமூட்டு accelerate
vegha-moottu-dhal *n.* வேகமூட்டுதல் acceleration
vegu-madhi *n.* வெகுமதி bonus
veivekamarravan *n.* விவேமற்றவன் simpleton
vekakkuraivu *n.* வேகக்குறைவு slowness
vekam *n.* வேகம் pace
vekam *n.* வேகம் speed
vekamaaaka selvathu *n.* வேகமாக செல்வது rapidity
vekamaaka *a.* வேகமாக rapid
vekamaaka *adv.* வேகமாக soon
vekamaaka odu *v.i.*. வேகமாக ஓடு scramble
vekamaaka odu *v.i.*. வேகமாக ஓடு spurt
vekamaaka po *v.i.*. வேகமாக போ speed
vekamaaka suzharru *n.*i. வேகமாக சுழற்று whirl
vekamaaka veesum kaarru *n.* வேகமாக வீசும் காற்று puff
vekamaana *a.* வேகமான nimble
vekamaana *a.* வேகமான speedy
vekamaana suzharci *n.* வேகமான சுழர்சி whirl
vekaththai kurai *v.i.*. வேகத்தை குறை slow
veku thooram *adv.* வெகு நேரம் long
vekumathi *n.* வெகுமதி spoil
vel *v.t.* . வெல் surpass
velaanmai *n.* வேளாண்மை husbandry
velai *n.* வேலை job
velai *n.* வேளை while
velai *n.* வேலை work
velai chey *v.t.* . வேலை சே preoccupy
velai cheyvathu *n.* வேலை செய்வது preoccupation
velai naadkal *a.* வேல்லை நாட்கள் workaday
velai niriuththam seypavar *n.* வேலை நிருத்தம் செய்பவர் striker
velai niruththam *n.* வேலை நிருத்தம் strike
velai sey *v.t.* . வேல்லை செய் work

velai seypavar *n.* வேலை செய்பவர் workman

velai, thozhil *n.* வேலை, தொழில் profession

velai-kaaran *n.* வேலைக்காரன் attendant

velaikerra *a.* வேளைக்கேற்ற expedient

velaiyidu *v.t.* . வேலையிடு task

veli *n.* வேலி fence

veli *n.* வேலி raling

veli nilivai *v.t.* . வெளி - நிலுவை out-balance

veli ooru *adv.* வெளியூரு abroad

veli podu *v.t.* . வேலி போடு rail

velichamaakku *v.t.* . வெளிச்சமாக்கு illuminate

veli-cha-maana *a.* வெளிச்சமான bright

velichha-veedu *n.* வெளிச்சவீடு beacon

velikonar *n.* வெளிக்கொணர் extract

velikonar *v.t.* வெளிக்கொணர் extract

velinaduk kadavuch cheettu *n.* வெளிநாடு கடவு சீட்டு passport

velipaduththu *v.t.* வெளிப்படுத்து divulge

velippadaiyaaka *adv.* வெளிப்படையாக openly

velippadaiyaaka *a.* வெளிப்பட்ட்டையாக overt

velippadaiyaana *a.* வெளிப்படையான explicit

velippadaiyaana *a.* வெளிப்படையான manifest

velippadaiyaana pechu *a.* வெளிப்பட்டையான பேச்சு outspoken

velippaduthal *n.* வெளிப்படுதல் revelation

velippaduththu *v.t.* வெளிப்படுத்து expose

velippakamaaka *adv.* வெளிப்பக்கமாக outwardly

velippuram *a.* வெளிப்புறம் outdoor

velippuram *a.* வெளிப்புறம் outside

velippuram *n.* வெளிப்புறம் outside

velippuram *adv.* வெளிப்புறம் outward

velippuram *n.* வெளிப்புறம் without

velippuramaaka *prep.* வெளிப்புறமாக outside

velippuramaaka *a.* வெளிப்புறம்மாக outward

velippuramaaka *adv.* வெளிப்புறமாக without

velippuraththil *adv.* வெளிப்புறத்தில் outside

veliriya *n.* வெளிறிய pale

veliriya *a.* வெளிறிய pale

veliriya niram *n.* வெளிறிய நிறம் pastel

veliru *v.i.*. வெளிறு pale

velissam *n.* வெளிச்சம் light

velith thalluthal *n.* வெளித் தள்ளுதல் secretion

velithallu *v.t.* வெளித்தள்ளு eject

veliththorram *n.* வெளித்தோற்றம் semblance

velividu *v.t.* வெளிவிடு emit

velividu *v.i.*. வெளிவிடு puff

veliyaal *n.* வெளியாள் outsider
veliye *a.* வெளியே outer
veliye *prep.* வெளியே without
veli-yeedu *n.* வெளியீடு brochure
veliyerram *n.* வெளியேற்றம் evacuation
veliyerram *n.* வெளியேற்றம் eviction
veliyerram *n.* வெளியேற்றம் exit
veliyerru *v.t.* வெளியேற்று discharge
veliyerru *v.t.* வெளி யேற்று evict
veliyerru *v.t.* . வெளியேற்று oust
veliyerru *adv.* வெளியேற்று out
veliyerru *v.t.* . வெளியேற்று sack
veliyerruthal *n.* வெளியேற்றுதல் expulsion
veli-yetru *v.t.* . வெளியேற்று banish
veliyidu *v.t.* வெளியிடு drive
veliyidu *v.t.* . வே லியிடு fence
veliyidu *v.i.*. வெளியிடு issue
veliyidu *v.t.* . வெளியிடு voice
veliyiduthal *v.t.* . வெளியிடு release
veliyiduthal *n.* வெளியிடுதல் release
veliyil kaattu *v.i.*. வெளியில் காட்டு sport
veliyurai *n.* வெளியுறை jacket
vella mudiyaatha *a.* வெல்ல முடியாத indomitable
vella mudiyaatha *a.* வெல்ல முடியாத insurmountable
vella mudiyaatha *a.* வெல்ல முடியாத invincible
vell-aadu *n.* வெள்ளாடு Capricorn
vellam *n.* வெள்ளம் flood
vellaneer thaarai ponra *a.* வெள்ளநீர்த தாரைபோன்ற torrential
vellarikkaai *n.* வெள்ளரிக்காய் cucumber
velli *n.* வெள்ளி silver
velli mulaam poosu *v.t.* . வெள்ளி முலாம் பூசு silver
vellikizhamai *n.* வெள்ளிகி கிழமை Friday
velliyam poosu *v.t.* . வெள்ளீயம் பூசு tin
veluththuppona *a.* வெளுத்துப்போன wan
vendi *conj.* வேண்டி for
vendik kel *v.t.* . வேண்டி கேள் request
vendiya alavuppadi vettu *v.t.* . வேண்டிய அளவுப்படி வெட்டு size
vendiya porul *v.t.* . வேண்டிய பொருள் need
vendu *v.t.* . வேண்டு conjure
vendu *v.t.* . வேண்டு solicit
vendumenre *adv.* வ்வேண்டுமென்றே purposely
vendumenre sethappaduththuthal *n.* வேண்டுமென்றே சேதப்படுத்துதல் sabotage
vendumenru seythal *a.* வேண்டுமென்று செய்தல் deliberate
vendumenru seyyappatta *a.* வேண்டுமென்று செய்யப்பட்ட intentional
vengaayam *n.* வெங்காயம் onion
venil-maadam *n.* வேனில்மாடம் belvedere

venmai niram *n.* வெண்மை நிறம் white
venmaiyaana *a.* வெண்மையான white
vennai *n.* வெண்ணெய் butter
vennai *v.t.* வெண்ணெய் butter
venney ponra porul *n.* வெண்ணெய் போன்ற பொருள் margarine
venn-klam *n.* & adj வெண்கலம் bronze
venradakku *v.t.* . வென்றடக்கு vanquish
venra-veerar *v.t.* வென்றவீரர் champion
veppa alavi *n.* வெப்ப அளவி thermometer
veppa mandala rekai *n.* வெப்ப மண்டல ரேகை tropic
veppam kaakkum karuvi *n.* வெப்பம் காக்கும் கருவி thermos (flask)
veppamaana *a.* வெப்பமான sultry
veppamaana *a.* வெப்பமான warm1
veppamandala sampanthamaana *a.* வெப்பமண்டல சம்பந்தமான tropical
veppath thanmai *n.* வெப்பத் தன்மை warmth
ver *n.* வேர் root
ver vidu *v.i.* . வேர் விடு root
veraandaa *n.* வெராண்டா porch
veraandaa *n.* வெராண்டா portage
veraandaa *n.* வெராண்டா portal
veraandaa *n.* வெராண்டா portico
veripidiththa *a.* வெறிபிடித்த crazy
veriththa nokku *n.* வெறித்த நோக்கு glare

veriyaarvam konda *a.* வெறியார்வம் கொண்ட desperate
veriyar *a.* வெறியர் fanatic
veriyar *n.* வெறியர் fanatic
verralangkaaram *n.* வெற்றலங்காரம் frill
verri *n.* வெற்றி laurel
verri *n.* வெற்றி success
verri *n.* வெற்றி victory
verri *n.* வெற்றி win
verri kaalam *n.* வெற்றி காலம் heyday
verri kol *a.* வெற்றி கொள் upper
verri kol *v.t.* . வெற்றி கொள் worst
verri perra *a.* வெற்றி பெற்ற victorious
verri perravar *n.* வெற்றி பெற்றவர் victor
verri peru *v.i.* . வெற்றி பெறு succeed
verri peru *v.i.* . வெற்றி பெறு triumph
verri perukira *a* வெற்றி பெறுகிற successful
verri sinnam *n.* வெற்றிச் சின்னம் trophy
verri soodiya *a.* வெற்றி சூடிய triumphant
verri vaakai soodupavan *n.* வெற்றி வாகை சூடுபவன் winner
verridam *n.* வெற்றிடம் ether
verridam *n.* வெற்றிடம் vacancy
verridam *n.* வெற்றிடம் vacuum
verrikaramaana *a.* வெற்றிகரமான triumphal
verrikol *v.t.* . வெற்றி கொள் win
verththu kottuthal *v.i.* . வியர்வை கொட்டுதல் perspire

veru *v.t.* . வெறு hate
veru *v.t.* . வெறு loathe
veru idaththukku maarru *v.t.* . வேறு இடத்துக்கு மாற்று transfer
verudan pidungki eri *v.t.* . வேருடன் பிடுங்கி எறி uproot
verukka-th' akka' *a.* வெறுக்கத்தக்க abominable
verukkathtakka *a.* வ்வெறுக்கத்தக்க repulsive
verukkaththakka *a.* வெறுக்கத்தக்க nefarious
verukkaththakka *a.* வெறுக்கத்தக்க odious
verukkaththakka *a.* வெறுக்கத்தக்க repugnant
verukkaththakka *n.* வெறுக்கத்தக்க resentment
verum *n.* வெறும் blank
verum *a.* வெறும் mere
verum *a.* வெறும் sheer
verum karrukkalaiyalappavan *n.* வெறும் கற்றுக்களையளப்பவன் theorist
verumai *a.* வெறுமை empty
veru-mai-yaana *v.t.* . வெறுமையான bare
verupaadu *n.* வேறுபாடு deviation
verupaduthu *v.i.* வேறுபடுத்து distinguish
veruppathu *v.t.* . வெறுப்பது resent
veruppoottu *v.t.* . வெறுப்பூட்டு vex
veruppoottum *a.* வெறுப்பூட்டும் loathsome
veruppu *n.* வெறுப்பு aversion
veruppu *n.* வெறுப்பு hate

veruppu *n.* வெறுப்பு odium
veruppu *n.* வெறுப்பு rancour
veruppu *n.* வெறுப்பு repugnance
veruppu *n.* வெறுப்பு repulsion
veruppu *n.* வெறுப்பு scorn
veruppu *n.* வெறுப்பு vexation
veruppu kolkira *a.* வேறுப்பு கொள்கிற malicious
veruppu thattiya *v.t.* . வெறுப்பு தட்டிய sour
veruppu unarchi *a.* வெறுப்பு உணர்ச்சி wry
veruppudam koodiya kopam *n.* வெறுப்புடன் கூடிய கோபம் indignation
veruppudan koodiya *a.* வெறுப்புடன் கூடிய sardonic
veru-vagai *n.* வேறுவகை arrowroot
veru-veraaga *adv.* வேறுவேறாக asunder
veruvithamaana *a.* வேறுவிதமான unlike
vervai *n.* வியர்வை perspiration
vesi-magan *n.* வேசிமகன் bastard
vesi-magan *a.* வேசிமகன் bastard
vet kapp padudhal *adv.* வெட்கப்படுதல் ablush
vetha puththakam *n.* வேத புத்தகம் scripture
vethalai *n.* வெத்தலை betel
vethanai ali *v.t.* வேதனை அளி distress
vethanaippadu *v.t.* . வேதனைப்படு pain
vet-kai *n.* வேட்கை appetite

vetkap-padudhal *a.* வெட்கப்படுதல் ashamed
vetpaalar *n.* வேட்பாளர் candidate
vetri *n.* வெற்றி conquest
vetri-koll *v.t.* வெற்றிகொள் beat
vetri-veerar *n.* வெற்றிவீரர் champion
vetru *a.* வெற்று blank
vettai *n.* வேட்டை hunt
vettai naay *n.* வேட்டை நாய் hound
vettai naay *n.* வேட்டை நாய் terrier
vettaikaaran *n.* வேட்டைக்காரன் hunter
vettaikkaarar *n.* வேட்டைக்காரர் fowler
vettaiyaadu *v.t.* . வேட்டையாடு hunt
vettappatta maraththu**ndu** *n.* வெட்டப்பட்ட மரத் துண்டு log
vettiya maraththin adikkattai *n.* வெட்டிய மரத்தின் அடிக்கட்டை stump
vettu *v.t.* . வெட்டு hew
vettu *v.t.* . வெட்டு sabre
vettu *n.* வெட்டு severance
vettu *n.* வெட்டு slice
vettuka *v.t.* வெட்டுக cut
vettukkili *n.* வெட்டுக் கிளி locust
veveraana *a.* வெவ்வேறான separate
vevu paar *v.i.* வேவு பார் scout
vevukkaaran *n.* வேவுக்கரன் scout
vevukkaaran *n.* வேவுக்காரன் spy
veyilil kaay *v.t.* . வெயிலில் காய் sun
Vibachaari *n.* விபச்சாரி prostitute
Vibachaariththanam *n.* விபச்சாரித்தனம் prostitution
Vibachaariyaaka iruppathu *v.t.* . விபச்சாரியாக இருப்பது prostitute
vibach-chaara-vidudhi *n.* விபச்சாரவிடுதி brothel
viba-saaram *n.* விபசாரம் adultery
vibathu *n.* விபத்து accident
vibathu *n.* விபத்து calamity
vibathu *n.* விபத்து casualty
vichitram *n.* விசித்ரம் peculiarity
vichitramaana *a.* விசித்ரமான peculiar
vidaa muyarsi *n.* விடா முயற்சி pursuance
vidaapppidiyaaka vaathippavar *n.* விடாப்பிடியாக வாதிப்பவர் stickler
vidaatha muyarchi chey *v.i.*. விடாத முயற்சி சே persevere
vidaatha muyarchi cheythal *n.* விடாத முயற்சி செய்தல் perseverance
vidai *n.* விடை leave
vidaikodu *interj.* விடை கொடு good-bye
vidai-peru *n.* விடைபெறு bid
vidaiperuthal *n.* விடைபெறுதல் farewell
videi-yali *v.t.* . விடையளி answer
vidhaanam *n.* விதானம் canopy
vidhi *n.* விதி cannon
vidhi *n.* விதி charge
vidhooshakan *n.* விதூஷகன் clown
vidhu-shakan *n.* விதூஷகன் comedian
vidivippu *n.* விடுவிப்பு discharge
vidiyal *n.* விடியல் dawn

vidu *v.t.* . விடு quit
vidu-dhalai-seidal *n.*
 விடுதலைசெய்தல acquittal
vidumurai *n.* விசுமுறை holiday
vidumurai *n.* விடுமுறை vacation
vidupadu *v.t.* . விடுபடு relieve
viduthalai sey *v.t.* . விடுதலை செய்
 liberate
viduthalai veerar *n.* விடுதலை வீரர் liberator
viduthi *n.* விடுதி hostel
viduthi *n.* விடுதி lodge
viduvi *v.t.* . விடுவி acquit
viduvi *v.t.* . விடுவி free
viduvi *v.t.* . விடுவி solve
vidu-vithal *v.t.* . விடுவித்தல் assoil
vidu-vithal *v.t.* விடுவித்தல் bail
viduviththal *n.* விடுவித்தல் liberation
vigaara-maana *a.* விகாரமான awkward
vihiyaasam *v.t.* வித்தியாசம் contrast
viingkuthal *n.* வீங்குதல் swell
vikaaramaana *a.* விகாரமான maladroit
vikaaramaana *a.* விகாரமான uncouth
vikada-maana *n.* விகடமான comic
vikadan *n.* விகடன் mimic
vikatam *n.* விகடம் mimicry
vikatam sey *v.i.* . விகடம் செய் mock
vikitham *n.* விகிதம் ratio
vikkal *n.* விக்கல் hiccup
vikkiraka aaraathanai seypavar *n.*
 விக்கிரக ஆராதனை செய்பவர்
 idolater
vilaasa-dhaarar *n.* விலாசதாரர் addressee

vilaasu *v.t.* விலாசு belabour
vilaa-velumbhu-kuriya *adj.*
 விலாவெலும்புக்குரிய costal
vilaghi *adv.* விலகி aloof
vilaghu-dhal *v.i.* . விலகுதல் abstain
vilai *v.t.* . விலை cost
vilai *n.* விலை rate
vilai *n.* விலை value
vilai kooru, mathippu idu *v.t.* . விலை
 கூறு, மதிப்பு இடு price
vilai veezhchi *v.i.* . விலை வீழ்ச்சி
 slump
vilai, mathippu *n.* விலை, மதிப்பு
 price
vilaichal *n.* விளைச்சல் yield
vilai-ketpavar *n.* விலைகேட்பவர்
 bidder
vilaimakal *n.* விலைமகள் courtesan
vilaimakal *n.* விலைமகள் strumpet
vilaimakal *n.* விலைமகள் whore
vilaimathippulla *a.*
 விலைமதிப்புள்ள valuable
vilai-nilam *n.* விளைநிலம் barton
vilaippatti *n.* விலைப்பட்டி tariff
vilaivu *n.* விளைவு effect
vilaivu *n.* விளைவு offshoot
vilaivu *n.* விள்ளைவு outcome
vilaivu *n.* விளைவு repercussion
vilaivu *n.* விளைவு sequel
vilaiyaadduththanam *n.*
 விளையட்டுத்தனம் levity
vilaiyaadu *v.i.* விளையாடு game
vilaiyaadu *v.i.* . விலையாடு toy
vilaiyaadu *v.i.* . விளையாடு play

vilaiyaadum nabar *n.* விளையாடும் நபர் player
vilaiyaattaaka pesu *v.i..* விளையாட்டாக பேசு jest
vilaiyaattu *n.* விளையாட்டு game
vilaiyaattu arangkam *n.* விளையாட்டு அரங்கம் stadium
vilaiyaattu cheettukattu *n.* விளையாட்டு சீட்டுக்கட்டு playcard
vilaiyaattu kaathalil eedupadu *v.i.* விளையாட்டுக் காதலில் ஈடுபடு flirt
vilaiyaattu potti *n.* விளையாட்டுப் போட்டி tournament
vilaiyaattu vakai *n.* விளையாட்டுவகை crambo
vilaiyaattu veerarkalin iruppidam *n.* விளையாட்டு வீரர்களின் இருப்பிடம் pavilion
vilaiyaatu kaathal puripavar *n.* விளையாட்டுக் காதல் புரிபவர் flirt
vilai-yoorndha *a.* விலையுயர்ந்த costly
vilakal *n.* விலகல் refrain
vilakali *v.t.* வி;லக்களி exempt
vilakik kollal *n.* விலகிக் கொள்ளல் secession
vilakkam *n.* விளக்கம் comment
vilakkam *n.* விளக்கம் description
vilakkam *v.t..* விளக்கம் excuse
vilakkam *n.* விளக்கம் explanation
vilakkam *n.* விளக்கம் portraiture
vilakkamaana *a.* விளக்கமான descriptive
Vilakkamaana *a.* விளக்கமான prohibitive
Vilakkamaana *a.* விளக்கமான prohibitory
vilakkamali *v.t.* விளக்கமளி explain
vilakkappadam *n.* விளக்கப் படம் illustration
vilakkichol *v.t..* விளக்கிச் சொல் illustrate
vilakkikooru *v.t.* விளக்கிக்கூறு elaborate
vilakkin thiri *n.* விளக்கின் திரி wick
vilakkiya *a.* விலக்கிய exclusive
vilakku *v.t..* விலக்கு avert
vilakku *v.t..* & *i.* விலக்கு deflect
vilakku *v.t.* விளக்கு describe
Vilakku *v.t..* விளக்கு prohibit
vilakkukoodu *n.* விளக்கு lamp
vilakkukoodu *n.* விளக்குக் கூடு lantern
Vilakkuthal *n.* விளக்குதல் prohibition
vilaku விலக்கு exempt
vilaku *v.i..* விலகு refrain
vilaku *v.i..* விலகு secede
vilamparam sey *v.t..* விளம்பரம் செய் publicize
vilangaatha *a.* விளங்காத mysterious
vilang-ginam *n.* விலங்கினம் badger
vilangi poguthal *v.t..* விளங்கி போகுதல் parry
vilangi poguthal *n.* விளங்கி போகுதல் parry
vilangin mookku vaay serntha pakuthi *n.* விலங்கின் மூக்கு வாய் சேர்ந்த பகுதி muzzle

vilangiyal *n.* விலங்கியல் zoology

vilangiyal saar *a.* விலங்கியல் சார் zoological

vilangiyal vinjaani *n.* விலங்கியல் விஞ்ஞானி zoologist

vilangkaip paraamari *v.t.* . விலங்கைப் பராமரி groom

vilangkidu *v.t.* . விலங்கிடு shackle

vilangku *n.* விலங்கு shackle

vilangkukal thokuthiu *n.* விலங்குகள் தொகுதி fauna

vilangu *n.* விலங்கு fetter

vilappatti *n.* விலைப் பட்டி invoice

vilasam *n.* விலாசம் address

vilimbhu *n.* விளிம்பு brim

vilimpu *n.* விளிம்பு edge

vilimpu *n.* விளிம்பு rim

vilimpu *n.* விளிம்பு verge

vilimpu nilai *n.* விளிம்பு நிலை fringe

vill *n.* வில் bow

vill *n.* வில் bow

villaa-li *n.* வில்லாளி archer

villaich sevakan *n.* வில்லைச் சேவகன் lackey

vill-ambaram *n.* விளம்பரம் advertisement

vimaana ottee *n.* விமான ஒட்டி pilot

vimaana ottu *v.t.* . விமான ஒட்டு pilot

vimaana-edhirmarai *a.* விமான-எதிர்மறை anti-aircraft

vimaana-iyal *n.*pl. விமானயியல aeronautics

vimaanam *n.* விமானம் aeroplane

vimaanam *n.* விமானம் aircraft

vimaana-otti *n.* விமானஓட்டி aviator

vimaanapayanam *n.* விமானப் பயணம் flight

vimaana-t-thalam *n.* விமானத்தளம் aerodrome

vimaana-yiyal *n.* விமானயியல் aviation

vimaani-yarai *n.* விமானியறை cock-pit

vimarisakar *n.* விமரிசகர் critic

vimarsanam *a.* விமர்சனம் facile

vimarsanam *n.* விமர்சனம் quibble

vimarsanam *n.* விமர்சனம் raillery

vimarsanam *n.* விமர்சனம் review

vimarsanam sey *v.i.*. விமர்சனம் செய் quibble

vimarsanam sey *v.t.* . விமர்சனம் செய் review

vimarsi *v.t.* . விமர்சி advertise

vimarsi *v.t.* . விமர்சி remark

vimarsithal v. விமர்சித்தல் advert

vimmal *n.* விம்மல் sob

vin ulakam *n.* விண் உலகம் paradise

vinaa ezhuppu *v.i.* வினா எழுப்பு dispute

vinaachol *n.* வினாச் சொல் interrogative

vinaadi *n.* வினாடி second

vinaavu *v.t.* . வினாவு quiz

vinaichol *n.* வினைச் சொல் verb

vinaippayan *n.* வினைப்பயன் nemesis

vinaippeyar *n.* வினைப் பெயர் gerund

vinai-yadai *n.* வினையடை adverb

vinappa-daarar *n.* விண்ணப்பதாரர் applicant

vinappam *n.* விண்ணப்பம் application

vina-uri-chol *a.* வினையுரிச்சொல் adverbial

vinayam *n.* விநயம் lowliness

vinayamilaatha *a.* விநயமில்லாத impolite

viniyogi *v.t.* . விநியோகி assign

vini-yogipavar *n.* விநியோகிப்பவர் assignee

viniyokam *n.* விநியோகம் delivery

vinjaana sampanthamaana *n.* விஞ்ஞான் சம்நந்தமான technical

vinjaanam *n.* விஞ்ஞானம் science

vinjaanam sampanthamaana *a.* விஞ்ஞானம் சம்பந்தமான scientific

vinjaani *n.* விஞ்ஞானி scientist

vinji-yiru *n.* விஞ்சியிறு checkmate

vinna-pithal *v.t.* . விண்ணப்பித்தல் apply

vinnappam *n.* விண்ணப்பம் rquisition

vinnappaththukkiuriya *a.* விண்ணப்பத்துக்க்உரிய memorial

vinnappi *v.t.* . விண்ணப்பி requisition

vinnyaana-vivasaayam *n.* விஞ்யானவிவசாயம் agronomy

vinothamaana *a.* வினோதமான weird

vinthu *n.* விந்து semen

vinthu kuzhal rana sikichai *n.* விந்துகுழல் ரண சிகிச்சை vasectomy

vinvei-yaarai-chi *n.* விண்வெளியாரைச்சி astronomy

vinveli saarntha *a.* விண்வெளி சார்ந்த heavenly

vinvelik kappal *n.* விண்வெளிக் கப்பல் sputnik

vinveli-yaarai-chiyaalar *n.* விண்வெளியாரைச்சியாளர் astronomer

vin-yogam *v.t.* . விநியோகம் attribute

viparam *n.* விபரம் profile

viparam vivari *v.t.* . விபரம் விவரி profile

vipaththu *n.* விபத்து mishap

vipathu *n.* விபத்து misadventure

virainthu sel *v.i.* வி ரைந்து செல் fast

virainthu sel *v.t.* . விரைந்து செல் rush

viraippaana *a.* விறைப்பன tense

viraippaana-mayir *n.* விறைப்பானமயிர் bristle

viraithal *n.* வி ரை த ல் fast

viraiththa paarvai *n.* விறைத்த பார்வை stare

viraiththup paar *v.i.*. விறைத்துப் பார் stare

viraivaaka *adv.* வி ரை வா க fast

viraivaaka *a.* விரைவாக quick

viraivil kirahiththukkollum thiran *n.* விரைவில் கிரகித்துக்கொள்ளும் திறன் wit

viraivu *a.* வி ரைவு fast

viraivu *n.* விர்ரைவு quick

viraivu vandi *n.* விரைவு வண்டி express

virakuk kattu *n.* விறகுக்கட்டு faggot

viral *n.* விரல் finger

viral urai *n.* விரல் உறை thimble

viralkaalaal purattu *v.t.* . விரல்களால் புரட்டு thumb

virapanaiyaalar *n.* விற்பனையாளர் seller

virarkattai *n.* விரற்கட்டை fret

viratti adi *v.t.* . விரட்டி அடி repulse

viratti adikkum *a.* விரட்டி அடிக்கும் repellent

viratti adippathu *n.* விரட்டி அடிப்பது repellent

viratti adiththal *n.* விரட்டி அடித்தல் repulse

virattu *v.t.* விரட்டு chase1

virayam sey *v.t.* . விரயம் செய் squander

viri *v.t.* . விரி furl

virippinaal moodu *v.t.* . விரிப்பினால் மூடு sheet

virisil seevi *n.* விரிசில் சீவி sharpener

virivaakku *v.t.* விரிவாக்கு extend

virivaana *a.* விரிவான elaborate

virivadai *v.t.* . விரிவடை expand

virivadaithal *n.* விரிவட்டைதல் expansion

viriviyalpu *a.* விரிவியல்பு elastic

virivuraiyalar *n.* விரிவுறையாளர் lecturer

virkakkoodiya *a.* விறக்க்க்கூடிய salable

virodham *n.* விரோதம் animosity

virodha-maana *a.* விரோதமான adverse

virodhi *n.* விரோதி adversary

virotham *n.* விரோதம் spite

virothamaana paarvai *v.t.* . விரோதமான பார்வை jaundice

virpanai *n.* விற்பனை sale

virpanai sey *v.t.* . விற்பனை செய் market

virpanai sey *v.t.* . விற்பனை செய் sell

virpanai seypavar *n.* விற்பன்னை செய்பவர் salesman

virpanai seyyakkoodiya *a.* விற்பனை செய்யக்கூடிய marketable

virpanaiyaalar *n.* விற்பனையாளர் vendor

virpavar *n.* விற்பவர் dealer

virppu veruppavarravar *n.* விருப்பு வெறுப்பற்றவர் stoic

virraikka-seidhal *n.* விறைக்கச்சைதல anaesthesia

virrenra saptham *n.* 'விர்' ரென்ற சப்தம் whir

virrpanai-yaalar *n.* விற்பனையாளர் businessman

virumba-tthakka *a.* விரும்பத்தக்க amiable

virumpaathe *v.t.* விரும்பாதே dislike

virumpappadaththakka *a.* விரும்பப்படத்தக்க desirous

virumpappadukira *a.* விரும்பப்படுகிற desirable

virumpaththakaatha *a.* விரும்பத்தகாத obnoxious

virumpu *v.t.* . விரும்பு fancy

virumpu *v.t.* . விரும்பு like

virumpu *v.t.* . விரும்பு wish

virumputhal *a.* விரும்புதல் wishful

virundhu *n.* விருந்து banquet

virunthali *v.i.* விருந்தளி feast

virunthinar *n.* விருந்தினர் guest

virunthompal *n.* விருந்தோம்பல் hospitality

virunthompukira *a.* விருந்தோம்புகிற hospitable

virunthompunar *n.* விருந்தோம்புநர் host

virunthu *n.* விருந்து feast

virunthu *n.* விருந்து treat

viruppaarvam udaiya *a.* விருப்பார்வம் உடைய fond

viruppam *n.* விருப்பம் favourite

viruppam *n.* விருப்பம் liking

viruppam *n.* விருப்பம் volition

viruppam *n.* விருப்பம் willingness

viruppam *n.* விருப்பம் wish

viruppamarra *a.* விருப்பமற்ற reluctant

viruppaminmai *n.* விருப்பமின்மை dislike

viruppaththukku ethirppu *a.* விருப்பத்துக்கு எதிர்ப்பு perverse

viruppathukkuriya *a.* விருப்பத்துக்குரிய favourite

viruthi-adai-dhal *n.* விருத்தியடைதல் betterment

viruththaantham *n.* விருத்தாந்தம் version

viruthu *n.* விருது reward

viruviruppaana *a.* விறுவிறுப்பான piquant

visaalamaaka *adv.* விசாலமாக wide

visaala-maana *a.* விசாலமான comprehensive

visaaram *n.* விசாரம் concern

visaaranai *n.* விசாரணை inquest

visaaranai *n.* விசாரணை inquiry

visaaranaiyin-kaaranamaaga *v.t.* . விசாரனையின்பலனாக ascertain

visaari *v.t.* . விசாரி inquire

visai *v.t.* விசை button

visai *n.* விசை force

visaiyiyakkaviyal *n.* விசையியக்கவியல் dynamics

visaiyurthu *n.* விசையூர்தி engine

visesha *n.* விசேஷ significance

visesha arthamulla *a.* விசேஷ அர்த்தமுள்ள significant

visesha kavanam seluththuthal *n.* விசேஷ கவனம் செலுத்துதல் specialization

visesha kunam *n.* விசேஷ குணம் singularity

visesha kunam *n.* விசேஷ குணம் speciality

viseshamaana *a.* விசேஷமான signal

viseshamaana *a.* விசேஷமான special

vishakkirumikal *n.* விஷக்கிருமிகள் virus

visham *n.* விஷம் venom

visham *n.* விஷம் poison

vishamakaarappaiyan *n.* விஷமக்கார பையன் urchin

vishamam *n.* விஷமம் mischief

vishamam niraintha *a.* விஷமம் நிறைந்த mischievous

vishami *n.* விஷமி miscreant

vishamulla *a.* விஷமுள்ள venomous

vishaya sampanthamaana *a.* விஷய சம்பந்தமான topical

vishayam *n.* விஷயம் item

vishayam *n.* விஷயம் topic

vishayamarra aanaal aadamparamaana *n.* விஷயமற்ற ஆனால் ஆடம்பரமான sentience

vishya surukkam *n.* விஷயச் சுருக்கம் synopsis

visiri adippu *v.i.* விசிறி அடிப்பு dabble

visirividu *v.i.* விசிறிவிடு flame

visiththiramaana *a.* வ்விசித்திரமான quixotic

visiththiramana *a.* விசித்திரமான whimsical

visthaaramaaka paraviyulla *a.* விஸ்தாரமாக பரவியுள்ள widespread

visthari *v.t.* . விஸ்◌்தரி amplify

visthari-kum *n.* விஸ்தரிக்கும் amplifier

vis-tharithal *n.* விஸ்◌்தரித்தல் amplification

visuvaasam *n.* விசுவாசம் fidelity

visuvaasam *n.* விசுவாசம் loyalty

visu-vaasam *n.* விசுவாசம் allegiance

visuvaasamarra *a.* விசுவாசமற்ற disloyal

visuvaasamulla *a.* விசுவாசமுள்ள loyal

visuvaasi *n.* விசுவாசி loyalist

vithai *v.t.* . விதை sow

vithaikkal kaanu *n.* விதை seed

vithaikkal kaanu *v.t.* . விதைகள் காணு seed

vithaiyadikkaatha aan kuthirai *n.* விதையடிக்காத ஆண் குதிரை stallion

vithaiyurai *n.* விதையுரை pod

vitham *n.* விதம் mode

vithamaana *a.* விதமான such

vithavai *n.* விதவை widow

vithavaiyaakku *v.t.* . விதவையாக்கு widow

vithi *n.* விதி destiny

vithi *n.* விதி fate

vithippadi vaakkiya amaippu *n.* விதிப்படி வாக்கிய அமைப்பு syntax

vithiththal *n.* விதித்தல் imposition

vithivilakku *n.* விதி விலக்கு exception

vithiyin thiruvilaiyaadal *n.* விதியின் திருவிளையாடல் irony

vithooshakar *a.* விதூஷகர் zany

viththiyaasam *n.* வித்தியாசம் difference

viththiyaasamaana *a.* வித்தியாசமான different

viththiyaasamaana *n.* வித்தியாசமான oddity

viththiyaasangkal *n.* வித்தி யாசங்கள் odds

viththiyaasappaduththu *v.t.* வித்தியாசப்படுத்து discriminate

vittam *n.* விட்டம் diameter

vittu vidu *v.t.* . விட்டு விடு relinquish

vittu viduvathu *n.* விட்டு விடுவது renunciation

vittuk kodu *v.t.* . விட்டுக் கொடு waive

vittukkodu *v.t.* . விட்டுக்கொடு yield

vittu-kkodu *v.t.* . விட்டுக்கொடு adjust

vittukkodu-thal *n.* விட்டுக்கொடுத்தல் adjustment

vittukkoduththal *n.* விட்டுக்கொடுத்தல் deference

vittu-kodu *v.t.* விட்டுக்கொடு compromise

vittuvidu *v.t.* . விட்டுவிடு leave

vitu vutu eri *v.t.* . விட்டு விட்டு எரி flicker

vivaadham *n.* விவாதம் argument

vivaadhi *v.t.* . விவாதி argue

vivaaga-maagaadha *n.* விவாகமாகாத celibacy

vivaaka sampanthamaana *a.* விவாக சம்பந்தமான marital

vivaakarathu *n.* விவாகரத்து divorce

vivaakarathu sey *v.t.* விவாகரத்து செய் divorce

vivaatham *n.* விவாதம் debate

vivaathaththirkuriya *n.* விவாதத்திற்குறிய moot

vivaathi *v.t.* விவாதி discuss

vivakaaram nadaththal *n.* விவகாரம் நடத்தல் transaction

vivara seettu *n.* விவரச்சீட்டு label

vivaram *n.* விவரம் detail

vivaramali *v.t.* விவரமளி detail

vivaranam *n.* விவரணம் commentary

vivaraththirattu *n.* விவரத் திரட்டு directory

vivari *v.t.* விவரி essay

vivari *v.t.* . விவரி sketch

vivari *v.t.* . விவரி state

vivari, sollu *v.t.* . விவரி,சொல்லு narrate

vivarikka mudiyaatha *a.* விவரிக்க முடியாத indescribable

vivasaaya *n.* விவசாய yeoman

viva-saayam *n.* விவசாயம் agriculture

viva-saaya-nibunar *n.* விவசாயநிபுனர் agriculturist

viva-saaya-thirkuriya *a.* விவசாயதிற்குரிய agricultural

viva-saaya-t-thaal *a.* விவசாயத்தால் agrarian

vivasaaya-viyaabaara *n.* விவசாயவியாபர cain

vivasaayi *n.* விவசாயி farmer

vivekamarra *a.* விவேகமற்ற imprudent

vivekamarra pen *n.* விவேகமற்ற பெண் minx

vivekamulla *a.* விவேகமுள்ள shrewd

viyaabaram *v.t.* . வியாபாரம் barter1

viyaapaara mantham *n.* வியாபார மந்தம் slump

viyaapaaram sey *v.i.*. வியாபாரம் செய் traffic

viyaapaari *n.* வியாபாரி merchant

viyaapaari *n.* வியாபாரி trader

viyaathi *n.* வியாதி malady

viyaathiyasthar *n.* வியாதியஸ்தர் outpatient

viyaathiyulla *a.* வியாதியுள்ள sick

viyaazhak kizhamai *n.* வியாக்கிழமை Thursday

viyaazhan enappadum kiraham *n.* வியாழம் எனப்படும் கிரஹம் jupiter
viya-pithal *v.t.* . வியப்பித்தல் astonish
viyappaaga *a.* வியப்பாக paradoxical
viyappalikkum *a.* வியப்பளிக்கும் outlandish
viyappidaichol *n.* வியப்பிடைச் சொல் interjection
viyappu *n.* வியப்பு amazement
viyappu *n.* வியப்பு astonishment
viyarvai *n.* வியர்வை sweat
viyarvai vidu *v.i.*. வியர்வை விடு sweat
viyookam *n.* வியூகம் tactics
vizhaa *n.* விழா ceremony
vizhaa *n.* விழா function
vizhaa eduththal *n.* விழா எடுத்தல் festivity
vizhi-nadu-padalam *n.* விழிநடுப்படலம் choroid
vizhip-paaga *a.* விழிப்பாக awake
vizhippunarvu *n.* விழிப்புணர்வு alertness
vizhiththezhu *v.t.* . விழித்தெழு wake
vizhi-venn-padalam *n.* விழிவெண்படலம் cornea
vizhu *v.i.*. விழு fall
vizhungku *v.t.* . விழுங்கு swallow
vizhungkuthal *n.* விழுங்குதல் swallow
vizhungu *v.t.* விழுங்கு devour
vizhungu *n.* விழுங்கு gulp
vizhuthal *n.* விழுதல் fall
vizhu-thodar *n.* விழுதொடர் cascade
viziththirai *n.* விழித்திரை retina
viziyin *a.* விழியின் ocular
vmunkootti ninai *v.t.* . முன்கூட்டி நினை presuppose
vodu-keedu *n.* வோடுக்கீடு allotment
voduk-keettu *n.* வோதுக்கீட்டு allocation
vodukku *v.t.* . வோதுக்கு allocate
vodukku *v.t.* . வோதுக்கு allot
voo-daaga *prep.* ஊடாக by
voode-thayaarikka-padum *n.* ஊடே தயாரிக்கப்படும் by-product
voodhiyam *n.* ஊதியம் compensation
voodhu-pai *n.* ஊதுபை balloon
voodu-bathi *v.t.* ஹூதுபத்தி cense
voodu-manadalam *n.* வுடுமண்டலம் asterism
voogam *n.* ஊகம் conjecture
vookka-modaimain *n.* ஹூக்கமுடைமை activity
voou-kuzhal *n.* ஊதுகுழல் bugle
voozhal *n.* ஊழல் corruption
voozhalaana *a.* ஊழலான corrupt
vow-vaal *n.* வௌவால் bat
vubaa-yam *n.* வுபாயம் artifice
vubakaranam *n.* வுபகரணம் apparatus
vu-bha-saranai *a.* வுபசரணை affable
vuchak-kattam *n.* உச்சக்கட்டம் climax
vuch-cham *v.t.* . வுச்சம் ascend
vudai *n.* உடை break
vudai-an'i *v.t.* . வுடையணி attire
vudaigal *n.* உடைகள clothes
vudaiya-koodiyadhu *a.* உடையக்கூடியது brittle

vudal *n.* வுடல் body
vudalai-saarndha *a.* வுடலைசசார்ந்த bodily
vudalai-saarndha *adv.* வுடலைசசார்ந்த bodily
vudaluravu *v.i.*. வுடலுறவு copulate
vudamai-kal *n.* உடமைகள் belongings
vudan pirandha] *a.* வுடன்பிறந்த aboriginal
vudandhai *n.* உடந்தை connivance
vudan-dhai-yalar *n.* வுடந்தையாளர் accomplice
vudaney *adv.* உடனே anon
vudan-padikkai *v.t.* . உடன்படிக்கை consent3
vudan-punari *v.t.* . & i. உடன்புணரி conjugate
vudan-sellu-dhal *v.t.* . வுடன்செல்லுதல் accompany
vudar-koor-iyal *n.* வுடற்கூறியல் anatomy
vudavi *v.t.* . வுதவி aid
vudavi *v.t.* . வுதவி assist
vuda-yalangaaram *v.t.* . வுடையலன்காரம் apparel
vudhaara-kunamulla *a.* உதாரகுணமுள்ள benevolent
vudhavi-yaalar *n.* வுதவியாளர் assistant
vugandha *a.* உகந்த congenial
vulaavi *n.* உலாவி browse
vulaga-padam *n.* வுலகப்படம் atlas
vular-ndha *adj.* வுலர்ந்த arid
vularndha-thanmai *n.* வுலர்ந்தத்தன்மை arefaction
vularu *v.i.* உளறு blether
vuli *n.* உளி chisel
vullaasa-paattu *n.* உல்லாசப்பாட்டு carol
vulladakki-yiru *v.t.* உள்ளடக்கியிரு comprehend
vulladukku *v.i.* உள்ளடக்கு consist
vullagam *n.* உள்ளகம் core
vullanpulla *a.* உள்ளன்புள்ள cordial
vull-kacchu *n.* வுள்கச்சு bodice
vull-porul *n.* உள்பொருள் content
vulogam *v.t.* . உலோகம் alluminate
vuloga-vagai *n.* உலோகவகை cadmium
vulogha=kalavai *n.* வுலோகக்கலவை alloy
vulogha-vagai *n.* உலோகவகை cobalt
vunarr-kombu *n.* வுணர்கொம்பு antennae
vunarr-vulla *a.* உணர்வுள்ள conscious
vunarvathu *v.t.* . உணர்வது perceive
vundu-pannu *v.t.* . உண்டுபன்னு cause
vunmaiyaana *a.* ◌ வுன்மையான actual
vunmai-yaana *adv.* உண்மையான bonafide
vunmai-yaana *a.* உண்மையான bonafide
vunmaiyil *adv.* வுன்மையில actually
vunnadha' *a.* வுன்னத admirable
vunnar-kambhi *n.* வூணர்கம்பி aerial
vunnudhal *n.* உண்ணுதல் consumption
vupa-desagan *n.* வுபதேசகன் apostle

vu-pa-yogi *v.t.* . உபயோகி adiure
vuppu-neer *n.* உப்பு நீர் brine
vurai *v.t.* உறை clot
vurai-petti *n.* உறைபெட்டி casing
vurai-yaasiriyar *n.* உரையாசிரியர் commentator
vurakka *adv.* வுரக்க aloud
vurangum-neram *n.* உறங்கும்-நேரம் bed-time
vuravu *n.* உறவு alliance
vurimai-kaetpor *n.* உரிமைகேட்போர் claimant
vurimai-kor *v.t.* உரிமைகோர் claim
vurimaiyaaga-koll *n.* உரிமையாகக்கேள் claim
vuriya *a.* வுரிய apposite
vurr-chaga-mookka *v.t.* . உற்சாகமூக்க animate
vurudhi-paduthu *v.t.* . வுறுதிப்படுத்து assert
vurudhi-pira-maanam *n.* வுறுதிபிரமாண்ம affidavit
vuruppu *adj.* உறுப்பு component
vuruvak-kadi-sarndha *a.* உருவகக்கதைசார்ந்த allegorical
vuru-vulla *a.* உருவுள்ள concrete
vusaa-raaga' *a.* வுசாராக alert
vuthiram *n.* உத்திரம் beam
vuthira-vaadham-ulla' *a.* வுத்தரவாதமுள்ள accountable
vuth-tharavu-vaangudhal *interj.* வுத்தரவுவாங்குதல் adieu
vuth-thiravu *v.t.* உத்தரவு command
vut-kuzhi-vulla *adj.* உட்குழிவுள்ள concave
vutpirivu *n.* உட்பிரிவு clause
vutrrup-paar *adv.* உற்றுப்பார் agaze
vuuvak-kadhai *n.* உருவகக்கதை allegory
vuva-maanangal *n.* வுவமானங்கள் anecdote
vuyaram *n.* வுயரம் altitude
vuyarap-paduthu *v.t.* உயரப்படுத்து boost
vuyarathil *v.t.* . வுயர்பித்தல் augment
vuyarat-thil *adv.* வுயரத்தில aloft
vuyar-chi *n.* வுயர்ச்சி ascent
vuyariyal *n.* உயிரியல் biology
vuyariyal-arignar *n.* உயிரியலறிஞர் biologist
vuyarndha-madhippu *n.* வுயர்ந்தமதிப்பு apotheosis
vuyarnidhi-manram *n.* வுயர்நிதிமன்ரம் chancery
vuyarnilai-sattam *n.* வுயர்நிலை-சட்டம் bylaw, bye-law
vuyar-nila-kural *n.* உயர்நிலகுரல் alto
vuyar-pikkum *n.* வுயர்பிக்கும் augmentation
vuyarthi *n.* உயர்த்து boost
vuyar-thina-paadhai *n.* உயர்த்தினபாதை causeway
vuyar-valakkum-karuvi *n.* வுயர்வளக்கும் கருவி altimeter
vuyarvu-padutthu *v.t.* . உயர்வுபடுத்து aerify
vuya-thara *n.* வுயர்தர aunt
vuyiranu *n.* உயிரணு cell
vuyirodu *a.* உயிரோடு alive
vuzhu-vudaiya *n.* வுழுயுடைய colter

W

wakaraththin oru pirivu *n.* நகரத்தின் ஒரு பிரிவு ward
we-yap-oo *adv.* வியப்பு aback
will *n.* வில் arc
woo-rum-pirani *adj.* ஊரும்பிராணி amphibious
wu dha wee *n.* வுதவி abetment
wu dhara sambhandha mana *a.* வுதர சம்பந்தமான abdominal
wudhan dhai agha iruthal *v.t.* . வுடந்தையாக இருத்தல் abet

Y

yaanai *n.* யானை elephant
yaanai paakan *n.* யானை பாகன் mahout
yaanaiththantham *n.* யானைத் தந்தம் ivory
yaanaiyin thantham *n.* யானையின் தந்தம் tusk
yaarai *pron.* யாரை whom
yaarenum *pron.* யாரேனும் whoever
yaaro oruvar *pron.* யாரோ ஒருவர் somebody
yaaro oruvar *pron.* யாரோ ஒருவர் someone
yaarudaiya *pron.* யாருடைய whose
yaaththirai *n.* யாத்திரை travel
yaaththirai sey *v.i.*. யாத்திரை செய் travel
yaazh *n.* யாழ் harp
ye-cherri-k-kei *n.* எச்சரிக்கை admonition
ye-cherri-t-thal *v.t.* . எச்செரித்தல் admonish
yeka paththini viratham *a.* ஏக பத்தினி விரதம் monogynous
yelanam *n.* ஏளனம் disdain
yelanam *n.* ஏளனம் scoff
yelanam sey *v.t.* ஏளனம் செய் disdain
yell-aam *a.* எல்லாம all
yell-aame' *pron.* எல்லாமே all
yellai *n.* எல்லை boundary
yella-vatrai-yum *adv.* எல்லாவற்றையும் all
yemaarral *n.* ஏமாற்றல் swindle
yemaarram *n.* ஏமாற்றம் fallacy
yemaarram kollachey *v.t.* ஏமாற்றம் கொள்ளச் செய் disappoint
yemaarru *v.t.* ஏமாற்று deceive
yemaarru *v.t.* . ஏமாற்று gull
yemaarru *v.t.* . ஏமாற்று hoodwink
yemaarrum nadaththai *n.* ஏமாற்றும் நடத்தை treachery
yemaarrupavan *n.* ஏமாற்றுபவன் counterfeiter
yemaarrupavar *v.t.* . ஏமாற்று swindle
yemaarrupavar *n.* ஏமாற்றுபவர் swindler
yemaarruthal *n.* ஏமாற்றுதல் deception
yen? *adv.* ஏன்? why
yengku *v.t.* . ஏங்கு crave
yengu *v.i.*. ஏங்கு hanker
yengu *v.i.*. ஏங்கு pine
yengu *v.i.*. ஏங்கு yearn

yenguthal *n.* ஏங்குதல் longing
yenguthal *n.* ஏங்குதல் yearning
yeni *n.* ஏணி ladder
yennam *n.* எண்ணம் concept
yep-podum *adv.* எப்போதும் always
yerpaadu sey *v.t.* . ஏற்பாடு செய் organize
yerpinamai *n.* ஏற்பின்மை disapproval
yerra *a.* ஏற்ற seemly
yerram *n.* ஏற்றம் elevation
yerraththaazhvu *n.* ஏற்றத்தாழ்வு disparity
yerravaaru maarri amai *v.t.* . ஏற்றவாறு மாற்றி அமை modulate
yerri sel *v.t.* . ஏற்றிச் செல் transport
yerri selluthal *n.* ஏற்றிச் செல்லுதல் transportation
yerru *v.t.* ஏற்று elevate
yerrumathi *n.* ஏற்றுமதி export
yerrumathi sey *v.t.* ஏற்றுமதி செய் export
yerrumathi sey *v.t.* . ஏற்றுமதி செய் ship
yerukira *a.* ஏறுகிற upward
yethaaayinum *pron.* ஏதாயினும் whatever
yethenum *adv.* ஏதேனும் either
yethhaakilum onru *pron.* ஏதாகிலும் ஒன்று whichever
yevukanai *n.* ஏவுகணை missile
yezhaavathu *a.* ஏழாவது seventh
yezhu *n.* ஏழு seven
yezhu *a.* ஏழு seven
yoodhu *v.i.* . ஊது blow

yootha mathaththa saarnthavar *n.* யூத மதத்தை சார்ந்தவர் Jew
yosanai *n.* யோசனை suggestion
yosanai *n.* யோசனை thought
yosanai-kell *v.t.* யோசனைகேள் consult
yosanaiyarra *a.* யோசனையற்ற inconsiderate
yosi *v.i.*. யோசி scheme
yosithu *prep.* யோசித்து considering
yrka maru *v.t.* . எற்க மறு spurn
yuddha-nirutham *n.* யுத்தநிறுத்தம் armistice
yudham *n.* யுத்தம் battle
yukam *n.* யுகம் era
yukthi *n.* யுக்தி trick
yuththa sampanthamaana *a.* யுத்த சம்பந்தமான warlike
yuththa thiramaiyulla *a.* யுத்த திறமையுள்ள martial
yuththam *n.* யுத்தம் war
yuththam sey *v.i.*. யுத்தம் செய் war
yuththam seythal *n.* யுத்தம் செய்தல் warfare
yuththkkappal *n.* யுத்தக்கப்பல் cruiser

Z

zoom saptham *n.* ஜூம் சப்தம் zoom
இறப்பு *n.* இறப்பு decease